‘இந்தியாவின் வளமான கடந்த காலம் மற்றும் கலாச்சாரம் பற்றி அமீஷின் எழுத்துக்கள் மிகுந்த ஆர்வத்தை உருவாக்கியுள்ளன.’

- நரேந்திர மோடி

(மாண்புமிகு பாரதப் பிரதமர்)

‘[அமீஷின்] எழுத்து இளைஞர்களுக்கு பண்டைய தார்மீக மதிப்புகளை அறிமுகப்படுத்துவதுடன் அவர்களது மனசாட்சியை குத்தி ஆர்வத்தைத் திருப்திப்படுத்துகிறது...’

- ஸ்ரீ ஸ்ரீ ரவிசங்கர்

(ஆன்மீக தலைவர் மற்றும் நிறுவனர், வாழும் கலை அறக்கட்டளை)

‘{அமீஷின் எழுத்து} சுவாரஸ்யமானதாகவும், உள்வாங்க கூடியதாகவும், தகவல் தருவதாகவும் இருக்கிறது.’

- அமிதாப் பச்சன்

(நடிகர் மற்றும் வாழும் லெஜண்ட்)

‘அமீஷ் இந்தியாவின் தலைசிறந்த கதாசிரியர்களில் ஒருவர். சிறந்த படைப்பாற்றல் மற்றும் கற்பனைத் திறன் படைத்தவர் எனவே கதையை படிக்கும் போது நீங்கள் விறுவிறுப்புடன் பக்கங்களைத் திருப்ப வேண்டும்.’

- லார்ட் ஜெஃப்ரி ஆர்ச்சர்

(எல்லா காலத்திலும் அதிக விற்பனையான படைப்புகளை அளித்துள்ள எழுத்தாளர்களில் ஒருவர்)

‘[அமீஷின் எழுத்து] வரலாறு மற்றும் தொன்மங்களின் சிறந்த கலவையாகும்... ஆர்வத்தை இறுகப் பிடித்து புத்தகத்தை கீழே வைக் விடாது.’

- பிபிசி

'சிந்தனையும் ஆழமும் கொண்ட அமீஷ், எந்த எழுத்தாளரையும் விட அதிகமாக புதிய இந்தியாவின் பிரதிநிதியாக திகழ்கிறார்.'

- வீர் சாங்வி
(மூத்த பத்திரிகையாளர் மற்றும் கட்டுரையாளர்)

'அமீஷின் புராண கற்பனை கடந்த காலத்திற்குள் குடைந்து எதிர்காலத்தின் சாத்தியக்கூறுகளை வெளிகொண்டுவருகிறது. அவரது புத்தகத் தொடர், தொன்மையானதாகவும் கிளர்ச்சியூட்டு வதாகவும் இருப்பதுடன், நமது கூட்டு உணர்வு மற்றும் ஆன்மாவின் ஆழமான இடைவெளிகளை விரிவுபடுத்துகிறது.'

- தீபக் சோப்ரா
(உலகப் புகழ்பெற்ற ஆன்மிக குரு மற்றும் அதிக விற்பனையான படைப்புகளை அளித்துள்ள எழுத்தாளர்)

'[அமீஷ்] அவரது தலைமுறையின் அசல் சிந்தனையாளர்களில் ஒருவர்.'

- அர்னாப் கோஸ்வாமி
(மூத்த பத்திரிகையாளர் மற்றும் எம்.டி., ரிபப்ளிக் டிவி)

'அமீஷ் விவரங்களுக்கு உன்னிப்பான கண்ணும், அழுத்தமான கதை பாணியும் கொண்டவர்.'

- டாக்டர் சசி தரூர்
(நாடாளுமன்ற உறுப்பினர் மற்றும் ஆசிரியர்)

'[அமீஷ்] அசாதாரணமான, மற்றும் கடந்த காலத்தைக்குறித்த அசல் தன்மையுடன் கூடிய கவர்ச்சிகரமான பார்வையும் ஆழ்ந்து சிந்திக்கும் மனமும் கொண்டவர்.'

- சேகர் குப்தா
(மூத்த பத்திரிகையாளர் மற்றும் கட்டுரையாளர்)

'புதிய இந்தியாவைப் புரிந்து கொள்ள, நீங்கள் அமீஷின் படைப்புக்களை படிக்க வேண்டும்.'

- ஸ்வபன் தாஸ்குப்தா
(பாராளுமன்ற உறுப்பினர் மற்றும் மூத்த ஊடகவியலாளர்)

'அமீஷின் அனைத்து புத்தகங்களிலும் பரந்த கொள்கைகள் மற்றும் முற்போக்கு சித்தாந்தத்தின் ஒரு மின்னோட்டம் பாய்கிறது: பாலினம், சாதி, மற்றும் வேறு எந்த விதமான பாகுபாடும் குறித்து - உண்மையான தத்துவ ஆழம் கொண்ட

இலங்கைப் போர்

1974-ல் பிறந்து, ஐஐஎம் கொல்கத்தாவில் படித்த அமீஷ், வங்கியாளராக இருந்து எழுத்தாளராக மாறியவர். அவரது முதல் புத்தகமான *தி இம்மார்டல்ஸ் ஆஃப் மெலுஹாவின்* வெற்றி (சிவா முத்தொகுப்பு புத்தகம் 1), நிதிச் சேவைத்துறையில் தன் பணியை கைவிட்டு எழுத்தில் கவனம் செலுத்த அவரை ஊக்குவித்தது. எழுத்தாளர் என்பதைத்தவிர அவர் அரசியல் விவகாரங்களை நிர்வகிக்கும் இந்திய டிப்ளோமேட், தொலைக்காட்சி ஆவணப்படங்களின் தொகுப்பாளர் மற்றும் திரைப்பட தயாரிப்பாளரும் கூட.

வரலாறு, புராணங்கள் தத்துவம் மீது ஆர்வம் கொண்ட இவர் உலகத்தின் அனைத்து மதங்களில் உள்ள அழகு மற்றும் அர்த்தத்தை காண்பதிலும் ஈடுபாடு கொண்டவராக இருக்கிறார். அவரது புத்தகங்கள் 6 மில்லியன் பிரதிகள் விற்றுள்ளன மற்றும் 20 மொழிகளில் மொழிபெயர்க்கப்பட்டுள்ளன. அவரது சிவா முத்தொகுப்பு அதிவேகமாக விற்பனையாகும் புத்தகமாகவும் அவரது ராம் சந்திரா தொடர், இந்திய வெளியீட்டு வரலாற்றிலேயே மிக வேகமாக விற்பனையாகும் புத்தகத் தொடர்களில் இரண்டாவது இடத்திலும் உள்ளது. அமீஷுடன் இங்கே இணையவும்.

- www.facebook.com/authoramish
- www.instagram.com/authoramish
- www.twitter.com/authoramish

புத்தகங்கள் மீதான காதல், வாசிக்கும் ஆர்வம், மற்றும் தன் எண்ணங்களுக்கு தெள்ளிய எழுத்து வடிவம் கொடுக்கும் திறன் இவை அனைத்தும் மாலதி கிருஷ்ணாவை தன் இருபது வருட கார்ப்பரேட் வாழ்க்கைக்கு முற்றுப்புள்ளி வைத்துவிட்டு வெளியீட்டுத் துறையில் தனது ஆர்வத்தைத் பின்தொடர மாபெரும் உந்துதலாக அமைந்தது. மாலதியின் தமிழ் மற்றும் ஆங்கில மொழிகளின் விரிவான மற்றும் ஆழமான புரிதலுக்கான சான்று அவர் தன் மொழிபெயர்ப்புப் பணியில் வெளிப்படுத்தும் உயர்ந்த தரம் மற்றும் துல்லியத்தில் பிரதிபலிக்கிறது. பத்துக்கும் மேற்பட்ட புனைகதை மற்றும் புனைகதை அல்லாத இதர வகையான சர்வதேச மற்றும் இந்திய எழுத்தாளர்களின் படைப்புகளை ஆங்கிலத்திலிருந்து தமிழ் மற்றும் தமிழிலிருந்து ஆங்கிலத்திற்கு இவர் மொழிபெயர்த்துள்ளார். இரு மொழிகளின் கலாச்சார மற்றும் இலக்கிய வளத்தின் மீதான இவரது நாட்டம் மூல புத்தகத்தின் கரு மாறாமல் வாசகர்கள் போற்றி மகிழும் சிறப்பான நகலாக இவரது படைப்புகளில் வெளிப்படுகிறது.

அமீஷின் பிற நூல்கள்

சிவா முத்தொகுதி

இந்திய வெளியீட்டின் வரலாற்றில் மிக வேகமாக விற்பனையான புத்தகத் தொடர்

மெலூஹாவின் அமரர்கள் (சிவா முத்தொகுதியின் முதல் பாகம்)
நாகர்களின் இரகசியம் (சிவா முத்தொகுதியின் இரண்டாம் பாகம்)
வாயுபுத்ரர் வாக்கு (சிவா முத்தொகுதியின் மூன்றாம் பாகம்)

இராமச்சந்திரா தொகுதி

இந்திய வெளியீட்டின் வரலாற்றில் மிக வேகமாக விற்பனையான
இரண்டாவது புத்தகத் தொடர்

ராம் - இக்ஷ்வாகு குலத்தோன்றல் (தொகுதியின் முதல் பாகம்)
சீதா - மிதிலைப் போர் மங்கை (தொகுதியின் இரண்டாம் பாகம்)
ராவணன் - ஆர்யாவர்த்தாவின் எதிரி (தொகுதியின் மூன்றாம் பாகம்)

புனைவல்லாதது

நிலைத்த புகழ் இந்தியா, இளமை இந்தியா, காலத்தை
வென்ற நாகரிகம்

'அதிகம் விற்பனையாகும் படைப்புகளை அளித்துள்ள ஒரே இந்திய எழுத்தாளர் - அவரது புத்தகங்கள் அனைத்தும் மகத்தான ஆராய்ச்சி மற்றும் ஆழ்ந்த சிந்தனை மூலம் ஆதரிக்கப்படுகின்றன.'

- *சந்தீபன் டெப்*
(மூத்த பத்திரிகையாளர் மற்றும் தலையங்க இயக்குனர், ஸ்வராஜ்யா)

'அமீஷின் தாக்கம் அவரது புத்தகங்களுக்கு அப்பாற்பட்டது, அவருடைய புத்தகங்கள் இலக்கியத்தை மிஞ்சுகிறது, அவரது இலக்கியம் தத்துவத்தில் மூழ்கியுள்ளது, வேதாந்தமோ பக்தியில் நங்கூரமிடப்பட்டுள்ளது, இது இந்தியாவின் மீதான அவரது அன்பை வலுப்படுத்துகிறது.'

- *கௌதம் சிக்கர்மனே*
(மூத்த பத்திரிகையாளர் மற்றும் எழுத்தாளர்)

'அமீஷ் ஒரு இலக்கிய நிகழ்வு.'

- *அனில் தர்கர்*
(மூத்த பத்திரிகையாளர் மற்றும் எழுத்தாளர்)

• இராமச்சந்திரா தொகுதியில் புத்தகம் 4 •

இலங்கைப் போர்

அமீஷ்

தமிழில்:
மாலதி கிருஷ்ணா

eka

eka

First published in English as *War of Lanka* in 2022 by HarperCollins *Publishers* India

Published in Tamil as *Ilangai Por* in 2023 by Eka, an imprint of Westland Books, a division of Nasadiya Technologies Private Limited

No. 269/2B, First Floor, 'Irai Arul', Vimalraj Street, Nethaji Nagar, Alapakkam Main Road, Maduravoyal, Chennai 600095

Westland, the Westland logo, Eka and the Eka logo are the trademarks of Nasadiya Technologies Private Limited, or its affiliates.

Copyright © Amish Tripathi, 2023

Translated by Mysticswrite Private Limited

Amish Tripathi asserts the moral right to be identified as the author of this work.

ISBN: 9789357765404

10 9 8 7 6 5 4 3 2 1

This is a work of fiction. Names, characters, organisations, places, events and incidents are either products of the author's imagination or used fictitiously.

All rights reserved

Typeset by Mysticswrite Private Limited
Printed at Nutech Print Services-India

No part of this book may be reproduced, or stored in a retrieval system, or transmitted in any form or by any means, electronic, mechanical, photocopying, recording, or otherwise, without express written permission of the publisher.

ஓம் நம சிவாய
இந்தப் பிரபஞ்சம் சிவபெருமானை வணங்குகிறது
நான் சிவபெருமானை வணங்குகிறேன்

மறைந்த என் தந்தை வி.கே. த்ரிபாதி,
மற்றும் என் இளம் மகன் நீலுக்கு.

என் கையை உயர்த்தி மேலே நீட்டி, அவரது
கையை பிடித்துக்கொள்வேன், நடக்கக் கற்றுக்கொள்ள.
குனிந்து அவனைத் தழுவிக் கொள்வேன்,
ஏனென்றால் அது என் இதயத்தை மேலே உயர்த்தியது.
அவரிடம் கேள்விகளைக் கேட்பேன்,
ஏனென்றால் அவர் எனக்கு நன்றாக கற்பித்தார்,
படிக்க புத்தகங்கள் கொடுக்கிறேன்,
அவனது எல்லையை விரிவுபடுத்த.
என் தந்தை என்னை நினைத்துப் பெருமைப்பட வேண்டும்
என்று நான் பாடுபட்டேன்,
என் மகனுக்கு முன்மாதிரியாக இருக்க நான் முயற்சி
செய்கிறேன்.
என் தந்தையுடனான, என் மகனுடனான, பல தலைமுறைகள்
நீளும், பந்தங்களுள் மிகவும் புனிதமான பந்தங்களுடன்,
நான் ஆசீர்வதிக்கப்பட்டுளேன்.
இந்த அழகான வார்த்தைகள் எப்போதும் ஆன்மாவில்
எதிரொலிக்கும்.
ஒரு தந்தை தன் மகனிடம் இதனை கூறும்போது:
நான் உன்னை நினைத்துப் பெருமைப்படுகிறேன், என் மகனே.
முன்பு எப்போதும் செய்தது போலவே இனியும் எப்போதும்.
ஒரு மகன் தன் தந்தையிடம் கூறும்போது:
அப்பா, நான் உங்களை நேசிக்கிறேன். முன்பு எப்போதும்
செய்தது போலவே, இனியும் எப்போதும்.

மனிதர்களுக்குக்கிடைத்த ஆசீர்வாதங்களில் சிறந்தது மரணமே...
- சாக்ரடீஸ்

மீண்டும் எப்போதும் இறக்கவேண்டிய நிர்பந்தம் இல்லாமல் இருப்பதே, உண்மையில் தலை சிறந்த ஆசீர்வாதம். மறுபிறவிகளின் தளராத சுழற்சியிலிருந்து விடுபட்டு நீங்கள் நிர்வாண நிலை அல்லது மோட்சத்தை அடையும் போது.

நல்லது செய்யுங்கள்.
மற்றவர்களுக்கு உதவுங்கள்.
நேர்மறையான கர்ம வினைகளை செய்யுங்கள்.
தகுதியான வாழ்க்கை வாழுங்கள்.
பிறகு அந்த சிறந்த ஆசீர்வாதத்தை உங்களுக்காக சம்பாதித்துக்கொள்ளுங்கள்:
அனைத்து மரணங்களையும் முடிக்கும் ஒரு மரணம்

முக்கிய பழங்குடியினர் மற்றும் கதாபாத்திரங்களின் பெயர் வரிசை

அகம்பனா: ஒரு கடத்தல்காரன்; ராவணனின் நெருங்கிய உதவியாளர்களில் ஒருவன்.

அரிஷ்டநேமி: மலயபுத்ரர்களின் ராணுவத் தலைவர்; விஸ்வாமித்ரருக்கு வலதுகையாக விளங்கிய முக்கிய உதவியாளன்

அன்னபூர்ணா தேவி: மலயபுத்ரர்களின் தலைநகரமான அகஸ்தியக்கூடத்தில் வாழ்ந்த அற்புதமான இசை கலைஞர்.

அஸ்வபதி: வடமேற்கு ராஜ்ஜியமான கேக்காயாவின் அரசன்; கைகேயியின் தந்தை மற்றும் தசரதரின் விசுவாசமான நண்பர்

இந்திரஜித்: ராவணன் மற்றும் மண்டோதரியின் மகன்

பரதன்: ராமின் மாற்றாந்தாய்க்கு பிறந்த சகோதரன்; தசரதன் மற்றும் கைகேயிக்குப்பிறந்த மகன்

தசரதன்: கோசலையின் சக்கரவர்த்தி மற்றும் சப்த சிந்துவின் பேரரசர்; ரேம், பரதன், லக்ஷ்மன் மற்றும் சத்ருகனின் தந்தை

ஹனுமான்: வாயுபுத்ர பழங்குடியின் உறுப்பினன் மற்றும் ஒரு நாகன்

ஜனகன்: மிதிலை அரசன்; சீதாவின் தந்தை

ஜடாயு: மலயபுத்ர பழங்குடியின் தலைவன்; சீதா மற்றும் ராமின் நாகர் தோழன்

கைகேயி: விஸ்ரவ முனியின் முதல் மனைவி; ராவணன் மற்றும் கும்பகர்ணனின் தாய்

கன்னியாகுமாரி: கன்னி தெய்வம் என்பது தான் நேர்பொருள். கவனமாக தேர்ந்தெடுக்கப்பட்ட இளம் பெண்களின் உடல்களில் அன்னை தேவி, தற்காலிகமாக உறைவதாக நம்பப்பட்டது. இந்த பெண்கள் பின்னர் வாழும் தெய்வங்களாக வணங்கப்படுகின்றனர்

காரா: இலங்கை சேனையின் ஒரு தலைவன்; சமிச்சியின் காதலன்

கரகசபாகு: சிலிகா வின் ஆளுநர்

குபேரன்: இலங்கையின் தலையாய வணிகன்

கும்பகர்ணன்: ராவணனின் சகோதரன்; ஒரு நாகனும் கூட

குஷத்வஜ்: சங்கஷ்யாவின் அரசன்; ஜனகனின் இளைய சகோதரன்

லக்ஷ்மன்: தசரதனின் இரட்டை புதல்வர்களில் ஒருவன்; ராமின் மாற்றாந்தாய்க்கு பிறந்த சகோதரன்

மலயபுத்ரர்கள்: ஆறாவது விஷ்ணுவான பகவான் பரசுராமின் பின்வந்த பழங்குடியினர்

மண்டோதரி: ராவணனின் மனைவி

மாரா: கூலிப்படையை சேர்ந்த தனிப்பட்ட மனிதன்

மாரீசன்: கைகேயியின் சகோதரன்; ராவணன் மற்றும் கும்பகர்ணனின் மாமா; ராவணனின் நெருங்கிய உதவியாளர்களில் ஒருவன்

நாகர்கள்: உருக்குலைந்த உடல் உறுப்புக்களுடன் பிறந்த மனிதர்கள்

நந்தினி: குருகுல நாட்களிலிருந்து பரிச்சயப்பட்ட விஸ்வாமித்ரர் மற்றும் வசிஷ்டரின் நல்ல தோழி. ப்ரங்கா நிலப்பரப்பை சேர்ந்தவள்

ப்ரித்வி: தோடி என்னும் கிராமத்தின் தொழிலதிபர்

ராவணன்: முனி விஸ்ரவரின் மகன்; கும்பகர்ணனின் சகோதரன்; சூர்பனகா மற்றும் விபீஷணனின் மாற்றாந் தாய் சகோதரன்

ராம்: பேரரசர் தசரதர் மற்றும் அவரது மூத்த மனைவி கௌசல்யாவின் மகன்; நான்கு சகோதரர்களில் மூத்தவன்; பின்னர் சீதாவை மணந்தவன்

சமிச்சி: மிதிலையின் நெறிமுறை மற்றும் காவல் அதிகாரி; காராவின் காதலி

சத்ருகன்: லக்ஷ்மனின் இரட்டை சகோதரன்; தசரதன் மற்றும் சுமித்ராவின் மகன்; ராமின் மாற்றாந் தாய் சகோதரன்

ஷோஷிகேஷ்: தோடி கிராமத்தின் நிலக்கிழார்

சூர்பனகா: ராவணனின் மாற்றாந் தாய் சகோதரி

சீதா: மிதிலையின் ராஜா ஜனகன் மற்றும் ராணி சுனைனாவின் மகள்; அதோடு மிதிலையின் பிரதான மந்திரி; பின்னர் ராமை மணந்தவள்

சுகர்மன்: தோடி கிராமத்தில் வசித்தவன்; ஷோஷிகேஷின் மகன்

சூர்சா: நாரதர் என்னும் வணிகரின் பணியாள். பிரம்மச்சாரியாக இருக்கப்போவதாக ஹனுமான் சபதம் எடுத்திருந்தாலும் அவனை மிகுந்த வேட்கையுடன் காதலித்தவள்

சூர்யவம்சத்தினர்: சூரிய பகவானின் குலத்தோன்றல்கள். ராஜாக்கள் மற்றும் ராணிகள் கொண்ட இந்த ராஜவம்சம் பேரரசர் இஷ்வாகுவால் நிறுவப்பட்டது

வானரர்கள்: துங்கபத்ரா நதிக்கரையோரமாக இருந்த கிஷ்கிந்தா என்னும் நிலத்தை ஆண்ட வலிமைமிக்க ராஜவம்சத்தை சேர்ந்தவர்கள் வானரர்கள்.

வாலி: கிஷ்கிந்தாவின் அரசன்

வசிஷ்டர்: ராஜகுரு, அயோத்தியாவின் அரச குடும்பத்தின் ஆசாரியன்; நான்கு அயோத்திய இளவரசர்களின் ஆசிரியர்

வாயுபுத்ரர்கள்: முந்தைய மஹாதேவனான ருத்ர பகவானின் வழிவந்த பழங்குடியினர்

வேதவதி: தோடி கிராமத்தில் வசித்தவள்; ப்ரித்வியின் மனைவி

விபீஷணன்: ராவணனின் ராவணனின் மாற்றாந் தாய் சகோதரன்

விஸ்ரவர்: மதிப்பிற்குரிய ஒரு முனி; ராவணன் கும்பகர்ணன், விபீஷணன் மற்றும் சூர்பனகாவின் தந்தை

விஸ்வாமித்ரர்: மலயபுத்ரர்களின் தலைவர்; ராம் மற்றும் லக்ஷ்மனின் தற்காலிக குருவும் கூட

நூலின் கட்டமைப்பு பற்றிக்குறிப்பு

இந்தப்புத்தகத்தை நீங்கள் கையில் எடுத்திருக்கிறீர்கள் என்றால் ராம் சந்திரா தொடரில் வெளியிடப்பட்ட இதற்கு முந்தைய மூன்று புத்தகங்களையும் படித்திருக்க முழு வாய்ப்பும் உள்ளது. அவை உங்களுக்கு பிடித்திருக்குமென்றும் நம்புகிறேன்!

தொடரும் உங்களது அன்பிற்கும் ஆதரவிற்கும் நன்றி.

அனைத்திற்கும் மேலாக, ஒரு கலைஞனுக்கான உங்களது விலைமதிப்பற்ற பரிசுக்கு நன்றி: உங்கள் நேரம். இந்தப் புத்தகம் உங்கள் எதிர்பார்ப்பிற்கு ஏற்ப இருக்குமென்று நம்புகிறேன்.

ஹைப்பர் லிங்க் என்று அழைக்கப்படும் கதை சொல்லும் ஒரு உத்தி எனக்கு உந்துதலாக இருந்திருக்கிறது என்று உங்களில் சிலருக்கு தெரிந்திருக்கலாம். பல நேர்கோடுகளில் சொல்லப்படும் கதை என்று அழைக்கப்படும் இந்த ஒரு உத்தியில் பல பாத்திரங்கள் ஒரு தொடர்பினால் ஒன்றாக இணையும். ராம் சந்திரா தொடரில் ராம், சீதா மற்றும் ராவணன் என்று மூன்று முக்கிய பாத்திரங்கள் உள்ளன. ஒவ்வொருவரிடமும் அவர்களது பாத்திரங்களை மாற்றி அமைக்கும் வாழ்க்கை அனுபவங்கள் இருக்கிறது. இந்தக் கதையில் ஒவ்வொருவரின் சுவாரசியமான பின்னணியும் ஒரு சாகசமே. பிறகு முடிவாக, அவர்களது கதைகள் சீதா கடத்தப்படுவதில் ஒருங்கிணைகிறது.

முதல் புத்தகம், ராமின் கதையை ஆராய்கிறது. இரண்டாவது கதை சீதாவினுடையது, மூன்றாவது நூல் ராவணனின்

வாழ்க்கைக்குள் ஆழமாக துளையிடுகிறது. மூன்று கதைகளும் நான்காவது புத்தகம் முதல் ஒற்றை கதையாய் இணைகிறது. இந்த கூட்டுக் கதையைத்தான் நீங்கள் உங்கள் கைகளில் பிடித்துக்கொண்டிருக்கிறீர்கள்: ராம் சந்திரா தொடரின் நான்காவது புத்தகம்.

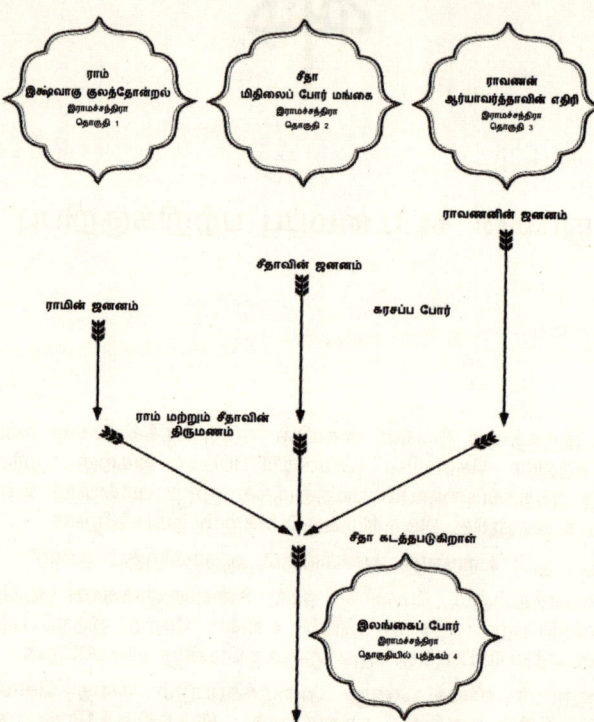

பல நேர்கோடுகளில் மூன்று புத்தகங்களை எழுதுவது சிக்கலான மற்றும் நேரம் அதிகம் தேவைப்படும் ஒன்று என்று எனக்குத் தெரியும், ஆனால், அது மிகவும் உற்சாகமாக இருந்தது என்று நான் ஒப்புக்கொள்ளவேண்டும். எனக்கிருந்தது போல் சிலிர்ப்பாகவும் வெகுமதிப்புள்ள அனுபவமாகவும் உங்களுக்கும் இருக்குமென்று நான் நம்புகிறேன். ராம், சீதா மற்றும் ராவணனின் கதாபாத்திரங்களை புரிந்துகொண்டது, இந்த சிறப்பான காவியத்தின் மீது வெளிச்சமிட்டுக் காட்டி அவர்கள் உலகத்தில் வசிக்க, அந்தக் கதைகளிலிருந்த சதித்திட்டத்தின் பிரமையை ஆராய, என்று பல வகைகளில் உதவியது. இதனால் உண்மையாக ஆசீர்வதிக்கப்பட்டவனாக உணர்கிறேன்.

பல நேர்கோடுகளில் கதையை தொடருவதால், நான் முதல் புத்தகமான (ராம்-*சயான் ஆ.:ப் இக்ஷ்வாகு*), இரண்டாவது புத்தகமான (*சீதா-வாரியர் ஆ.:ப் மிதிலா*) மற்றும் மூன்றாவதான (ராவண்-*எனிமி ஆ.:ப் ஆர்யவர்தா*) மூன்றிலும் சில துப்புகள் விட்டுள்ளேன். அவை இந்த நான்காவது புத்தகமான *வார் ஆ.:ப் லங்காவில்* வெளியிடப்பட்டுள்ளது.

இந்த *வார் ஆ.:ப் லங்கா (இலங்கைப் போர்)* புத்தகத்தை நீங்கள் படித்து மகிழ்வீர்கள் என்று நம்புகிறேன். இதைக்குறித்து நீங்கள் என்ன நினைக்கிறீர்கள் என்று முதல் பக்கத்தில் குறிப்பிடப்பட்டுள்ள .:பேஸ்புக், இன்ஸ்டாகிராம் அல்லது ட்விட்டர் அக்கௌன்ட்களில் செய்திகள் அனுப்பி என்னிடம் கூறுங்கள்.

அன்புடன்,

அமீஷ்

ஏற்புரை

மற்றவற்றை திட்டமிட்டுக் கொண்டிருக்கும்பொழுது நடப்பது தான் வாழ்க்கை. இது என்னை நான்கு பணிகளுக்கு இட்டுச் சென்றுள்ளது, ஒரே நேரத்தில். முதலாவதாக நான் இந்திய அரசின் கலாச்சார ராஜதந்திர அணியில் பணிபுரிகிறேன். இரண்டாவதாக, தொலைக்காட்சியில் ஆவணப்படங்களை தொகுத்து வழங்குகிறேன். இதனுடன் கூடுதலாக என் நூல்களில் ஒன்று திரைப்படமாக தயாரிக்கப்படுகின்றது. இவை அனைத்திற்கும் மேலாக, எழுதுவதுதான் என் மூல முயற்சியாக எஞ்சியுள்ளது. உண்மையில், வாழ்க்கை கடினமாக இருக்கும்பொழுது, என்னை நடத்திச்செல்வது இதுதான். என் எழுத்துப்பணியில் உதவும் அனைவருக்கும் நான் நன்றி சொல்ல விரும்புகிறேன், ஏனென்றால் அவர்கள்தான் என் முயற்சியின் மையம்.

நான் மரியாதையுடன் சிரம் தூக்கிப் பார்க்கும் மூவர்: என் அப்பா, மறைந்த வினய் குமார் த்ரிபாதி; என் மாமனார், மறைந்த டாக்டர் மனோஜ் வியாஸ்; மற்றும் என் மைத்துனன் மறைந்த ஹிமான்ஷு ராய். இப்பொழுது அவர்கள் என்னை *பித்ரு லோகத்திலிருந்து* பாதுகாக்கிறார்கள். என்னைக் குறித்து அவர்கள் பெருமைபடவேண்டுமென்று நான் போராடுகிறேன்.

நீல், என் இளைய மகன். என் ஆன்மாவின் பயன், என் தலைசிறந்த மகிழ்ச்சி, என்னுடைய மிகச்சிறந்த சாதனை, என் ஆழமான அன்பு. என்னை அவன் பின்பற்ற விரும்பும்படி நடந்துக்கொள்ள போராடுகிறேன்.

உஷா, பாவ்னா, அனீஷ், மீதா மற்றும் டொனெட்டா - என் அம்மா, என் உடன் பிறப்புகள், என் மைத்துனிகள் - அனைவருக்கும், அவர்கள் செய்வதனைத்திற்கும்.

என் கதையின் ஒவ்வொரு அத்தியாயத்தையும் முதல் வரைவு வந்தவுடன் வழக்கமாக அவர்கள்தான் படிப்பார்கள். அதைவிட அதிமுக்கியமாக, நாங்கள் அனைவரும் ஒருவருக்காக மற்றவர் எப்பொழுதும் இருப்போம் என்று எங்கள் எல்லோருக்கும் தெரியும். மற்றவர்களது ஆதரவாக நாங்கள் இருக்கிறோம். எப்பொழுதும்.

என் குடும்பத்தில் மற்றவர்கள்: ஷெர்னாஸ், ப்ரீத்தி, ஸ்மிதா, அனுஜ், ருதா, மிதான்ஷ், டேனியல், ஐடென், கேயா, அனிகா மற்றும் ஆஷ்னா. என் மீது அவர்கள் வைத்துள்ள நம்பிக்கைக்கும் அன்பிற்கும்.

அமன் மற்றும் ஷிவானி என் வேலை மற்றும் வாழ்க்கையை நடத்திச்செல்வதற்கு. அவர்களும் என் குடும்பத்தின் அங்கம்தான்.

ஹார்பர் காலின்ஸ் குழு. என் எடிட்டர் ஸ்வாதி, மார்க்கெட்டிங் குழு ஷப்னம் மற்றும் ஆக்ரிதி, சேல்ஸ் குழு கோகுல், விகாஸ் மற்றும் ராஹுல் மற்றும் என் பப்ளிஷர் பௌலொமி மற்றும் உதயன், இவர்கள் எல்லோரையும் அற்புதமாக வழிநடத்தும் ஹார்பர் காலின்ஸ் இந்தியாவின் சிஇஓ ஆனந்த். அவர்களுடன் வெளியிடப்பட்ட என்னுடைய முதல் புத்தகம் இது. நான் இந்த புதிய பயணத்தில் மகிழ்ச்சியடைகிறேன். இதுபோன்ற பலவற்றை எதிர்நோக்கி இருக்கிறேன்.

என் முந்தைய சிஇஓ கௌதம், என் எடிட்டர் கார்த்திகா மற்றும் தீபிகா (இந்த புத்தகத்தின் முதல் வரைவை படித்து எடிட் செய்தவர்கள்), மார்கெட்டிங் மேனேஜர் நேஹா, மற்றும் வெஸ்ட்லாண்ட் குழுவின் மற்ற உறுப்பினர்கள். துரதிருஷ்டவசமான சூழ்நிலையில் நாங்கள் பிரிந்திருந்தாலும் அவர்கள் எப்பொழுதும் என் குடும்பம்.

விஜய், ஸுபாங்கி, பத்மா, திவ்யா, அனுஜ், யுக்தா மற்றும் அலுவலகத்தின் மற்ற சக ஊழியர்கள். அவர்கள் என் தொழிலை கவனித்துக்கொண்டு, எழுதுவதற்கு தோதாக என் நேரத்தை விடுவிக்கிறார்கள்.

ஹேமல், நேஹா, ரோஹன், ஹிதேஷ், ஷிகா, ஸ்ரீராம், வினித், ஹர்ஷ், அக்ஷதா, சாரா, பிரகாஷ், சுஜித் மற்றும் ஆக்ட்டோபஸ் குழு, இந்த புத்தகத்தின் அற்புதமான அட்டை, டிஜிட்டல் நடவடிக்கைகள் உள்பட எல்லாவற்றையும் தயாரித்துள்ளார்கள். நான் அவர்களுடன் பல வருடங்கள் பணிபுரிந்துள்ளேன், நல்ல மது பழகப்பழக அருமையாக ருசிப்பது போல்!

மயாங், தீபிகா, ஸ்னேஹா, நரேஷ், விஷால், பரிதி, குஞ்சன் மற்றும் மோவின் கலைக்குழு, இந்த புத்தகத்திற்காக என் ஊடக உறவுகளில் எனக்கு ஆதரவளித்தவர்கள். அமைதியாகவும், அறிவுடனும் நான் பார்த்த சிறந்த ஊடக மேலாளர்களில் அவர்களும் உள்ளனர்.

சங்ராம், ஷாலினி, ஷ்ரெ, பவன், ரொஹன், ப்ரியதர்ஷன் மற்றும் *திங்க் வை நாட்* குழு. இரண்டாவது முதல் ஆறாவது புத்தகம் வரை என் வேலையை மார்கெடிங் செய்த அற்புதமான நிறுவனம். புது யுக மார்கெடிங் உத்திகளைக்கொண்டு இந்தப்புத்தகத்தின் விற்பனையை மேம்படுத்தும் மேதாவிகள் இருப்பது சிறப்பானது.

ஆஷிஷ் மான்கட், அற்புதமான வடிவமைப்பாளர், அதைவிட முக்கியமாக, சிந்தனையாளர். என் புத்தகங்களின் கலைக்கு என்னை வழிநடத்தி உதவுபவர். புது இணையதளத்தையும் வடிவமைத்துள்ளார்.

இந்த புத்தகத்தின் உள் அட்டைக்கான என் புகைப்படத்தை பிடித்த சத்யா மற்றும் குழுவினர். மிகவும் சாதாரணமான ஒரு பொருளை பார்ப்பவர் கண்களுக்கு எளிதாக ஆக்கியுள்ளார்.

வெளியீட்டு தொழில் துறையில் வழிகாட்டியான ப்ரீத்தி, என் புத்தகத்தின் சர்வதேச ஒப்பந்தங்களுக்காக பணிபுரிபவர்.

தொழில் மற்றும் சட்டபூர்வமான அறிவுரை வழங்கி எனக்கு ஆதரவளிக்கும் காலேப், க்ஷிதிஜ், சந்தீப், அகில் மற்றும் அந்தந்த அணிகள்.

என்னுடன் ஆராய்ச்சி பணியில் ஈடுபடும், விடாமுயற்சியுடன் உழைக்கும் சமஸ்க்ருத பண்டிதர் ம்ருணாளினி.

என் புத்தகங்களை மிகுந்த ஆர்வத்துடன் படிக்கும், உண்மைகளை சரிபார்க்கும் பணியில் என்னுடன் ஈடுபட்டிருக்கும், நட்பாகியிருக்கும் ஆதித்யா.

சஞ்சய், அர்ச்சனா, ஆலிவர், ப்ரஞ்சுளா, சந்தீப், ரவிச்சந்திரன், வினீத், சோம்நாத், கன்வர்ப்ரீத், ஜஸீனா மற்றும் நசீமா - லண்டன் நேரு மையத்தில் எனக்கு அன்பும், ஆதரவும் அளிப்பதற்காக என்

அணி. மிகவும் மோசமாக நான் இழந்து தவிக்கும் முன்னாள் நேரு மைய அணியின் உறுப்பினரான மறைந்த பிவி நாராயணா, அவர்களது மதிப்பை ஒப்புகை செய்ய விரும்புகிறேன்.

கடைசியாக மேம்பட்ட என் வாசகரான நீங்கள். தொடர்ந்து வரும் உங்கள் அன்பு, ஆதரவு, புரிதல் மற்றும் ஊக்கம் என்னை முன்நடத்திச் செல்கிறது. மிக்க நன்றி. சிவபெருமான் உங்கள் அனைவரையும் ஆசீர்வதிக்கட்டும்.

அத்தியாயம் 1

3400 பிசிஇ, இந்தியா

இலங்கை வேந்தன் ராவணன் தன் உடல் முழுவதிலுமிருந்த காயங்களிலிருந்து குருதி வழியக் கிடந்தான்.

தான் காதலித்த பெண்ணின் பெயரை கூப்பிட்டபடியே அவன் வேகமாக ஓடிக்கொண்டிருந்தான். அவன் காதலித்த ஒரே பெண்.

'வேதவதி! வேதவதி!'

மூச்சு விட கடினமாக இருந்தது அவனுக்கு. நாபியில் எப்பொழுதுமே இருந்துகொண்டிருந்த வலி இப்பொழுது மிக அதிகமாக அவனை துன்புறுத்தியது. கண்களிலிருந்து கண்ணீர் வழிந்தோடியது. காட்டு மிருகங்களின் ஓசையை அவனால் கேட்க முடிந்தது - நரிகளின் ஓலம்; கழுகுகள் கூக்குரலிட்டன; வெளவால்கள் அலறின. ஆனால், அவனால் அவற்றை பார்க்கமுடியவில்லை. தோடீ கிராமத்தின் காலித்தெருக்களின் கும்மிருட்டில் ஓடினான் ராவணன்.

'வேதவதி!'

தொலைவில் தீப்பந்தம் எரிவதைக் கண்டான்.

ராவணன் அதை நோக்கி ஓடினான்.

'வேதவதி!'

திடீரென்று நூறு தீப்பந்தங்களின் ஒளி ஒரேநேரத்தில் வெடித்தது. ஒரு கையால் கண்களை மூடிக்கொண்டு வலியில் கத்தினான் ராவணன். அவன் கண்கள் அந்த ஒளிக்கு பழக்கப்பட்டு தன்னை சரிசெய்து கொண்டவுடன் தன் கைகளை அகற்றி குருடாக்கும் அந்த ஒளிப் பந்தங்களுக்குக் கீழ் அங்கு குழுமியிருந்த கோபக்கார கும்பலைக் கண்டான்.

ராவணன் அந்த ஒளியை நோக்கி லேசான ஆனால் துரிதமான ஓட்டம் பிடித்தான்.

'வேதவதி!'

அந்தக்கூட்டத்தில் அவன் தரப்பு மனிதர்கள் இருந்தனர். கும்பகர்ணன், மாரீசன், இந்திரஜித், அகம்பனா மற்றும் அவன் படை வீரர்கள்.

ஏதோ சரியில்லை.

கும்பகர்ணன் வயது முதிர்ந்தவனாக இருந்தான். தளர்வாக அழுதுகொண்டிருந்தான். தன் மூத்த சகோதரனை நோக்கி தன் கையை உயர்த்தினான். 'அண்ணா...'

தனக்குப் பரிச்சயமான குடிசையை நோக்கி தன் அன்புத் தம்பியைத் தாண்டி ராவணன் பார்த்தான்.

அவள் வீடு.

அவனுக்கு கூக்குரல் கேட்டது. உரத்த குரலில் ஓலம். பேரச்சம். அவன் அந்தக் குரலை அறிந்திருந்தான். அந்தக் குரல் அவனுக்கு பிடித்தமானது. அந்தக் குரலை அவன் பூஜித்தான்.

'வேதவதி!'

கும்பகர்ணன் ராவணனை தடுக்க முயற்சி செய்தான். 'அண்ணா... வேண்டாம்...'

குடிசையை நோக்கி விரைந்தபடிச் சென்றவன் கும்பகர்ணனை ஓரம் தள்ளினான். பசியுடன் இருக்கும் பூதத்தின் வாய் போல் திறந்து கிடந்தது கதவு.

வேதவதியின் கணவன் ப்ரித்வி, தரையில் படுத்துக்கிடந்தான். மேல் நோக்கி. உயிரற்று. அதிர்ச்சியிலும், பயத்திலும் கண்கள் விரிந்திருந்தன. கொடூரமான காயங்களிலிருந்து ரத்தம் இன்னமும் கசிந்துகொண்டிருந்தது. அவன் மார்பில் சிறிய கத்தியொன்று சொருகப்பட்டிருந்தது. அவன் உயிரைப்பறித்த காயம்.

ராவணன் மேலே நிமிர்ந்து பார்த்தான்.

அவனது வேதவதி.

உள்ளூர் ஜமீன்தாரரின் மகன் சுகர்மன் அவளது கழுத்தை தூக்கிப் பிடித்துக்கொண்டிருந்தான். அவன் முகம் கோபத்தில்

முறுக்கியிருந்தது. அவன் கைகள் முரட்டுத்தனமாக அவள் கழுத்தை திருகிக்கொண்டிருந்தது. தீய எண்ணங்களால் வலுப்பெற்ற அவன் கைகளின் தசை வெடித்துக்கொண்டிருந்தன. பித்துப்பிடித்த ஒரு கத்தியால் வெட்டப்பட்டிருந்தது அவள் உடல்.

தசைகள் மற்றும் நரம்புகள் சிவப்பு நிறத்தில் அழுதுகொண்டிருந்தன. அவள் உடை ரத்தத்தில் ஊறியிருந்தது, முகம் வீங்கி, காயங்களால் மூடப்பட்டிருந்தது. காயங்கள் எதுவும் இல்லாத களங்கமற்ற பழமையான கால்களின் கீழ் ரத்தம் குளமாக சேர்ந்திருந்தது.

இல்ல்ல்லலை!

ராவணனின் வாயிலிருந்து எந்த சத்தமும் எழவில்லை. பெரிய பூதத்தின் வலுவால் முடங்கியவன் போலிருந்தான். அவனால் ஒன்றும் செய்ய முடியவில்லை. அவன் அங்கு நின்று பார்த்துக் கொண்டிருந்தான்.

'பணம் எங்கே?' கத்தினான் சுகர்மன். அவன் குரல் இடி போல் இருந்தது. பூதாகரமாக.

வலியை மீறி வேதவதியின் முகத்தில் அமைதியிருந்தது. மென்மை. கன்னி தெய்வம், கன்யாகுமாரி அவள். அவள் மென்மையாக பதிலளித்தாள். 'அது ராவணனின் பணம். அதை தானமாக எனக்குக் கொடுத்தான். தனக்குள் இருந்த தெய்வத்தை அவன் உணரும் வாய்ப்பு. நான் அதை உன்னிடம் கொடுக்க மாட்டேன். அதை நான் பிரியமாட்டேன்.'

அவனிடம் கொடு, வேதவதி! அவனிடம் கொடு! நான் பணத்தைப்பற்றி கவலைப்படவில்லை. உன்னைப்பற்றிதான் கவலைப்படுகிறேன்!

பணத்தை என்னிடம் கொடு!' உறுமினான் சுகர்மன். தனது இடது கையால் அவள் தொண்டையில் அதிக சக்தியுடன் அழுத்தினான். மெதுவாக ஒரு முறை திருகினான். ரத்தம் படிந்த கத்தியிருந்த தன் வலது கையை உயர்த்தி அவள் முகத்திற்கு நேராக கொண்டுவந்தான். 'இல்லையென்றால் இதனை உன் கண்ணுக்குள் பாய்ச்சிவிடுவேன்!

அவனிடம் கொடு வேதவதி! அவனிடம் கொடு! வேதவதியின் பதில் அமைதியாகவும் எளிமையானதாகவும் இருந்தது. முடியாது,

வேதவதியின் இடது கண்ணை கொடூரமாக குத்தியபடி ஒரு மிருகம் போல் உறுமினான். கத்தியை அதிலேயே விட்டுவிட்டான். ரத்தம் பீறிட்டு சுகர்மனின் முகத்தில் தெளித்தது. தன் வலது கையை முன்னால் கொண்டு வந்து, தன் உள்ளங்கையை விரித்து தன் கத்தியின் உறையை ஓங்கி அடித்தான். திடமாக. கத்தி அவள் கண்களைத் தாண்டி மூளைக்குள் பாய்ந்தது.

இல்ல்ல்லை!

ராவணன் அழுது கொண்டிருந்தான். கத்தினான். ஆனால் அவனால் மட்டுமே அதைக் கேட்க முடிந்தது. அவன் குரல் அவன் தொண்டையில் புதைந்திருந்தது, அவனுள் சோகமாக எதிரொலித்தபடி.

அவனால் நகர முடியவில்லை.

திடீரென்று, குழந்தையின் அழுகுரல் கேட்டது. உரத்த குரலில் அழுதுகொண்டிருந்தது.

அவனை ஆட்கொண்டிருந்த கொடூர சக்தி அவன் உடலை விடுவித்தது. அவன் கீழே பார்த்தான்.

குழந்தை தரையில் கிடந்தது. செழிப்பான சிகப்பு நிறத்தில் பெரிய கருப்பு நிற நேர் கோடுகள் கொண்டதுணியால் சுத்தப்பட்டிருந்தது.

'ராவணா...

அவன் மேலே பார்த்தான்.

அது அவள்தான்.

அவனை ஆட்டிப்படைப்பது.. அவனுடைய சிறந்த காதல். கன்யாகுமாரி, வேதவதி.

சுகர்மன் இனி அங்கில்லை. ஆனால், அவள் அங்கிருந்தாள்.

அவள் வலது கை விசித்திரமான கோணத்தில் திரும்பியிருந்தது. அது உடைந்திருந்தது. குறைந்தபட்சம் இருபது முறை குத்தப்பட்டிருந்தாள். பெரும்பாலான காயங்கள் அவள் வயிற்றில் இருந்தது. அவள் இடது கை அவளது வயிற்றில் இருந்தது. விரல்களின் இடுக்கிலிருந்து ரத்தம் பீறிட்டு ஓடியது. அவள் உடலிலிருந்து ஓடி அவளைச்சுற்றி தரையில் உறைந்தது. அவள் இடது கண்ணில் ஆழமாக ஒரு கத்தி புதைந்திருந்தது.

ஆனால் அவள் முகம் சலனமற்று அமைதியாக இருந்தது. எப்பொழுதும் இருந்தது போல். எப்பொழுதும் இருக்கப்போவது போல்.

'அவள் என் சிறிய பெண், ராவணா. அவளைக் காப்பேன் என்று உறுதி கூறு. சத்தியம் செய்.'

ராவணன் கீழே பார்த்தான். வேதவதி, மற்றும் ப்ரித்வியின் குழந்தை சீதாவை..

அவன் திரும்பிப் பார்த்தான் வேதவதியை. உதவ முடியாமல் அழுதுகொண்டிருந்தான் அவன்.

'அவள் என் சிறு பெண், ராவணா.'

"அண்ணா..."

தான் அசைக்கப்படுவதை உணர்ந்தான் ராவணன். கனவு கலைந்து மந்தமாக கண்களை திறந்தவன் கும்பகர்ணன் தன்னை உற்று நோக்கிக்கொண்டிருப்பதைப் பார்த்தான்.

இலங்கை அரசன் *இலங்கையின் பழம்பெரும் பறக்கும் வண்டியான புஷ்பக விமானத்தில்* கட்டப்பட்டிருந்தான். எப்பொழுதும் அவன் கழுத்தில் தொங்கிய தங்கச் சங்கிலியில் மாட்டப்பட்டிருந்த பதக்கத்தை இறுக்கமாக பற்றிக்கொண்டிருந்தான். வேதவதியின் விரல். எலும்பினாலான அது, தங்கச் சங்கிலியால் கட்டப்பட்டிருந்தது. அவள் உடல் எரிக்கப்பட்டதையும்மீறி அவை வாழ்ந்து வந்தன. இப்பொழுது அது ஒரு கைத்தடியாக, அவனது துன்புறுத்தும் வாழ்க்கையில் ஒரு ஆதரவாக இருந்தன.

சலனமடையச்செய்த தன் கனவிலிருந்து இன்னமும் வெளியேவராமல் சமநிலை இழந்து சுற்றும்முற்றும் பார்த்தான். அவன் நாபியில் எப்பொழுதுமே இருந்த வலி இன்னமும் அதிகமாக வலுத்திருந்தது. துடிக்கவைத்தது.

புஷ்பக விமானம் இருபுறமும் குறுகலாக கூம்பு போன்ற வடிவம் கொண்டிருந்தது. கீழே இருந்த துளைகள் தடித்த கண்ணாடியால் மூடப்பட்டிருந்தாலும் ஜன்னல்களின் இரும்புத் திரைகள் மேலே உயர்த்தப்பட்டிருந்தன. சுழலிகள் கீழே முறுக்கப்படும் ஓசை காற்றில் எதிரொலித்தது. சிறந்த இலங்கை தலைநகரமான சிகிரியாவில் *விமானம்* தரை இறங்கியிருந்தது. ஏறத்தாழ தொண்ணூறு படைவீரர்கள் தங்கள் தலைவர் தரை இறங்குவதைக் காண வரிசையில் காத்திருந்தனர்.

கும்பகர்ணன் ராவணனின் தோல்வாரை நீக்கிவிட்டு அவன் தன் கால்களில் நிற்க உதவினான்.

பிறகு ராவணன் அவளைப் பார்த்தான்.

சீதா.

அவள் கட்டு நீக்கப்பட்டிருந்தாள். அவளது கால்களை நான்கு பெண் வீரர்கள் இறுக பிடித்தபடி இருந்தனர். அவர்களது பிணைப்பிலிருந்து நீங்க மிகுந்த கோபத்துடன் முயற்சி செய்து கொண்டிருந்தாள் அவள்.

மிதிலையின் போர் வீராங்கனையான இளவரசியை பார்த்து முறைத்தான் ராவணன். அயோத்தியாவின் ராஜா, அங்கில்லாத பொழுதும் மறைமுகமாக ஆட்சி புரியும், ராமின் மனைவி. அவளை கடத்துவதில் இலங்கை வீரர்கள் வெற்றியடைந்திருந்தனர்.

சீதா. முப்பத்தியெட்டு வயதானவள். அவள் தாயும் தந்தையும் இறந்த சிறிது நேரத்திற்குள் பிறந்தவள். அவளுக்கு உயிர் கொடுத்தவளை போன்றே தத்ரூபமாக இருந்தாள்.

அவள் முகத்திலிருந்து தன் கண்களை அவனால் அகற்ற முடியவில்லை. வேதவதியின் முகம்.

மிதிலை பெண்களுக்கு மாறாக சீதா நல்ல உயரமாக இருந்தாள். தாய் தெய்வத்தின் சேனையில் உள்ள வீராங்கனையின் தோற்றத்தை அளித்தது அவளது மெலிந்த தசைப்பிடிப்பான உருவம். மாநிற உருவத்தில் அவளது போர் தழும்புகள் கர்வத்துடன் நின்றன. மஞ்சள் நிற வேட்டியும் ஒரு வெள்ளை நிற மேல் சட்டையும் அணிந்திருந்தாள். குங்குமப்பூவின் நிறத்தில் அங்கவஸ்திரம் அவளது வலது தோளில் தொங்கிக்கொண்டிருந்தது.

அவள் உடலின் நிறத்தை விட ஒரு நிறம் லேசாக இருந்த அவளது முகத்தில் கன்னங்களின் எலும்பு கூர்மையாகவும் மூக்கு சிறியதாகவும் இருந்தது. அவள் இதழ்கள் முழுமையாகவோ அல்லது மெலிதாகவோ இல்லை. அகண்ட அவளது கண்கள் பெரிதாகவோ அல்லது சிறிதாகவோ இல்லை. சுருக்கங்கள் இல்லாத இமைகளின் மேல் அவளது புருவம் அழகாக வளைந்திருந்தது. மின்னிய அவளது நீண்ட கூந்தல் அவிழ்ந்து அவள் முகத்தின் மேல் ஒழுங்கற்று விழுந்திருந்தது. இமாலயத்தின் மலைவாழ் மக்களைப் போன்றிருந்தது அவள் முகம்.

அவள் தாயின் முகத்தை விட அவளது முகம் மெலிதாக இருந்தது. உறுதியாக. குறைந்த மென்மையுடன். ஆனாலும், அசலுடன் ஒப்பிடும் போது ஏறத்தாழ கச்சிதமான நகலாகவே இருந்தது.

என்னை நீ இப்போதே கொன்று விடலாம்,' பொருமினாள் சீதா. 'ராமையோ அல்லது மற்ற மலயபுத்திரர்களையோ என்னை விடுவிக்க உன்னுடன் பேரம் பேச அனுமதிக்க மாட்டேன். உனக்கு எந்த லாபமும் இல்லை.'

ராவணன் அமைதியாக இருந்தான். வருத்தத்தாலும், துயரத்தாலும் அவன் கண்களிலிருந்து கண்ணீர் பெருகியது.

'இப்போதே என்னைக் கொன்று விடு,' கத்தினாள் சீதா.

அவள் என் சிறிய பெண், ராவணா. அவளைக் காப்பேன் என்று சொல். எனக்கு சத்தியம் செய்து கொடு.

தன் மொத்த வாழ்நாளிலும் காதலித்த ஒரு உன்னத ஆன்மாவின் காதுகளில் பதிலை கிசுகிசுத்தான் ராவணன். பரந்த அகன்ற நேரத்தை அந்த பதில் கடந்து சென்றது. மரணம் என்னும் நிவாரணத்தினால் மட்டுமே கடக்கப்படக்கூடிய அகலம்.

கிசுகிசுக்கப்பட்ட பதில், அவனுக்கு மட்டுமே கேட்டது. வேதவதியின் ஆன்மாவுக்கும்.

'நான் சத்தியம் செய்கிறேன்.'

சூரிய பகவான் அடிவானத்தைத் தாண்டி தன் பயணத்தை துவங்க புது விடியல் வந்தது. ஒரு புதிய நாள். ஒரு சோகமான துயரம் மிகுந்த புதிய நாள்.

தகித்துக்கொண்டிருந்த தீயிலிருந்து எழுந்த வெடிப்புகளை அமைதியாக பார்த்தபடி நின்றிருந்தான் ராம். கண்களை சிமிட்டாமல். நடுங்கும் தீப்பிழம்புகளின் பிம்பம் அவன் கண்மணியில் தெரிந்தது. பதினாறு சடலங்கள் எரிந்துகொண்டிருந்தன. கொழுந்து விட்டு எரிந்து கொண்டிருந்த நெருப்பு மலயபுத்ர வீரர்கள் மற்றும் ஜடாயுவின் உடல்களை விழுங்கிக்கொண்டிருந்தது. துணிச்சலான வீரர்கள், அவனது மனைவி சீதா ராவணனால் கடத்தப்படும்பொழுது அவளைக் காப்பாற்ற உயிர் தியாகம் செய்தவர்கள்.

அவனது தமையன் லக்ஷ்மன் அருகில் நின்றான். தசைப்பிடிப்புடன் கூடிய பிரம்மாண்டமான உடற்கட்டுடன், ஆனால், தளர்ந்த மனதுடன். தங்கள் உன்னத நண்பர்களின் உடல்களை தீர்மானத்துடன் விழுங்கிக்கொண்டிருந்த அக்னி பகவான், தீக் கடவுளைப் பார்த்தார்கள். காற்றை நிறைத்த புனித *ஈஷா வாஸ்ய உபநிஷதிலிருந்து* மந்திரங்களை உச்சரித்து சித்திரவதையிலும் ஆறுதல் பெற்றார்கள்.

வாயூர் அணிலம் அமிர்தம்; அதேதம் பஸ்மந்தம் சரீரம்.

இந்த தற்காலிக உடல் சாம்பலாக எரிந்து போகலாம்; ஆனால் வாழ்வின் மூச்சு வேறெதையோ சேர்ந்தது. அழிவற்ற மூச்சினை அது சேர்ந்தடையட்டும்.

ராமின் முகத்தில் எந்த சலனமும் இல்லை. கோபத்தில் எப்போதும் இருப்பது போன்ற எந்த பாவமுமில்லை. தற்சமயம் பெருங்கோபத்தை மீறியிருந்தது அவன் நிலைமை.

அவன் உதய சூரியனைப் பார்த்தான்.

ராம் *சூரியவன்ஷி, சூரிய வம்சத்தைச் சேர்ந்தவன்.* அவர்கள் குடும்பத்தில் வழக்கத்தில் இருந்ததுபோல, ஒவ்வொரு நாளும், சூரிய பகவானை பிரார்த்தனை செய்வதில் தொடங்கியது. ஆனால் பிரார்த்தனை செய்யும் நிலைமையில் ராம் இல்லை. இன்றில்லை.

அவனுக்குள் வீசிய புயலின் அடையாளமாக, இறுக மூடிய கை முட்டியும் ஏறி இறங்கிய மூச்சும் மட்டும்தான் இருந்தது.

மீதமிருந்த - அவன் உடல் மற்றும் முகம் - அச்சுறுத்தும் வகையில் அமைதியாக இருந்தது.

அவன் சூரியனை உற்றுப் பார்த்தான்.

என் மனைவியை என்னிடம் திருப்பிக்கொடு. சீதாவை என்னிடம் திருப்பிக்கொடு. அல்லது என் முன்னோர்களின் இரத்தத்தில் சத்தியம் செய்து கூறுகிறேன், உலகத்தை எரித்துவிடுவேன்! இந்த முழு உலகத்தையும் எரித்துவிடுவேன்.

திடீரென்று அவன் உள்ளுணர்வு எச்சரிக்கையுடன் விழித்துக்கொண்டது. அவன் கவனிக்கப்படுகிறான்.

நொடிப்பொழுதில் விழித்துக்கொண்டு, சில நொடிகள் முன்னர் இறுக்கமான பந்தாக அழுத்தப்பட்ட உள்ளங்கை முட்டியை விடுவித்தான். தன் மூச்சை சீர் செய்துகொண்டான். ஒரு போர் வீரனின் பயிற்சி செயலாக்கம் பெற்றது.

தலையைத் திருப்பாமல் ராம் தன் சகோதரனைப் பார்த்தான். கண்களிலிருந்து கண்ணீர் வடிய எரிந்து கொண்டிருந்த சடலங்களை பார்த்து முறைத்துக்கொண்டிருந்தான் லக்ஷ்மன். எந்த ஒரு அபாயத்தைப்பற்றியும் அவன் அறிந்திருக்கவில்லை என்பது தெளிவாக இருந்தது.

ராம் கீழே பார்த்தான். அவனது வில்லும் அம்பும் சில அடி தூரத்தில் இருந்தன. அருகிலில்லை.

அவன் தீப்பிழம்புகளைத்தாண்டி பார்த்தான். காட்டுக்குள், மரங்களின் வரிசைக்குப்பின்னர். இருளினுள்.

அங்கு எவனோ இருந்தான். அவனால் அதனை உணர முடிந்தது. அது யாராக இருந்தாலும் பின் தொடர்வதில் வல்லவனாக இருக்கவேண்டும் ஏனென்றால் சத்தமிடாமல் பின் தொடர்ந்துள்ளான்; எச்சரிக்கையை வெளிப்படுத்தும் எந்த ஒரு அறிகுறியுமில்லை.

அவர்கள் இன்னும் எங்களை ஏன் சுடவில்லை?

பிறகு அது அவனைத் தாக்கியது.

அவன் உரத்த குரலில் பேசினான், பிரபு ஹனுமான்?

நாக வாயுபுத்ரனான ஹனுமான் இருளில் மரங்களுக்கு பின்னாலிருந்து தோன்றினான். மிகப் பெரிய உருவம், இருப்பினும் இறகுப்போல் லேசாக நகர்ந்தது ஒரு நிழல் போல். அவன் கேசரி வர்ணத்தில் *வேட்டியும், அங்கவஸ்திரமும்* அணிந்திருந்தான். பின்னால் கீழ் முதுகிலிருந்த வளர்ச்சி, ஒரு வால் போல, அவனது துணையாய் தொடர்ந்து வந்தது. நிலையான தாளத்தில் நகர்ந்து அவனது பாதையை கவனித்தது. உறுதியான தசை கட்டமைப்புடன் மாபெரும் உருவத்துடன், உடல் முழுதும் முடியுடன் இருந்தான் ஹனுமான். ஊக்கமளிக்கும் அவனது

இருப்பு ஒரு தெய்வீக ஒளியை வீசியது மற்றும் அவனது முகத்தின் அம்சங்கள் தனித்துவத்துடன் விளங்கின. அவனது தட்டையான மூக்கு அவன் முகத்தை அழுத்த, தாடியும் முகத்திலிருந்த முடியும் அதனை ஓரங்களில் நேர்த்தியாகவும் துல்லியமாகவும் சூழ்ந்து கொண்டது. அதன் மேலும் கீழும் இருந்த தோல் வழவழப்பாகவும் முடி இல்லாமலும் இருந்தது. லேசான ரோஜா நிறத்தில் சற்றே ஊதியிருந்தது போன்ற தோற்றம் இருந்தது. அவனது இதழ்கள் ஒரு கோடு போல் கவனிக்கப்பட கடினமாக மெலிதாக இருந்தது. கடவுள் மனிதனின் உடல் மீது குரங்கின் தலையை பொருத்தியது போல் தோன்றியது.

வீரர்களின் ஒழுக்கத்துடன் நடந்து கொண்டிருந்த முப்பது வீரர்கள் அவனை தொடர்ந்து வந்து கொண்டிருந்தனர். அவர்களது நிறம், முக அம்சங்கள் மற்றும் உடை, இந்தியாவின் மேற்கு பகுதியில் உள்ள பரிஹாவை சேர்ந்தவர்கள் என்று தெளிவு படுத்தியது. முந்தைய மஹாதேவ் ருத்ர தேவனின் தாய் நாட்டைச் சேர்ந்தவர்கள்.

பரிஹன் வாயுபுத்ரர்கள்.

சற்றே திறந்த வாயுடன் இடது விரல்களால் உதடுகளை அழுத்தியபடி நடந்தான் ஹனுமான். துயரத்தில் தோய்ந்திருந்த கண்களிலிருந்து கண்ணீர் தானாக வடிந்தது. அயோத்தியாவின் சகோதரர்களைப் பார்த்து, பின்பு சடலங்கள் எரிவதை முறைத்துப் பார்த்தான்.

ருத்ர பகவானே கருணை கொள்ளுங்கள்.

சீதாவும் ராமும் வனவாசத்தின் பொழுது அடிக்கடி ஹனுமானை சந்தித்திருந்தார்கள். சிறு வயதிலிருந்தே ஹனுமானை அறிந்திருந்த சீதா அவனைத் தன் *மூத்த சகோதரன்* போல் பொக்கிஷமாகவே கருதியிருந்தாள். அவனை *ஹனு அண்ணா* என்றே அழைத்தாள். ராமுக்கு அவனை அறிமுகப்படுத்தியதே அவள்தான்.

லக்ஷ்மன் முறையாக ஹனுமானை சந்தித்ததேயில்லை. குழந்தையாக இருந்த போது இருமுறை அந்த நாக வாயுபுத்ரனை பார்த்திருந்தான். ஹனுமான் ரகசியமாக அவர்களது குருகுலத்தில் குரு வசிஷ்டரை சந்திக்க வந்திருந்தபோது. சிறிய லக்ஷ்மனுக்கு சந்தேகம் எழுந்திருந்தது. இன்று வரை, ஒவ்வொரு இந்தியனுக்கும் நாகர்கள் மீது இருக்கும் பாரபட்சம் அவனிடமும் இருந்தது. உடலில் ஊனமுள்ளவர்களை 'நாகர்கள்' என்று இந்தியர்கள் அழைத்தனர். வெகு நாட்களாக அவனுக்கிருந்த சந்தேகம் வெடுக்கென்று மீண்டும் தூண்டப்பட்டது.

தன் கால்களின் கீழ் கிடந்த வில்லை வேகமாக கையில் எடுத்து அம்பு ஒன்றைத் தொடுத்தான் லக்ஷ்மன்.

ராம் எதிரே சாய்ந்து, லக்ஷ்மனின் கைகளை புறம் தள்ளி தன் தலையை அசைத்தான்.

லக்ஷ்மன் சீறினான், 'அண்ணா..'

ராம் கிசுகிசுத்தான், 'அவன் ஒரு நண்பன்.'

எரியும் சடலங்களைச் சுற்றி நடந்து ஹனுமானுக்கு அருகில் வந்தான் ராம்.

ராம் அவனை நெருங்க, வலிமை வாய்ந்த வாயுபுத்ரன் மண்டியிட்டு, கைகளால் தன் முகத்தை மூடிக்கொண்டான். அவன் இப்பொழுது அழுதுகொண்டிருந்தான், அவன் உடல் துயரத்தில் நடுங்கியது.

ராம் உடனே புரிந்துகொண்டான். சீதா இறந்து விட்டதாகவும் அங்கு எரிந்துகொண்டிருந்த சடலங்களில் அவளது உடலும் இருப்பதாக அவன் எண்ணியிருக்கிறான் என்று. ஹனுமான் சீதாவை தன் இளைய சகோதரியாக போற்றிவந்திருந்தான்.

ராம் மண்டியிட்டு ஹனுமானை அணைத்துக்கொண்டான். அவன் கிசுகிசுத்தான், 'ராவணன் அவளை கடத்திச் சென்றுவிட்டான்.'

ஹனுமான் உடனே அதிர்ந்து மேலே நோக்கினான், ஆனால் அதில் ஒரு வித நிவாரணம் இருந்தது. எரியும் சடலங்களின் பக்கம் திரும்பினான். அவனது பார்வை மாறியிருந்தது. மிகவும் சிறப்பான முடிவினை ஏற்ற வீரர்களை இப்போது பார்த்தான்.

ஜடாயுவும் அவனது பதினைந்து மலயபுத்ரர்களும்.

முந்தைய மஹாதேவான, *தீமைகளை அழிக்கும் ருத்ர பகவானின்* வழி வந்த வாயுபுத்ரன் அவன். *நன்மையை பரப்பும் முந்தைய விஷ்ணு, பரசுராமின் வழி வந்தவர்கள்,* மலயபுத்ரர்கள். அரிய சந்தர்ப்பங்களில் வேற்றுமைகள் எழுந்தாலும் ஒருவரோடு மற்றவர் ஒன்றாக கூட்டாக இருந்தவர்கள் இந்த இரு தரப்பினரும். ஏனென்றால், முன்பு ஒரு முறை இந்த பூமியில் வாழ்ந்த கடவுளரின் பிரதிநிதி அவர்கள்.

மெதுவாக தன் கை முஷ்டியை பந்தாக உருட்டியபடி ஹனுமான் உறுதி எடுத்துக்கொண்டான். 'ஜடாயு மற்றும் அவனது மலயபுத்ரர்களின் இழப்பிற்கு பழிதீர்க்கப்படும். நாங்கள் ராணி சீதாவை திரும்பக் கொண்டு வருவோம்.'

அத்தியாயம் 2

'அண்ணா!'

பயிற்சிக்கூடத்திற்குள் விரைந்தான் சத்ருக்னன். அயோத்தியாவின் படை வீரர்கள் பலர் அங்கு குழுமியிருந்தனர். தங்கள் ஆட்சியாளர் பரத் ஈட்டி பயிற்சி செய்வதைப் பார்ப்பது அவர்கள் வழக்கம். தன் மரணப்படுக்கையில் அவர்களது பேரரசர் தசரதர், பரதன் மகுடம் சூடும் இளவரசன் என்று அறிவித்திருந்தார். ஆனால், தன் மூடிசூட்டுதலை மறுத்துவிட்டு பரதன் தன் மூத்த சகோதரன் ராமின் பாதுகைகளை அயோத்தியாவின் சிம்மாசனத்தில் வைத்து ராம் வனவாசத்திலிருந்து திரும்பி வந்து தன் ராஜ்யத்தின் ஆட்சியை மீண்டும் ஏற்கும் வரை, அந்த சாம்ராஜ்யத்தின் ஆட்சியாளராகத் தான் பொறுப்பேற்பதாக அறிவித்திருந்தான். நான்கு சகோதரர்களில் இளையவனான சத்ருக்னன் பரதனுடன் அயோத்தியாவில் இருக்கப்போவதாக முடிவு செய்திருந்தான். சத்ருக்னனின் இரட்டை சகோதரனான லக்ஷ்மன், மிதிலைப்போரில் *தெய்வ அஸ்த்ரா* என்னும் *தெய்வீக ஆயுதத்தை* முறையான அங்கீகாரம் இல்லாமல் பயன்படுத்தியதற்காக ராம் பதினான்கு வருடங்கள் நாடு கடத்தப்பட்டபோது அவனுடன் சேர்ந்துகொண்டான்.

பரதன் தன் சகோதரனின் குரலை பொருட்படுத்தவில்லை. எந்த கவனச்சிதறலும் இல்லாமல் போர் பயிற்சியில் குறியாக இருந்தான்.

அவன் கையிலேந்தியிருந்த ஈட்டி வழக்கமாக எதிரிகளை தொலைவிலிருந்து தாக்க ஏவுகணையாக பயன்பட்டது. அல்லது எதிர்க்கும் சேனையை தரைமட்டமாக்குவதற்கு குதிரைப்படையாலும் பயன்படுத்தப்பட்டது. ஆனால் பரதனோ நெருங்கிப் போரிடும் முறையில் ஈட்டியை ஆயுதமாக பயன்படுத்தும் பண்டைய மரபை புதுப்பித்துக்கொண்டிருந்தான். வாளுடன் ஒப்பிடும்போது அது ஒரு போர் வீரனின் இலக்கை அடையும் சாத்தியத்தை வெகுவாக அதிகரித்தது. அது ஒரே கருவியில் இரு பயன்கள் கொண்ட ஒரு ஆயுதமாக இருந்தது. கைபிடிக்கும் இடத்தில் இருந்த மரத் தண்டு, கனத்த தடியாகவும், அதே சமயம் மறுபுறம் இருந்த இரும்பு முனையில் ஒரு கூர்மையான கத்தியும் இருந்தது. பயன்படுத்த கடினமான அச்சுறுத்தும் ஆயுதமாக இருந்தது, ஆனால், பரதன் அதனை நன்றாக பிரயோகித்தான். மிகவும் நன்றாக.

'அண்ணா!'

தன் உடல் எடையை பின் காலுக்கு மாற்றிய பரதன் நிறுத்தவில்லை. ஈட்டியின் தண்டுப்பகுதியை சுழற்றி எதிரியை தலையில் அடித்தான். அவனது எதிராளி சமாளித்துக்கொள்ளும் முன்னர் ஒரு முழங்காலில் மண்டியிட்டு, ஈட்டியின் மறுமுனையை சுழற்றி, நிஜமான சேதம் எதுவும் ஏற்படாத வகையில் தக்க சமயத்தில் பின் இழுத்துக்கொண்டான். ஆனால், செய்தி தெளிவாக இருந்தது. தன்னுடன் சண்டையிடும் வீரனின் குடலை பரதனால் அறுத்திருக்க முடியும்.

பல போர்களினால் இறுகியிருந்த வீரர்கள் கொண்ட பார்வையாளர் கூட்டம் ஆரவாரித்தது.

'அண்ணா!'

இறுதியில் பரதன் சத்ருக்னன் பக்கம் திரும்பினான். புத்திகூர்மை கொண்ட இளையவனை, அவன் அரிதாக சென்ற அந்தப் போர் பயிற்சி அரங்கத்தில் கண்டு, அவன் ஆச்சரியப்படவில்லை.

சத்ருக்னனைக் கண்ட அதே நொடியில் பரதன், ஏதோ பெரும் தவறு நடந்துவிட்டது என்று அறிந்துகொண்டான்.

'ஹனுமானுக்கு நான் தகவல் அனுப்பியுள்ளேன் குருஜி,' என்றான் அரிஷ்டநேமி. 'ஆனால்...'

மலயபுத்ரர்களின் படைத் தலைவனான அரிஷ்டநேமி, மலயபுத்ரர்களின் வலிமையான தலைவரான விஸ்வாமித்ரருடன் அவர்களது தலைநகரமான அகஸ்திய கூடத்தில் இருந்தான்.

முந்தைய தினம் அரிஷ்டநேமி விஸ்வாமித்ரரிடம், இலங்கையின் கொடிய மன்னனான ராவணனால் சீதா கடத்தப்பட்டாள் என்ற திடுக்கிடும் செய்தியை தெரிவித்திருந்தான். நன்மை பயக்கும் ஏழாவது விஷ்ணுவாக மலயபுத்ரர்களால் அடையாளம் காணப்பட்டாள் அவள். இந்த செய்தியைக் கேட்டு விஸ்வாமித்ரர் ஆச்சரியப்படவில்லை. நிஜத்தில் தன் மகிழ்ச்சியை தெரிவித்திருந்தார்.

'ஆனால் என்ன?' என்று கேட்டார் விஸ்வாமித்ரர்.

'நான் சொல்வதன் அர்த்தம்... நான் யார் உங்களை கேள்விகள் கேட்க? உங்களுக்கு அனைத்தும் தெரியும்' அரிஷ்டநேமியின் முகத்தில் எந்த பாவமுமில்லை. அதற்கு முன்தினம்தான் சீதா, ராவணனின் காதலி வேதவதியின் மகள் என்று விஸ்வாமித்ரர் இருபது ஆண்டுகளாக அறிந்திருந்தார் என்று தெரிந்துகொண்டான். ராவணன் அவளுக்கு எந்தத் தீங்கும் இழைக்கமாட்டான், அதனால் மலயபுத்ரர்களின் திட்டம் இன்னமும் நம்பத்தகுந்ததாக இருந்தது. பெரும்பாலான இந்தியர்களால் வில்லன் மற்றும் தீயவன் என்று கருதப்படும் ராவணன் சீதாவால் கொல்லப்படுவான். இதனால் அந்த நிலத்தினை காத்தவள் சீதா என்ற பிம்பம் உறுதியாக்கப்படும். இப்படியொரு விஷயத்தை இவ்வளவு காலம் முன்னரே திட்டமிட்டும் நடக்குமென்று மனக்கண்ணால் பார்த்தும் இருக்கிறார் விஸ்வாமித்ரர் என்கிற விஷயத்தை அரிஷ்டநேமியால் புரிந்துகொள்ள முடியவில்லை. 'ஆனால் ஹனுமான்... நான் சொல்லவருவதன் பொருள்...'

'சொல்... உறுமினார் விஸ்வாமித்ரர், 'உன் மனதில் உள்ளதைச் சொல்'

'பாருங்கள்... ஹனுமான் குருவின் நண்பன்... அதாவது மற்ற...'

முன்பொரு காலத்தில் நெருங்கிய நண்பராகவும் இப்போது பெரும் எதிரியாகவும் இருந்த வசிஷ்டரின் பெயரை சொல்லக்கூடாதென்று நன்றாக அறிந்திருந்தான் அரிஷ்டநேமி. அவர்களுக்குள் பகை ஏற்பட்டது எப்படியென்று ஒரு சிலரே அறிந்திருந்தாலும், அதன் கசப்பின் அளவை அனைவரும் அறிந்திருந்தனர்.

விஸ்வாமித்ரர் தன் குரலை அச்சுறுத்தும் வகையில் மெலிதாக கிசுகிசுத்தார், 'சொல்.'

'நான் சொல்வதன் பொருள்... ஹனுமான் குரு வசிஷ்டருக்கு நேர்மையாக நடந்துகொள்பவன்... அவன் நாம் கூறுவதை கேட்பானா?' அரிஷ்டநேமி உளறினான்.

விஸ்வாமித்ரர் பின்னால் சாய்ந்து கொண்டு பெருமூச்சு விட்டார். தன் கண்களை மூடிக்கொண்டு தன்னை சாந்தப்படுத்திக்கொண்டார். அந்தப் பெயரை கேட்பது எப்போதுமே

அவர் மேல் வினோதமான விளைவை ஏற்படுத்தியது. எதிரியாக மாறிய நண்பன். இதயத்தில் உணர்ச்சிகள் வெள்ளப்பெருக்கெடுத்தன. வெறுப்பு. கோபம். மனக்கசப்பு. சோகம். வலி... காதல்.

நந்தினி.

தன் கண்களை திறந்த பொழுது விஸ்வாமித்ரர் மீண்டும் அமைதியாக இருந்தார். சலனமில்லாமல். இந்தியத் தாயின் விதியை தன் தோள்களில் சுமப்பதாக நம்பும் ஒருவரைப்போல்.

'அன்னபூர்ணா தேவிக்கு நான் செய்ததை ஏன் செய்தேன் என்று நீ நினைக்கிறாய்?' அந்த கேள்விக்கான பதிலை மற்றொரு கேள்வியால் கொடுத்தார் விஸ்வாமித்ரர்.

அன்னபூர்ணா தேவி பிரிந்திருந்த தன் கணவன் சூர்யாவுடன் கொண்டிருந்த வலுவற்ற உறவை பயன்படுத்தி, மலயபுத்ரர்கள் சீதாவை ஏழாவது விஷ்ணுவாக கண்டுகொண்டுவிட்ட விஷயத்தை கும்பகர்ணனுக்கு தெரிவித்தார் விஸ்வாமித்ரர் என்ற விஷயத்தை அரிஷ்டநேமி அறிந்திருந்தான். தானும் தன் சகோதரன் கும்பகர்ணனும் உயிருடன் இருக்க தேவைப்பட்ட மருந்து வகைகளை மலயபுத்ரர்களிடமிருந்து பெறுவதற்கு ஏதுவாக, ராவணன் சீதாவை கடத்த திட்டமிடுவதற்கு அதிக நேரம் எடுக்காது என்று விஸ்வாமித்ரர் பந்தயம் செய்திருந்தார். அவர் பந்தயத்தில் ஜெயித்துவிட்டார்.

'ஏனென்றால் அன்னபூர்ணா தேவியின் மீது உங்களுக்கு உள்ள மரியாதையும் அன்பையும் விட, இந்தியத் தாயின் மீதான உங்கள் அன்பும் மரியாதையும் அதிகமே,' பதிலளித்தான் அரிஷ்டநேமி.

'மிகச் சரி,' என்றார் விஸ்வாமித்ரர். 'நான் மதிக்கும், மற்றும் மிகவும் விரும்பும் ஒன்றிற்காக என்ன செய்யபடவேண்டுமோ அதனைச் செய்வேன். அந்த பாம்பு வசிஷ்டனுக்கு ஹனுமான் நேர்மையாக இருக்கலாம் ஆனால் அவன் சீதாவிற்கு அதிக நேர்மையாக இருப்பவன். அவளை சகோதரிபோல் விரும்புபவன். இலங்கையில் இருக்கும்பொழுது அவளது உயிருக்கு ஆபத்து என்று நினைக்கிறான். நாம் சொல்வதை செய்வான் ஹனுமான் ஏனென்றால் சீதாவை காப்பாற்ற வழி அது ஒன்றுதான் என்று நினைப்பான்.'

அரிஷ்டநேமி தலையை ஆட்டினான். 'ஆமாம் குருஜி.'

சீதா, புகழ்பெற்ற அசோக *வனத்தில்* சிறைப்படுத்தப்பட்டிருந்தாள். இலங்கையின் தலைநகரமான சிகிரியாவிலிருந்து ஐந்து கிலோ

மீட்டர் தொலைவில் கட்டப்பட்ட திடுக்கிடச்செய்யும் அழகிய மாபெரும் *பூங்காவன* மாளிகை அது. குன்றின் மீது மேஜை போன்று அமைந்த சமநில பரப்பில் அடர்ந்த பூங்காவாக, நன்கு பாதுகாப்பாக அமைந்த கோட்டை சுவர்களால் சூழப்பட்டிருந்தது. இரண்டு இணையான மதில் சுவர்கள், நான்கு மீட்டர் பருமனும், இருபத்தி ஐந்து மீட்டர் உயரமும் கொண்டு சிகிரியாவிலிருந்து வெளியே நீண்டிருந்தது. அணிவகுத்துச் செல்ல சுலபமாகவும் பாதுகாப்பை அனுமதிக்கும் விதமாகவும் இரண்டு சுவர்களிலும் கண்காணிப்பு கோபுரங்கள் இருந்தன. இரண்டிற்கும் நடுவில் அமைந்திருந்த பாதை அசோக வனத்தின் மாளிகை நுழைவாயிலுக்குள் திறந்தது. நூறு ஏக்கர் பரப்பளவில் இருந்த அந்த தோட்டத்தில் உலகத்தின் பல்வேறு மூலைகளிலிருந்து வரவழைக்கப்பட்ட மரங்கள் இருந்தன. பூ மெத்தைகள் நல்ல நறுமணம் வீச அதனைச் சுற்றி உயிரினங்களை அது ஈர்த்தது. வண்ணமயமான பட்டாம்பூச்சிகளிலிருந்து நேர்த்தியான லேடிபேர்ட் பூச்சி வரை. புற்களால் மூடப்பட்ட பசுமையான சமவெளிகள் மற்றும் மனிதனால் உருவாக்கப்பட்ட சிறு குன்றுகள் மீது அற்புதமான தனிமையில் மயில்கள் ஆடின. வாழ்வின் இந்த ஓட்டத்தில் அவற்றின் இறுமாப்பான மாயை பெருமையான இடத்தை பிடித்திருந்தது. ருத்ர பகவானின் இஷ்டமான பறவையாக அறியப்படும் மயில்கள் இந்த இடத்தின் ஆடம்பரமான அழகிற்கு நளினத்தையும் நயத்தையும் சேர்த்தன. தோட்டத்தின் மத்தியில் ஆடம்பரக் குடில்கள் சுகமாக வாழ்வதற்கு அனைத்து வசதிகளும் கொண்டதாக இருந்தது. தோட்டத்தின் மத்தியில் இருந்த சிறப்பான குடில் சீதாவிற்கு ஒதுக்கப்பட்டிருந்தது.

அசோக வனம் என்ற பெயரே நிஜமாகவும் குறியீடாகவும் எதிரொலிப்பதாக அமைந்திருந்தது. அபரிமிதமான அசோக மரங்கள் குறிப்பாக மையப்பகுதியில் குடில்களை சுற்றியிருந்தது, பெயர் காரணத்தை வலியுறுத்தியது. ஆனால் அதற்கு மேலும் ஒரு அர்த்தம் இருந்தது. *துக்கத்திற்கான* பழைய சமஸ்கிருத பெயர் *ஷோக்.* அதனால் *அசோக்* என்பது துன்பமற்றது என்று பொருளாகும். இந்தத்தோட்டம், இந்த அசோக வனம், மகிழ்ச்சி, இன்பம், மற்றும் ஆனந்தத்தின் சோலை. ஆனால், இந்தியர்கள் இயற்கையாகவே தத்துவ வாதிகள்; அதனால், இயற்கையாகவே ஆழமாகத் தோண்டுவதில் நாட்டம் கொண்டவர்கள். அதோடு, அசோக் என்பது 'துயரத்தை உணராமல் இருப்பது' என்றும் பொருள் கொள்ளலாம். சிலர் துயரம் அனுபவிக்க விதிக்கப்பட்டிருப்பார்கள். அதுவே அவர்களது வாழ்வின் அடித்தளமாகிவிடுகிறது. அவர்கள் வாழ்க்கையில் மாறுதல்களுக்கு உட்படுத்தப்படுகின்றார்கள். அவர்களை இனி எதுவும் காயப்படுத்தாது. ஏனென்றால் அவர்கள் ஏற்கனவே தாங்கிக்கொள்ளும் அளவையும் மீறி

காயப்படுத்தப்பட்டுள்ளார்கள். கடலைப்போன்ற அவர்களது கவலைகளில் துயரத்தின் சில புதிய துளிகள் எந்த ஒரு சலனத்தையும் ஏற்படுத்தாது.

தன் குதிரையை மாளிகையின் வாயிலில் நிறுத்திவிட்டு அசோக வனத்திற்குள் நுழைந்தான் கும்பகர்ணன்.

சிகிரியாவிலிருந்து விலகி, பாதுகாப்பான காவலில் சீதா வைக்கப்பட வேண்டுமென்று ராவணன் தீர்மானித்திருந்தான். கடந்த பல வருடங்களாக மர்மமான தொற்று நோயொன்று அந்த நகரத்தை சின்னாபின்னப்படுத்தியிருந்தது. அவன் சீதாவை எந்த வித ஆபத்திற்கும் ஆளாக்கியிருக்கமாட்டான். நன்கு பயிற்சிபெற்ற பெண் வீராங்கனைகள் சீதா தப்பித்துப் போகாமல் இருக்க அந்த தோட்டத்திலும், மாளிகை மதில் சுவர்களை ஒட்டியும் நிற்கவைக்கப்பட்டிருந்தார்கள். உணவு, புத்தகங்கள், இசைக் கருவிகள் மற்றும் சீதா தன்னை மகிழ்வித்துக்கொள்ள தேவையான எல்லா பொருட்களும் வழங்கப்பட்டிருந்தது. ஆனால் எல்லாம் நலமாக இருப்பது போன்று பாசாங்கு செய்து தன்னை திசைதிருப்பிக்கொள்ளும் மனநிலையில் சீதா இல்லை.

'நீங்கள் உங்களுக்கு இடப்பட்ட ஆணையை மட்டுமே கேட்டு நடந்து கொள்வது எனக்குத் தெரியும்,' என்றாள் பணிவாக. 'ஆனால் நான் இந்த உணவை சாப்பிட மாட்டேன்.'

தன் குடிலுக்கு வெளியே இருந்த தாழ்வாரத்தில் உட்கார்ந்திருந்தாள். படை வீரர்கள், ராவணனின் தனிப்பட்ட அடுப்பறையில் அவனது அரச சமையல்காரர்கள் சமைத்த சிகிரியாவின் சிறந்த சுவையான உணவுப் பண்டங்களை அவள்முன் பாத்திரங்களில் நிரப்பி வைத்திருந்தார்கள்.

ஒரு வீராங்கனை அதிகாரப்பூர்வமாக ஒரு தின்பண்ட பாத்திரத்தின் மூடி ஒன்றினை திறந்தாள். 'இந்த உணவில் விஷம் கலக்கப்படவில்லை மேம்பட்ட விஷ்ணுவே,' என்றாள் அவள் குழப்பத்துடன், ஆனால் மரியாதையாக. 'நீங்கள் எனக்கு ஆணையளித்தால் இப்பொழுதே ஒவ்வொரு பண்டத்தையும் சுவைத்து உங்கள் கவலைகளைத் தீர்க்கிறேன்.'

சீதா சிரித்தாள். 'ராவணன் என் உணவில் ஏன் விஷம் கலக்கவேண்டும்? இதுவரை என்னை அவன் பல முறை கொன்றிருக்கலாம். இதில் விஷம் கலக்கப்படவில்லை என்று எனக்குத் தெரியும். ஆனால் நான் சாப்பிட மாட்டேன்.'

'ஆனால்...'

'நான் உயிர் வாழ்வதற்காக ராவணன் என் கணவருடனோ அல்லது மலயபுத்ரர்களுடனோ கூடிக் கலந்து பேரம் பேச அனுமதிக்க மாட்டேன்.' தனக்குப் பின்னால் இருந்த குடிலை நோக்கி தன் கட்டைவிரலைக் காட்டினாள். 'அதற்குள்ளும்,

இதனை சுற்றியும் என் உயிரை நான் போக்கிக்கொள்ளும் எந்த ஒரு வழியையும் நீங்கள் எடுத்துவிட்டீர்கள். என்னால் முடிந்தது சாப்பிட மறுப்பது மட்டுமே. உங்களுக்கு இடப்பட்ட ஆணையை நீங்கள் பின்பற்றுவதை அறிவதனால் உங்களுக்கு எதிராக நான் எதுவும் தவறாக நினைக்கப்போவதில்லை. ஆனால், நான் சாப்பிட மாட்டேன்.'

பதட்டமடைந்த வீரன் கெஞ்சத் தொடங்கினான். 'ஆனால், சீமாட்டியே... தயவு செய்து நான் சொல்வதைக் கேளுங்கள். நீங்கள் இறப்பதை எங்களால் அனுமதிக்க முடியாது. உங்களை சாப்பிட வலியுறுத்த வேண்டியிருக்கும்.'

சீதா புன்னகைத்தாள். 'முயற்சி செய்யுங்கள்.'

கும்பகர்ணன் இந்த பேச்சுவார்த்தைகளை ஒரு அசோக மரத்தின் பின் மறைந்து நின்றபடி கேட்டுக்கொண்டிருந்தான். இப்போது அவள் பார்வைக்கு எதிரே தோன்றினான். உடனே பணிவான சீதா மறைந்தாள். தன் உடலின் ஒவ்வொரு தசையும் கோபத்தில் இறுக எழுந்து நின்றாள்.

வீரர்கள் திரும்பி, கும்பகர்ணனை பார்த்தவுடன் ஒரு முட்டியை மடக்கி அமர்ந்தபடி இலங்கை அரச பரம்பரைக்கு கொடுக்கும் மரியாதையை செலுத்தினர். அவன் அவர்களை விடுவிக்க, அவர்கள் உடனே அந்த இடத்திலிருந்து நீங்கினார்கள்.

கும்பகர்ணன் சீதாவைப் பார்த்து முறைத்தான். அது திடுக்கிடலையும் தாண்டிய ஒன்றாக இருந்தது. ஏறத்தாழ வேதவதியின் நகலாக இருந்தாள் அவள். ஏறத்தாழ, முழுமையாக அல்ல. ஏனென்றால் வேதவதி அமைதியாகவும் மென்மையாகவும் இருந்தாள், சீதாவோ போருக்கு தயாரான நிலையை எடுத்துக்கொண்டவள் போல் முரட்டுத்தனமாக இருந்தாள். அவளது தாயின் கருணையும், நியாயமாக நடந்துகொள்ளும் குணமும் கொண்டிருந்தாளா என்று சோதிக்கும் நேரம் வந்துவிட்டது.

'சிறந்த விஷ்ணுவே, உங்களுக்கு வேண்டாம் என்றால் சாப்பிட வேண்டியதில்லை,' என்றான் கும்பகர்ணன், பணிவாக சீதா இருந்த இடத்திற்கு நடந்தபடி. 'ஆனால், இதனை பார்க்கும்படி உங்களை வேண்டிக் கேட்கலாமா?'

கும்பகர்ணன் தன் கையில் பிடித்திருந்த சுருள் படத்தினை சந்தேகத்துடன் ஏறிட்டாள்.

'ஏன்?' சீறினாள் சீதா எச்சரிக்கையுடன்.

'ஒரு ஓவியத்தைப் பார்ப்பது என்ன தீங்கிழைக்கும் ராணி சீதா?'

மாபெரும் கும்பகர்ணனிடமிருந்து சற்று பின்னால் நகர்ந்தாள். கைகளை சண்டையிட தயார் நிலையில் வைத்துக்கொண்டு, 'அந்த ஓவிய சுருளை நீயே பிரி,' என்றாள்.

கும்பகர்ணன் மென்மையாக தலையை அசைத்து, அவர்கள் இருவருக்குமிடையில் இருந்த இடைவெளியை அதிகரிக்க பின்னால் நகர்ந்து கிடைமட்டமாக சித்திரத்தை வேண்டுமென்றே மெதுவாகப் பிரித்தான்.

சீதா அதிர்ந்து போனாள்.

அது அவள்தான். அது அவளது படம். ஆனால், இளையவளாக, இருபத்தியொன்று அல்லது இருபத்தியிரண்டு வயதின் பொழுது. அவளது உடை மெல்லிய ஊதா நிறத்தில் இருந்தது. அரச குடும்பத்தினர் விரும்பும் நிறம் அது. விலையுயர்ந்த சாயம் பயன்படுத்தப்பட்டிருந்தது. முகம், உடல் மற்றும் தலை முடி அனைத்தும் மிகச்சரியாக அவளைபோன்றேயிருந்தது. நியாயமாக சொல்லவேண்டுமென்றால் ஏறக்குறைய மிகச்சரியாக. ஏனென்றால் சில நுணுக்கமான வேற்றுமைகள் இருந்தன. அந்தப் படத்தில் அவள் அமைதியாகவும் மென்மையாகவும் கிட்டத்தட்ட ஒரு *ரிஷி* கன்னிகையைப்போல் இருந்தாள். நிஜ வாழ்வில் சீதாவை போலில்லாமல் அவளது உடல் நெளிவுகளுடன் நிறைவாகவும் பெருமிதமாகவும் இருந்தது. அவள் அதிக பெண்மையுடன் திகழ்ந்தாள். குறைந்த தசை பிடிப்புடன். குறைந்த அளவில் ஒல்லியாக. சீதாவின் பெருமையான எந்த விழுப்புண்களும் அந்த ஓவியத்தில் வெளிப்படுத்தப்படவில்லை.

முப்பத்தியெட்டு வயதான சீதாவின் இளைய வடிவாக மாற்றப்பட்ட ஓவியம் இல்லை அது. மாறாக, போர் வீராங்கனை என்று போற்றப்படக்கூடிய பெண் தெய்வம் வசீகரமான விண்ணுலக தேவதையாக மாற்றப்பட்டிருந்தாள்.

ஓவியமாக வரையப்பட்ட அந்த பெண்ணின் அழகில் ஏதோ ஒரு தூய்மை இருந்தது. அவள் முகம். அவள் கண்கள். அவள் அமைதி. தன்னை இவ்வளவு அழகாக இருப்பதாக சீதா எப்பொழுதும் கற்பனை செய்ததில்லை.

பிறகுதான் அவளுக்கு அது உரைத்தது. இந்த ஓவியம் காதலின் உழைப்பு. ஒவ்வொரு தூரிகையின் அசைவும் ஒரு பாசமான வருடல். அது ஒரு பிரார்த்தனை. பக்தி. அதில் இருந்த வேட்கையையும் ஏக்கத்தையும் உணர முடிந்தது. இந்த ஓவியன் மிகுந்த ஆழமான அன்புடன், பைத்தியக்காரத்தனமாக, இதயம் நொறுங்கும் அளவில் அந்த ஓவியத்தில் வரையப்பட்டுள்ளவரை காதலித்திருக்கிறான்.

வினோதம்.

அவள் ஒரு படி பின்வாங்கி கோபத்தில் உறுமினாள். 'இது என்ன? நீங்கள் என்ன செய்ய முயற்சிக்கிறீர்கள்? யார் இந்த ஓவியத்தை வரைந்தது?'

கும்பகர்ணனின் பதில் சாதாரணமாக இருந்தது. 'என் அண்ணன் ராவணன்.'

'இந்திரனின் பெயரால் கேட்கிறேன், ராவணன் ஏன் இதை வரையவேண்டும்? நீ என்னைக் கடத்திய நாளுக்கு முன்னால் நான் அவனை சந்தித்ததே இல்லை. நான் அந்த வயதில் இருந்த பொழுது நிச்சயமாக இல்லை, இல்லவே இல்லை!'

'உங்களை அவர் முன்னர் சந்தித்திருக்கிறார் என்று நான் சொல்லவில்லையே.'

'பிறகு நீங்கள் இருவரும் என்ன செய்ய முயற்சிக்கிறீர்கள்? இதென்ன மன விளையாட்டு? மூடத்தனமான ஏதோ ஒரு செயல்முறை? இந்த முட்டாள்தனத்திற்கு நான் நிஜமாக வீழ்வேன் என்று நீங்கள் நினைத்தீர்களா?'

'நீங்கள் எந்த வலையிலும் விழ வேண்டுமென்று நாங்கள் முயற்சி செய்யவில்லை.'

'உன் அரக்க குணம் படைத்த சகோதரனிடம் போய் சொல், எவ்வளவு காலம் வேண்டுமோ என் ஓவியங்களை அவன் வரையலாம். நான் பணிந்து போக மாட்டேன்! நான் சாப்பிடாமல் பட்டினி கிடந்து உயிரை விடுவேன்! மிகப் புனிதமானவரான ருத்ர பகவானின் மீது ஆணையாக சொல்கிறேன்!'

கும்பகர்ணனின் கண்கள் பனிக்க மெதுவாகச் சொன்னான், 'இது நீங்கள் இல்லை. இது உங்கள் படமில்லை.'

சீதா அமைதியாக்கப்பட்டாள். ஒரு நொடிக்குத்தான். அவள் முக பாவம் வெகுவாக மாற பெருமூச்சு ஒன்றை இழுத்தாள். ஆத்திரத்திலிருந்து அதிர்ச்சிக்கு. அடுத்த வாக்கியம் என்னவாக இருக்குமென்பதை யூகித்து விட்டது போல். ஆனால் அது அப்படியிருக்க முடியாது... அப்படி இருக்க *முடியாது*.

கும்பகர்ணன் தொடர்ந்தான், 'இது உங்கள் தாய். உங்களைப் பெற்ற தாய்.'

அத்தியாயம் 3

'ராம்,' என்றார் வசிஷ்டர், 'உனக்குப் புரியவில்லை என்று நினைக்கிறேன்.'

'இல்லை குருஜி,' என்றான் ராம், பணிவாக. 'நான் புரிந்துகொண்டுவிட்டேன். நான் என் மனதையும் மாற்றிக்கொள்ளப் போவதில்லை.'

அயோத்தியாவின் அரச குடும்பத்தின் ராஜகுரு தன் எரிச்சலை அடக்கிக்கொள்ள கடினமாக முயற்சி செய்தார். ஒரு முறை தீர்மானம் செய்து விட்டால் ராம் மிகவும் பிடிவாதமாக இருப்பான். கிட்டத்தட்ட எதுவுமே அவனை அசைக்க முடியாது. தந்தையாக அவன் மதித்த குருவாக இருந்தாலும் கூட.

முப்பது வாயுபுத்ர வீரர்களுடன் ஹனுமான், ராம் மற்றும் லக்ஷ்மன் வேகமாக புனித தப்தி நதியை நோக்கி வடக்குப்பக்கமாக நடை போட்டனர். கிழக்கிலிருந்து மேற்கு நோக்கி ஓடிய இரண்டு பெரும் நதிகளில் ஒன்று தப்தி; மற்றொன்று நர்மதா நதி. அனைத்திலும் ஒரு தெய்வீக திட்டத்தைப் பார்த்த இந்தியர்கள் சூரியன் நகரும் திசையில் நகர்ந்த இந்த நதியை ஆழமாக விரும்பினார்கள். அதனால்தான் இந்தப்பெயர்: தப் என்றால் வெப்பம், குறிப்பாக துறவு மற்றும் தியானம். தப்தி நதி, துறவரத்தின் வெப்பத்தினால் தீப்பற்றிய நதிக்கரையில் துறவரம் பற்றிய அறிவைப்பெற விரும்பிய மக்களுக்காக சிறந்த முனிவர்களாலும், பெண் ரிஷிகளாலும் அமைக்கப்பட்ட

இலங்கைப் போர்

ஆசிரமங்கள் இருந்தன. அது போன்ற ஒரு ஆசிரமத்தில்-புனித சங்தேவ் அவர்களின் இருப்பிடத்தில்தான் வசிஷ்டர், ராம், லக்ஷ்மன், ஹனுமான் மற்றும் வாயுபுத்ரர்களுக்காக காத்திருந்தார்.

ரிஷி சங்தேவ் அவர்களின் ஆசீர்வாதத்தைப் பெற்றுக்கொண்டு மற்றவர்கள் ஆசிரமத்தை விட்டுச் சென்றனர். இப்போது அவர்கள் காம்பே வளைகுடா பக்கம் தப்தி நதியில் படகில் சென்றனர்--மேற்கு நதியின் பகுதியாகத்தான் இருந்தது---அங்கிருந்துதான் அவர்கள் வடக்கு நோக்கி நகர்வதாக எண்ணியிருந்தார்கள். வளைகுடா காம்பே என்பது மேற்கு சமுத்திர பகுதியின் தலைகீழ் புனல் வடிவ நுழைவாயில் ஆகும். இது வலப்புறத்தில் டெக்கான் தீபகற்பத்திற்கும் இடதுபுறத்தில் சௌராஷ்டிராவிற்கும் இடையே அமைந்துள்ளது. இந்த புனல் வழியே தங்கள் இறுதி இலக்கான சிலமணிநேர பயண தூரத்தில் அமைந்த துறைமுக நகரமான லோத்தலுக்கு படகில் செல்வார்கள்.

'நான் சொல்வதைக் கேள், ராம்,' என்றார் வசிஷ்டர், ராமின் தீர்மானத்தால் ஆழ்ந்த பிரச்சனைக்கு உள்ளாகியவராய். 'இது சரியாக நடக்கும் என்று எனக்குத் தோன்றவில்லை. ஹனுமானால் தனியாக இதனை செய்ய முடியுமென்று நான் நினைக்கவில்லை.'

'நீங்கள் சொல்வதை நான் ஒப்புக்கொள்ளவில்லை, குருஜி,' குறுக்கிட்டான் ஹனுமான். 'இதனை செய்ய முடியும். நான் தனியாகவும் இருக்க மாட்டேன். மலயபுத்ரர்கள் இலங்கையை அறிவார்கள், சிகிரியா கோட்டைக்குள் நுழைய ரகசிய வாயில்களும் அவர்களுக்குத் தெரியும். நான் மலயபுத்ரர்களை அறிவேன். நாங்கள் செய்வோம்.'

திட்டம் எளிமையானது. தான் நன்கு அறிந்த சில மலயபுத்ரர்களுடன் ஹனுமான் ரகசியமாக சிகிரியாவிற்குள் நுழைவான். சீதாவை கண்டுபிடித்து சப்தமில்லாமல் ரகசியமாக தப்பித்து வெளியேறுவான். நுட்பமாக தாக்குவார்கள். அது திறந்த போரை விட அதிக தாக்கத்தை விளைவிக்கும். பல உயிர்கள் காப்பாற்றப்படலாம்.

'இதை அவன் நடக்க விடுவான் என்று நீங்கள் நினைக்கிறீர்களா? இவ்வளவு சுலபமாக?' கேட்டார் வசிஷ்டர். 'உனக்கு...'

'உங்கள் வார்த்தைகளை இடைமறிப்பதற்கு என் நேர்மையான மன்னிப்புகள், குருஜி, என்றான் ஹனுமான், அவன் கரங்கள் மனவருத்தத்தில் கட்டப்பட்டிருந்தன. 'ஆனால் நீங்கள் ராவணனைப்பற்றி கவலைப்பட வேண்டாம். கும்பகர்ணன் தன் உயிரை எனக்கு கடன்பட்டிருக்கிறான். சொன்ன

வார்த்தையை காப்பாற்றும் மதிப்பிற்குரியவன் அவன். எனக்கு கடன்பட்டிருப்பதை அவன் மறுக்கமாட்டான். நான் சீதாவை உயிருடன் எந்த காயமும் இல்லாமல் இலங்கையிலிருந்து வெளியே கொண்டுவருவேன்.'

வசிஷ்டர் ஒரு நீண்ட பெருமூச்சு எடுத்து பிறகு அதனை வேகமாக வெளியே விட்டார். ஏமாற்றத்துடன். 'நான் ராவணனைப்பற்றிப் பேசவில்லை. இந்த விஷயம் அவன் கட்டுப்பாட்டுக்குள் இல்லை.'

ராமும் ஹனுமானும் யாரைப்பற்றி அவர் பேசுகிறார் என்று புரிந்துகொண்டார்கள்.

எதிரியாக மாறிய நண்பர். விஸ்வாமித்ரர்.

அவர்கள் அமைதியாக இருந்தனர்.

'குருஜி,' இறுதியில் பணிவுடன் ஆனால் தைரியமாக ராம் பேசினான்,' வேண்டிக்கேட்டுக்கொள்கிறேன், உங்கள் பாரபட்சத்தை நீங்கள்...'

வசிஷ்டர் குரலை உயர்த்தி அவனை இடைமறித்தார். 'ராம், என்னை பாரபட்சமாக நடத்துபவன் என்று கூறுகிறாயா? எனக்குத் தெரியுமென்று நான் உறுதியளிக்கிறேன் அந்த... அந்த மனிதன்... வேறு எவரையும் விட நான் அவனை நன்கு அறிவேன். அவன் தன்னை அறிந்ததை விட.' வசிஷ்டர் நிறுத்தி தன்னை ஆசுவாசப்படுத்திக்கொண்டார். 'அவன் இந்தப் போர் வேண்டுமென்று விரும்புகிறான். அது அவன் தேவையை பூர்த்தி செய்யும். கசாப்பு கடைக்காரன் பலி கொடுக்கும் ஆட்டை உணவு கொடுத்து வளர்ப்பது போன்ற சரியான வில்லன் என்று ராவணனின் பிம்பத்தை அமைத்திருந்தான். இப்போது அந்த மனிதன் ராவணனை பலி கொடுக்கும் சடங்கு வேண்டுமென்று விரும்புகிறான். அவன் போர் வேண்டுமென்று விரும்புகிறான். மலயபுத்ரர்கள் இந்த பணியில் ஹனுமானுக்கு உதவ மாட்டார்கள். என்னை நம்பு. எனக்குத் தெரியும்.'

ராம் எதுவும் சொல்லவில்லை. பொது சபையில் தன் குரு வெளியிட்ட கோபத்தைப் பார்த்து அதிர்ந்திருந்தான். இதுபோல் அவர் தன் குரலை உயர்த்தி அவன் கேட்டதேயில்லை. அல்லது அவர் தன் சமநிலையை இழந்ததையும் கண்டதில்லை.

ஹனுமான் அமைதியாகப் பேசினான். 'குருஜி, அனைத்து மலயபுத்ரர்களும் போர் வேண்டுமென்று விரும்பவில்லை. அதனை விரும்பாத சிலரை நான் அறிவேன். நீங்களும் ஒரு காலத்தில் மலயபுத்ரராக இருந்தவர்தான். வாயுபுத்ரர்கள் போல் அவர்களுக்குள்ளும் பிளவு இருக்கக்கூடும். அதில் சிலர் எனக்கு உதவுவார்கள் என்பதில் நான் உறுதியாக இருக்கிறேன். நாம் போரைத் தவிர்த்து பல உயிர்களை காப்பாற்ற வேண்டாமா?'

'நீங்கள் விஸ்வமித்ரன் மற்றும் அரிஷ்டநேமியிடமிருந்து விலகி இருங்கள்,' என்றார் வசிஷ்டர் உறுதியாக. 'அவர்களிடமிருந்து நீங்கள் எந்த உதவியும் பெறக்கூடாது. நம் திட்டங்கள் என்னவென்று அவர்கள் அறியாமல் இருப்பதை நீங்கள் உறுதி செய்யவேண்டும்.'

'சரி குருஜி. நான் பார்த்துக்கொள்கிறேன்,' என்றான் ஹனுமான்.

மலயபுத்ரர்களின் தலைவர் விஸ்வாமித்ரருடன் இருந்த பகையினால்தான் இதனை வலியுறுத்துகிறாரென்று நினைத்தான். ஆனால், ஹனுமான் நினைத்தது தவறு. வசிஷ்டரிடம் ஆழ்ந்த காரணம் ஒன்றிருந்தது.

சாதுரியமானவர்கள் நாளைய தினத்தின் மீது கவனம் செலுத்துகிறார்கள், உடனடியாக இருந்த போரில் வெற்றிபெறும் எண்ணத்துடன். யுத்த தந்திரவாதிகள் நாளை மறுநாள் பற்றிய ஆவேசத்தில் இருந்தனர். அயோத்தியாவின் ராஜகுரு நாளை மறுநாள் பற்றி சிந்தித்துக்கொண்டிருந்தார். அவர்கள் இந்தப் போரை வென்றாகவேண்டும்.

வசிஷ்டர் இதனை நம்பியது போல் தெரியவில்லை. தொல்லைப்பட்டது போல் தோன்றினார். பிறகு சரணடைந்தார். ராம் மற்றும் ஹனுமானுடன் ஒத்துப்போகவில்லையென்றாலும் சீதாவின் மீது அவருக்கு நம்பிக்கை இருந்தது.

ராமிற்கு புரியவில்லை ஆனால் சீதா புரிந்து கொள்வாள். ஹனுமானுடன் அவள் திரும்பி வரமாட்டாள். அப்படிச் செய்ய மாட்டாள். அவளால் முடியாதென்று அவளுக்குத் தெரியும். தன் உயிருக்கு ஆபத்து என்று அறிந்த போதும்.

ஆனால் வசிஷ்டரும் அறியவில்லை. விஸ்வாமித்ரர் அறிந்ததை அவர் அறியவில்லை. ராவணன் வாழ்வில் சீதாவின் முக்கியத்தை அவர் அறியவில்லை.

— ஜ⎯ ௴ —

அடுத்த நாள் காலை ராவணன் அசோக வனத்திற்குள் வந்தான். அரசனுக்குரிய மதிப்பை பெரும் வகையில் வளைந்து நடந்து வந்தான் அந்த அறுபது வயதானவன். சற்றே குனிந்திருந்த அவனது உருவம், அவனது மாபெரும் உடலின் பாரத்தை தாங்கும் சக்தி அந்த தோள்களில் குறைந்துவிட்டது போல் தோன்றியது. முன்பொரு காலத்தில் வீரியத்துடன் விளங்கிய தோள்கள் மற்றும் கைகளில் இப்போது தசை குறைந்துவிட்டதை உணர்த்தும் வகையில் அவற்றில் வரிகள் காணப்பட்டன. நெற்றியில் சுருக்கங்களும் கண்களின் ஓரத்தில் காக்கையின்

கால்கள் போன்ற சுருக்கங்களும் வந்திருந்தன. சிறு வயதில் சிற்றம்மை வந்திருந்ததற்கு அடையாளமாக முகத்தில் வடுக்கள் தென்பட்டன. முன்பு கற்றையாய் கருண்டு சுருண்டு இருந்த தலை முடி இப்போது அரிதாக மெலிந்து பின்னோக்கி செல்லும் நரைத்த முடியாக வழுக்கை விழுந்து காணப்பட்டது. இளமையின் வீரியத்தை வெளியிட்ட கருத்த நிறம் மாறி வெள்ளை நிறமாக மாறியிருந்தாலும் அடர்த்தியாக இருந்தது அவனது தாடி.

பலவீனமான வயதான புலி. ஆனால் வாழ்வில் புதுப் பயன் ஒன்றைப் பெற்ற புலி. இரண்டாவது வாய்ப்பு ஒன்று பரிசாக கொடுக்கப்பட்ட புலி.

அவனருகில் நடந்தான் அவன் தம்பி கும்பகர்ணன். மாபெரும் ராவணனையே குள்ளமாகத் தோன்றச் செய்தான். உடலெங்கும் முடியால் மூடப்பட்ட அவன், மனிதன் குறைவாகவும் கரடியைபோன்றும் தோன்றினான். அவன் தோள்கள் மற்றும் காதுகளிலிருந்து வெளிப்பட்ட வினோதமான வளர்ச்சிகள் அவனை நாகர் என்று அடையாளம் காட்டியது.

உணவு நிரம்பிய தட்டுகளை கையிலேந்திய பணிப்பெண்களின் நீண்ட வரிசையொன்று இரண்டு சகோதர்களின் பின்னால் தொடர்ந்து நடந்து வந்துகொண்டிருந்தது.

தான் அமர்ந்திருந்த வசதியான மூங்கில் நாற்காலி தந்த சுகத்திற்கு மாறாக அசௌகரியமாக அமர்ந்திருந்தாள் சீதா, தன் குடிலுக்கு வெளியே தாழ்வாரத்தில். முந்தைய தினம் கும்பகர்ணன் அவளிடம் வெளியிட்ட விஷயம் அவள் தூக்கத்தைப் பறித்திருந்தது. தன் உயிரை இப்போது மாய்த்துக்கொள்ள முடியாதென்று அவள் அறிந்திருந்தாள், தன்னைப் பெற்ற தாயைக் குறித்த உண்மையை மேலும் அறியும் வரை. உண்மையை சொல்ல வேண்டுமென்றால், தன் தாயுடன் ராவணனின் உறவு முறையை அறிய விரும்பினாள். அதனால் சீதா முந்தைய இரவு சாப்பிட்டிருந்தாள். இலங்கையில் அவளது முதல் சாப்பாடு.

கலவரமாக இருந்த இடத்தை நோக்கித் தன் தலையை திருப்பினாள். ராவணனும் கும்பகர்ணனும் மரங்கள் இருந்த இடத்தைவிட்டு திறந்த முற்றத்திற்குள் நுழைந்திருந்தார்கள். அவர்களுக்குப் பின்னால் சூரியன் உதித்திருந்தான்.

அவள் நிமிர்ந்துகொண்டாள். நடுங்கினாள்.

பணிப்பெண்கள் இலங்கை அரச குடும்பத்தினருக்கு முன்னால் ஓடி சீதாவின் குடிலுக்குள்ளிருந்து மூங்கில் மேஜை ஒன்றை வேகமாக வெளியே கொண்டு வந்தார்கள். அவள் முன்னர் வைத்தார்கள். அந்த மேஜையை சுற்றி போடப்பட்டிருந்த இரண்டு

இலங்கைப் போர்

நாற்காலிகளை மற்றவர்கள் இழுத்தனர், ஒரே அசைவில் இருவரும் லாவகமாக அமர.

தன் முகத்தில் அதிர்ச்சியின் உணர்வு தென்பட ராவணன் சீதாவை முறைத்துப் பார்த்தான். இனி எப்போதும் அந்த முகத்தை ரத்தமும் சதையுமாக பார்ப்பான் என்று அவன் நினைக்கவில்லை. அவன் இதயம் வேகமாகத் துடித்தது.

கும்பகர்ணன் பேசினான், 'காலை உணவிற்கு உங்களுடன் நாங்கள் சேர்ந்துகொள்ளலாமா ராஜகுமாரி?'

சீதா அமைதியாக இருந்தாள். சலனமில்லாமல், மௌனமாக. ஆனால் அவள் கண்கள் உரக்கக் கூவின. *இது உங்கள் ராஜ்ஜியம். இது உங்கள் நகரம். இது உங்கள் தோட்டம். உங்களை யார் தடுப்பார்கள்?*

'நன்றி,' கும்பகர்ணன் அந்த சவால் விடும் பார்வைக்கு பணிவுடன் பதிலளித்தான்.

சகோதரர்கள் தங்கள் இருக்கைகளில் ஓய்வாக அமர்ந்தனர். ஆர்வமான பணிப்பெண்கள் விரைந்து உணவை மேஜைக்கு கொண்டுவந்தனர். மூன்று வெள்ளித் தட்டுகள் அவர்கள்முன் வைக்கப்பட்டன. முக்கிய பணிப்பெண் ஒரு பெரிய வெள்ளிப் பாத்திரத்திலிருந்து அதன் மூடியை விலக்கியதும் விரும்பத்தக்க மணம் ஒன்று காற்றின் ஊடே எழுந்தது. சுவாரஸ்யம் இல்லாத சீதாவைக்கூட அந்த மணம் உணவை பார்க்கச் செய்தது. பதப்படுத்தப்பட்ட, மென்மையான, அவல், கடுகு, சீரகம், கறிவேப்பிலை, வெங்காயம் மற்றும் பச்சை மிளகாய் தாளித்து வைக்கப்பட்டிருந்தது. செடி வகைகளிலிருந்து கிடைக்கும் புரதச்சத்து கொண்ட வேர்க்கடலை சேர்க்கப்பட்டிருந்தது. கோதாவரி ஓடிய நிலத்தின் சுவையான உணவு *போஹா*. பஞ்சவடியில் பல ஆண்டுகள் செலவிட்டதால் சீதாவிற்கு இது பிடிக்குமென்று அரச சமையல்காரர் நினைத்தார். பணிப்பெண் ஒருத்தி மூன்று வெள்ளிக் குவளைகளில் மோரினை ஊற்றி தட்டுகளின் அருகே வைத்தாள்.

ராவணன் கைகளை தேய்த்து எதிர்பார்ப்புடன் சிரித்தான். 'ம்ம்ம்ம்... சுவையான மணம்.'

அவன் கடினமாக முயற்சி செய்துகொண்டிருந்தான். விகாரமாக நட்புடன். அரிசி கோகர்ணாவிலிருந்து விசேஷமாக வரவழைக்கப்பட்டிருந்தது என்பதை அவன் குறிப்பிடவில்லை. சிகிரியாவில் ஏறத்தாழ அனைவரும் கோதுமையை உண்டார்கள். கிட்டத்தட்ட யாருமே அரிசி சாப்பிடவில்லை. இது விலையுயர்ந்த உணவாக இருந்தது.

கும்பகர்ணன் தன் சகோதரனைப் பார்த்து மென்மையாக சிரித்தான். அவர்கள் வாழக்கூடிய வாழ்க்கையைப்பற்றி நினைத்தான். அது மட்டும் நடந்தால்...

அவர்கள் மூவரும் கைகளை கழுவிக்கொள்ள உதவியாக இரண்டு பணிப்பெண்கள் பெரிய பானை ஒன்றில் தண்ணீரும் ஒவ்வொருவருக்கும் பெரிய பாத்திரம் ஒன்றும் எடுத்துக்கொண்டு அவர்களைச் சுற்றி வந்தார்கள்.

ஒரு பணிப்பெண் *அவல்* பதார்த்தத்தை ராவணனுக்கு கொடுக்கவிருந்தபோது ராவணன் கைகளை உயர்த்தி அவளைத் தடுத்தான்.

'அது பரவாயில்லை. நாங்களே எங்களுக்கு பரிமாறிக் கொள்கிறோம்.' என்றான்.

பணிப்பெண் அதிர்ந்து போனாள். ஆனால், இலங்கையில் அனைவரும் அறிந்தது போல் ராவணனை எவரும் கேள்விகள் எதுவும் கேட்கக்கூடாது என்று கற்றிருந்தாள். எப்போதுமே.

அதனால் அந்த பாத்திரத்தை மேஜையின் ஓரத்தில் வைத்துவிட்டு பின்னுக்கு நகர்ந்தார்கள் பணியாளர்கள். ராஜாவிற்கு தன் முதுகை காட்டிச்செல்லும் தைரியம் எவருக்குமில்லை.

ராவணன் அவர்களைப் பார்த்து கவனம் சிதறியவனாக புன்னகைத்தான். 'நன்றி.'

அவனது இயல்பான குணம் அதில்லையென்று அறிந்த கும்பகர்ணன் இனிமையாக ஆச்சரியமடைந்து தன் புருவங்களை உயர்த்தினான். பணிப்பெண்களோ ஆச்சரியமடைந்தனர். அடுத்த கால் எடுத்து வைக்கும்பொழுது சந்தேகத்தில் குழப்பத்தில் நின்று விட்டு பிறகு அவசரமாக பின் வாங்கி விரைந்தனர்.

ராவணன் சீதாவை நோக்கித் திரும்பி, 'தயவு செய்து சாப்பிடு...'

சீதா பதில் எதுவும் சொல்லவில்லை. தரையை நோக்கி தீவிரமாக முறைத்துக்கொண்டிருந்தாள்.

ராவணன் எழுந்து சீதாவின் பக்கம் நடந்து அவளது தட்டை எடுத்து, அதில் சிறிது *போஹாவை* சேர்த்து அவள் முன் வைத்தான்.

சீதா தன் கண்களை உயர்த்தவில்லை.

ராவணன் சீறினான்.

உணவில் விஷம் கலந்திருப்பதாக சந்தேகப்படுகிறாளோ.

சுறுசுறுப்பாக தனக்கும் சிறிது போட்டுக்கொண்டு, அதிலிருந்து சில பருக்கைகளை தன் விரல்களால் எடுத்தான். நற்பண்பு. அந்த போஹாவை தன் வாயில் போட்டுக்கொண்டான்.

'ம்ம்ம்... சுவையாக இருக்கிறது,' என்றான் ராவணன்.

கும்பகர்ணனும் சாப்பிடத் துவங்கினான்.

ஆனால் சீதா அங்கு அமர்ந்திருந்தாள். அமைதியாக. நகராமல்.

தன் ரத்த நாளங்களை வெறுப்புடன் பார்த்துக்கொண்டிருந்தாள்.

அவை அவளது ரத்தத்தை சுமந்து கொண்டிருந்தன. நாளங்களிலிருந்து தான் பெற்ற ரத்தத்தை வேண்டாம் என்று திகைத்து அவளது இதயம் மறுப்பதை உணர்ந்தாள்.

என் ரத்தம்.

அவன் ரத்தம்.

இல்லை... ருத்ர பகவானே... என் மீது கருணை காட்டுங்கள்.

எப்படி உங்களால் என்னை இப்படி சோதிக்க முடியும்.

இந்த பேய்...இல்லை... இந்த அரக்கன்...இல்லை.

அவள் மனதில் என்ன ஓடிக்கொண்டிருந்தது என்று கும்பகர்ணன் திடீரென புரிந்து கொண்டான். அவன் பார்வை அவன் சகோதரனின் பக்கம் விரைந்தது.

இலங்கை மன்னன் சீதாவைப்பார்த்து முகம் சுளித்தான். 'நீ ஏன் சாப்பிட வில்...'

பிறகு ராவணனுக்கும் அது புரிந்துவிட்டது.

கண்களில் கோபம் மின்ன தன் கழுத்தைச்சுற்றி தொங்கிய சங்கிலியில் இருந்த விரல் பதக்கதைப் பார்த்தான். அவன் வேதவதியின் கைகளை ஏந்தினான்.

உடனே எழுந்து நிற்க முயன்ற கும்பகர்ணன் தன் சகோதரனின் முக பாவம் மாறுவதைப் பார்த்து அமர்ந்துகொண்டான்.

வருத்தமான ஒரு புன்னகை ராவணனின் முகத்தில் படர்ந்தது. அவள் அவனை அமைதியாக்கியிருந்தாள். அவள் அவன் மீது கவனம் செலுத்தியிருந்தாள். அவனது பெண் தெய்வம்... அப்பாலிலிருந்து அவனுக்கு உதவினாள்.

மனதை கவனம் செலுத்தவைக்க அச்சுறுத்தும் அறிவு தேவை என்று சிலர் கூறுவார்கள். அவர்கள் சொல்வது தவறு. உண்மையில், மிக அதிகமாக தேவை அமைதியாக மூச்சு விடும் இதயம்தான். அடக்கும் அமைதியான இதயம் இல்லாவிட்டால் அச்சுறுத்தும் அறிவு வழிகாட்டப்படாத ஏவுகணை போல்தான். அது வெடித்து எதையும் நாசம் செய்து விடும், தன்னையும் கூட.

'சீதா...' கிசுகிசுத்தான் ராவணன்.

சீதா அசையவில்லை.

'ராணி சீதா...' இம்முறை உரத்த குரலில் அழைத்தான் ராவணன்.

சீதா நிமிர்ந்து பார்த்தாள். இமைக்காத விழிகளால் அவனை உற்றுப்பார்த்து துளைத்தாள்.

'உன் தாயின் பெயர் வேதவதி. அவள் ஒரு பெண் தெய்வம். நான் இப்போதும் அவளை விரும்பி பூஜிக்கிறேன்.' மீண்டும் தொடரும்முன் ராவணன் இடைநிறுத்தினான். அவளை கூர்ந்து கவனித்து, 'உன் *தந்தையின்* பெயர் ப்ரித்வி.' 'தந்தை' என்ற வார்த்தையை அவன் அதிகமாக வலியுறுத்தினான். 'அவர் நல்ல மனிதராக இருந்தார். வலிமையற்றவர் ஆனால் நல்லவர்.'

சீதாவின் கண்கள் ஆச்சரியத்தில் விரிந்தன. நிவாரணம் பெற்றது போல் அவள் தோள்கள் தொய்ந்தன. பெருமூச்சு ஒன்று அவள் உதடுகளிலிருந்து தப்பியது. ராவணன் ஏறத்தாழ அவள் எண்ணங்களை படித்துவிட்டான்.

ஓ! கடவுளுக்கு நன்றி! எனக்கு அவன் ரத்தம் இல்லை!

தான் எவ்வளவு மரியாதை இல்லாமல் நடந்துகொள்கிறோம் என்று திடீரென்று உணர்ந்தாள். 'நான்... நான் இப்படி நடந்து கொள்ளவேண்டும் என்று விரும்பவில்லை...'

ராவணன் சிரிக்கத் தொடங்கினான். 'அது பரவாயில்லை... நீ வேதவதியின் மகள். என்னால் உன் மீது கோபப்பட முடியாது.'

கும்பகர்ணன் தன் சகோதரனை ஆச்சரியத்துடனும் வருத்தத்துடனும் பார்த்தான். ராவணன் எப்படிப்பட்ட மனிதனாக இருந்திருக்கவேண்டுமென்று நினைத்து வருத்தப்பட்டான். அவர்களது வாழக்கை எப்படியிருந்திருக்க வேண்டும். அப்படிமட்டும் நடந்திருந்தால்...

ராவணன் சிரித்துக்கொண்டே சீதாவின் தட்டை சுட்டிக்காட்டி, 'பேசுவதற்கு நேரம் இருக்கும். இப்போதைக்கு சாப்பிடுவோம்.'

அத்தியாயம் 4

'அண்ணா என்ன சொல்கிறார்?' சத்ருக்னன் கேட்டான்.

அயோத்தியாவின் ராஜ மாளிகையில் பரதனும் சத்ருக்னனும் குடும்ப அறையில் அமர்ந்திருந்தனர். அவர்களது மூத்த சகோதரன் ராமிடமிருந்து ஒரு பறவை மூலம் தூது வந்திருந்தது.

'சேனையைத் திரட்டவேண்டாமென்று கூறுகிறார்.' பதிலளித்தான் பரதன். 'போர் தூண்டாமல் சீதா *அண்ணியை* அங்கிருந்து மீட்க வழியைத் தேட முயற்சி செய்கிறார்கள். வலிமைமிக்க போர் வாளை பயன்படுத்தாமல் அறுவை சிகிச்சைக்கான மெல்லிய கத்தியை பயன்படுத்துவது போல்.'

சத்ருக்னன் முகம் சுளித்தான். 'இது வேலை செய்யுமென்று நம்புகிறேன். ஆனால் நான் அதை மட்டுமே நம்பியிருக்கமாட்டேன்.'

'ராம் அண்ணா படை வீரர்களின் உயிரை காப்பாற்ற முயற்சி செய்துகொண்டிருக்கிறார்.'

'செய்ய வேண்டிய சரியான செயல்..ஆனால் அதில் தவறினால்? நாம் நகர வெகு நேரம் எடுப்போம். இது குறித்து நம் சிற்றரசுகள் என்ன நினைப்பார்கள்? ஏதோ ஒரு அரக்க ராஜா நம் ராணியை கடத்திச் சென்றுவிட்டான். நாம் நம் படையை நகர்த்தவில்லையென்றால்? இப்படி செய்வதனால் நாடு முழுவதிலும் புரட்சியாளர்களை ஊக்குவிப்பது போல் ஆகிவிடாதா?'

பரதன் சத்ருக்னனைப் பார்த்து முறைத்தான். 'போர் திறன் அறிந்த இளவரசனின் மனம் பேசுகிறதா? அல்லது தர்மத்தின் வழி நடக்கும் ஒரு மைத்துனனின் கோபமா?'

'நீங்கள் கோபமாக இல்லையா அண்ணா? அவள் நம் *அண்ணி*.' என்றான் சத்ருக்னன் கோபத்தில் தன் கை முட்டியை இறுக்கியபடி. 'எவ்வளவு தைரியம் இருந்தால் அந்த இலங்கை அரக்கன் இப்படிச் செய்வான்? போர் வீரர்கள் போல் போர் செய்வதுதான் நியாயம். ஆனால் இது... இது *அதர்மம்*.'

பரதன் தலையை அசைத்து ஆமோதித்தான்.

'குடும்ப *தர்மமும்* ராஜ்யத்தின் *தர்மமும்* சொல்வது, நாம் நம் சேனையையும் கப்பற்படையையும் போருக்குத் தயாராக நகர்த்த வேண்டும் என்று,' தொடர்ந்தான் சத்ருக்னன். 'எது எப்படியிருந்தாலும் நமக்கு சில வாரங்கள் தேவைப்படும். ராம் அண்ணா என்ன திட்டம் தீட்டுகிறாரோ அந்த திட்டத்தில் வெற்றிப்பெற வேண்டுமென்று வேண்டிக்கொள்வோம். ஒரு வேளை அதில் அவர் தோற்றுப்போனால் அதே நாளில் நாம் இலங்கைக்குச் செல்வோம்.'

'ஆமாம்' என்றான் பரதன். 'அதற்கான கட்டளை இடுங்கள்.'

'இப்போது உங்களை காண்பது நன்றாக இருக்கிறது.' என்றார் நாரதர் ஹனுமானை அனைத்துக்கொண்டபடி.

சப்த சிந்துவின் முக்கியமான துறைமுக நகரமான லோத்தலை அடைந்திருந்தார்கள் ராம், லக்ஷ்மன், ஹனுமான், வசிஷ்டர் மற்றும் வாயுபுத்ரர்கள். பெரும்பாலானவர்களை விருந்தினர் மாளிகையில் விட்டுவிட்டு உடனே ஹனுமானின் நண்பர் நாரதரை சந்திக்க வசிஷ்டர், ராம் மற்றும் ஹனுமான் சென்றார்கள்.

நாரதர் அற்புதமான வணிகர். ஆனால் கலை, கவிதை மற்றும் முக்கியமாக வம்பு பேசுவதை விரும்புபவர். சப்த சிந்துவின் முக்கிய மற்றும் வலிமையான ராஜ்ஜியங்களிலிருந்து கிடைக்கும் உளவுத் தகவலைவிட சிறந்த தகவல் அவரிடமிருந்து கிடைக்குமென்று ஹனுமான் அவர்களுக்கு தெரிவித்திருந்தான்.

'வெகு நாட்கள் ஆகிவிட்டது!' என்றான் ஹனுமான்.

'ஆமாம்,' புன்னகையுடன் கூறினார் நாரதர், 'நீ என்னை தவிர்க்கிறாய் என்று நினைத்தேன்.'

தன் நண்பனுடன் வந்திருந்த இருவரையும் திரும்பிப் பார்த்தார் நாரதர்.

ஹனுமான் வசிஷ்டரை சுட்டிக்காட்டி, 'இது...'

'கண்டிப்பாக. நான் குரு வசிஷ்டரை அறிவேன்,' என்றார் நாரதர் குனிந்து முனியின் கால்களைத் தொட எத்தனித்தபடி.

'ஆயுஷ்மான் பவ,' என்றார் வசிஷ்டர். நாரதரின் தலை மீது தன் கையை வைத்து நீண்ட ஆயுளுக்கான ஆசீர்வாதத்தை அளித்தபடி.

'ஆ குருஜி...' என்றார் நாரதர். 'சிறிது நேரமே என்றாலும் உணர்ச்சிப்பூர்வமான வாழ்க்கை இருக்கவேண்டும். சலனமும் போராட்டமும் கொண்ட நீண்ட வாழ்க்கையை விட இது சிறந்தது.'

தன் வழக்கமான ஆசீர்வாதத்திற்கு பதில் சொல்லும் வகையில் நாரதர் இப்படி கூறியதைப்பற்றி என்ன நினைப்பதென்று வசிஷ்டருக்குத் தெரியவில்லை. அவர் மௌனமாக இருந்தார்.

கண்களில் குறும்புத்தனமான புன்னகையுடன் நாரதர் தொடர்ந்தார், 'பிரமாதமாக மின்னுவதைப்பற்றி பேசும்பொழுது, நீங்களும் விஸ்வாமித்ரரும் ஏன் இப்படி ஒருவரை ஒருவர் வெறுக்கிறீர்கள்? உணர்ச்சி அல்லது வேட்கையைப்பற்றி பேசும் பொழுது இந்த நந்தினி யார்?'

வசிஷ்டர் ஏற்கனவே நாரதரின் வினோதமான கேளிக்கை குணத்தைப்பற்றி ஹனுமானால் எச்சரிக்கப்பட்டுவிட்டார். இருப்பினும் அவர் திடுக்கிட்டார். லோதலிலிருந்து வந்த வணிகர் இவ்வளவு முன்னோக்கு பார்வையுடன் இருப்பார் என்று எதிர்பார்க்கவில்லை. ஆயினும் ஒரு நொடியில் நாரதர் என்ன செய்கிறார் என்று அவருக்கு புரிந்தது. நகைச்சுவையை உபயோகித்து தகவல் சேகரித்துக் கொண்டிருந்தார். அவரது திறனுக்கு பின்னால் இருந்த ரகசியம் இதுதான்.

'நீங்கள் சொல்வது சரி.' நாரதரைப் பார்த்து வசிஷ்டர் தொடர்ந்தார். 'இவர் ஒரு உபயோகமான நண்பர்.' நாரதரைப் பார்த்து சிரித்தபடி,' உபயோகமான ஆனால் எரிச்சலூட்டும் நண்பர்.'

வசிஷ்டர் எப்படி சுலபமாக மென்மையாக தன் கேள்விக்கான பதிலை தவிர்த்துவிட்டார் என்று பாராட்டி நாரதர் சிரித்தார்.

'நான் உங்களால் மிகவும் கவரப்பட்டேன்.' ராமின் பக்கம் திரும்பி, 'நீங்கள் தான் விஷ்ணுவா?'

ராம் நேரடியாக விஷயத்திற்கு வருபவனாகவும், பிழை இல்லாத நேர்மையுடன், புதிதாக உருவாகியிருந்த நதியின் தூய நீரைப்போல் தெளிவாக இருந்தான். வார்த்தை ஜாலங்களில் கவனத்தை செலுத்துவது அவனுக்கு பிடித்தமானதில்லை; உண்மை மற்றும் நீதியின் மீதே கவனம் செலுத்தியிருந்தான்.

அவை அவனுக்கு எதிராகவே வேலை செய்தாலும். அவன் பதில் நேரடியாக இருந்தது. 'விஷ்ணுக்களை அடையாளம் காணும் அதிகாரம் கொண்ட ஒரே இனம் மலயபுத்ரர்களது இனம். அவர்களால் என் மனைவி சீதா விஷ்ணுவாக அடையாளம் கண்டுகொள்ளப்பட்டுள்ளாள். நாம் அவளை காக்க வேண்டும். அவள் என் உயிர் என்பதனால் மட்டும் அல்ல. அவள் இந்தியத் தாய்க்கு முக்கியமானவள் என்பதினாலும். நீங்கள் எங்களுக்கு உதவப் போகிறீர்களா இல்லையா?'

நாரதர் பல்டி அடித்தார். நேர்மையும் அப்பாவித்தனமும் முதிர்ந்த பெரியவர்களில் அரிதாகவே காணப்படும். அத்தகைய குணாதிசயங்களை கொடுமை செய்து ஒருவரிடமிருந்து எடுக்கும் வழி வாழ்க்கையிடமிருந்தது. அவ்விடத்தில் வெறுப்பும் சிடுசிடுப்புமே விடப்பட்டிருக்கும். சில பெரியவர்கள் அந்தக் கொடுமைக்கு வேறொரு பெயர் கொடுத்துள்ளனர்-முதிர்ச்சி. தன் சுயநலத்தையும், கோழைத்தனத்தையும் மறைக்க ஒரு கருணையுள்ள வார்த்தை. இத்தகைய அரிதான சேர்க்கையான கொந்தளிக்கும் தைரியமும், அமைதியான நேர்மையும், தூய்மையான அப்பாவித்தனத்தையும் பார்ப்பது மிகுந்த மகிழ்ச்சியை அளித்தது... அதுவும் அதிக துன்பங்களை சந்திக்க நேரிட்ட ஒருவரால். *இந்த மனிதன், அயோத்தியாவின் ராஜா, விசேஷமானவன்.*

நாரதர் புன்னகைத்தார். 'உங்களுக்கு உதவுவது எனக்கு பெரும் மதிப்பளிப்பது.'

ஹனுமான் பேசினான். 'நீங்கள் எங்களுடன் வருவீர்களா, என் நண்பரே?'

'ஆமாம். நான் வருவேன்,' பதிலளித்தார் நாரதர். 'ஆனால் நீங்கள் வேறு ஒருவரையும் பொறுத்துக்கொள்ளவேண்டும். முன்னாள் மலயபுத்ரர். அவள் இதற்கு முன்னர் அடிக்கடி இலங்கைக்கு சென்றிருக்கிறாள். எனக்குத் தெரிந்து நம்மை சிகிரியாவிற்குள் அழைத்துச்செல்ல முடிந்த ஒரே நபர்.'

ஹனுமான் முகம் சுளித்தான்.

நாரதர் கதவின் பக்கம் திரும்பி கூவினார், 'சூர்சா!'

ஹனுமான் உறைந்து போனான். சூர்சா நாரதரின் பணியாள். அழகாகவும், வலிமையுடன் தாக்குபவளாகவும், விருப்பத்துடன் நடந்துகொள்ளும் இவள் ஹனுமானை உணர்ச்சிபூர்வமாக காதலித்து வந்தாள்-வாழ்நாள் முழுவதும் ப்ரம்மச்சரியத்தை கடைபிடிக்கும் சபதம் எடுத்துக்கொண்ட நாக வாயுபுத்ரனுக்கு மிகுந்த வருத்தத்தை கொடுத்தாள்.

'ஹன்ஸ்!' கூக்குரலிட்டாள் சூர்சா, அறையினுள் அன்ன நடைபோட்டபடி.

ஹனுமான் நெளிந்தான். அவனுக்கு அந்தப் பெயரே பிடிக்காது.

அடுத்த நாள் விடிகாலை ராவணனும் கும்பகர்ணனும் அசோக வனத்தில் சீதாவின் குடிலுக்கு வந்தனர்.

முந்தைய தினம், இந்தியர்கள் மிகவும் விரும்பும் உணவின் உதவியுடன், அவர்களுக்கு மத்தியில் இருந்த அந்நியர்கள் என்ற தடையை நீக்கியிருந்தனர். நேற்று *போஹா* என்னும் அவலினால் செய்த சிற்றுண்டி. இன்று அரச சமையல்காரர்கள் புதிய உணவு ஒன்றை தயாரித்திருந்தனர்.

நன்கு ஊறிய புளித்த அரிசியும் *உளுந்தும்* கெட்டியாக அரைக்கப்பட்டிருந்தது. இந்த மாவு சிறு வாழை இலைகளில் சுற்றி உருளை குழாய்கள் போன்ற கருவியில் வேக வைக்கப்பட்டன. வாழை இலையில் சுற்றி சாப்பிட கொடுக்கப்பட்ட இவற்றுடன் தேங்காய் சட்னி மற்றும் பருப்பு, புளி மசாலா சேர்த்த திரவம் ஒன்றும் இருந்தது. உடலில் நோய் எதிர்ப்பு சக்தியை அதிகரிக்கும் முருங்கைக்காய் துண்டுகள் அதனுள் முக்கப்பட்டிருந்தன. இந்த உணவை *இட்லி-சாம்பார்* என்று அழைத்தார்கள்.

இந்த உணவிற்காக மீண்டும் அரிசி கோகர்ணாவிலிருந்து வரவழைக்கப்பட்டிருந்தது.

முந்தைய தினம் நடந்து கொண்டது போன்ற நன்னடத்தையினால் சீதாவின் மீது நல்ல தாக்கத்தை ஏற்படுத்தவேண்டிய அவசியம் இல்லையென்று ராவணன் தன் காலை உணவை குளறுபடியாக சாப்பிட்டான். நிஜமாகவே சீரிய நடத்தைக்கொண்ட கும்பகர்ணனோ மெதுவாக, மென்மையாக சாப்பிடுவதைத் தொடர்ந்தான்.

சீதா ராவணனைப்பார்த்து, 'என் தாயைப்பற்றிக் கூறுங்கள்...' என்றாள்.

ராவணன் நிறுத்தி அவளைப் பார்த்தான். ஒரு துண்டை எடுத்து கைகளை சுத்தமாக துடைத்தான். ஏக்கத்துடனான ஒரு புன்னகை அவன் முகத்தில் படர்ந்தது. 'நான் எங்கு துவங்குவேன்? ஒரு பெண் தெய்வத்தை எப்படி விளக்குவது?'

'முதலிலிருந்து துவங்குங்கள். அதுவே நல்ல இடம், எப்போதும்.'

'நான் நான்கு வயதாக இருந்தபோது அவளை சந்தித்தேன்.'

'அவளுக்கு என்ன வயதாகியிருந்தது?'

'எட்டு அல்லது ஒன்பது வயதாக இருக்கலாம் என்று நான் நினைக்கிறேன்... அந்த நேரத்திலிருந்து நான் அவளைக் காதலித்து வந்தேன்.'

'நான்கு வயதில் எப்படி உங்களால் காதலில் விழ முடியும்?'

'உன்னால் முடியும். நீ விரும்புவது *கன்யாகுமாரி* என்றால்.'

'என் அம்மா *கன்யாகுமாரியா*?; கேட்டாள் சீதா ஆச்சரியத்துடன்.

'ஆமாம்,' பதிலளித்தான் ராவணன்.

இந்தியாவின் பல பகுதிகளில் *கன்யாகுமாரி*, *கன்னி தெய்வத்தை* வணங்குவது பழமையான பாரம்பரியமாக இருந்தது. தாய் தெய்வத்தின் அவதாரமாகவே நம்பப்பட்டாள் *கன்யாகுமாரி*. மிகுந்த கவனத்துடன் தேர்ந்தெடுக்கப்பட்ட இளம் பெண்களில் தற்காலிகமாக அவள் தங்குவதாக நம்பப்பட்டது. பிறகு இந்தப் பெண்கள் வாழும் பெண் தெய்வங்களாக வணங்கப்படுவார்கள். குறி சொல்வதற்கும் ஆலோசனைகள் பெறவும் மக்கள் அவர்களை அணுகினார்கள்-ராஜாக்களும், ராணிகளும் கூட அடிக்கடி அவர்களது பக்தர்கள் ஆனார்கள். அவர்கள் பூப்படைந்தபோது, கன்னித்தெய்வம் மற்றுமொரு கன்னிப்பெண்ணின் உடலுக்கு நகர்ந்து விடும். *கன்யாகுமாரிகளுக்கு* என விசேஷமான கோவில்கள் இந்தியாவில் பல இருந்தன.

'எந்தக் கோவிலின் கன்னி தெய்வம் அவள்?'

'கிழக்கு இந்தியாவின் வைத்தியநாதர் கோவில். ஆனால் ஒப்பிடுவதற்கு அப்பாற்பட்டவள் அவள். அது வரை வாழ்ந்த அல்லது இனி தோன்றப்போகிற எந்த ஒரு *கன்யாகுமாரியும்* என்றுமே அவளுக்கு சமமாக முடியாது. நிகரற்றவள் அவள். உன்னதமானவள். கருணைகொண்டவள். தாராளமானவள். தர்மத்தின் வழி நடப்பவள். அவள் தெய்வம் என்ற நிலையிலிருந்து மாறவே இல்லை. அன்னை தெய்வம் அவளை தேர்ந்தெடுத்திருந்தாள் என்பதனால் மட்டும் அவள் எனக்கு பெண் தெய்வமில்லை ஏனென்றால். அவளது குணமே அவளை தெய்வீகமாக்கியது. எல்லா வழியிலும் மிகச்சரியாக. மிகவும் சரியாக...'

சீதா எதையோ பிடித்து கொண்டுவிட்டாள். 'அவள் வைத்தியநாத்தை சேர்ந்தவளா? நான் பிறக்கும் பொழுது அவள் வயது என்னவாக இருந்திருக்கும்?'

'இருபத்தியாறு அல்லது இருபத்தியேழாக இருந்திருக்கலாம்...' பதிலளித்தான் ராவணன்.

தன் வாழ்நாளின் மீதமிருந்த வருடங்களை வாழ்ந்து கழிக்க பல முந்தைய *கன்யாகுமாரிகள்* தங்கள் கோவில்களுக்குத் திரும்பினர்.

'என் வளர்ப்பு பெற்றோர் என்னை த்ரிகுடா மலைக்கு அருகில் கண்டார்கள். வைத்யநாத்திலிருந்து வெகு தூரம் இல்லை.'

அடுத்து வரப்போவதை ராவணனாலும் கும்பகர்ணனாலும் ஊகிக்க முடிந்தது. வெளிப்படையான கேள்வி. தத்தெடுக்கப்பட்ட எந்த ஒரு குழந்தையும் கேட்கும் தெளிவான வெளிப்படையான கேள்வி.

'என் பெற்றோர்கள் ஏன் என்னை கைவிட்டுவிட்டனர்?' சீதா கேட்டாள். 'எனக்காக ஏன் அவர்கள் திரும்பி வரவில்லை? அவர்கள் இப்போது எங்கே இருக்கிறார்கள்? இங்கு *இலங்கையிலா?*'

ராவணன் கீழே பார்த்தான். அவன் கண்களில் கண்ணீர் மேகமாக திரண்டது. பல வருடங்கள் ஆகிவிட்டிருந்தபோதிலும் அந்த கொடூரமான நாளின் நினைவு அவன் இதயத்தை பல லட்சம் துண்டங்களாக உடையச் செய்தது.

சீதா கும்பகர்ணனின் பக்கம் திரும்பினாள். 'ஏன் அவர்கள் என்னை கைவிட்டார்கள், கும்பகர்ணா? தொடர்ந்து அவர்கள் என்னை நிராகரிக்க வேண்டிய அவசியம் என்ன? முப்பத்தியெட்டு நீண்ட வருடங்களில் ஒரு முறை கூட என் தாய் என்னைப் பார்க்க விரும்பவில்லையா? ஒரு உன்னதமான பெண் தெய்வம் மற்றும் அவள் கணவரிடம் எதிர்பார்க்கப்படுவது இதுவா? உனக்கு அவர்களைத் தெரியும் என்று கூறுகிறாய். ஏன் என்று உனக்குத் தெரிந்திருக்கும்.'

'துணிச்சலான விஷ்ணு...; மெதுவாக பேசினான் கும்பகர்ணன். அவன் குரல் துயரத்தில் நடுங்கியது. 'அவர்கள் அப்படிச் செய்யவில்லை... *கன்யாகுமாரி*... அவள்...'

'அவள் எங்கே இப்பொழுது? இங்கு இருக்கிறாளா?

ராவணன் நிமிர்ந்து சீதாவைப் பார்த்தான். அவன் கை, விரல் எலும்பு பதக்கத்தை இறுக்கமாக பற்றியிருந்தது. 'அவள் இங்கிருக்கிறாள்.'

ராவணனின் கழுத்தில் தொங்கிய பதக்கத்தின் மீது சீதாவின் பார்வை விழுந்தது. இரண்டு மனித விரல் எலும்புகள்--- தங்கச்சங்கிலியால் கவனமாக கட்டப்பட்டிருந்தன. விஷயம் புரிந்துபோக, அவள் கண்களில் கண்ணீர் பெருகியது.

தூரத்தில் எங்கிருந்தோ பேசுவது போல் ராவணன் முணுமுணுத்தான், 'நீ பிறந்த சிறிது நேரத்திற்கெல்லாம் வேதவதியும் ப்ரித்வியும் இறந்துவிட்டார்கள்...' ராவணன் நிறுத்தினான். பெருமூச்சு ஒன்றை உள்ளிழுத்து தன்னைத் திருத்திக் கொண்டான். 'வேதவதியும், ப்ரித்வியும் *கொல்லப்பட்டனர்...*'

அவளது கன்னங்களில் கண்ணீர் வழிந்தோட, சீதாவின் கை மேலெழுந்து அவள் வாயை மூடியது.

ராவணன் நிறுத்த விரும்பினான். ஆனால் தன்னிச்சையாக வார்த்தைகள் அவன் வாயிலிருந்து விழுந்தன. அவன் தொடர வேண்டுமென்று அவனுக்குத் தெரியும். வேதவதியின் மகள் உண்மையை அறிய தகுதி உடையவள். 'சில... நான்...' இப்பொழுது அவன் துயரத்தில் நடுங்கிக்கொண்டிருந்தான். 'நான் அவளுக்கு சிறிது பணம் கொடுத்திருந்தேன், ஈகையாக. அந்தக் *கொடியவன்.. நில உரிமையாளரின் மகன்*... அவன் தன் கும்பலுடன் வந்திருந்தான்... அவன் மிரட்டினான்... அவன்... அவர்கள்... கத்திகள்...'

உதவியற்ற நிலையில் சீதா இப்பொழுது அழுது கொண்டிருந்தாள்.

ராவணனால் தொடரமுடியவில்லை.

விசுவாசமுள்ள அவனது சகோதரன் இப்பொழுது அடியெடுத்து வைக்கவேண்டியிருந்தது.

'ராவணன் அண்ணாவை மீட்டுவிட்டதாக நம்பியிருந்தார் வேதவதிஜி. அவனை சரியான பாதையில் மாற்றிவிட்டதாக. அப்படிச் செய்திருந்தாள். அவன்... அவனும் நானும்... நாங்கள் இருவரும்...சில கொடூரமான விஷயங்களை செய்துள்ளோம். உன்னதமான வேதவதிஜி எங்களை மாற்றியிருந்தாள்... சரியான வழி காட்டியிருந்தாள்... அந்தப் பணம்...மீண்டதற்கான முதல் படி அண்ணாவிற்கு, அந்த பணம்... அவர் செய்த முதல் ஈகைச் செயல்... ஒரு மருத்துவமனை கட்டுவதற்கு பயன்பட்டிருக்கவேண்டும்... அந்தக் குற்றவாளிகள் அந்தப் பணத்தை அவர்கள் கேட்டபோது அவள் அதனை கொடுக்க மறுத்துவிட்டாள்.. அதற்கு பதிலாக தான் சேமித்து வைத்திருந்த சொற்ப பணத்தை கொடுப்பதாகக் கூறினாள்...முழுவதுமாக... ஆனால், அண்ணா கொடுத்த பணத்தை அவள் பிரிய விரும்பவில்லை... அவன் தானமாக கொடுத்த பணம்... அது புனிதமானது, என்று சொல்லியிருக்கிறாள்... ராவணன் அண்ணாவின் உள்ளே உறையும் தெய்வத்தை கண்டுகொள்ளும் வாய்ப்பினை ஒப்புவிக்கவில்லை...'

வலி மிகுந்த முனகல் ஒன்று சீதாவின் உதடுகளிலிருந்து தப்பியது. தான் சந்திக்காத நல்லோழுக்கம் மிக்கத் தன் தாய்க்காக அழுதாள். அவள் நாளங்களில் ஓடிய அந்த அற்புதமான பெண்ணிற்காக.

'அவர்கள் ப்ரித்வியை கொன்றார்கள்... அவளைக் கொன்றார்கள்... மேலும் திருடினார்கள்...'

திடீரென்று கோபம் தன் ரத்த நாளங்களில் பாய்வதை சீதா உணர்ந்தாள். கண்மூடித்தனமான கோபம். 'அந்த ஆட்களை நீங்கள் என்ன செய்தீர்கள்?

என்ன செய்தீர்கள்?'

'அவர்களுக்கு கொடுமைகள் இழைத்தோம். கொன்று விடும்படி அவர்களை கெஞ்சச் செய்தோம்.'

'ஒவ்வொரு அயோக்கியனையும்,' என்றான் ராவணன். பல வருடங்கள் கழிந்திருந்தாலும், இன்னமும் பெருங்கோபத்தில் சீறினான். 'அவர்களை உயிருடன் துண்டங்களாக வெட்டினோம். அவர்கள் உயிருடன் இருந்தபோதே எரித்துவிட்டோம். எலும்புகள் தெரியும்வரை நன்கு வறுத்துவிட்டோம்.'

சீதாவின் உடல் இப்போதுதான் சற்று திருப்தி அடைந்தது.

'பிறகு முழு கிராமத்தையும் கொன்று குவித்தோம். சில அற்ப காசுகளுக்காக அவர்களது பெண் தெய்வம் கொல்லப்படும் பொழுது நின்று வேடிக்கை பார்த்திருக்கிறார்கள்! அனைவரையும் கொன்றுவிட்டோம்! காட்டு விலங்குகள் கடித்துத் தின்ன அங்கேயே அவர்களை விட்டுவிட்டோம்.'

தன் கண்களிலும் அதே அனல் பறக்கும் கோபம் பிரதிபலிக்க சீதா இலங்கை அரசனை முறைத்துப் பார்த்தாள்.

தன் இதயத்துடிப்பை மெதுவாக ஆக்க முயற்சி செய்தபடி ராவணன் தன் கண்களை மூடிக்கொண்டு ஆழ்ந்த மூச்சு விட்டான்.

சீதாவும் தன் கண்களை மூடிக்கொண்டாள். தன் கண்ணீரை துடைத்துக்கொண்டாள். மேலும் சில துளிகள் அந்த இடத்தை எடுத்துக்கொள்ள அவள் முகம் மீண்டும் ஈரமானது. ராவணன் பேசுவதை கேட்டு அவள் கண்களைத் திறந்தாள்.

'அப்பாலிலிருந்து கூட அவள் எனக்கு உதவ முற்பட்டாள்,' என்றான் ராவணன்.

சீதா ராவணனை பார்த்தாள். *எப்படி?*

ராவணன் தன் வலது கையைப் பார்த்தான். நடந்து முடிந்த ஒன்றைப்பற்றி நினைத்தான். அது எப்போதும் இருக்கும் ஒன்று... அவன் வேதனை நிறைந்த வாழ்வின் முக்கியமான ஒன்று. 'நான் க...க...*கன்யாகுமாரியை* ஒரு முறைதான் தொட்டிருக்கிறேன். என் கைகளை அவள் ஒரு முறை ஏந்தியிருக்கிறாள்... ஒரு நொடி... ஒருஆயுள் காலம்.... அந்த ஒரே முறை அவள் என்னைத் தொட்டாள்.'

தன் சகோதரனின் கைகளை மெதுவாக பிடிக்க கும்பகர்ணனின் கண்களிலிருந்து கண்ணீர் வழிந்தது.

'முழு வேத வழியில் நடத்தப்படும் தகனத்தில் எது மிஞ்சுகிறது என்று உனக்குத் தெரியுமா?' என்று கேட்டான் ராவணன் தன் கேள்விக்கு தானே பதில் கூறும் முன்னர். 'கிட்டத்தட்ட ஒன்றுமே இல்லை... மண்டை ஓட்டின் சில துண்டுகள்... முதுகுத் தண்டில் சில துண்டங்களாக இருக்கலாம். வேறொன்றுமில்லை... ஆனால், கன்யாகுமாரி... வேதவதி. அவள்... எனக்காக தன் கையை விட்டிருந்தாள். எந்தக் கையைக் கொண்டு என்னை ஒரு முறை தொட்டாளோ. இரண்டு விரல்கள்... எப்போதெல்லாம் நான் தொலைந்தவனாய் தனிமையில் இருக்கிறேனோ அப்போதெல்லாம் அவள் கையை என்னால் பிடித்துக்கொள்ள முடியும்.'

ராவணனின் கழுத்தைச்சுற்றி தொங்கிய பதக்கத்தை உற்று நோக்கினாள் *சீதா*.

'நான் எப்பொழுதுமே வியந்தேன்... அவள் ஏன்... ஏன் இரண்டு விரல்களை விட வேண்டுமென்று? இப்பொழுது எனக்குத் தெரியும்.'

சங்கிலியை விடுவித்து பதக்கத்தை கழற்றினான். ஒரு விரலை தனக்காக வைத்துக்கொண்டான். 'அவள் தேவையை உணர்பவன் நான் ஒருவன் மட்டுமல்ல... அவள் கையை ஏந்த ஏங்கும் ஒரு உயிர் நான் மட்டுமல்ல...'

ராவணன் முன்னால் சாய்ந்து வேதவதியின் ஒரு விரலின் மிச்சத்தை சீதாவிடம் கொடுத்தான்.

தாயின் அரவணைப்பை உணர்ந்தபோது சீதா தன் உடலில் மின்சாரம் பாய்வதைப்போல் உணர்ந்தாள். விரலை தன் நெற்றிக்கு எடுத்துச் சென்றாள் தன் மரியாதையை செலுத்துவது போல். அது ஒரு ஆழமான தூய நினைவுச் சின்னம். அதனை மெதுவாக முத்தமிட்டு இறுக பிடித்துக்கொண்டாள். நிமிர்ந்து ராவணனைப் பார்த்தாள்.

அவர்கள் இருவரும் அழுது கொண்டிருந்தார்கள்.

ஏனென்றால் அவர்கள் இருவரும் தாங்கள் தொலைத்ததை மீண்டும் பெற்றுவிட்டார்கள்.

அவர்களது பெண் தெய்வம்.

கன்யாகுமாரி.

வேதவதி.

அத்தியாயம் 5

'படையைக் கிளப்ப வேண்டாமென்று நான் அவனுக்கு கட்டளையிட்டு விட்டேன்,' என்றான் ராம். மகிழ்ச்சியற்ற பாவமொன்று அவன் முகத்தில் விரிந்தது.

ராம், வசிஷ்டர், லக்ஷ்மன், ஹனுமான் மற்றும் நாரதர் மேற்கு சமுத்திரத்தில் நடு அளவிளான கப்பலில் இருந்தனர். மேல் தளத்தில் அவர்கள் குழுமியிருந்தனர். சூர்சா தன் அறையில் தூங்கிக்கொண்டிருந்தாள். கொங்கன் கரையை விட்டு நகர்ந்திருந்தனர். இப்பொழுது மலபார் கரையோரத்தில் பயணித்துக் கொண்டிருந்தனர்-- இந்திய தீபகற்பத்தின் கீழ் மேற்குப் பகுதி. நாற்பது வீரர்கள் அவர்களுடன் இருந்தனர். அவர்களுள் முப்பது பேர் பரிஹன் வாயுபுத்ரர்கள்.

'ம்ம்ம்ம்... அதைத்தான் நீங்கள் தெளிவாக ஆணையிட்டதாக கேள்விப்பட்டேன்,' என்றார் நாரதர் தொய்ந்த குரலில். 'ஆனால், உங்கள் இளைய சகோதரர் உங்களை மதிக்கவில்லை. தன் படையை நகர்த்துவது என்னும் திட்டத்தில் முன்னால் செல்கிறார்.'

'இலங்கைக்குச் செல்லும் உங்கள் பணி வெற்றிபெறாது என்று நம்புகிறாரோ என்னவோ, ஹனுமான்,' என்றார் வசிஷ்டர், நாக வாயுபுத்ரனைப் பார்த்தபடி.

'ஆனால் அதனை தீர்மானிக்க வேண்டியது பரதன் இல்லை,' என்றான் ராம், இடைமறித்து.

'நல்ல சகோதரன் தன் மூத்த சகோதரனின் வார்த்தைகளை கண் மூடித்தனமாக பின்பற்றமாட்டான்,' என்றார் நாரதர்.

'தன் சகோதரனுக்கு நல்லது என்று தோன்றுவதையே செய்வான், அவர் வார்த்தைகளுக்கு கட்டுப்படாமல் நடப்பது என்றாலும்.'

'நம் பணி தோற்றுப் போகும் என்று நீங்கள் எதிர்பார்த்தால் சூர்சாவை ஏன் என்னை இலங்கைக்கு அழைத்துச்செல்ல சொல்லியிருக்கிறீர்கள்?' ஹனுமான் கேட்டான்.

'நாம் எதை குறித்தும் உறுதியாக இருக்கமுடியாது, ஹனுமான்,' என்றார் நாரதர், 'குறைந்தபட்சம் இந்த நுட்பமான செயல்பாட்டை. நாம் கண்டிப்பாக முயற்சி செய்ய வேண்டும். அப்பாவி உயிர்களைக் காப்பாற்ற சிறிய வாய்ப்பு இருக்குமென்றாலும், நாம் அதற்காக குறைந்தபட்சம் முயற்சியாவது செய்யவேண்டும். ஆனால் அதன் சாத்தியம் நீண்டது. பரதன் செய்வது சரி. உங்கள் பணி தோற்றுவிட்டால், நாம் சேனையை சீக்கிரமே நகர்த்தவேண்டும். அந்த நேரத்தில் சேனையை நகர்த்தி மாதங்களை வீணடிக்க நாங்கள் விரும்பவில்லை.'

இதனை சொல்லும் போது நாரதர் ராமைப் பார்த்தார். ராமின் முகத்தில் வினோதமான ஒரு பாவம் இருந்தது. வனவாசத்தில் இருக்கும் தன் தமையனின் வாக்கிற்கு கட்டுப்படவில்லையென்று ஒரு சலனமும் சகோதரனின் பாசத்துடன் தனக்காகவும் சீதாவிற்காகவும் அன்போடு சண்டையிடுவான் என்பது போன்ற தோற்றமும் கலந்திருந்தது.

'எது எப்படியோ,' என்றான் ஹனுமான். 'நான் சில வீரர்களுடன் சிகிரியாவிற்குள் ரகசியமாக நுழைந்து சீதாவை மீட்கும் வரை நீங்கள் சூர்சாவுடன் சபரிமலை கோவிலில் காத்திருங்கள். கப்பல் ஆலப்புழாவில் நிறுத்தப்பட்டிருக்கும். நீங்கள் அங்கு இறங்கிக்கொள்ளலாம். என் வாயுபுத்ர வீரர்கள் உங்களை கோவில் கிராமத்திற்குள் வழிநடத்திச் செல்வார்கள். காட்டு தேவதை உங்களுக்கு அடைக்கலம் கொடுப்பாள். ஆலப்புழாவிலிருந்து நானும் சூர்சாவும் எங்கள் வீரர்களுடன் மேலே செல்வோம்.'

பிரபலமான சபரிமலை கோவில் முந்தைய மஹாதேவின் மகன் ஐயப்ப ஸ்வாமியின் கோவில். ருத்ர பகவான் மற்றும் மோஹினி அவதாரத்தில் விஷ்ணு ஆகியோருக்கு அர்பணிக்கப்பட்டுள்ளது. தாற்காலிக *சந்நியாசமும்*, *துறவரமும்* எடுத்துக்கொள்வதாக சபதமெடுத்து இந்தியாவின் பல்வேறு பகுதிகளிலிருந்து பக்தர்கள் அந்தக் கோவிலுக்கு புனித யாத்திரை மேற்கொண்டனர். காட்டுவாசியான பெண்மணி சபரியின்

வழிகாட்டுதலின் பேரில் அங்கிருந்த காட்டுவாசி மக்கள் சமூகம் அந்த கோவிலை பராமரித்து வந்தது. கோவிலை சுற்றியிருந்த சமூகத்தின் செயல்களையும் அவர்களே கவனித்து வந்தார்கள்.

'சபரிமலை கோவிலுக்கு சென்று மரியாதை செலுத்த நான் விரும்புவேன் ஆனால் என்னால் முடியாது,' என்றான் ராம். 'நான் இலங்கைக்கு வருகிறேன்.'

ஹனுமான் ராமை பார்த்துவிட்டு பின்பு வசிஷ்டரைப் பார்த்தான்.

முதலில் பேசியது வசிஷ்டர்தான். 'உன்னால் போக முடியாது ராம்.'

ராமின் பதில் எளிமையாகவும் நேரடியாகவும் இருந்தது. 'சீதா என் மனைவி. அவளைக் காக்கவேண்டியது நான்.'

'உன் எண்ணம் உன்னதமானது ராம். ஆனால் நீ உன்னை எந்த ஆபத்திலும் ஈடுபடுத்திக்கொள்வதை எங்களால் அனுமதிக்க முடியாது.'

'மரியாதையுடன் கூறிக்கொள்கிறேன் குருஜி..., அதனை நீங்கள் தேர்வு செய்ய முடியாது.'

'மரியாதையுடன் கூறிக்கொள்கிறேன் ராஜா ராம்,' என்றான் ஹனுமான். 'அது உங்களுடைய தேர்வும் கூட அல்ல.'

ராம் வெகுவாக கவலைப்படலானான். ஆனால் அவனது முகமும் குரலும் அவனது நல்ல குணத்தைப்போல அமைதியாக இருந்தது. 'இது என் வாழ்க்கை. அவள் என் மனைவி. இது வேறு எப்படி....'

ஹனுமான் பேச்சை வெட்டி நடுவில் புகுந்தான். 'நீங்கள் ஒரு கணவன் மட்டுமல்ல, ராஜா ராம். அயோத்தியாவின் ஏதோ ஒரு அரச குடும்பத்தினர் மட்டும் அல்ல. எங்களைப்போன்ற வாயுபுத்ரர்களால் விஷ்ணுவாக அடையாளம் காணப்பட்டவர். எங்களால் இதை அனுமதிக்க முடியாது...'

இப்போது ஹனுமானின் பேச்சில் குறுக்கிட ராமின் முறை. 'என்னைக் குறித்து இவ்வளவு உயர்வாக எண்ணுவதற்கு அனைத்து வாயுபுத்ரர்களும் என்னுடைய நன்றியை தயவு செய்து ஏற்றுக்கொள்ள வேண்டும். ஆனால், விஷ்ணுவை அடையாளம் காணும் அதிகாரம் மலயபுத்ரர்களிடம் மட்டுமே உள்ளது. அவர்கள் சீதாவை விஷ்ணுவாக அடையாளம் கண்டுகொண்டுவிட்டார்கள். விஷ்ணுவை காப்பது உங்கள் இலக்காக இருந்தால்கூட, என் எண்ணப்படி நீங்கள் செயல்படவேண்டும். அதுவே விவேகமான தேர்வு.'

'ராஜா ராம்,' என்றான் ஹனுமான், 'இதில் மேற்கொண்டு எந்தவித வாக்குவாதமும் இருக்க முடியாது. நீங்களும் விஷ்ணுவாக அடையாளம் காணப்பட்டுள்ளீர்கள்.'

'நீயும் உடன் செல்வது விவேகமான தீர்மானம் என்று நீ நினைக்கலாம், ஆனால் அது உண்மையல்ல,' என்றார் வசிஷ்டர் ராமிடம்.

பல காலம் முன்பு *குருகுலத்தில்* வசிஷ்டர், முடிவுகள் எடுக்க மூன்று விஷயங்கள் தூண்டுதலாக இருக்கவேண்டுமென்று ராமுக்கு கற்றுக்கொடுத்திருந்தார்: ஆசை, உணர்ச்சி மற்றும் நுண்ணறிவு. இவை மூன்றும் படிநிலையில் அமைக்கப்பட்டுள்ளது. கீழே ஆசை, மேலே நுண்ணறிவு. ஆசைகளையும் உணர்ச்சிகளையும் சில சமயங்களில் முடிவுகள் எடுக்க தூண்டுதலாக இருக்க அனுமதிக்கலாம். ஆனால், உணர்ச்சிகளை ஒதுக்கி ஆசை மட்டுமே காரணமாக இருக்க அனுமதிக்கக்கூடாது. அதுபோல நுண்ணறிவை உணர்ச்சிகள் ஜெயித்து விடக்கூடாது. நம் நடத்தையையும் தீர்மானங்களையும் நுண்ணறிவுடன் செயல்பட அனுமதிப்போமேயானால் விவேகமாக வாழும் வாய்ப்பு நம்மிடம் இருக்கும். 'நீ உன் உணர்ச்சிகளால் உந்தப்படுகிறாய் ராம். அமைதியாக சிந்தி, உன் நுண்ணறிவைக்கொண்டு, நம்மிடம் இருக்கும் அனைத்து தகவலையும் கருத்தில் கொண்டு. பிறகு முடிவு செய்.'

'அதோடு,' என்றான் ஹனுமான், 'இது ராவணனின் திட்டமாக இருக்கும். ஒரு வேளை இரண்டு விஷ்ணுவையும் அவன் கொன்றுவிட்டால் அல்லது அதைவிட மோசமாக, இரண்டு விஷ்ணுவையும் சிறை பிடித்துவிட்டால், இந்தியத் தாயின் கதி அதோகதிதான். நம் தாய்நாட்டின் கடந்தகாலத்தை அழித்திடுவான் என்பது மட்டுமில்லாமல் அதன் வருங்காலத்தையும் சிதைத்து விடுவான். இந்தியத் தாய்க்கு ஒரு கடமை இல்லையா? தாயும், தாய்நாடும் சொர்கத்தைவிட பெரிது என்று நீங்கள் ஒருமுறை என்னிடம் சொல்லவில்லையா!'

ராம் அமைதியாக இருந்தான். ஹனுமானிடம் கூற அவனிடம் எந்த பதிலும் இல்லை.

வசிஷ்டர் மென்மையாக அவனது தோளைத் தொட்டார். 'நீ உயிருடன் இருக்கும் வரை ராவணன் சீதாவை கொல்வதில் ஆர்வம் காட்டமாட்டான். ராவணன் கணக்கிட்டு வியாபாரம் செய்யும் வணிகன். மலயபுத்ரர்களிடம் இருக்கும் மருந்து அவனுக்கு வேண்டுமென்று எனக்குத் தெரியும். அதற்காக அவர்களை மிரட்டினான். ஒரு போர் மூளவேண்டுமென்பதுதான் உண்மையில் ராவணனின் விருப்பம். அந்த போரினைத் தடுக்கத்தான் நாங்கள் சீதாவை அமைதியாக அங்கிருந்து வெளியேற்ற விரும்புகிறோம். ஆனால் இப்போது நீ இதனுள்

விரைந்தால் நீயும் சீதாவும் சிறைப்படுத்தப்பட்டு அவர்களது கிடங்கில் தள்ளப்பட்டால், போர் தவிர்க்க முடியாத ஒன்றாக ஆகிவிடும். பகுத்தறிவுடன் யோசி. விவேகமாக முடிவு செய். ஹனுமானும் சூர்சாவும் செல்லட்டும்.'

ராம் மெதுவாக கீழே பார்த்தான். கண்களுக்கு மேல் ஒரு நிழல் தோன்றியது.

அவன் சரணடைந்தான்.

—— ஜீ யம் ——

அசோக வனத்தின் மேல் சூரியனின் ஒளி படர்ந்தது. அது ஒரு அழகான காலை. காற்று வெப்பமாக இருந்தது. அது மென்மையாக வீசியது. ஊதா, ஆரஞ்சு, ரோஜா நிறப் பூக்கள் ஒன்றாக அசைந்தன, அதன் மேலிருந்த பனித்துளியை அசைத்து தள்ளுவது போல். அங்குமிங்குமாக அணில்கள் ஒன்றையொன்று துரத்திக்கொண்டு ஓடின. ராவணன், கும்பகர்ணன் மற்றும் சீதா காலை உணவு உண்ண உட்கார்ந்திருந்தார்கள். இது இப்பொழுது தினசரி சடங்காகிவிட்டது. அவர்கள் அனைவரும் அதனை எதிர்பார்த்திருந்தனர்.

கிட்டத்தட்ட சாப்பிட்டு முடித்து விட்டிருந்தார்கள். அதோடு எது முக்கியமோ அது துவங்கிவிட்டது.

உரையாடல்.

'அது வந்து...' ராவணன் பின்னால் சாய்ந்து கொண்டு பேசுவதை நிறுத்தினான். மேலே வானத்தை நோக்கிப்பார்த்து ஆழ்ந்த மூச்சு ஒன்றை எடுத்தான். தன்னை ஆசுவாசப்படுத்திக்கொள்வதுபோல். 'நேற்றைய தினம் மாற்றத்தை விளைவித்தது சீதா... வேதவதியைப் பற்றி பேசுவது... எனக்குள் ஆழமாக புதைக்கப்பட்டிருந்த சோகம்... இத்தனை காலம்... அதைப்பற்றி பேசுவது... அழுவது... வெளிப்படுத்துவது... அது உதவியாக இருந்தது. நான் உணர்கிறேன்... நான் லேசாக உணர்கிறேன்...'

ராவணன் சீதாவைப் பார்த்தான். 'நன்றி.'

சீதா புன்னகைத்து அவன் மீது பார்வையை வைத்தாள், அவள் கண்கள் ஈரமாயின.

கும்பகர்ணன் ஆழமாக சுவாசித்து தன் அண்ணனின் கால் முட்டியை தட்டிக்கொடுத்தான்.

'அண்ணா, அது உதவியது. எனக்கும் உதவியது. உங்களது சோகத்தைப் போன்ற எதையும் நான் உணரவில்லையென்றும் சொல்லவேண்டும்... ஆனால் அந்த பயங்கரமான நாளின் தழும்புகளை நான் இன்றும் என்னுடன் சுமக்கிறேன்.' கும்பகர்ணன் சீதாவின் பக்கம் திரும்பினான். 'நான் அடிக்கடி அண்ணாவிடம்

அதைப் பற்றி பேச முயற்சி செய்திருந்தேன், அவரை இந்த சோகத்திலிருந்து வெளியே கொண்டுவர. ஆனால், பல பத்து வருட காலங்களுக்கு மேலாக நான் செய்ய முயன்றதை நீங்கள் சில நாட்களில் செய்து முடித்துவிட்டீர்கள், ராணி சீதா.'

சீதா புன்னகைத்தாள். 'நான் எதுவும் செய்யவில்லை. அது என் முகம். என் தாயின் முகம்.'

'இல்லை,' என்றான் கும்பகர்ணன். 'நீங்கள் அவள் ஆன்மாவை உங்களுக்குள் தூக்கிச் செல்கிறீர்கள். தன் இருப்பால் மட்டுமே விஷயங்களை செம்மைப்படுத்தும் மந்திர சக்தி அவளிடம் இருந்தது. அதே திறன் உங்களுக்குள்ளும் இருக்கிறது... மலயபுத்ரர்கள் நன்றாக தேர்வு செய்திருக்கிறார்கள்.'

சீதா மென்மையாக சிரித்தாள், ஆனால் எதுவும் சொல்லவில்லை.

'உங்களுள் மகத்துவத்தைப் பார்க்கிறேன் ராணி சீதா,' தொடர்ந்தான் கும்பகர்ணன். 'நீங்கள் பிரமாதமான விஷ்ணுவாக இருப்பீர்கள். உங்களிடம் வலிமை, தைரியம், விவேகம் மற்றும் கருணை இருக்கிறது. உங்களிடம் உறுதியும் தீர்மானமும் உள்ளது.'

ராவணன் கும்பகர்ணனைப் பார்த்து புன்னகைத்து, சீதாவின் பக்கம் திரும்பினான். 'மிகவும் முக்கியமாக, உனக்கு சோகம் தெரியும்... மிகவும் வலிமை வாய்ந்த உணர்ச்சி. உண்மையான மகத்துவத்தின் ஆதாரம்.'

சீதா முகம் சுளித்தாள். *என்ன?*

'நான் புத்தகம் ஒன்றில் ஒருமுறை படித்தேன்,' ராவணன் தொடர்ந்தான், 'வாழ்க்கையை முன்னே நகர்த்தும் இயந்திரங்களாக சோகமும் துன்பமும் அமைய முடியுமென்று. மகிழ்ச்சி என்பது அதிகமாக மதிக்கப்படும் ஒன்று. வெறுப்பு, கண்டிப்பாக நாசம் செய்வது.'

'இதில் எந்த அர்த்தமும் தோன்றவில்லையே?' சீதா கேட்டாள். 'வெறுப்பு நாசப்படுத்தும் என்று நான் ஒப்புக்கொண்டாலும், சோகம்? நிஜமாகவா?'

'ஆமாம், நிஜமாக. அது அர்த்தமுள்ளது. நீ அறிந்த சிறந்த மனிதர்களைப் பற்றி சிந்தி.' ராவணன் நெஞ்சை அகலமாக்கி முன்னிறுத்தினான், தலையை பின்னால் கொண்டு சென்றான், சவாலை ஏற்றுக்கொண்டு.

சீதா தன் கண்களை குறுக்கி ராவணனை உற்றுப் பார்த்தாள். அவளைப் பெற்ற தாயின் எந்த பணிவும் அவளுக்குள் இல்லை. கொடூரமான நேர்மையுடன் இருப்பதில் எந்த தயக்கமும்

இல்லை. அவள் கண்கள் தன் எண்ணங்களை பிரதிபலித்தன. *சிறப்பு? நீங்கள் சிறந்தவர் என்று நினைக்கிறீர்களா? நிஜமாகவா?*

ராவணன் அவள் பார்வைக்கு பதிலளித்தான். 'சிறந்தது என்றால் நல்லது இல்லை சீதா. சிறந்தவர் என்றால் அந்த மனிதர் உலகத்தின் மீது நல்ல தாக்கத்தை ஏற்படுத்தியவர் என்று மட்டுமே அர்த்தம். இப்போது, சிறந்த மனிதர்களுடன் பாதிப்பு நல்லதாகவோ அல்லது தீயதாகவோ இருக்கலாம். ஆனால் இதனைத் தெரிந்துகொள்: மகிழ்ச்சியாக இருப்பவர்கள் சிறந்தவர்களாக இருக்க முடியாது.'

சீதா ஒப்புக்கொள்ளவில்லை. 'பாருங்கள் ராவண்ஜி. நிஜமாகவே நீங்கள் அதனை நம்புகிறீர்களா? என் வளர்ப்புத்தாய் சுனைனா சிறந்த பெண்மணி. அவள் மிதிலை நகரத்தை சீர்திருத்தினாள். அதற்கு அமைதியும் செழிப்பும் கொண்டுவந்தாள். பலருக்கு உதவினாள். என்னை வளர்த்தாள். எனக்கு திசை காட்டினாள். எனக்கு வலிமையும் ஊக்கமும் அளித்தாள்.'

'ஆனால் அவள் மகிழ்ச்சியாக இருந்தாளா?'

'அவள் எப்போதுமே சிரித்துக்கொண்டிருந்தாள். அவள்...'

ராவணன் சீதாவை இடைமறித்தான். 'என் கேள்விக்கு அது பதிலில்லை. மன அழுத்தத்தில் தவிப்பவர்கள் எப்போதும் அழுவார்கள் அல்லது மனம் தளர்வார்களென்று உலகத்தினர் கருதுகின்றனர். ஆனால் அப்படியில்லை. மன அழுத்தத்தில் இருப்பவர்கள் புன்னகைப்பார்கள். நிஜத்தில், தேவைக்கு அதிகமாக புன்னகைப்பார்கள். உலகத்திடமிருந்து தன் சோகத்தை மறைக்க.'

சீதா பதிலளிக்கவில்லை.

'ராணி சுனைனாவுடன் உங்களது கடைசி தருணங்கள் எப்படியிருந்தன? அவர் வெகு காலம் முன்பே, உங்களது இளம் வயதிலேயே இறந்துவிட்டார் என்று எனக்குத் தெரியும். சரிதானே?'

சீதா ஆமோதித்தாள். 'ஆமாம்.'

'அப்போது, தன் மரணப்படுக்கையில் அவர் உங்களிடம் என்ன சொன்னார்?' ராவணன் கேட்டான்.

'உங்களை சந்தோஷமாக இருக்கச் சொன்னாரா? அமைதியாக? சமாதானமாக? மகிழ்ச்சியுடன்?'

சீதா தன் தாயின் வார்த்தைகளை நன்றாக நினைவு வைத்திருந்தாள். *என் இழப்பை நினைத்து வருத்தப்பட்டு உன் வாழ்க்கையை வீணடிக்காதே. விவேகமாக வாழ்ந்து என்னை பெருமைப்படச் செய்.*

'என்னால் அவள் பெருமைப்பட வேண்டும் என்று சொன்னாள்,' என்றாள் சீதா.

ராவணன் அவளை நோக்கி ஆள் காட்டி விரலை குறியிட்டான். 'ஆஹா! சிறந்தவர்களுக்கும் சந்தோஷமானவர்களுக்கும் அதுதான் வித்தியாசம். சிறந்தவர்கள் எப்போதுமே போராடிக்கொண்டிருப்பார்கள், சாதனைகள் புரிந்து கொண்டிருப்பார்கள். அவர்களுக்குள் ஒரு அசுரன் இருந்துகொண்டு அவர்களை ஓய்வெடுக்கவிடாததுபோல். அவ்வளவு வலிமையானவன் அந்த அசுரன். நாள்தோறும் வளர வேண்டுமென்றும், இறப்பதற்கு பின்னாலும் மேலும் மேலும் சாதனைகள் புரிவதையும் விரும்ப வைக்கும். அதனால், அவர்களை சுற்றியிருக்கும் மற்றவர்களும், குறிப்பாக தான் காதலிப்பவர்களும் சிறந்தவர்களாக இருக்கவேண்டுமென்று விரும்புவார்கள். மகிழ்ச்சி எதேச்சையாக கிடைப்பது, அவர்களது வாழ்வின் நோக்கம் அதுவல்ல. மாறாக, மகிழ்ச்சியாக இருப்பவர்கள் திருப்தியுடன் இருப்பவர்கள். தங்களிடம் இருப்பதை வைத்து திருப்திப்படுபவர்கள். அவர்களது புன்னகை உண்மையானதாக இருக்கும், கண்களில் தெரியும். அவர்களது இதயம் லேசாக இருக்கும். தங்களைச் சுற்றி இருப்பவர்கள் அனைவரிடமும் நன்றாக நடந்துகொள்பவர்கள். மற்றவர்கள், குறிப்பாக தாங்கள் காதலிப்பவர்கள் மகிழ்ச்சியுடன் இருக்க வேண்டுமென்று விரும்புபவர்கள். தங்கள் வாழ்க்கை ஆசீர்வதிக்கப்பட்டதாகவோ அல்லது சாபம் பெற்றதாகவோ இருந்தாலும் அதனை ஏற்றுக்கொண்டு திருப்தி அடைபவர்கள். அடிப்படையில், அவர்களது *மந்திரம்*: உலகத்தை மாற்றுவதை விட உன் மனதை சமாளித்து மகிழ்ச்சியாக இரு. சிறப்பான மனிதர்கள் உலகத்தை மாற்ற விரும்புவார்கள். சந்தோஷமான மனிதர்கள் வாழ்க்கை அவர்கள் பக்கம் எறிவதை, தங்கள் மனது ஏற்றுக்கொள்ள வேண்டுமென்று விரும்புபவர்கள். ஏனென்றால், தங்களது சிறிய கூட்டில் அவர்களால் மகிழ்ச்சியாக இருக்க முடியும். போதைப் பொருளை உபயோகித்தவர்கள் போல்.'

'ஓ! சரி சரி!'

'இல்லை, நான் சொல்வது உண்மை,' என்றான் ராவணன். 'மகிழ்ச்சி போதை மருந்தை போன்றது. முடிவான குறிக்கோளாக அமைகிற மருந்து. வாழ்க்கையை இருப்பதுபோல் ஏற்றுக்கொள்ள வைக்கிறது. இந்த மருந்தை மனதில் ஊசியாக போட்டுக்கொள். அதனால் ஆனந்தம் அடை. எதையும் சாதிக்க வேண்டாம், எதையும் மாற்ற வேண்டாம். மகிழ்வான மூடனாக இரு.'

'கேளுங்கள்...'

ராவணன் சீதாவை இடைமறித்தான். 'ஆனால், சோகம் மறுபக்கத்தில் உங்களை பைத்தியமாக்கும். எதனாலும் உங்களை திருப்திப்படுத்த முடியாது. எதனாலும். அந்த சோகத்தை வாழ்க்கையிலிருந்து நீக்குவது எப்படி? உலகத்தை மாற்றி

என்று நீங்கள் நினைக்கிறீர்கள்... எவ்வளவுதான் மாற்றினாலும் உங்களால் மகிழ்ச்சியடைய முடியாது. ஏன்? மகிழ்ச்சியாக இருக்க ஒரே வழி, போதையில் இருப்பது. உங்களது சொந்த மனதை சமாளித்து, உலகத்தை மாற்றுவதை விட.. அதனால்தான் மாற்றத்தை கொண்டுவருபவர்கள் மகிழ்ச்சியற்றவர்கள், சோகமானவர்கள்.'

சீதா தன் கண்களைக் குறுக்கினாள். 'நான் கடந்த பதிமூன்று ஆண்டுகளாக ராமுடன் மகிழ்ச்சியாக இருக்கிறேன். நாடு கடத்தப்பட்ட இந்த வருடங்கள்தான் என் வாழ்வில் மிகுந்த மகிழ்ச்சிகரமானவை. ராமும் என்னிடம் இதையேதான் சொல்வார்.'

'அப்படி எதைத்தான் இந்த பதிமூன்று வருடங்களில் நீங்கள் சாதித்துவிட்டீர்கள்?'

சீதா எதுவும் சொல்லவில்லை. ஆனால், பதில் தெளிவாக இருந்தது. *அதிகமில்லை.*

ராவணன் தொடர்ந்தான். 'மகிழ்ச்சியாக இருக்க விரும்புவதில் தவறு எதுவுமில்லை. பலர் அந்தத் தேர்வை செய்கிறார்கள். ஆனால், அதற்காக நீங்கள் எதனை விட்டுக்கொடுக்கிறீர்கள் என்று பார்க்க வேண்டும் – சிறப்பாக வாழும் வாய்ப்பை விட்டுக் கொடுக்கிறீர்கள்.'

சீதாவின் முகத்தில் சிறிய புன்னகை ஒன்று இருந்தது. மகிழ்ச்சியை தேர்வு செய்த தன் தோழி ராதிகாவைப் பற்றி நினைத்துக்கொண்டிருந்தாள்.

'சூரியனைப் பற்றி சிந்தி,' என்றான் ராவணன். 'எல்லாவற்றிற்கும் மேலாக, இது ஒரு பிரம்மாண்டமான கதிரியக்க நெருப்பினாலான பந்துதான். அதனுள் மரணம் மட்டுமே உள்ளது. அன்னை பூமி, அதிலிருந்து எட்டுநிமிட ஒளி வேக தூரத்தில் மட்டுமே உள்ளது. சூரியனால் வாழ்க்கை சாத்தியமாகியுள்ளது. சோகத்தில் துடிப்பவனைப்போல் உள்ளது சூரியன், தன் துயரத்தால் தன்னை எரித்துகொண்டு. ஆனால் அவனது துயரம் சிறிது தூரத்தில் வாழ்க்கையை சாத்தியமாக்குகிறது. அதுதான் சிறப்பு.'

'ஆமாம், நீங்கள் சொல்வதுபோல், சிறிது தொலைவில். சூரியனுக்கு இணையாக இல்லை.'

'உண்மை. சூரியனால் எப்போதும் மகிழ்ச்சி காண முடியாது. ஆனால் அவன் சிறந்தவன். நிஜத்தில் சிறந்தவர்களின் விதி துன்பப்படுவது என்று சொல்லப்படுகிறது. ஆனால், எதேச்சையாக ஏற்படும் நஷ்டத்துடன் இதனை குழப்பிக்கொள்கிறார்கள். உண்மையில் இது நேர்மாறானது. அவர்கள் துன்பப்படுவதால் சிறப்படைகிறார்கள்.'

சூரியனின் ஒளிமிக்க கதிர்களைப் பார்த்து தன் கண்களை மறைத்துக்கொண்டாள் சீதா. தன் கணவனைப் பற்றிய தன் புரிதல் பலப்பட்டவுடன் அவள் சிரித்தாள். *ராம்...*

'நான் சொல்வதை நீ ஒத்துக்கொள்கிறாயா?' ராவணன் கேட்டான்.

சீதா ராவணன் பக்கம் திரும்பினாள். 'இருக்கலாம். நீங்கள் சொல்வதில் ஏதோ உள்ளது. நான் ஒப்புக்கொள்கிறேன். ஆனால், விஷயம் என்னவென்றால், சூரியன் அந்த துன்பத்தை தன் வரையில் வைத்துக்கொண்டால் மட்டுமே அதனால் நன்மை உண்டாகும். அது முடியாத பொழுது, சூரிய நெருப்பாக அது வெடிக்கும். அது நாசம் செய்து உயிர்களை காயப்படுத்தும், தூரத்திலிருந்து கூட. சோகம் சிறப்பிற்கான எரிவாயுவாக இருக்கும். ஆனால் அது தீமையையும் தூண்டக்கூடும்.'

ராவணன் ஆமோதித்தான். 'ஆமாம், நான் உலகத்தை அதிகம் சேதப்படுத்திவிட்டேன்.'

கும்பகர்ணன் இடைமறித்தான். 'இல்லை. இல்லை அண்ணா. நீங்கள் சில நன்மைகளையும் செய்திருக்கிறீர்கள். தீமை மட்டுமே செய்தீர்கள் என்றில்லை...'

'கும்பா!' திடீரென்று கத்தினான் ராவணன், தம்பியை திட்டியபடி. ஆனால் அவன் கண்களோ நகைச்சுவையில் மின்னியது. 'என் மேல் பாசம் வை ஆனால், இவ்வளவு பொய் பேசாதே, நீ சொல்வதை கேட்பதுகூட பாபமாகிவிடும்!'

சீதாவைப்போல் கும்பகர்ணனும் சிரித்தான்.

'நான் மிக மோசமானவனாக இருந்திருக்கிறேன்,' என்றான் ராவணன். 'என் வாழ் நாள் முழுவதும் துன்பப்பட்டிருக்கிறேன், பதிலுக்கு முழு உலகின் மீதும் துன்பங்கள் இழைத்துள்ளேன். ஆனால் நீ....,' தொடர்ந்தான் ராவணன், சீதாவை சுட்டிக்காட்டி. 'நீ வித்தியாசமானவள். நீ நல்லவள், சரியானவள்.'

சீதா தலையை அசைத்தாள். 'மீண்டும் ஒரு முறை என் தாயை என்மீது முன்னிறுத்துகிறீர்கள். நீங்கள் முழு துன்பத்தையும் உலகத்தின் மீது சுமத்தியிருக்கவேண்டும். நான் அப்படி செய்யவில்லை என்பதில்லை. அடிக்கடி நான் துன்பத்தை ஈர்த்துக்கொண்டேன் ஆனால் அது அதிகமானபோது, அதனை நான் வெளிப்புறம் திருப்பி அடித்துவிட்டேன். வலிமையுடையவர்களுக்கு திருப்பியடிக்கும் பாக்கியமில்லை. நான் விஷ்ணுவாக இருந்தால், என்னிடம் வலிமை இருக்கும்.'

ராவணன் கும்பகர்ணனை பார்த்துவிட்டு மீண்டும் சீதாவைப் பார்த்தான்.

'நேற்று, என் தாய்க்கு என்ன நடந்தது என்றும், அவளுக்கு தீங்கிழைத்தவர்களை நீங்கள் என்ன செய்தீர்கள் என்று சொன்னதும், ஒரு நொடி எனக்குள் கோபத்தை உணர்ந்தேன். அந்த கொலையாளிகளை நீங்கள் துன்புறுத்தியது நியாயம் என்று தோன்றியது. ஆனால் அப்படி உணராத ஒரு மனிதரை நான் அறிவேன்; அப்படியொரு தீவிரமான தருணத்திலும் நியாயப்படி நடந்துகொள்பவர். எவ்வளவு துன்பங்களை அனுபவித்தாலும் தன் கவனத்தை சிதற விடாத ஒருவரை நான் அறிவேன். துன்பம் எவ்வளவு அதிகமாக உள்ளதோ பதிலும் அவ்வளவு தர்மத்தின் வழியில் இருக்கும். என்னைவிட சிறந்த விஷ்ணுவாக அவர் விளங்குவார் என்று எப்போதும் நம்புகிறேன். இப்போது எனக்கு உறுதியாகத் தெரியும்.'

ராவணன் கொஞ்சம் புன்னகைத்தான்.

ஏதோ நினைவிற்கு வந்தவளாக சீதா வேறு பக்கம் திரும்பினாள்.

'உங்களுக்குத் தெரியுமா,' என்றாள் அவள், 'போரில் ஜெயிப்பது அமைதியை வெல்வதை விட வேறுபட்ட ஒன்று என்று நான் ஒரு முறை படித்தேன். போரை வெல்ல கோபம் தேவை. அந்தத் தருணத்தில் கோபம். அதனால்தான் மஹாதேவர்கள் எப்போதுமே அதிக கோபமானவர்களாக இருந்திருக்கிறார்கள். ஆனால் அமைதியை வெல்ல.....அதற்கு மற்றொன்று தேவை. நீங்களும் நானும் போர்களை வெல்லலாம். ஆனால் போர் அநியாயத்தை மட்டுமே அழிக்கும். நியாயத்தை உருவாக்க முடியாது. போரால் தீமையை மட்டுமே அழிக்க முடியும். நன்மையை உண்டாக்க முடியாது. நியாயமும் நன்மையும் உண்டாக அமைதி தேவை. அமைதியை வெல்ல முழு நேரமும் உங்களுடன் இருக்க உங்களுக்கு தலைவர் ஒருவர் தேவை. எது வந்தாலும், துன்பம், சோகம்--- பாதையிலிருந்து அசைக்க முடியாதவாறு.'

'உண்மை.'

'ராம்தான் அந்தத் தலைவர்,' என்றாள் சீதா.

அத்தியாயம் 6

பகவான் பரசுராமின் நிலமான கேரள ராஜ்யத்தின் ஆலப்புழாவில் கப்பல் நின்றது. ஆழ்ந்த காட்டில் தொட்டிலிடப்பட்டிருந்த ஐயப்பன் கோவில் இருந்த புனித நிலமான சபரிமலையை அடைய குழு எண்பதிற்கும் மேற்பட்ட கிலோமீட்டர் தூரம் போகவேண்டியிருந்தது.

கேரளா கடவுளரால் ஆசீர்வதிக்கப்பட்டிருந்தது. அனைத்திலும் அதீதம் கொண்டிருந்தது. ஆழ்ந்த ஏரிகள், கடலில் சென்று கலக்கும் முன்னர் பின் நீராக ஓடும் உப்பங்கழிகள், ஒவ்வொரு பாதையிலும் இரண்டாக பிரிந்த நதிகள்; அடர்ந்த காடுகள் முன்னர் சென்ற சாலைகளை வரைபடத்தில் சொல்லமுடியாமல் செய்தது; உயர்ந்த கரடுமுரடான மலைகள் சிறந்த பக்தர்களின் உற்சாகத்தைக்கூட சோதித்தது; சில சமயங்களில் காட்டு விலங்குகள் பயணத்தை திடீரென்று நிறுத்த வற்புறுத்தியது. சபரிமலை பயணத்தை எளிமையானதாக இல்லாமல் செய்தது.

ஆனால் முன்னோர்கள் இத்தகைய புனித பயணங்களை கடினமாக இருக்கும்படிதான் வடிவமைத்திருந்தார்கள். பயணம் ஒரு தவமாக இருக்க வேண்டும். சென்றடையவேண்டிய இடத்திற்கு உங்களை அது தயார் செய்ய வேண்டும்.

புனித பயணங்கள் மேற்கொள்வதை பழைய ஸம்ஸ்கிருதத்தில், *தீர்த்தயாத்திரை மேற்கொள்வது* என்பார்கள். இதன் மூல சொல், 'கடந்து செல்லும் இடம்'. அதனால் புனித

பயணம் மேற்கொள்ளும் இடம் ஒருவரின் ஆன்மாவை கடந்து தெய்வீகத்தை தொடக்கூடிய இடமாக இருக்கும். அதனால்தான் புனித பயணம் மேற்கொள்ளும் கோவில்கள் உறையமுடியாத, சென்று அடைய கடினமான இடங்களில் இருக்கும்; இந்த பயணம் ஆன்மா உடலை விட்டு நகர தயாராவதில் உதவும்.

ஆனால் ராம் மற்றொரு பயணம் பற்றிய சிந்தனையில் ஆழ்ந்திருந்தான். ஹனுமான் எடுக்கவிருந்த பயணம்.

ஹனுமான் மற்றும் சூர்சா பத்து வீரகளுடன் ஒரு கட்டுமரத்தில் பயணத்தைத் துவங்க இருந்தார்கள். இந்திய நாட்டின் தெற்கு முனையிலிருந்த இடத்திற்கு படகில் சென்று, அங்கிருந்து இலங்கை தீவை அடைந்து, மக்கள் வசிக்காத மேற்கு கரையில் இறங்கவிருந்தார்கள். பிறகு அங்கிருந்து தீவின் நடு பகுதியிலிருந்த சிகிரியாவிற்கு செல்ல இருந்தார்கள்.

'இந்தக் கடிதத்தை அவளிடம் கொடு ஹனுமான்,' என்றான் ராம் சுருளாக முடியப்பட்டிருந்த ஒரு ஓலையை நாகபுத்ரனிடம் கொடுத்தபடி.

தன் கையிலிருந்து ஒரு மோதிரத்தை கழற்றினான். 'இதையும் அவளிடம் கொடுக்கவும்.'

ஹனுமான் கடிதத்தை பார்த்து பின்னர் ராமைப் பார்த்தான், முகத்தில் கவலையான புன்னகை இருந்தது. 'நீங்களும் அப்படித்தான் நினைக்கிறீர்களா?'

ராம் ஆமோதித்தான். 'ஆமாம். அவள் திரும்பி வர மறுப்பாள்.'

ஹனுமான் பெருமூச்சொன்று எடுத்தான். 'என்னால் முடிந்தவரை அவள் என்னுடன் வர வற்புறுத்துவேன்.'

'ஆமாம், எனக்குத் தெரியும். ஆனால் அவள் தப்பிக்க நினைக்காமல் இருக்கும் காரணம் நானாக இருப்பேன். ராவணனுடன் போர் புரிந்து அவளை மீட்கவேண்டுமென்று விரும்புவாள். அதனால் என் பெயர் எந்த வித விவாதமும் இல்லாமல் விஷ்ணுவாக ஏற்றுக்கொள்ளப்படும். ஆனால் அவள் நினைப்பது தவறு. நான் விஷ்ணு இல்லை, அவள்தான் விஷ்ணு. அவள் திரும்பவேண்டும்.'

ராமின் முன்கைகளை கெட்டியாக பிடித்தான் ஹனுமான். 'நான் அவளை திரும்ப கொண்டுவருவேன், சிறந்தவரே.'

— jF ௶ —

'பகவான் பரசுராமின் பெயரால் கேட்கிறேன், ஹனுமான் எங்கே?' கோபமான விஸ்வாமித்ரர் கேட்டார்.

சில நாட்களுக்கு முன் மலயபுத்ரர்களிடமிருந்து ஹனுமானுக்கு செய்தி அனுப்பப்பட்டிருந்தது. அவன் வந்து சேர்வதாக இருந்த லோத்தல் என்னும் இடத்திற்கு. ஆனால் அவர்களுக்கு பதில் எதுவும் வரவில்லை.

'குருஜி,' என்றான் அரிஷ்டநேமி, 'இப்படி பதில் சொல்லாமல் இருப்பது ஹனுமானது இயர்க்கை இல்லை. ஒரு வேளை அவனுக்கு செய்தி போய் சேராமல் இருக்கலாம்.'

'நான் அதனை கேள்விப்பட்டேன்... அந்த பேய் குணம் கொண்டவனும் அங்கு அந்த இடத்தில் காணப்பட்டான்.'

விஸ்வாமித்ரர் வசிஷ்டரைப்பற்றி பேசுகிறார் என்று அரிஷ்டநேமி அறிந்திருந்தான். அவனும் அந்தச் செய்தியை கேள்விப்பட்டிருந்தான். என்ன நடந்திருக்குமென்று ஊகிக்க அவன் விரும்பவில்லை.

'நீ போ,' என்றார் விஸ்வாமித்ரர் திடீரென்று.

அரிஷ்டநேமி அதிர்ச்சி அடைந்தான். 'இலங்கைக்கா, குருஜி?'

'ஆமாம்.'

'ஆனால்... சீதா என் பேச்சைக் கேட்பாள் என்று என்னால் உறுதியாக சொல்லமுடியாது, குருஜி.'

'அவள் உன் பேச்சை கேட்கும்படிச் செய்.'

அரிஷ்டநேமி மௌனமாக இருந்தான்.

விஸ்வாமித்ரர் தொடர்ந்தார். 'நாம் இந்தியத் தாய்க்காக பல பலிகள் கொடுத்துள்ளோம். அவள் இப்போது முட்டாள்தனமாக இருக்கமுடியாது. நாம் நம் சொந்த சேனையை நகர்த்துகிறோம். நாம் அவற்றை இலங்கைக்கு கொண்டு செல்வோம். வாயுபுத்ரர்களும் நம்மை சேர்ந்துகொள்ள வேண்டும்... அவர்களுக்கு வேறு வழியில்லை. சீதா நம்மை நமது *தெய்வி அஸ்திரத்துடன்* போரில் வழிநடத்தி ராவணனை எளிதாகக் கொல்ல முடியும். ஆனால் முதலில் அவள் அங்கிருந்து நாடக பாணியில் தப்பிக்க வேண்டும். அது முழு இந்தியாவில் அவளுக்கென்று ஒரு நல்ல உருவத்தை கொடுக்கும். சதுரங்க ஆட்டம் தயாராக உள்ளது. அனைத்தும் தயாராக உள்ளது, கொல்ல அவள் காய்களை நகர்த்தினால் போதும்.'

'ஆனால் குருஜி...'

'அவள் சொல்பேச்சை கேட்கவேண்டும். அவள் கைகளில் இப்போது ஒன்றுமில்லை, எந்த துருப்புச் சீட்டும் இல்லை. ராவணன் அவளை கொல்வான் என்று அவள் கற்பனை செய்து கொண்டிருப்பாள். ராம் எங்கிருக்கிறான் என்று அவளுக்குத் தெரியாது. அவளுக்கு எந்த ஆதரவும் இல்லை. மிதிலையின் போர் நடந்தபோது அவளை காப்பாற்ற மலயபுத்ரர்கள் *தெய்வி*

அஸ்திரத்தை பயன்படுத்தியிருக்கிறார்கள். நாங்கள் அவளுக்கு விசுவாசமாக இருக்கிறோம் என்பதை அவள் அறிவாள். அவளது ஒரே நம்பிக்கை நாம்தான். அவள் விஷ்ணுவாக தன் பங்கை ஏற்க வேண்டும்.'

'ஆனால் அவள் பிடிவாதக்காரி, குருஜி. அவள் கேட்கமாட்டாள்...'

விஸ்வாமித்ரர் முன்னால் சரிந்து அரிஷ்டநேமியை குறுக்கிட்டார்.

'இலங்கைக்கு சென்று அவளை புரிந்துகொள்ளும்படி செய். என்னை ஏமாற்றமடையச் செய்யாதே.'

—— ј₣ ц̄Ɗ ——

ராவணன் தன் கண்களை மறைத்தபடி சூரியனைப் பார்த்தான். புன்னகைத்தான்.

'அப்படி என்ன நகைச்சுவையாக இருக்கிறது?' கும்பகர்ணன் கேட்டான்.

சீதாவின் குடிலில் தாழ்வாரத்தில் நின்றிருந்தனர் ராவணனும் கும்பகர்ணனும். அவள் வெளியே வரக் காத்திருந்தார்கள். அவர்கள் காலை உணவை அப்போது தான் முடித்திருந்தார்கள். உணவுக்குப்பின் செய்யும் பூஜைக்காக சீதா உள்ளே சென்றிருந்தாள்.

'துயரம் கொண்ட சூரியன் மட்டுமே,' பதிலளித்தான் ராவணன்.

கும்பகர்ணன் குறும்பாக பல் இளித்தான். 'உங்களது எந்த முகம் என்னை அதிகம் துன்புறுத்துகிறது என்று எனக்குத் தெரியவில்லை அண்ணா. என் பேச்சை எப்போதும் கேட்காத பழைய பதிப்பா அல்லது இப்படிச் சுற்றி வளைத்து பேசும் புதிய தத்துவப் பதிப்பா!'

ராவணன் கும்பகர்ணனின் வயிற்றில் குத்தினான். 'நாயே!'

கும்பகர்ணன் இப்போது இன்னும் அதிகமான சத்தத்துடன் சிரித்தான், தன் சகோதரனை அரவணைத்தபடி. இருவரும் ஒருவரை மற்றவர் இறுக்கமாக அணைத்துக்கொண்டனர், சிரிப்பில் கண்களில் இருந்து கண்ணீர் கன்னத்தின் வழியே வழிந்தோடியது. பிறகு இன்னும் கொஞ்சம் கண்ணீர் சிந்தினர். இம்முறை துயரமான கண்ணீர். வீணான வருடங்களால் வந்த துயரம்.

யாரோ தன் தொண்டையை கனைப்பது கேட்டு ஒருவரை ஒருவர் விடுவித்துக்கொண்டனர். சீதா தொலைவில் நின்றாள், முகத்தில் மகிழ்ச்சியான புன்னகையுடன்.

சகோதரர்கள் தங்கள் கண்களைத் துடைத்துக்கொண்டனர். சீதாவும் அமர்ந்தாள்.

'நீங்கள் இருவரும் நலமா?' என்று கேட்டாள் சீதா.

இருவருக்காகவும் கும்பகர்ணன் பதில் கூறினான். 'இதைவிட சிறப்பாக இருந்ததில்லை.'

ராவணன் காட்டு பிராணிபோல் இருந்த தன் சகோதரனை பார்த்து சிரித்தபடி அவன் தோள்களை குத்தினான்.

'சரி, இன்று எதைப் பற்றி பேசப் போகிறோம்?'

ராவணன் முன்னால் சாய்ந்துகொண்டான். 'இனி தத்துவ உரையாடல்கள் இல்லை!'

'சிறந்த ருத்ர பகவானின் பெயரின்படி, ஆமாம்! தத்துவ உரையாடல்கள் போதும்!' என்றான் கும்பகர்ணன் சிரித்தபடி.

'ஹேய்!' என்றான் ராவணன் கூக்குரலிட்டபடி.

கும்பகர்ணன் பின்னால் சாய்ந்து சிரித்தான். மடத்தனமான அவர்களது சிரிப்பில் சீதாவும் சேர்ந்துகொண்டாள்.

அனைவரும் அமர்ந்து கொள்ள சில நிமிடங்கள் எடுத்தன. பிறகு ராவணன் பேசினான். 'நாம் நமது அடுத்த கட்டத்தை முடிவு செய்ய வேண்டும்.'

'ஆமாம்,' என்றாள் சீதா.

ராவணன் தொடர்ந்தான். 'குரு விஸ்வாமித்ரர் உன்னை மீட்க எவரையேனும் அனுப்புவார்.'

'அனுப்புவாராக இருக்கும்.'

'உன் கணவன் உயிருடன் இருக்கிறான். அவனும் வரக்கூடும்.'

'ஆமாம், வருவார்.'

'நீ என்ன செய்வாய்? அவனுடன் தப்பி விடுவாயா?'

தான் உண்மையாகச் செய்ய விரும்புவதை சொல்ல முடியாது என்று சீதாவுக்குத் தெரியும். 'ம்ம்ம்ம்...'

'உண்மையாகப் பேசு. நீ வேதவதியின் மகள்.'

'ம்ம்ம்... நான் சொல்ல வருவதன் பொருள்...'

'சரி,' என்றான் ராவணன், சீதாவை இடைமறித்தபடி. 'உனக்காக நான் பதிலைச் சொல்கிறேன்.'

வெட்கமான புன்னகை ஒன்று சீதாவின் முகத்தில் விளையாடியது. ஏனென்றால் தொடர்ந்து வருவதை அவளால் ஊகிக்க முடிந்தது.

'எங்கோ என் மனதின் பின்னணியில் குரு விஸ்வாமித்ரர் என்ன நினைக்கிறார் என்று எனக்குத் தெரியும்,' என்றான்

ராவணன். 'யாரோ ஒருவனை வில்லனாக ஆக்க வேண்டும். பிறகு அவன் விஷ்ணுவால் அழிக்கப்படவேண்டும், ஏனென்றால் அடக்கமுடியாத போராளியாக இருக்கும் மக்கள் விஷ்ணுவை தொடர்வார்கள்.'

'ம்ம்ம்ம்...'

'நான் தொடர்கிறேன்,' என்றான் ராவணன். தன் கையை உயர்த்தி. 'உலகத்திலேயே சமாளிக்க மிகவும் கடினமான மக்கள் இந்தியர்கள். நிரந்தரமாக கிளர்ச்சியை ஏற்படுத்துபவர்கள். அதனால் எந்தப் பயனும் இல்லையென்றாலும் சட்டத்தை மீறுவதை விரும்புபவர்கள். கடவுளாக மதிக்கும் ஏதேனும் ஒரு அரிதான தலைவரை காணும்வரை, வேறு எந்த தலைவரிடமிருந்தும் ஆணைகள் ஏற்க விரும்ப மாட்டார்கள். அத்தகைய ஒரு தலைவரை பூமியின் முனைவரை நாம் தொடர்ந்து செல்வோம். அதற்கு மேலும் கூட. ஆனால் ஒரு மனிதனை எப்படிக் கடவுளாக உருமாற்றுவது? மிகச்சரியான மனிதனாக இருந்தாலும் அது போதுமானதில்லை. அவனைப் பின்பற்றுவதை மக்கள் விரும்பவேண்டும். அவர்களது விருப்பத்தையும் விசுவாசத்தையும் அவன் சம்பாதிக்க வேண்டும். அவர்கள் மிகவும் வெறுக்கும் ஒரு வில்லனின் தலையை அவர்களுக்கு கொடுத்தால் ஈடு இணை இருக்காது இல்லையா?'

'ராவண்ஜீ... என்ன சொல்வதென்று எனக்குத் தெரியவில்லை... ஆனால் குரு விஸ்வாமித்ரர்... அவர் திட்டங்கள்...'

ராவணன் சிரித்தான். 'இல்லை. இது சரியில்லை... எனக்குப் புரிகிறது. என் வாழ்க்கைக்கு அர்த்தம் அதிகம் இருந்ததில்லை. இறப்பிற்கு ஒரு வேளை ஏதேனும் அர்த்தம் இருக்கலாம்.'

சீதா அமைதியாக இருந்தாள். கும்பகர்ணனும்.

'ஆனால் உன் கணவர் இங்கு வருவது, உன்னை காப்பாற்றுவது, இது இந்தியர்களின் கற்பனையைக் கிளறாது. பெரிய போர் ஒன்று இருக்க வேண்டும்.'

'ஆனால்...'

'நான் சொல்வதைக் கேள். நீயும் உன் கணவரும் இந்தியாவில் நிறைய மாற்றங்களை கொண்டு வருவீர்கள். மக்களை நிறைய பலி கொடுக்கச் சொல்வீர்கள். எல்லாம் அன்னை பூமிக்காக. அதனால் இந்தியத் தாய் பாதுகாப்பாக இருப்பாள். உங்களை வணங்கினாலே அன்றி மக்கள் நீங்கள் சொல்வதைக் கேட்டு நடக்க மாட்டார்கள். உங்கள் இருவரையும் வணங்குவதற்கு அதிசயமான காட்சி ஒன்று வேண்டும்.'

ராவணன் தொடரும் முன் சற்று நிறுத்தினான்.

'இந்தியாவை எது காப்பாற்றுமோ,' ராவணன் கூறினான், 'அதைதான் பிறகு நீங்கள் செய்வீர்கள். நீங்கள் செய்யும் சீர்திருத்தங்கள். நீ இலங்கை ஆட்சியைப் படிக்கவேண்டுமென்று நான் ஆலோசனை கூறுவேன். இலங்கையில் நாங்கள் செய்ததிலிருந்து நீங்கள் நிறைய கற்றுக்கொள்ளலாம். சாலைகள், கட்டுமானங்கள்...' தொடரும் முன் ராவணன் கும்பகர்ணனைப் பார்த்தான். 'எங்கள் சுகாதார வசதிகள் இன்னும் மேம்படலாம். இன்றைக்கும் சிகிரியாவை சிதைத்துக் கொண்டிருக்கும் தொற்று நோயை எப்படி நிறுத்துவது என்பதை நாங்கள் இன்னும் அறியவில்லை. ஆனால், நான் அவர்களுக்காக கட்டிய சாலைகளுக்காக இலங்கை மக்கள் எனக்கு வாழ்த்துக்கள் பாடுவதாக நீ நினைக்கிறாயா? அல்லது நான் கட்டியுள்ள நீர் குழாய்கள்? அல்லது பூங்காக்கள்? பள்ளிகள்? ஓ! இல்லை...கரசபாவில் எனது ராணுவ வெற்றிக் கதைகளை கொண்டாடுகிறார்கள்! உங்கள் இருவருக்கும் அப்படித்தான் இருக்கும். நீங்கள் வெற்றி பெற்றால், மிகச்சரியான விஷ்ணு உருவாக்கிய ராம் ராஜ்ய காலம் அல்லது சீதா ராஜ்ய காலம் என்று கூறுவார்கள். அது சட்டம், ஒழுங்கு, வசதி, அமைதி, சௌகர்யங்கள் உள்ள காலமாக இருக்கும்; சாலைகள், கால்வாய்கள், நீர் பாசன வசதிகள், மருத்துவமனைகள், பள்ளிகள். மிக முக்கியமாக, நிறுவன அமைப்புகள். ஆனால் என்னை நம்பு, ராம் மற்றும் சீதாவின் கதை எழுதப்படும் பொழுது--அதனை ராமாயணம் அல்லது சீதாயணம் என்று கூறுவார்கள், யாருக்குத் தெரியும்?--நாம் இப்போது குறிப்பிடும் ராம் ராஜ்யத்தைப் பற்றி குறைவாகவே பேசப்படும். எந்த ஒரு கதை ஆசிரியரின் கற்பனையிலும், ஒரு சிறப்பான கால்வாய் எப்படி கட்டப்பட்டது என்பது குறித்து இருபது பக்கங்கள் இருக்காது. எந்த வாசகருக்கு அந்தக் கதை சுவாரசியமாக இருக்கும்? உங்களது சாகசங்கள்தான் எழுத்தாளருக்கு உற்சாகமளிக்கும். உங்கள் காதல் கதை, உங்கள் போராட்டங்கள், காட்டில் உங்கள் காலம், மிக முக்கியமாக எனக்கு எதிராக இலங்கையில் உங்கள் போர். ஏனென்றால் சாதாரண பாமர மக்கள் அதைத்தான் கேட்க விரும்புவார்கள். நீங்களும் அதற்காகத்தான் நினைக்கப்படுவீர்கள். அதற்குத்தான் மக்களும் உங்களை தொடர்வார்கள். ஏனென்றால் பெரும்பாலான மக்கள் மூடர்கள்...'

கும்பகர்ணன் அசௌகரியமாக உணர்ந்து இருந்த இடத்திலேயே நகர்ந்தான்.

'சரி, சரி, கும்பகர்ணா, முகம் சுளிக்காதே,' என்றான் ராவணன். 'தங்கள் வாழ்க்கையை மேம்படுத்தும் விஷயங்களை மக்கள் உணர்ச்சிபூர்வமாக பதிவு செய்வதில்லை. பள்ளிகள் மற்றும் மருத்துவமனைகள் போன்றவை கிடைத்தவுடன் அதற்காக நன்றி

உணராமல் அவற்றை சாதாரணமாக எடுத்துக்கொள்வார்கள். மாறாக, அவர்களை ஏமாற்றும் கதைகளின்மீது தங்கள் கவனத்தைச் செலுத்துவார்கள். ஒரு வீரன் மற்றும் வில்லனுக்கு இடையே நடக்கும் யுத்தங்கள் போல. சாமானிய மனிதர்கள் அடிப்படையில் முட்டாள்கள்.'

'உங்களால் அப்படிச் சொல்ல முடியாது ராவண்ஜி,' என்றாள் சீதா.

ராவணன் சீதாவை இடைமறித்தான். 'உன்னை நீயே தார்மீக ரீதியாக உயர்வாகக் கருத, அரசியல் ரீதியாக எது சரியாக இருக்குமோ அதை சொல்லிக் கொள்ளலாம். ஆனால் நான் உண்மையை பேசுகிறேன் என்று உனக்குத் தெரியும்.'

சீதா அமைதியாக இருந்தாள்.

'அதனால், அவர்களுக்கு போர் ஒன்று கொடுக்க வேண்டுமென்றால், போர் ஒன்றை கொடுப்போம். அதுவும் நல்ல போர் ஒன்று.'

'ம்ம்..'

'அதற்கு மற்றுமொரு நோக்கமும் இருக்கும். அது என் சேனையை அழித்துவிடும்.'

'என்ன?'

'இலங்கைப் படை அழிக்கப்பட வேண்டும். இந்தியாவின் நன்மைக்காக.'

தன் மூத்த சகோதரன் கூறுவதை ஒப்புக்கொண்டு கும்பகர்ணன் ஆமோதித்தான்.

'ஏன்?' என்று கேட்டாள் சீதா. 'உங்களுக்கு விசுவாசமாக இருக்கும் படை வீரர்கள் அழிவதை நீங்கள் ஏன் விரும்புவீர்கள்? அவர்கள் உங்கள் ஆணையைதானே பின்பற்றுவார்கள்.'

'இல்லை. உனக்கு என் சேனையை பற்றித் தெரியாது. அவர்கள் ஆணையை மட்டும் பின்பற்றுவதில்லை. அவர்கள் இம்சையை மகிழ்கிறவர்கள். நான் சேகரித்திருக்கும் வீரர்கள் அப்படிப்பட்டவர்கள்; உலகத்தை வெறுக்கும், அது எரிவதை காண விரும்பும் கொடுமைப்படுத்தப்பட்ட சேதமடைந்த கோபமான ஆன்மாக்கள். சாதாரண என் இலங்கை குடிமக்கள், நல்லவர்கள். அவர்களை பாதுகாக்க, ஆற்றலுடைய காவல் படையினர் இங்கு இருக்கின்றனர். ஆனால் என் சேனை... நான் எப்படி இருந்தேன் என்பதற்கான பிரதிபலிப்பு அவர்கள். இரக்கமற்ற அரக்கர்கள் அவர்கள். அவர்களை கட்டுப்படுத்த நான் இல்லாமல் அவர்கள் நாசம் விளைவிப்பார்கள். ஆயுதமற்றவர்களை உயிரோடு எரித்துவிடும் காட்டுமிராண்டிகள்...குழந்தைகளைக்கூட, சிறிதளவு களவாட, மும்பாதேவியில் செய்தது போல். தங்கள் கைகளுக்கு

அகப்பட்ட இலங்கையைச் சேராத எந்தப் பெண்ணையும் மான பங்கப்படுத்துபவர்கள். அந்தக் காட்சி பிடிக்கும் என்பதால் பொதுவில் தலைகளை துண்டிப்பார்கள். தர்மம் அதனை தடை செய்தாலும் மக்களை அடிமையாக விற்கும் நண்பர்கள், ஏனென்றால் அது லாபகரமானது. அளவற்ற தைரியத்துடன் விளங்கும் பயங்கர கொலையாளிகள், சந்தேகமேயில்லாமல். *தர்மத்தின்* தடை எதுவுமில்லாமல். நான் அப்படிப்பட்ட வீரர்களைத்தான் சேகரித்தேன். அப்படிப்பட்ட ஆண்கள் மற்றும் பெண்களைப் பற்றி அறிந்தவனாக நான் இருந்தேன். அவர்களுள் ஒருவரை உனக்குத் தெரியும். சமிச்சி. நீ அவளை நன்றாக அறிந்ததாக நினைத்தாய் ஆனால் உனக்கு அவளைத் தெரியாது. நான் அவளை ஏன் பணியில் சேர்த்தேன்? ஏனென்றால் அவள் தன் உள்ளத்தின் மையத்தில் சேதம் அடைந்தவள். அவளிடம் அதற்கான காரணங்கள் உண்டு. கொடூரமான குழந்தைப் பருவ துன்பங்கள். கொடிய அவள் தந்தையின் மீதான கோபம் முழுமையாக உலகத்தின்மீது கவனச்சிதறலாக தெறித்திருந்தது; அடங்காத கோபம். வாழும் ஒவ்வொரு கணத்தையும் அவளுக்கு துன்பகரமாக ஆக்கும் ஒன்று; அந்த கோபம்தான் வேறு எவருடனும் ஒப்பிட முடியாத கொலையாளியாக அவளை ஆக்குகிறது. முழுமையாக என் கட்டுப்பாட்டில் இருக்கும் கொலையாளி. அது போன்று என்னிடம் இரண்டு லட்சம் வீரர்கள் இருக்கிறார்கள் சீதா. எந்த ஒரு சமுதாயத்திற்கும் அவர்கள் ஒரு அச்சுறுத்தல். இந்தியாவிற்கு மட்டுமல்ல என் இலங்கைக்கும். *தர்மத்திற்கு* அச்சுறுத்தல் ஏனென்றால் *அதர்மத்தின்* சேனை அவர்கள். இந்தியாவை வெற்றிகொள்ளும் அளவிற்கு அவர்களிடம் இப்போது வலிமை இல்லை, ஏனென்றால் தொற்று நோய் அவர்களை வாட்டுகிறது. ஆனால் பத்து இருபது ஆண்டுகள் இந்தியாவிலும் இலங்கையிலும் குழப்பத்தை உண்டு செய்வார்கள். அப்போது மேம்பட்ட இந்தியாவை நீங்கள் எப்படி உருவாக்குவீர்கள்? இலங்கைப் படை அழிக்கப்படவேண்டும். அதனை செய்ய சிறப்பான வழி போர்தான். முடிவு வரை போர்.'

சீதா ஒன்றும் சொல்லவில்லை. ராவணன் கூறியது கொடூரமாக இருந்தாலும் வாதபொருத்தம் உடையதாக இருந்தது.

'உன் கணவர் முடிவு வரை போரிடுவாரா?' கேட்டான் ராவணன்.

'ஓ! ஆமாம். கண்டிப்பாக... நீங்களும் முடிவு வரை சண்டையிடுவதாக நம்பினால் மட்டும்தான். வெற்றிபெற நீங்கள் போரிடவில்லையோ என்ற சந்தேகம் எழுந்தால் அவர் போரை நிறுத்திவிடுவார். தன்னைத் தானே நிறுத்திக்கொள்ளும் ஒரு எதிரியுடன் போரிடுவது *அதர்மம்*. அவர் அப்படித்தான் நினைப்பார்.'

ராவணன் முகம் சுளித்தான். 'அவனுக்கு எப்படித் தெரியும்? யார் அவனிடம் கூறுவார்கள்?'

அவன் கும்பகர்ணன் மற்றும் சீதாவைப் பார்த்தான். இருவரும் இதைப்பற்றி வேறு எவரிடமும் பேச மாட்டார்கள்.

'ஆனால் நான் உண்மையாக என்னை தடுக்க மாட்டேன்,' என்றான் ராவணன். 'நான் கடினமாக போரிடுவேன். உன் கணவர் ஜெயிப்பாரா?'

சீதா புன்னகைத்தாள். அதீத நம்பிக்கையை உணர்த்தும் புன்னகை. 'ராமைத் தோற்கடிக்கக் கூடியவர் ராமே. அவர் உங்களை தோற்கடிப்பார் ராவண்ஜி.'

ராவணன் பல் இளித்தான். 'அப்போது அது புகழ்பெற்ற போராக இருக்கும்.'

'ஆனால்...' சீதா அமைதியானாள். தன் கேள்வியை எழுப்ப குரல் வெளிவரத் தயங்கியது.

ராவணன் புரிந்துகொண்டான். ஆனால் அவள் கேட்பதற்காக காத்திருந்தான்.

'ஆனால், உங்களுக்கு நீங்களே ஏன் இதனை செய்து கொள்கிறீர்கள்?'

ராவணன் புன்னகைத்தான். 'நீ அந்த வாக்கியத்தை கேள்விப்பட்டிருக்கிறாயா, "அவர்கள் எங்களை புதைத்தார்கள், ஆனால் நாங்கள் விதைகள் என்பதை அவர்கள் அறியவில்லை?"'

சீதா தலையசைத்தாள். 'ஆமாம், கேட்டிருக்கிறேன். அழகு. தூண்டும் மற்றும் கிளர்ச்சியை உண்டாக்கும். அதனைக் கூறியது யார்?'

'நமக்கு மேற்கே கிரேக்க தீப கர்ப்பத்தில் எவரோ. அவர் பெயர் கொன்ஸ்டான்டிநோஸ். ஆனால், என் நேர்மையான கருத்தில், ஞானத்திற்கான பாதி பயணத்தைத்தான் அது விவரிக்கிறது.'

'அது எப்படி?'

'விதை தானாக முளைப்பதாக அது கருதுகிறது. அது அப்படி நடப்பதில்லையென்று நமக்குத் தெரியும். வளமான மண்ணில் புதைக்கப்படவில்லையென்றால் விதை கல் போன்று உயிரற்று கிடக்கும். விதை புதைக்கப்பட வேண்டும். அது தன்னைத்தானே நாசப்படுத்திக்கொள்ள வேண்டும். அதன் உடைந்த மார்பிலிருந்து போற்றத்தக்க மரம் வெளியே வரும். அது தான் *நோக்கம்*. விதையின் *சுய தர்மம்*. ஏனென்றால், மரம் வாழும் வரை, மரணத்தை அனுபவித்த விதையைப் பற்றி பாடல்கள் பாடப்படும். நிலத்தின் மேல் உயிரற்ற நிலையிலோ அல்லது நிலத்தின் கீழ் சிதைவுற்றதாகவோ. ஆனால், அதனை கிழித்துக்கொண்டு மரம் ஒன்று வர அது அனுமதித்தால் அது அழிவற்றதாகிவிடும். உயிர்

வாழும் ஜீவன் ஒன்று அழிவற்ற நிலையை அடையும் ஒரே வழி: அவர்களுக்கு பின்னால் வாழும் மனிதர்களின் நினைவில். அதன் தியாகம் விதையை அழிவில்லாத ஒன்றாக ஆக்கும்.'

சீதா அமைதியாக இருந்தாள்.

'வேதவதி இறந்த அதே நாளில் நான் இறந்தேன். என் பூத உடலை இத்தனை காலம் இழுத்துக்கொண்டு திரிந்தேன். என் சடலமும் மரணிக்க அனுமதிக்கப்பட வேண்டிய காலம் இது. சரியான நேரம். ராம் மற்றும் சீதாவின் புராணம் எழ நான் என்னை அழித்துக்கொள்ள அனுமதிக்க முடியும். உங்கள் இருவரையும் இந்த உலகம் நினைவில் வைத்துக்கொள்ளும் வரை என்னையும் அது நினைவில் வைத்துக்கொள்ளும். நான் இறப்பில்லாமல் இருப்பேன்.'

சீதா கீழே பார்த்தாள், அவள் கண்கள் உணர்ச்சிபூர்வமாக பணித்திருந்தன.

கீழே சிந்தப்படாத கண்ணீரினால் கண்கள் மிளிர ராவணன் கும்பகர்ணனைப் பார்த்தான். திரும்பி சீதாவைப் பார்த்தான். 'என் சேனையில் மூன்று நல்ல மனிதர்கள் இருக்கிறார்கள். அவர்கள் இதிலிருந்து விலக்கி வைக்கப்படவேண்டுமென்பதே என் ஒரே வேண்டுகோள். கும்பகர்ணன், என் மாமன் மாரீசன், என் மகன் இந்திரஜித்.'

கும்பகர்ணனின் பதில் உடனடியாக வந்தது. 'இல்லை, நான் இருப்பேன். நான் சண்டையிடுவேன்.'

'கும்பா... நீ கண்டிப்பாக...'

'இல்லை.'

'நான் சொல்வதைக் கேள்...மாரீசன் மாமா மற்றும் இந்திரஜித்துடன் தப்பித்து...'

'**இல்லை அண்ணா.**'

'கும்பா... தயவு செய்து.'

'இல்லை, அண்ணா!'

ராவணன் அமைதியானான். கும்பகர்ணன் தன் சகோதரனை முறைத்துப் பார்த்தான். அவன் கண்களில் அன்பு, கோபம், பெருமை மூன்றும் கலந்திருந்தது. பிறகு ராவணன் எழுந்து தன் சகோதரனை அணைத்துக்கொண்டான்.

அத்தியாயம் 7

ஒரு தீபகர்ப்பத்தை அடைவது சவாலானது என்று நினைக்கும் கரை இல்லாத நாடுகள் மன்னிக்கப்படலாம்: அவர்கள் தீபகர்ப்பதை ஒரு கோட்டை என்றும் கடலை அகழி என்றும் கற்பனை செய்வார்கள். அது உண்மை இல்லை. நல்ல கப்பல்களுடனும் வேகமான படகுகளுடனும் கடலானது தடையாக இல்லாமல் ஒரு நெடுஞ்சாலையாக இருக்கலாம். உண்மையான சவால், நிலத்தின் உள்ளே நடப்பதில்தான் இருக்கிறது, அதுவும் அடர்ந்த காடுகள், மற்றும் ஆழ்ந்த நதிகள், உயரமான மலைகள் கொண்டதாக இருந்தால் அது ஒரு கடினமான சவாலாக அமையும். அதனால் ராமும் அவனது படையும் சபரிமலையை நோக்கி நடை போட்ட போது, ஹனுமான், சூர்சா மற்றும் பத்து வாயுபுத்ரர்கள் ஏற்கனவே இலங்கையின் வட மேற்கு கரைக்கு ஒரு வேகமான கட்டுமரத்தில் வந்தடைந்திருந்தார்கள்.

இலங்கையின் இந்தப் பகுதியில் நல்ல துறைமுகங்கள் இல்லை. உண்மையில், மாபெரும் மணல் கரைகள் கொண்ட குறைந்த அலைகளால் ஏற்பட்ட குறைவான நீர் அளவினால் பெரிய கப்பல்கள் செல்ல நம்பத்தகாத தண்ணீர் கொண்டது. அதனால்தான் சிறிய படகினை எடுத்துச்செல்ல ஹனுமான் முடிவு செய்திருந்தான்.

ஆனால் மணல் கரைகள், மற்றும் அதன் காரணமாக ஏற்பட்ட நல்ல துறைமுகங்களின் பற்றாக்குறை என்று இந்தக் கரை அளவற்ற நன்மையை ஹனுமானின் ரகசிய பணிக்கு அளித்தது.

இலங்கையின் இந்தப் பகுதி பெரிதாக ஆள் நடமாட்டம் இல்லாமல் இருந்தது.

இரவில் வெகு நேரம் கழிந்த பிறகு படகு நீண்ட மன்னார் தீவை கடந்தது. அது தென்கிழக்கு-வடமேற்கு என்ற திசையில் அமைந்திருந்தது. ஏக்கம் கொண்ட காதலனைப்போல் இந்திய கரையோரம் இருந்த பாம்பன் தீவிலிருந்து இருபத்திஐந்து கிலோமீட்டர்கள் தூரத்தில் மட்டுமே. அவர்கள் தீவிற்கு தெற்கு பகுதியில் மேலும் ஆழ் கடலுக்குள் சென்றார்கள். மன்னாரின் கிழக்கில் இருந்த போற்றி வணங்கப்படும் கேதீஸ்வரம் கோவிலினால் இவர்கள் இப்படிச் செய்ய வேண்டியிருந்தது. அங்கு கூட்டம் இருக்கக்கூடிய ஒரே பகுதி அதுதான் என்பதால் அவர்கள் அதனைத் தவிர்க்க விரும்பினார்கள். வெளிப்படையான காரணங்களுக்காக.

அவர்கள் அதனை கடக்கும் போது ஹனுமான் இலங்கையின் பிரதான நிலத்தைப் பார்த்து விளக்குகள் எரிந்த திசையைப் பார்த்து கைகளை கூப்பி, கேதீஸ்வரம் கோவிலில் பூஜிக்கப்பட்ட மஹாதேவ் ருத்ர பகவானை நோக்கி வணங்கினான்.

'ஜெய் ஸ்ரீ ருத்ர,' அவன் மெதுவான குரலில் கிசுகிசுத்தான்.

ருத்ர பகவானுக்கு புகழ்.

'ஜெய் ஸ்ரீ ருத்ர,' படகில் இருந்த அனைவரும் அவன் பின் கூறினார்கள்.

ஏறத்தாழ இருபது கிலோமீட்டர் தொலைவில் தெற்கே அருவி அரு நதி கடலுக்குள் கலந்தது. இலங்கையின் இரண்டாவது நீளமான நீர்நிலைகள் இலங்கை தலைநகரம் சிகிரியாவிற்கு அருகில் உள்ளது. இலங்கைக்குள் பயணிக்க முக்கியமான நீர்வழியாக இது இருந்திருக்க வேண்டும். கோட்பாட்டளவில் கப்பல்களால் சுலபமாக கடலுக்குள் வந்து சிகிரியாவை நோக்கி நதிகளில் வர முடியும். ஆனால் கடலின் இந்தப் பகுதியில் உள்ள நயவஞ்சகமான மணல் திட்டுகளால் அது சாத்தியமற்றதாகிவிட்டது. பொதுவாக கடல்வழிக் கப்பல்கள் தரையிறங்க வேண்டிவருமோ என்று இதைத் தவிர்க்கின்றன. அதன் விளைவாக, கப்பல் போக்குவரத்து தீவின் மறுபுறம் கிழக்கில் கடற்கரையில் கலக்கும் இடத்தில் இலங்கையின் மிக நீளமான நதியை நோக்கி நகர்ந்தபோது சிகிரியாவின் உட்பகுதி மகாவலி கங்கையால் கைப்பற்றப்பட்டது.

ஹனுமானின் பணிக்கு இது சரியாக இருந்தது.

ஏனென்றால் இலங்கையின் இந்த வட கிழக்கு கடற்கரை ஏறக்குறைய முழுமையாக வெறிச்சோடியிருந்தது. அவர்கள் சிறிய படகு ஒன்றில் ஏறி யாரும் அறியாதபடி சிகிரியாவிற்கு வெகு அருகில் செல்ல முடியும். இது முக்கியமாக இருந்தது

ஏனென்றால் இலங்கைக்குள் நடைபோடுவதில் இருந்த மிகப்பெரிய ஆபத்து என்னவென்றால் அடர்ந்த காடுகளுக்குள் தொலைந்துபோவது. நதி வழிகாட்டியாக இருக்கும். மற்றுமொரு வழி சாத்தியம்: கேதீஸ்வரம் கோவிலிலிருந்து இலங்கை தலைநகரத்திற்கு செல்லும் சாலை. ஆனால் அது சேனையின் தடுப்புகள் நிறைந்ததாக இருந்ததால் அது மிகவும் அபாயகரமான முன்மொழிவாக இருந்தது.

'ஒரே ஒரு பிரச்சனைதான்,' கிசுகிசுத்தாள் சூர்சா.

'என்ன?' அருகில் சாய்ந்தபடி தன் குரலைத் தாழ்த்திக் கேட்டான் ஹனுமான்.

'நதியின் வாயிலில் ஒரு கலங்கரை விளக்கம் உள்ளது. இந்த மணல் கரைகள் இருக்கும் காரனத்தால் இன்னமும் வடக்கு நோக்கி பயணிக்க வேண்டாம் என்று கடலில் பயணிக்கும் கப்பல்களை எச்சரிக்க உபயோகப்படுகிறது.'

'அதில் ஆட்கள் யாரேனும் இருப்பார்களா?'

'ஆமாம். சுமாராக பத்து நபர்கள்.'

ஹனுமான் அவர்களுக்கு பின்னால் இருந்த பத்து வாயுபுத்ரர்களைப் பார்த்தான். 'நாம் அவர்களை எதிர்கொள்ளலாம் என்று நினைக்கிறேன்.'

'நாம் சீக்கிரமே அதைச் செய்ய வேண்டும்.'

'ஏன்?'

'கேதீஸ்வரம் கோவிலின் கலங்கரை விளக்கத்திலிருந்து இருபது கிலோமீட்டர் தொலைவில் ஒரு இடத்தில் சேனையின் ஒரு முழு படைப்பிரிவு ஒன்று இருக்கிறது. அது கோவிலின் ராஜ வீதியிலிருந்து சிகிரியா வரை காக்கிறது. குதிரை மேல் சென்றால் வெறும் முப்பது நிமிடங்களே ஆகும். ஒரே ஒரு வீரன் தப்பித்து விட்டான் என்றாலும், ஒரு முழு படைப்பிரிவு நம் பின்னால் வந்துவிட அதிக நேரம் எடுக்காது.'

'ம்ம்ம், சரி. அதனால் அவர்கள் அனைவரையும் கொன்று விட வேண்டும். வேகமாக.'

'ஆமாம்.'

'எவ்வளவு நேர இடைவெளியில் அங்கு காவல் மாற்றம் நிகழும்?'

'இந்தப் பிரிவு போதுமான அளவு பெரிதானது. எதுவுமே நடக்காத முக்கியமற்ற கம்பம். நான்கு வாரங்களுக்கு ஒரு முறை நிவாரணப்பொருட்கள் வரும். இந்தக் கலங்கரை விளக்கத்தில் பணியில் இருக்கும் வீரர்கள் கொல்லப்பட்டுவிட்டார்கள் என்று படைப்பிரிவினர் அறிய சில காலம் எடுக்கும். அதற்குள்

சிகிரியாவில் நம் வேலையை முடித்துக்கொண்டு இந்திய மையப்பகுதிக்கு திரும்பி விடலாம்.'

ஹனுமான் தலையசைத்து ஆமோதித்து வேகமாக தன் வீரர்களுக்கு கட்டளைகளிட்டான். ஆயுதங்கள் மற்றும் கேடயங்களை சரி பார். கவசங்களை இறுக்கு. தசைகளை இழு.

பிறகு உயரமான இடத்தில் அமர்ந்து நல்ல வினோதமான தசைகள் கொண்ட இடது கையை தலைக்குப் பின்னால் எடுத்துச்சென்று, முன்னங்கையை தோள்பட்டைக்கு நடுவில் அமர்த்தினான். வலது கையால் ஹனுமான் தன் இடது முழங்கையை மெதுவாக இழுத்தான். பிரமிட் அமைப்பு போன்ற அந்த இடம் நன்கு இழுப்பட்டபோது பெருமூச்சு ஒன்று விட்டான்.

கிட்டத்தட்ட உடனே யார் கண்களோ அவன் மீது பட்டதுபோல் உணர்ந்தான். சூர்சா வெளிப்படையாக அவனை ரசிப்பதைக் கண்டான். ஹனுமானின் கன்னங்கள் வெட்கத்தால் சிவக்க உடனடியாக வேறு பக்கம் திரும்பிக்கொண்டான். சூர்சா சிரித்துக்கொண்டே தன் தோள் பட்டைகளை இழுத்து தளர்த்தத் துவங்கினாள்.

ஹனுமானும் சூர்சாவும் வாயுபுத்ர வீரர்களுடன் மரங்களுக்கிடையில் ஒளிந்துகொண்டிருந்தனர். நல்ல தொலைவில், வடது பக்கத்தில் தங்கள் படகை கரைகட்டிவிட்டு சப்தமில்லாமல் அடர்ந்த மரங்களுக்கிடையில் தெற்கு நோக்கி விரைந்தார்கள். அகன்ற கடற்கரையின் எதிரே இருந்த கலங்கரை விளக்கத்தை நிழலில் நின்றபடி கூர்ந்து கவனித்தார்கள். ஐந்து அடுக்கு உயர கட்டிடத்தில் மேலே தீப்பந்தம் எரிந்துகொண்டிருந்தது. தூரத்தில் கடலில் இருந்த கப்பல்களுக்கு சமிக்ஞை செய்துகொண்டிருந்தது. எளிமையான எச்சரிக்கை: *விலகி இரு*.

'அவர்கள் பத்து பேர்,' உறுதி செய்தான் ஹனுமான், கடற்கரையில் பரந்த நீரைப்பார்த்தபடி நின்றிருந்த இலங்கை வீரர்களின் எண்ணிக்கையை சரிபார்த்துக்கொண்டே. அது இரவில் வெகு நேரத்திற்கு பிறகாக இருந்தாலும் முழு நிலவின் ஒளி அனைத்தையும் தெளிவாகக் காட்டியது.

அவர்கள் சிறிது தூரத்திலேயே இருந்தார்கள்.

'ஆனால் ஹன்ஸ், நாம் கலங்கரை விளக்கத்தினுள் மனிதர்கள் இருக்கிறார்களா என்றும் சரி பார்க்கவேண்டும்,' என்றாள் சூர்சா.

அன்போடு ஆனால் முறையற்ற விதத்தில் தன் பெயர் அழைக்கப்பட்டதை ஹனுமான் கண்டுகொள்ளவில்லை. 'நான்

ஒப்புக்கொள்கிறேன். ஆனால் முதலில் இந்த வீரர்களை விட்டொழிப்போம்.'

சூர்சா ஆமோதித்தாள்.

ஹனுமான் உடனிருந்த வாயுபுத்ரர்கள் பக்கம் திரும்பினான். 'அவர்களிடம் ஈட்டிகள் இருக்கின்றன. அதனை மனதில் கொள்ளுங்கள்.'

ஹனுமானும் வாயுபுத்ரர்களும் கத்திகள் மற்றும் வாள்கள் வைத்திருந்தனர். இலங்கையினரிடம் இந்த ஆயுதங்கள் இருந்தாலும் அவர்களிடம் ஈட்டிகளும் இருந்தன, அதனால் வெகு தூரத்தில் இருக்கும் இலக்கை தொடுவது அவர்களுக்கு சாத்தியமாயிற்று.

ஹனுமான் ஒரு முட்டியில் அமர்ந்து, தன் வாளை எடுத்து அதன் கூர்மையான முனையை மெதுவாக மணல் பரப்பில் தோண்டினான். அவனது குழுவும் அவன் செய்கையை பின்பற்றியது.

ஹனுமான் தன் கண்களை மூடிக்கொண்டு, தலையை கவிழ்த்து கிசுகிசுத்தான், 'நான் செய்யும் அனைத்தும், ருத்ரனுக்காகச் செய்கிறேன்.'

அவனுக்கு பின்னால் இருந்த வீரர்களாலும் அந்த வார்த்தைகள் எதிரொலிக்கப்பட்டன. 'நான் செய்யும் அனைத்தும், ருத்ரனுக்காகச் செய்கிறேன்.'

ஹனுமான் எழுந்தான், பெரிய உடல்கூறு சிறிதாகக் குன்ற, வாள் உடலிலிருந்து தள்ளி பிடிக்கப்பட்டது. அவன் லேசான பாதங்களுடன் முன்னே நகர்ந்தான்.

சிறுத்தையைப்போல் வேகமாக விரைந்தான்.

ஹனுமானும் அவன் படைப்பிரிவும் இப்போது வெட்டவெளியில் இருந்தனர். கடற்கரையில். மறு பக்கம் கடலை நோக்கி அமர்ந்திருந்த இலங்கையினரை நோக்கி விரைந்தார்கள்.

வாயுபுத்ரர்கள் அவர்களைத் தாக்கும் ஒரு சில நொடிகளுக்குமுன், ஒரு இலங்கை வீரன் திரும்பினான். ஆப்பிரிக்கா கண்டத்து பசுமை நிலங்களில் வேட்டையாட வருபவர்களிடமிருந்து தங்களைக் காத்துக்கொள்ள உதவிய பண்டைய மிருக உள்ளுணர்வு; எச்சரிக்கும் ஒரு உள்ளுணர்வு. தங்கள் உள்ளுணர்விற்கு எதிர்வினை ஆற்றத் தயாராக இருப்பவர்கள்.

'யார் அங்கு செல்கிறார்கள்?'

அற்புதமான பயிற்சி பெற்ற ராவணனின் வீரர்கள், திரவம் நகர்வது போல் ஒருசேர கச்சிதமான ஒழுங்குடன்,

தங்கள் கால்களில் நின்று சுழன்று, ஈட்டிகளை முன் பக்கம் துருத்தினார்கள்.

இது திறந்தவெளி போர்களில் பயன்படுத்தப்படும் மிகவும் சக்திவாய்ந்த தற்காப்பு உத்திகளில் ஒன்றாகும். வீரர்கள் தங்கள் கேடயங்களை ஒன்றாக பிடித்துக்கொண்டனர். ஒருவரின் கேடயம் மற்றவரின் கேடயத்தின் மேல், சிறிதளவு படும்படி, துளைக்க முடியாத ஒரு சுவற்றினை அமைத்தார்கள். ஒவ்வொரு கேடயத்தின் வலது முனையில் இருந்த வளைந்த பிளவின் வழியாக அச்சுறுத்தும் நீளமான ஈட்டி ஒன்று வெளிப்பட்டது.

பயமுறுத்தும் கேடயச் சுவர்.

இப்படிப்பட்ட கேடயச் சுவரை எதிர்கொள்ளும்பொழுது தாக்கும் அணி தங்கள் வேகத்தை குறைத்துக்கொள்வது இயற்கையானது. ஏனென்றால் துளைத்துக்கொண்டு போவது கிட்டத்தட்ட சாத்தியமற்றது. ஈட்டி முனை கத்திகள் நிறைந்த காட்டிற்குள் சென்று தன்னைத்தானே மாய்த்துக்கொள்வான் தாக்க வருபவன்.

ஆனால் ஹனுமான் சாதாரணமாக தாக்கும் ஒரு எதிராளி இல்லையே.

தற்காப்புக்கான எந்த ஒரு தயக்கமும் இல்லை, வலிமை வாய்ந்த இந்த வாயு கேசரி புத்ரனிடம்.

ஹனுமான் தன் பிரம்மாண்டமான உடலை தன் முழு அளவிற்கு உயர்த்தினான். இனி அமைதியாக இருக்கவோ பதுங்கவோ தேவையில்லை. அவன் வேகத்தை குறைக்கவில்லை. அவன் வாள் இன்னமும் அவனது பக்கவாட்டில் பிடிக்கப்பட்டிருந்தது.

அவன் முன்னால் விரைய அவனது படைப்பிரிவு சற்றே பின் தங்கியிருந்தது

ஈட்டிக்காட்டின் முன்பு வர இருந்தபொழுது, ஹனுமான் கர்ஜித்தான், 'காலாக்னி ருத்ர'

காலாக்னி, காலம் முடியும் நேரத்து தீ, ஒரு காலம் முடிவடைவதை குறிக்கும் பெருந்தீ. மற்றும் ஒரு புதிய ஆரம்பம். வலிமைமிக்க மஹாதேவிற்கு எதிராக நிற்பவரின் காலம் முடிவடைவதை சமிக்ஞை செய்யும் ருத்ர பகவானின் தீ.

'காலாக்னி ருத்ர' முழக்கமிட்டார்கள் வாயுபுத்ரர்கள்.

நேராக கேடயச் சுவற்றின் மத்திக்கு விரைந்தான் ஹனுமான். கத்தியில் குத்திக்கொள்ளப்போகிறான் என்று தோன்றியபோது ஹனுமான் தன் உடலை ஒரு பக்கம் திருப்பி தனது இடது கையை உயர்த்தினான். ஈட்டியின் கத்தியை வேறு பாதைக்கு திருப்பி தன் இடது கையை அதீத வலிமையுடன் கீழே

இலங்கைப் போர்

கொண்டுவந்தான். ஈட்டியின் தண்டு அவனது இடது கை மற்றும் மார்பின் பக்கவாட்டின் இடையில் பிடிபட்டுக்கொண்டது. இப்போது அந்த இலங்கை வீரன் தன் கையில் ஈட்டியை பிடித்திருக்கும் வரை நகர முடியாமல் சிறைப்பட்டவனானான். ஹனுமான் வேகத்தை குறைக்காமல் இருந்தான். அவனது இடது தோள் கேடயத்தை முட்ட அந்த இலங்கை வீரன் தடுமாறி பின்னால் நகர்ந்தான். ஹனுமான் தன் வாளினை உயர்த்தி அவனது தொண்டையை கிழித்தான். உடனடியாக தன் வாளை பின்னால் உருவி, அந்தக் கூர் முனையால் அதேபோன்ற மென்மையான அசைவில் அடுத்திருந்த இலங்கை வீரனின் தொண்டையையும் துண்டித்தான்.

சில நொடிகளுக்குள் ஹனுமான் இரண்டு இலங்கையரை கொன்றிருந்தான். மிக முக்கியமாக கேடயச் சுவர் உடைக்கப்பட்டிருந்தது.

ஒன்றாக சேர்த்துபிடிக்கப்படும்போது கேடயச் சுவர் துளையிட முடியாதது. ஆனால் ஒரு ஒற்றை உடைப்பு முழு அமைப்பையும் திடுக்கிடும் அளவில் வேகமாக தகர்த்துவிடும். அந்தச் சுவற்றில் ஒரு சிறு துளையை ஹனுமான் ஏற்படுத்தியவுடன், வாயுபுத்ரர்களின் படை அதனை அடித்து நொறுக்கியது. வேகமான திறனுடன் மற்ற இலங்கையரை அவர்கள் வெட்டி வீழ்த்தினார்கள்.

ஒரே ஒரு இலங்கையனைத் தவிர. அவன் தன் ஈட்டியை உதறிவிட்டு தன் குதிரையின் பக்கம் விரைந்தோடினான். தன்னை எதிர்த்த மனிதனை ஹனுமான் கொன்றபோது அந்த இலங்கையன் சிறிது தூரத்தில் தன் குதிரையின் மேல் ஏறுவதைப் பார்த்தான்.

'அந்த மனிதனை நிறுத்து!' கொதித்தெழுந்தான் ஹனுமான், அவன் பக்கம் விரைந்தபடி.

அந்த இலங்கை வீரன் தன் குதிரையை கொடூரமாக அடித்தான். அவன் தப்பித்துவிடுவான் போல் தோன்றியது. மேலும் சீக்கிரமே அவன் கேதீஸ்வரம் கோவிலில் இருந்த படைப்பிரிவினை எச்சரித்து விடுவான்.

துவங்குவதற்கு முன்னரே இந்தப் பணி தோற்கக்கூடும்.

பிறகு ஹனுமான் நேர்த்தியாக செய்யப்பட்ட ஒரு அழகான கொலையைப் பார்த்தான்.

அந்த இலங்கை வீரனின் வலது புறத்தில் தன் குதிரையில் சூர்சா மணல் பரப்பில் இடியாக இறங்கியதைப் பார்த்தான். துரதிர்ஷ்டவசமாக அந்த வீரன் மரணம் தன்னை நோக்கி விரைந்ததைப் பார்க்கவில்லை. மறுபுறத்தில் இருந்த அச்சுறுத்தும் ஹனுமானின் மீதே அவன் கண்கள் நிலைத்திருந்தன. குதிரையை

நெருங்கியவுடன் சூர்சா தன் கால்களில் பாய்ந்து, வானத்தில் உயரே குதித்து, முழங்கால்களை மடித்து, சரியான நேரத்தில், அதிகபட்ச உயரம் கிடைக்கும்படி செய்தாள்.

ஹனுமான் அந்தக் காட்சி தன் கண் முன்னே மெதுவாக நகர்வது போல் கண்டான்.

அற்புதம்.

சூர்சா காற்றைக் கிழித்துக்கொண்டு பறக்க, முதுகு வளைந்து, வலது கை மேலே உயர்த்தப்பட்டு, கத்தி தயாராக இருந்தது. இலங்கை வீரனின்மீது ஏறிய அதே சமயத்தில் தன் வலது கையை கீழே கொண்டுவந்தாள். அந்த வீரனின் இடது கண்ணிற்குள் கத்தியைச் சொருகியபடி. உலோக முனை கண் குழியைக் கிழித்தபடி மூளைக்குள் மூழ்கியது. இலங்கை வீரனும் சூர்சாவும் ஒன்றாக குதிரையின் மீதிருந்து உருண்டனர். மண்ணைத் தொடும் முன்பு அந்த இலங்கை வீரன் இறந்திருந்தான்.

குதிரை சிறிது நேரம் ஓடிக்கொண்டிருந்தது. பிறகு குழப்பத்தில் நின்றது.

ஹனுமானால் சூர்சாவின் மீதிருந்து தன் கண்களை எடுக்க முடியவில்லை. அவன் முகத்தில் பிரமிப்பு வெளிப்பட்டது.

சூர்சா மீண்டும் ஒரு முறை உருண்டுவிட்டு அதே மென்மையான அசைவில் எழுந்தாள். சுற்றும் முற்றும் பார்த்தாள். காட்டுப் பூனை போல் உலாவினாள். எல்லா இலங்கையரும் இறந்துவிட்டனர்.

எஃகு போன்ற அவளது கண்கள் ஹனுமான் மீது நிலைத்தது. 'சீக்கிரம் கலங்கரை விளக்கத்தை சோதனையிடலாம்.'

ஹனுமான் ஆமோதித்தான். தன் வீரர்களை நோக்கித் திரும்பி, 'உடல்களை எடுத்து கலங்கரை விளக்கத்தினுள் கொண்டுவாருங்கள். குதிரைகளைக் கட்டுங்கள்.'

'சரி, ஹனுமான்ஜி,' அவர்கள் ஒருசேர பதிலளித்தார்கள்.

ஹனுமானும் சூர்சாவும் வேகமாக கலங்கரை விளக்கத்தை நோக்கி நகர்ந்தார்கள்.

——— ʝ⨍ ⨏ϽD ———

'தந்தையே, என்ன நடக்கிறது என்று நான் அறியவேண்டும்,' என்றான் இந்திரஜித் பணிவாக ஆனால் உறுதியாக.

ராவணனின் இருபத்தியேழு வயதான மகன் இந்திரஜித் அவனது தந்தையின் தனிப்பட்ட அறைக்குள் முன்னறிவிப்பில்லாமல் அவர் கும்பகர்ணனுடன்

உரையாடிக்கொண்டிருந்தபோது நுழைந்திருந்தான். தன் தந்தையைப்போன்றே அச்சுறுத்தும் உடல் தோற்றம் கொண்டிருந்தான் இந்திரஜித். உயரமான, தசைப்பிடிப்புடனும் ஆண்மை பொங்கும் குரலுடன் இயற்கையாகவே கம்பீரமாக இருந்தது அவனது தோற்றம். ஆனால், ஏமாற்றுவதாகவும் இருந்தது. அவன் தன் தாய் மண்டோதரியின் உயர்ந்த எலும்புகள் கொண்ட கன்னங்கள் மற்றும் சிங்கத்தின் பிடரி போல் இருந்த அடர்த்தியான பழுப்பு நிற முடியுடன் இருந்தான். அதனை இரண்டு பாகங்களாக பகிர்ந்து உச்சியில் முடித்திருந்தான். கைப்பிடி போன்றிருந்த மீசை நன்கு எண்ணெய் தடவப்பட்டு, அவனது மென்மையான சருமம் கொண்ட முகத்தில் அழகாக அமர்ந்திருந்தது. அவன் உடை எப்போதும் போல் மிதமாக இருந்தது. அவன் எந்த நகையும் அணியவில்லை ஆனால் இந்திய வீரர்கள் விரும்பிய காது தோடுகள் அணிந்திருந்தான். பூணூல், புனித நூல், அவன் இடது தோளிலிருந்து மார்பின் மேல் குறுக்கே தொங்கியது.

ராவணன் பேசுவதை நிறுத்திவிட்டு தன் பெருமை மற்றும் மகிழ்ச்சியின் உருவமான தன் மகனின் பக்கம் திரும்பினான். 'நீ எதைப்பற்றி பேசுகிறாய் இந்திரஜித்?'

இந்திரஜித் தன் தந்தையைப் பார்த்து முறைத்தான். பிறகு தன் சித்தப்பாவின் பக்கம் திரும்பினான்.

'சித்தப்பா, நீங்கள் பேசப்போகிறீர்களா?'

வார்த்தைகள் இல்லாமல் கும்பகர்ணன் வேறு பக்கம் திரும்பினான்.

'தந்தையே,' என்றான் இந்திரஜித், ராவணனை உன்னிப்பாக பார்த்தபடி, 'கடைசியாக நான் கேள்விப்பட்டது, விஷ்ணுவை கடத்தி மலயபுத்ரர்களுடன் கலந்து பேசி உங்கள் இருவருக்கும் தேவையான மருந்துகளை பெறப்போவதாக திட்டமிட்டிருந்தீர்கள். நாம் அவளைக் கடத்தி நாட்கள் ஆகிவிட்டன. பல நாட்கள். ஆனால் மலயபுத்ரர்களிடம் யாரும் அனுப்பப்படவில்லை. எந்தச் செய்தியும் அவர்களிடம் சென்று சேர்க்கப்படவில்லை. நீங்கள் இருவரும் அசோக வனத்திற்கு நடந்து சென்று ராணி சீதாவுடன் பேசுவதை நான் பார்க்கிறேன். என்ன நடக்கிறது?'

'இந்திரஜித், கருத்தில் கொள்ளப்படவேண்டிய விஷயங்கள் இருக்கின்றன.'

இந்திரஜித் அமைதியாக நின்றான், அவன் தந்தை விளக்கம் அளிக்க காத்திருந்தான். எந்த ஒரு விளக்கமும் அளிக்கப்படாததனால் அவன் பெருமூச்சு ஒன்றை எடுத்து உறுதியான அழுத்தத்துடன் பேசினான். 'நான் இன்னமும் உங்கள் நம்பிக்கைக்குப்பாத்திரமானவனாக இருக்கிறேனா?'

'கண்டிப்பாக இருக்கிறாய் என் மகனே.'

'பிறகு என்னிடம் முழு உண்மையை ஏன் சொல்ல மாட்டேன் என்கிறீர்கள்?'"

'என் மகனே, எந்த ஒரு செயலையும் ஆற்றும் முன்னர் நானும் உன் சித்தப்பாவும் சிந்திக்கவேண்டிய பெரிய விஷயங்கள் உள்ளன.'

'பெரிய விஷயங்கள்? தந்தையே, அயோத்தியா தன் சேனையை அனுப்புகின்றது. ராணி சீதாவிற்கு நாம் எந்தத் தீங்கும் இழைக்கவில்லையென்றால் அவர்கள் அப்படிச் செய்யமாட்டார்கள் என்று நினைத்தோம். நாம் நினைத்தது தவறு. அயோத்தியா என்ன செய்கிறது என்று எனக்குத் தெரிந்திருந்தாலும், அது உங்களுக்குத் தெரியாமல் இருக்க வாய்ப்பில்லை. சப்த சிந்துவின் அனைத்து ராஜ்யங்களின் சேனைகளை பெறும் ஆதரவு அவர்களுக்கு கிடைத்தால், நாம் தோற்று விடுவோம். நாம் அவர்களை நன்றாக எதிர்கொண்டாலும் நாம் தோற்போம். உங்களுக்கு அது தெரியும். அதை விட பெரிய விஷயம் என்னவாக இருக்கும்?'

ராவணன் அமைதியாக இருந்தான்.

'தந்தையே...'

ராவணன் தன் பக்கத்தில் இருந்த மேஜையிலிருந்து ஒரு சுருளை எடுத்தான். 'இந்த ஒரு பிரச்சனை இருக்கிறது.'

'என்ன பிரச்சனை?'

'நீ பாலி செல்லவேண்டும்.'

இந்தியாவின் கிழக்கே தூரத்தில் இருந்த தீவு பாலி. தென் கிழக்கு ஆசியா மற்றும் சீனாவுடன் வணிகம் செய்ய மிக அதிக முக்கியத்துவம் வாய்ந்த, நுழையும் துறைமுகம். இலங்கையால் கட்டுப்படுத்தப்பட்ட துறைமுகம்.

இந்திரஜித் அதிர்ந்தான். ஆனால் தன் முகபாவத்தை நேராக வைத்துக்கொண்டான். 'பாலி?'

'ஆமாம்.'

'ருத்ர பகவானின் பெயரால் கேட்கிறேன், நான் ஏன் பாலி செல்லவேண்டும்?'

'உடனடி கவனம் தேவைப்படும் சில முக்கிய வணிக தர்க்கங்கள் இருக்கின்றன. நம்மில் ஒருவரால்தான் அதனை சரி செய்யமுடியும். அரச குடும்பத்திலிருந்து ஒருவர்.'

இந்திரஜித் எரிச்சலுடன் கண்களைக் குறுக்கினான். 'வணிக தர்க்கங்கள்?'

'ஆமாம்.'

இந்திரஜித்தின் கை முட்டி இறுக, அவன் முழங்கைகள் வெண்மையாக இருந்தன. 'தந்தையே, என்னை நீங்கள் நம்பும் பொழுது நான் திரும்பி வருகிறேன்.'

இதைச் சொல்லிவிட்டு இந்திரஜித் அமைதியாக திரும்பி அறையை விட்டு வெளியே நடந்தான்.

அத்தியாயம் 8

கரையோர நகரமான ஆலப்புழாவிலிருந்து நூறு கிலோ மீட்டருக்கும் குறைவான தூரத்தில் இருந்த சபரிமலையை முழுமையாக கடக்க ஒரு வாரத்திற்கும் மேல் எடுத்தது. கடைசி இரவில் ராமும் அவனது துணையும் பம்பை நதிக்கருகில் கீழே பள்ளத்தாக்கில் தங்கினார்கள். அடுத்த நாள் விடியற்காலை அவர்கள் மலை உச்சியை நோக்கி நடக்கத் துவங்கினார்கள். சபரிமலை கடல் மட்டத்திலிருந்து ஆயிரத்திஐநூறு அடி உயரத்தில் இருந்தது.

வனப் பெண்மணி சபரியை சந்தித்தபோது பிரதான கோவிலிலிருந்து இன்னும் கொஞ்சம் தொலைவில் இருந்தார்கள் அவர்கள். அவர்களை சந்திக்க அந்த கட்டிடத்தின் நுழைவாயில் வரை அவள் வந்திருந்தாள்.

'சபரி அன்னையே,' என்றார் வசிஷ்டர். வணக்கம் சொல்லி, தன் கைகளை மரியாதையுடன் குவித்து தலையைக் குனிந்துகொண்டார்.

சபரி பெயரில்லை. சபரிமலை கோவிலின் தலைவருக்கு சூட்டப்படும் தலைப்பு. அவளது முறையான தலைப்பு தாந்த்ரி சபரி. இந்திய வழியில் இருப்பது போல் அதனைச் சுற்றி ஆழ்ந்த குறியீடு நெய்யப்பட்டிருக்கிறது. தாந்த்ரி என்ற வார்த்தை பழைய சமஸ்கிருதத்தில் பொது பாலாக இருந்தது. ஆண்கள் மற்றும் பெண்கள் இரண்டிற்கும் பயன்படுத்தப்படலாம். அந்த

வார்த்தையின் மூலம் *நூல்* அல்லது *கயிறு* என்று இருந்தது. உள்ளூர் மொழியில் சபரிமலை என்ற பெயரை மொழிபெயர்த்தால் சபரியின் மலை என்றாகிறது. பழைய சமஸ்கிருதத்தில் *மாலா* என்பதன் அர்த்தம் *மாலை*. அதனால் *சபரிமலை, சபரியின் மாலை*, இது ஒரு *தாந்த்ரி* என்ற கயிற்றினால் ஒன்றாக சேர்த்து பிடிக்கப்பட்டது.

தற்போதைய *தாந்த்ரி* ஒரு வயதான பெண்மணி, குறைந்தபட்சம் நூறு வயதானவள். அவளது பிறப்புப் பெயரை யாரும் அறியவில்லை. அவளே தனது பழைய அடையாளத்தை மறந்திருந்தாள். தன் முழு வாழ்வையும் சிறந்த போர் தெய்வமான ஐயப்பனுக்கு அர்பணித்திருந்தாள். இந்த கோவிலில் பிரம்மச்சாரி வடிவின் பிரதிநிதியாக விளங்குகிறார் ஐயப்பன்.

விவேகம் பெற்ற முதியவள். மாநிறத்தவளாக இருந்த அவளது கண்களில் ஒரு தாயின் கண்களின் வெதுவெதுப்பும் இருந்தன. காய்ந்து போயிருந்த காட்டில் வேலை செய்வதனால் முரட்டுத்தனமாக கடினமாகியிருந்த அவளது கைகளை *வணக்கம்* சொல்லக் குவித்தாள். 'மகரிஷி வசிஷ்டர், எங்களது நிலத்தில் உங்கள் பாதங்கள் படுவது எத்தகைய ஒரு மரியாதை. *ஸ்வாமியே சரணம் ஐயப்பா.*'

பகவான் ஐயப்பனின் காலடிகளில் சரணடைகின்றோம்.

'மரியாதை கிடைத்தது எனக்குத்தான், சபரிஜி,' பதிலளித்தார் வசிஷ்டர். '*ஸ்வாமியே சரணம் ஐயப்பா.*' பிறகு அயோத்தியாவின் ராஜகுரு ராம் மற்றும் லக்ஷ்மனின் பக்கம் திரும்பினார். 'இவர்களை அறிமுகப்படுத்த அனுமதிக்க வேண்டும், தயவு செய்து...'

'மாபெரும் ராமை அறியாதவர் யார்,' என்றாள் சபரி இதயத்தில் துவங்கிய புன்னகையுடன். அது அழைக்கப்படாமலே கண்கள் வரை நீடித்தது. 'வரவேற்கிறோம், சிறந்த விஷ்ணு.'

விஷ்ணு என்று அழைக்கப்பட்டதால் ராம் வெட்கப்பட்டான். மெதுவாக கிசுகிசுத்தான் '*ஸ்வாமியே சரணம் ஐயப்பா.*' குனிந்து தன் ஒல்லியான உருவத்தை வளைத்து சபரியின் கால்களைத் தொட்டு வணங்கினான்.

அவள் ராமின் தலையைத் தொட்டு மெதுவாக ஆசீர்வதித்தாள், 'அனைத்தையும்விட சிறந்த ஆசீர்வாதத்தை பெறுவாயாக: அன்னை பூமி இந்தியாவிற்கு நீ சேவை செய்வாயாக.'

வசிஷ்டர் சிரித்தார் ஏனென்றால், இதே ஆசீர்வாதத்தை அவர் ராமின் மனைவி சீதாவிற்கு கொடுத்திருந்தார், பல வருடங்களுக்கு முன்னர்.

ராம் எழுந்தான். கைகள் *வணக்கம்* சொல்வதாக குவிந்திருந்தன.

லக்ஷ்மன் முன்னால் நகர்ந்து, *'ஸ்வாமியே சரணம் ஐயப்பா,'* என்று கூறி தன் பெருத்த உடலை வளைத்து சபரியின் கால்களைத் தொட்டான். அவளது ஆசீர்வாதம் கிடைத்தவுடன் பின்னால் அடியெடுத்து வைத்தான்.

'என்னுடன் வா, ராஜா ராம்,' என்றாள் சபரி, அவன் கைகளைப் பிடித்து வாயிலுக்கு அழைத்துச் சென்றாள். பலரும் ராமை ராஜா ராம் என்றே அழைத்தனர், முடிசூடாவிட்டாலும். ஏனென்றால் பரதன் தெளிவாக ராமின் பெயரால் ஆட்சி புரிவதாக கூறிவிட்டிருந்தான்.

ராம் திரும்பிப் பார்த்தான். வசிஷ்டரும் லக்ஷ்மனும் பின் தொடர்ந்து வந்துகொண்டிருந்தனர். சில நிமிடங்களில் பெரிய படிகிணறு ஒன்றை அடைந்தனர். கிட்டத்தட்ட ஐநூறு சதுர மீட்டர் பரப்பளவு கொண்டது அது. பருவ மழைக் காலத்தில் சபரிமலையில் அதிக மழை பெய்தது. ஆனால், சபரிமலை செங்குத்தாக இருந்தது. ஏரிகளும் எதுவும் இல்லை. மழைக்காலத்தில் வெள்ளத்தால் மூழ்கினாலும் வருடத்தின் மற்ற காலங்களில் அங்கு தண்ணீர் பஞ்சம் நிலவியது, முக்கியமாக வறண்ட கோடை காலத்தில். படிக்கிணறு புத்திசாலித்தனமாக குதிரை லாடம் போல வடிவமைக்கப்பட்டிருந்தது. அதில் ஏழு செங்குத்தான நிலைகள் இருந்தன. கடைசி நிலை ஏறத்தாழ ஐம்பது அடி ஆழம் இருந்தது. அதன் குறுகிய ஓரங்களில் சிறிய படிக்கட்டுகள் தண்ணீருக்கு வழி காட்டியது. படி கிணற்றின் பெரிய கொள்ளளவு, பருவ காலத்தில் பெய்த மழை நீரை பிடித்து வைத்து வருடம் முழுதும் கோவில் தேவைக்கு உபயோகப்படும்படி அமைந்திருந்தது.

சபரி படிகிணற்றின் ஓரத்தில் நடந்தாள். அவள் கைகள் ராமின் கைகளை பிடித்தபடி இருந்தன. அவள் மலைப்பகுதியை நோக்கி நடந்தாள்.

வசிஷ்டர் புன்னகைத்தார். அவள் எங்கு செல்கிறாள் என்று அவருக்கு தெரிந்திருந்தது. ஒரு சோதனை. சபரி வைத்த சோதனை. யாரும் வெற்றி பெறாத சோதனை.

ஆனால் வசிஷ்டருக்கு அவரது மாணவனின் மீது முழு நம்பிக்கை இருந்தது.

கோவில் கட்டிடத்தினுள் மலையின் நுனியில் இருந்த ஒரு இடத்திற்கு ராமை அவள் அழைத்துச் சென்றாள். அங்கிருந்து கீழே பள்ளத்தாக்கின் காட்சி பிரமிக்க வைக்கும். ஆனால் ராமின் கவனம் வேறு எங்கோ இருந்தது. அவன் இரண்டு சிற்பங்களைப் பார்த்து நிலைகுத்தியிருந்தான்.

இலங்கைப் போர் 75

சபரி ராமின் பக்கம் திரும்பினாள். 'இந்த இரண்டு சிற்பங்களும் உங்களுக்கு என்ன சொல்கிறது எனக்கு கூறுங்கள் சிறந்த இளவரசரே? அவை கூறும் செய்தி என்ன?'

சபரி அந்த கோவிலின் ஒவ்வொரு முக்கிய விருந்தினரையும் அந்தக் கேள்வி கேட்டிருந்தாள். ஆனால் எவரும் சரியான பதிலைக் கூறவில்லை.

இரண்டு சிற்பங்களும் ஒன்றை ஒன்று பார்த்தபடி இருந்தன. சிறிய இடைவெளிமட்டுமே இரண்டையும் பிரித்தது.

வெறித்தனமாக ஓடுவது போல் ஒரு காளை.

பயம் எதுவும் இல்லாத சிறு பெண் ஒருத்தி அதன் முன் நின்றிருந்தாள்.

காளை உயிருள்ள உருவமாக, முரட்டுத்தனமான ஆண்மையின் சின்னமாக, பார்ப்பவர்களை ஆச்சரியத்தில் ஆழ்த்தியது. அதன் தலை தாழ்ந்தும், நாசி துவாரங்கள் விரிந்தும், பற்கள் மூடப்படாமலும் இருந்தது. அதன் நீண்ட கூர்மையான கொம்புகள் வளைந்து அச்சுறுத்தும் வகையில் இருந்தன. சிறு பெண்ணை கிழித்துவிடப்போவது போல். விசித்திரமாக தசைகள் நிறைந்த அதன் உடல் வலது பக்கம் முறுக்கி தாக்க முன்னேறுவது போல் இருந்தது. அதன் முன்னங்கால்கள் பூமியைத் தோண்டியது. அதன் வால் உயர்ந்து, சாட்டைபோல் வளைந்திருந்தது.

கொந்தளிக்கும் கோபத்துடன் அச்சுறுத்தும் ஒரு மிருகம்.

பிறகு அங்கு அந்த பயப்படாத சிறு பெண்.

மிகச்சிறியவள். ஐந்து அல்லது ஆறு வயதிற்கு மேல் இருக்காது. இடுப்பில் கைகளுடன் தோள் மறுப்பு தெரிவிப்பது போல் பின்னால் இழுக்கப்பட்டிருந்தது. பாதங்கள் இரண்டும் அகன்று தரையில் உறுதியாக சமநிலையில் உடலை நிறுத்தியிருந்தது. கண்கள் கலகம் செய்வதாய். தாடை உயர்த்தப்பட்டிருந்தது. அவள் முடி பின்னால் ஒழுங்கற்ற முறையில் பறந்துகொண்டிருந்தது. உடை பலத்த காற்றினால் தாக்கப்பட்டது போல் உடலிலிருந்து இழுக்கப்பட்டிருந்தது. அவளைத் தாக்கி வீழ்த்த தயாராக இருந்த மிருகத்தை கண்டு அஞ்சாமல். வலிமையுடன். வீரத்துடன்.

ராம் உற்று நோக்கினான், கண்சிமிட்டாமல்.

லக்ஷ்மன் முதலில் பேசினான். இந்த உருவங்களைப் பார்த்த மற்றவர்களுக்கு இருந்த அதே கேள்விகள் தான் அவனுக்கும் எழுந்தன. 'எப்படிப்பட்ட அற்புதமான பெண்! வலிமையுடையவள்! தைரியசாலி! பயமற்றவள்! சண்டையில் ஒருவரது உருவத்திற்கு

அதிக மதிப்பில்லை, அவருக்குள் சண்டையிடும் அளவு தைரியம் இருக்கவேண்டியதுதான் முக்கியம் என்று சொல்கிறாள்!'

சபரி லக்ஷ்மனையோ அவனது பதிலையோ காதில் வாங்கிக்கொள்ளவில்லை. அவன் பக்கம் திரும்பிக்கூடப் பார்க்கவில்லை. அவள் கண்கள் ராமின் மீது நிலைகுத்தி இருந்தன.

ராம் சிறிதாக புன்னகைத்து முணுமுணுத்தான். 'என்ன அற்புதமான மிருகம்...'

சபரி வசிஷ்டர் பக்கம் பார்த்து புன்னகைத்தாள். பிறகு மீண்டும் தன் கவனத்தை ராமின் பக்கம் திருப்பினாள்.

ராம் சிற்பங்களை கூர்ந்து பார்த்துக்கொண்டிருந்தான்.

'விளக்கவேண்டும் சிறந்த அரசரே,' என்றாள் சபரி.

'இந்த சிறு பெண்ணிற்கு யாரும் சமம் இல்லை,' என்றான் ராம். 'அவள் தைரியசாலியாக இருக்கலாம் ஆனால் அவளது மனதின் பின்னால் எங்கோ அவளுக்குத் தெரியும், தான் வெற்றிப்பெற வாய்ப்பில்லையென்று. உண்மையிலேயே இப்படிப்பட்ட மாபெரும் உருவம் கொண்ட முரட்டுத்தனமான கொடூரமான மற்றும் ஆவேசத்துடன் இருக்கும் ஒரு மிருகத்தின் முன் நின்றிருந்தால் அவள் சில நொடிகளில் நசுங்கி இறந்திருப்பாள். அது அவளுக்குத் தெரியாமல் இருந்திருக்க வாய்ப்பில்லை. பயம் இல்லாமல் வலிமையுடன் அவள் நிற்பதன் அர்த்தம் அவளுக்கு அந்த உண்மை தெரியும்...தெரிந்திருப்பது மட்டுமில்லை. அவளுக்கு உண்மையின் மீது நிச்சயமான நம்பிக்கையும் இருக்கிறது: அந்தக் காளை அவளுக்கு தீங்கு விளைவிக்காது என்று. அந்தக் காளை *தர்மத்திற்கு* கட்டுப்பட்டது. அந்தக் காளை தவறு ஒன்றும் செய்யாது. என் மனதிற்கு, அந்த மிருகம், *தர்மத்தின்* காளை."

வசிஷ்டர் பெருமையில் பூரித்தார். பண்டைய காலம் முதல், *தர்மம்* --சரியானவை அனைத்தும், இந்த பிரபஞ்சத்துடன் சரியாக சமமாக சீராக இருந்து வருகிறது--அது காளையால் பிரதிநிதித்துவப்படுகிறது. அனைத்து உயிர்களும் *தர்மத்தின்* வழி வாழ்வதை குறிக்கோளாக வைத்திருக்கவேண்டும். தார்மீக வாழ்வின் முக்கிய கோட்பாடு, வலியவர் நலித்தோரை காக்கவேண்டும்.

'காளையின் கொம்புகள்... அவற்றைப் பார்,' தொடர்ந்தான் ராம். 'காளையின் வாய் வழியே செல்லும் ஒரு மெல்லிய கயிறு ஒன்று அதன் கொம்புகளுக்கு இடையில் கட்டப்பட்டுள்ளது. கிட்டத்தட்ட கண்களுக்கு புலப்படாத கடிவாளத்தைப்போல், கொம்புகளுடன் இணைக்கப்பட்டிருக்கும் கயிறு. காளை தன் பற்களைக் காட்டுவது போல் தோன்றும் ஆனால் அந்தக்

கடிவாளம் அதன் கன்னங்களை பின்னுக்கு இழுக்கின்றது. அது ஒரு அடையாளமாக அமைந்துள்ளது. *தர்மத்துடன் நாம் என்ன செய்கிறோம் என்பது நமது கட்டுக்குள் இருப்பது. நமது விருப்பம். நமது விருப்பம் மட்டுமே.* காளை தாக்கத்தான் வந்தது ஆனால் தன்னை விட பலவீனமான பெண்ணைப் பார்த்தவுடன் அதன் கடிவாளம் அதனை கட்டுப்படுத்தியிருக்கிறது. அதன் உடல் வளைவதைப் பார், அந்த மிருகம் கிட்டத்தட்ட அந்த குழந்தையைத் தவிர்ப்பது போலத்தான் தோன்றுகிறது. முன்னங்கால்கள் தரையைத் தோண்டுகிறது, தன் வேகத்தை குறைத்துக்கொள்ள. குழந்தையுடன் மோதுவதை தவிர்க்க தன்னை சமநிலை படுத்திக்கொள்ளும் உள்ளுணர்வின் முயற்சிபோல் அதன் வால் உயர்த்தப்பட்டிருக்கிறது... *பரிபாலய துர்பலம்...*"

சபரி ஆமோதித்தாள். பழைய சமஸ்கிருத சொற்றொடர். பலவீனமானவர்களை பாதுகாக்கவும்.

ராம் தன் கைகளைச் சேர்த்து அந்தக் காளையை வணங்கினான்.

சபரி அங்கீகரிப்பது போல் வசிஷ்டரைப் பார்த்தாள். தான் சொல்ல வந்த விஷயத்தை கண்களின் மூலம் தெரிவித்தாள். *நீங்கள் நன்றாக தேர்ந்தெடுத்திருக்கிறீர்கள்.*

பிறகு ராமின் பக்கம் அடியெடுத்து வைத்தாள். 'ஒரு வலுவான சமூகத்தின் முக்கிய கூறுகளில் ஒன்று முரட்டுத்தனமான ஆண்மையுணர்வு. அதில்லாமல் சமூகம் பலவீனமாகவும் பாதிக்கப்படக்கூடியதாகவும் ஆகிவிடும். வெளியாட்களால் வெல்லப்படும். சிதறிவிடும். ஆனால் *தர்மத்தின்* கட்டுப்பாடில்லாமல் முரட்டுத்தனமான ஆண்மை நச்சுத்தன்மை வாய்ந்த ஆண்மையாக உருமாறும். அது குழப்பத்திற்கு வழிவகுக்கும், வேறு இடங்களிலிருந்து வந்து கைப்பற்றுபவர்களால் ஏற்படும் குழப்பத்தை விட அதிகமாக. *அசுரர்களின் கடைசி நாட்களை ஞாபகப்படுத்திக்கொள்...* மொத்த நிலத்தின் மீது அவர்கள் கட்டவிழ்த்துவிட்ட அந்த ஹிம்சை, கற்பழிப்பு, கொள்ளை மற்றும் அடக்குமுறை. முரட்டுத்தனமான ஆன்மைத் தேவை. வேதனையாக தேவை. ஆனால் அது *தர்மத்தினால்* கட்டுப்படுத்தப்படவேண்டும். காளையின் சக்தியும் வலிமையும் பெரிய ஒரு நன்மைக்காக பயன்படுத்தப்படுவதற்காக.'

ராம் தலையசைத்தான்.

சபரி ராமின் தோள்களைத் தொட்டாள். 'தன் மக்கள் மற்றும் தன் மண்ணின் மீது ஆழ்ந்த அன்பு கொண்டவனாகவும் நியாயத்திற்காக ஏங்குபவனாகவும் இருக்கும், அபாயகரமான

மற்றும் வலிமையான மனிதன் ஒருவன் தன் சொந்த மூல விருப்பங்களை கட்டுக்குள் வைத்திருப்பத்தைப் பார்ப்பது போல் அற்புதமான காட்சி வேறொன்றுமில்லை."

ராம் அமைதியாக நின்றான்.

'நீ சண்டையிடுவாய்,' என்றாள் சபரி. '*அதர்மம்* செய்த அந்த மனிதனுக்கு எதிராக நீ சண்டையிடுவாய். ஆனால், ராவணன் உன் எதிரி மட்டும்தான் என்பதை நீ நினைவில் கொள். உன் உண்மையான எதிரிகள், உன் மக்களின் எதிரிகள், உன் வீட்டில், உன் சொந்த நிலத்திலேயே இருக்கிறார்கள். அதுதான் உன் கடைசி போர். அதை நீ வெல்வாய். பிறகு நீ இந்தியத் தாயின் பெருமையை மீண்டும் நிலைநிறுத்த கடினமாக உழைப்பாய். அதை செய்து முடித்தபின் நீ ஓய்வெடுக்கலாம். நானும் அமைதியாக இறப்பேன்.'

தன் காலை *பூஜை* மற்றும் உணவை முடித்தபின் சீதா தன் குடிலிலிருந்து வெளியே படியெடுத்து வைத்தாள். இன்று ராவணனும் கும்பகர்ணனும் அவளை சந்திக்க வரமாட்டார்கள் என்று சொல்லப்பட்டிருந்தாள். அதனால் அசோக வனத்தை சுற்றிப் பார்க்க முடிவு செய்திருந்தாள். அகன்ற தோட்டத்தின் நடுவில் அமைந்த குடிலில்தான் பெரும்பாலான நேரத்தை இதுவரை கழித்திருந்தாள். படிகளில் இறங்கி அவள் வந்துகொண்டிருந்தபோது சிறிது தூரத்தில் இளைஞன் ஒருவன் நிற்பதைப் பார்த்தாள். நல்ல தசைப்பிடிப்புடன் உயரமாக இருந்தான் அவன். மாநிறம். மேலே தூக்கிய கன்னங்களின் எலும்புகள், நன்கு எண்ணெய் தடவிய கைப்பிடி போன்ற மீசை. நீளமான முடி, பக்கவாட்டில் இரண்டு வகுடுகள் எடுத்து உச்சந்தலையில் முடியப்பட்டிருந்தது. அவன் அன்னையின் சாயல் அதிகம் இருந்தது என்பதில் சந்தேகமில்லை. அவன் யாரென்று ஊகிக்கும் அளவிற்கு போதுமான அளவில் தந்தையின் சாயலும் இருந்தது.

ராவணனின் மகன்.

'இளவரசன் இந்திரஜித்?' என்று கேட்டாள் சீதா.

இந்திரஜித் அவள் முகத்தினை உற்றுப் பார்த்துக்கொண்டிருந்தான். அவன் முதல் முறையாக பார்க்கும் ஒரு முகம். இருப்பினும் ராவணனின் மகன் ஸ்தம்பித்துப் போனான்.

'நான் உனக்கு என்ன செய்ய வேண்டும் இளவரசே?'

இந்திரஜித் வார்த்தைகளை மறந்தது போல் உணர்ந்தான்.

'என்ன விஷயம் சிறந்த இளவரசே?'

இந்திரஜித் பேசவில்லை. கல்லாக மாறியது போல் அந்த இடத்திலேயே வேரூன்றி நின்றான்.

தாழ்வாரத்தில் இருந்த நாற்காலிகளை சுட்டிக்காட்டினாள் சீதா. 'உட்கார்ந்து பேச விருப்பமா?'

இந்திரஜித் நகர்ந்தான். அவளைக் கடந்து நடந்து சென்றான். நாற்காலியில் அமர்ந்தான். அவள் முகத்திலிருந்து தன் கண்களை எடுக்காமல்.

சீதா இளவரசனுக்கு எதிரில் அமர்ந்தாள், முகத்தில் பரிதாபம் பெரிதாக தெரிந்தது. இந்திரஜித் என்ன நினைக்கிறான் என்று அவளால் ஊகிக்க முடிந்தது. 'நீ ஓவியங்களைப் பார்த்திருக்கிறாய் என்று நினைக்கிறேன்.'

இந்திரஜித் தலையசைத்தான்.

'அவை என் தாய் வேதவதியின் ஓவியங்கள்.'

'எனக்குத் தெரியும்...' பதிலளித்தான் இந்திரஜித், இறுதியில் பேசிவிட்டான். 'ஓவியங்களில் இருந்த அந்தப் பெண்ணை எனக்குத் தெரியும்... என் தந்தையைப் பற்றிய ஒவ்வொரு விஷயத்தையும் நான் அறிவேன். ஆனால் எனக்கு உங்களைப் பற்றித் தெரியாது.'

'உன் தந்தையும் என்னைப் பற்றி அறிந்திருக்கவில்லை.'

'நீங்கள்... நான் சொல்ல வருவது... நான் உங்களை அக்கா என்று அழைக்கலாமா?' என்று கேட்டான் இந்திரஜித் நம்பமுடியாமல், மூத்த சகோதரிக்கான வார்த்தையை உபயோகித்து.

சீதா உடனடியாக எதிர்வினையாற்றினாள். 'இல்லை. நான் உன் சகோதரியில்லை. உன் தந்தை என் அம்மாவை காதலித்திருக்கலாம். அவள் கைகளை மட்டும் ஒருமுறை தொட்டதைவிட அவர்களுக்கிடையில் அதிகம் ஒன்றும் இல்லை. நான் வேதவதி மற்றும் அவள் கணவன் ப்ரித்வியின் மகள்.'

இந்திரஜித் கொஞ்சமாக புன்னகைத்தான். 'அப்போது நான் ராவணனின் ஒரே மகனாக இருக்கிறேன்.'

சீதா புன்னகைத்தாள். 'அப்படித்தான் போலும்.'

இந்திரஜித் கீழே பார்த்தான்.

'நீ என்னை வெறுக்கவில்லையா?' சீதா கேட்டாள்.

'நான் ஏன் உங்களை வெறுக்கவேண்டும்? நான் இப்போதுதான் உங்களை சந்தித்திருக்கிறேன்.'

'நான் கூறுவதன் அர்த்தம்... நான் வேதவதியின் மகள்...'

இந்திரஜித்தின் தந்தை தன் வாழ்நாள் முழுவதும் காதலித்த ஒரு பெண்ணின் மகள் அவள். மற்றும் இந்திரஜித் சட்டப்படி ராவணனின் மனைவியான மண்டோதரியின் மகன். அவன் அன்னை தவித்திருப்பாள், ஏனென்றால் அவன் தந்தையின் இதயம் என்றுமே அவளுடையதில்லை. அது எப்போதுமே மற்றொரு பெண்ணிடம், எப்போதோ இறந்து போன மற்றவளிடம் இருந்தது.

ராவணனுடனான இந்திரஜித்தின் உறவுமுறை மிகவும் சிக்கலான ஒன்றாக இருந்தது. அவன் தன் தந்தையை ஆழமாக நேசித்தும் ஆராதித்தும் வந்தான். ஆனால் அதே சமயத்தில் அவரை வெறுக்கவும் செய்தான். அவன் ராவணனின் புத்திகூர்மை, வலிமை மற்றும் போராடும் உணர்வு, வணிகம் செய்யும் திறன், கலைத்திறன் ஆகியவற்றை மதித்தான். கடவுளர் அவனது தந்தைக்கு அனைத்து வித திறமைகளையும் கொடுத்து ஆசீர்வதித்துள்ளார்கள். அதன் பிறகு, குழந்தையைப்போன்ற, தன் விருப்பங்களின் மேல் எந்த கட்டுப்பாடும் இல்லாத, பாதுகாப்பை உணராத இதயத்தையும் கொடுத்து சபித்திருந்தார்கள். குழந்தைப்பருவத்தில் இந்திரஜித் தன் அப்பாவை வெறுத்திருந்தான், அவரது கொடூரம், அவரது கோபம். ஆனால் முக்கியமாக அவர் தன் அன்னையை நடத்திய விதத்திற்காக அவரை வெறுத்தான். அதற்கும் மேலாக தன்னைச் சுற்றி அவர் வைத்திருந்த ஒழுக்கமற்ற மூடத்தனமான பெண்கள்; தன் அமைதியான விவேகமான மற்றும் புத்திசாலியான அன்னையுடன் அவர்களை எப்படி ஒப்பிட முடியும்? பிறகு அவன் வேதவதியைப் பற்றி அறிந்தான்... *கன்யாகுமாரி*...

இந்திரஜித் கிசுகிசுத்தான், கிட்டத்தட்ட தனக்கு மட்டுமே கேட்கும் வகையில், 'என் தந்தையுடனான என் உறவுமுறையை மாற்றியது அந்த *கன்யாகுமாரிதான்*...'

சீதா சற்றே முகம் சுளித்தாள், ஆனால் அமைதியே பதிலாக இருக்கவேண்டும் என்று தேர்ந்தெடுத்தாள்.

இந்திரஜித் தன் ஆய்வினை செய்திருந்தான். எப்படிப்பட்ட சிறந்த பெண்மணி வேதவதி என்பதை கண்டுபிடித்திருந்தான். அரிதாக காணப்படும் ஒரு உன்னதமான பெண். ஒரு *கன்யாகுமாரி*. ஒரு பெண் தெய்வம். சில விதங்களில் தன் தாயையும் விட சிறந்தவளாக இருந்திருக்கலாம். விசித்திரமாக, கன்யாகுமாரிக்காகத்தான் தன் தாய் மண்டோதரியை அவர் புறக்கணித்தார் என்று அறிந்தது அவனுக்கு அமைதியை கொடுத்தது. வேட்கையுடன் திரியும் ஒரு சாதாரண மனிதரல்ல அவன் தந்தை. அவர் மனதில் சிறிது ஆழம் இருந்திருக்கிறது, நிஜமாக. அந்த உணர்தலுடன் தன் தந்தையை தெளிவாக பார்க்கத் தொடங்கினான் அவன். ராவணனின் பலவீனத்தை இன்னமும்

பார்த்தான். ஆனால் முன்பு போல் அவரது குணத்தை அதன்படி தீர்மானிக்கவில்லை. காலம் ஆக ஆக தன் தந்தையுடன் நெருங்கினான்.

'என்ன நடக்கிறதென்று எனக்குத் தெரியும் என்று நினைக்கிறேன்...' மெதுவாகக் கூறினான் இந்திரஜித்.

மற்ற எண்ணங்கள் அவன் மனதிலிருந்து தப்பிக்க அவன் அனுமதிக்கவில்லை. 'உங்களிடம் கன்னியாகுமாரியின் முகம் இருக்கிறது. கன்யாகுமாரியைப்போலவேதான் என் தந்தை ஒரு சிறந்த மனிதனாக விளங்கவேண்டும் என்று நீங்களும் விரும்புவீர்கள்.'

'நீ சொல்வது எனக்குப் புரியவில்லை, சிறந்த இளவரசே,' என்றாள் சீதா.

'ஒரு கிரேக்க தத்துவஞானி ஒருமுறை, "மனிதர்களுக்கு கிடைத்த ஆசீர்வாதங்களில் சிறந்தது மரணமே," என்றார்.'

சீதாவின் முக பாவம் சற்றே மாறியது.

'ஒருவர் தன் மரணத்திற்காக வேண்டக் கூடாது. ஏனென்றால் அது நடக்க வேண்டிய சமயத்தில்தான் நடக்கவேண்டும். ஆனால் ஒருவர் அதைப்பற்றி சிந்திக்கவேண்டும், திட்டமிட வேண்டும், வடிவமைக்கவும் வேண்டும்... எவ்வளவு தூரம் சாத்தியமோ. ஏனென்றால், நல்ல மரணத்தைவிட சிறந்தது இந்த உலகத்தில் வேறு எதுவும் உண்டா?'

சீதா மௌனமாக இருந்தாள்.

'அவர் வாழ்க்கை அர்த்தமற்றதாக இருந்திருக்கலாம், ஆனால் அவரது மரணத்தில் ஒரு நோக்கம் இருக்கும். அப்படி நான் சொன்னாலும்...'

இந்திரஜித் வேறு எதுவும் கூறவில்லை. முரண்பாடு அவன் மனதில் தெளிவாக இருந்தது. தன் நாட்டிற்கு நல்லது எதுவோ அதனை செய்ய வேண்டுமா அல்லது தன் தந்தையின் ஆன்மாவிற்கு எது சிறந்ததோ அதனைச் செய்ய வேண்டுமா? நல்ல ஒரு மகனாக இருக்கவேண்டுமா அல்லது நல்ல இளவரசனாகத் திகழவேண்டுமா?

இந்திரஜித்தின் முகத்தில் அந்த முரண்பாட்டை சீதாவால் படிக்க முடிந்தது. அவள் பேசினாள். 'இளவரசன் இந்திரஜித்...'

இந்திரஜித் அவளை இடைமறித்தான். 'எந்த வார்த்தைகளும் அவசியமில்லை சிறந்த விஷ்ணு... இதைவிட அதிகமாக எதுவும் சொல்லாதீர்கள். இதைப் பற்றி மேலும் பேசாமல் இருந்தால், நீங்கள் எதையும் மறைக்கவேண்டிய அவசியம் இருக்காது.'

சீதா அதற்கு மேல் ஒன்றும் பேசவில்லை.

அத்தியாயம் 9

'கப்பல்கள் இல்லையா?' ஆச்சரியத்துடன் கேட்டான் ராம்.

ராம், வசிஷ்டர், சபரி, நாரதர் மற்றும் லக்ஷ்மன் பிரதான சபரிமலை கோவிலின் அடிவாரத்திலிருந்து சிறிது தூரத்தில் உட்கார்ந்திருந்தார்கள். கருங்கல் பாறையால் கட்டப்பட்ட, பழம்பெரும் பதினெட்டு படிகள் தூரத்திலிருந்து புலப்பட்டன. இந்த கோவிலுக்கு செல்ல விரும்பும் பக்தர்கள் எடுக்க வேண்டிய *நோன்பான* நாற்பத்தியோர் நாள் *விரதம்* இல்லாதபடியால் ராமால் அந்த புனித படிகளை ஏறவோ, பகவான் ஐயப்பனை தரிசனம் செய்யவோ முடியவில்லை. மேலும் ராம் தெளிவாக இருந்தான்: சட்டம் எல்லோருக்கும் பொருந்தும். அவன் உட்பட. தன் பிரார்த்தனையை செய்ய மீண்டும் ஒரு சமயம் திரும்பி வருவதாக உறுதியெடுத்துக்கொண்டான்.

ஹனுமானின் பணி தோற்றுப்போனால் என்ன செய்ய வேண்டுமென்று தான் தீர்மானித்திருந்த திட்டத்தை இப்போதுதான் விளக்கி முடித்திருந்தான். 'நம் சேனை கப்பல்களில் ஏறி, கோகர்ணா வரை சென்று, பிறகு மஹாவெலி கங்கா நதி மற்றும் அதன் கிளை நதியான ஆம்பன் கங்கா வரை பயணித்து, சிகிரியாவின் அருகில் செல்லலாம். பிறகு மீதம் இருக்கும் தூரத்தை நிலத்தில் நடந்து கடப்போம்.'

மஹாவெலி கங்கா இலங்கையின் நீளமான நதி. தீவின் கிழக்கு திசையிலிருந்த கோகர்ணா என்னும் துறைமுகத்தில்

இந்திய பெருங்கடலில் தன் நீரைக் கொண்டு சேர்க்கும். மொத்தில் இலங்கையின் மையப்பகுதிக்கு செல்லும் நெடுஞ்சாலை இந்த நதி.

ஆனால் மஹாவெலி கங்காவிற்கு ஓங்குயாஹ்ரா என்னும் இடத்தில் ஒரு நெரிசலான பகுதியிருந்தது. சிறப்பான நதி தனது முக்கிய கிளை நதியான ஆம்பன் கங்கா நதியை அணைக்கும் இடமாக இரண்டு குன்றுகளுக்கு மத்தியில் குறுகிய பிளவில் அந்த பகுதியிருந்தது. மலைப்பகுதியாக இருந்த அந்த நெரிசலான பகுதியை இலங்கை மக்கள் குறிப்பிடத்தகுந்த வகையில் பொறியியல் மாற்றங்கள் செய்து மாபெரும் கோட்டையாக மாற்றியிருந்தார்கள். நன்கு வடிவமைக்கப்பட்ட தடுப்புகள் மற்றும் அணைகளால் அந்த இடத்தில் தங்கள் இஷ்டம் போல் தண்ணீரைத் திறந்து விட்டு, அதிகாரபூர்வமாக ஒப்புதல் பெறாமல் கரைக்கு வரவிருந்த கப்பல்களை நாசம் செய்தனர். மனித வரலாற்றில் ஓங்குயாஹ்ரா வெற்றி பெற்றதேயில்லை.

கடலில் மேலும் பயணித்து சிகிரியா வரை செல்ல, இந்தத் தடைகளை முறித்து கோட்டையைக் கடக்க பல வழிகளை ராம் மதிப்பிட்டுக் கொண்டிருந்தான். ஏனென்றால் இலங்கை தலைநகரத்தை அடைய வேறு வழியேயில்லை. கப்பல் செல்லத்தக்க வேறு எந்த நதியும் நகரத்திற்கு அருகில் இல்லை. பெரிய சேனையை இலங்கையின் அடர்ந்த காட்டுக்குள் சாலையின் வழிகாட்டுதல் எதுவும் இல்லாமல் நடத்திச்செல்வது அபாயங்கள் நிறைந்தது. ஒருவர் சுலபமாக தொலைந்து போகலாம்; இந்திய நிலப்பகுதியில் உள்ள காடுகளுடன் ஒப்பிடும்போது இவை அதிக அடர்த்தியாக இருந்தன.

ராம் பேசி முடித்தவுடன் முக்கியமான சேனையை இலங்கைக்கு அழைத்துச்செல்ல கப்பல்கள் உபயோகிப்பதை தவிர்க்கவேண்டுமென்று சபரி ஒரு யோசனை கூறினாள்.

'அது எப்படி சாத்தியமாகும் சபரி?' வசிஷ்டர் கேட்டார்.

'ஆமாம். கப்பல்கள் இல்லாமல் ஒருவரால் இலங்கையை எப்படித் தாக்க முடியும்?' ராம் கேட்டான்.

'ஓ, நீங்கள் கப்பல்களே பயன்படுத்தக்கூடாது என்று நான் கூறவில்லை, சிறந்த ராம்,' என்றாள் சபரி. 'உங்கள் சகோதரர்கள் பரதனும் சத்ருகனனும் இந்தியாவின் கிழக்குக் கரை வழியாக அயோத்தியாவின் சேனையுடன் வருவதற்கு திட்டமிட்டுள்ளார்கள் என்று எனக்குத் தெரியும். நமக்கு கிழக்கு பகுதியில் உள்ள தமிழ் நிலத்தில் சேனையின் பெரும்பகுதியை நீங்கள் நிறுத்தி வைத்துக்கொள்ளவேண்டுமென்று நான் நினைக்கிறேன். நீங்கள் இப்போது விளக்கிய பாதையில் மற்ற குறைவான மக்கள் கொண்ட லேசான கப்பல்களை பயணிக்க வைக்கவேண்டும்.

அவற்றை மஹாவெலி கங்கா நதியிலிருந்து ஓங்குயாஹ்ராவரை பயணிக்க வைக்க வேண்டும். அங்கு இந்த இலங்கை மக்களுடன் கடுமையாகப் போரிடவேண்டும். ஆனால் இந்தப் போர் ஒரு கண் துடைப்பாக இருக்கும். ஏனென்றால் உங்கள் பிரதான சேனை நடைபோட்டிருக்கும்.'

லக்ஷ்மனுக்கு பின்யோசனை ஒன்று வந்தது. 'நடந்து கடப்பதா? தீவிற்கா?'

சபரி லக்ஷ்மனைப் பார்த்து புன்னகைத்தாள். பிறகு ராமைப் பார்த்தாள். 'பழங்காலத்தில் இலங்கை இந்திய நிலப்பகுதியின் ஒரு பகுதியாக இருந்தது உங்களுக்குத் தெரிந்திருக்கும் என்று நினைக்கிறேன். கடைசி சிறந்த பனியுகத்திற்கு முன்னால், கடல் அளவு தாழ்வாக இருந்தபோது. மனித பந்தங்கள் தேய்ந்திருக்கலாம் ஆனால் கடலும் நிலமும் தங்களுக்கிடையில் உள்ள உறவை நினைவில் கொண்டுள்ளது.'

ராம் முகம் சுளித்தான்.

சபரி தன் *அங்கவஸ்திரத்தின்* கீழிருந்து ஒரு வரைபடத்தை எடுத்தாள். அதனை விரித்து, அதிலிருந்த வெவ்வேறு இடங்களை சுட்டிக்காட்டி தொடர்ந்தாள், 'வைகை ஆற்றின் தெற்கில் உள்ள நிலங்கள் இவை. இங்கு நிலம் எப்படியுள்ளது என்பதைப் பாருங்கள். இந்தியத் தாய் தான் வெகு காலம் முன்பு தொலைத்த சுற்றத்தாரை நோக்கி கையை நீட்டுகிறாள். சகோதர தேசமான இலங்கையும் தன் மூத்த சகோதரியை அடைய முயற்சிக்கிறாள்.'

ராம், வசிஷ்டர், நாரதர் மற்றும் லக்ஷ்மன் வரைபடத்தை அருகிலிருந்து பார்க்க முன்னே சாய்ந்தார்கள். இந்திய பிரதான நிலப்பரப்பின் முன்பகுதி நீண்டு கடலுக்குள் எட்டிப் பார்த்தது. பாம்பன் தீவையும் இலங்கையையும் வெறும் ஒரு கிலோமீட்டர் நீளம் கொண்ட ஆழமற்ற தண்ணீர்தான் பிரித்தது. பாம்பன் தீவும் வட மேற்கு முதல் தென் கிழக்கு வரை நீண்டு இலங்கையை நோக்கி சுட்டிக்காட்டியபடி இருந்தது. பாம்பனின் தென் கிழக்கு கரையிலிருந்து சுமாராக இருபத்திஐந்து கிலோமீட்டர் தூரத்தில் தான் மன்னார் தீவு இருந்தது. சில மீட்டர் ஆழமற்ற தண்ணீர்தான் இலங்கையின் பிரதான நிலப்பகுதியை பிரித்தது. ஏறக்குறைய தொட்டுவிடும் தூரம் என்றே சொல்லலாம்.

சபரி ராமைப் பார்த்தாள். 'இந்திய பிரதான நிலத்திற்கும் பாம்பன் தீவிற்கும் நடுவில் படகு பாலங்கள் அமைப்பது சாத்தியமே. அதோடு மன்னார் முதல் இலங்கை வரை சுலபமாக குறைந்த தூரத்தில் அடையலாம். ஆனால் இதில் முக்கியப் பிரச்சனை என்னவென்றால்..."

'...பாம்பன் மற்றும் மன்னார் தீவிற்கு இடையே இருக்கும் இருபத்திஐந்து கிலோமீட்டர் தொலைவு,' என்றான் ராம், சபரியின்

வரியை முடிக்க. 'பாலம் அமைக்க அது மிகவும் நீளமானது. அதுவும் அலைகள் வழக்கமாக எழுந்து அடங்கும் வஞ்சகமான ஒரு நதிக்குமேல்.'

'பாம்பன் மற்றும் மன்னாருக்கிடையே உள்ள இருபத்திஐந்து கிலோமீட்டர் இடைவெளியில் மணல் தட்டைகள் இருக்கிறது ராஜா ராம். அலைகள் தாழ்வாக இருக்கும்போது நிஜமாகவே கண்களுக்குத் தெரியும் வகையில் கடல்பரப்பிலிருந்து இவ்வளவு உயரத்தில் அவை இருக்கிறது.'

ராம் முன்னால் சாய்ந்து மீண்டும் வரைபடத்தைப் பார்த்தான். அது ஆர்வமூட்டுவதாக இருந்தது. ஆழ்ந்த பெருமூச்சு ஒன்றை இழுத்து விட்டான். 'ஆனாலும் மிகவும் கடினமாக இருக்கும்.'

'கண்டிப்பாக கடினமாக இருக்கும். ஆனால் இந்த இடைவெளியை உங்கள் சேனையின் பெரும்பகுதியுடன் நீங்கள் கடந்து விட்டதாக கற்பனை செய்வோம். மன்னாரைத்தாண்டி இலங்கையில் சேரும் போது நீங்கள் ருத்ர பகவானுக்கு அர்ப்பணிக்கப்பட்ட கேதீஸ்வரம் கோவிலை அடைவீர்கள். ராஜ கோவிலாக இருப்பதால் அது சிகிரியாவரை விரிந்த சாலையால் ஒன்றுசேர்க்கப்பட்டிருக்கும்.'

நாரதர் ஆர்வத்துடன் துரிதமான மூச்சில், 'ஒரே நாள் நடைபோட்டால் சிகிரியாவை அடைந்துவிடலாம்!'

'ஒரு நாளுக்கும் குறைவாக,' சரிசெய்தாள் சபரி. அவள் ராம் பக்கம் திரும்பினாள். 'நீங்கள் இலங்கை வாசிகளை ஆச்சரியம் அடையச் செய்வீர்கள். மேற்குப்பகுதியிலிருந்து யாரும் இலங்கையை தாக்குவார்கள் என்று அவர்கள் எதிர்பார்க்கமாட்டார்கள். எல்லா பாதுகாப்பு நடவடிக்கைகளும் கிழக்கு திசையில்தான் கட்டப்பட்டுள்ளது. என்ன செய்வதென்று அவர்கள் சிந்திக்கும் முன் அவர்களை நீங்கள் வீழ்த்திவிடலாம்.'

ராம் தனது தாடையை சிந்தனையுடன் பிடித்தான். 'மொத்தத் திட்டமும் பாலம் கட்டுவதை நம்பியுள்ளது. அது சாத்தியமற்றது போல் தோன்றுகிறது.'

'போர்கள் சிறந்த வீரர்களால் மட்டும் வெற்றிபெறுவதில்லை, உன்னத விஷ்ணு,' என்றாள் சபரி. 'சாதாரண மக்கள் சாத்தியமற்றது என்று கருதுவதை நிஜத்தில் உருவாக்கும் அற்புதமான பொறியாளர்களாலும் வெல்லப்படுகிறது.'

ராம் லக்ஷ்மனைப் பார்த்தான். இரண்டு சகோதரர்களுக்கும் ஒரே எண்ணமே இருந்தது. இத்தகைய அற்புதமான பொறியியல் வல்லமையை ஒரே ஒரு மேதையால்தான் சாத்தியமாக்க முடியும். அவர்களது இளைய சகோதரன், சத்ருக்னன்.

'அற்புதம்...' என்றான் லக்ஷ்மன். *ஆனால்*...

ராம் லக்ஷ்மனைப் பார்த்து சிரித்து, பின் வசிஷ்டர் பக்கம் திரும்பினான். 'நீங்கள் சொல்வது சரி குருஜி. இது வேலை செய்யும்.'

வசிஷ்டர் போர்தந்திர ஆலோசனை ஒன்றை ராமுக்கு வழங்கியிருந்தார். பல பத்து வருடங்களாக இந்திய சேனை யானைகளை பயன்படுத்தி வந்தன; நன்கு பயிற்சி அளிக்கப்பட்ட யானைகள் எதிரி குதிரைப்படைக்கு பெரும் சேதம் விளைவிக்கலாம். அவைகளால் எதிரியின் காலாட்படையைக்கூட உடைக்க முடியும். யானைகள் அடிக்கடி போரில் தலைமை தாங்கும். எதிரிகளின் தடைகளை உடைத்தெறிந்து, குதிரைப்படை மற்றும் காலாட்படை உள்ளே நுழைந்து, திடீரென்று தாக்கி, தன் பணியை முடிக்க அவை வசதி செய்துகொடுக்கும்.

வசிஷ்டர் தலை அசைத்தார். 'இலங்கையிலும் காட்டு யானைகள் இருக்கும், ஆனால் அவை போருக்கு பயிற்சி அளிக்கப்படவில்லை. யானைகளை அடக்கி அதன் வலிமையை உபயோகப்படுத்த வேண்டுமென்று இலங்கை மக்கள் சிரமம் எடுத்துக்கொல்ளவில்லை'

'அவர்கள் ஏன் அதைச் செய்ய வேண்டும்?' ராம் கேட்டான். 'இலங்கை ஒரு தீவு. நில தாக்குதலில் தங்களை பாதுகாத்துக்கொள்ள வேண்டிய அவசியம் இல்லை. கப்பல் மூலம் வந்து தாக்குவதுதான் அவர்களது முக்கியமான கவலை. யானைகளை ஏற்றி கடல்களைக் கடக்க யாரும் கப்பல்கள் கட்டுவதைப்பற்றி சிந்தித்ததில்லை.'

'யாரும் இதுவரை இலங்கைக்கு நிலம் வழியாக வந்ததும் இல்லை,' என்றார் வசிஷ்டர், கொஞ்சம் புன்னகைத்தபடியே. 'நாம் நம் யானைகளை இலங்கை வரை நடக்கச் செய்வோம். நூறு அல்லது ஐம்பது போர் யானைகளை மட்டும் கொண்டு அவர்களது குதிரைப்படையை நாசம் செய்துவிடலாம்.'

'ஒரே ஒரு சிறிய, முக்கியமற்ற பிரச்சனை ஒன்று,' என்றான் லக்ஷ்மன். 'இலங்கையினரிடம் போர் யானைகள் இல்லை. நம்மிடமும் இல்லை. அயோத்தியா முதல் இலங்கை வரை யானைகளை நடத்தி அழைத்துச் செல்ல மிக அதிக மாதங்களாகும். சீதா *அண்ணியை* மீட்க நம்மிடம் அவ்வளவு நேரமில்லை.'

'நமக்கு சொந்த யானைகள் தேவையில்லை,' என்றார் வசிஷ்டர். 'நம் தோழமை நாடுகளிலிருந்து பெற்றுக்கொள்ளலாம்.'

'யார்? மலயபுத்ரர்களா?' என்று கேட்டான் ராம். 'இலங்கையைத் தாக்க குரு விஸ்வாமித்ரர் நமக்கு ஏன் உதவுவார்? அவரே இலங்கையைத் தாக்க நினைக்கலாம்!'

அந்தப் பகுதியில் மலயபுத்ரர்கள் மட்டும்தான் போருக்கான பயிற்சியை யானைகளுக்கு அளித்திருக்கிறார்கள். அல்லது, ராம் அப்படி நினைத்தான். மலயபுத்ரர்கள் தலைநகரம் அகஸ்தியக்கூடம் சபரிமலையிலிருந்து தெற்கே நூறு கிலோமீட்டர் தொலைவில் மட்டுமே இருந்தது. ஆனால் மலயபுத்ரர்களிடமிருந்து மிகக்குறைவான உதவியை மட்டுமே எதிர்பார்க்கவேண்டும் என்பது தெளிவாக இருந்தது.

'அவர்கள் இல்லை,' பதிலளித்தார் வசிஷ்டர்.

'பிறகு யார்?' என்றான் ராம்.

'வானரர்கள்.'

சபரிமலையிலிருந்து வடக்கே சுமாராக அறுநூற்றைம்பது கிலோமீட்டர் தொலைவில், துங்கபத்திரா நதியின் கரையோரமாக கிஷ்கிந்தா நிலத்தை ஆண்ட பண்டைய ராஜவம்சத்தினர் இந்த வானரர்கள். அற்புதமான செல்வந்தர்கள் இந்த மக்கள், இலங்கையின் தோழமை நாட்டினர். மாவீரர் வாலியால் ஆளப்பட்டார்கள்.

'அவர்களிடம் போர் யானைகள் இருக்கிறதா?' லக்ஷ்மன் கேட்டான்.

'மிகச்சிறப்பான பயிற்சிபெற்றவை,' என்றார் வசிஷ்டர்.

'ஆனால் நான் வாலி அரசனைப் பற்றி வினோதமான விஷயங்கள் கேள்விப்பட்டுவருகிறேன்,' என்றான் ராம். 'லக்ஷ்மன், சீதா மற்றும் நான் பல வருடங்கள் முன்பு ஜல்லிக்கட்டு போட்டியின்போது சிறிது நேரத்திற்கு அவனை சந்தித்திருக்கிறோம், அவன் தைரியசாலி ஆனால் முட்டாள். கிட்டத்தட்ட இறக்க *விரும்புபவன்* போல். அவன் உன்னதமானவனாக இருந்ததாக, இன்னமும் இருப்பதாக கேள்விப்பட்டிருக்கிறேன். நல்ல ஆட்சியாளர். ஆனால் கடைசி பத்து ஆண்டுகளாக மிக அதிகமாக முரட்டுத்தனமாக இருக்கிறான். அவனது ராஜ்ஜியத்தை சுற்றி இருந்த பல ராஜ்ஜியங்களை தாக்கியிருக்கிறான், ஆனால் பிறகு வினோதமாக விளக்க முடியாதவகையில், தான் ஜெயித்த ராஜ்ஜியங்களை தன் ராஜ்ஜியத்துடன் இணைத்துக் கொள்ளவில்லை. போர் களத்தின் இரத்தத்தைப் பார்க்கும் வேட்கை கொண்டுள்ளவன், அதற்காக ஏங்குபவன்போல்தான் தோன்றுகிறது.'

'ம்ம்ம்,' என்றார் வசிஷ்டர். 'அதன் காரணம் என்ன என்று எனக்குத் தெரியாது. நான் கண்டுபிடிக்கிறேன்.'

'ஆனால் இப்படி மீண்டும் மீண்டும் போர் புரிந்ததில் அவனது படை போர் சோதனைக்கு ஏற்றதாக ஆக்கியிருக்கும்,' என்றான் லக்ஷ்மன். 'ரத்தம் சிந்திய சேனைக்கு எதிரிகளை ரத்தம் சிந்தச்செய்வது எப்படியென்று தெரிந்திருக்கும். இலங்கை சேனை...

நாம் நேர்மையாக இருப்போம், அயோத்தியாவின் சேனையும் -- வெகு காலமாக நிஜமான ஒரு போரில் சண்டையிட்டதில்லை. வானர சேனை நமக்கு வலிமையான துணையாக இருக்கும்.'

'அப்போது அவர்களுடன் தோழமை எப்படி செய்துகொள்வது, குருஜி?' ராம் கேட்டான்.

'கிஷ்கிந்தாவிற்கு வணிகம் மூலம் வந்த லாபத்தின் முக்கிய பகுதியை இலங்கை வெகு காலமாக எடுத்துக்கொண்டு வருகிறது. அரசன் வாலி ஒரு ஒப்பந்தத்தால் கட்டுப்பட்டுள்ளான். தற்போதைய பலவீனமான நிலையிலும் இலங்கையை அவனால் போரில் எதிர்கொள்ளமுடியவில்லை. ஆனால் அயோத்தியா மற்றும் கிஷ்கிந்தாவின் ஒருங்கிணைந்த சேனைகளால் இலங்கையை நிச்சயமாக வீழ்த்த முடியுமென்பது உறுதி. பிறகு அவன் மீண்டும் பேச்சுவார்த்தையில் இறங்கி தன் மக்களுக்கு அதிக பணம் பெறமுடியும்.'

'கேகேயாவின் சேனையும் நம்முடன் இருக்கும்.' என்றான் ராம்.

கேகேயா பரதனின் தாத்தா அஸ்வபதியால் ஆளப்பட்டது. பேரரசர் தசரதர் உயிருடன் இருந்தபோது விசுவாசமான தோழமையுடன் இருந்த ராஜா அஸ்வபதி, ஆளில்லா நிலைமையில் அயோத்தியாவின் ராஜாவாக பரதன் முடிசூடவேண்டுமென்ற முயற்சியில் தன் செல்வாக்கை அதிகம் பயன்படுத்தியிருந்தார். கேகேயாவின் ராஜா தன் பேரன், கைகேசியின் மகன் அடிபணியும் ஒரு வேலையை எடுத்துக்கொள்ள எளிதில் சம்மதிக்க வைக்கப்பட முடியுமென்று நினைத்திருந்தார். ஆனால் தன் தமையனுக்கு விசுவாசமாக இருந்த பரதனோ அதனை மறுத்து விட்டான். அஸ்வபதியும் அவனது கூட்டாளி அனுனாகியும் இதனை நல்ல விதத்தில் ஏற்றுக்கொள்ளவில்லை.

'கேகேயா வர மாட்டான் அண்ணா,' என்றான் லக்ஷ்மன். 'தன் பரந்து விரிந்த புலனாய்வுக் குழுவின் உதவியுடன் நாரதர் சேகரித்த தகவல்படி.'

பல மதிப்புமிக்க மனிதர்களிடமிருந்த குறைகளினால் ராம் தவித்தான். மற்றவர்கள் அனைவரும்---ஏன் பெரும்பாலானவர்கள் தங்களைப்போன்றே மதிப்புக்குரியவர்கள் என்று நம்புவார்கள். 'ராஜா அஸ்வபதி வருவார், நான் உறுதியாக நினைக்கிறேன். நம்முடன் அவருக்கு எவ்விதமான வேற்றுமைகள் இருந்தாலும், இந்தியாவை காயப்படுத்தியவருக்கு எதிராக *தர்மத்தின்* வழி நடத்தப்படும் போருக்கு அவர் ஆதரவளிப்பார்.'

'அண்ணா,' என்றான் லக்ஷ்மன், சலித்துக்கொண்டு, 'நான் இப்படிக் கூறுவதை வெறுக்கிறேன், ஆனால் கேகேயாவைப் பற்றிய உங்கள் எண்ணம் தவறானது.'

'எப்படியோ,' இடைமறித்தார் வசிஷ்டர், 'இந்த உரையாடலை வேறொரு சமயத்திற்காக ஒத்திவைப்போம். கேகேயாவும், அனுனாகியும் வருகிறார்களா என்று சீக்கிரமே தெரிந்துவிடும். இப்போது வானரர்கள் மீது கவனத்தை செலுத்துவோம். ராஜா வாலி ஐயப்ப பக்தன். அவன் சில நாட்களில் சபரிமலைக்கு வரவிருக்கிறான். அப்போது அவனிடம் கேட்போம்.'

'சரி,' என்றான் ராம்.

அத்தியாயம் 10

'கொலைகள் கூடாது,' கிசுகிசுத்தான் ஹனுமான்.

ஹனுமான், சூர்சா மற்றும் வாயுபுத்ர வீரர்கள் எந்த ஒரு சம்பவமும் இல்லாமல் சிகிரியாவை அடைந்தார்கள். இரவில் வெகு நேரத்திற்குப்பிறகு *அசோக வனத்தின்* நுழைவாயிலை மெதுவாக அடைந்தார்கள். சிகிரியாவில் தனக்கிருந்த ஒற்றர்கள் மூலம் சூர்சா *துக்கமற்ற வனம்* என்று கருதப்பட்ட அசோக வனத்தில் சீதா சிறையடைக்கப்பட்டதை கண்டுபிடித்திருந்தாள். வீரர்களை பின்னால் விட்டுவிட்டு ஹனுமான் மற்றும் சூர்சா கதைகளில் கேட்டறிந்திருந்த பல பாகங்களை கொண்ட தோட்டத்திலிருந்து பாதுகாவலர்களை வெளியேற்றினார்கள். எச்சரிக்கையான மற்றும் நன்கு பயிற்சிபெற்ற பெண் வீரகளின் படையினால் பாதுகாக்கப்பட்ட மாளிகைக்குள் எப்படி நுழைவது என்று இப்போது சிந்தித்துக்கொண்டிருந்தார்கள்.

'கலங்கரை விளக்கத்தில் வீரர்களை கொல்வதற்கு நீ தயங்கவில்லை,' சூர்சா சீறினாள். 'இப்போது இங்கு காவலர்கள் பெண்கள் என்பதால் "உணர்ச்சிபூர்வமாக" இருக்க முயற்சி செய்கிறாயா?'

'இல்லை... நான் அப்படி...'

தன்னுள் கோபம் எரிமலை கீழ் உள்ள நெருப்பு போல் கொதிக்க, சூர்சா இடைமறித்தாள். 'நீ இதை விடச் சிறந்தவன் என்று நான் நினைத்தேன், ஹன்ஸ்... ஆணாதிக்க குணம்!

வீராங்கனைகளாக இருக்கும் போதும் பெண்களுக்கு சமமான மதிப்பு கொடுக்கப்படுவதில்லை!'

ஹனுமான் தன் எரிச்சலை தூர விலக்கியிருந்தான். 'இதில் ஆணாதிக்க செயல் ஒன்றுமில்லை. வீரர்கள் எப்போதும் வீரர்கள்தான். ஆணாக இருந்தாலும் பெண்ணாக இருந்தாலும். வேறு ஒரு காரணத்திற்காக இங்கு எந்த கொலையும் வேண்டாம். கொஞ்சம் நேரம் வரை கலங்கரை விளக்கத்தில் வீரர்கள் கொல்லப்பட்டுவிட்டார்கள் என்று யாரும் கண்டுபிடிக்க மாட்டார்கள். இங்கு, கண்டுபிடித்துவிடுவார்கள்.'

'அதனால் என்ன வித்தியாசம் ஏற்படும்? அவர்கள் உணர்வதற்குள் நாம் ராணி சீதாவுடன் தப்பித்திருப்போம்.'

ஹனுமான் பதில் சொல்லவில்லை.

சூர்சா அதனை புரிந்துகொள்ள ஒரு நொடி எடுத்துக்கொண்டாள். 'ச்ச... சீதா நம்முடன் வர மறுப்பாள் என்று நீ எதிர்பார்கிறாயா?'

ஹனுமான் தலையசைத்தான். ஆமாம்.

'அவள் அப்படி தவறு செய்வாளா? இந்த நரகக்குழியில் இருக்கவேண்டுமென்று ஏன் விரும்புவாள்?' சூர்சாவின் எரிச்சல் தெளிவாக இருந்தது.

'ஏனென்றால் அவள் நாளைய தினத்தைப் பற்றி மட்டும் சிந்திக்கவில்லை. நாளை மறுநாளைப்பற்றியும் சிந்திப்பவள் ராணி சீதா.'

சூர்சா தன் கண்களை சுழற்றினாள். 'என் உயிரை பணயம் வைத்து இவ்வளவு தூரம் நான் வந்தது தத்துவ பாடங்களுக்காக இல்லை. ஒன்று நாம் அவளை காப்பாற்றுவோம் அல்லது காப்பாற்றமாட்டோம்.'

'இப்போதைக்கு, இந்த காவலாளிகளை காயப்படுத்தாமல் அல்லது கொல்லாமல் உள்ளே நுழையவேண்டும். நம் கையிலிருக்கும் பணியில் கவனம் செலுத்துவோம்.'

'யாரோ அசோக வனத்திற்குள் நுழைந்துவிட்டார்கள் என்று காவலாளிகள் அறியக்கூடாது என்றுதானே நீ நினைக்கிறாய்.'

'ஆமாம்,' என்றான் ஹனுமான். நாரதருடன் வணிகத்தொடர்பான பேச்சு வார்த்தைகள் நடத்திவிட்டு வந்திருக்கிறாள் சூர்சா என்று அறிந்திருந்தான். அவள் ஏதேனும் திட்டம் தீட்டக்கூடும். 'உன்னிடம் ஏதேனும் புது யோசனைகள் உள்ளதா?'

சூர்சா ஆழ்ந்த பெருமூச்சு ஒன்று இழுத்தாள். மேலே தோட்டத்தின் உயர்ந்த மதில் சுவர்களைப் பார்த்து மெதுவாகக் கூறினாள், 'எனக்கு ஒரு யோசனை இருக்கலாம் ஆனால் அப்படி செய்வதற்கு கொஞ்சம் செலவு ஆகலாம்.'

'என்ன செலவு?'

அவள் ஹனுமான் பக்கம் திரும்பினாள். தீய புன்னகை ஒன்று அவள் முகத்தில் பரவியது, 'நீ எனக்கு முத்தம் கொடுக்கவேண்டும்.' ஹனுமான் அவள் பக்கம் திரும்பி சலனமற்ற முகத்துடன், 'பெண்ணே, நான் உன்னிடம் பல முறை கூறியுள்ளேன், இப்படிப் பேசுவதை தவிர்த்துவிடு.'

'திடீரென்று ஏன் இப்படி முறையாக பேச வேண்டும்?'

'நான்... பெண்ணே, நமக்கு இருக்கும் பணியில் கவனத்தை செலுத்தலாமா? உன் அழகையும் உன்னையும் நான் அசிங்கப்படுத்தவில்லை, ஆனால்...'

'என் அழகு? நீ கவனித்திருக்கிறாயா?'

தாங்கள் எதிரியின் பிரதேசத்தில் இருப்பதையும், யாரும் அதனை கண்டுபிடித்துவிட கூடாதென்றும் உணர்ந்து, ஹனுமான் கோபத்தில் மெதுவாகச்சீறினான். 'பெண்ணே, தயவு செய்து நான் சொல்வதை புரிந்துகொள்...'

அவன் பேசுவதை நிறுத்தச் செய்யும் வகையில் சூர்சா தன் கைகளை ஆட்டினாள். 'சரி, சரி, நீ இல்லை என்று மட்டும் சொல்லியிருக்கலாம் ஹன்ஸ்.'

ஹனுமான் மௌனமாக இருந்தான்.

'நான் ஏதாவது ஒரு வழியை கண்டுபிடிக்கிறேன்,' என்றாள் சூர்சா. 'குழுவின் மற்ற வீரர்களுடன் மீண்டும் சேர்ந்துக்கொள்ளலாம்.'

'ஏதோ சரியில்லை,' கிசுகிசுத்தாள் சூர்சா.

தான் முன்பே அறிந்த ரகசிய நுழைவாயில்கள் மற்றும் பிரதான வாயில் ஆகியவற்றின் அருகில் சென்று பார்த்துவிட்டு, அசோக வனத்தை முன்பரிசோதனை செய்துவிட்டு இப்போதுதான் வந்திருந்தாள். ஹனுமான் மற்றும் வாயுபுத்ர வீரர்கள் காட்டின் ஆழமான பகுதியில் காத்திருந்தனர். அவள் எப்படி இவ்வளவு சீக்கிரம் திரும்பிவிட்டாள் என்று அவர்கள் ஆச்சரியப்பட்டனர். முழுமையான வேலையை அவளால் இவ்வளவு சீக்கிரம் முடித்திருக்க முடியாது.

'என்ன ஆயிற்று?' ஹனுமான் கேட்டான்.

'எல்லா பாதுகாவலர்களும் தூங்கிக்கொண்டிருக்கிறார்கள்,' என்றாள் சூர்சா.

'அவர்கள் களைப்பாக இருக்கலாம் சூர்சா,' அனைவரிலும் இளைய வாயுபுத்ரவீரன் ஆலோசனை கூறினான்.

சூர்சா ஏளனமாகச் சிரித்தாள். 'இவர்கள் இலங்கை வீரர்கள். வாயுபுத்ரர்களுக்கு கிடைக்கும் பயிற்சியைவிட சிறந்த பயிற்சி பெற்றவர்கள்.' அவள் ஹனுமான் பக்கம் திரும்பினாள், 'நீ என்ன நினைக்கிறாய்?'

ஹனுமான் சிந்தித்து பதிலளித்தான். 'மிகவும் சிரமமாக இருந்திருக்கும் என்று எனக்குத் தெரியும் ஆனால் நீ அதனை சமாளித்திருப்பாய்....'

'ஆமாம். அப்படிச் செய்தேன்,' இடைமறித்தாள் சூர்சா. 'குதிகால் தரையில் படாமல் விரல்களில் நடந்து காவல் காக்கும் பெண் ஒருத்தியின் மூக்கின் கீழ் விரலை வைத்தேன். ஆழ்ந்த உறக்கம். மிக வேகமாக மூச்சு விட்டுக்கொண்டிருந்தாள். அசாதாரண வேகத்தில். ஆழமும் இல்லாமல் ஒழுங்குமற்றதாய். அவள் மூக்கு சற்றே நீல நிறத்தில் இருந்தது. வேறு சில வீரரகளின் மூக்குகளிலும் நிற மாற்றம் இருந்ததைக் கண்டேன்.'

'அவர்களுக்கு மயக்கமருந்து கொடுக்கப்பட்டிருந்தது,' என்றான் ஹனுமான்.

'ஆமாம்.'

ஹனுமான் முகம் சுளித்தான். பிறகு அவனுக்கு உதித்தது. 'மலயபுத்ரர்கள் வந்துவிட்டார்கள்.'

'நான் நினைத்ததும் அதேதான்,' என்றாள் சூர்சா.

'இந்த வேலைக்கு ஒருவனை மட்டுமே நம்புவார் குரு விஸ்வாமித்ரர்.'

சூர்சா தலை அசைத்தாள். 'அரிஷ்டநேமி.'

ஹனுமான் புன்னகைத்தான்.

சூர்சா முகம் சுளித்தாள். 'அப்போது அரிஷ்டநேமிக்கு உன்னைப் பிடிக்கும், இல்லையா?'

'கண்டிப்பாக பிடிக்கும்.' பிறகு சூர்சாவின் முக பாவத்தைப்பார்த்து, தெளிவாக ஹனுமான் கேட்டான். 'அவனுக்கு உன்னைப் பிடிக்காது என்று என்னிடம் கூறிகிறாயா?'

'அவன் என்னை வெறுக்கிறான்.'

'ஏன்?'

சூர்சா புன்னகைத்தாள். 'நான் மிகவும்... கடினமாக இருக்கலாம்.'

ஹனுமான் மெதுவாக சிரித்தான்.

'நான் வழியில் நிற்காமல் இருப்பதே சிறந்தது,' என்றாள் சூர்சா. 'நான் உன்னுடன் அசோக வனத்தினுள் நுழைகிறேன். நடுவே இருக்கும் குடில்களுக்குள் ராணி சீதா சிறைப்படுத்தப்பட்டிருக்கும் குடிலுக்கு வழிகாட்டுகிறேன். அரிஷ்டநேமி என்னை பார்க்காமல்

இருப்பதை உறுதி செய்கிறேன். ராணி சீதாவை அழைத்துச்செல்ல சம்மதிக்கவைக்கத்தான் அவனும் இங்கு வந்திருப்பான். ராணி சீதா உன்னுடன் செல்லவேண்டுமென்று எப்படி வற்புறுத்துவாய் என்பது உன்னைப் பொறுத்தது.'

ஹனுமான் ஆமோதித்தான்.

'ஆனால் நான் வெகு நேரம் வரை காத்திருக்கப்போவதில்லை,' தொடர்ந்தாள் சூர்சா.

'இதனை வேகமாக முடி. நாம் பொழுது புலர்வதற்குள் அசோக வனத்தை விட்டுச் செல்லவேண்டும்.

'சரி.'

சூர்சாவால் வழிநடத்தப்பட்டு, பழம்பெரும் வனத்தின் நடுவில், சமன் செய்யப்பட்ட இடத்தில் இருந்த சீதாவின் குடிலை அடைந்தான். சூர்சா மற்றும் இதர வாயுபுத்ரவீரர்கள் மரங்களுக்கு பின்னால் மறைந்திருந்தனர். பிறை சந்திரனின் மங்கலான ஒளியால் இரவு பிரகாசித்தது; அது *சுக்ல பக்ஷத்தின் சதுர்த்தி*. மாதத்தின் வளர் பிறை நேரத்தின் நான்காவது நாள்.

ஹனுமானால் சில குரல்களை கேட்க முடிந்தது.

'ராணி சீதா, நீங்கள் இவ்வளவு பிடிவாதமாக இருக்க முடியாது,' தெளிவான எரிச்சலுடன் அரிஷ்டநேமி சொல்வதை அவனால் கேட்க முடிந்தது.

'நான் ஏற்கனவே முடிவு செய்துவிட்டேன், அரிஷ்டநேமிஜி' என்றாள் சீதா மிகவும் கனிவாக. 'என் உண்மையான மன்னிப்புகள். ஆனால் நீங்கள் சொல்வது எதுவும் என் மனதை மாற்றாது. தயவு செய்து...'

'உங்கள் மனதை மாற்றக்கூடிய ஒன்று என்னிடம் உள்ளது,' இடைமறித்தான் ஹனுமான். அவன் இருந்த அதே இருட்டான இடத்திலிருந்து பேசினான்.

உடனே உள்ளுணர்வுடன் அரிஷ்டநேமி தன் வாளை நோக்கி கையை நகர்த்தினான். ஹனுமானை பார்த்தவுடன் அமைதியானான்.

'ஹனு *அண்ணா*!' அழுதாள் சீதா, அவள் முகம் மலர்ந்தது. அவள் எழுந்து அன்புடன் தன் சகோதரனை அணைத்துக்கொண்டாள்.

'நீங்கள் எப்படியிருக்கிறீர்கள் சீதா?' என்று கேட்டான் ஹனுமான்.

கால்களை பின்னால் நகர்த்தி அரிஷ்டநேமியைப் பார்த்து புன்னகைத்தாள். 'இந்த நிமிடத்தில் நன்றாக இல்லை. அவருடன் வர முடியாதென்று அரிஷ்டநேமிக்கு விளக்க திண்டாடிக்கொண்டிருக்கிறேன்.'

'அதே சமயத்தில் மறுபுறம் நான் மற்றொரு விளக்கத்தை எண்ணி தவித்துக்கொண்டிருக்கிறேன்,' என்றான் அரிஷ்டநேமி குழப்பமாக. 'என் படை வீரர்களால் தடுக்கப்படாமல் இவ்வளவு தூரம் எப்படி வந்தாய் என்று பகவான் பரசுராமின் பெயரால் கேட்கிறேன்? அவர்கள் மரங்களுக்கு பின்னால் தான் இருக்கிறார்கள். நான் அவர்களை வேலையிலிருந்து நீக்க வேண்டும்...'

'அவர்களைக் குறை கூறாதே,' என்றான் ஹனுமான், மெதுவாக சிரித்தபடி. 'அவர்களுக்கு என்னைத் தெரியும். நாம் பேசிக்கொண்டிருக்கும் இந்த நேரத்தில் அவர்கள் என் வாயுபுத்ரர்களுடன் பேசிக்கொண்டிருக்கிறார்கள்.'

இருளில் மரங்களைப் பார்த்தான் அரிஷ்டநேமி. ஆறாவது விஷ்ணுவான பகவான் பரசுராமின் தொண்டர்களான மலயபுத்ர வீரர்கள் மற்றும் ருத்ர பகவானின் தொண்டர்களான வாயுபுத்ரர்கள் மத்தியில் இருந்த நல்லிணக்கத்தை கற்பனை செய்துபார்த்தபடி. வேடிக்கையான தோழமை.

'நாம் மட்டும் ஒன்று சேர்ந்து உழைத்தால்,' அரிஷ்டநேமி ஹனுமானிடம் கூறினான், 'இந்த பிரச்சனைகள் அனைத்தையும் எளிதில் தீர்ந்துவிடலாம்.'

ஹனுமான் புன்னகைத்தான். 'உண்மைதான். ஆனால் குரு விஸ்வாமித்ரரும் குரு வசிஷ்டரும் தங்களுக்கிடையே உள்ள பிரச்சனைகளை தீர்த்துக்கொண்டால் மட்டுமே அது சாத்தியம்.'

அரிஷ்டநேமி தன் தலையை அசைத்து சலித்துக்கொண்டான். 'எப்படியோ ஹனுமான், நீ இங்கு இருப்பதால், சகோதரி சீதாவை நம்முடன் வர சம்மதிக்க வைக்க முயற்சி செய்ய வேண்டும்.'

'என்னை வலியுறுத்த எந்த ஒரு விவாதமும் இல்லை,' என்றாள் சீதா.

'உங்களுக்கு இங்கு பாதுகாப்பு இல்லை, என் சகோதரி,' என்றான் ஹனுமான்.

'நான் பாதுகாப்பாக இருக்கிறேன்.'

'ஆனால் ராவணன் ஒரு அசுரன்,' என்றான் அரிஷ்டநேமி. 'எந்த நிமிடமும் தன் கோபத்தை உங்கள் மீது திருப்பலாம்.'

'இல்லை. செய்ய மாட்டார்,' என்றாள் சீதா. அரிஷ்டநேமியின் முக பாவம் அதிகமாக மாறாததைப் பார்த்து தன் ஆச்சரியத்தை மறைத்துக்கொண்டாள். *என் பிறப்புத் தாய் யார் என்று*

இவனுக்குத் தெரியுமா? ராவணன் என்னை ஏன் காயப்படுத்த மாட்டார் என்று அறிவானா?

மறுபக்கம் ஹனுமான் வேதவதியைப் பற்றி எதுவும் அறியவில்லை.

'சீதா, அரிஷ்டநேமி சொல்வது சரி. நம்மால் ராவணனை நம்ப முடியாது. நீங்கள் இங்கு பாதுகாப்பாக இல்லை. நாம் இப்போதே செல்ல வேண்டும்.'

'இல்லை. நான் இங்கு பாதுகாப்பாக இருக்கிறேன் என்று எனக்குத் தெரியும்.'

'எப்படி இவ்வளவு உறுதியாக உங்களால் சொல்ல முடிகிறது?' எரிச்சலுடன் கேட்டான் ஹனுமான்.

சீதாவிடம் எளிமையான பதில் இருந்தது. 'கும்பகர்ணாஜி.'

ராவணனின் இளைய தம்பியைப் பற்றி அரிஷ்டநேமி மற்றும் ஹனுமான் இருவருக்கும் நல்ல உயர்வான எண்ணம் இருப்பதை சீதா அறிந்திருந்தாள்.

'ஆனால் கும்பகர்ணனால் ராவணனை எப்போதும் கட்டுப்படுத்த முடியாது,' என்றான் ஹனுமான்.

சீதா உடனடியாக பதிலளித்தாள். 'இதுவரை செய்துள்ளான், ஹனு *அண்ணா*.'

'அவர்களது கோரிக்கைகள் என்ன?' அரிஷ்டநேமி கேட்டான். ஒரு வேளை சீதா தனது பிறப்புத் தாய் வேதவதி மீது ராவணன் கொண்டிருந்த காதலை அறிந்திருந்தால் அதற்கென்ன அர்த்தம் என்ற சிந்தனைக்கு அவன் மனது விரைந்தது.

'உங்களுக்கு ஏற்கனவே தெரியும், அரிஷ்டநேமிஜி,' பதிலளித்தாள் சீதா. 'அவர்களது கோரிக்கைகள் சட்டப்படி நியாயமானவை.'

'அவர்களுக்கு என்ன வேண்டுமென்று எனக்குத் தெரியாது-- நாங்கள் எந்த கடிதமும் பெறவில்லை.'

'அப்போது உங்களுக்கு உடனே கிடைக்குமென்று நான் நினைக்கிறேன்,' என்றாள் சீதா. ஏற்கனவே மலயபுத்ரர்களுக்கு கடிதம் அனுப்பப்பட வேண்டுமென்று ராவணன் மற்றும் கும்பகர்ணனுக்கு ஆலோசனை கூறியிருந்தாள். 'ராவணன் மற்றும் கும்பகர்ணனை உயிருடன் வைக்கும் மருந்து அவர்களுக்கு வேண்டும்.'

'அவர்களை உயிருடன் வைப்பதில் உங்களுக்கென்ன அவ்வளவு விருப்பம்?'

'ஏனென்றால் விஷ்ணு வந்து அவர்களை போரில் வீழ்த்தவேண்டும்,' என்றாள் சீதா. 'ஒரு சிறந்த போர்.

அப்போதுதான் இந்திய பொது மக்கள் விஷ்ணுவை நம்பி அவரை பின்பற்றுவார்கள்.'

அரிஷ்டநேமியின் மனதில் நம்பிக்கை துளிர்விட்டது. 'அப்போது நீங்கள் விஸ்வாமித்ரரின் திட்டங்களுக்கு ஒப்புக்கொள்கிறீர்களா?'

'ஓ, ஆமாம், செய்கிறேன்,' பதிலளித்தாள் சீதா. 'ஒன்றில் மட்டும் வேறுபடுகிறேன். அவர்களை வீழ்த்தும் விஷ்ணு நானாக இருக்கமாட்டேன், ராமாக இருப்பார்.'

எரிச்சலில் பெருமூச்சு ஒன்றை இழுத்தான் அரிஷ்டநேமி. 'நீங்கள் தான் விஷ்ணு.'

ஹனுமான் இடைமறித்தான். 'அதோடு, ராம் தான்தான் விஷ்ணு என்பதை நம்பவில்லை சீதா. அவரிடமிருந்து கடிதம் ஒன்றை கொண்டுவந்திருக்கிறேன்,' என்றபடி எடுத்து நீட்டினான். அந்தக் கடிதத்தை ஹனுமானின் கைகளிலிருந்து பிடுங்கியபடி புன்னகைத்தாள் சீதா. அதில் என்ன எழுதியிருக்கும் என்று அவளால் ஊகிக்க முடிந்தது. அதை அவள் தொட வேண்டியிருந்தது, ஏனென்றால் அவளது ராம் அதனை தொட்டிருந்தார்.

சீதா கண்கள் பனிக்க, கடிதத்தை முகர்ந்தாள். அன்புடன் அந்த காகிதத்தை தடவிக்கொடுத்தாள், ராமின் கை அது என்பது போல். ஏக்கத்துடன் கூடிய சிறிய புன்னகை ஒன்று அவள் உதடுகளில் விளையாடியது..

ஹனுமானும் புன்னகைத்தபடி தொடர்ந்தான், 'அவரிடமிருந்து வேறொன்றும் கொண்டு வந்துள்ளேன்.'

சீதா தலையை நிமிர்த்திப் பார்த்தாள்.

தன் இடுப்பில் கட்டப்பட்டிருந்த அங்கவஸ்திரத்திற்குள் இருந்த சுருக்குப்பைக்குள் துழாவி ராமின் மோதிரத்தை எடுத்தான். அதனை வாங்கிக்கொள்ள சீதா கையை ஏக்கத்துடன் நீட்டியது விவரிக்க முடியாதது. அற்புதமான பொன்னால் ஆன அந்த மோதிரத்தை முத்தமிட்டாள். அதை தன் ஆள் காட்டி விரலில் அணிந்துகொண்டு ஆசையுடன் நோக்கினாள். பெருமூச்சு ஒன்றை வெளியேற்றி தன் காதணிக்கு கைகளை கொண்டு வந்தாள். அதனை கழற்றி ஹனுமானிடம் கொடுத்தாள். 'இவற்றை என் ராமிடம் கொடுங்கள்.'

'நீங்களே ஏன் இதனை அவரிடம் கொடுக்கக் கூடாது? என்னுடன் வாருங்கள்,' என்றான் ஹனுமான்.

'இல்லை,' என்றாள் சீதா உறுதியாக.

அரிஷ்டநேமி பேசினான். 'ஒரு குருடனால்கூட நீங்கள் உங்கள் கணவர் மீது வைத்திருக்கும் அன்பை உணரமுடியும், ராணி சீதா.

அவரிடம் திரும்பிச் செல்லுங்கள். உங்கள் கணவரிடம் உங்களை கூட்டிச்செல்ல எங்களை அனுமதியுங்கள்.'

'இல்லை.'

'நல்லவை அனைத்தின் சாட்சியாக கேட்கிறேன், ஏன்?'

'ஏனென்றால் அவர் என் கணவர் மட்டுமில்லை. அவர் விஷ்ணுவும் கூட.'

அரிஷ்டநேமி ஹனுமானின் பக்கம் திரும்பி தன் தலையை எரிச்சலுடன் ஆட்டினான். அவன் கைகள் நெற்றியை நோக்கி நகர்ந்தன. உயரும் தன் கோபத்தை கட்டுப்படுத்த லேசாக அதனை தடவிக்கொடுத்தான்.

சீதா இருவரையும் கண்டுகொள்ளாமல் மீண்டும் தன் கவனத்தை ராமின் கடிதத்திற்குத் திருப்பினாள். முத்திரையை உடைத்து காகிதச் சுருளை பிரித்தாள். அவள் கணவரிடமிருந்து வந்த செய்தி தெளிவாக இருந்தது.

'ஹனுமானுடன் திரும்பி வா. நீ தான் விஷ்ணு. தேவையில்லாமல் தன் உயிருக்கு ஆபத்து விளைவித்துக்கொள்ள முடியாது விஷ்ணுவால். நாம் பிறகு ஒரு சேனையுடன் இலங்கைக்குத் திரும்பலாம். தர்மத்தைப்பற்றிய ஒரு பாடத்தை ராவணனுக்கு கற்பிக்கலாம்.'

சீதா தன் நறுமணத்தின் தடயத்தை அதில் விடும்படி, புன்னகைத்து கடிதத்தை முத்தமிட்டாள். கருங்கல்லினாலான எழுதுகோல் ஒன்றை எடுத்து அதே காகிதத்தில் தன் பதிலை எழுதினாள்.

'இல்லை. நான் திரும்ப மாட்டேன். நீங்கள் இங்கு வரப்போகிறீர்கள். நீங்கள்தான் என் விஷ்ணு. நான் உங்கள் மனைவி. எனக்காக சண்டையிடுவது உங்கள் தர்மம். அதனால் எனக்காக சண்டையிடுங்கள்.'

'இதை அவரிடம் கொடுங்கள் ஹனு அண்ணா,' என்றாள் சீதா, கடிதத்தை ஹனுமானிடம் கொடுத்தபடி. பிறகு அரிஷ்டநேமியின் பக்கம் திரும்பினாள். 'அரிஷ்டநேமிஜி, குரு விஸ்வாமித்ரர் என்ன சொன்னாலும் நீங்களும் விஷ்ணுவிற்கு விசுவாசமாக இருப்பவர்களும் போரில் சரியான பக்கத்தில் சேர்ந்துகொள்ளவேண்டும். ராவணனுடன் போரிடும் போது நீங்கள் ராமின் பின்னால் நிற்கவேண்டும். இது ஒரு *தர்மயுத்தம்*. *தர்மயுத்தத்தில்* வழிப்போக்கர்கள் இல்லை.'

அரிஷ்டநேமி மௌனமாக இருந்தான்.

இலங்கைப் போர் 99

சீதா தொடர்ந்தாள், 'தயவு செய்து இப்போது திரும்பிச் செல்லுங்கள். ருத்ர பகவான் மற்றும் பகவான் பரசுராமரின் ஆசிர்வாதத்துடன் செல்லுங்கள்.'

—— JF பூSD ——

'ச்ச்ச...' மெதுவாக முணுமுணுத்தான் அரிஷ்டநேமி.

சீதாவை அவளது குடிலில் விட்டுவிட்டு ஹனுமானும் அரிஷ்டநேமியும் அசோக வனத்தின் வாயிற்கதவுகளை நோக்கி நடந்தார்கள்.

ஹனுமான் தன் நண்பனைப் பார்த்து புன்னகைத்தான். 'குரு விஸ்வாமித்ரரிடம் என்ன சொல்லப் போகிறாய்?'

'என்னால் என்ன சொல்ல முடியும்? நான் தோற்றுவிட்டேன். அவ்வளவு தான்.'

'மோசமான செய்திக்கு குருஜி நல்ல முறையில் எதிர்வினை ஆற்றமாட்டார். தோல்விக்கும்கூட.'

'தெரியும். அதனால்தான் சலித்துக்கொண்டேன்.'

ஹனுமான் மெதுவாக சிரித்தான். 'அப்போது என்ன செய்யப் போகிறாய்?'

அரிஷ்டநேமி தன் தடத்தில் நின்று பின்னால் திரும்பி இருளில் மரங்களை நோக்கிப் பார்த்தான். அவற்றின் பின்னால் பல குடில்களைக் கடந்து மையத்தில் பிரதான குடில் இருந்தது. தான் விஷ்ணுவாக மதித்த அவள் அதில் அமர்ந்திருந்தாள். அரிஷ்டநேமி ஹனுமான் பக்கம் திரும்பினான்.

'அவள் ஒரு மகத்தான விஷ்ணுவாக திகழ்வாள்.' ஹனுமான் தலையை அசைத்து புன்னகைத்தான். 'ஆமாம், அவள் அப்படித்தான் திகழ்வாள்.'

'ராமும் அற்புதமான ஒரு விஷ்ணுவாக இருப்பார்.'

'ஆமாம், அதுவும் உண்மைதான்.'

அரிஷ்டநேமி சிரித்தான். 'இது திட்டப்படி செல்லவில்லை.'

'கடந்த காலங்களில் எப்போது தான் மஹாதேவ் மற்றும் விஷ்ணுவின் கதை திட்டப்படி சென்றிருக்கிறது?'

அரிஷ்டநேமி புன்னகைத்து ஆமோதித்தான். 'உண்மை.'

ஹனுமான் வாயிற்கதவுகளை நோக்கி நடக்கத் துவங்கினான். 'அப்போது என்ன செய்வாய்?'

தன் நண்பனுடன் நடந்தான் அரிஷ்டநேமி. 'வேறென்ன செய்வது? என் விஷ்ணுவின் கட்டளை எனக்கிருக்கிறது. நான் ராஜா ராமின் சேனையில் சேர்ந்து சண்டையிடுவேன்.'

'அப்போது குருஜி?'

அரிஷ்டநேமி தோள்களை உயர்த்தி இறக்கி சலித்துக்கொண்டான். 'அது... அது கடினமான உரையாடலாக இருக்கும். ஆனால் அது இன்று நடக்கப்போவதில்லை. நாம்...'

அரிஷ்டநேமியின் வார்த்தைகள் ஒரு பெண்ணின் உரத்த குரலால் இடைமறிக்கப்பட்டது.

'அப்போது, இரண்டு மாவீரர்களால் ஒரு இளம் ராணியை தங்களுடன் வர வலியுறுத்த முடியவில்லை!'

அரிஷ்டநேமி தன் தடத்தில் நின்றான். அவன் கண்கள் மூடின, தோள்பட்டைகள் தொய்ந்தன. பெருமூச்சு ஒன்றை வெளியேற்றினான். *சூர்சா.*

'இந்த நாள் இன்னமும் எவ்வளவு மோசமாக ஆகும்?' அவன் முணுமுணுத்தான்.

சூர்சா பெரிதாக சிரித்தாள், அரிஷ்டநேமியை தோளில் குத்தியபடி. 'அரிஷ்டநேமி, உதவாக்கரை கழிவுப்பொருளே, உன் நிலைமை இன்னும் அதிக மோசமாக ஆகவிருக்கிறது. நாம் ஒன்றாக திரும்பி பயணிக்க இருக்கிறோம்.'

அரிஷ்டநேமி ஹனுமானைப் பார்த்தான். அவன் முகத்தில் எந்த பாவமும் இல்லை. வெற்றாக இருந்தது.

'ஒன்றாக பயணிப்பது அர்த்தமுள்ளது அரிஷ்டநேமி,' என்றான் ஹனுமான். 'எண்கள் கூடினால் வலிமையுண்டு. இலங்கையைவிட்டு பத்திரமாக வெளியேற முடியும்.'

சூர்சா சிரித்தாள். 'சிறிது வலிமை அரிஷ்டநேமிக்கு கண்டிப்பாக உபயோகமாக இருக்கும். என்னுடன் ஒருமுறை சண்டையில் தோற்றுள்ளான்.'

'அது எதனால் என்றால்...' அரிஷ்டநேமி தக்க சமயத்தில் தன் பேச்சை நிறுத்திக்கொண்டான்.

தன்னை ஆசுவாசப்படுத்திக்கொண்டு சிறிய குரலில் கூறினான், 'நாம் நகரத் தொடங்கலாம். சீக்கிரமே சூரியன் உதயமாகும்.'

அத்தியாயம் 11

'ம்ம்ம்,' என்றான் வாலி, தன் தாடையை சிந்தனையுடன் தடவியபடி.

கிஷ்கிந்தாவின் ராஜா தன் நாற்பத்தியோரு நாள் விரதத்தை முடித்துவிட்டு முன்தினம் சபரிமலையை வந்தடைந்திருந்தான். கோவிலில் *தரிசனமும்* நிறைவுபெற்றது. பூஜை முடிந்துவிட்டிருந்தபடியால் இப்போது கருப்பு நிற உடை அணியவில்லை. விரதத்தின் முக்கிய அம்சமான *அஹிம்சைக்கான* ப்ரதிக்ஞையிலிருந்தும் விடுபட்டிருந்தான்.

'என்ன சொல்கிறீர்கள், ராஜா வாலி?' என்றான் ராம். '*அதர்மத்திற்கு* எதிரான இந்தப் போரில் எங்களுக்கு நீங்கள் உதவுவீர்களா?'

ராஜா வாலி தங்கியிருந்த விருந்தினர் இல்லத்திற்கு தன் குரு வசிஷ்டர் மற்றும் சகோதரன் லக்ஷ்மனுடன் வந்திருந்தான் ராம். வாலி ராமை சந்திக்க உடனே ஒத்துக்கொண்டிருந்தான் ஏனென்றால் ராம் அயோத்தியாவின் முடிசூடா மன்னன் மற்றும் சப்த சிந்துவின் அதிபதியும் ஆயிற்றே. இலங்கை மன்னன் ராவணனால் சீதா கடத்தப்பட்ட விஷயத்தை வாலிக்குத் தெரிவித்திருந்தான் ராம். ராவணனுக்கு எதிராக வரவிருக்கும் தவிர்க்க முடியாத போரில் கிஷ்கிந்தாவின் யானைப்படையை கொடுக்கவேண்டுமென்று வேண்டிகேட்டிருந்தான்.

'ஆனால் என் யானைகளை இலங்கைக்கு எப்படி எடுத்துச்செல்வாய்?' ஆர்வத்துடன் கேட்டான் வாலி.

'எங்களிடம் திட்டம் ஒன்றுள்ளது,' என்றார் வசிஷ்டர். சபரியிடமிருந்து கிடைத்த வாக்குறுதிக்குப்பிறகும் வாலியை எப்படி நம்புவது என்று அவருக்கு இன்னமும் உறுதியாகத்தெரியவில்லை. ஐயத்திற்கு இடமின்றி கிஷ்கிந்தாவின் ராஜா மதிப்பிற்குரியவன் என்று கூறியிருந்தாள். ஆனால் எங்கும் நிறைந்திருந்த இலங்கை உளவாளிகளுக்கு தங்கள் போர் திட்டம் தெரிந்து விடும் ஆபத்தை அவர் சிறிதும் எடுக்க விரும்பவில்லை.

'ம்ம்ம்,' என்றான் வாலி மீண்டும், எந்த சம்மதமும் தெளிவாகத் தெரிவிக்காமல்.

வாலியை வலியுறுத்த, துருப்புச்சீட்டை உபயோகிக்கும் தக்க தருணம் இது தான் என்று நினைத்தார் வசிஷ்டர். 'இலங்கையை நாம் வீழ்த்தியவுடன், வணிக ஒப்பந்தங்களை மீண்டும் பார்வையிட்டு, இலங்கையுடனான வணிகத்தில் கிஷ்கிந்தாவின் பங்கை இரட்டிப்பாக ஆக்க சப்த சிந்து மகிழ்ச்சியடையும். நிலத்தின் மூலம் செய்யப்படும் இலங்கை வணிகத்தில் வரும் செல்வம் அதன் பிறகு சரியான உரிமையாளரான உன்னத கிஷ்கிந்தா ராஜ்ஜியத்தையே சென்றடையும்.'

'ம்ம்ம்,' மீண்டும் கூறினான் வாலி.

வசிஷ்டர் ராமைப்பார்த்தார். இன்னும் என்ன சொல்லப்படக்கூடுமென்று உறுதியாகத் தெரியாமல்.

வாலி லக்ஷ்மனைப் பார்த்தான். 'எனக்கு உன்னை நினைவிருக்கிறது.'

'எனக்கும் உங்களை நினைவிருக்கிறது, மேன்மையான அரசே,' என்று கைகூப்பி தன் *வணக்கத்தை* தெரிவித்தான் லக்ஷ்மன்.

வழக்கமாக லக்ஷ்மன் இங்கிதம் தெரியாத மனிதன். அதனால், வாலியின் உயிரை அவன் ஒரு முறை காப்பாற்றியதைப்பற்றி பேசாதது ஆச்சரியமாக இருந்தது. இந்திராபூர் என்கிற சிறிய கிராமம் ஒன்றில் நடந்த ஜல்லிக்கட்டு போட்டியின் போது இது நடந்தது. முரட்டுக் காளை ஒன்று கிஷ்கிந்தாவின் ராஜாவை கிழித்து கொன்றிருக்கும், மாபெரும் லக்ஷ்மன் நடுவில் குதித்து அதனை தற்காலிகமாக அடக்கியிருக்கவிட்டால். வாலி உயிர் பிழைத்துவிட்டிருந்தான். அவன் இடது கையில் இருந்த பெரிய வடு அந்த நிகழ்வின் அடையாளமாக, ஒரு நினைவூட்டலாக இருந்தது. நொறுங்கியிருந்த இடது கரத்தில் நடத்தப்பட்ட பல செப்பனிடும் அறுவை சிகிச்சையின் மிச்சம் அது. சிறந்த அந்த அரசனுக்கு அந்த நாளை நினைவு படுத்துவது நாகரீகமாக

இருந்திருக்காது. ஒரு உண்மையான சத்ரியனுக்கு அவன் உயிரை காப்பாற்றியதைப்பற்றி நினைவு படுத்தக்கூடாது. மாறாக, தன் உயிர் காக்கப்பட்டதை நினைவில் வைத்துக்கொள்வது ஒரு உண்மையான சத்ரியனின் கடமை. வாலியோ, சிறந்த சத்ரியர்களில் ஒருவன்.

வாலி ராமின் பக்கம் திரும்பினான். 'ஆனால் என்னுடைய யானைப்படை *மட்டுமே* ஏன் வேண்டும்? ஏன் என் முழு சேனையையும் எடுத்துக்கொள்ளக்கூடாது?'

ராம் ஆச்சரியப்பட்டான். இனிமையான ஆச்சரியம். 'ம்ம், நன்றி சிறந்த அரசே.'

'ஆனால் ஒரு நிபந்தனை உள்ளது,' சேர்த்துக்கொண்டான் வாலி.

துவங்கிவிட்டான், என்று மனதிற்குள் நினைத்துக்கொண்டார் வசிஷ்டர், வேறு ஏதோ வணிக ஒப்பந்தம் பற்றிய பேச்சை எதிர்பார்த்தபடி. அடுத்து வந்ததை அவரால் ஊகிக்க கூட முடிந்திருக்காது.

'நான் ஒரு போட்டியின் கோரிக்கையை வைக்கிறேன்.'

'என்ன?' அதிர்ந்தான் ராம்.

'உங்கள் காதுகளுக்கு எட்டியது,' என்றான் வாலி. 'நான் உங்களுடன் ஒரு கைகலப்பைக் கோருகிறேன்.'

'ஏன்?'

'ஏன் கூடாது?' வாலி கேட்டான். 'என் விதிமுறைகள் எளிமையானவை. நான் வெற்றிபெற்றால் உங்களுக்கு என் யானைப்படை கிடைக்காது. நீங்கள் வெற்றிபெற்றால் உங்களுக்கு என் யானைப்படை மட்டுமில்லாமல் என் மொத்த சேனையும் கிடைக்கும்.' பிறகு வாலி வசிஷ்டர் பக்கம் திரும்பினான். 'எனக்கு அந்த முட்டாள்தனமான வணிக ஒப்பந்தம் வேண்டாம் அன்பான குருஜி. அயோத்தியா இலங்கையை தோற்கடித்துவிட்டால் நிலத் தொழிலிலிருந்து வரும் அதிகப்படியான தங்கம் மொத்தத்தையும் நீங்கள் வைத்துக்கொள்ளலாம். எனக்கு வேண்டியதெல்லாம், அயோத்தியாவின் ராஜாவுடன் ஒரு சண்டை.'

ராமும் வசிஷ்டரும் அதிர்ந்தனர்.

'சுக்ரீவன் இங்கு இருக்கிறான் என்று கேள்விப்பட்டிருக்கிறேன்-எனக்கு சபிக்கப்பட்ட அந்த செயலற்ற சகோதரன். இரண்டு உண்மையான ஆண்கள் எப்படி சண்டையிடுகிறார்கள் என்று அவனை வந்து பார்க்கச்சொல்லுங்கள்.'

லக்ஷ்மன் திகைத்துப்போனான். 'ஆனால்...'

வாலி லக்ஷ்மன் பக்கம் திரும்பினான். 'நீ அதிர்ச்சி அடைவது எனக்குப்புரிகிறது, பலவான் லக்ஷ்மன். நான் நன்றிகெட்டவன் என்று நீ நினைத்துக்கொண்டிருப்பாய். அன்று என் உயிரை நீ காப்பாற்றியதாக நினைக்கிறாய்.'

மெலிதாக மறைக்கப்பட்ட கோபத்துடன் லக்ஷ்மன் முறைத்தான். சத்ரியர்களின் எழுதப்படாத கோட்பாட்டை அவன் உடைத்துக்கொண்டிருந்தான்: உன் உயிரை காத்தவனுக்கு நீ படும் கடன் தான் அனைத்திலும் பெரிய கடன். அது திருப்பப்படவேண்டும்.

'புலி எப்பொழுதும் தனியாகச் சண்டையிடும், இளவரசன் லக்ஷ்மன்,' என்றான் வாலி. 'வென்றாலும், தோற்றாலும், வாழ்ந்தாலும் இறந்தாலும் அது அதற்கு ஒரு பொருட்டில்லை. அதுதான் புலியின் விதி. ஆனால், தன்னை விட பலவீனமான ஒன்றிடமிருந்து உதவி பெறுவது? அதற்கு புலி இறப்பதே மேல்.'

முடிவில் ராம் இடைமறித்தான். 'ராஜா வாலி, இதுதான் சிறந்தது என்று நான் நினைக்கவில்லை-'

'உங்கள் முன் நான் வைக்கும் ஒரே ஒப்பந்தம் இதுதான், அயோத்தியாவின் ராஜா,' என்றான் வாலி. 'வேண்டுமென்றால் எடுத்துக்கொள்ளுங்கள், இல்லையென்றால் விட்டுவிடுங்கள். அது உங்கள் இஷ்டம். நான் இங்கு ஒரு வாரம் இருக்கிறேன். நீங்கள் எப்போது தயாரோ நானும் அப்போது தயார்.'

சந்திப்பு முடிந்து விட்டது என்பது போல் வாலி எழுந்து நின்றான்.

நதிகள்தான் உலகத்திலேயே பயண வழிகளில் மிகச்சிறந்தது. கரையிலிருந்து நிலத்திற்கும் நிலத்திலிருந்து கரைக்கும் செல்ல வேகமான மற்றும் சிறந்த வழி. சாலையில் குதிரை சுமப்பதை விட கட்டமரம் ஒன்றில் அதிக நபர்கள் பயணிக்கலாம். சாப்பாட்டு வேளைகளில் நிறுத்தவேண்டாம். மிக முக்கியமாக நதியில் பயணித்துக் கொண்டிருந்தால். நதி நகரும் சாலை; அது உங்களை உங்கள் இடத்திற்கு சீக்கிரமாகக் கொண்டு சேர்க்கும்.

சிகிரியாவிலிருந்து தீவின் வட மேற்குக் கரை வரை துடுப்பை செலுத்தி பயணித்த பிறகு இரண்டு படகுகள் அருவி அரு என்னும் ஆற்றில் நகர்ந்துகொண்டிருந்தது.

ஒரு படகு ஹனுமான், அரிஷ்டநேமி, சூர்சா மற்றும் ஏழு வீரர்களை ஏற்றிச்சென்றது. அதன் இடது புறத்தில் இருந்த படகில் மேலும் பத்து பேர் இருந்தனர். மலயபுத்ரர்களும், வாயுபுத்ரர்களும் ஒரே குழுவாக பயணித்துக் கொண்டிருந்தனர்.

'சில நிமிடங்களில் நதியின் முகத்துவதாரத்தை அடைவோம்,' கிசுகிசுத்தாள் சூர்சா. விடியலுக்கு சற்று முன்னர், நாளின் முதல் *பிரகாரத்தின்*, ஐந்தாவது மணிநேரம். வருடத்தின் இந்த சமயத்தில், சூரியனின் ஒளி அதிகபட்சமாக ஒன்றரைமணிக்குள் வெளிப்படும். அதற்கு வெகு நேரம் முன்பே அவர்கள் நதியில் நகரத்தொடாங்கிவிட்டனர். 'நாம் சீக்கிரமே வந்து விட்டோம்.'

'ஆமாம்,' ஒப்புக்கொண்டான் அரிஷ்டநேமி.

ஹனுமான் அமைதியாக இருந்தான். அவன் எதையோ தீவிரமாக கேட்டுக்கொண்டிருந்தான்.அவன் உள்ளுணர்வு எதையோ எச்சரித்தது.

'என்ன விஷயம் ஹனுமான்?' மெதுவாகக் கேட்டான் அரிஷ்டநேமி.

ஹனுமான் அவனைப்பார்த்து தன் குரலைத்தாழ்த்தி, 'மிகவும் அமைதியாக இருக்கிறது.'

நல்ல போர் வீரர்கள் மெலிதான சத்தத்தில் கூட சமிக்ஞைகளை புரிந்துகொள்வார்கள். மிகச்சிறந்தவர்கள் அமைதியில் கூட குறிப்புகளை உணர்வார்கள்.

'மீன் ஆந்தைகள் அமைதியாக இருக்கின்றன,' கிசுகிசுத்தான் ஹனுமான்.

ஆந்தைகள் இரவில் விழித்திருக்கும் பிராணிகள். பெரும்பாலான ஆந்தைகள் தங்கள் வேலைகளான: பறப்பது, வேட்டையாடுவது, உண்பது ஆகியவற்றை கவனிக்கும் பொழுது அமைதியாக இருக்கும். இந்த பகுதிகளில் பொதுவாக காணப்பட்ட மீன் ஆந்தைகள் அமைதியாக இருக்கும் வகையில்லை. அவை உரத்த கூச்சலிட்டன: வழக்கமான *டு-வூ-ஹூ* மட்டுமில்லாமல் ஆண் இனத்தவை செய்யும், ஆழமான வெற்றிடத்தில் ஒலிக்கும் ***பலமான*** சத்தத்துடன். மீன் ஆந்தைகளிடம் தனித்து கேட்கும் சத்தம் அதன் ரெக்கைகள் அடித்துக்கொள்ளும் சத்தம் தான்.

இன்றிரவு ரெக்கைகள் அடித்துக்கொள்ளும் சத்தம் எதுவுமில்லை. அதன் பொருள், பறவைகள் ஒரே இடத்தில் நிலையாக இருக்கின்றன. வழக்கமாக இரவின் அந்த நேரத்தில் செய்வது போல், கடற்கரையில் உணவுக்காக வேட்டையாடவில்லை.

விசித்திரம்.

சூறையாடும் மற்றொரு விலங்கும் அங்கிருப்பதாக பயத்தில் அல்லது. அனைத்து வேட்டையாடும் மிருகங்களிலும் சிறந்த ஒன்றாக இருக்கலாம்.

மனிதன்.

'நாம் கண்டுபிடிக்கப்பட்டுவிட்டோம் என்று நினைக்கிறாயா?' சூர்சா கேட்டாள்.

'கண்டு பிடிக்க ஒரே வழிதான்,' கிசுகிசுத்தான் அரிஷ்டநேமி. 'வடது கை பக்கத்தில் கரைசேருவோம். உளவுபார்க்க நான் சீக்கிரமாக இரண்டு காவலாளிகளை அனுப்புகிறேன்.'

ஹனுமான் ஆமோதித்தான்.

'கிட்டத்தட்ட அரை படைப்பிரிவு, அரிஷ்டநேமிஜி,' என்றான் மலயபுத்ர வீரன்.

இரண்டு காவலாளிகளும் வேவு பார்த்துவிட்டு அப்போது தான் திரும்பியிருந்தனர். அருவி அரு நதியின் வாய் பகுதியில் நூற்றைம்பது இலங்கை வீரர்கள் தாக்குவதற்கு தயாராக காத்திருந்தனர் என்று அவர்கள் அறிவித்தார்கள். மன்னார் வளைகுடாவின் உப்பான கடல் நீருடன், இனிப்பான நீர் கொண்ட இலங்கையின் இரண்டாவது நீளமான நதி கலக்கும் இடம். அவர்கள் உயிரற்ற உடல்களை தகனம் செய்துகொண்டிருந்ததைப்பார்த்தார்கள். மலயபுத்ரர்கள் மற்றும் ஹனுமானால் கொல்லப்பட்ட வீரர்களின் சடலங்களாகக் கூட இருக்கலாம்.

'அவர்கள் சடலங்களை எப்படிக் கண்டுபிடித்தார்கள்? நாம் இருப்பதையும் கண்டுபிடித்துவிட்டார்களா?' சூர்சா கேட்டாள்.

'எனக்குத்தெரியாது,' என்றான் அரிஷ்டநேமி. 'அதைப் பற்றி பேசுவதில் எந்தப் பலனும் இல்லை. இவ்வளவு வீரர்களை அனுப்பியிருக்கிறார்கள் என்றால் பெரிய எதிரி படை ஒன்று நதி வழியாக வந்துகொண்டிருப்பதாக சந்தேகப்படலாம்.'

'இந்தத் தகவலை ஏற்கனவே சிகிரியாவிற்கு அனுப்பியிருக்க வாய்ப்புள்ளது,' என்றான் ஹனுமான். 'இலங்கையர்கள் இன்னும் அதிகமான வீரர்களை நதிக்கரைக்கு அனுப்பிக் கொண்டிருக்கலாம்.'

'ஆணிகளைப் பிடுங்க உதவும் இரண்டு கூர்மையான வளைந்த இரும்புக்கருவிக்கு நடுவேமாட்டிக்கொள்வது போல் நாம் மாட்டிக்கொள்வோம்,' என்றாள் சூர்சா. 'இலங்கை வீரர்கள் சிலர் நம் பின்னால் இருக்க சிலர் நதியின் முகத்துவாரப்பகுதியில் வழியை மறைக்கலாம்.'

'அவர்கள் நூற்றைம்பது வீரர்கள் இருக்கிறார்கள் சீமாட்டியே,' என்றான் இந்தத் தகவலுடன் திரும்பிய மலயபுத்ர வீரன். 'நாம் இருபது பேர் மட்டும்தான். இதிலிருந்து சண்டையிட்டு தப்பிக்க முடியாது.'

ஹனுமான், அரிஷ்டநேமி மற்றும் சூர்சா எந்த பதிலும் அளிக்கவில்லை. அவர்களிடம் நேரம் குறைவாக இருப்பதை அறிந்திருந்தனர். அவர்கள் சீக்கிரமாக நகர வேண்டும். இந்த சூழ்நிலையிலிருந்து தப்பிக்க ஒரே வழி தான்.

மாற்று வழியை எடுத்துக்கொள்வது.

'நான் அதைச்செய்கிறேன்,' என்றான் ஹனுமான். 'என்னுடன் இரண்டு வீரர்களை அழைத்துச்செல்கிறேன். மூன்றாகக் கூட இருக்கலாம். என் சமிக்ஞைக்காக காத்திருந்து நான் சொன்னபிறகு அதிகபட்ச வேகத்தில் துடுப்பை செலுத்திக்கொண்டு வாருங்கள். இன்னமும் வடக்கு நோக்கி தூரத்தில் கடலோரத்தில் என்னை ஏற்றிக்கொள்ளுங்கள். ஆனால் தாமதம் செய்யக்கூடாது. இல்லையென்றால் நான் இலங்கை கரையில் அவர்களுக்கு தீனியாகிவிடுவேன்.'

வீரர்களுக்குள் வேடிக்கை, மரணத்தின் அச்சுறுத்தலின் ஊடே, கண்டிப்பாக தைரியத்தின் அடையாளம்தான். மேலும் ஆண்மையின் அடையாளமும் கூட.

அரிஷ்டநேமி மென்மையாக சிரித்தான். 'திட்டம் கச்சிதமாக உள்ளது. ஆனால் நான்தான் பாதையிலிருந்து கவனத்தைத்திருப்புவேன். நீங்கள் இருவரும் ஒன்றை மட்டும் உறுதி செய்யுங்கள்-' சூர்சா அரிஷ்டநேமியை இடைமறித்தாள். 'ஆண் சுரப்பிகள் ஒன்றோடு ஒன்று போட்டியிடுவது போதும். நான் கவனத்தைத் திருப்புகிறேன்.'

அவள் ஏதோ மிகவும் மடத்தனமாக பேசிவிட்டது போல் அவளைப்பார்த்தனர் ஹனுமானும் அரிஷ்டநேமியும்.

'நிஜமாகவா?!' பதிலுக்கு அவர்களை வார்த்தையால் வெட்டினாள். 'என் மீது ஏதேனும் ஒரு ஆணாதிக்க மூடத்தனத்தை திணிக்கப்போகிறீர்களா?'

ஹனுமான் தன் எரிச்சலைக் காட்டினான். 'சூர்சா இப்படி பித்து பிடித்தது போல் நடந்துகொள்வதை நிறுத்து. இதில் ஆணாதிக்கம் எதுவுமில்லை. ஆனால், நாங்கள் சென்றால் அது சிறப்பாக இருக்கும்---'

'நீங்கள் இருவரும் செய்தால் அது ஏன் சிறப்பாக இருக்கும்? நீங்கள் பெரிதாக இருக்கிறீர்கள். என்னை விட மெதுவாக நகர்கிறீர்கள். கவனத்தை திருப்புதலுக்கு தேவையான திறமை உங்களிடமில்லை. என்னிடம் உள்ளது.'

அரிஷ்டநேமி ஒரு முறை முயற்சி செய்தான். 'சூர்சா...'

'நான் பேசிவிட்டேன் அரிஷ்டநேமி. உன்னையோ, ஹனுமானையோ விட இந்தச் செயலை சிறப்பாக நான்

செய்வேன். நான் ஒரு ஆணாக இருந்தால் இப்படி தர்க்கம் செய்து நேரத்தை வீணடிக்க மாட்டீர்கள்.'

'சூர்சா...' கெஞ்சினான் ஹனுமான்.

'உரிய மரியாதையைப் பெறுவதற்கு ஒரு பெண் இங்கு என்ன செய்யவேண்டும்?' சூர்சா கேட்டாள்.

'இது அதைப்பற்றியில்லை...'

'அதைப்பற்றித்தான்! நீங்கள் இருவரும் என்னை பாதுகாக்க விரும்புகிறீர்கள். என்னை பாதுகாக்க? என்னை? இந்த மண்ணின் சிறந்த வீரர்களுள் ஒருத்தி நான்! நான் ஒரு பெண்ணாக இல்லாமல் இருந்தால் நீங்கள் இப்படி நினைக்கமாட்டீர்கள். வீரர்களாக உங்கள் வேலை, வீரர்கள் இல்லாதவர்களை பாதுகாப்பது, அவர்கள் ஆணாக இருந்தாலும் பெண்ணாக இருந்தாலும். மற்ற வீரர்கள், அவர்கள் ஆணாக இருந்தாலும் பெண்ணாக இருந்தாலும் அவர்களது உதவியினை ஏற்பது உங்கள் கடமை.'

ஹனுமான் மற்றும் அரிஷ்டநேமி மௌனமாக இருந்தனர்.

உளவுபார்க்கச் சென்ற மூவர் பக்கம் திரும்பினாள் சூர்சா. அவர்கள் குட்டையாக இருந்தார்கள். ஒல்லியாக. லேசாக. கச்சிதமாக.

சரியானது. அவர்கள் சத்தமிடாமலும் வேகமாகவும் செயல்படுவார்கள்.

'நீங்கள் மூவரும் என்னுடன் வருகிறீர்கள்,' என்றாள் சூர்சா. 'உங்கள் ஆயுதங்களை எடுத்துக்கொள்ளுங்கள். எவ்வளவு கத்திகள் எடுத்துக்கொள்ளமுடியுமோ அவ்வளவு கத்திகள் எடுத்துக்கொள்ளுங்கள். வில்லும் அம்புகளும் கூட. சிறிய வில். தோலால் ஆன உங்கள் கவசம் இழுத்துக்கட்டப்பட்டிருக்கிறதா என்று உறுதி செய்துகொள்ளுங்கள். முன்னாலும், பின்னாலும். தொடைகளை காலியாக வைத்திருங்கள். நாம் கடினமான வேகத்தில் ஓடுவோம்.'

காவலாளிகள் தலை அசைத்து கீழ்ப்படிய விரைந்தார்கள்.

சூர்சா ஹனுமான் மற்றும் அரிஷ்டநேமியின் பக்கம் திரும்பினாள். 'மேலே வடக்கிலிருந்து உரத்த சத்தம் கேட்பதுதான் உங்களுக்கு சைகை. உடனே நீங்கள் படகில் விரைய வேண்டும். வேகமாக துடுப்பை போடுங்கள். நதியை விரைவாக அடையுங்கள். பிறகு வடக்கு நோக்கித் திரும்பவேண்டும்.'

'சரி,' என்றான் அரிஷ்டநேமி. அவன் சூர்சாவின் கரங்களை பிடித்தான். முழங்கைக்கு கீழே. 'இறைவன் பரசுராமின்ஆசீர்வாதத்துடன் செல், துணிச்சலான சூர்சா.'

சூர்சா தலை அசைத்தாள். பின்பு ஹனுமானைப் பார்த்தாள்.

ஹனுமான் உறையிலிருந்து தன் கத்தியை உருவினான். அதனை தன் பெரு விரலுக்கு குறுக்கே ஒட்டி, ரத்தத்தை எடுத்தான். ஒரு உறுதியான நேர் கோட்டில் சூர்சாவின் நெற்றியில் தடவினான். பண்டைய காலத்து பண்பாட்டில் சிறந்த சகோதர வீரர்கள் செய்வது போல் அவனது ரத்தத்தால் அவளுடன் ஒரு உடன்படிக்கை செய்தான்.

'ருத்ர பகவானின் ஆசீர்வாதத்துடன் செல், உன்னதமான சூர்சா,' கிசுகிசுத்தான் ஹனுமான்.

சூர்சா புன்னகைத்தாள். 'ஒரு நாள் ரத்தத்தைவிட சிறந்த ஒன்றால் உன்னை இப்படி செய்யவைப்பேன். என் புருவத்தில் இல்லாமல் தலை வகிட்டில் இருக்கலாம்.'

ஹனுமான் மெல்ல சிரித்தான்.

மரணத்தை எதிர் நோக்கும் பொழுது வேடிக்கையில் ஈடுபடுவது போர்வீரத்தின் அடையாளம்.

'கலங்கரை விளக்கத்தின் வடக்கே என்னை படகில் ஏற்றிக்கொள்,' என்றாள் சூர்சா. 'நாம் வரும்போது நம் படகை நிறுத்திய கரையோரம்.'

ஹனுமான் தலை அசைத்தான். சரி.

'இலங்கை வீரர்கள் எங்களை பின்னால் துரத்தி வருவார்கள். அதற்குத் தயாராக இரு.'

'இருப்போம்.' பதிலளித்தான் ஹனுமான். 'உயிருடன் அங்கு வந்து சேர்வதை நீ உறுதி செய்துகொள்.'

'அதை நான் செய்வேன்.' என்றாள் சூர்சா.

இலங்கையர்களைப்பற்றி சூர்சா சரியாக படித்து வைத்திருந்தாள். அவர்களது வழக்கமான சூழ்ச்சிகளை அவள் அறிந்திருந்தாள்.

இலங்கையர்கள் எப்போதும் விலங்குகளை முழுமையாக நம்பியதில்லை. அல்லது அதிக துல்லியமாக சொல்லவேண்டுமென்றால், அவர்களது போர் விலங்குகளுக்கு பயிற்சி கொடுத்த பயிற்சியாளர்களை அவர்கள் நம்பவில்லை. அதனால் அத்தியாவசியமாக இருந்தாலே அல்லாது அவர்கள் விலங்குகளை தாக்குதலின்போது தூரத்தில் வைத்தனர். பதுங்கியிருந்து பாய்வதற்கு கள்ளத்தனம் தேவை. அவர்கள் தங்கள் விலங்குகள் கள்ளத்தனத்துடனும் அமைதியாகவும் இருக்கும் என்று நம்பவில்லை.

சூர்சா மற்றும் மூன்று வீரர்கள் விரைவாகவும் சத்தமில்லாமலும் காட்டுக்குள் நடந்தனர். ஒரு பெரிய வளைவின்

பக்கம் விரைந்தனர். எதிரி வீரர்களுடன் தேவையற்ற எந்த எதிர்படுதலையும் அவர்கள் தவிர்த்தார்கள். இலங்கை வீரர்கள் பதுங்கியிருந்த இடத்திற்கு வடக்கே வெகு தூரத்தில் இருந்த ஒரு இடத்தை சீக்கிரமே அடைந்தனர்.

சூர்சா தன் வலது கையை உயர்த்தினாள். முட்டி மூடியிருந்தது. வீரர்கள் நின்றுவிட்டனர்.

அவர்கள் இப்போது எதிரியின் இடத்திற்கு பின்னால் இருந்தார்கள். தேவையற்ற ஒரு வார்த்தை கூட தவிர்க்கப்படவேண்டும். அமைதியே அவர்களது சிறந்த கவசம்.

இருண்ட வானத்தில் நிலவின் ஒளி மங்கலாக வீசியது.

சூர்சா கையால் சுட்டிக்காட்டியபடி கிசுகிசுத்தாள், 'அங்கு.'

கிட்டதட்ட அவர்களுக்கு நூறு மீட்டர் முன்பு நூற்றைம்பது குதிரைகள் கட்டப்பட்டிருந்தன. அவற்றுள் சில விவேகமற்ற விதத்தில் மெல்லிய மரங்களில் கட்டப்பட்டிருந்தன. அந்த விலங்குகளின் கழுத்து அந்த கயிற்றில் சிக்கிக்கொண்டிருந்தது. மற்றவை மண்ணில் புதைக்கப்பட்ட கடைப்பாரையில் கட்டப்பட்டிருந்ததால் அவற்றிற்கு சுற்றிவர இடமிருந்தது. ஆனால் எவற்றிடமும் காற்றைத் தடுக்கும் கருவிகள் இல்லை. அவை சொற்பேசு கேளாதவை போல் மூர்க்கமாக இருந்தன.

அந்த விலங்குகளைச் சென்றடையும் பாதை அடர்ந்த மரவரிசையில் குழம்பியிருந்தது.

நான்கு இலங்கை வீரர்கள் அந்தக் குதிரைகளை காவல் காத்தனர்.

நால்வர் மட்டுமே.

வீரர்களின் பக்கம் திரும்பி, 'இதுதான் திட்டம்,' என்றாள் சூர்சா மெதுவாக. 'நாம் நான்கு வீரர்களையும் அம்புகள் கொண்டு தாக்குவோம். அவர்களது தொண்டைக்கு குறிவையுங்கள். அனைவரும் ஒரு சேர. அவர்களது தொண்டைக்குள். கூச்சல் இருக்கக்கூடாது. மற்றவர்களை அவர்கள் எச்சரித்து விடக்கூடாது. பிறகு நாம் விரைந்து எவ்வளவு குதிரைகளை விடுவிக்க முடியுமோ அவ்வளவு குதிரைகளை விடுவிப்போம். நம்மால் முடிந்தவரை அமைதியாக. அது முடிந்தவுடன் நான்கு குதிரைகளில் ஏறி, அதிக சத்தத்துடன் வடக்கு பக்கம் விரைவோம். அதுவே நம் சகாக்களுக்கு நதியை நோக்கி துடுப்பை செலுத்த நாம் கொடுக்கும் சமிக்ஞையாகும். நாம் போடும் சத்தத்தை கேட்டு இலங்கையர்கள் கடற்கரை பக்கம் விரைவார்கள். நம்மை துரத்துவார்கள். ஆனால் பெரும்பாலானோர் கால்களால் ஓடுபவர்களாக இருப்பார்கள். அவர்கள் ஓட்டம் மந்தமாக இருக்கும். நாம் அவர்களுக்கு முன்னே இருக்கவேண்டும். வேகமாக குதிரையை ஓட்டுங்கள். நம் நண்பர்கள் நம்மை

தூரத்தில் வடக்கே சந்திப்பார்கள். நாம் நதிக்குள் குதிரையை ஓட்டிச்செல்வோம். எவ்வளவு தூரம் குதிரைகளால் நம்மை சுமக்கமுடியுமோ, அதுவரை. பிறகு அவற்றிலிருந்து குதித்து நம் படகு வரை நீந்திச்செல்வோம். அங்கிருந்து வெளியே செல்ல துடுப்பைச்செலுத்துவோம். தெளிவாக உள்ளதா?'

வீரர்கள் தலை அசைத்தார்கள். *தெளிவாக உள்ளது.*

'நினைவில் இருக்கட்டும், பற்பல குதிரைகள் கடற்கரையை நோக்கி ஓடுவதை அவர்கள் பார்க்கவேண்டும். முடிந்த அளவு அதிகமாக. இந்த மங்கலான வெளிச்சத்தில் அவற்றின் மீது ஆட்கள் இருப்பதாக எண்ணுவார்கள். நாம் அனைவரும் இங்கு இருக்கிறோம் என்று நினைப்பார்கள்- அவர்களது எதிரிகள். நான்கு நபர்களை மட்டுமே பார்த்தால் நாம் அவர்களை திசைதிருப்புகிறோம் என்று அறிந்துகொள்வார்கள்.'

'சரி, சூர்சாஜி.'

சூர்சா தலை அசைத்தாள். தன் சிறிய வில்லை முன்னால் கொண்டுவந்து கயிற்றை இறுக்கினாள். பிறகு சிறந்த வில் வீரனைப்போல் அதனை இழுத்து, காதுகளுக்கு அருகே கொண்டுவந்து விட்டாள். கயிறு எவ்வளவு இறுக்கமாக இருக்கிறது என்று சோதித்துப்பார்த்தாள்.

கச்சிதமாக இருந்தது.

வீரர் பின்பற்றும் நிலையான விதிமுறைகள். *போருக்கு முன் எப்போதும் ஆயுதங்களை சோதனை இட வேண்டும்.*

அவளது வீரர்களும் அதையே செய்தனர்.

வில்கள் தயார். அம்புகளும் தயார்.

'சரி, செல்லலாம்.' என்றாள் சூர்சா.

அவர்கள் கள்ளத்தனமாக முன்னேறினார்கள். நான்கு இலங்கையர்கள் இருந்த இடத்திற்கு நாற்பது மீட்டர் முன்னால் நின்றார்கள். இலங்கையர்கள் சிறந்த வீரர்களை குதிரைக்குக் காவலாக பின்னால் விட்டுச்செல்லவில்லை. ஒன்றாகக்கூடி சச்சரவில் ஈடுபட்டுக்கொண்டிருந்தனர்.

காவல் பணியில் இருக்கும் போது கடைபிடிக்கப்படவேண்டிய முக்கியமான முதல் இரண்டு விதிமுறைகள். ஒன்றாகக் கூடி இருக்கக்கூடாது. வம்பு பேசக்கூடாது. அப்படி செய்தால் எளிதான இலக்காக ஆகிவிடுவார்கள். திசைதிருப்பப்பட்டு வேலையில் ஒழுங்காக இருக்கமாட்டார்கள்.

'ஒரு அம்பு. ஒரு கொலை.' கிசுகிசுத்தாள் சூர்சா. 'உங்கள் இலக்கை குறித்துக்கொள்ளுங்கள். நான் எண்ணும் பொழுது ஒரு சேர அம்புகளை எய்துவோம். அது தான் திட்டம்.'

பெரும்பாலான திட்டங்கள் எதிரியை முதல் முறை தொடுவதுடன் முடிந்துவிடும் என்பது பொதுவான கருத்து. அதில் சிறிய அளவிலாவது உண்மை இருக்கும்.

சூர்சா கீழ்நோக்கி எண்ணத்துவங்கினாள். அதாவது பெரிய எண்ணிலிருந்து சிறியது வரை.

'மூன்று... இரண்டு... ஒன்று!'

நான்கு அம்புகள் ஒரே நேரத்தில் விடப்பட்டன. மூன்று சரியான குறியில் சேர்ந்து மூன்று வீரர்களின் தொண்டையை கிழித்தது. அவர்கள் உடனே கீழே விழுந்துவிட்டனர். சத்தமே இல்லாமல். ஆனால் ஒன்று மட்டும் சற்றே குறியை தப்பிவிட்டிருந்தது. கழுத்து எலும்பிற்கு நடுவில் சிக்கிவிட்டது துரதிர்ஷ்டவசமாக. தோளுக்கும் கழுத்துக்கும் இடையே. வலி. மிகுந்த வலி. ஆனால் உயிரைப் பறிக்கவில்லை.

அந்த இலங்கை வீரன் வலியில் கூச்சலிட்டான். அருவிஅரு நதியின் வாய் பகுதிக்கு அருகே இருந்த வீரர்கள் காதுகளுக்கு, அது எட்டவில்லை. ஆனால் அது குதிரைகளை அச்சுறுத்தியது. அந்த மூட மிருகங்களோ கனைத்து எச்சரிக்கை செய்யத் துவங்கின.

சூர்சா சபித்தாள். மற்றுமொரு அம்பை எடுத்து வேகமாகச் செலுத்தினாள். நேராக அந்த மனிதனின் தொண்டைக்குள். சத்தத்தையும் அவன் உயிரையும் உடனே துண்டித்தபடி.

ஆனால் அந்தக் குதிரைகள் இப்போது பயத்தில் பதட்டமடைந்தன. தங்கள் கழுத்தை சுற்றியிருந்த கயிற்றை நெறிக்கும் வகையில் அங்குமிங்கும் நகர்ந்து கனைத்தன.

'என்னைத் தொடர்ந்து வாருங்கள்!' உறுமினாள் சூர்சா. 'வேகமாக!'

தன் அம்பை உதறிவிட்டு வேகமாக ஓடினாள். அது இப்போது பயனில்லாமல் போனது. அவள் தன் சிறிய வாளை எடுத்தாள். அவள் வீரர்கள் அவளைத் தொடர்ந்தனர். அதி வேகமாக விரைந்தார்கள்.

'உங்களால் முடிந்த அளவில் குதிரைகளை கட்டவிழ்த்து விடுங்கள். விரைவாக! கடற்கரையை நோக்கி அவற்றை ஓட்டுங்கள்!'

அவள் சொல்வதை கேட்டு கீழ்ப்படிய வீரர்கள் விரைந்தார்கள். சில குதிரைகளின் கடிவாளங்களை நீக்கினார்கள். மண்ணில் கட்டப்பட்ட மற்றும் மரத்துடன் கட்டப்பட்ட குதிரைகளின் கயிற்றை வெட்டிவிட்டார்கள். பதட்டத்தில் இருந்த மிருகங்களின் கால் அடியில் மிதிபடாமல் தப்பிக்க அவர்கள் வேகமாக நகர வேண்டியிருந்தது. சூர்சா ஆணையிட்டவுடன் சுமார்

இருபத்திஐந்து - முப்பது குதிரைகள் விடுவிக்கப்பட்டன. 'போதும்! குதிரைகள் மேல் ஏறுங்கள்! வடக்கு நோக்கி ஓட்டுங்கள்! நம்மிடம் அதிக நேரமில்லை!'

இலங்கைப் படை வடக்கு நோக்கி ஓடுவதை சூர்சாவால் கேட்க முடிந்தது. மிகுந்த சத்தம் செய்தபடி. போர் முழக்கம்.

'ஓட்டு!' ஆணையிட்டாள் சூர்சா.

தன் வீரர்களுடன் அங்கிருந்து ஓடினாள். கடற்கரையில். மரங்களின் வரிசை இப்போது அவர்களின் பின்னால் இருந்தது.

நிறைய குதிரைகள் பின்னால் விடப்பட்டுவிட்டன. சூர்சா அதை அறிந்திருந்தாள். இலங்கை எதிரிகளால் பயன்படுத்தப்படப்போகும் குதிரைகள். அதுவும் அவள் அறிந்திருந்தாள்.

அவர்களிடம் சிறிது நேரமே இருந்தது.

'வேகமாக!'

அவள் பின்னால் பார்த்தாள். தொலைவில் தீப்பந்தங்கள் எரிவதைப்பார்த்தாள். இலங்கையர்கள் வெகு தூரத்தில் இருந்தனர். ஆனால் அவ்வளவு தூரமும் இல்லை. அவர்கள் சீக்கிரமே குதிரையில் ஏறி விடுவார்கள்.

'துரிதமாகச் செலுத்து!' கத்தினாள் சூர்சா.

இலங்கை வீரர்கள் இன்னமும் தங்கள் கால்களில் ஓடிக்கொண்டிருக்கும் போது, தாங்கள் குதிரை மேல் இருக்கும் இந்த தற்காலிக நன்மையை முடிந்த அளவில் அவர்கள் பயன்படுத்திக்கொள்ளவேண்டும். இரு அணிகளுக்கும் இடையே அதிகபட்ச தூரத்தை ஏற்படுத்தவேண்டும்.

ஹனுமான் மற்றும் அரிஷ்டநேமியால் நதியின் வாய் பகுதியிலிருந்து வெளியே வர முடிந்ததா என்று தெரிந்துகொள்ள, கடலைக் காண முடியாத அளவில் மிகவும் இருட்டாக இருந்தது.

அவர்கள் வெளியே வந்து விட்டார்கள் என்று அவள் நம்ப வேண்டியிருந்தது. அந்த கட்டாயம் இருந்தது.

அதன் மாற்று அச்சுறுத்துவதாக இருந்தது. ஏனென்றால் அவர்களது பின்னால், கேதீஸ்வரம் கோவிலில் நிறுத்தப்பட்டிருந்த மீதமிருந்த படைப்பிரிவு வெறும் முப்பது நிமிட குதிரை சவாரி தூரத்தில்தான் இருந்தது. கடலுக்குள் செல்லாமல் தப்பிக்க வேறு வழி இல்லை.

'ஓட்டு!' சூர்சா உறுமினாள்.

அவள் வீரர்கள் அவளுக்கு சமமான வேகத்தில் விரைந்தனர்.

அவள் திரும்பிப்பார்த்தாள். குதிரை மேல் வந்த முதல் இலங்கையர்கள் அவள் கண் பார்வைக்குள் இருந்தனர். துரத்துவது துவங்கியிருந்தது.

சிலர் மரங்களுக்கு பின்னாலிருந்து கடற்கரை பக்கம் சவாரி செய்து வந்துகொண்டிருந்தனர். சிலர் அம்புகள் விடத்தொடங்கினார்கள். ஆனால் வெகு தொலைவிலிருந்து. அவர்கள் எல்லைக்கு வெளியே இருந்தார்கள். இப்போதைக்கு.

'இங்கு!'

அவர்கள் தங்கள் படகை முன்பு கட்டியிருந்த அந்த இடத்தை சூர்சா கண்டுகொண்டாள்.

'கடலுக்குள் குதிரையுடன் சவாரி செய்யுங்கள்.'

கொந்தளிப்பான நீரில் ஓடுவது குதிரைகளின் வேகத்தைக் குறைத்து இலங்கையர்களுக்கும் சூர்சாவுக்கும் இடையிலான தூரத்தைக் குறைக்கும்.

இலங்கையர்களால் அவர்களைப் பிடிக்க முடியவில்லை என்றாலும், அவர்கள் விரைவில் இலங்கை அம்புகளின் எல்லைக்குக்குள் வந்துவிடுவார்கள்.

'கடுமையாக சவாரி செய்யுங்கள்! உங்கள் குதிரைகளைத் தள்ளுங்கள்!'

கடலுக்குள் இட்டுச்செல்லப்பட்டதில் குதிரைகள் பதட்டமடைந்தன. அவைகளின் வேகம் குறைந்தது ஆனால் போற்றத்தக்க வகையில், அந்த அற்புதமான விலங்குகள் நிற்கவில்லை.

'சென்று கொண்டேயிருங்கள்!' கத்தினாள் சூர்சா.

இலங்கையர்களது அம்புகள் நெருங்கின.

ருத்ர பகவானின் பெயரால், நீ அந்த இடத்தில் இருக்கவேண்டும் ஹனுமான்.

தூரத்தில் ஒரு சத்தத்தை கேட்டாள் சூர்சா. அவள் அந்தக் குரலை கண்டுகொண்டாள். அவளுக்கு அந்த குரல் மிகவும் பிடிக்கும்.

'சூர்சா...'

'அவர்கள் இங்கு இருக்கிறார்கள்! குதிரைகளை ஓட்டிகொண்டேயிரு!'

சூர்சாவும் அவளது துணிச்சலான வீரர்களும் தங்கள் குதிரைகளை மேலும் கடலுக்குள் தள்ளினர். அங்கங்கு நிலம் சறுக்கியது. அதனால் மற்ற எந்த கரைப் பகுதியிலும் அவர்கள் சென்றிருக்கக்கூடிய தூரத்தை விட அதிக தூரம் அவர்களால் செல்லமுடிந்தது. கால்கள் இன்னும் தரையை தொடமுடியாமல் போனவுடன், குதிரைகள் பதட்டமடைந்து திரும்பும் நேரம் தூரத்தில் இல்லை என்று அவர்களுக்குத்தெரியும். அந்த நொடி நெருங்கிவிட்டதை சூர்சாவால் உணரமுடிந்தது.

'தள்ளு!'

எதிர்ப்பு தெரிவிக்கும் வகையில் குதிரைகள் உரத்த குரலில் கனைத்தன. இருப்பினும் அவை மேலே நகர்ந்துகொண்டேயிருந்தன. இலங்கையர்களின் அம்புகள் வேகமாகவும் அடர்ந்த மழை போல் ஒன்றுடன் ஒன்று நெருக்கமாகவும் வந்து கொண்டிருந்தன, இருந்தாலும் அவர்களைத் தொடவில்லை. அவர்களை தொடும் எல்லைக்கு முன்பாகவே விழுந்தன.

'சூர்சா!' இம்முறை அது அரிஷ்டநேமி. 'நாங்கள் வந்து கொண்டிருக்கிறோம். நீந்தி வெளியேறு!'

நேரம் வந்துவிட்டதென்று சூர்சா அறிந்து கொண்டாள். குதிரைகள் சரணடையவிருந்தன.

குதிரைமேல் கால் வைத்துக்கொள்ளும் வளையத்திலிருந்து தன் கால்களை வெளியே எடுத்தாள் அவள். இலங்கையர்களது போர் முழக்கம் மற்றும் அலை ஓசைக்கு மேல் கூவினாள். 'வளையங்களிலிருந்து கால்களை எடுங்கள்! குதிக்கத் தயாராக இருங்கள்!'

அவள் வீரர்கள் கீழ்படிந்தனர்.

'இப்போது! குதியுங்கள்!'

அவர்கள் கடலுக்குள் குதித்தனர். நீந்தத்துவங்கினர். அவர்களை பின்னுக்குத்தள்ளிய அலைகளை முரட்டுத்தனமாகவும் வீரத்துடனும் கிழித்தபடி.

மங்கலான நிலவொளியில் அவளை நோக்கி வந்த இரண்டு படகுகளை சூர்சா கண்டாள்.

அவர்கள் கடினமாக நீந்தி முன்னேறினர்.

அவர்கள் முன்பு சந்திக்க ஏற்பாடாகியிருந்தவர்களை நோக்கி.

அவர்களது படகை நோக்கி.

இலங்கையர்கள் அம்புகளை எய்துகொண்டே குதிரைகளை கடலுக்குள் செலுத்தினர்.

இப்போது அவர்களை தாக்கக்கூடிய எல்லைக்குள் வந்துவிட்டனர். இருப்பினும் அவர்கள் தொடர்ந்து நீந்தினார்கள். கடினமாக.

இலங்கையர்கள் அந்த மங்கலான நிலவொளியில் குருட்டுத்தனமாக அம்புகளை பாய்ச்சினார்கள். இலக்கை தொட முடியாத குறையைத் தீர்க்க எண்ணிக்கையை அதிகரிப்பது போதுமானதாக இருக்குமென்று தெளிவாக நம்பினார்கள்.

அது போதுமானதாக இருந்தது.

அம்பு ஒன்று ஒரு வீரனது தொடையை துளைக்க, வலியில் கூச்சலிட்டான் அவன். இருப்பினும் நீந்திக்கொண்டேயிருந்தான்.

சூர்சா திரும்பிப்பார்த்தாள். அவன் தூரத்தில் இருந்தான்.

மற்ற இருவர் படகை அடைந்து அதில் ஏற முயன்றுகொண்டிருந்தனர்.

'சூர்சா!' கத்தினான் ஹனுமான் தன் கைகளை விரித்து.

ஆனால் சூர்சா திரும்பி, அடிபட்ட வீரனை நோக்கி நீந்தினாள். அவர்களைச் சுற்றி அம்புகளின் மழை கடுமையாக பெய்யத்துவங்கியது. அவனை அடைந்து அவனை படகை நோக்கி இழுக்கத்துவங்கினாள். இன்னுமொரு அம்பு அந்த பரிதாபமான வீரனைத் தாக்கியது. இம்முறை தோளில். சூர்சா அவனை படகு நோக்கி தள்ள அவன் வேகமாக உள்ளிழுக்கப்பட்டான்.

ஒரு அம்பு ஒன்று உள்ளே பயணித்து வந்து சூர்சாவின் தோளை அறைந்தது. அவள் வலியில் உறுமினாள். அரிஷ்டநேமி தண்ணீருக்குள் குதித்தான். அவளை படகிற்குள் தூக்கியெறிந்தான், கிட்டத்தட்ட. தானும் ஏறிக்கொண்டான்.

அனைத்து மலயபுத்ரர்கள் மற்றும் வாயுபுத்ரர்கள் பாதுகாப்பாக படகிற்குள் இருந்தனர்.

'திரும்புங்கள்!'

அம்புகள் மழையாய் பொழிந்தன. மலயபுத்ரர்களும் வாயுபுத்ரர்களும் துடுப்பை இயக்கத்தொடங்கினர்.

'திருப்பி ஓட்டுங்கள் படகை! கடினமாக!'

ஹனுமான் சூர்சாவைப்பார்த்தான். அவன் புருவங்கள் கவலையில் சுருங்கின. அவள் தோளில் புதைந்திருந்த அம்பின் தண்டை உடைக்கப்பார்த்தான். காயமடைந்த மற்ற வீரனை இழுக்கும்பொழுது சூர்சாவின் தோல் கவசம் தளர்ந்திருந்தது. அம்பின் தண்டை உடைப்பதை அது கடினமாக்கியது.

'இருக்கட்டும்...' கிசுகிசுத்தாள் சூர்சா, இன்னமும் மூச்சு திணறிக்கொண்டிருந்தாள்.

'சூர்சா..' ஹனுமான் முனகினான். அவன் அம்பைக் கண்டுகொண்டான். விசேஷமாக செய்யப்பட்டவற்றுள் ஒன்று. விலையுயர்ந்தது. துளைகள் கொண்ட தலைகீழாக வடிவமைக்கப்பட்ட அதன் விளிம்புகள், அதனை வெளியே இழுப்பதை கடினமாக்கியது. வழக்கமாக அவை விஷத்தில் தோய்க்கப்பட்டதாக இருக்கும்.

சூர்சா புன்னகைத்தாள். 'நான் சரியாக இருக்கிறேன்... சாதாரண சிராய்ப்பு தான்...'

இறப்பை நேர்கொள்ளும் பொழுது வீரர்களின் நகைச்சுவை கண்டிப்பாக உண்மையான போர்வீரத்தின் அடையாளம்.

ஹனுமான் புன்னகைத்தான். அது ஒரு தீவிரமான காயமாக இருந்தாலும் மிக அதிக பயங்கரமானதில்லை. விஷம் தோய்ந்த அம்புதான் கவலைக்கிடமானது. ஆனால் அது அவளது தோளில்தான் புதைந்திருந்தது. வேறு பெரிய உறுப்பினுள் அல்ல. அவள் தன் நினைவை இழக்கவில்லை. ஓரிரு மணி நேரத்திற்குள் அவர்கள் இந்தியக் கரையை அடைந்திடுவார்கள். அவர்கள் இறங்கும் இடத்திற்கு அருகில் உள்ள கிராமத்திற்கு விரைந்து அம்பை வெளியே இழுத்துவிடுவார்கள். காயத்திற்கு மருந்திட்டு தைத்துவிடுவார்கள்.

காயம் மோசமாக இருந்தது ஆனால் அவ்வளவு மோசமாகவும் இல்லை.

வீரர்கள் வேகமாக துடுப்பை செலுத்திக்கொண்டிருக்க படகு வேகமாக நகரத்தொடங்கியது, அம்புகளின் இலக்கைத் தாண்டி. அல்லது அப்படித்தான் தோன்றியது.

சிறந்த தீர்க்கதரிசியால் கூட ஒரு பெண்ணின் உள்ளுணர்வை ஜெயிக்க முடியாதென்று பண்டைய காலத்தினர் கூறுவர். சூர்சாவிற்கு திடீரென்று எச்சரிக்கை உணர்வு தோன்றியது. எந்த யோசனையுமில்லாமல் ஹனுமானை ஒருபுறம் தள்ளிவிட்டு திரும்பி அவன் உடலை தன் உடலால் மூடினாள்.

அம்பு ஒன்று கடினமாக தாக்கியது. பேய்களுக்கு இருக்கும் துல்லியத்துடன். சரியான நேரத்தில். சூர்சாவின் வயிற்றை இடித்தது. அவள் தோல் கவசம் மட்டும் தளர்ந்து கழன்றிராமல் இருந்தால். அப்படி இருந்தால்.

கொடூரமான அந்த அம்பு அவளுள் ஆழமாகச் சென்று முக்கிய உறுப்புகளை வெட்டியது. சிறுநீரகம்,கல்லீரல், குடலைக்கூட.

அரிஷ்டநேமி அவள் பக்கம் விரைய, சூர்சா பின்னால் ஹனுமான் மேல் சரிந்தாள்.

ஹனுமான் சூர்சாவை தன் கரங்களில் ஏந்தினான். '**சூர்சா**...'

வீரர்கள் நிறுத்தவில்லை. துடுப்பை செலுத்திக் கொண்டேயிருந்தார்கள். படகுகளை ஆழமான கடலுக்குள் நகர்த்தியபடி.இலங்கையரின் அம்புகளிலிருந்து விலகி.

தன் வயிற்றில் புதைந்திருந்த அம்பை கீழே குனிந்து பார்த்தபடி மூச்சு விட திணறினாள் சூர்சா. அவள் இப்போது அந்த அம்பைக் கண்டுகொண்டாள். அவள் நேரம் வந்துவிட்டதென்று அறிந்தாள்.

ஹனுமான் துடுப்பை செலுத்தியவர்கள் பக்கம் திரும்பினான். 'வேகமாக! நம்மை நிலத்திற்க்கு அழைத்துச் செல்லுங்கள்! விரைவாக!'

சூர்சா ஹனுமானின் கைகளை பிடித்துக்கொண்டாள். 'அது பரவாயில்லை. அது பரவாயில்லை...'

அரிஷ்டநேமி அடக்கமுடியாமல் அழுது கொண்டிருந்தான். 'சூர்சா...'

சூர்சா அவனைப்பார்க்கவில்லை. அவள் கண்கள் ஹனுமானின் மீதே பொருந்தியிருந்தது.

ஹனுமான் விசும்பிக்கொண்டிருந்தான். 'நானாக இருந்திருக்கவேண்டும்... அது நானாக இருந்திருக்கவேண்டும்...'

'பரவாயில்லை... பரவாயில்லை...' என்றாள் சூர்சா,இருட்டினை எதிர்த்து போராடிக்கொண்டிருந்தாள். ஆழ்ந்த உறக்கத்திற்குள் செல்ல மறுத்தவளாய். அதற்குள் இல்லை... அதற்குள் இல்லை. சொல்லவேண்டிய விஷயங்கள் இருந்தது அவளிடம். 'எனக்கு மூன்று கனவுகள் இருந்தன, ஹன்ஸ்...'

ஹனுமானால் அவள் கண்களை எதிர்கொள்ள முடியவில்லை. அவன் அம்பினைப்பார்த்தான். ரத்தம் வெள்ளமாக பெருக்கெடுத்தது. எல்லாம் முடிந்துவிட்டது. இனி நம்பிக்கையில்லை.

இறுதியாக சூர்சாவின் முகத்தைப்பார்த்தான். அவள் கண்கள் மேகமூட்டமாக கண்ணீரால் நிரம்பியிருந்தது.

'ஒரு கனவு...' என்றாள் சூர்சா மெதுவாக, 'உன் அன்பை வெல்வது... மற்றொன்று உன் கரங்களில் உயிரை விடுவது... மூன்றாவது நான் இறக்கும் பொழுது நீ அழுவதைப்பார்ப்பது...'

'சூர்சா...' என்றான் ஹனுமான் மெல்லிய குரலில்.

சூர்சா புன்னகைத்தாள். இருள் மூடத்துவங்கியது. 'மூன்றில் இரண்டு மோசமில்லை... மோசமில்லை...'

ஹனுமான் தன் கண்களை மூடினான். கண்ணீர் அவன் முகத்தில் வழிந்தோடியது.

'என்னைப்பார்...' மெலிதான குரலில் கூறினாள் சூர்சா.

ஹனுமான் கண்களைத்திறந்தான்.

'நான் உன்னை காதலிக்கிறேன் ஹன்ஸ்...' முணுமுணுத்தாள் சூர்சா. அவள் காதலித்த கண்களுக்குள் பார்த்தாள். பின்பு தன் நினைவை இழக்க அனுமதித்தாள். இருளுக்குள்.

அரிஷ்டநேமி தன் கைகளை நீட்டி சூர்சாவின் கைகளைப்பற்றினான். குழந்தையைப்போல கேவினான். இதுதான் சூர்சாவின் குரலை கடைசி முறையாக கேட்கப்போகிறோம் என்று அறிந்திருந்தான்.

அத்தியாயம் 12

'இது நிஜமாக விசித்திரமாக உள்ளது,' என்றார் வசிஷ்டர்.

எளிமையாக அமைக்கப்பட்டிருந்த சபரியின் குடிசையில் ஒரு பாயின் மேல் உட்கார்ந்திருந்தார் வசிஷ்டர். கிஷ்கிந்தாவின் ராஜா உடனான விசித்திரமான சந்திப்பிற்குப் பிறகு அந்த விவேகமான பெண்மணியை சந்திக்கவந்திருந்தார். முனிவராக இருந்த அவளது ஆலோசனை அவருக்கு தேவைப்பட்டது. வசிஷ்டர் தன் மனதில் கற்பனை செய்திருந்தது போல் அந்த சந்திப்பு நடக்கவில்லை. துளியுமில்லை.

சபரி தாடையை உயர்த்தி ஜன்னலுக்கு வெளியே பார்த்தாள். தூரத்தில் இருந்த ஐயப்பன் கோவிலை நோக்கி. தன் வார்த்தைகளை வெளியே விடாமல் பின்னால் இழுத்துக்கொண்டாள்.

'எந்த விதமான அசாதரணமான கோரிக்கை இது?' வசிஷ்டர் கேட்டார். 'கிஷ்கிந்தாவின் சேனையைக் கொடுத்து உதவ சப்த சிந்துவின் பேரரசருடன் சண்டையிடுவது! அதுவும் அவன் தோற்றால் மட்டும் தான். விநோதம்.'

சபரி மென்மையாகப் பேசினாள், 'ஒரு வேளை நாம் கேள்விப்படும் வதந்திகள் உண்மையாக இருக்கலாம்...'

வசிஷ்டர் கண்களை குறுக்கினார். 'வதந்திகள்? என்ன வதந்திகள்?'

'நான் சிறிது காலமாக கேள்விப்பட்டுக்கொண்டிருக்கிறேன்,' என்றாள் சபரி. 'ஆனால் அதனை அதிகம் நம்பவில்லை.'

'என்ன வதந்திகள் சபரிஜி?' மீண்டும் கேட்டார் வசிஷ்டர்.

சபரி வசிஷ்டரை நோக்கினாள். 'குருஜி அங்கத் *நியோக* முறையில் கருத்தரிக்கப்பட்டான் போலிருக்கிறது.'

'என்ன?' அதிர்ந்தார் வசிஷ்டர்.

நியோக என்பது இந்தியாவின் பண்டைய காலத்து மரபு. பழமை வரை நீட்டிக்கும் ஒன்று. அதன் கோட்பாடுபடி குழந்தை பெற முடியாத ஒரு மனிதனை ஒரு பெண் திருமணம் செய்து கொண்டிருந்தாள் என்றால், அவள் மற்றொருவர் மூலமாக கருத்தரிக்க வேண்டிக்கொள்ளலாம். வழக்கமாக அவள் ஒரு *ரிஷியின்* பக்கம் திரும்புவாள். *ரிஷியின்* நுண்ணறிவுத்திறன் மரபு ரீதியாக தன் சந்ததியினருக்கு அனுப்பப்படலாம். மிக முக்கியமாக *ரிஷிகள்* சுற்றித்திரிபவர்கள் என்பதால் குழந்தையின் மீது உரிமை கொண்டாட மாட்டார்கள். *நியோகாவால்* அனுமதிக்கப்பட்ட சங்கமத்தில் பிறக்கும் குழந்தை அந்தப்பெண் மற்றும் அவளது சட்டபூர்வமான கணவரின் சட்டபூர்வமான குழந்தை என்றே நடைமுறை மற்றும் சமூக நோக்கங்களுக்காக கருதப்படும்; குழந்தையின் பிறப்புப் தந்தை யாரென்று வழக்கமாக தெரியாமலே இருக்கும்.

'கோழை சுக்ரீவனை காக்கும் பொழுது ஒரு முறை வாலி மிகவும் மோசமாக காயமடைந்துவிட்டான் என்று கேள்விப்பட்டிருக்கிறேன். வெகு காலம் முன்பு ஒரு முறை வேட்டைக்கு சென்ற பொழுது அது நடந்தது. காயங்களின் விளைவாகவும் அந்த சமயத்தில் கொடுக்கப்பட்ட மருந்துகளாலும் வாலியால் குழந்தைகள் பெற முடியாத நிலைமை ஏற்பட்டிருந்தது.'

'கிஷ்கிந்தாவின் ராஜ குடும்பத்திற்கு சுக்ரீவன் எப்போதுமே ஒரு பாரமாகத்தான் இருந்திருக்கிறான்,' என்றார் வசிஷ்டர். 'இதற்கும் வாலி ராமுடன் சண்டையிடுவதற்கும் என்ன சம்பந்தம்?'

'அவனது கோபம்.'

'ஆனால், வாலி ஏன் கோபமாக இருக்கிறான்? எனக்குப் புரியவில்லை. நம் மரபு *நியோகாவை* அனுமதிக்கிறது. அதில் எந்தத் தவறும் இல்லை. அவன் மனைவி தாராவின் குழந்தை, அவன் குழந்தை. அவனது முட்டாள் சகோதரன் சுக்ரீவின் மீதான அவன் கோபம் எனக்குப்புரிகிறது. ஆனால், இரண்டிற்குமான தொடர்பு எனக்குப்புரியவில்லை. கவனச் சிதறலான இந்தக் கோபம் ஏன் வேறொருவர் மீது திசை திருப்பப்படுகிறது? ராமை

நோக்கி? அதில் எந்த அர்த்தமும் இல்லை. வாலியைப் போன்ற உன்னதமான மனிதனுக்கு.'

'அதை விட சிக்கலானது...' என்றாள் சபரி. 'ராஜ மாதா அருணியின் முடிவைப்பற்றிகேள்விப்பட்டேன்...'

சபரி தயங்கினாள்.

'முடிவு... என்ன செய்ய முடிவெடுத்திருந்தாள்?' என்றார் வசிஷ்டர்.

'அருணி எப்படியிருந்தாள் என்று உங்களுக்குத் தெரியுமா?'

'ஆமாம்... அவள்... தலைகனம் கொண்டவள்... மற்றும் பிடிவாதக்காரி. அவள் என்ன செய்தாள்?'

'தெளிவாக அவள் தன் வம்சாவளி தான் சிம்மாசனத்தில் ஏற வேண்டுமென்று விரும்பியிருந்தாள். அதனால் அவள்...'

வசிஷ்டருக்கு புரிந்தது. 'ருத்ர பகவானே, கருணை காட்டுங்கள்!'

ராஜ மாதாவின் மற்ற மகன். சுக்ரீவ்.

வசிஷ்டர் தன் தலையை இரண்டு கைகளாலும் பிடித்துக்கொண்டார். அவர் அதிர்ச்சியடைந்தார். அந்த நியோக சடங்கு சுக்ரீவால் செய்யப்பட்டது. அங்கத் சுக்ரீவின் பிறப்புத்தந்தை.

'இது நம்புவதற்கு அப்பால் உள்ளது!'

'எனக்குத்தெரியும்,' ஒப்புக்கொண்டாள் சபரி.

வசிஷ்டருக்கு இப்போது வாலியின் கோபமும் வலியும் புரிந்தது. பிறகு வேறொன்றும் அவருக்கு உதித்தது. 'ஆனால் இது ரகசியமாக இருந்திருக்கவேண்டும். *நியோக கலாச்சாரத்தின்படி இமயத்தில் நடந்திருக்கவேண்டும். ராஜா வாலி உண்மையை எப்படி கண்டுபிடித்தான்?*'

'ராஜ மாதா அருணி தானே அவனிடம் கூறியதாக வதந்திகள் இருக்கிறது. அவளது மரணப்படுக்கையில்.'

அதிர்ச்சியில் வசிஷ்டரின் வாய் திறந்து கொண்டது. 'அவள் ஏன் அப்படி செய்தாள்? வேறு எந்த நன்மையும் இல்லை என்கிற பொழுது ஒருவரிடம் வலியை மட்டுமே தரும் உண்மையை ஏன் திணிக்கவேண்டும்?'

'குற்றமுள்ள நெஞ்சாக இருக்கலாம் ஒருவேளை? அவள் வாலிக்கு தீங்கிழைத்திருக்கிறாள். உண்மையை பேசுவதால் அவளது மனசாட்சிக்கு அமைதி கிடைக்குமென்று நினைத்திருக்கலாம். இந்த பாவத்திலிருந்து அவள் ஆன்மாவை சுத்தம் செய்ய.'

'இல்லை. சுயநலத்தால் உங்கள் ஆன்மாவை உங்களால் சுத்தம் செய்துகொள்ள முடியாது. வாலிக்கு உண்மையை சொல்லி வாழ்நாள் முழுவதும் அவனை வேதனையுடன் வாழ கண்டனம் செய்துவிட்டாள். இவை அனைத்தும் இறப்பதற்கு முன் தன் குற்ற உணர்ச்சியை நீக்குவதற்காக. அது மிக அதிகமான சுயநலச் செயல்.'

சபரி ஆமோதித்தாள்.

'ஆனால் வாலிக்கு அவன் மகன் அங்கத்தைப்பிடிக்கும். அது மிக தெளிவாக இருக்கிறது.'

'ஆமாம் அவன் தன் மகனை மிகவும் விரும்புகிறான்,' ஒப்புக்கொண்டாள் சபரி.

'அங்கதுக்கு இதுபற்றி தெரியாது என்று நம்புகிறேன்.'

'நான் அப்படி நினைக்கவில்லை,' பதிலளித்தாள் சபரி. 'பொதுஜனங்களுக்கும் இது தெரியாது என்று தான் நினைக்கிறேன். சப்த சிந்துவின் ராஜகுடும்பத்திற்கும் கூட. நமது *ரிஷி* மற்றும் *ரிஷிபத்னிகள்* மட்டும் அறிந்திருப்பது போல் தெரிகிறது.'

'இதைப்பற்றி என்னிடம் நீங்கள் ஏன் கூறவில்லை?'

'முழு விவரமும் அறியாமல் வதந்திகள் பரப்புவதில் எனக்கு விருப்பமில்லை வசிஷ்டர்ஜி. ஆனால் வாலியின் நடத்தை அந்த சந்தேகத்தை உண்மையென்று நினைக்கத்தூண்டுகிறது. அவனது தொடர்ந்த ராணுவ பயணங்கள் புகழுக்காக என்று நினைத்திருந்தேன். இப்போது எனக்குப்புரிகிறது... தன் உன்னதமான குணத்திற்கும் வாழ்க்கை அவனுக்கு செய்த கொடுமைக்கும் இடையில் ஊசலாடிக்கொண்டிருந்திருக்கிறான்.'

வசிஷ்டர் பெருமூச்சு ஒன்றை வெளியேற்றினார். 'ஓ, அக்னி பகவானே...'

சபரி நேரே பார்த்து முறைத்தாள், கண்கள் சிமிட்டாமல்.

இந்தியாவிற்கு எது நன்மை என்பது பற்றி மட்டும் ஒற்றை சிந்தனையுடன், நிலைமையை தெளிவாகப்பார்த்தார், வசிஷ்டர். மனித உணர்ச்சிகளுக்கு அப்பால்.

"யானைப்படையில்லாமல் நம்மால் ராவணனை வெல்ல முடியாது," என்றார் வசிஷ்டர். "அவை நமக்குத்தேவை."

'உண்மை.'

'ஒருவேளை சண்டையிட வேண்டுமென்று ராமிற்குநான் ஆலோசனை சொல்லவேண்டுமோ.'

'சொல்லவேண்டியிருக்கலாம்,' ஒப்புக்கொண்டாள் சபரி.

தெளிவாகத் தெரிந்த உண்மையை இருவரும் வார்த்தைகளில் சொல்லவில்லை. *கட்டுப்படுத்தப்பட முடியாத உணர்ச்சிகளும் கோபமும் வாலியை தோற்கடிப்பதை சுலபமாக்கலாம்.*

'ஒரு பெரிய வாள்?' முணுமுணுத்தான் லக்ஷ்மன் ஆச்சரியத்தில்.

நாரதர் தோள்களைக் குலுக்கி எரிச்சலை வெளிப்படுத்தினார்.

சவால் விடப்பட்டது ராமுக்கு. சண்டைக்கான ஆயுதத்தை அவன் தேர்ந்தெடுப்பதே சரியாக இருக்கும். வீரமான ராமோ ஆயுதத்தை தேர்ந்தெடுப்பதை வாலியின் விருப்பத்திற்கு விட்டுவிட்டான். விளக்க முடியாதவகையில் வாலி நீளமான வாளை தேர்ந்தெடுத்திருந்தான். அது வினோதமாக இருந்தது. மிகவும் வினோதமாக. வாலி நல்ல தசைப்பிடிப்புடன் வலிமையாக இருந்தான் ஆனால் அதிக உயரம் இல்லை. ராம் ஒல்லியாக ஆனால் உயரமாக இருந்தான். ஆறடியைத் தொட்டான். வாள்கள் உபயோகத்திற்கான பயிற்சி அளிக்கும் தலைவன் சிறிய கத்தியை எடுக்க ஆலோசனை சொல்லியிருக்கவேண்டும். இருவருக்கும் இடையே உள்ள தூரத்தை குறைத்து ராமின் மிக அருகில் இருந்துகொண்டு, ராம் தன் வாளை பிரயோகம் செய்யமுடியாதபடி அவனது நன்மையை குறைத்திருக்க வேண்டும். சாதாரணமாக இரண்டு கைகளால் ஏந்தி சண்டையிட வேண்டிய பெரிய வாளை தேர்ந்தெடுத்ததால் ராமுக்கு நன்மை தெளிவாக இருந்தது.

'வாலி என்ன நினைக்கிறான்?' லக்ஷ்மன் கேட்டான்.

ஏறத்தாழ கோவில் கட்டிடத்தித்திற்குள் வசித்த அனைத்து குடிமக்களும் சண்டையைக் காண அங்கு குழுமியிருந்தனர். அது கோவில் கட்டிடத்தின் உள்ளே நடக்கமுடியாது. அது *அதர்மமாகும்.* அதனால் மலையடிவாரத்தில் திறந்தவெளி கூடம் போல் அமைந்த பயிற்சி மைதானத்தில் அவர்கள் குழுமியிருந்தார்கள். தொலைவில் கோவில் தெளிவாகத் தெரிந்தது.

இரண்டாயிரம் பார்வையாளர்கள் இருந்தனர். அநேகமாக இது போன்ற ஒரு சண்டையை இனி அவர்கள் தங்கள் வாழ்வில் பார்க்க முடியாது. சபரியும் வசிஷ்டரும் ஒன்றாக நின்றிருந்தனர். அவர்கள் கண்கள் தீவிரமாக அந்தக் கூடத்தின் மத்தியில் பொருந்தியிருந்தது. சண்டையிட இருந்த இருவரும் மைதானத்தின் ஒரு பகுதியில் கை கால்களை நீட்டி தயாராகிக்கொண்டிருந்தனர். வேறு எந்த இரண்டாம் மனிதரின் உதவியும் இல்லாமல் சண்டையிடுவது என தேர்ந்தெடுத்திருந்தனர்.

இலங்கைப் போர்

வாலி மைதானத்தின் நடுவிற்கு நடந்து சென்றான். நல்ல சிகப்பு நிறத்தில், உடல் முழுவதும் முடியுடன், தன் தோள்களை பின்னுக்கு இழுத்தபடி நெஞ்சை நிமிர்த்தி நடந்தான். தன் கைகளை வீசி வாளால் ஒரு வளைவை உண்டாக்கத் துவங்கினான். அகங்காரத்துடன் அச்சுறுத்தும் வகையில். உற்சாகமாக. ராம், கருத்த நிறத்தவனாக உயரமாகவும் வலுவுள்ளவனாகவும் அவன் பக்கத்தில் நடந்தான். தலையைத் தூக்கி. அளவிட்ட அடிகள் எடுத்துவைத்தான். தன் தசைகளை தளர்வாக ஆக்க கட்டுப்பாட்டுடன் கைகளை வீசினான். கவனத்துடன் வேண்டுமென்றே.

வாலி தன் வாளை மென்மையான நிலத்தில் சொருகி, மண்டியிட்டு தொலைவிலிருந்த சிறந்த சபரிமலை கோயிலைப்பார்த்தான். ராம் மெதுவாக தன் வாளை கீழே வைத்துவிட்டு, மண்ணைத் தொட்டு கைகளை புருவங்களுக்கு உயர்த்தி தன் மரியாதையை வெளிப்படுத்தினான். தன் ஆயுதத்திற்கு மரியாதை கொடுக்கும் வகையில். பிறகு அவனும் மண்டியிட்டு கோவில் பக்கம் முகத்தைத் திருப்பினான்.

இரண்டு வீரர்களும் கைகளை மடித்து ஒன்றாக பகவான் ஐயப்பனை பிரார்த்தனை செய்தார்கள். புனித இந்திய மண்ணில் முன்பு நடந்த மாவீரர்களில் ஒருவர்.

இந்த பகவானுக்கு விசுவாசமாக இருக்கும் அனைவரும் எழுப்பும் கோஷத்துடன் தங்கள் பிரார்த்தனையை முடித்துக்கொண்டார்கள்.

'ஸ்வாமியே சரணம் ஐயப்பா.'

பகவான் ஐயப்பனின் காலடிகளில் சரணடைகிறோம்.

குழுமியிருந்த அனைவரும் பிரார்த்தனையை எதிரொலித்தனர். *'ஸ்வாமியே சரணம் ஐயப்பா.'*

ராம் தன் வாளை எடுத்தான், எழுந்து அதனை நீட்டிப்பிடித்தான். வாலி தன் வாளினால் ராமின் வாளைத் தட்டினான். சண்டைக்குமுன் இப்படிச்செய்வது மரபு.

கொடூரமான விவாதம் துவங்கும் முன் ஒருவர் மற்றவரது வாளை தட்டவேண்டும்.

ராம் வாலியைப் பார்த்து புன்னகைத்தான். வாலி சுருக்கமான தலை அசைவுடன் பதிலளித்தான். இருவரும் தத்தம் ஆரம்ப கோட்டிற்குப்பின் சென்று நின்றனர். வாலி தன் மகன் அங்கத்தைப் பார்த்தான். சண்டையிடுவோரைச் சுற்றிப்போடப்பட்டிருந்த வளையத்தின் ஓரத்தில் நின்று கொண்டிருந்தான். சபரி மற்றும் வசிஷ்டரிடமிருந்து சிறிய தூரத்தில். அங்கத். இருபதிற்கு சற்றே குறைவான வயதுடன், வாலியின் பிரதிபலிப்பாக இருந்தான். அவனது சட்டபூர்வமான தந்தை. சிவப்பு நிறம். உடல் முழுதும்

முடியுடன். வினோதமான தசைகளுடன். தந்தை மற்றும் மகனுக்கு இடையில் இருக்கும் ஒற்றுமை காண்போரின் மனதை மகிழ்வித்தது. ஆனால் அவர்கள் அறிந்ததைவிட வாலிக்கு அதிகம் தெரியும். ஏனென்றால் அவன் சகோதரன் சுக்ரீவனும் மிகச்சரியான பிரதியாக இருந்தான்.

வாலி ஆழமாக சுவாசித்து தலையை அசைத்தான். பிறகு ராமைப்பார்த்தான். போட்டியாளர்கள் இருவரும் சபரியைப்பார்த்து தலை வணங்கினார்கள்.

சபரி அறிவித்தாள், 'இருவரில் மிகச்சிறந்தவருக்கு பகவான் ஐயப்பன் வெற்றியை வழங்கட்டும்.'

அதோடு சண்டை துவங்கியது.

ராம் வழக்கத்திற்கு கட்டுப்பட்டவனாக தனக்கு கொடுக்கப்பட்ட பயிற்சிப்படி நடந்து கொண்டான். நீளமான வாளை இரு கைகளாலும் பிடித்து உடலை ஒரு பக்கமாக வளைத்து தன் எதிரி தாக்குவதற்கு குறைவான இடமே கொடுத்தான்.அவன் வாள் நேர் எதிர் நோக்கி இருந்தது.

வாலி வாளை தன் வலது கையில் ஒரு பக்கமாக சுட்டிக் காட்டியபடி பிடித்திருந்தான். அவன் உடல் முழுவதுமாக பாதுகாப்பற்று இருந்தது. பொறுப்பற்று. மரண விருப்பம் கொண்டவன் போல்.

திடீரென்று கிஷ்கிந்தாவின் ராஜா உறுமியபடி தாக்கினான். நெருங்கி வந்துகொண்டிருந்த பொழுது கவலையற்ற ஆபத்தான முறையில் வாளை சுழற்றினான். ஆனால் கட்டுப்பாடில்லாமல். ராம் பின்னே சாய்ந்து அதிக சிரமம் இல்லாமல் அந்த தாக்குதலைத் தடுத்தான்.

இது அளவிற்கு அதிகமான கண்மூடித்தனமாக இருந்தது. தாக்கத் தயாராக, தொலைவில் இருந்த இடத்திலிருந்தே ஒரு காலை நன்கு ஊன்றி மற்றொன்றால் வட்டமாகச் சுற்றி வாளை வீசியது மேடை நாடகங்களில் வரும் கடையாணி போன்று காட்சியளித்தது. அதிகம் வெளிப்படுத்தத் தெரியாத மக்களாய் இருந்த பார்வையாளர்களிடமிருந்து அது எப்போதும் பெரிய கைதட்டுதலையும் உரத்த குரலில் கூச்சலையும் வரவழைத்தது. ஆனால் அது விவேகமில்லை. உங்கள் எதிரிக்கு உங்கள் முதுகை காட்டிவிட்டது போல் அர்த்தமாகும். நிஜமான கத்திச்சண்டையில் ஒரு திறன் வாய்ந்த பகைவனுக்கு எதிராக இது அபத்தமான செயல். அவனால் மிக எளிதில் உங்களை முதுகில் குத்தி விட முடியும்.

ஆனால் ராமின் நேர்மை நிந்தனைக்கு அப்பாற்பட்டது. அவன் ஒரு போதும் முதுகில் குத்தமாட்டான். அவன் வாலியை தடுத்துத் தள்ளினான்.

அதே முறையில் நகர்ந்து வாலி தன் நீள வாளை முன்னால் தள்ளினான். ராம் இந்தத் திறன் வாய்ந்த நடவடிக்கையை எதிர்பார்த்திருந்தான். அவன் வாலியின் கத்தியை ஒரு புறம் தள்ளிவிட்டு தன் உடலை வளைத்தான். தன் வயிற்றை வழியிலிருந்து நகர்த்தினான்.

அதன் பிறகு வாலி எதிர்பாராத ஒன்றை செய்தான்.

தன் வாளை வேகமாக சுண்டி இழுத்தான் வாலி. தன் வாளுடன் உயர்த்திபிடிக்கப்பட்ட ராமின் வாளை சறுக்கிச்செல்ல பயன்படுத்தினான். வலிமைவாய்ந்த மணிக்கட்டு கொண்ட வாலி மிகவும் வேகமாக நகர்ந்திருந்ததனால் அதனை தெளிவாக பார்ப்பது கூட கடினமாக இருந்தது. உள்ளுணர்வுடன் ராம் தன் தலையை பின்னால் தள்ளினான். அரை நொடியில் அதை தவிர்த்தபடி.

ராம் உடனே பின்னால் நகர்ந்து புன்னகைத்தான். வாலியைப் பார்த்து தலையை அசைத்தான்.

நன்று.

முகத்தில் இறுமாப்பு கூடிய புன்னகையுடன் பதிலுக்கு கொஞ்சமாக தன் தலையை அசைத்தான் வாலி.

ராம் மீண்டும் தன் வாளை உயர்த்தினான். தயார்

வாலி முதலில் வலது கையால் பிறகு இடது கையால், இயந்திரங்களின் நுணுக்கத்துடன் வாளை அசைத்து, கால்களை அசைத்து நடனமாடியபடி தாக்கினான். இரண்டு கைகளும் வாளை இறுக்கமாக பிடித்துக்கொண்டு ஒவ்வொரு தற்காப்பு அசைவுடன் ராம் ஒரு படி பின்னால் நகர்ந்தான். கீழிருந்த கைப்பிடி மற்றும் மேலே இருந்த குறுக்கு பாதுகாப்பு கத்திகள் வாளை இடத்தில் நிறுத்தியது. வாலி மீண்டும் மீண்டும் அடிக்க அனுமதிக்காமல் அதனைத் தடுக்க உதவியது. ராம் மெதுவாக பின்னால் நகர்ந்தான். முழுவதும் பண்டைய வழக்கப்படி. அப்படித்தான் தோன்றியது.

வாலியின் தாக்குதலில் வலிமை இருந்தது. பெரிதாக கூச்சலிட்டபடியே தன் வாளை வீசினான். அது அவனை வெகு நேரம் வரை தாக்கவில்லை. அவன் ஒரு பொறிக்குள் நடந்து கொண்டிருந்தான்.

ராம் ஒவ்வொரு அடியும் கவனமாக அளந்து மெதுவாக பின்னோக்கி வைத்தான். சண்டையிடவேண்டிய இடத்தில் போடப்பட்டிருந்த வளையத்தின் புற எல்லையை நோக்கி. எல்லையை அடைந்தவுடன் ஒரு பக்கமாக நகர வேண்டுமென்று எண்ணியிருந்தான். வாலி இப்போது தாக்குவதென்று முடிவெடுத்துவிட்டான். தன் வாள் ஏந்தும் கரத்தை

செயலிழக்கச்செய்யும் முழங்கையில் ஆழமான ஒரு வெட்டு காயத்தை அவனால் தவிர்க்க முடியாது.

ஆனால் வாலி சரியான நேரத்தில் பின்வாங்கினான். சுற்றி, தன் முழங்கையை உயர்த்தி, இரு கைகளாலும் தன் வாளை தோளுக்கு பின்னால் நீளமாக பிடித்திருந்தான. பின்னோக்கிச் செல்லும் போது தனது முதுகை அடியிலிருந்து பாதுகாத்துக்கொண்டிருந்தான்.

வாலி திரும்பியபோது குறுகிய கண்களுடன் ராம் அவனை உற்றுப்பார்ப்பதை கவனித்தான். நெற்றி சுருங்கியிருந்தது. முகத்தில் தீவிரமான பாவம்.

வாலி புரிந்துகொண்டான். ராமின் மரியாதைக்கு தீங்கு விளைவிக்கப்பட்டுள்ளது. பின்னால் இருந்து கொண்டு தாக்குவான் ராம் என்ற எண்ணம் கூட அவனுக்கு வந்திருக்கக்கூடாது. அது *அதர்மம்* ஆகும்.

இஷ்வாகு குலத்தின் வாரிசு ராம். ரகுவம்சத்தை சேர்ந்தவன். *அதர்மத்தினால்* வெல்வதை விட இறப்பதே மேல்.

ராம் உற்றுப்பார்ப்பதை வாலி ஒரு நொடி கவனித்தான். அவனது முகத்தில் ஒரு விசித்திரமான வெளிப்பாடு இருந்தது. இப்போது உறுதியாகஇருந்தது போல்.

தொலைவிலிருந்து சபரி அவனது முகபாவத்தை கவனித்தாள். அதனை உடனே கண்டுகொண்டாள். பல பத்து வருட காலங்கள் முன் அவள் காதலித்திருந்த ஒரு மனிதனிடம் அதை பார்த்திருந்தாள். மரியாதைக்குரிய வீரன் உன்னதமான சத்ரிய ஆசையுடன்: தகுதியுள்ள எதிரியின் கைகளில் மரணம்.

சபரியின் வாய் அதிர்ச்சியில் திறந்தது. வாலி எதை விரும்புகிறான் என்று அவள் இறுதியாக புரிந்துகொண்டாள். அவன் எதற்காக ஏங்குகிறான் என்று.

உரத்த குரலில் கூச்சலிட்டப்படி ராமை மீண்டும் தாக்கினான் வாலி.

ஆனால் இம்முறை ராம் தற்காப்பு நகர்வை மட்டும் செய்யவில்லை. அவனை பின்னால் தள்ளினான். வாலியின் ஒவ்வொரு தாக்குதலுக்கும் முரட்டுத்தனமாக பதிலடி கொடுத்தான். அவர்களது கத்திகள் மீண்டும் மீண்டும் மோதிக்கொண்டன. அங்குமிங்கும் என மிக மோசமான தாக்குதல்கள். இரும்பு ஒன்றோடு ஒன்று மோத அனல் பொறிகள் கிளம்பின. இப்போது அவன் பின்னால் மட்டும் தள்ளவில்லை. வாலியின் தாக்குதல்களை தான் திரும்பி தாக்குவதற்கு ஒரு துள்ளலாக பயன்படுத்திக்கொண்டான். நகரும் கவிதை போலிருந்தது அது. போர் வீரனின் கவிதை, வாளைக்கொண்டு எழுதப்பட்டது, துணிவு என்ற மையினால்.

பிறகு… தலையாய தாக்குதல் ஒன்று.

வாலி ராமின் கத்தியைத் தாக்க, ராம் தன் வாளைச்சுழற்றி உயர்த்தினான்.

ஒரு திறன் வாய்ந்த தாக்குதல். நம்பமுடியாத அளவில் கடுமையான மிருகத்தனம் மற்றும் நேர்த்தியான துல்லியத்தின் கலவை.

அவனது வலது புருவத்தின் மேலிருந்த தோலைக் கிழித்தப்படி பதிலடி திடீரென விழுந்தது.

எரிச்சலில் உறுமியபடி வாலி பின்வாங்கினான்.

ராம் கத்தினான். 'விட்டுக்கொடு!'

'ஒரு காலமும் நடக்காது!' உரத்த குரலில் வந்தது பதில்.

கத்திச்சண்டையை ஒருவர் புரிந்துகொள்ளவில்லையென்றால், நெற்றியில் பட்ட சிறு காயத்திற்காக, ராம் ஏன் சரணடையச் சொன்னான் என்று தெரியாமல் ஆச்சரியப்படுவதற்காக மன்னிக்கப்படுவார். ஆனால், புருவத்தில் பட்ட காயத்திலிருந்து வடியும் ரத்தம் ஒரு கண்ணை மறைக்கும். கத்திச்சண்டையில் ஒரு தீவிரத் தடை.

ராம் இப்போது காத்திருக்க வேண்டும்.சில நிமிடங்களில் வாலி கடுமையாக பாதிக்கப்படுவான்.

சண்டை போடுபவர்கள் இருவரும் ஒருவரை ஒருவர் வட்டமிட்டனர். ஒருவர் மற்றவரது தாக்குதலுக்காக காத்திருந்தார்கள்.

வாலி சிரித்தான். உறுமியபடியே மீண்டும் தாக்கினான்.

இரண்டு கைகளாலும் கத்தியைப் பிடித்திருந்தான். மீண்டும் மீண்டும் கத்தியை சுழற்றினான். இரண்டு இரும்பு கத்திகளும் மோதியதில் உண்டான ஒலி அந்த மைதானத்தில் எதிரொலித்தது. மக்கள் அறிந்திருந்தார்கள். தங்கள் எலும்புகளில் உணர்ந்தார்கள். அவர்களது ரத்தத்தில். சரித்திரம் உருவாக்கப்படுவதை பார்த்துக்கொண்டிருந்தார்கள். இந்த எதிர்படுதலை கவிஞர்கள் கவிதையாக எழுதி அஞ்சலி செலுத்தியிருப்பார்கள். பாடகர்கள் பாடல்கள் பாடியிருப்பார்கள். இன்றிலிருந்து பல வருடங்களுக்குப்பிறகு. இன்றிலிருந்து பல்லாயிரம் வருடங்களுக்குப்பிறகு. இந்தக் கதை காலத்தை வெல்லும்.

ராமின் குடலை கிழித்தெடுக்க விரும்பி வாலி தாழ்ந்த கோணத்திலிருந்து கத்தியை சுழற்றினான். அயோத்தியாவின் ராஜா நாட்டியம் ஆடுவது போல் நகர்ந்து அந்த அடி காற்றில் விழ அனுமதித்தான். அதனை அவன் தடுக்கவில்லை. வாலியின் வேகத்தை உபயோகித்து ராம் முன்னால் குத்தினான். மிருகத்தனமான தாழ்ந்த ஒரு அடி.

வாலி தன் கத்தியை சரியான நேரத்தில் பின்னுக்கு இழுத்து அடி தன்மீது விழாமல் ஆயுதத்தை தடுத்துவிடுவான் என்று அவன் எதிர்பார்த்திருந்தான். மாறாக வாலி அரைகுறையான செயல் ஒன்றை செய்தான். துல்லியத்துடன்.

தன் கத்தியை கீழே கொண்டு வந்தான் ஆனால் வேகம் போதுமானதாக இல்லை. அவன் சுழலவும் இல்லை. அவன் உடல் நிமிர்ந்து நேராக இருந்தது.

நேரம் வந்துவிட்டது.

ராமின் கத்தி கிஷ்கிந்தா ராஜாவின் வயிற்றுக்குள் நுழைந்தது. எந்தத் தடையுமில்லாமல்.

அவ்வளவு வேகமாக அது நடந்துவிட்டது. ஒரு நொடி என்ன நடந்ததென்று அரங்கத்தினருக்கும் புரியவில்லை. வாலி கூச்சலிடவில்லை. வலியில் அப்படிச் செய்யவில்லை. கோபத்தில் அப்படிச்செய்யவில்லை. அதிர்ச்சியில் செய்யவில்லை. நீண்ட நேரமாக பிடித்து வைத்திருந்த மூச்சை மட்டும் வெளியே விட்டான். அவன் கையிலிருந்து கத்தி கீழே விழுந்தது. உடல் துய்ந்தது. சபரியால் அவன் கண்களை பார்க்கமுடிந்தது. வலியின் அதிர்ச்சியை அவை வெளிப்படுத்தவில்லை. விடுதலையின் அமைதியை வெளிப்படுத்தின.

ராம் இருந்த இடத்திலேயே வேரூன்றியது போல் நின்றான். *அதிர்ந்து. வாலி சுழன்று வழியிலிருந்து ஏன் நகரவில்லை?*

ராம் தன் வாளின் மீதிருந்த பிடிப்பினை விடுவித்தான்.

அது மிகுந்த ஆழத்தில் பதிந்திருந்தது; முக்கிய உறுப்புக்களை அது கிழித்திருந்தது.

காற்றில் அமைதி இருந்தது.

உயிரை மாய்க்கும் காயம். வீரமான வாலியின் மேல்.

கிஷ்கிந்தாவின் ராஜா பின்னால் விழுந்தான், அவன் வலிமை குறைந்துகொண்டிருந்தது. ராம் தன் கைகளை முன்னால் நீட்டி அவனை பிடித்து மெதுவாக தரையில் கிடத்தினான்.

'தந்தையே!' வாலியை நோக்கி கத்தியபடி ஓடினான் அங்கத்.

ராம் அங்கத்தைப் பார்த்தான். பிறகு வாலியை. அதிர்ச்சியடைந்தான். உதவியற்று. *அவன் ஏன் வழியிலிருந்து நகரவில்லை?*

வாலியின் கண்கள் அங்கத்தின் மீது விழுந்தது. தன் விரலிலிருந்து ராஜ முத்திரை மோதிரத்தை கழற்றி ரத்தக் கறைபடிந்த அந்த முத்திரையை அங்கத்தின் விரலில் அணிவித்தான்.

அவன் மகன். அவன் வாரிசு.

பொது மக்களின் முன்னால் அவர்களது அடுத்த அரசன் அங்கத் என்பதை ஒப்புக்கொள்ளும்வகையில். 'நீ இப்போது அரசனாவாய்... அங்கத்...'

தேற்றமுடியாமல் அழுதுகொண்டிருந்தான் அங்கத், இப்போது. ஏனென்றால் அவன் விரும்பி ஆராதித்த தந்தை. அவரது அங்கீகாரத்தை அவன் எப்போதுமே வேண்டியிருந்தான். அவனது பாட்டியின் மரணத்திற்குப்பிறகு ஆழ்ந்த அன்பு மற்றும் தூரமாக ஒதுக்கிவைப்பது என்று இரண்டு எதிர் முனையான நடவடிக்கையையும் வெளிப்படுத்திய அவன் தந்தை.

வாலி அங்கத்தின் கரத்தைப் பிடித்துக்கொண்டு ராமை சுட்டிக்காட்டினான். 'அயோத்தியாவின் ராஜாவிற்கு நம் சேனையை தருவதாக நான் வாக்கு கொடுத்திருக்கிறேன்... நீ அவரைச் சேர்ந்து கொள்ளவேண்டும்... என்னை எப்படி நடத்துவாயோ அப்படியே அவரையும் நீ நடத்தவேண்டும்... அவருடன் இரு... ராவணனை தோற்கடிக்கும் வரை... பிறகு நீ தனிமனிதனாக இருப்பாய்...'

அங்கத் அழுதான். 'தந்தையே...'

ராம் வாலியைப் பார்த்தான். மரணத்தின் கரங்களுக்குள் தான் பிடித்துத்தள்ளிய இந்த உன்னதமான மனிதனை.

'அங்கத்!' என்றான் வாலி, தன் குரலை உயர்த்தி. 'எனக்கு சத்தியம் செய்... என் வார்த்தையை காப்பாற்றுவாய் என்று சத்தியம் செய்...'

'செய்வேன் தந்தையே...' கண்ணீருக்கு நடுவே மெதுவாகப் பேசினான் அங்கத். 'நான் சத்தியம் செய்கிறேன்...'

வாலி பெருமூச்சு ஒன்று விட்டான்.அங்கத் ஒருபோதும் தன் வாக்குறுதியை மீறமாட்டான் என்று அவனக்குத்தெரியும். ஒருபோதும்.

தன் வயிற்றில் ஆழமாக பதிந்திருந்த சூர்யவம்ச வாளைப் பார்த்தான். பிறகு ஒரு காலில் அவனருகில் மண்டியிட்டுக்கொண்டிருந்த ராமைப் பார்த்தான். மௌனமாக. மரியாதையுடன். தனக்கு மரணம் என்னும் பரிசை அளித்திருந்த உன்னதமான மனிதன்.

சுற்றும்முற்றும் பார்த்தான். தனது மக்களை. பலர் அழுதுகொண்டிருந்தனர். அனைவரும் அவனை மரியாதையுடன் பார்த்தபடியிருந்தனர்.

பிறகு தொலைவிலிருந்த கோவிலின் பக்கம் திரும்பினான். அவன் இறைவன், அவன் கடவுள், ஐயப்பன்.

இறுதியில் அவன் தன் மகனைப்பார்த்தான். அங்கத். அவன் கையில் தன் கையை ஏந்தியிருந்தான்.

பரிபூரணம்.

தகுதியான ஒரு சாவு.

ஒன்றேயொன்றுதான் இல்லை.

உண்மை.

அவன் தன் தாயை இப்போது புரிந்துகொண்டான். தான் அடைபட்டிருந்த உடலிலிருந்து விடுவிக்கப்படும்பொழுது ஆன்மா மிகவும் முக்கியமான சத்தியத்தை பேச ஏங்குகிறது. தன் வாழ்வின் மிக முக்கியமான ஒருவருடன்.

அவன் தாய் உண்மை பேசவேண்டிய கட்டாயத்தில் இருந்தாள்.

இப்போது அவளைப்புரிந்துகொண்டான் அவன்.

அவன் தன் மகனைப்பார்த்தான். அவன் மகன். அவனிடம் உண்மையை சொல்லியே ஆகவேண்டும். அவனுக்கு இப்போது புரிந்தது.

உண்மை... முக்கியமாக இருந்த ஒரே உண்மை.

'அங்கத்.'

அங்கத் அழுது கொண்டிருந்தான்.

'நான் சொல்வதைக்கேள்...'

அங்கத் தன் தந்தையைப்பார்த்தான் அவரது கைகளை கெட்டியாக பிடித்துக்கொண்டிருந்தான்.

உண்மை. முக்கியமாக இருந்த உண்மை. அது இப்போது பேசப்படவேண்டும்.

'நான் உன்னை மிகவும் விரும்புகிறேன், என் மகனே...' சிறிய குரலில் பேசினான் வாலி.

'நானும் உங்களை மிகவும் விரும்புகிறேன் தந்தையே,' அழுதான் அங்கத், அப்பாவின் கையை தன் இதயத்துடன் அழுத்தியபடி.

காயப்பட்ட புருவத்திலிருந்து ரத்தம் வழிந்து வாலியின் கண்களை மறைத்தது. அந்த ரத்தத்தில் தன் ரத்தத்தைப்பார்த்தான். அவனது மகன். தன் உடல் மூலமாக மட்டும் ஒரு மனிதன் தந்தையாகிவிட மாட்டான். தந்தையென்ற உரிமையை தன் பாதுகாப்பு, கரிசனம் மற்றும் தன் குழந்தைக்கு நல் வாழ்வு வழங்கும் திறன் ஆகியவற்றால் சம்பாதிக்கிறான். தன்னை முன்மாதிரியாக வைத்து தன் மகன் நடக்கும்படி வாழ்ந்து காட்டுவதில் அதற்கு தகுதியாகிறான். அன்பின் மூலம் தந்தை என்ற இடத்தை சம்பாதிக்கிறான்.

உண்மை பேசப்படவேண்டும். மிக முக்கியமான உண்மை அன்பு மட்டும் தான்.

'நான் உன்னை மிகவும் விரும்புகிறேன், என் மகனே...'

அந்த முக்கியமான உண்மையை பேசியபின் வாலியின் ஆன்மா அவன் உடலைவிட்டு பிரிந்தது. அடுத்த வாழ்விற்கு தயாராக.

அத்தியாயம் 13

'நான் உன்னை அயோத்தியாவிலேயே இருக்குமாறு சொல்லியிருந்தேன்,' மென்மையாக தன் சகோதரனை கண்டித்தான் ராம்.

வாலியுடனான சண்டை கழிந்த இரண்டு வாரங்களுக்குப்பிறகு, சபரிமலைக்கு கிழக்கே உள்ள தமிழ் நிலங்களின் குறுக்கே ஓடிய வைகை ஆற்றுக்குள் படகை செலுத்திவந்திருந்தனர் பரதனும் சத்ருக்னனும். அவர்கள் தங்களுடன் வலிமை வாய்ந்த இருநூற்றைம்பது வீரர்களைத் தாங்கிய பெரிய நானூறு கடற்படை கப்பல்களை கொண்டுவந்திருந்தனர். ஒரு லட்சம் வீரர்கள் இந்த நானூறு கப்பல்களில் அயோத்தியாவை விட்டு கிளம்பியிருந்தனர். கங்கையுடன் இணையும் இடம் வரை சரயு நதியில் படகினை செலுத்திவந்திருந்தனர். தாயாக மதிக்கப்படும் அந்த சிறந்த நதி அவர்களை கிழக்குக்கடலில் பாதுகாப்பாக சேர்த்திருந்தது. பிறகு ஒழுக்கம் மிகுந்த கப்பற்படை இந்திய கிழக்கு கரையோரமாக வைகை ஆற்றின் முகத்துவாரத்திற்குள் வந்திருந்தது. வருடத்தின் வேறு எந்த நேரத்திலும் வைகை இவ்வளவு பெரிய கப்பற்படைக்கு இடம் அளித்திருக்கமுடியாது. ஆனால் தென் மேற்கு பருவமழை அதீதமாக பொழிந்தது இந்த வருடம். வழக்கம் போல் அஸ்வினி மாதம் வட கிழக்கு காற்றுடன் ஆந்திர மற்றும் தமிழ் நிலங்களுக்கு அதிக மழையையும் கொண்டு வந்தது. வைகையில் வெள்ளம் பெருகியது. கையில் இருந்த பணிக்கு தயாராக இருந்தது.

அங்கத் தன் தந்தையின் ஆணைபடி தன் சேனையை அணிதிரட்ட கிஷ்கிந்தாவிற்கு திரும்பியிருந்தான். ராம், லக்ஷ்மன் மற்றும் வசிஷ்டர் தங்கள் பரிவாரங்களுடன் வைகை நதியில் படகில் சென்று பரதன் மற்றும் அயோத்தியாவின் கப்பற்படையை சந்திக்க அதன் முகத்துவாரத்திற்கு சென்றனர். இப்போது அவர்கள் பரதனின் கப்பலின் மேல் தளத்தில் இருந்தனர். வசிஷ்டர் மற்றும் நாரதர், ராம் மற்றும் லஷ்மனை கப்பலின் தளத்திற்கு தொடர்ந்தனர்.

'நான் உங்களது இளைய சகோதரன் அண்ணா.' பரதன் சிரித்தான். 'உங்களுக்கு எது சிறந்ததோ அதைச்செய்வதுதான் என் வேலை. நீங்கள் ஆணையிடுவதை செய்வதல்ல.'

ராம் மென்மையாக சிரித்து பரதனை அணைத்துக்கொண்டான். வலுவான விருப்பங்கள் கொண்ட இரண்டு ஆண்களும் அதிகமாக உணர்ச்சிவசப்பட்டனர். வெகு நாட்கள் ஆகியிருந்தது. வெகு காலம்.

'எப்படியிருந்தாலும் அண்ணா,' என்றான் சத்ருக்னன் சிரித்தபடி, 'நாங்கள் உங்களுக்காக வரவில்லை. நாங்கள் அண்ணி சீதா விற்க்காக வந்துள்ளோம்.'

ராம் சிரித்து தன் இடது கையை நீட்டினான். சத்ருக்னன் இரு சகோதரர்களையும் அந்த கட்டிப்பிடிப்பில் சேர்ந்துகொண்டான்.

'ஹேய், என்னை விட்டுவிட்டீர்களே?' லக்ஷ்மன் கேட்டான், போலியாக தன் எதிர்ப்பை தெரிவிக்கும் வகையில் கைகளை காற்றுக்குள் உயர்த்தினான்.

'யாருக்கும் உன் மேல் ஆர்வமில்லை, அண்ணா!' சத்ருக்னன் சிரித்தான்.

தன் மாபெரும் உருவத்திற்கு ஒத்த இதயம் கொண்ட லக்ஷ்மனின் கண்களில் கண்ணீர் ஊற்றாக பெருகியது. அவன் கட்டிபிடித்துக்கொண்டிருந்த அந்த குழுவிற்குள் விரைந்தான்.

சில ஆண்கள் அன்பை வார்த்தைகளால் வெளிப்படுத்துவதில்லை. அதிகமாக வேடிக்கைகளில் ஈடுபட்டு வெளிப்படுத்துவார்கள்.

நான்கு சகோதரர்களும் ஒருவரை ஒருவர் பிடித்துக்கொண்டனர். இறுக அணைத்தபடி.

ஒரே பக்கம் இருந்து போரிடும் வீரர்களாக அந்த சகோதரர்கள் இருந்தார்கள். ஒரு கோட்டையாக, எவராலும் அவர்களை உடைக்கமுடியாது. எவராலும்.

வசிஷ்டர் தொலைவில் நின்று அவர்களைப் பார்த்து புன்னகைத்தார்.

நாரதரும் வசிஷ்டர் பக்கம் திரும்பி புன்னகைத்தார். 'இந்த சகோதரர்கள் உண்மையில் ஒருவரை ஒருவர் மிகவும் நேசிக்கிறார்கள். ராஜ குடும்பங்களில் அது அரிதாக காணப்படும் ஒன்று. நீங்கள் உங்கள் வேலையை நன்றாக செய்திருக்கிறீர்கள் குருஜி.'

'இல்லை, இல்லை,' என்றார் வசிஷ்டர். 'ஒரு சாதாரண ஆசிரியரைவிட பெற்றோர்களின் தாக்கம் அதிகம் இருக்கும்.'

கபடமான புன்னகை கொண்ட முகத்துடன் நாரதர் வசிஷ்டரைப்பார்த்தார். 'நீங்கள் சொன்னால் சரியாகத்தான் இருக்கும்.'

தேவையற்ற விஷயங்களை மீண்டும் சொல்வதை விரும்பாத மனிதர் வசிஷ்டர். அவர் புன்னகைத்தார்.

'அவர்களுக்கு இந்த ஒற்றுமை தேவைப்படும்,' என்றார் நாரதர். 'இலங்கையை வீழ்த்துவது எளிது. ராவணன் ஒரு சாதாரண எதிரிதான். அவர்களது நிஜமான எதிரிகள் அவர்களது நிலத்திலேயே, அவர்களது மக்களுள் இருக்கிறார்கள். அவர்களது ஒற்றுமை அப்போதுதான் உண்மையான சோதனைக்கு உள்ளாகும்.'

வசிஷ்டர் சகோதரர்களை பார்த்து நம்பிக்கையுடன் கூறினார். 'அவர்கள் ஒருபோதும் ஒற்றுமையை இழக்கமாட்டார்கள்.'

—— ஜ⊦ ம்3D ——

'யானைகள்?' ஆச்சரியத்துடன் கேட்டான் பரதன். 'அண்ணா, நம் கப்பல்கள் பெரிது... ஆனால் நான் அறிந்தவரை எந்த கப்பலாலும் யானைகளை ஏற்றிச்செல்லமுடியாது.'

நான்கு சகோதரர்களும் ராஜ கப்பலின் தலைவரது அறையில் ஒன்றாக இருந்தனர். வசிஷ்டர் விவேகத்துடன் அவர்களை தனியாக விட்டுவிட்டிருந்தார். அவர்கள் மீண்டும் இணைய அனுமதிக்கும் வகையில்.

ராம் புன்னகைத்தான். 'கப்பல்களில் இல்லை. நாம் நிலத்தில் நடைபோடுவோம்.'

'நடப்பதா? தண்ணீரில் நடப்பதா?' பரதன் கேட்டான்.

'ஆமாம்,' பதிலளித்தான் ராம், திட்டத்தை ஏற்கனவே புரிந்துகொண்டது போல் தோன்றிய சத்ருக்னன் பக்கம் திரும்பியவாறு.

பரதனும் லக்ஷ்மனும் ராமின் பார்வையைத் தொடர்ந்தனர். மூன்று ஜோடி கண்களும் இளைய சகோதரனின் மீது

நிலைத்தன. அவர்கள் அனைவரிலும் அதிக புத்திசாலி மற்றும் அதிக படித்தவனும் கூட. மேதாவி.

சத்ருக்னன் பின்னால் சாய்ந்து புன்னகைத்தான்.

'அற்புதம்...' அவன் கிசுகிசுத்தான். ஏறத்தாழ தனக்குத்தானே பேசிக்கொண்டது போல்.

'இங்கு என்ன நடக்கிறது என்று யாராவது சொல்ல முடியுமா?' பொருமினான் பரதன், நடப்பவைப்பற்றி ஒன்றுமே அறியாததால் எரிச்சலடைந்திருந்தான். சத்ருக்னன் ராமைப்பார்த்தான். 'தனுஷ்கோடியின் மணல் திட்டுக்கள்...'

'மிகச்சரியாக!' என்றான் ராம் ஆள் காட்டிவிரலை சத்ருக்னன் பக்கம் நீட்டி.

சத்ருக்னன் மென்மையாக சிரித்தான். 'அற்புதம்... அற்புதம்... இலங்கையர்கள் இதனை எதிர்பார்க்கவேமாட்டார்கள்... அவர்களை ஆச்சரியமடையச்செய்வோம்.'

'ஆமாம், சரியாக.' என்றான் லக்ஷ்மன்.

இப்போது பரதனுக்கும் புரிந்துவிட்டிருந்தது. இந்தியாவின் இந்தப்பகுதியின் நிலப்பரப்பு பற்றிய விவரம் அறிந்திருந்தான். பல வருடங்களுக்கு முன் *குருகுலத்தில்* இருந்தபோது அவர்களது குரு வசிஷ்டர் சொல்லிக்கொடுத்த பூகோளம் பாட நேரத்தில் அவ்வப்போது கவனம் செலுத்தியிருந்தான்.

வைகை நதிக்கரையின் முகதுவாரத்தின் தெற்கு பகுதி, இந்திய தீபகற்பத்தின் நிலப் பகுதி ஒரு கடல் முனையாக கடலுக்குள் நீண்டது. ஒன்றரை கிலோமீட்டர் நீளமான ஆழமில்லாத தண்ணீர் மட்டுமே பாம்பன் என்னும் தீவிடமிருந்து இந்த இடத்தைப் பிரித்தது. இலங்கையின் வட மேற்கிலிருந்து தென் கிழக்குவரை பாம்பன் தீவு நீண்டது. பாம்பன் தீவின் தென் கிழக்கு எல்லையைத் தாண்டி மன்னார் தீவு இருந்தது. இவை இரண்டும் இருபத்தியைந்து கிலோமீட்டர் தூர கடல் நீரால் பிரிக்கப்பட்டது. அது மட்டும் இல்லாமல், வட மேற்கிலிருந்து தென் கிழக்கு வரை இலங்கையின் அன்னைத் தீவு வரை பரந்து விரிந்தது. ஏறக்குறைய இலங்கையின் அன்னைத்தீவை சில மீட்டர் தூரமான ஆழமற்ற நீரே பிரித்தது.

சபரி இந்தத் திட்டத்தை விளக்கிய போது ராமுக்கு இருந்த அதே எண்ணங்கள்தான் பரதனுக்கும் இருந்தது. 'நான் இந்தப்பகுதிகளில் படகில் முன்பு சென்றிருக்கிறேன். இந்திய நிலப்பரப்பிலிருந்து பாம்பன் வரை சில வகை பாலங்கள் அமைப்பது சாத்தியமாகலாம். அந்த குறைவான தூரத்தை யானைகள் நீந்திக்கூடக்கடக்கலாம். ஆமாம். மன்னார் தீவிலிருந்து இலங்கைக்குள் இருந்த மிகச்சிறிய தொலைவைக் கூட நடந்தே கடக்கலாம். எளிது. ஆனால் பாம்பன் மற்றும் மன்னார் தீவுகளின்

இடையே இருந்த இருபத்திஐந்து கிலோமீட்டர் தூரத்தை எப்படிக் கடப்பது? அதனைக் கடப்பது கடினம். நீர் உயரம் அதிகமாக இருக்கும். வலுவான அலைகளில் பென்டூன் பாலங்கள் கூட தாங்காது. ஒரு முழு சேனையை நடத்திச்செல்ல வழியே இல்லை.'

'நம்மால் முடியும். ஒரு பாலம் கட்டினால்,' என்றான் சத்ருக்னன்.

'ஒரு *பாலம்*?' கேட்டான் பரதன். 'முறையான பாலமா?'

'எவரும் முறையற்ற பாலம் ஒன்றை ஏன் காட்டுவார்கள்?'

பரதன் பெரிதாக சிரித்து சத்ருக்னனின் தோளில் தட்டினான்.

'ஆனால்... தீவிரமான கேள்வியைக் கேட்கிறேன்,' என்றான் லக்ஷ்மன், 'சரியான ஒரு பாலம் கட்டுவது சாத்தியம் என்று நீ நினைக்கிறாயா?'

பரதன் சேர்த்துக்கொண்டான், 'ஆமாம்... சொல். ஏனென்றால் மனித வரலாற்றில் மிக அதிக நீளமான பாலமாக இது இருக்கும். கடல் நீரின் அலைகள் மேல் எழும்பி கடிகாரத் துல்லியத்துடன் சரியான இடைவெளிகளில் வெளியே இழுத்துக்கொள்ளும் நேரத்திற்குள் இந்தப் பாலம் கட்டப்படவேண்டும். தாழ்வான அலைக்கும் அடுத்த பெரிய அலைக்கும் நடுவில் ஆறு மணி நேரமே இருக்கும். பிறகு மீண்டும் மறுபக்கம் இன்னுமொரு ஆறு மணிநேரத்தில். வட கிழக்கு பருவ காலம் முடிந்தவுடன் நீங்கள் தாக்க விரும்பினால் நாம் முழு பாலத்தையும் இரண்டு மாதங்களில் கட்டவேண்டும்.'

சத்ருக்னன் தலையசைத்தான். 'இது கொஞ்சம் கடினமான சவால் தான். ஒப்புக்கொள்கிறேன்.'

ராம் புன்னகைத்து சத்ருக்னனின் முதுகில் தட்டிக்கொடுத்தான்.

அதற்குள் செய்து முடிக்கப்படுமென்று பரதனால் நம்ப முடியவில்லை. 'கொஞ்சம் சவாலானதா? இது சாத்தியமற்றது! எந்த ஒரு பொறியாளனாலும் இதனை செய்து முடிக்கமுடியாது!'

'சரி, உலகத்தின் எந்த ஒரு பொறியாளனாலும் இதனை செய்து முடிக்கமுடியாது,' என்றான் சத்ருக்னன், தன்னைத்தானே சுட்டிக்காட்டிக்கொள்ளும் முன். 'இவனைத்தவிர!'

பரதன் சலித்துக்கொண்டான். 'சத்ருக்னன், உனக்குத்தெரியும். நான் உன்னை நேசிக்கிறேன். ஆனால் இது-'

'அண்ணா,' என்றான் சத்ருக்னன், பரதனை குறுக்கிட்டுக்கொண்டே. 'என்னை இங்கு போர்வீரர்களுக்கான திறன் உள்ளது என்று அழைத்து வரவில்லையே?'

இலங்கைப் போர் 139

அனைவரும் சிரித்தனர். போரிடும் திறனைக் கருதினால் மரபு அணுக்களை லக்ஷ்மனிடம் தோற்றிருந்தான். இருப்பினும் நுண்ணறிவைப் பொருத்தமட்டில்...

'இதை உன்னால் செய்ய முடியுமா, சத்ருக்னன்?' என்று கேட்டான் ராம்.

'நம்மிடம் வேறு வாய்ப்பு உள்ளதா?' சத்ருக்னன் எதிர்கொண்டான். 'இது அண்ணியைபொறுத்தது. இதை செய்தாக வேண்டும்.'

ராம், பரதன் மற்றும் லக்ஷ்மன் தங்கள் இளைய தம்பியைப்பார்த்து புன்னகைத்தனர்.

'*தனுஷ்கோடி சேது*, என்று இதனை உலகத்தினர் அழைப்பார்கள்,' என்றான் லக்ஷ்மன். உள்ளூர் மொழியில், *தனுஷ்* என்பது வில் மற்றும் *கொடி* என்பது வில்லில் கட்டப்பட்டிருக்கும் நூல். 'ஒரு வில்லின் கயிற்றின் குறுக்கே ஒரு பாலம். மிகச்சிறந்த பாலம். மிகப்பெரிய கட்டிடக்கலை அதிசயம். மனிதனால் என்ன செய்ய முடியும் என்பதற்கு மிகப்பெரிய நினைவுச்சின்னம்.'

சத்ருக்னன் தலையை அசைத்தான். 'இல்லை. இது *ராம் சேது* என்று அழைக்கப்படும், *ராமின் பாலம். அன்பிற்காக மனிதனால் என்ன செய்ய முடியும் என்பதற்கான மிகப்பெரிய நினைவுச்சின்னம். பகவான் ருத்ரனை சாட்சியாகக்கொண்டு நாம் இந்த பாலத்தைக் கட்டுவோம்.'

— J+ ப ^{5}D —

'நமக்கு வேறு எந்த வழியும் இல்லை, குருஜி,' என்றான் அரிஷ்டநேமி, அவன் தலை பணிவுடன் தாழ்ந்திருந்தது. ஆனால் அவனது குரல் ஸ்திரமாக இருந்தது.

மலயபுத்ரர்களின் தலைநகரான அகஸ்தியக்கூடம் என்ற இடத்தில் அரிஷ்டநேமி விஸ்வாமித்ரருடன் இருந்தான். அன்றைய நாளின் முந்தைய பகுதியில் முழு வேதாந்த கௌரவங்களுடன் சூர்சாவின் இறுதி சடங்குகளை ஹனுமானும் அரிஷ்டநேமியும் செய்து முடித்திருந்தனர். அதன் பிறகு ஹனுமான் வைகை கரையோரமாக அயோத்தியாவின் ராஜ குடும்பத்தினரை சந்திக்க சென்றிருக்க, அரிஷ்டநேமி அகஸ்தியக்கூடத்திற்கு திரும்பியிருந்தான்.

அரிஷ்டநேமிக்கு தலை அசைப்பை மட்டுமே பதிலாக கொடுத்தார், விஸ்வாமித்ரர். ஒரு வார்த்தை கூட பேசவில்லை.

அரிஷ்டநேமி சொல்வது சரியென்று விஸ்வமித்ரருக்குத் தெரியும். விஷ்ணு என்ற பதவியை சீதா ஏற்க மறுத்ததினால் அவர் எரிச்சலடைந்திருந்தாலும் அவரால் ராவணன் ராமை

போரில் வீழ்த்துவதை அனுமதிக்க முடியாது. அவரது திட்டங்களை சீதா பின்தொடர்வதை அனுமதிப்பது சாத்தியமில்லை. இந்த ஆட்டத்தில் இப்போதைக்கு ஒரே ஒரு முறைதான் காயை நகர்த்த முடியும்: ராமிற்கு இந்த சண்டையில் ஆதரவளிப்பது. மலயபுத்ரர்கள் மற்றும் வாயுபுத்ரர்களின் ஆதரவு ராவணனின் இறப்பில் முடியும். அது முடிந்தவுடன் தன் திட்டத்தை செயல் படுத்த எண்ணியிருந்தார்.

'அப்போது எங்களுக்கு என்ன ஆணை, குருஜி?'

விஸ்வாமித்ரர் புன்னகைத்தார். 'வசிஷ்டரின் வேட்பாளருக்கு ஆதரவளிக்க மலயபுத்ரர்கள் வலியுறுத்தப்பட்டனர். சீதாவின் பிடிவாதத்தின் காரணமாக மட்டுமே.'

'உண்மை, குருஜி. நாங்கள் என்ன செய்ய வேண்டுமென்று நீங்கள் நினைக்கிறீர்கள்?'

விஸ்வாமித்ரர் தலையை அசைத்து பெருமூச்சுவிட்டார். 'நான் எவ்வளவுதான் அவனை வெறுத்தாலும்... அந்த துரோகி, நான் அன்னை இந்தியாவை எப்போதுமே அதிகமாக நேசிப்பேன்...' பிறகு இந்த வார்த்தைகள் அவர் வாயிலிருந்து பரிசாக வெளிவந்ததுபோல தன் முடிவை அறிவித்தார்: 'நம் வீரர்களை எடுத்துச்செல். நமது யானைப் படையை எடுத்துச்செல். போய் போரில் சேர்ந்து கொள்.'

'நீங்கள் சொல்வது போலாகும், குருஜி,' என்றான் அரிஷ்டநேமி, தலைதாழ்த்தி வணக்கம் கூறினான்.

செல்வதற்காக அவன் திரும்பிய போது விஸ்வாமித்ரர் தன் கையை உயர்த்தினார். 'அதோடு அரிஷ்டநேமி... நான்...' விஸ்வாமித்ரர் தயங்குவது போல் தோன்றியது. 'உன் இழப்பிற்கு நான் வருந்துகிறேன்.'

அரிஷ்டநேமி மௌனமாக இருந்தான். அவன் புரிந்துகொண்டான். அவன் குரு அவளைப்பற்றி பேசுகிறார். அவன் காதலித்த பெண். அவன் எப்போதுமே காதலித்த பெண். அவள் விரும்பியவனின் கரங்களில் உயிரை இழந்தவள். அவனை காப்பாற்றி. அவனை பாதுகாத்து...ஏற்கப்படாத அன்பை விட அவனது வலி அதிகம். தகுந்த கைமாறு பெறாத அன்பில் என்றுமே ஒரு நம்பிக்கை இருக்கும். ஏதேனும் ஒரு நாள் அவன் காதலித்தப்பெண்ணின் அன்பை பெறக்கூடும் என்று. நம்பிக்கை இதயத்தை உயிருடன் வைக்கிறது. ஆனால் அரிஷ்டநேமியின் இதயம் அவன் அன்பானவளுடன் இறந்திருந்தது.

அவன் அதே இடத்தில் வேரூன்றி நின்றிருந்தான். அழவில்லை.

'நீ பழிவாங்க விரும்புவாய். கேதீஸ்வரத்தில் இருந்த முகமற்ற வீரர்களைக்கொண்ட படைப்பிரிவிடமிருந்து,' என்றார் விஸ்வாமித்ரர். 'அது நியாயமானது.'

மலயபுத்ரர்களின் சேனாதிபதி அவனை உற்றுநோக்கினார்.

'உனக்கு என் அனுமதி உள்ளது அரிஷ்டநேமி,' என்றார் மலயபுத்ரர்களின் தலைவர். 'நம் மலயபுத்ர வீரர்களுடன் நீ கடக்கும் போது அவர்களை பழிதீர்க்கலாம். நியாயத்தை வழங்கு.'

நன்றியுடன் தன் தலையை தன் குருவை நோக்கித் தாழ்த்தினான் அரிஷ்டநேமி. அவன் ஒரு வார்த்தையைக்கூட உச்சரிக்கவில்லை. கண்ணீர் தப்பிவிடுமென்று பயந்தான். தன் தலைவரை வணங்கிவிட்டு அவரது அறையிலிருந்து வெளியேறினான்.

திடீரென்று விஸ்வாமித்ரருக்கு ஒரு எண்ணம் தோன்றியது. அவர் தன் மூச்சை இழுத்துப்பிடித்துக்கொண்டார்.

ஒரு வழி உள்ளது. ராம். விதிகளை மதிக்கவேண்டுமென்ற அவனது பற்று. மற்றுமொரு தெய்வி அஸ்திரம். அதற்கான தண்டனை இருக்கும்...

விஸ்வாமித்திரர் ஒரு சிறிய புன்னகையை அனுமதித்தார். ஒருவேளை சீதாவை விஷ்ணுவாக ஆக்கும் சந்தர்ப்பம் இன்னமும் இருக்கலாம்.

ஒரு வழி இருக்கிறது.

அத்தியாயம் 14

'அடுத்த அலை...' என்றான் பரதன்.

நான்கு சகோதரர்களும் பாம்பன் தீவின் தென் கிழக்கு முனையில் தனுஷ்கோடிக்கரையில் தங்களது படகிற்கு அருகில் தங்கள் குரு வசிஷ்டருடன் நின்று கொண்டிருந்தனர். கடலின் குறுக்கே ஒரு பாலம் அமைக்கும் முன் அந்த இடத்தை ஒரு முறை மதிப்பு ஆய்வீடு செய்ய எல்லோரும் நினைத்திருந்தனர். குறிப்பாக சத்ருக்னன். மனித வரலாற்றில் இதற்கு முன் முயற்சிக்கப்படாத ஒன்று. அவர்கள் மீன் பிடிப்பவர்களைப்போன்று உடை உடுத்தி காவலர்களோ படை வீரர்களோ உடன் இல்லாமல் இருந்தனர். ஏனென்றால் இலங்கையில் கேதீஸ்வரத்தில் ஜலசந்திகளின் மறுபக்கத்தில் அது நிறைய கவனத்தை ஈர்த்திருக்கும். அவர்களது எந்தத்திட்டத்தைப்பற்றிய தகவலும் சிகிரியாவை சென்று அடையக்கூடாது.

கரையேற்றப்பட்ட படகின் ஒரு முனையை சகோதரர்கள் பிடித்துக்கொண்டார்கள். வசிஷ்டர் படகின் நடுவில் அமர்ந்திருந்தார். சகோதரர்கள் தங்கள் குரு படகு தள்ளுவதை அனுமதிக்க மாட்டார்கள்.

'இது நன்றாக உள்ளது, அண்ணா.' என்றான் லக்ஷ்மன், படகின் பின் பகுதியில் நின்றுகொண்டு. அங்கு தான் அதிகபட்சமான உந்துதல் தேவைப்பட்டது. நான்கு சகோதரர்களிலும் வலுவானவன் அவன்தான்.

அலை மேல் நோக்கி உயர்ந்து பின் தீவிர வளைவாக வெடித்து அயோத்தியாவின் இளவரசனை தழுவியது.

'இப்போது!' ஆணையிட்டான் ராம்.

அலை வழிந்தோடும்போது ஏற்படுத்திய உந்துதலை பயன்படுத்தி சகோதரர்கள் கடினமாக முயன்று படகை தள்ளத் துவங்கினர். இளவரசர்களின் வலுவான உதவியுடன் ஈர மணலிலிருந்து தூக்கப்பட்ட படகு மிகுந்த கவனத்துடன் மென்மையாக நீருக்குள் நுழைந்தது.

'தள்ளுங்கள்!' கூவினான் சத்ருக்னன், அளவான தன் தசைகளுக்கு வேலை கொடுத்தபடி.

மற்றுமொரு அலை உயர்ந்து படகின் மேலெழும்பி அதனை இடித்தது. சகோதரர்கள் படகுடன் ஓடினார்கள். கடலுக்குள் படகினை முன்னுக்குத்தள்ளியபடி ஓடிய அவர்களின் காலடிகள் மணலுக்குள் புதைந்தன.

'சத்ருக்னன், படகினுள் குதி!' அலைகள் எழுப்பிய ஒலிக்கு மேலாக கத்தினான் பரதன்.

அனைவரிலும் குள்ளம் சத்ருக்னன். விரைவில் ஓடுவதற்கு நிலம் இருக்காது. தானும் மிதந்து கொண்டு படகையும் தள்ள முடியாது ஒருவரால். சொன்னபடி செய்தான் சத்ருக்னன். படகினுள் ஏறியவுடன் நடுப்பகுதிக்கு விரைந்து துடுப்பினை எடுத்து அலைக்கு எதிராக அதனைச் செலுத்தினான். மறுபக்கத்தில் வசிஷ்டர் தன் வயது அனுமதித்தவரையில் கடினமாக உழைத்து துடுப்பை செலுத்திக்கொண்டிருந்தார்.

'மற்றுமொரு அலை!' கத்தினான் ராம்.

மூன்று சகோதரர்களும் தள்ளிக்கொண்டிருந்தனர். சத்ருக்னன் மற்றும் வசிஷ்டர் படகினுள் இருந்து கொண்டு துடுப்பு செலுத்திக்கொண்டிருந்தனர். இந்த அலையையும் கிழித்துக்கொண்டு முன்னேறினார்கள்.

வேலை முடிந்தது. அவர்கள் படகு நகரத் தொடங்கிவிட்டது.

'மேலே ஏறுங்கள்!' ஆணையிட்டார் வசிஷ்டர்.

ராம், பரதன் மற்றும் லக்ஷ்மன் படகினுள் குதித்தனர். அது இன்னும் ஆழ்கடலை நோக்கி, பாம்பன் தீவிலிருந்து தொலைவில் மன்னார் தீவை நோக்கி சென்று கொண்டிருந்தது.

சிங்கத்தின் பிடரி மயிர் போன்று நீண்டு இருந்த அவனது முடியிலிருந்து தண்ணீரை உலுக்கி சிரித்தான் லக்ஷ்மன். 'எப்படி விரைகிறது! எனக்கு கடல் மிகவும் பிடித்தமானது!'

ராமும் பரதனும் கூட சிரித்தார்கள். சத்ருக்னன் மற்றும் வசிஷ்டரை துடுப்பு செலுத்தும் பணியிலிருந்து விடுவித்து தாங்கள் அந்த இடத்தை எடுத்துக்கொண்டனர்.

படகு ஒரு நிலையான தாளத்தில் செல்லத் துவங்கியதும் ராம் மற்றும் பரதன் தங்கள் இளைய சகோதரனின் பக்கம் திரும்பினார்கள். சத்ருக்னன் ஏற்கனவே படகின் முன்புறம் நகர்ந்து தொலைவில் இருந்த மன்னார் தீவை பார்த்துக்கொண்டிருந்தான். நிறுத்தி கடலின் அழகையோ வலிமையையோ கண்டு ரசிக்க நேரமில்லை. அந்த நொடியின் இனிமையில் இன்பம் காண அவனது ஆன்மாவிற்கு அனுமதி அளிக்க நேரமில்லை. அவன் ஏற்கனவே நிலைமையை பகுப்பாய்வு செய்து ஆராய்ந்து பார்க்கத்துவங்கியிருந்தான்.

'உனக்கு எவ்வளவு நேரம் வேண்டும் சத்ருக்னன்?' பரதன் கேட்டான்.

சத்ருக்னன் பதிலளிக்கவில்லை. அவன் குனிந்து ஆறிலிருந்து ஏழு அடி ஆழத்தில் இருந்த மணல் கடல்பரப்பின் தண்ணீரை பார்த்துக்கொண்டிருந்தான்.

'ஒரு முழு நாள் எடுக்கலாம், பரதா,' என்றார் வசிஷ்டர் சத்ருக்னனின் சார்பில்.

பெருமூச்சு ஒன்றை எடுத்து சலித்துக்கொண்டான் லக்ஷ்மன் முன்னால் சாய்ந்தபடி. *முழு நாள்?!*

பரபரப்பு மறைந்துபோனது. ஏற்கனவே சலிப்பு தட்டத்துவங்கிவிட்டது. லக்ஷ்மன் பரதனைப்பார்த்தான். அவன் முகம் அசைவற்று தோள்கள் துய்ந்து போயிருந்தது. பரதன் தன் சகோதரனைப்பார்த்து புன்னகைத்து தன் கையை அசைத்து சைகை செய்தான். *பொறுமை.*

'நீ என்ன நினைக்கிறாய் சத்ருக்னன்?' என்று கேட்டான் ராம்.

சத்ருக்னன் உறுதியான பார்வையுடன் தன் மூத்த சகோதரன் பக்கம் திரும்பினான். 'அதை செய்ய முடியும், அண்ணா. அது ஒரு வாரம்-பத்து நாட்கள் ஆகும்.'

நான்கு சகோதரர்களும் அவர்கள் *குருவும்* முழு நாளையும் பாம்பன் மற்றும் மன்னார் தீவின் நடுவில் இருந்த இடத்தை ஆய்வு செய்தபடி கடலில் கழித்தனர். மீனவர்களைப்போல் உடையணிந்ததால் அதிக கவனத்தை ஈர்க்கவில்லை. அதனைச்சுற்றியிருந்த நிலங்கள் முழுவதிலும் அதிகமான மக்கள் தொகையில்லாதது உதவியாக இருந்தது. சில சமயங்களில் சத்ருக்னன் தன் சகோதரர்களிடம் துடுப்பு செலுத்துவதை

நிறுத்தச்சொல்லிவிட்டு கடலுக்குள் குதித்து நீருக்கடியில் சில அம்சங்களை ஆய்வு செய்தான். பவளப்பாறைகளை தொட்டும் அங்கிருந்த பொருள் வகையினை புரிந்துகொள்ள மணல் திட்டுக்குள் கையை நுழைத்தும் தோண்டினான். மணல் துகள்கள் வண்டலை விட கரடுமுரடாகவும் அதேநேரத்தில் சரளைக்கற்களை விட மென்மையாகவும் இருந்தது. மிகவும் சரியாக இருந்தது. அவன் மொத்த இடத்தையும் பார்த்துவிட்டு மன்னார் தீவின் வலது புறத்தை நன்கு ஆய்ந்து பாலம் எங்கு முடிவடையவேண்டுமென்று தீர்மானம் செய்தான். சூரியன் ஏறக்குறைய அஸ்தமனம் ஆகிவிட்டது. அவர்கள் இப்போது பாம்பன் கடலோரத்திற்கு திரும்பிவிட்டார்கள். மழைதூரத் துவங்கிவிட்டிருந்தது; இடி மற்றும் மழைக்கான தெய்வம் இந்திரன், நாள் முழுவதும் மழை பெய்யாமல் கருணையுடன் தடுத்திருந்தார்.

அந்த நாளின் முழு பொழுதில் வசிஷ்டர் சத்ருகனனுடன் நிலப்பரப்பு மற்றும் கடலியல் பற்றிய அனைத்து விஷயங்களையும் விவாதித்திருந்தார். ஆனால் தனக்கு தெரிந்தவற்றை அனைத்தும் சத்ருக்னனுக்கு சொல்லிக்கொடுத்திருந்த அவரே முன்பு தன் சிஷ்யனாக இருந்தவனது உறுதியான நம்பிக்கையை கண்டு ஆச்சரியப்பட்டார். 'ஒரு வாரம் முதல் பத்து நாள் வரையிலா? அவ்வளவு தானா?! கடலுக்கு குறுக்கில் ஒரு பாலம் பற்றிப் பேசுகிறோம். மனித வரலாற்றிலேயே நீளமான பாலம்.'

சத்ருக்னனின் முகம் அமைதியாகவும், கவனத்துடனும் சுய உறுதியுடனும் இருந்தது. 'செய்ய முடியும் குருஜி.'

'எப்படி?' நம்பமுடியாமல் கேட்டான் பரதன்.

'நாம் முதலில் சில விஷயங்களை உறுதி செய்யவேண்டும்.'

'நீ என்ன சொன்னாலும் சரி சத்ருக்னன்.' என்றான் ராம்.

சத்ருக்னன் பரதன் பக்கம் திரும்பினான். 'அண்ணா, ஒட்டுமொத்த போர்தந்திரமும் எனக்குப்புரிகிறது. மஹாவெலி கங்கை நதி மீது போலியான கடற்படை தாக்குதல் ஒன்றை நீங்கள் முன்னாலிருந்து வழிநடத்தப்போகிறீர்கள். தாக்குதல் மோசமாக இருக்கும். உங்களுக்கு நிறைய வீரர்கள் தேவைப்படுவார்கள். நம்மிடம் ஒருலட்சத்திமுப்பதாயிரம் வீரர்களே உள்ளனர். ஒரு லட்சம் அயோத்தியா வீரர்களும் இளவரசர் அங்கத்தின் வானரப் படை முப்பதாயிரமும். ஆனால்...'

ராம் சத்ருக்னனை இடைமறித்தான். 'நம்மிடம் இன்னும் அதிகமான வீரர்கள் இருப்பார்கள் சத்ருக்னன். அதில் நீ நம்பிக்கையுடன் இரு. வட கிழக்கு பருவ மழை முடியும் வரை அடுத்த மூன்று மாதங்களுக்கு நாம் எந்த தாக்குதலும் நடத்த மாட்டோம். அங்கதனும் அவனது வலுவான முப்பதாயிரம் வானர

சேனையும் அதற்குள் கண்டிப்பாக வந்து விடும், வடமேற்கு பருவ மழை முடியும் போது கேகாயாவின் அனுனாக்கிகள் இந்து நதியின் புனித நிலங்களிலிருந்து அவர்களது சகாக்களுடன் வந்து விடுவார்கள். அவர்களிடம் இன்னமும் குறைந்தபட்சமாக ஐம்பதிலிருந்து அறுபதாயிரம் வீரர்கள் இருப்பார்கள்.'

சத்ருக்னன் நிமிர்ந்து ராம் மற்றும் லக்ஷ்மனை பார்த்தான்.

பரதன் பேசினான். 'அவர்கள் வரப்போவதில்லை அண்ணா. நான் யுதாஜித் மாமாவுடன் நெருக்கமாக உள்ளேன். தாத்தாவுடன் அவ்வளவு நெருக்கமான பழக்கமில்லை.' அவன் கேகாயாவின் ராஜா அஸ்வபதி பற்றிப் பேசிக்கொண்டிருந்தான். அவன் தாய் வழி தாத்தா. 'நமது மாமா யுதாஜித் முடிந்தவரை நமக்கு உதவிகள் செய்ய முயற்சி செய்கிறார் ஆனால் தாத்தா இந்த யுத்தத்திலிருந்து விலகியிருக்க முடிவு செய்துவிட்டார்.'

ராம் அசைவற்று நின்றான். ஆனால் அவனது உடல் கோபத்தில் பதட்டமடைந்தது. ஒரு உன்னதமான மனிதன் தன் நெருங்கிய உறவினர் மற்றும் நண்பர்களிடமிருந்து உன்னதத்தை எதிர்பார்க்கிறான். அனைவரிடமிருந்தும். அப்படிப்பட்ட மனிதன் அடிக்கடி ஏமாற்றமடைவான்.

'ஆனால் சில நற்செய்திகளும் உண்டு,' நடுவில் புகுந்தார் வசிஷ்டர். 'எதிர்பாராத இடத்திலிருந்து.'

சகோதரர்கள் தங்கள் குருவின் பக்கம் திரும்பினர்.

'மலயபுத்ரர்கள் நம்மை சேர்ந்துகொள்கின்றனர்.'

'என்ன?' ராம் அதிர்ந்தான்.

'இப்போதுதான் அரிஷ்டநேமியிடமிருந்து ஒரு செய்தி கிடைத்தது,' என்றார் வசிஷ்டர். பதினைந்தாயிரம் மலயபுத்ரர்கள் நம்மை போரில் சேர்ந்துகொள்வார்கள், முக்கியமான யானைப்படையுடன். அவற்றுடன் சீக்கிரமே இங்கு வந்து சேரப்போகிற பதினைந்தாயிரம் வாயுபுத்ரர்களை சேர்த்துக்கொள். நம் சேனை அறுபதாயிரம் வீரர்கள் கொண்ட வலிமையான சேனையாக இருக்கும்-அயோத்தியாவின் படை, வானர சேனை, வாயுபுத்ரர் மற்றும் மலயபுத்ரர்களையும் சேர்த்துக்கொள். *தெய்வி அஸ்திரங்களை* வைத்து இலங்கைப்படையை அச்சுறுத்த வாயுபுத்ரர்கள் நமக்கு அனுமதி அளிப்பார்கள் என்று நம்பியிருந்தேன். அப்படிச் செய்தால் போர் சீக்கிரமே முடிந்துவிடும். ஆனால் அவர்கள் மறுத்துவிட்டார்கள். அவர்களது வீரர்கள் வருகிறார்கள் ஆனால் *தெய்வி அஸ்திரங்களை* பயன்படுத்த அனுமதியில்லை.'

ராம் *தெய்வி அஸ்திரங்களைப்* பற்றி கவலைப்படவில்லை. அவனால் அதனை பிரயோகப்படுத்த முடியாது ஏனென்றால் இரண்டாவது முறையாக அங்கீகாரம் இல்லாமல் தெய்வ

அஸ்திரங்களை பயன்படுத்துவதன் அர்த்தம் மரணம். ஆனால் தெளிவாக தெரிகின்ற அவனது கண்கள் ஒரு கேள்வியை தாங்கியிருந்தன. அவனது குருவிற்கு அந்தக் கேள்வி. *மலயபுத்ரர்கள் நம்முடன் சேர்ந்துகொள்ளப்போகிறார்களா? ஏன்?*

'அது உன்னைப்பற்றியில்லை,' விளக்கமளித்தார் வசிஷ்டர். 'அது சீதாவைப் பற்றியுமில்லை. எனக்குத்தெரியும்... என் நண்பன்... விஸ்வாமித்ரன். அவனது குற்றங்கள் எனக்குத்தெரியும். ஆனால் அவனது வலிமைகளையும் நான் அறிவேன். அவனது கோபம் அடக்கமுடியாதது. கர்வமும் மிக அதிகம். ஆனால் எனக்கு இதுவும் தெரியும்... எவ்வளவுதான் அவன் என்னை வெறுத்தாலும், அவன் இந்தியத்தாயை அதிகம் விரும்புகிறான்.'

ராம் பரதனைப் பார்த்தான். கொஞ்சமாக புன்னகைத்து தன் தலையை அசைத்தான். உன்னதமான மனிதன் ஒருவன் அடிக்கடி ஆச்சரியப்படுவான். சிலசமயங்களில் அவன் உன்னதத்தை எதிர்பார்ப்பவர்களிடம் அது இல்லாதபோது. மற்ற நேரங்களில் எவரிடம் அவன் உன்னதம் வெளிப்படுவதை எதிர்பார்க்கவில்லையோ அங்கிருந்து அது வெளிபடும்பொழுது.

'என்னதான் சொன்னாலும் உங்களுடைய இந்த நண்பர் ஒரு நல்ல மனிதர், குருஜி,' என்றான் பரதன்.

வசிஷ்டர் பெருமூச்சு ஒன்றை வெளியே விட்டார். அவரது முக பாவம் ஒரு ஞானியுடையது போலிருந்தது. விலகியிருந்தது என்று கூட சொல்லலாம். கண்கள் கொஞ்சமாக பணித்திருந்தன. அது வெளியே நழுவவில்லை.

ராம் விண்ணைப்பார்த்து கைகளை நன்றியுடன் குவித்தான். 'இந்த ஆசீர்வாதத்திற்கு இந்திர பகவானுக்கு போற்றி.'

'இந்திர பகவானுக்கு போற்றி,' எல்லோரும் அவன் பின்னால் கூறினார்கள்.

பரதன் சத்ருக்னன் பக்கம் திரும்பினான். 'உனக்கு என்ன தேவையென்று ஊகிக்கிறேன் சத்ருக்னன். பெரும்பாலான வீரர்களை இங்கேயே வைத்துக்கொள்ள விரும்புகிறாய்.'

'ஆமாம்,' பதிலளித்தான் சத்ருக்னன்.

'எத்தனை?'

'நூற்றியிருபத்தியைந்தாயிரம் போல்.'

'நூற்றியிருபத்தியைந்தாயிரம்?!'

'ஆமாம் அண்ணா. பாலம் கட்ட அவ்வளவு தேவைப்படும். இது சுலபமான வேலையாக இருக்காது.'

'மஹாவெலி கங்கை வழியாக வெறும் முப்பத்தைந்தாயிரம் வீரர்களுடன் சென்று இலங்கையின் முக்கிய பாதுகாப்பு

அமைப்புகள் மீது என்னை கப்பல் மற்றும் நிலத்தின் வழியே தாக்குதல் செய்யச் சொல்கிறீர்களா?'

'உங்களுக்கு அந்தப்போரை வெல்ல வேண்டாமா, அண்ணா,' என்றான் சத்ருக்னன். அவன் முகத்தில் புன்னகைக்கான சிறிய குறிப்பு தெரிந்தது. 'இங்கிருந்து தாண்டிச் செல்லும் வரையில் அவர்களை பரபரப்பாக வையுங்கள். நமது முக்கிய தாக்குதல் இங்கிருந்து வரும்.'

பரதன் மென்மையாக சிரித்தான்.

'நான் உங்களுடன் மஹாவெலி கங்கை வரை வந்தால் பரதன் அண்ணா,' என்றான் லக்ஷ்மன், 'நாம் போரை வென்றிடலாம். வெறும் முப்பதாயிரம் வீரர்களுடன் மட்டுமே கூட.'

'நாம் அதைச்செய்வோம், தம்பி!' என்றான் பரதன். 'நாம் வெல்வோம்.'

லக்ஷ்மன் உறுதிக்காக ராமைப் பார்த்தான். ராம் ஆமோதித்தான். லக்ஷ்மன் பரதனுடன் செல்வான்.

'வேறு ஏதாவது?' பரதன் சத்ருக்னனைக் கேட்டான்.

'ஆமாம்,' என்றான் சத்ருக்னன். 'பாலத்திற்கு தேவையான பொருட்களை ரகசியமாக சேர்க்கலாம். அவற்றை பாம்பன் தீவு வரை கொண்டு சென்று கட்டுமானத்திற்கான தயாரிப்புகளை செய்தால் அதன் பிறகு அமைதியாக இருக்கவே முடியாது.'

'உண்மை.'

'அதனால், கேதீஸ்வரத்தில் உள்ள இலங்கை படை...'

சத்ருக்னன் தன் வாக்கியத்தை முடிக்கவில்லை. அவன் சொல்ல வந்தது வெளிப்படையான ஒன்று. கேதீஸ்வரத்தை சுற்றி இருக்கும் இலங்கை வீரர்களை நடுநிலையாக்கவேண்டும். அவர்கள் சிறைபிடிக்கப்படவேண்டும் அல்லது கொல்லப்படவேண்டும். தீவின் இந்தப்பகுதியில் நடப்பவை பற்றி சிகிரியாவில் உள்ள இலங்கையர்களிடம் சொல்ல ஒருவன் கூட தப்பிக்கக்கூடாது. பரதன் ராமைப்பார்த்து தலை அசைத்தான்.

'அது செய்யப்படும்,' என்றான் ராம்.

'சரி, பேசியது போதும். பாலத்தை எப்படி கட்டப்போகிறாய் என்று சொல்?' என்றான் பரதன்.

'சரி, சரி' சிரித்தான் சத்ருக்னன். 'ஆனால் முதலில் கிழக்குக்கடல் பற்றி நீங்கள் ஒன்றை புரிந்துகொள்ளவேண்டும். மேற்கு கடலிடமிருந்து மட்டுமல்லாமல் உலகத்தின் மற்ற கடல்களில் இருந்து இது எப்படி வேறுபடுகிறது என்று.'

'என்ன?' என்றான் லக்ஷ்மன்.

'நதி நீர் மற்றும் கடல் நீருக்கும் இடையேயான வித்தியாசம் என்னவென்று உனக்குத்தெரியுமா?' கண்கள் பளபளக்கக் கேட்டான் சத்ருக்னன். அவன் இந்த விஷயத்தினால் தெளிவாக மகிழ்ச்சியடைந்தான். இது அவனது களம். அவன் சாம்ராஜ்ஜியம். *ஞானம்.*

வசிஷ்டர் பின்னால் சாய்ந்து கொண்டு புன்னகைத்தார். சத்ருக்னன் சுற்றி வளைத்து எங்கு வருகிறான் என்று அவருக்குப்புரிந்துவிட்டது. மேதாவி.

'கடல் நீர் உப்பு நீர். நதியின் நீர் இனிமையாகவும் புதியதாகவும் இருக்கும்,' பதிலளித்தான் ராம்.

'உலகத்தின் ஒவ்வொரு கடல் நீருக்கும் இது பொருந்தும்,' என்றான் சத்ருக்னன். 'ஆனால் கிழக்குக் கடலை பொறுத்தவரை இது பகுதி தான் உண்மை. கிழக்குக் கடலில் பெரும்பாலும் கடல் நீருக்கு மேல் புதிய நீரின் ஒரு மெலிதான அடுக்கு இருக்கும். வருடத்தின் பல் வேறு காலங்களில் இதன் ஆழம் வேறுபடும். சில அங்குலங்களிலிருந்து அதிகம் வரை. அதே போல் மொத்த கடலின் மேலும் அது ஒன்று போல் ஒத்ததாக இருக்காது.'

'இருக்க முடியாது!'

'ஆமாம். அப்படித்தான்!'

'எப்படி? ஏன்?' பள்ளியில் வெகு குறைவாகவே கவனம் செலுத்தியிருந்த லக்ஷ்மன் கேட்டான். மன்னிப்பு கோருவது போன்ற ஒரு தோற்றத்தை தன் குரு வசிஷ்டரின் பக்கம் செலுத்திவிட்டு தன் இரட்டை சகோதரனைப்பார்த்தான்.

'இந்தியத்தாய் பல நதிகளால் அதிகமாக ஆசீர்வதிக்க பட்டிருக்கிறாள். வேறு எந்த நிலத்தையும் விட. எகிப்து கிஃப்ட் ஆஃப் தி நைல் ரிவர் சிஸ்டம் என்று அழைக்கப்படுகிறது. டைக்ரிஸ் மற்றும் யூபிரெஸ் நதிகளால் தான் மெசபடோமியா உள்ளது. பெரிய நதி அமைப்புகள் இருப்பதால் அவை அதிர்ஷ்ட நிலங்கள். அதனால்தான் அங்கு நாகரீக சமூகம் சாத்தியமாகிறது. சில மிக மிக அதிர்ஷ்ட நிலங்களில் ஒன்று, இரண்டு ஏன் மூன்று பெரு நதி அமைப்புகள் கூட இருக்கலாம். நம் இந்தியத்தாயிடம் ஏழு உள்ளது!' சத்ருக்னன் அவற்றை விரல் விட்டு எண்ணத்துவங்கினான். 'இண்டஸ் நதி அமைப்பு, சரஸ்வதி நதி அமைப்பு, கங்கை பிரம்மபுத்ரா நதி அமைப்பு, நர்மதா நதி அமைப்பு, கோதாவரி-கிருஷ்ணா நதி அமைப்பு, மகாநதி மற்றும் காவேரி நதி அமைப்பு. அதன் பிறகு பல சிறியவையும் உள்ளன. தப்தி, பெண்ணா, நாம் இவற்றை ஏழு பெரிய நதி அமைப்புகளில் எண்ணுவதேயில்லை. அவை நைல் நதி அளவில் நீர் கொண்டது!'

'ஆஹா!' என்றான் லக்ஷ்மன்.

'கடவுளர்களால் அதிகம் ஆசீர்வதிக்கப்பட்ட நாடு இந்தியா என்று நம் முன்னோர்கள் வலியுறுத்தியதில் அதிசயமே இல்லை.'

'பாரதத் தாய் வாழ்க,' என்றார் வசிஷ்டர். *அன்னை இந்தியா போற்றி.*

சகோதரர்கள் அவரது வார்த்தைகளை மீண்டும் சொன்னார்கள். *பாரதத் தாய் வாழ்க.*

'அப்போது வலிமையான பல நதி அமைப்புகள் இந்தியாவில் உள்ளன. அவற்றுள் பெரும்பாலான நதிகள் இந்த கிழக்குக்கடலில் தங்களது புதிய நீரை பெருமளவில் சேர்கின்றன. இர்ரவாடி மற்றும் சாலவீன் போன்ற மியான்மார் மற்றும் தாய்லாந்தை சேர்ந்த நதிகளும் தங்கள் நீரை கிழக்குக்கடலுக்குள் ஊற்றுகின்றன. இது மட்டுமல்லாமல், தென் மேற்கு பருவ மழை கூட கிழக்குக் கடலில் மாபெரும் அளவில் மழை நீரை விடுவிக்கும். இருப்பினும் அனைத்தையும் விட அதிகமான புதிய நீர் கங்கா பிரம்மபுத்ரா நதி அமைப்பிலிருந்து தான் கிழக்குக் கடலுக்குள் சேர்க்கப்படுகின்றது. இவை அனைத்தும் கிழக்குக் கடலின் மீது புதிய நீரின் ஒரு அடுக்கை உண்டாக்குகிறது. இந்த அடுக்கு கங்கா பிரம்மபுத்ராவின் முகத்துவராத்தில் நம் நாட்டின் வடக்கு பகுதியில் மிகுந்த ஆழத்தில் உள்ளது.'

பரதன் புரிந்துகொண்டு தலை அசைத்தான்.

'நாம் பத்ரா மாதத்தில் இருக்கிறோம்.'

'அதனால்?'

'அதனால், இந்த நேரத்தில்தான் இந்திய கிழக்குக் கரையின் கடலோர மின்னோட்டம் தெற்கு நோக்கி பாயத்துவங்குகிறது. இது தன்னுடன் கங்கா - பிரம்மபுத்ரா நதி அமைப்பின் அருகில் உள்ள கிழக்கு நதியின் வடக்கு பகுதியிலிருந்து புதிய நீரை தென் இந்திய கரையோரத்திற்கு கொண்டு வருகிறது.'

'இந்திர பகவானின் பெயரால் கேட்கிறேன், அது நமக்கு எப்படி உதவுகிறது?' என்றான் ராம்.

'அது நமக்கு மரங்கள் தந்து உதவுகிறது.'

'என்ன?'

சத்ருக்னன் விளக்கினான். 'இந்த பாலத்தை கட்டுவதற்கு நமக்கு நீரில் மூழ்கும் மரமும் மிதக்கும் கல்லும் தேவைப்படுகிறது. மிக அதிக அளவில் அது போன்ற மரமும் கல்லும்.'

சத்ருக்னன் அனைவரையும் குழப்பமடையச் செய்திருந்தான். வசிஷ்டர் உள்பட.

'நான் விளக்குறேன்.' என்றான் சத்ருக்னன்.

'தயவு செய்து செய்!' என்றான் பரதன், மகிழ்ச்சியில் பற்களை விரித்துச் சிரித்தான்.

'நம்மால் தூண்களால் நிறுத்தப்பட்ட, மேலே சாலை போன்று அமைந்திருக்கும் பாரம்பரியமான பாலம் கட்ட முடியாது. கடலில் தூண்களை நிறுத்த நம்மிடம் நேரமில்லை.'

'சரி.'

'அதனால்,' என்றான் சத்ருக்னன், 'தனுஷ்கோடி ஜலசந்தியின் குறுக்கே நடைபாதை அமைக்கலாம். இதனை செய்யும் போது தண்ணீரின் ஓட்டம்...'

வசிஷ்டர் உடனே பேசினார். 'ஆனால் அப்படிச் செய்தால்----'

சத்ருக்னன் குறுக்கிட்டான். 'இல்லை குருஜி. அது பாலத்தை பலவீனமாக ஆக்காது. பாரம்பரிய முறையில் கட்டப்படும் பாலங்களில் நாம் தூண்கள் அமைப்பது அதன் கீழே தண்ணீரின் ஓட்டத்தை அனுமதிக்க. இங்கு அந்த பிரச்சனை இல்லை. இது கடல். தண்ணீர் இங்கு நிலையாக ஓடுவதில்லை.'

'ஆனால் அலைகள் இருக்கின்றதே,' என்றார் வசிஷ்டர். 'எழுந்து அமையும் ஒவ்வொரு ஆறு மணி நேரமும் தன் திசையை மாற்றிக்கொண்டு. நதி நீரின் ஓட்டம் போல் வலுவானதாக இருக்காது அலைகளின் மின்னோட்டம். ஆனால்---'

'குருஜி கடலைப்பாருங்கள்,' என்றான் சத்ருக்னன், மீண்டும் தன் ஆசிரியர் பேசும் போது குறுக்கிட்டான். 'நாம் இதனை பாக் விரிகுடா அல்லது மன்னார் வளைகுடா என்று அழைக்கலாம். ஆனால் இவை பாக் விரிகுடாவில் கிழக்குக் கடலின் தண்ணீர் மற்றும் மன்னார் வளைகுடாவில் இந்தியப் பெருங்கடலின் தண்ணீரும் தான். இரண்டு நீரும் ஒன்றோடு ஒன்று இங்கு மோதுகின்றது - தனுஷ்கோடியில்- அப்படிச் செய்வதில் இரண்டின் சக்தியும் சிதறிப்போகின்றது. அதனால் மற்ற இடங்களுடன் ஒப்பிடும்போது கடல் இங்கு அமைதியாக இருக்கும். இந்த முழு பகுதியிலும் கடலுக்கு மேல் பாலம் அமைக்க தோதான இடம் ஒன்று இருக்குமென்றால் அது இங்குதான்.'

'மற்றவையுடன் ஒப்பிடும் போது எவ்வளவு அமைதியாக இந்த நீர் இருந்தாலும், அது கடல் தானே. பாலத்தை வலுவிழக்கச் செய்ய போதுமான வலிமைகொண்ட அலைகள் இதற்கு உண்டு.'

'என் பாலம் அப்படி இல்லை.'

'உன் பாலம் ஏன் அப்படி இல்லை?'

'அதன் வடிவமைப்பில் உள்ளது குருஜி. அதன் பொருட்களிலும் கூட.'

'மூழ்கும் மரமும் மிதக்கும் கற்களும்?' கிசுகிசுத்தான் பரதன்.

சத்ருக்னன் புன்னகைத்தபடி தலையை அசைத்தான். 'ஆமாம் அண்ணா! நீங்கள் என்ன நினைக்கிறீர்கள் என்று எனக்குத்தெரியும். ஆனால் இது கற்பனை இல்லை.'

'நான் உன்னை நம்புகிறேன் சகோதரா. இப்போது ஒன்று சொல், மூழ்கும் மந்திர மரம் எது?'

'*கருங்காலி மரம்*,' என்றான் சத்ருக்னன். 'பழைய சமஸ்கிரதத்தில் *குப்பிலு* என்று அழைக்கப்படும்.'

வசிஷ்டர் இந்தத் துணிவான புதுமையின் ஆச்சரியத்தில் விரிந்த வாயுடன், தலையை நேராக நிமிர்த்தி பின்னால் சாய்ந்தார். இப்போது அவருக்கு புரிந்தது. கருங்காலி மரம். புதிய நீர். அலை மின்னோட்டம். மணல் திட்டுக்கள். பருவம். அனைத்தும் ஒன்று சேர்ந்தது இறுதியாக. *பல்லாயிர வருடங்கள் முன்பு வாழ்ந்த சிறந்த விஞ்ஞானிகளைப்பற்றி* படித்துப் பார்த்த பின்பு இத்தனை காலமாக இதைப்போன்று எதையும் அவர் கேள்விப்படவில்லை. 'சிறந்த *பகவான் பிரம்மாவின்* பெயரால் கூறுகிறேன், நீ ஒரு மேதாவி, சத்ருக்னன்! ஆனால் இன்னமும் மிதக்கும் கற்களைப்பற்றி என்னால் புரிந்துகொள்ளமுடியவில்லை.'

'குருஜி,' என்றான் லக்ஷ்மன் இரண்டு கைகளையும் குவித்து வணக்கம் சொல்லும் வகையில். 'மூழ்கும் மரம் பற்றி இன்னமும் என்னால் புரிந்துகொள்ள முடியவில்லை. என் அண்ணன்களின் நிலைமையும் அது தான். உங்கள் நேரம் வரும் வரை உங்களால் காத்திருக்க முடியுமா?'

வசிஷ்டர் சிரித்து தொடரும்படி சத்ருக்னனுக்கு சைகை செய்தார்.

'தொடரு விவேகமான நளதார்டாக்,' என்றார் அவனது *குருகுல* பெயரை வைத்து அவனை அழைத்தபடி.

சத்ருக்னன் தொடர்ந்தான், 'உலகத்தில் காணப்படும் மரங்களிலேயே மிகவும் கடினமான மரம் கருங்காலி மரம். தென் இந்தியா மற்றும் இலங்கையில் தான் அதன் பூர்வீகம். அதைப்பற்றிய விசித்திரம் என்னவென்றால் அது ஈரமாக இருக்கும்போதுதான் மிகவும் கடினமாக இருக்கும்.'

'ஆனால், நீரில் இருக்கும்போது மரம் பெருகி, பலவீனமாகும் என்று நான் நினைத்திருந்தேன்,' என்றான் ராம். 'அது உண்மையில்லையா?'

'அது சரிதான் அண்ணா,' என்றான் சத்ருக்னன் புன்னகைத்துக்கொண்டே, 'ஆனால் ஒரு வரம்பு வரை மட்டும் தான். மரத்தின் உள்ளே இருக்கும் நார்ப்பொருள் குறைந்த ஈரப்பதத்தில் விரிந்து பின்பு அதன் ஈரத்தன்மை மறைந்தவுடன் குறுகிவிடும். இதனால் அந்த மரம் பலவீனமடையும். ஆனால் அந்த ஈரத்தன்மை ஒரு வரம்பை மீறும்போது -

கருங்காலியைப்பொறுத்தவரை முப்பது அல்லது நாற்பது சதவிகிதம் என்று நினைக்கிறேன்- மரத்தின் நார் பொருள் நிஜத்தில் அதிக நிலையாக ஆகிவிடும். மரம் வலுவாக கடினமாக ஆகிவிடும்.'

'இதனை நான் புரிந்து கொள்கிறேன்,' என்றான் பரதன். 'மரத்தை கொஞ்சம் ஈரப்பதத்திற்கு ஆட்படுத்தினால் அது அளவில் பெருகும். ஆனால் மிக அதிகப்படியான ஈரத்தன்மைக்கு அதனை ஆட்படுத்தினால் அது கடினமாகும்.'

'நாம் அதனை ஈரப்பதத்திற்கு ஆட்படுத்துவது' மட்டுமல்லாமல், அதனை நீரில் மூழ்கடிப்போம்!'

'ஆஹா...' என்றான் லக்ஷ்மன். 'இது அடுத்த நிலை, சகோதரா.'

'ஆனால் புதிய நீர் எப்படி?' ராம் கேட்டான். 'கிழக்குக் கடலில் உள்ள புதிய நீரின் அடுக்குப் பற்றி ஏன் எங்களுக்கு பெரிய ஒரு கதையை சொன்னாய்?'

'இந்த மனிதனின் நிஜமான மேதாவித்தனம் அது!' என்றார் வசிஷ்டர் தந்தையின் பெருமையுடன் சத்ருகனைப்பார்த்தவாறு. 'தொடர்ந்து அதனை விளக்கு.'

'புதிய நீருடன் ஒப்பிடும் போது ஒரு பொருளை உப்புத்தண்ணீரில் விட்டுவைத்தால் என்னவாகும் என்று நினைக்கிறீர்கள்?' சத்ருக்னன் கேட்டான்.

'அது அரித்துப்போகும்,' பதிலளித்தான் பரதன்.

'மிகச்சரியாக. மரக்கட்டைகள்தான் இந்த பாலத்தின் அடித்தளம். அவை அரித்துப்போய்விட்டால் இந்த பாலம் வெகு காலம் நிலைக்காது. ஆனால் இந்தப்பகுதியில் இந்தக் கடலின் தரைமட்டம் ஆறு அல்லது ஏழு அடி ஆழத்திலேயே உள்ளபடியால் இங்கு பெரும்பாலான நீர் புதிய நீரே. மரக்கட்டைகள் உளுத்துப்போகாமல் வெகு காலம் வரை வலுவாக நிற்கும்.'

'ஆனால்,' என்றான் லக்ஷ்மன் சத்ருக்னனிடம், 'இந்த பாலம் வெகு காலம் நிலைக்க வேண்டிய தேவை நமக்கு இல்லை. நமது சேனையை நடத்திச்செல்ல இரண்டு அல்லது மூன்று நாட்களே போதுமானது. அவ்வளவு நாட்கள் வரை அவை நிலைத்தால், நம் காரியம் சரியாக அமைந்து விடும்.'

'நாம் திரும்புவது எப்படி?' சத்ருக்னன் கேட்டான். 'நாம் யானைகளை எப்படி திரும்பி அழைத்துவருவோம்? கிஷ்கிந்தாவிடமும் மலயபுத்ரர்களிடமும் அவற்றை திருப்பிக்கொடுக்கவேண்டும். எவ்வளவு நாட்களுக்கு இந்தப் போர் பிரசாரம் தொடரும் என்று நமக்குத்தெரியாது. ஒரு

மாசம் ஆகலாம். ஒரு வருடம் கூட எடுக்கலாம். பொறியாளன் மோசமான நிகழ்வை எதிர்பார்த்து அதன்படி தயாராக வேண்டும்.'

'அப்போது நீ என்ன சொல்கிறாய்?' லக்ஷ்மன் கேட்டான். 'இந்த பாலம் ஒரு வருடம் வரை தாங்கும் என்றா?'

சத்ருக்னன் முன்னால் சாய்ந்தான். 'இது என்னுடைய பாலம், லக்ஷ்மன். அதை விட அதிகமில்லையென்றாலும்,ஒரு வருட காலம் தாங்கும்.'

'எந்த ஒரு பாலமும் அவ்வளவு காலம் நிலைக்காது, சத்ருக்னன்!' என்றான் பரதன்.

'நான் உன்னை மிகவும் நேசிக்கிறேன் என்றும் உன் நுண்ணறிவை மதிக்கிறேன் என்றும் உனக்குத்தெரியும். இருந்தாலும் இது அதிகம்.'

'இல்லை,' என்றார் வசிஷ்டர். 'அது அவனது அறிவின் ஆழம். அவன் அதனை வடிவமைப்பதிலிருந்து, குறைந்தபட்சம் அவன் வடிவமைப்பதாக நான் நினைப்பதில் அது மிகவும் இயற்கையானதாக அமையும். நிஜமாகவே நீண்ட, வெகு நீண்ட காலம் நிலைக்கும்.'

'ஆனால், மரத்தை ஏன் அடித்தளமாகக் கொள்ள வேண்டும்?' லக்ஷ்மன் கேட்டான்.

'பெரிய பாறைகளும் கற்களும் ஏனில்லை? அவை இன்னமும் கடினமாகவும் சிறந்ததாகவும் இருக்காதா?'

'பல காரணங்கள்,' பதிலளித்தான் சத்ருக்னன். 'முதலாவதாக, உன்னைப்போன்று எவரும் நம் சேனையில் பலசாலியாக இல்லை லக்ஷ்மன். சாதாரண அளவிலான மனிதர்களுக்கு குவாரியிலிருந்து கற்களையும் பாறைகளையும் உடைத்து, தூக்கி வந்து கடலில் போடுவது மிகவும் கடினமாக இருக்கும். கருங்காலி மரக்கட்டைகளை எளிதில் தூக்கி விடலாம். அவை லேசாக இருக்கும். கடலில் வைத்தபின் தண்ணீர் அதன் வேலையை காட்டத் துவங்கியதும் அவை மெள்ள மெள்ள இறுகி, கனமாக ஆகிவிடும். பிறகு அவை மென்மையாக மூழ்கி கீழே உள்ள ஈரமான மணல் நகராதிருக்கச் செய்யும். குறைந்தபட்சம் அதிக அளவில் ஆகாது. பெரிய கற்பாறை தன் கூர்மையான ஓரங்களால் மணலை அதிகமாக நகரும்படி செய்யலாம். அது விபரீதமாகும். சிறு துகள்கள் சூழ, ஈர மணலில் அடித்தளம் மென்மையாக அமர வேண்டும். அது மரக்கட்டைகளை சரியான இடத்தில் பிடித்து வைக்கும். ஈறுகள் நம் பற்களை இடத்தில் பிடித்துவைப்பது போல். கட்டைகளுக்கு நடுவில் திறந்த இடங்களை மூடும் வகையில் நாம் நிறைய மணலையும் சேர்ப்போம். இதனால் அடித்தளத்திற்கு நல்ல திடத்தன்மை

கிடைக்கும். நினைவிருக்கட்டும் நாம் சேர்க்கும் மணல் நீரினால் ஈரமடைந்து இன்னமும் இறுகி பசை போலாகும்.'

'அதுதான் இந்த வடிவமைப்பை அதீத சிறப்பானதாக ஆக்குகிறது, என்றார் வசிஷ்டர். 'இந்தப்பகுதியில் நிறைய மணல் உள்ளது. இவ்வளவு அதிகம் இருப்பதனால் அலைகள் மேலெழும்பி கீழிறங்கும் போது இருமுறையும் அவை மணல் திட்டுகளிலிருந்து நகரும். இந்த சுற்றுப்புறத்தில் மரக்கட்டைகள் கொண்டு அடித்தளம் அமைக்கப்பட்ட வலுவான கட்டமைப்பு இதுதான் என்பதால், ஈர மணல் அலைகள் நகரும் பொழுது அதனைச்சுற்றி இயற்கையாக சேகரிக்கப்படும். அது அடித்தளத்தை இன்னமும் அதிக வலுவானதாக ஆக்கிக்கொண்டிருக்கும்.'

'அற்புதம்!' என்றான் ராம். 'இயற்கை சக்திகளை பயன்படுத்தி இந்த பாலத்தை வலுவூட்டுவது உன் நோக்கம்.'

'நன்றி அண்ணா. ஆனால் அதை விட அதிகம் உள்ளது. மர கட்டமைப்பின் மேல் நாம் சிறிய கற்களை வைப்போம். அவை இரண்டாம் நிலை தளமாக வேலை செய்து கீழுள்ள மரக்கட்டைகளை இடத்தில் தக்கவைக்கும்.'

'என்னிடம் ஒரு கேள்வி உள்ளது,' என்றார் வசிஷ்டர்.

'நான் மிதக்கும் கற்கள் பற்றி சொல்லவிருக்கிறேன் குருஜி,'

'இல்லை. இல்லை. அதனைப்பற்றி பின்னால் விளக்கு. அலைகள் குறித்த இன்னமொரு கேள்வி உள்ளது. இதைப்பற்றி நீ ஆலோசனை செய்துள்ளாய் என்பதில் எனக்கு சந்தேகமில்லை ஆனால் இந்த பாலம் பாம்பனிலிருந்து மன்னார் வரை நேர்கோட்டில் கட்டப்பட்டால் அலை மின்னோட்டத்தால் நடுப்பகுதி தேய்ந்துவிடலாம். இருப்பினும் பாலம் ஒரு வருடம் தாங்கும் என்று நினைக்கிறேன். ஆனால் காலங்கள் ஆக ஆக அதில் அபாயம் உள்ளது. அதன் நடுவில் பிளவு ஏற்படலாம். அதை நாம் எப்படி தவிர்ப்பது?'

'நான் அதைப்பற்றி சிந்தித்துவிட்டேன் குருஜி. நீங்கள் காற்றியக்கவியல் படித்துள்ளீர்களா?'

வசிஷ்டர் பெரிதாக சிரித்தார். 'நீ மிகவும் திறமைசாலியென்று எனக்குத் தெரியும் சத்ருக்னன் ஆனால் நான் உன்னுடைய ஆசான். அதை மறக்காதே. ஆமாம், எனக்கு காற்றியக்கவியல் புரியும்.'

கப்பல் கட்டுமானம் மற்றும் ராணுவ தொழில்நுட்பம் போன்ற துறைகளில் பண்டைய இந்தியர்களால் காற்றியக்கவியல் படிக்கப்பட்டுள்ளது. அடிப்படையில் காற்றின் அசைவு மற்றும் அதனுடனோ அல்லது அதற்கெதிரான திசையிலோ நகரும் திடமான பொருட்களுடன் அதன் தொடர்பு ஆகியவற்றை அவர்கள் படித்தனர். உதாரணத்திற்கு குறைவான காற்றின்

எதிர்ப்பு ஒரு அம்பையோ அல்லது ஈட்டியையோ தன்பாதையில் சரியாக செல்ல உதவும். அது வேகமாகவும் வெகு தூரம் வரையிலும் செல்லும்.

'மன்னிக்கவேண்டும் குருஜி,' என்றான் சத்ருக்னன், புன்னகைத்து கைகளை குவித்து வணங்கினான். 'காற்றியக்கவியல் என்பது காற்று நகர்வதை பற்றிய படிப்பு என்று எனக்குத்தோன்றியது. ஆனால் நீரும், காற்றைப்போன்றுதான் இருக்கும் தன் அசைவில். திரவம் போன்ற அசைவுகள். அது அதிக அடர்த்தியானது அவ்வளவுதான். அதனால் அதே கோட்பாட்டை பாலத்திற்கு ஏன் பயன்படுத்தக்கூடாது என்று நினைத்தேன்?'

'ஓ, அற்புதம்!' என்றார் வசிஷ்டர்.

'என்ன?' பரதன் கேட்டான். 'எனக்குப்புரியவில்லை.'

'அடிப்படையில் அண்ணா,' என்றான் சத்ருக்னன், 'நான் நேரான நடைபாதை ஒன்றை பாம்பன் மற்றும் மன்னாருக்கு இடையே கட்டப்போவதில்லை. குருஜி சரியாக சொல்கிறார். ஒரு நேரான சுவற்றின் மேல் அலையின் அழுத்தம் வலுவாக இருக்கும். ஆனால் நாம் பாலத்தை ஒரு சிறந்த வளைவாக ஆக்கினால் அந்த வலிமை பரப்பப்படும். காற்றியக்கவியலின் எளிமையான கோட்பாடுகள். குறைந்த அளவு தேய்மானமே இருக்கும். பாலத்தின் நடைபாதை ஒரு வில் போல் வளைந்து இருக்கும். அது நீளமாக இருக்கும், ஆமாம். ஆனால் அது அதிக நிலையாக இருக்கும்.'

'அப்போது பாலம் எவ்வளவு நீளமாக இருக்கும்?' ராம் கேட்டான். 'பாம்பன் மற்றும் மன்னாருக்குமிடையேயான நேர் கோடு சுமாராக இருபத்தைந்து கிலோமீட்டர் இருக்கும்.'

'என்னுடைய கணக்குப்படி, அது முப்பத்தைந்து கிலோமீட்டர் நீளம் இருக்கும்,' என்றான் சத்ருக்னன். 'மேலும் அதனை மூன்றரை கிலோமீட்டர் அகலம் உள்ளதாக செய்யலாம் என்று நான் நினைக்கிறேன்.'

'அவ்வளவு அகலமா?' என்றான் ராம். 'அதற்கு நிறைய மனிதர்களும் பொருட்களும் தேவைப்படும்.'

'நம்மிடம் போதுமான அளவு ஆட்கள் இருக்கிறார்கள். அதோடு பொருட்கள் சேகரிக்க நம்மிடம் மூன்று மாதங்கள் உள்ளன. வட கிழக்கு பருவ மழை முடிந்த பிறகுதான் நாம் கட்டுமானப்பணியை துவங்குவோம். நினைவிருக்கட்டும் அண்ணா, அதிக அகலமான பாலம், அதிக நிலையாக இருக்கும். சாதாரண பாலத்தின் கோட்பாடுகளை விட இந்த குறிப்பிட்ட பாலத்தின் கோட்பாடுகள் மிகவும் வித்தியாசமாக இருக்கும்.'

மூன்று சகோதரர்களும் தலை அசைத்தார்கள். புரிந்தது... ஒருவாறாக.

'ஆனாலும் என் முக்கியமான கேள்வி இன்னமும் பதில் அளிக்கப்படாமல் இருக்கிறது,' என்றார் வசிஷ்டர்.

'மிதக்கும் கற்கள்,' என்றான் சத்ருக்னன் புன்னகைத்தபடி.

'ஆமாம், மிதக்கும் கற்கள். ஏன்? சாதாரண பாறைகளை ஏன் உபயோகிக்கக்கூடாது?'

லக்ஷ்மன் பேச்சை வெட்டினான். 'அதைவிட முக்கியமாக, இந்த மிதக்கும் கற்களை எங்கே கண்டுபிடிப்போம்?'

'இங்கேயே கிடைக்கும்,' பதிலளித்தான் சத்ருக்னன். 'மிதக்கும் கற்கள் ப்லாட்கிற பவழக் கல்தான்.'

'என்ன?' என்று கேட்டான் பரதன். 'பவழம் கல் இல்லை. அவை செடிகளோ, விலங்குகளோ...அல்லது...'

'பவழம் செடிகளைப்போல் தோன்றும் அண்ணா. ஆனால் நிஜத்தில் அவை விலங்குகள்.'

'என்னவோ... அவை கடலில் வாழ்பவை. நிச்சயமாக அவை கல் இல்லை.'

'உயிருடன் இருக்கும்போது அவை கல் இல்லை அண்ணா. ஆனால் இறந்தவுடனே அவை கல்லாக மாறுகின்றன.' சத்ருக்னன் அவர்களுக்கு அடுத்து இருந்த பெரிய பாறை ஒன்றை சுட்டிக்காட்டினான். 'அந்தப் பாறையை உங்களால் தூக்க முடியுமா அண்ணா?'

'உனக்கென்ன பைத்தியமா சத்ருக்னன்?' பரதன் கேட்டான். 'முதுகெலும்பின் வட்டு வழுக்கும் ஆபத்து இல்லாமல் நம் லக்ஷ்மனால் கூட அதனை தூக்குவது கடினம்.'

மிகச்சிறியவனான சத்ருக்னன் விரைந்து அடியெடுத்து வைத்து அந்தப் பாறையை தூக்கினான். ஒரே கையில்.

லக்ஷ்மன் வாயடைத்து நின்றான். 'என்ன நடக்கிறது...'

'பவழக் கற்கள் மிகவும் லேசாக இருக்கும். செதுக்கி தட்டையாக்குவது மிகவும் சுலபம். இருந்தாலும் அதிக சுமை தாங்கும் வலிமை கொண்டது. அவற்றைக்கொண்டு நம்மால் சிறிய கட்டிடங்கள் கட்ட முடியும். கட்டிடக்கலைக்கு ஏற்ற பொருள். இந்தப்பகுதியில் மிகுதியாகவும் கிடைக்கும்.' நாம் ப்லாட்கிற பவழக் கல்லை மேல் அடுக்கிற்கு பயன்படுத்தி ஈரமான மணலுடன் கட்டிவிடலாம். அதன் மேல் நம் சேனை நடக்கும்.'

'அப்போது நாம் நிஜமாக மிதக்கும் கற்களின் மேல் நடக்கமாட்டோமா?' ஏமாற்றத்துடன் கேட்டான் லக்ஷ்மன்.

'நிச்சயமாக இல்லை,' பதிலளித்தான் சத்ருக்னன். 'ஆனால் பாலத்திற்காக நாம் அனைத்து கற்களையும் பயன்படுத்துவோம். சிறியவை அடித்தளத்தில், தட்டையாக மேல் அடுக்கில் இருக்கப்போவது பவழக் கற்கள்.'

'இதனால் என்ன நன்மை? இன்னமும் அதிக கடினமான கற்களாக இருக்கும் பாறைகளை ஏன் மேல் அடுக்கில் பயன்படுத்தக்கூடாது?' என்றார் வசிஷ்டர். 'கடினமாக இருக்கும் பாறைகள் பாலத்திற்கு அதிக நிலைத்தன்மையை அளிக்காதா?'

'தட்டையான கற்களாக செதுக்க அவை மிகவும் கடினமாக இருக்கும். அது அதிக நேரம் பிடிக்கும். இல்லையென்றால் மேல் பாகம் முழுவதும் தட்டையாக இருக்காது.'

'நம் வீரர்கள் கடினமானவர்கள்,' பரதன் சிரித்தான். 'மேற்பரப்பு தட்டையாக இல்லாமல் இருந்தாலும் அவர்களால் சிறிதளவு கூர்மையை பாதத்தில் தாங்கிக்கொள்ளமுடியும்.'

'ஆமாம். அவர்கள் நன்றாக இருப்பார்கள் ஆனால் நான் யானைகளைப்பற்றித்தான் நினைக்கிறேன்,' என்றான் சத்ருக்னன். 'பதட்டப்படும் யானைகள் நடப்பது விபரீதமாக முடியும்.'

'நியாயம்தான்.'

'அதைவிட முக்கியமாக, மேற்பரப்பு கற்களை எவ்வளவுதான் நன்றாக அடுக்கிவைத்து இணைத்தாலும் நடக்கும் போது சில இடத்தைவிட்டு நகரும். அதில் நடக்கப்போவது யானைகள் ஆயிற்றே. அவற்றுள் பல கற்கள் கடலுக்குள் விழும்.'

'அதனால்?'

'கனமான கற்கள் மூழ்கும்,' என்றான் சத்ருக்னன். 'பிறகு அவை அலை மின்னோட்டத்தால் அங்குமிங்கும் நகரும். பாலத்தின் அடித்தளத்தில் போய் மோதும். கடினமான கற்கள் மீண்டும் மீண்டும் எழும்பி அடங்கும் அலைகளால் பாலத்தை மோதும்... பாலத்திற்கு நல்லதல்ல.'

வசிஷ்டர் ஆமோதித்தார். 'அதனால் மிதக்கும் கற்கள்... சில கற்கள் இடத்தை விட்டு நகர்ந்தாலும், கடலின் மேற்பரப்பில் மிதக்கும் பாலத்தின் அடித்தளத்தை சேதம் அடையச் செய்யாது. மிகவும் லேசாக இருப்பதால் மேல்தட்டில் அதன் தாக்கம் மிகக்குறைவாகவே இருக்கும்.'

'துல்லியமாக.'

வசிஷ்டரின் முகத்தில் பெரிய புன்னகை ஒன்று வெடித்தது. 'நீ அனைத்தையும் பற்றி சிந்தித்திருக்கிறாய்!'

போலியான பெருமையுடன் மிளிர்ந்தான் சத்ருக்னன். 'நான் நளத்தார்டாக்!'

வசிஷ்டரின் பள்ளியில் பலவருடங்களுக்கு முன்பு தன் சகோதரர்களுடன் படித்தபோது பயன்படுத்திய குருகுல பெயர்.

'நம் மேதாவி தம்பி!' என்றான் பரதன் அன்புடன்.

'முந்தைய பெயரை மறந்து விடு!' என்றான் ராம். 'இந்த பாலம் நள சேது என்று அழைக்கப்படும். அதனை கட்டியவனின் பெயருக்குப் பின்னால்!'

அத்தியாயம் 15

'வணக்கம் ராவணன்ஜி மற்றும் கும்பகர்ணன்ஜி,' என்றாள் சீதா. இத்தனை நாட்கள் எங்கு போயிருந்தீர்கள்? வெகு காலம் ஆகிவிட்டது.'

ராவணன் மற்றும் கும்பகர்ணன் அசோக வனத்திற்கு வந்து இரண்டு வாரங்கள் ஆகிவிட்டிருந்தது. இருப்பினும் சீதாவுடனான ஹனுமான் மற்றும் அரிஷ்டநேமியின் சந்திப்பைப்பற்றி அறிந்திருந்தார்கள். அதோடு, சிறிய வெளிநாட்டு படையினரால் கேதீஸ்வரம் படைப்பிரிவின் மீதான தாக்குதலைப்பற்றியும் அவர்கள் அருவி அரு நதியின் வழியே தப்பிச் சென்றதையும் அறிந்திருந்தார்கள். சிலர் காயம் அடைந்திருந்தார்கள் ஆனால் சண்டை மிகவும் தீவிரமானதாக இல்லை. தெளிவாக ஹனுமான் மற்றும் அரிஷ்டநேமி சீதாவிற்காக என்ன செய்தி வைத்திருந்தார்களோ அது கொடுக்கப்பட்டுவிட்டது. அவர்கள் திரும்பி சென்றும் விட்டனர். ராவணனும் கும்பகர்ணனும் குறைந்த வீரர்களை மட்டுமே கேதீஸ்வரத்தில் விட்டுவிட்டு மற்றவர்களை திரும்ப அழைக்கவேண்டுமென்று நினைத்திருந்தான். ஏனென்றால் பிரதான தாக்குதல் கிழக்கிலிருந்துதான் வரும். அயோத்தியாவின் கப்பற்படை தென் இந்தியாவரை வந்து வைகைக்கரையில் காத்திருப்பதை அறிந்திருந்தார்கள். வட கிழக்கு பருவ மழை முடிந்தவுடன் மஹாவெலி கங்கா வழியாக இலங்கையின் கடற்கரைக்குப் பின்புறம் உள்ள நிலப் பகுதிக்குள் வருவார்கள். முதல் யுத்தம்

சிறந்த நதி கோட்டை ஓங்குயாஹ்ராவில் நடக்கும். அது ஆம்பன் கங்கா முதல் சிகிரியா வரையான நீர்வழியை பாதுகாக்கும்.

'சீக்கிரமே போர் துவங்கும் ராணி,' என்றான் ராவணன். 'வடகிழக்கு பருவ மழை முடிந்தபின்னர் எந்நேரத்திலும். இன்னும் சில வாரங்களே. போர் நம்மை சேதப்படுத்தும் முன்னர் வாழ்க்கையில் அனுபவித்து மகிழ வேண்டியவை அனைத்தையும் செய்ய சில வாரங்களே மீதமுள்ளன. அதனால், எது முக்கியமோ நான் அதற்காக மும்மரமாக வேலை செய்கிறேன்.'

'போர் திட்டங்கள்?' சீதா கேட்டாள்.

'ஓ, அதுவும்!' என்றான் கும்பகர்ணன். 'அயோத்தியாவின் கப்பற்படைக்கு எப்படி விஷயங்களை கடினமாக ஆக்குவது என்று நானும் அண்ணாவும் திட்டங்கள் தீட்டிக்கொண்டிருக்கிறோம். ஆனால் அண்ணா எப்போதும் தான் முக்கியம் என்று கருதும் விஷயங்களில் பரபரப்பாக இருக்கிறார்!'

'போருக்கு முன்னர் போருக்காக தயார் ஆவதை விட வேறு எது முக்கியமாக இருக்கமுடியும்?' சீதா கேட்டாள்.

'கலை,' பதிலளித்தான் ராவணன்.

'கலை?'

'ஆமாம். இதற்குப்பின் எப்போதும் நான் ஓவியம் வரையவோ செதுக்கவோ, பாடவோ அல்லது இசைக்கருவிகள் வாசிக்கவோ முடியாது. அதனால் முடிந்தவரை அவை அனைத்தையும் செய்து மகிழ்கிறேன். ஆனால் பெரும்பாலும் ஓவியம் வரைவது அல்லது செதுக்குவது.'

சீதா புன்னகைத்து தன் தலையை ஆட்டினாள். 'என்னை எப்போதும் ஆச்சரியத்தில் ஆழ்த்துகிறீர்கள்.'

'ஆமாம்... ஒன்று நான் ஆச்சரியப்பட வைக்கிறேன் இல்லையென்றால் ஏமாற்றமடையச்செய்கிறேன். எப்போதும் எதிர்பார்ப்பை அடைவதாகத் தெரியவில்லை!'

'எந்தெந்த ஓவியங்களும் சிற்பங்களும் செய்திருக்கிறீர்கள்? அவற்றை என்ன செய்வீர்கள்?'

'ம்ம்ம், சில என் தம்பிக்கும், சில என் மகனுக்கும், சில என் மனைவிக்கும், மேலும் சில, உதவாத என் தாயாருக்கும் கூட.'

அவன் கூறியதை அங்கீகரிக்காதது போல் சீதா முகம் சுளித்தாள்.

'ஆமாம். ஆமாம். நான் என் தாயாரைப்பற்றி இப்படி பேசுவது உனக்கு பிடிக்காதென்று எனக்குத்தெரியும்,' என்றான் ராவணன். 'ஆனால் ஒவ்வொரு தாயும் உன் தாயைப் போன்று இல்லை. சில தாய்மார்கள் பிள்ளைகள் சுமக்கும் சுமை.'

'எந்தத் தாயும் சுமை இல்லை.'

'ஒன்றல்ல, இரண்டு மிகச்சரியான தாய்கள் உள்ள ஒருவரால் தான் இப்படி அதிசயக்கத்தக்க வகையில் பொதுப்படையாகவும் தவறாகவும் பேச முடியும்.'

'பெரிய வார்த்தைகள்!' சிரித்தாள் சீதா, தன் புருவங்களை உயர்த்தியபடி. 'நீங்கள் படித்துக்கொண்டிருக்கிறீர்கள் போலும்!'

'நான் எப்போதுமே படிக்கிறேன். நான் நிறைய படிக்கிறேன். ஆனால் சமீப காலமாக பெரிய வார்த்தைகள் ஆழமான எண்ணங்களுக்கு பதிலாக இடம் கொள்ளலாம் என்று நினைப்பவர் ஒருவரின் வேலைகளை படித்துக்கொண்டிருக்கிறேன். அவர்களது மேலோட்டமான முட்டாள்தனத்தை படிப்பதில் ஒரு வித ஆறுதல் அளிக்கும் மகிழ்ச்சி உள்ளது.'

சீதா கும்பகர்ணனைப் பார்த்தாள். 'இவர் எப்போதுமே இப்படித்தானா?'

'வழக்கமாக இதை விட மோசம்,' என்றான் கும்பகர்ணன் மென்மையாக சிரித்தபடி.

'எப்படியிருந்தாலும்,' என்றான் ராவணன், சிரித்துக்கொண்டே, 'உனக்காகவும் சில பொருட்களை செய்துள்ளேன்.'

சீதா புன்னகைதாள். 'என் பிறப்புத்தாயின் கூடுதல் ஓவியங்ளா?'

ராவணன் இல்லை என்பது போல் தலை அசைத்தான். 'இல்லை. நீயும் உன் கணவரும்.'

சீதா வியந்தாள். இதை அவள் எதிர்பார்க்கவில்லை.

'என் கலை எப்படி மயக்கமளிக்கும் என்பதனை நீ உணரச்செய்வேன்,' என்றான் ராவணன். 'ராம் மற்றும் சீதாவை நான் ஓவியமாக வரைந்து செதுக்கியதை வரலாறு நினைவில் வைத்திருக்கும்.'

இதற்குள் ராவணன் பிரயோகிக்கும் பெரிய பெரிய வார்த்தைகளையும் அவனது மாபெரும் அகங்காரத்தையும் குறித்து சீதா பரிச்சயப்பட்டிருந்தாள். எனவே புன்னகைத்தாள்.

ராவணன் கைகளைத் தட்ட அவனது வேலையாட்களின் பரிவாரம் படபடப்புடன் தோன்றி பெரிய பெரிய பெட்டிகளை சுமந்து வந்தனர். விரைந்து எழுந்த ராவணன் ஒன்றை எடுத்து வருமாறு ஆணை பிறப்பித்தான்.

எதிர்பார்ப்பில் சீதாவின் இதயம் பெரும் சத்தத்துடன் அடித்துக்கொண்டது. அவள் ஏற்கனவே ராவணனின் வேலையை கண்டிருக்கிறாள். அவனது திறமை. ஆனால் இம்முறை சரியாக செய்திருப்பானோ என்ற சந்தேகத்தில் அவள் மனது அவளை

இலங்கைப் போர் 163

பின்னால் இழுத்தது. தக்க அளவில் பணிவுடன் ஓவியத்தை பாராட்டவேண்டும் என்று தனக்குத்தானே சொல்லிக்கொண்டாள். குறைவாக இல்லை. அதிகமாகவும் இல்லை. *இப்படித்தான் வரலாறு ஏழாம் விஷ்ணுவான ராமை நினைவில் வைத்திருக்கும்? நான் அப்படி நினைக்கவில்லை...*

ராவணன் நாடக பாணியில் துணித்திரையை விலக்கி ஒரு மந்திரவாதியை ப்போல் ஓவியத்தை வெளிப்படுத்தினான். அவள் மூச்சு விட திணறினாள். அது அவள் தான். இருப்பினும் அவள் இப்படியிருப்பதாக கற்பனை கூட செய்து பார்க்க முடியாது. இவ்வளவு தெய்வீகமாக.

இது அவள் தான், அவள் தாய் இல்லை. உடல் ஒல்லியாக, அதிக தசைப்பிடிப்புடன். முகத்திலும் கைகளிலும் போர் காயங்களின் வடுக்கள் இருந்தன. அசோக வனத்தில் தனியாக அமர்ந்திருந்தாள். அனைத்துமே நேர்த்தியாக இருந்தது. அதிகாலை சூரியனின் அழகை வானம் பிரதிபலித்தது. தங்களுக்கு நடுவில் அமர்ந்திருந்த பெண் தெய்வத்தை ஆச்சரியத்துடன் பார்த்துக்கொண்டே காற்றில் அசைவது போன்ற பிம்பத்தை ஏற்படுத்தின தத்ரூபமாக வரையப்பட்ட அந்த மரங்கள். மான்களும் மயில்களும் பக்தியில் ஆடி அவளது கவனத்திற்காக ஏங்கின. அதன் இதயத்தின், மையத்தில் சீதா இருந்தாள். வேட்டி, மேலாடை மற்றும் வலது தோளிலிருந்து தொங்கிய அங்கவஸ்திரம் உடுத்தியிருந்தாள். கன்னி வெண்மை. கழுத்தைச் சுற்றிய கருப்பு கயிற்றில் தங்கச்சங்கிலியால் பிணைக்கப்பட்ட ஒற்றை விரலின் எலும்பு கொண்டு செய்யப்பட்ட பதக்கம் -அவள் அம்மா வேதவதியின் உடலிலிருந்து எஞ்சிய நினைவுச்சின்னம்.

சீதா அசோக வனத்தில் பெரிய பாறை ஒன்றின் மேல் அமர்ந்திருந்தது போல் சித்தரிக்கப்பட்டிருந்தது. அவள் கால்கள் தரையில் பதிந்திருந்தன. பாதங்கள் ஒன்றின் மேல் ஒன்று போடப்பட்டிருந்தது. விரல்கள் ஒன்றோடு ஒன்று பிணைந்திருக்க, அவள் கைகள் ஒன்றையொன்று பற்றியபடி அவளது தொடைகளில் இளைப்பாறியிருந்தன. அவள் பின்புறம் சிறிது சாய்ந்திருந்தது. தூரத்தில் எதையோ பார்த்துக்கொண்டிருந்தாள். ஏதோ சிந்தனையில் ஓய்வாக இருப்பது போன்ற படம்.

அவள் மனதில் என்ன ஓடிக்கொண்டிருந்தது? அவள் ராமைக் குறித்து சிந்தித்துக்கொண்டிருந்தாளா? அவனுக்காக ஏங்கிக்கொண்டிருந்தாளா? அவனுடன் ஒன்று சேர்வதை எதிர்பார்த்திருந்தாளா? அல்லது வெறும் சோகத்தில் இருந்தாளா? தனிமையில்?

தொலைவில். தெய்வீகமாக. ஒரு பெண் தெய்வதைப்போன்று.

அது சாத்தியமென்றால் ஒரே நேரத்தில் அந்த ஓவியத்தைக் கண்டு அதனால் கவரப்பட்டும் மனம் தளர்ந்தும் இருந்தாள். 'ராம் எங்கே?'

ராவணன் புன்னகைத்தான். 'உன்னை அவனிடமிருந்து எடுத்து வந்து விட்டதற்கு வருந்துகிறேன். ஆனால் வெகு காலம் ஆகாது. நீ அவனை சீக்கிரமே மீண்டும் சந்திப்பாய்.'

சீதா கொஞ்சம் புன்னகைத்து மீண்டும் ஓவியத்தைப்பார்த்தாள். ஒரு ஓவியம் காலத்தை வெல்லும் என்று அவளால் கற்பனை கூட செய்யமுடியவில்லை. அந்தப் பகுதியில் இருந்த ஐந்து ஆல மரங்களை பெயர் காரணமாக கொண்டு விளங்கும் இதுவரை கட்டப்படாத நகரம் ஒன்றில், ரகசியமான கோவில் ஒன்றில் அந்த படத்தின் பிரதி தொங்கும். வருங்காலத்தில், இனிமேல் தன் உருவம் எங்கும் பதிவு செய்யப்படக்கூடாது என்று கட்டளையிடுவாள். ஆனாலும் சிலர் இந்த ஓவியத்தின் பிரதிகளை வைத்திருப்பார்கள். இந்த வடிவத்தில் அவளை வழிபடுவார்கள். அவளை பூமித் தாய், பூமா தேவி என்று அழைப்பார்கள்.

'நன்றி,' என்றாள் சீதா. பிறகு ஏன் சொன்னோம் என்று அறியாமலேயே சேர்த்துக்கொண்டாள், 'இந்த ஓவியத்திற்கு தகுதி உள்ளவளாக இருக்க முயற்சிசெய்வேன்.'

'ஏற்கனவே நீங்கள் தகுதி உள்ளவர் தான் ராஜகுமாரி,' என்றான் கும்பகர்ணன் மென்மையாக.

'மேலும் இப்போது,' என்றான் ராவணன், 'அடுத்தது...'

மற்றுமொரு ஓவியம் பணியாட்களால் கொண்டுவரப்பட்டது. அதனை மூடியிருந்த துணியை மேலும் சிறிது நாடக பாணியில் அகற்றினான் ராவணன். எப்போதுமே நிகழ்ச்சிக்கு உயிரூட்டுபவன். வேலையாட்களை அந்த ஓவியத்தை தூக்கிப்பிடிக்கச் செய்தான். சீதா வெட்கப்பட்டு இனிமையான புன்னகை ஒன்றை வெளிப்படுத்தினாள். அது அவள், தன் ஆழமான அன்பிற்கு பாத்திரமானவனுடன். ராம். ராமும் சீதாவும் எந்த வித ராஜ அணிகலன்களோ அல்லது மகுடமோ இல்லாமல் சாதாரணமான உடைகள் அணிந்திருந்தார்கள். சாதாரணமான கைத்தறி ஆடைகள் உடுத்தியிருந்தனர். ஏழைகளில் ஏழையான மனிதர்களின் ஆடைகள். அவர்களின் கண்கள் ஒருவரையொருவர் பார்ப்பது போல் தங்கியிருந்தன. உலகத்தில் வேறு எதனைப் பற்றிய கவலையும் இல்லை. அது அன்பு, நம்பிக்கை மற்றும் மிக முக்கியமாக மரியாதை நிறைந்த பார்வை. ஒருவர் மற்றவருக்காக உருவாக்கப்பட்ட ஒரு ஆணும் பெண்ணும். சீதா

இலங்கைப் போர்   165

ராமின் வலது கையை கீழிருந்து ஏந்தியிருந்தாள், அவனுக்கு ஆதரவளிப்பது போல்.

மீண்டும் சீதா வருங்காலத்தை அறிந்திருக்கமாட்டாள். அவளால் அது எப்படி முடியும்? உன்னத நகரமான உஜ்ஜயினியில் விஷ்ணு பகவானிற்கு அர்ப்பணிக்கப்பட்ட சிறந்த கோவிலில் பிரதான மூர்த்தியாக இந்த படம் இருக்கும். பற்பல நூற்றாண்டுகளுக்குப்பிறகு திபெத் நாட்டைச் சேர்ந்த மீட்பர் ஒருவர் இந்தப்படத்தை இந்த சிறந்த கோவிலில் பார்ப்பார். வாசுதேவர்களுடன் நடக்கவிருக்கும் ஒரு சந்திப்பில் இன்னும் உருவாக்கப்படாத ஒன்று. தீமையை ஒழிக்கும் தன் பணியில் இந்த முயற்சி எடுக்கப்படும்.

'ராம் விஷ்ணு ஆவான்.' என்றான் ராவணன். 'உன்னால், அவன் சிறந்த விஷ்ணுவாக விளங்குவான்.'

சீதா தன் தலையை அசைத்தாள். 'அவர் சொந்த முயற்சியில் விஷ்ணுவாக மாறுவார். சிறந்த விஷ்ணு. என் பணி அவருக்கு உதவுவது.'

ராவணன் புன்னகைத்தான். அவள் கூறியதை மறுத்துப்பேசவில்லை. அடுத்த கலைப் பொருளை கொண்டுவர சைகை செய்தான். இது ஓவியம் அல்ல, சிற்பம். அழகிய ஆனால் சிறிய கலை வேலை. மார்பு வரை இருந்த அந்த சிலையை வெளிப்படுத்த அதனை மூடியிருந்த துணியை அகற்றினான். சீதாவின் கண்கள் உணர்ச்சிகளால் குளமடைந்தன.மென்மையான புன்னகை ஒன்று அவள் உதடுகளை பிரித்தது.

அவள் ராவணனைப்பார்த்து பரந்த புன்னகையுடன் பாராட்டினாள். 'உங்கள் திறமை தனித்துவம் வாய்ந்தது.'

'எனக்குத்தெரியும்.'

சீதா சிரித்தாள். பின்னர் தன் கவனத்தை சிற்பத்தின் பக்கம் மீண்டும் திருப்பினாள். அது ராம். பல பத்தாண்டு காலங்களுக்குப்பிறகு அவன் தோற்றம் இப்படித்தான் இருக்கும். தன் மனக்கண்ணில் ஒருவரது வயதான தோற்றத்தை கற்பனை செய்து பிறகு அதனை தன் கலையில் சிறைப்படுத்துவது என்பது ராவணனின் சிறந்த திறன்.

'இது ராம்,' என்றான் ராவணன். 'ஒரு விஷ்ணுவாக அனைத்தையும் சாதித்தபின்னர். ஒரு புதிய பேரரசை நிறுவிய பின்னர். மக்கள் அனைவரும் மகிழ்ச்சியும் செல்வச்செழிப்புடனும் இருக்கும்போது. அழகும் ஒழுங்கும் இருக்கும்போது. தன் பணியை செய்து முடித்தபின்னர் இப்படித்தான் இருப்பான். இப்படித்தான் நினைவுகூறப்படுவான்.'

சீதா முணுமுணுத்தாள், 'அந்தப் பேரரசை *மெலூஹா* என்று அழைப்போம்.'

ராவணன் புன்னகைத்தான். '*தூய வாழ்வின் நிலம்...* நல்ல பெயர்.'

'ஒரு *ராஜரிஷியின்* தோற்றம் அவரிடம் உள்ளது.' என்றாள் சீதா.

ராவணன் ஆமோதித்தான். 'என்னிடம் இப்படித்தான் வந்தான். *ஆச்சாரியனான ஒரு ராஜா.*'

ராஜரிஷி என்பது ராஜா மற்றும் ரிஷியை இணைத்து உருவாக்கப்பட்ட சமஸ்கிருத வார்த்தை. *ராஜா மற்றும் முனி.* அது சிலசமயங்களில் ராஜாவாக இருப்பதைத் துறந்து ராஜ்ஜியத்தை விட்டுச்சென்று முனியாக மாறியவர்களை குறித்தது. ஆனால் பெரும்பாலும் முனிகளை போல் இருந்து ஆட்சி புரிந்த ராஜாக்கள். தங்கள் சக்தி, உணர்ச்சிகள், மனது மற்றும் ஆன்மாவை ஒரே ஒரு பயனுக்காக அர்ப்பணித்தவர்கள்: தங்கள் மக்களின் நன்மைக்காக.

சீதா அந்தச் சிலையின் அழகில் கட்டுண்டவளானாள். அதன் அழகிலும் வடிவத்திலும் குறை எதுவுமில்லாத அது ராமின் தலை மற்றும் மேல் உடம்பு. திறந்த மார்புடன் எளிமையாக வடிவமைக்கப்பட்ட அங்கவஸ்திரம் அணிந்திருந்தான். அது அவனது வலது அக்குள் மற்றும் இடது தோளை சுற்றியிருந்தது. அவனது இடது கை முழுமையாக மூடப்பட்டு வாள் தொங்கிய வலது கரம் மற்றும் வலது தோள் காலியாக இருந்தது. அங்கவஸ்திரத்தில் நுணுக்கமான கைவேலைப்பாடு செய்யப்பட்டிருந்தது. அதில் ஒன்றின் மேல் ஒன்றாக அமைந்த வலையங்களுக்குள் சிகப்பு நிற சாயம் பூசப்பட்டிருந்தது. எளிமையாகவும் நளினமாகவும். அடக்கமான தங்கத்தோடு தவிர வேறு எந்த நகையையும் அவன் அணியவில்லை. தனித்தன்மையுடன் விளங்கும் காதுகளை செதுக்கி ராவணன் அதில் துளையிட்டு தங்கத் தோடு கொண்டு அதனை அலங்கரித்திருந்தான். அதிசயிக்கத்தக்க நுணுக்கங்கள் நிறைந்த வேலைப்பாடு கொண்ட தலைப்பாகை ஒன்றையும் ராம் அணிந்திருந்தான். அதன் நடுவில் பதிக்கப்பட்ட நகை ஒன்று அவனது நெற்றியின் மேல் தொங்கியது. தனது பிரகாசமான கிரணங்கள் வெளிப்பட்ட சூரியன் அது. *சூர்யவம்சத்தினரின் அடையாளம்,* இருப்பதிலேயே எளிமையான கிரீடம். ராஜரிஷியல்லவா அவன். அதே போன்ற ஆனால் அளவில்

சிறிய தாயத்து ஒன்று பட்டு நூலில் கோர்க்கப்பட்டு அவனது வலது மேல் கரத்தில் கட்டப்பட்டிருந்தது.

சீதா நெருங்கிப் பார்த்தாள். 'தாயத்தில் தெரியும் சின்னம் என்ன?'

'இப்போதைக்கு எதையோ செய்துள்ளேன்,' என்றான் ராவணன். 'ஆனால் நீ ஒரு முறை என்னிடம் ராம் தகுதியைப் பற்றி நிறைய பேசுவான் என்று கூறியுள்ளாய். உன்னுடைய வார்த்தைகள் எனக்கு சரியாக நினைவில் இருக்கிறது: மக்களின் அந்தஸ்தும் சமூகத்தில் அவனது மரியாதையும் அவனது கர்மத்தின் பயனாக இருக்கவேண்டுமே அல்லாது பிறப்பின் பயனாக இருக்கக்கூடாது. மக்கள் தான் சம்பாதித்த அந்தஸ்தை வெளிப்படுத்தும் முறை ஒன்று அவனுக்குப்பிடிக்குமென்று நினைக்கிறேன்... பிறவி குலத்திற்கு மாறாக தேர்வு செய்யப்பட்ட குலம்... அவர்கள் தங்கள் தகுதியினால் சம்பாதித்தது... அதனை தங்கள் கரங்களில் பெருமையுடன் அணிந்து கொள்ளலாம்.'

சீதா புன்னகைத்தாள். *அது ராமின் சிந்தனையைப் போன்றதே...*

அரிதான ஒரு வெட்கத்தில் ராவணன் புன்னகைத்தான். 'எனக்குத் தோன்றிய ஒரு எண்ணம்...'

அவள் அந்த சிற்பத்தைச் சுற்றி நடந்தாள். அதன் பின்புறத்தைப் பார்த்தாள். தலைப்பாகையின் இரு முனைகளும் நன்றாக தலைக்குப் பின்னால் கட்டப்பட்டிருந்தது. அவனது தலைமுடி நன்றாக சீவப்பட்டு ஒரு நேர்த்தியான பெரிய கொண்டையாக உச்சந்தலையில் முடியப்பட்டிருந்தது. தாடியும் மீசையும் சரியான அளவில் வெட்டப்பட்டிருந்தது. அந்த சிற்பத்தின் அனைத்து அம்சங்களும் அடக்கமானதாக குறைகள் எதுவுமின்றி மிதமாக இருந்தது.

ராமைப் போலவே...

ஆனால் அவளை கவர்ந்தது அவனது கண்கள். ஆழமாக ஊடுருவும், பாதி மூடி, தியானத்தில் இருக்கும் ஒரு முனியைப்போல. அமைதியாக. மென்மையாக.

'ஆஹா...' கிசுகிசுத்தாள் சீதா. மெய்மறந்தாள்... 'இப்படித்தான் மக்கள் அவரை நினைவில் வைத்துக்கொள்வார்கள்.'

'இப்படித்தான் மக்கள் ராமை நினைவில் வைத்துக்கொள்வார்கள்.' அவள் கூறியதையே மீண்டும் சொன்னான் ராவணன்.

ராவணன் சொன்னது சரி. மக்கள் இந்த உருவத்தைத்தான் நினைவில் வைத்துக்கொள்வார்கள். ஆயிரம் ஆயிரம் ஆண்டுகளுக்கும் மேலாக.

அவர்கள் தங்கள் *ராஜரிஷியை* நினைவில் வைத்துக் கொள்வார்கள்.

அவர்கள் தங்கள் *ஆச்சாரியனை* நினைவில் வைத்துக் கொள்வார்கள்.

அவர்கள் தங்கள் விஷ்ணுவை நினைவில் வைத்துக் கொள்வார்கள், ராம்.

இந்தியா உயிர்வாழும் வரை ராமின் பெயர் பாடும்.

'அனைத்து ஏற்பாடுகளும் முடிந்து விட்டதா?' ராம் கேட்டான்.

பரதன் தலை அசைத்தான். 'ஆமாம் அண்ணா.'

இந்த வருடத்தில் முதல் மாதத்தில் வட கிழக்கு பருவ மழை மிகவும் அதிக அளவில் தீவிரமாக இருந்தது ஆனால் விளக்கமுடியாதபடி அதன் பின் கிட்டத்தட்ட உடனேயே அடங்கிவிட்டது. ராமும் அவன் சகோதரர்களும் தாங்கள்

திட்டமிட்ட இலங்கைத் தாக்குதலை உடனே செயலாக்க முடிவு செய்திருந்தனர். அவர்கள் தயாராக இருந்தனர். சத்ருக்னன் மற்றும் அவனது வீரர்கள் இரட்டிப்பு வேகத்துடன் பாலத்தின் கட்டுமானத்திற்கு தேவையான பொருட்களை சேகரித்திருந்தனர். ஒரே மாதத்தில். மலயபுத்ரர்கள் தங்கள் பதினைந்தாயிரம் வீரர் படையுடனும் யானைப்படையுடனும் வந்துவிட்டிருந்தனர். அதே போல் வாயுபுத்ரர்களும் மற்ற பதினைந்தாயிரம் வீரர் படை மற்றும் யானைப்படையுடன் வந்திருந்தனர். அங்கதனும் வானர சேனை மற்றும் யானைகளுடன் வந்திருந்தான். அடுத்த இரண்டு மாதங்களுக்கு இந்த மாபெரும் சேனைக்கு உணவளித்து பராமரிப்பது மிகவும் விலை உயர்ந்ததாகவும் தேவையற்றதாகவும் நிரூபணமாகும். அதுவும் போருக்கான வாய்ப்பு ஏற்கனவே வந்துவிட்டிருந்தது. அதற்கும் மேலாக, நல்ல சேனாதிபதிகளுக்குத்தெரியும், வேலை வாங்காமல் வெற்றாக நேரம் கழிக்கும் சேனை ஆபத்தானது என்று. ஆண்களுக்கென விசேஷமான சுரப்பிகள் நிரம்பிய வீரர்கள் போட்டியிட அனுமதிக்கப்படாமல் பிடித்துவைக்கப்பட்டால் ஒருவருக்கு எதிராக மற்றவர் சண்டையிட்டுக்கொள்ளலாம்.

கால தாமதம் இல்லாமல் தாக்குதலை நடத்துவது அர்த்தமுள்ளதாக இருந்தது.

ராவணனின் இலங்கை மீது படையெடுப்பு அடுத்த நாள் துவங்கும். அஸ்வினி மாதத்தின் முதல் நாள்.

ராம் தன் இளைய சகோதரனின் தோளில் குத்தினான். 'நீ இல்லாமல் இருந்த வெற்றிடத்தை நான் மிகவும் உணர்ந்தேன்!'

ராமும் பரதனும் தனிமையில் இருந்தனர். போருக்கு தயாராகும் இந்த பரபரப்பான நேரத்தில் அரிதான நிகழ்வு. வைகை ஆற்றின் முகத்துவாரத்தில் கடற்கரையோரம் ஒரு நீண்ட மர இருக்கையில் அமர்ந்திருந்தனர். அவர்களது சேனைகள் தொலைவில் தென்பட்டன.

'யார் உங்களை நாடுகடத்தச் சொன்னது?' என்றான் பரதன் முரட்டுத்தனமாக அதே நேரத்தில் சிரித்துக்கொண்டே தன் கரத்தை தன் சகோதரனின் தோளில் தொங்கவிட்டபடி. ராம் அமைதியாக புன்னகைத்தான். தொலைவில் முறைத்து பார்த்துக்கொண்டிருந்தான். இரவு ஆகாயம் கிழக்குக் கடலின் அமைதியான நீரைத் தொடும் அந்த அடிவானத்தில்.

சகோதரர்கள் அமைதியாக உட்கார்ந்திருந்தனர். ராம் இதனால் சங்கடப்பட்டான் என்று பரதன் அறிந்திருந்தான். என்னதான் ராம் லக்ஷ்மனுடன் நெருக்கமாக இருந்தாலும் தன் தயக்கங்கள் பயங்கள் அனைத்தையும் அந்த கோபக்கார தம்பியிடம்

வெளியிடமாட்டான் என்று அவனுக்குத்தெரியும். அதனால் அவன் ராம் பேசுவதற்காக காத்திருந்தான்.

'பரதன்..'

'சொல்லுங்கள் அண்ணா...'

ராம் பெருமூச்சு விட்டான்.

பரதன் மீண்டும் காத்திருந்தான். மௌனமாக.

'எனக்கு இதுகூடத் தெரியாது...'

பரதன் ராமின் தோள்களைப்பற்றினான். 'ராவணன் அவளைக்கொல்லவில்லை அண்ணா. அவனுக்கு அண்ணி உயிருடன் வேண்டும். நமக்கு அது தெரியும்.'

ராம் தன் சகோதரனின் கண்களை சந்திப்பதைத் தவிர்த்து கடலை நோக்கினான். சத்திரியர்கள் தங்கள் கண்ணீரை தங்கள் சொந்தங்களிடமிருந்தும் மறைப்பார்கள்.

'அவன் அவளைக் கொல்ல மாட்டான்,' மீண்டும் சொன்னான் பரதன். 'உங்களுக்கு அது தெரியும்.'

'ஆமாம். ஆனால் அவளை காயப்படுத்தலாம். அவன் ஒரு அசுரன்.'

'அதைச் செய்ய அவன் துணிந்திருந்தால் அவனை துன்புறுத்துவேன் என்று சத்தியம் செய்கிறேன் அண்ணா. அந்த அசுரனை விடக் கொடியவர்களாக நாம் இருப்போம்.'

தொலைவில் உற்று நோக்குவதை தொடர்ந்தான் ராம். மென்மையான கண்ணீர் சீராக வெளியே விழுந்தது. பிறகு அது வெளியே வந்து விழுந்தது. அவன் மனதில் இருந்த எண்ணம். இதுவரை அவன் உதடுகளிலிருந்து தப்பவில்லை. பரதனை விட்டால் வேறு யாருடன் அவனால் பேசமுடியும்?

'நான் தோற்றுவிட்டேன்,' ராம் துக்கமான குரலில் விசும்பினான்.

'இல்லை, இல்லை, நீங்கள் தோற்கவில்லை அண்ணா...'

'அவள் என் மனைவி. எந்த வித தீங்கிலிருந்தும் அவளை பாதுகாப்பது என் கடமை. அவளுக்காக உயிரை விடுவது என் கடமை. நான் அங்கு இல்லாமல் போனேன்... அவள் கடத்தப்பட்டாள்... நான் என் கடமையிலிருந்து தவறிவிட்டேன்.'

பரதன் தன் மூத்த சகோதரனை பேச அனுமதித்தான்.

'அவள் என் காதல். என் வாழ்க்கை. அவள் என்னவள். ஒரு அசுரன் அவளை... என்னவளை...'

பரதன் ராமின் கைகளை தாங்கிப்பிடித்தான். வார்த்தைகள் எதுவுமில்லை.

இலங்கைப் போர்

'அந்த மானின் பின்னால் நான் சென்றிருக்கக் கூடாது... நான் இன்னமும் வேகமாக ஓடியிருக்கவேண்டும்... நான் செய்திருக்கவேண்டும்...' கண்ணீர் அவனை உணர்ச்சிவசப்படச் செய்ததனால் ராம் நிறுத்தினான்.

பரதன் முன்னால் சாய்ந்து தன் அண்ணனை தழுவிக்கொண்டான். ராம் அவனை இறுக பிடித்துக்கொண்டான். கண்ணீர் வழிய அனுமதித்தான். பல மாதங்களாக அவளை பிரிந்து தான் பட்ட துயரத்தை வெளியேற்றினான்.

பரதன் மௌனமாக அவன் கைகளை பிடித்தபடி இருந்தான். ராம் தன் பிடியை தளர்த்தியவுடன் அவனும் தன்னை சரி செய்து கொண்டான்.

'உங்களுக்கு ஒன்று தெரியுமா அண்ணா,' என்றான் பரதன், 'பெரும்பாலான பெண்களால் ஆண்கள் செய்யும் அனைத்தையும் செய்ய முடியும். ஒன்றைத்தவிர. ஆண்களுடன் உடலால் சண்டையிடுவது. சராசரி ஆண் ஒரு சராசரி பெண்ணை விட பெரியவனாகவும் வலிமை உடையவனாகவும் இருப்பான்.'

ராம் பரதனை கேள்விக்குறிபோல் பார்த்தான். அவன் எந்த விஷயத்தால் சங்கடப்பட்டானோ அதனுடன் இதற்கு எந்த தொடர்பும் இல்லை.

'ஆனால்,' தொடர்ந்தான் பரதன், 'சீதா அண்ணி சராசரி பெண் இல்லை. அவளால் சண்டையிட முடியும். போரில் தனியாக நின்று சண்டையிட முடியும்.'

ராம் புன்னகைத்தான்.

'நேர்மையாக என்னை ஒன்று கேட்டால்,' என்றான் பரதன், 'சீதா அண்ணிக்கு ராவணன் என்ன துன்பம் இழைத்திருப்பான் என்பது பற்றி நான் கவலைப்படவில்லை. அவளால் அவனுக்கு என்ன தீங்கு ஏற்படக்கூடும் என்று அதிகம் கவலைப்படுவேன்!'

ராம் முழுமையாக புன்னகைத்தான்.

பரதன் ராமின் கைகளை பிடித்துக்கொண்டான். 'அண்ணா நீங்கள் தோற்கவில்லை. விதி உங்களையும் அண்ணியையும் சோதிக்கின்றது. நீங்கள் தோற்றுவிட்டீர்கள் என்று நீங்கள் நம்பினாலும் சிறந்த மனிதர்கள் தோற்கவே மாட்டார்கள் என்பதில்லையே. அதனை நினைவில் கொள்ளுங்கள். எல்லோரும் ஒரு சமயத்தில் இல்லையென்றால் வேறொரு சமயத்தில் வீழ்வார்கள். வீழ்ந்தபின் மீண்டும் வாழ்க்கை என்னும் போரில் தூசியை தட்டிவிட்டு எழுபவரே சிறந்தவர்.'

ராம் ஆமோதித்தான்.

'நீங்கள் வெறும் சிறந்த மனிதர் மட்டுமல்ல. நீங்கள் விஷ்ணு.'

ராம் தன் கண்களை உருட்டினான். 'சீதாதான் விஷ்ணு.'

பரதன் பெருமூச்சு விட்டான். 'உங்கள் இருவருக்குள் நீங்களே இந்த விஷயத்தை சரி செய்து கொள்ளுங்கள். எனக்குத்தெரிந்ததெல்லாம் நீங்கள் கடினமான மற்றும் வலுவான மனிதர். உங்களுக்குப் பின்னால் உங்கள் சகோதரர்களும் மக்களும் நிற்கிறார்கள். நம்மை எதிர்த்து ராவணன் குளவிக்கூட்டினை கிளறிவிட்டான். இந்த உலகம் எப்போதும் நினைவில் வைத்துக்கொள்ளும் ஒரு பாடத்தினை நாம் அவனுக்கு கற்பிப்போம்.'

அத்தியாயம் 16

பரதன், லக்ஷ்மன் மற்றும் அயோத்தியாவின் கப்பற்படை வைகையிலிருந்து காலையில் பயணித்தது. கோகர்ணா விரிகுடாவிற்குள் வழிநடத்தி வந்த தலையாய கப்பல் நுழைந்தபோது அவர்களுக்கு பின் சூரியன் அஸ்தமனம் ஆகிக்கொண்டிருந்தது. கடைசி கப்பல் தன் நங்கூரத்தைப்பாய்ச்சியபோது சூரியன் மறைந்து வெகு காலம் ஆகியிருந்தது. அயோத்தியாவின் கப்பற்படை மிகவும் பெரியதாக இருந்தது.

கோகர்ணா—பசுவின் காதுகள்—இலங்கையின் பிரதான துறைமுகம். தீவின் வட கிழக்கில் இருந்த இது ஆழ்ந்த விரிகுடா கொண்ட இயற்கையாக அமைந்த துறைமுகம். நிலம் கடலுக்குள் நீண்டது இயற்கையான அலைதாங்கியாக பணிபுரிந்தது. அயோத்தியாவின் கப்பல் படையின் கப்பல்களை வரவேற்று பாதுகாப்பாக நங்கூரமிட்டது. பரதனின் பெரும்பாலான கப்பல்கள் விரிகுடாவின் வெளியே இருந்தன, திடீர் தாக்குதலிலிருந்து பாதுகாப்பாக.

மஹாவெலி கங்கா கோகர்ணாவின் விரிகுடாவிற்குள் அதன் தெற்கு முனையில் பாய்ந்தது. சிறந்த *மணர்பாங்கான கங்கா* என்று பெயரிடப்பட்ட இது ஆழ்ந்த நீர்வழிகளுடன் இலங்கையின் பிரதான இதயப்பகுதிக்கு கப்பல்கள் பயணிக்க அனுமதிக்கும் இலங்கையின் நீளமான நதி. இன்னும் தூரத்தில் நதியின் மேல்நிலையில் கப்பல்கள் மஹாவெலி கங்காவின் கிளை

நதி ஆம்பன் கங்காவிற்குள் பயணித்தது. அது இலங்கையின் தலைநகர் சிகிரியாவிற்குள் நுழைய அனுமதி அளித்தது. கோகர்ணாவிலிருந்து நூறு கிலோமீட்டர் தூரத்தில் தென் மேற்கு திசையில் இருந்தது தலைநகரம். அதை அடைய பெரும்பாலும் நீர்நிலைகளில் கப்பலை செலுத்தவேண்டும்.

கோகர்ணாவில் அயோத்திய படைக்கு கொஞ்சம் ராணுவ எதிர்ப்பு இருக்கும் என்று ஒருவரால் கணித்திருக்க முடியும் என்றாலும் அப்படி செய்வது தவறாக இருந்திருக்கும்.

இலங்கை தன் ஆற்றல்கள் முழுவதையும் இரண்டு விஷயங்களில் கவனத்தை செலுத்தியது: வணிகம் மற்றும் அதற்கு ஆதரவு அளிக்கும் போர்முறை. வேறு அதிகமில்லை. பெரும்பாலான இலங்கை வீரர்கள் அல்லது தொழிலதிபர்கள் அல்லது இந்த இரண்டு குழுவினருக்கும் சேவை செய்பவர்கள். இலங்கையர்கள் தன் உணவுத் தேவைகளை தானாக நிறைவு செய்து கொள்ளாதவர்கள் என்பதால் ஏறக்குறைய விவசாயிகளே இல்லை. இறக்குமதி மற்றும் ஏற்றுமதி மீது கட்டுப்பாடுகள் இல்லாத வணிகம் இந்தத் தீவில் செழிப்பதன் அர்த்தம் விளங்குகிறது. இலங்கையில் உணவு தானியங்கள் விளைவிப்பது விலையுயர்ந்தது. மேலும் சப்த சிந்து அடுத்துள்ளது-- உலகத்தின் மாபெரும் விவசாயதிற்க்குரிய நிலத்தின் விகிதம் இந்தப் பகுதியில் உள்ளது. உயர்தர விவசாயப் பொருட்களை இலங்கை சப்த சிந்துவிலிருந்து இறக்குமதி செய்து தன் ஆற்றலை வணிகம் மற்றும் அந்த வர்த்தகத்திற்கு துணையாக இருக்கும் போர் முறையில் செலுத்தி அதில் முழுவதுமாக ஈடுபடமுடிந்தது.

கட்டுப்பாடுகள் இல்லாத வணிக அடிப்படையில் இது அர்த்தமுள்ளதாக இருந்தாலும் அது ராணுவத்திற்கு பேரழிவாக இருந்தது. எதிரியால் கோகர்ணாவின் துறைமுகத்தை தடுத்து சிறிது நேரத்திலேயே மக்களை உணவின்றி பட்டினி கிடக்கச்செய்யமுடியும். சிகிரியாவின் இறக்குமதி மையம் கோகர்ணா என்பதால் முற்றுகை இடப்படும் ஆபத்து இலங்கை தலைநகருக்கு இருந்தது.

எல்லா உணவுப் பொருட்களையும் இறக்குமதி செய்வதில் ராணுவத்திற்கு இருந்த தீமையை அறிந்த கும்பகர்ணன் சிகிரியாவைச் சுற்றி விவசாயம் செய்வதை ஊக்கப்படுத்தினான். ஆனால் கோகர்னாவோ பிடிவாதமாக இறக்குமதி செய்யும் உணவுப்பொருட்களுக்கு அடிமையாக இருந்தது. சில கோகர்ணா வாசிகளே லாபகரமான வணிகத்திலிருந்து குறைந்த வருமானம் ஈட்டும் விவசாயத்திற்கு மாற விரும்பினார்கள். விவசாயிகள் இல்லாமல் ஒருவர் விவசாயம் செய்வது எப்படி?

ஆதலால், அயோத்தியாவின் கப்பற்படை வைகையிலிருந்து கிளம்பியதாகச் செய்தி வந்தவுடன் ராவணன் சிகிரியா மீது

கண்காணிப்பு பணிக்காக தன் வீரர்களை கோகர்ணாவிலிருந்து பின்வாங்கச்செய்தான். தடுப்பினால் பாதிப்படையக்கூடிய கோகர்ணா போன்ற நகரத்தை பாதுகாப்பதை விட சிகிரியாவின் முற்றுகைக்கு தயார் ஆவது அதிக அர்த்தமுள்ளதாகத் தோன்றியது.

வணிக மனநிலை கொண்டது என்பதனை நிரூபணம் செய்யும் வகையில் கோகர்ணாவின் வணிக சங்கத்தின் மூத்த அதிகாரிகள் அயோத்தியாவின் கப்பற்படையை வரவேற்க துறைமுகத்தின் முக்கிய துறையில் கூடினார்கள். இந்த இலங்கை துறைமுக நகரத்தின் வணிகர்கள் நடைமுறைக்கு ஏற்ப இருக்கப்போவதென்று உறுதியாக இருந்தனர். தொழிலில் குறியாக இருக்கும் நபர்களுக்கு அனைத்துமே பேச்சுவார்த்தைக்குட்பட்டது. தாக்கமற்ற எதிர்ப்பை தெரிவிப்பதை விட படையெடுப்பவரிடம் சரணடைவதை தேர்ந்தெடுத்தனர். தங்களது கவனம் மற்றும் பாதுகாப்பிற்கு பதிலாக வீரர்களுக்கு சிகிரியாவரை செல்ல தடையற்ற பாதை அளித்தனர். பின்னர் யார் சிகிரியா போரில் வெற்றி பெறுகிறார்களோ அவர்களே தங்களது நிர்வாகிகள் மற்றும் மேலாளர்கள் ஆவார்கள் என்று கணக்கிட்டிருந்தார்கள்.

பொருத்தமான வாதம்.

தங்கள் தலைவன் கப்பலை கைதேர்ந்த விதத்தில் பாதையினுள் கொண்டுசெல்வதை பரதனும் லக்ஷ்மனும் பார்த்து வியந்தார்கள்.

இசைக் கலைஞர்கள், பாடகர்கள், பூஜை தட்டுடன் அர்ச்சகர்கள், சிறந்த ஆடைகள் அணிந்திருந்த தொழிலதிபர்கள்...

'வரவேற்பு குழு ஒன்று வரிசையில் நிறக்வைக்கப்பட்டுள்ளது!' கூச்சலிட்டான் லக்ஷ்மன். 'அவர்களைப்பற்றிய உங்கள் கருத்து சரியானது அண்ணா.'

பரதன் ஆமோதித்தான். 'ம்ம்ம்... பிறகு அவர்கள் என்ன செய்வார்கள் என்று நான் சொன்னதும் சரியாகவே இருக்கட்டும்.'

பரதனின் கப்பல் கரையில் நிறுத்தப்பட்டு வழி வேகமாக அடைக்கப்பட்டது. அயோத்தியிலிருந்து வந்திருந்த மாலுமிகள் பாய்மரங்களை இறக்கி உள்ளே எடுத்துவைக்க பரதனும் லக்ஷ்மனும் கப்பலை விட்டு இறங்கி அவர்களுக்கு முன்னால் அவர்களை வழி நடத்திச்சென்ற கடுமையான மெய்க்காப்பாளர்களை பின்தொடர்ந்தனர்.

நிலத்தின் மீது அவர்கள் கால்பதித்ததும் மலர்மாலைகள் மற்றும் இனிப்புகளுடன் சிரித்துக்கொண்டே விரைந்த வணிகர்களால் சூழப்பட்டனர். உரத்த குரலிலும் புதுப்பிக்கப்பட்ட வலிமையுடனும் தங்களது இசை ராகங்களில் புதுப்பிக்கப்பட்ட

சக்தியை ஊட்டினார்கள் இசைக் கலைஞர்கள், சகோதரர்களை இலங்கைக்கு வரவேற்கும் விதமாக. கலை நயம் கொண்ட நகரத்தின் மேம்பட்ட குடிமக்கள் சகோதரர்கள் மீது ரோஜாப்பூ இலைகளை தூவினார்கள்.

புகழ்பெற்ற குடிமகன் என்று தெளிவாகத் தோன்றிய ஒருவன் நம்பிக்கையுடன் அயோத்தியாவின் இளவரசனை நோக்கி நடந்து, 'பிரபு பரதன், உங்களுடன் பேரரசர் ராம் வரவில்லையா?' என்றான்.

விரிகுடாவின் நடுவில் வெகு தொலைவில் பின்னால் இருந்த மிகப்பெரிய கப்பலின் மீது விரைவான பார்வை ஒன்றை வீசினான் பரதன். பிறகு தன் கவனத்தை வணிகர்கள் பக்கம் திருப்பினான். 'நாம் ஏன் முதலில் பேசக்கூடாது?'

அந்த வணிகன் கரங்களை வணக்கம் கூறுவது போல் குவித்தான். 'கண்டிப்பாக கண்டிப்பாக, இளவரசர் பரதன். உங்களுக்கும் வணக்கம் இளவரசர் லக்ஷ்மன். என்னை பின்தொடருங்கள்.'

லக்ஷ்மன் அறிவுறுத்தல்களை கேட்டு நடப்பதை அறிந்து பரதன் மகிழ்ந்தான். அவன் தன் வாயை மூடிவைத்துக்கொண்டிருந்தான். தன் அண்ணாவின் பார்வையை நேர்மையாகத் தொடர்ந்து இன்னமும் கரையை வந்து அடையாத பெரிய கப்பலைப் பார்த்தான்.

வணிகனின் நோக்கத்தைப் பற்றி பரதன் உறுதியாக அறியவில்லை. ராவணனுக்காக அவர்களை வேவு பார்க்கக்கூட வந்திருக்கலாம். எந்த சூழ்நிலையிலும் சத்ருக்னன் மற்றும் ராம் தங்களுடன் இல்லை என்ற உணர்வை கொடுத்துவிடக்கூடாது என்று லக்ஷ்மன் அவனை எச்சரித்திருந்தான். அப்படிச் செய்தால் மஹாவெலி கங்கா வழியாக தாக்குதல் என்பது ஒரு கண்துடைப்பு, நிஜமான தாக்குதல் வேறு ஒரு இடத்திலிருந்து என்று அவர்களை சந்தேகப்படவைக்கும்.

ராம் மற்றும் சத்ருக்னன் அந்த பெரிய கப்பலிலே தங்கி விட்டதாக இலங்கை வணிகர்கள் இப்போது உறுதியாக நம்பினார்கள்.

பரதன் லக்ஷ்மனைப்பார்த்து தலையை அசைக்க இருவரும் அந்த வணிகனுடன் அவனருகில் நடக்கத்துவங்கினர். சகோதரர்களின் மெய்க்காப்பாளர்கள் அரை வட்ட பாதுகாப்பாக எவரும் அறியாதபடி அவர்களுடன் நகர்ந்தனர்.

— jF ழ5D —

இலங்கைப் போர்

'நம்முடைய கட்டளைகளை நினைவில் கொள் அரிஷ்டநேமி,' என்றான் ஹனுமான்.

இரவில் வெகு நேரமாகி விட்டது. இருட்டை ஒளிமயமாக்க ஒரு மெல்லிய நிலவொளி போராடிக்கொண்டிருந்தது. இருபது திறமையான வீரர்களுடன் ஹனுமான் மற்றும் அரிஷ்டநேமி தங்கள் படகை கடலுக்குள் நகர்த்தினர். இரண்டாவது அலையைத் தாண்டி படகிற்குள் குதித்து தனுஷ்கோடியின் ஆழமான ஜலசந்திக்குள் வேகமாக துடுப்பை செலுத்தினார்கள். இலங்கையின் பிரதான நிலப்பகுதிக்கு அவர்களை சில மணிநேரங்கள் கொண்டு வந்துவிடும்.

மௌனமாக தியானம் செய்யும் ஒரு முனிவராக இருந்தான் அரிஷ்டநேமி. சிறிது நேரத்திற்குப்பிறகு வலது பக்கம் பார்த்தான். ஏறத்தாழ சப்தமில்லாமல் தொலைவில் மங்கலாக அவர்களுக்குப் பின்னால் படகுகள் வந்து கொண்டிருந்தன. இருட்டாக இருந்தாலும் கருப்பு சாயமாக இருந்த கடலில் வெள்ளை நுரை அவ்வப்போது அவர்களை பார்வைக்குள் கொண்டு வந்தது. இலக்கை நோக்கி நகர்ந்து கொண்டிருந்த சிறிய படகுகள் வீரமாக கடலுடன் போராடிக்கொண்டிருந்தன. மயான அமைதியாக இருந்த தன் சகாக்களை அவனால் கேட்கமுடியவில்லை. ஆனால் துடுப்பை செலுத்துவதில் எழுந்த தாள மயமான சத்தம் அவர்கள் தன்னுடன் வந்துகொண்டிருக்கிறார்கள் என்று அவனுக்கு தெரியப்படுத்தியது.

நூறு படகுகள். இரண்டாயிரம் மலயபுத்ரர்கள் மற்றும் வாயுபுத்ரர்கள். தேவையை விட அதிகமாக. எதிரிகளை விட அதிகமான எண்ணிக்கையில். கேதீஸ்வரம் படைப்பிரிவின் பெரும்பகுதி சில வாரங்களுக்கு முன்னரே சிகிரியாவிற்கு திருப்பி அழைக்கப்பட்டு விட்டதென்று அரிஷ்டநேமியும் ஹனுமானும் அறிந்திருந்தனர். மீதிமிருந்த சிலர் நூறைத் தாண்ட மாட்டார்கள். அயோத்தியாவின் ஒற்றர்களால் கடந்த சில வாரங்களாக அரிதாகவே காணப்பட்டிருந்தனர். படகுகளில் இருந்த அயோத்தியா வாசிகளால் தாக்கப்படக்கூடும் என்ற பயத்தில் அவர்கள் தங்கியிருந்த இடத்திலேயே கட்டுப்படுத்தப்பட்டிருக்கலாம். கிழக்குப்பகுதியிலிருந்து தான் ராமின் சேனை அவர்களை போரில் ஈடுபடுத்த முடியும் என்ற எண்ணம் இருந்திருக்கக்கூடும். இல்லை, அவர்களை நோக்கி வீரர்கள் மெல்ல சத்தமின்றி படகை செலுத்தி வந்துகொண்டிருப்பார்கள் என்று எதிர்பார்க்கமாட்டார்கள்.

இரண்டாயிரம் வீரர்கள். நூறு வீரர்களுக்கு எதிராக. தேவையை விட மிக அதிகம்.

தன் தளபதி ராமிடமிருந்து ஹனுமான் பெற்ற கட்டளைகள் மிகவும் தெளிவாக இருந்தன. அவர்கள் முயற்சி செய்து

இலங்கையரை கேதீஸ்வரத்தில் கைது செய்யவேண்டும். தேவைப்பட்டால் மட்டுமே கொல்ல வேண்டும். எவருமே தப்பிக்க அனுமதிக்கக்கூடாது. அயோத்தியர்கள் செல்லும் வரை தனுஷ்கோடியில் பாலம் கட்டப்படும் செய்தி சிகிரியாவில் யாரும் அறியக்கூடாது. அது தவிர்க்கப்படாத விநாசமாக இருக்கும்.

அதனால் இந்த பணிக்காக ஹனுமான் இரண்டாயிரம் வீரர்கள் அளிக்கப்பட்டான். எதிரியை உயிருடன் பிடிக்க அதிக வீரர்கள் தேவை, கொல்ல மிகக் குறைந்தவர்களே.

'அரிஷ்டநேமி?' என்றான் ஹனுமான் மீண்டும்.

இலங்கையரை கைதுசெய்ய வேண்டுமென்று ஹனுமான் அறிந்திருந்தான். கொல்லக்கூடாது. ஆனால் அரிஷ்டநேமி அப்படிச்செய்யவிரும்புவான் என்றும் அவனுக்குத்தெரியும். கொல்ல. அரிஷ்டநேமி பதிலளிக்கவில்லை. அவன் படகின் முன்புறம் இருந்த பலகையை பிடித்துக்கொண்டு நேர் எதிரே முறைத்துப்பார்த்துக்கொண்டிருந்தான்.

ஹனுமான் அமைதியானான்.

— JF படD —

காலை விடிவதற்கு ஒருமணிநேரம் முன் கேதீஸ்வரம் படைப்பிரிவு தங்கியிருந்த குடியிருப்பு பகுதிக்கு இரண்டு கிலோமீட்டர் தெற்கே அலைகள் அயோத்தியர்களை கரையில் சேர்த்தது. வீரர்கள் வேகமாக படகிலிருந்து குதித்து நீரிலிருந்து அதிக தூரம் மேலே நிலத்தில் தங்கள் படகுகளை தள்ளினார்கள்.

அவர்கள் சென்று சேரும் நேரத்தை நன்றாக திட்டமிட்டிருந்தார்கள். அது உயர் அலையின் சிகரமாக இருந்தது. அலைகளின் இயற்கையான உந்துதலில் படகுகள் கடற்கரையில் உயரத்தில் தள்ளப்பட்டிருந்தன. கடல் நீர் இப்போது மெதுவாக பின்வாங்கி மீண்டும் பன்னிரெண்டரை மணி நேரம் கழித்து உயரும். கடலுக்குள் இழுத்துச்செல்லப்படுமோ என்ற பயம் இல்லாமல் படகுகளை உயரமான நிலத்தில் நிற்க வைக்க வழக்கமாக தேவைப்படும் விலங்குகளின் உதவியினால் இயங்கும் கப்பிகள் தேவைப்படவில்லை.

பன்னிரெண்டு மணி நேரம். போதுமான காலம். கேதீஸ்வரத்தில் இலங்கையர்களை நசுக்கிவிட்டுத்திரும்ப போதுமான நேரம். பிறகு சத்ருக்னனின் பாலக்கட்டுமானம் துவங்கலாம்.

'வந்து சேர்ந்துவிட்டோமென்ற அறிக்கை,' ஹனுமான் ஒரு வீரனிடம் கூறினான்.

ஒரு வீரன் ஹனுமானுக்கு வணக்கம் தெரிவித்துவிட்டு கரையேறிய படகுகளை கணக்கிட விரைந்தான்.

ஹனுமான் அரிஷ்டநேமியை ஒரு பக்கமாக வரும்படி இழுத்தான்.

'அரிஷ்டநேமி, முடிந்தால் கொல்வதைத்தவிர்ப்போம்,' கிசுகிசுத்தான் ஹனுமான்.

அரிஷ்டநேமி வெறிச்சோடிய பார்வையால் ஹனுமானைப்பார்த்தான்.

'நான் சொல்வதைக்கேள்...'

'நீ அவளை காதலிக்கவில்லை,' என்றான் அரிஷ்டநேமி. 'நான் நேசித்தேன்.'

'சகோதரா...'

'நீ அவளை காதலிக்கவில்லை,' மீண்டும் சொன்னான் அரிஷ்டநேமி. 'நான் நேசித்தேன்.'

'அந்த இலங்கை வீரர்கள் அவர்களது கடமையை தான் செய்து கொண்டிருந்தனர்.'

'நானும் என் கடமையைச் செய்வேன்.'

'நீ இதை செய்வதை சூர்சா விரும்பமாட்டாள்.'

'அது உண்மை இல்லை. நீ இறந்திருந்தால் சூர்சா அவர்களை உயிருடன் வறுத்திருப்பாள்.'

ஹனுமான் அமைதியாக இருந்தான்.

'காதலை உணராதவர்கள் காதல் எப்படியிருக்குமென்று அறிய மாட்டார்கள். அன்பை அறியாதவன் பழிவாங்க வேண்டிய தேவையை அறிந்திருக்கமாட்டான்.'

'அரிஷ்டநேமி, நான் சொல்வதைக் கேள்...' கெஞ்சினான் ஹனுமான்.

'எனக்கும் என் பழிவாங்கும் உணர்ச்சிக்கும் நடுவில் வராதே,' என்றான் அரிஷ்டநேமி. ஹனுமானிடமிருந்து தள்ளிச்சென்றான்.

'இது விசித்திரமாக உள்ளது...' கிசுகிசுத்தான் ஹனுமான்.

இலங்கை படைப்பிரிவின் குடியிருப்பிலிருந்து இருநூறு மீட்டர் தொலைவில் மரவரிசை ஒன்றின் பின் மறைந்துகொண்டிருந்தார்கள். விடியலின் வெளிச்சம் இருளை அகற்ற துவங்கியிருந்தது. குழப்பமாக நிழல்களை கண்டுகொள்ள முடிந்தது. அதுவும் முயற்சிக்குப்பின்.

படைப்பிரிவின் குடியிருப்பு அலங்கோலமாக இருந்தது. அங்குமிங்குமாக உதிர்ந்திருந்த இலைகள். விலங்குகளின் மலம். குட்டையாக தேங்கிய பழைய தண்ணீர். கயிறு தளர்ந்து இருந்ததால் இரண்டு குதிரைகள் தங்கள் தொழுவத்திலிருந்து தப்பியிருந்தன. நுழைவாயிலில் மரங்கள் மற்றும் மலர்கள் நிறைந்த நிலப்பரப்பில் அவை இலக்கின்றி அங்குமிங்கும் திரிந்துகொண்டிருந்தன. இலைகளை மென்றபடி.

அரிஷ்டநேமி ஹனுமானைப்பார்த்தான். 'எனக்கு இலங்கையரின் மரபு தெரியும். அவர்களது சேனை நன்கு பயிற்சி பெற்ற ஆனால் மிருகத்தனமானது. அவர்களது குடியிருப்பு எப்போதும் நல்ல ஒழுங்குடன் இருக்கும். சுத்தமாக. அந்த மரங்கள் பார்வைக்காக மட்டுமில்லை மருத்துவ நலனும் உள்ளவை. இந்த குதிரைகள் ஏன் அவற்றை சாப்பிடுகின்றன? என்ன நடக்கிறது?'

சிறிய குழு ஒன்றை அனுப்பி ஆய்வு செய்ய நினைத்தான் ஹனுமான். அவன் தன் வீரர்கள் இருந்த இடத்திற்கு திரும்பினான்.

'அதற்குள் யாரையும் உள்ளே அனுப்பாதே,' என்றான் அரிஷ்டநேமி மென்மையான குரலில், ஹனுமானின் எண்ணத்தை படித்து விட்டது போல் இருந்தது.

'உன் ஆலோசனை என்ன?'

பழிவாங்கத்துடித்த காதலன் அரிஷ்டநேமி மறைந்துவிட்டான். பழம்பெரும் போர் தந்திரங்களை அற்புதமாக திட்டமிடும் திகிலூட்டும் வீரன் முன்னால் வந்திருந்தான்.

'எனக்கு ஒரு நிமிடம் கொடு,' திருட்டுத்தனமாக ஊர்ந்துகொண்டே முன்னேறியபடி கிசுகிசுத்தான்.

பதினைந்து நிமிடங்களுக்குப்பிறகு ஹனுமானிடம் விரைந்தான் அரிஷ்டநேமி. அவன் முகம் முழுவதும் திகில் பரவியிருந்தது.

'என்ன விஷயம்?'

'தொற்று நோய்...'

'தொற்று நோய்?'

'பல வருடங்களாக சிகிரியா தொற்று நோயால் தாக்கப்பட்டுள்ளது. ஏதோ காரணத்திற்காக இதுவரை கோகர்ணாவிற்கு பரவவில்லை. கேதீஸ்வரம் வரை கூட. இப்போது பரவிவிட்டது போல் தெரிகிறது.'

ஹனுமான் உள்ளுணர்வின் உந்துதலில் பின்னால் நகர்ந்தான்.

'நான் மிக அருகில் செல்லவில்லை. தொலைவிலிருந்து தெளிவாக இருந்தது...' என்றான் அரிஷ்டநேமி. 'குறிப்பிடத்தக்க அறிகுறிகள். அதிக வலி, களைப்பு மற்றும் மந்தமான உணர்வு போன்றவை. ஆனால் இதனுடன் புதியதாக ஒன்று சேர்ந்துள்ளது. அடங்காத இருமலும் மூச்சு விட தவிப்பதும். கவலைப்படாதே-மலயபுத்ரர்களிடம் இந்த நோயிற்கான மருந்து உள்ளது. நாம் போதுமான அளவு எடுத்துவந்துள்ளோம். நமது சேனைக்கு தேவையானது உட்பட.'

'அப்போது சரி. இந்த ஆட்களை கைது செய்து நம்முடன் திரும்ப அழைத்துச்செல்லலாம். நமது போர் மைதானத்தில் அமைக்கப்பட்ட மருத்துவமனைகளுக்கு இவர்களை அழைத்துச்செல்லலாம். மலயபுத்ரர்களின் மருந்து இவர்களை குணப்படுத்த உபயோ...'

அரிஷ்டநேமி தன் படை அதிகாரி ஒருவனைப்பார்த்து தன் கைகளால் விரைவான சைகை செய்ய ஹனுமான் பேசுவதை நிறுத்தினான்.

ஹனுமானுக்கு உடனே புரிந்தது. 'அரிஷ்டநேமி... இல்லை...'

அரிஷ்டநேமி ஹனுமானைப்பார்த்தான். மௌனமான க்ரோதம் ஒன்று அவன் கண்களில் தோன்றியது.

'அவர்கள் இயலாதவர்கள்... அவர்களால் நம்முடன் திரும்பி போரிட முடியாது...இது அதர்மம்.'

அரிஷ்டநேமி தன் வாளின் பிடியைத் தளர்த்தினான். தன் உடல் முழுவதும் பல்வேறு உறைகளுக்குள் கட்டப்பட்டிருந்த வெவ்வேறு விதமான கத்திகளை சோதனை செய்தான்.

ஹனுமான் தன் நண்பனின் கரத்தை பிடித்துக்கொண்டான். 'நீ இதை விட நல்ல விதமாக நடந்துகொள்பவன், அரிஷ்டநேமி. செய்யாதே... பார்... என்னை வற்புறுத்தாதே...'

அரிஷ்டநேமி ஹனுமானைப்பார்த்து முறைத்தான். 'நீ ஒன்றும் செய்ய வேண்டாம். நீ இங்கு காத்திரு.'

'இதனை செய்யாதே... நீ இதை விட சிறந்த விதத்தில் நடந்து கொள்பவன்...'

மின்னல் வேகத்தில் ஏறத்தாழ இருநூறு மலயபுத்ரர்கள் அரிஷ்டநேமியின் பின்னால் வரிசையாக நின்றார்கள். அவனது நம்பகமான அதிகாரிகள் சுருக்கமாக விளக்கியிருந்தார்கள். மலயபுத்ர வீரர்கள் தங்கள் மதிப்பிற்குரிய தலைவனிடமிருந்து வெறும் ஆணைகளை கேட்டு மட்டும் பின்பற்றவில்லை. சூர்சாவும் முன்பு மலயபுத்ரர்களுள் ஒருத்தி. இது அவர்களது தனிப்பட்ட விஷயம். எல்லோருக்கும் தனிப்பட்ட விஷயம்.

'அரிஷ்டநேமி...' கிசுகிசுத்தான் ஹனுமான். தன் நண்பனிடம் மன்றாடினான்.

'இங்கேயே இரு. இதில் ஈடுபடாதே.'

அரிஷ்டநேமி தன் வாளை கையிலெடுத்தான். பிறகு தன் வீரர்களின் பக்கம் திரும்பினான். தன் தலையை அசைத்தான்.

மலயபுத்ரர்கள் தங்கள் கத்திகளை உருவி முன்னேறத் துவங்கினார்கள்.

சூர்சாவின் மரணத்திற்கு பழிதீர்க்கப்படும்.

ரத்தத்திற்கு பதில் ரத்தத்தால் கொடுக்கப்படும்.

அத்தியாயம் 17

'உங்கள் ராணுவம் எங்கே?' பரதன் கேட்டான்.

வசதியான தங்கள் குடியிருப்புகளில் இருந்து பரதன், லக்ஷ்மன் மற்றும் அவர்களது மெய்காப்பாளர்கள் விடியற்காலையிலேயே எழுந்துவிட்டிருந்தனர். கோகர்னாவில் இருந்த ராவணனின் மாளிகையின் ஒரு பகுதி அயோத்தியாவின் இளவரசர்களுக்காக ஒதுக்கப்பட்டிருந்தது. இரண்டாவது பிரகாரத்தின் பின்பகுதியில் வணிக சங்கத்தின் மூத்த பங்குதாரர்கள் சகோதரர்களை காண அணியெடுத்துவந்திருந்தனர்.

வணிகர்கள் தங்கள் பேச்சு வார்த்தைகளை முகஸ்துதிகளுடன் துவங்கியிருந்தனர்.பரதனும் லக்ஷ்மனும் அவர்களது இருண்ட அடிவானத்தின் சூரிய கிரணங்கள் என்று கூறியிருந்தார்கள். அந்த சகோதரர்கள் - இந்திய துணைக்கண்டத்தின் உண்மையான ஆட்சியாளர்கள்- அவர்களுக்கு விடுதலை வழங்குவார்கள் என்று கூறியிருந்தார்கள். பரதன் அந்த ஆட்டத்தை வேகமாக முடிவுக்கு கொண்டுவர அவர்கள் வேலையில் இறங்கியிருந்தார்கள்.

நேரம்தான் முக்கியமானது. அவன் ஒரு நொடியைக் கூட வீணாக்க மாட்டான்.

பருத்தி மற்றும் பட்டு சங்கத்தின் மூத்த பங்குதாரர் மணிக்கிரமா. அது தான் கோகர்னாவின் செல்வசெழிப்பான சங்கம். அவள் பரதனின் கேள்விக்கு கவனமாக பதிலளித்தாள். 'சேனை? சிறந்த இளவரசே.'

இந்திய துணைக்கண்டத்தின் பெரும்பாலான தயாரிப்பாளர்கள் வர்த்தகர்கள் மற்றும் வணிகர்கள் சங்கங்களுக்குள் ஒழுங்காக அமைக்கப்பட்டிருந்தனர்: அடிப்படையில் பொதுவான கைவினை அல்லது வர்த்தகம் ஒன்றைப் பின்பற்றும் உறுப்பினர்களைக் கொண்ட நிறுவனங்கள். ஆர்வமுள்ள நபர்கள் ஒரு வர்த்தகக் குழுவில் பயிற்சி பெற்றவர்களாக நுழைந்து அந்த சங்கத்திற்காக அவர்கள் ஈட்டிய லாபத்தின் அடிப்படையில் மேலாளர்கள், கப்பல் தலைவர்கள் பின்பு பங்குதாரர்கள் என்று வேகமாக முன்னேறினார்கள். இரண்டு வருடங்களுக்கு ஒரு முறை ஐந்து நிர்வாக பங்குதாரர்கள் தேர்வு செய்யப்பட்டனர். எந்த ஒரு நிர்வாக பங்குதாரரும் இரண்டு தொடர்ச்சியான காலங்களுக்கு மேல் தங்கள் பதவியை தக்கவைத்துக்கொள்ள முடியாது.

சங்கத்தின் ஒவ்வொரு உறுப்பினருக்கும் வருட லாபத்திலிருந்து ஒரு பகுதி கிடைத்தது. சங்க அலுவலகங்களில் கணக்கு புத்தகங்கள் திறந்து வைக்கப்பட்டிருக்கும். மேலாளருக்கு மேல் பதவியில் இருக்கும் உறுப்பினர்கள் அவர்கள் தேர்வு செய்யும் நேரங்களில் கணக்குகளை ஆய்வு செய்ய முடியும். பிறகு முறையாக எல்லா உறுப்பினர்களாலும் சங்கத்தின் லாபத்தில் கவனம் செலுத்த முடியும். ஏனென்றால் இந்த லாபம் உறுப்பினர்களின் லாபத்தின் பங்கீட்டை நேரடியாக தீர்மானிக்கின்றது.

இந்திய மகாசமுத்திரத்தின் வணிககப்பல்களை கடற்கொள்ளையர்கள் தாக்குவது லாபத்திற்கு மோசமாக அமையும்.

அதனால் இந்த சங்கங்கள் தங்கள் கப்பல்களை பாதுகாக்க தங்கள் சொந்த சேனைகளை வைத்துக்கொள்வதோ அல்லது இலங்கை சேனையின் சேவையை வாடகைக்கு பெறுவதோ அர்த்தமுள்ளதாக இருந்தது.

'ஆமாம் மணிக்கிரமாஜி,' என்றான் பரதன். 'உங்கள் சங்கத்திடம் சொந்த சேனை இருக்கும் என்று நான் உறுதியாக நம்புகிறேன். விலையுயர்ந்த இலங்கை சேனையில் நீங்கள் உங்கள் பணத்தை வீணாக்க மாட்டீர்கள். உங்கள் சங்கம் போதுமான அளவில் பெரியது.' சில சமயங்களில் அவர்களை திருப்பி புகழ்வது மிகவும் உபயோகமாக இருக்கும். 'உங்கள் போர் வீரர்கள் எங்கே?'

மணிக்கிரமா தன் இணை நிர்வாக பங்குதாரரைப் பார்த்துவிட்டு பிறகு மற்ற சங்கங்களின் நிர்வாக பங்குதாரர்களைப்பார்த்தாள். எல்லோரும் புரியாத வகையில் தலையை அசைத்தனர். அயோத்தியர்களிடம் பொய் சொல்வது அவர்களது தொழிலுக்கு தீங்காக இருக்கும்.

'சிறந்த இளவரசே,' என்றாள் மணிக்கிரமா. 'எங்கள் போராளிகள் பேரரசரால் கட்டளையிடப்பட்டுள்ளனர்... அதாவது... தீய கடத்தல்காரன், ராவணன். எங்களிடம் இங்கு எந்த வீரர்களும் இல்லை.'

பரதன் மணிக்கிரமாவின் கண்களுக்குள் பார்த்தான். அவள் பொய் சொல்லவில்லை. ஆனால் அவன் அவளை நம்ப விரும்பவில்லை.

'உங்களது படகுகள்...' என்றான் பரதன்.

'சொல்லுங்கள் பரதன் ஐயா?'

'எனக்கு உங்கள் படகுகள் தேவை.'

'ஆனால்...' என்றாள் மணிக்கிரமா மென்மையாக. 'சிறந்த இளவரசே, மஹாவெலி கங்காவில் வெள்ளம். உங்கள் சொந்த கப்பல்கள் மஹாவெலி கங்காவின் மேல் பக்கத்திற்கு செல்லலாம் ஏனென்றால் நதி கால்வாயில் போதுமான நீர் உள்ளது. எங்களது சிறிய நதிப்படகுகள் உங்களுக்கு நிஜமாக தேவையில்லை. பெரிய கடல் பயணம் செய்யும் கப்பல்கள் சிகிரியா கப்பற்படையின் நதிப்படகுகளின் மீது மோதி அவற்றை சேதம் செய்யலாம்.'

வணிகரின் போர்முறைகள் பற்றிய அறிவு பரதனின் மேல் நல்ல தாக்கத்தை உண்டாக்கியது. அவள் சரியாக சொல்லியிருந்தாள். ஆனால் பகுதிதான். கடல் பயணம் செய்யக்கூடிய அவனது கப்பல்கள் நதியில் மேல் நோக்கி செல்ல முடியும். ஆமாம். ஆனால் ஓங்குயாஹ்ரா நதி கோட்டையில் அவை மிகவும் பெரிது என்று நிரூபணம் ஆகும். அந்த முக்கிய இடத்தில் சங்கத்தின் நதிப்படகுகள் உபயோகமாக இருக்கும். ஒரு முறை கோட்டையை மீறிவிட்டால் அவனது கப்பல்கள் பயணிக்கலாம்.

சங்கத்தின் கப்பல்களை அவன் கட்டுப்படுத்த விரும்புவதற்கு வேறொரு காரணமும் இருந்தது. அவன் தன் கப்பல்களை அங்கே பின்னால் விட்டுவிட விரும்பவில்லை. அவன் மஹாவெலி கங்காவில் முன்னேறும் போது அவனது கப்பற்படையை பின்னாலிருந்து தாக்க பயன்படுத்தப்படலாம். சில சங்கங்கள் ராவணனுக்கு நம்பகமானவையாக இருக்கலாம். அவன் பயன்படுத்தாத சங்கத்தின் கப்பல்களை சேதப்படுத்துவது அதீத எச்சரிக்கையுடன் நடந்து கொள்வதாக தோன்றும்.

போரில், சிறந்ததே நடக்கும் என்று எதிர்பார்த்து நம்பிக்கையுடன் இருந்து கொண்டு அதே நேரத்தில் மிகவும் மோசமான விளைவிற்கு தங்களை தயார் செய்து கொள்வார்கள்.

'விவேகமான ராணுவ ஆலோசனைக்கு நன்றி,' என்றான் பரதன். 'எல்லாம் ஒன்றுதான். எனக்கு அந்த கப்பல்கள்

வேண்டும். உங்களது எல்லா கப்பல்களும். கடல் பயணத்திற்கு பயன்படுத்தப்படுவதும் நதியில் செலுத்தப்படுவதும்.'

'ம்ம்ம்...'

மணிக்கிரமா தன்னுடன் இருந்தவர்களைப் பார்த்தாள். அவர்கள் தங்கள் இருப்பிடத்தில் அசௌகரியமாக நகர்ந்தனர். சிலர் அவளை பார்த்துக்கொண்டிருந்தனர். மற்றவர்கள் நிலையாக தரையை முறைத்துக்கொண்டிருந்தனர்.

பரதனுக்கு புரிந்தது. அயோத்தியா மற்றும் சப்தசிந்து, வணிகர்களை மிகுந்த அலட்சியத்துடன் நடத்தியது. மனதில் வணிகனாக இருந்த ராவணன் போல் இல்லாமல், பெரும்பாலான சப்தசிந்து ராஜாக்கள் வணிகர்களின் சொத்துரிமை கருத்தை புரிந்துகொள்ளவில்லை. கோகர்ணா சங்கங்கள் தங்கள் கப்பல் இழப்பிற்கு நஷ்டஈடு கிடைக்காது என்று சந்தேகப்பட்டதாய் யூகித்தான்.

'உங்கள் அனைத்து கப்பல்களுக்கும் நியாயமான விலையைக் கொடுப்பேன்,' என்றான் அவன்.

மணிக்கிரமாவின் முகம் பிரகாசமானது. பதிலளிக்கும் முன் குழுவின் மற்ற உறுப்பினர்களை பார்க்கும் அவசியமே அவளுக்கு இல்லாமல் போனது. 'அப்போது எங்கள் கப்பல்களை உங்களிடம் ஒப்படைக்க மிகவும் மகிழ்ச்சி அடைவோம்.'

பரதன் தலை அசைத்தான். 'நன்றி.'

'நிஜத்தில்,' மேலும் லாபம் அடைய ஒரு சந்தர்பத்தைப்பார்த்து தொடர்ந்தாள் மணிக்கிரமா, 'இதனை வாங்கவோ அல்லது உங்களுக்கு தேவையான வேறு எந்த பொருளை வாங்கவோ உங்கள் அயோத்தியா கருவூலத்தில் நிதிப்பற்றாக்குறை இருந்தால் எங்களது பருத்தி மற்றும் பட்டு சங்கம் உங்களுக்கு பணம் கடனாக கொடுக்கவும் மகிழ்ச்சி அடையும். எங்களது வட்டி விகிதம் மிகவும் நியாயமானவை. சப்தசிந்துவில் அவர்கள் வசூல் செய்யும் கட்டணத்தை விட மிகக்குறைவானது.'

பரதன் பெரிதாக புன்னகைத்தான். காலம் காலமாக லாபத்தில் இருந்து வருகின்ற இலங்கை சங்கங்கள் தங்களது அதிகப்படியான பணத்தை இப்போது வங்கிகளில் போட்டு வைத்திருந்தனர் என்று அவனுக்குத்தெரியும். அதன் விளைவாக பாரம்பரியமாக பணம் கடன் கொடுப்பவர்களின் சந்தைக்குள் நுழைந்திருந்தனர். அவர்களிடம் மிக அதிக அளவில் பணம் இருந்தபடியால் வட்டி விகிதங்களை மகிழ்ச்சியுடன் குறைத்திருந்தார்கள். ஆனால் பரதன் ஏற்கனவே அயோத்தியாவில் இதற்கு தேவையான பணத்தை ஏற்பாடு செய்திருந்தான். அதிக வட்டி விகிதத்தில், ஆமாம். வணிகர்களும் வர்த்தக இடங்களும் வெறுக்கப்படும் இடங்களில் வட்டி விகிதம் இயற்கைக்கு அப்பாற்பட்ட அதிக

அளவில்தான் இருக்கும். மேலும் கடன் உதவி கிடைப்பதும் மிகவும் கடினமானது. ஆனால் வேலை முடிந்துவிட்டிருந்தது. இப்போது காலம் தாழ்ந்துவிட்டது.

அவன் பணிவுடன் மறுத்தான். 'நன்றி மணிக்கிரமாஜி. ஆனால் வேண்டாம்.'

மணிக்கிரமா உள்ளன்புடன் புன்னகைத்தாள். 'அப்போது சரி. இங்கு நம் வேலை முடிந்துவிட்டது.'

'ஆமாம். நானும் அப்படித்தான் நினைக்கிறேன்.'

'நன்றி சிறந்த இளவரசே,' என்றாள் மணிக்கிரமா எழுந்துகொண்டே. 'நீங்கள் நியாயமான மனிதர். சப்தசிந்து ராஜ குடும்பத்தில் நான் இதனை எதிர்பார்க்கவில்லை.'

'நாங்கள் எல்லோரும் வெறித்தனமாக இருப்பவர்கள் இல்லை,' என்றான் பரதன் புன்னகையுடன். மரியாதை செலுத்தும் வகையில் தானும் எழுந்துகொண்டான். 'முட்டாள்களும் இல்லை. வணிகர்கள் நம் நிலத்திற்காக செல்வத்தை உருவாக்குபவர்கள் என்று எனக்கு புரியும்.'

மணிக்கிரமா தன் உணர்ச்சிகளை கட்டுப்படுத்திக்கொண்டாள். சப்தசிந்துவின் ராஜ குடும்பத்தினரிடமிருந்து மரியாதை பெறும் பழக்கம் அவளுக்கில்லை. புன்னகைத்து வணக்கம் சொல்லி கைகளை குவித்தாள். 'லட்சுமி தேவி உங்களுக்கு ஜெயமும் வெற்றியும் அளித்து ஆசீர்வதிக்கட்டும் சிறந்த இளவரசே.'

'நன்றி!' என்றான் பரதன், தன் கைகளை வணக்கம் சொல்லும் வகையில் குவித்து.

'நீங்கள் எங்களை நம்பலாம் இளவரசர் பரதன்,' இதனை சேர்த்துக்கொள்ள சிறிது தயங்கியது போல் தோன்றினாள். 'பேரரசர் ராம் மற்றும் இளவரசர் சத்ருகனனும் அரச கப்பலில் இருக்கவேண்டியதில்லை. அவர்கள் கரைக்கு கொண்டுவரப்படலாம்.'

அன்போடு புன்னகைத்தான் பரதன். 'அது அயோத்தியாவின் அரச கப்பல் மணிக்கிரமாஜி. என்னை நம்புங்கள். அது மிகவும் வசதியானது.'

மணிக்கிரமா புரிதலுடன் புன்னகைத்தாள். தன் அரசனின் உயிரை ஆபத்தில் ஆழ்த்தமுடியாது என்று அவன் கூறியிருந்தான். அது நடைமுறைக்கேற்ற விருப்பம். ஆனால் இந்த விஷயத்தை நயத்துடன் மறைமுகமாக சுட்டிக்காட்டியிருந்தான். அவளது கௌரவத்தை அவமதிக்காமல். அவன் ஒரு *நல்ல மனிதன்*.

'அப்போது நாங்கள் விடைபெற்றுக்கொள்கிறோம்,' என்றாள் மணிக்கிரமா, தலையைத் தாழ்த்தி.

பரதன் தன் தலையை லேசாக அசைத்தான்.அவன் கைகள் வணக்கம் சொல்லும் விதமாக குவிந்திருந்தன.

மீதமிருந்த தன் குழுவினர் சூழ மணிக்கிரமா அந்த அறையை விட்டு வெளியேறினாள்.

இலங்கையர்கள் செல்ல காத்திருந்துவிட்டு பரதன் லக்ஷ்மனை நோக்கினான். 'இப்போது நாம் அந்த துரோகியை சந்திக்கவேண்டும்.'

'நீங்கள் உறுதியாக இருக்கிறீர்களா அண்ணா?' லக்ஷ்மன் கேட்டான். 'சொந்த மூத்த சகோதரனையே வஞ்சிக்கும் ஒருவனை நாம் நம்பலாமா?'

'நிச்சயமாக நம்ப முடியாது,' என்றான் பரதன். 'ஆனால் அவனை பயன்படுத்திக்கொள்ளலாம். நகரத்தை சுற்றியிருக்கும் குன்றுகளுக்கு காவல் காப்பதற்கு நம் வீரர்களை அனுப்பிவிட்டாயா?'

'ஆமாம் அண்ணா. ஏற்கனவே செய்துவிட்டேன். நிலம் வழியாக தாக்குதல் ஏதேனும் நடக்கவிருந்தால் அது குறித்து நம்மை எச்சரிக்கவும் ஒரு அமைப்பினை ஏற்பாடு செய்திருக்கிறேன். நமது கப்பல் இங்கிருந்து வெகு தூரமில்லை. ராவணன் ரகசியமாக ஏதேனும் திட்டமிட்டால் நாம் இங்கிருந்து விரைவாக வெளியேறலாம்.'

பரதன் தலை அசைத்தான். அவன் எச்சரிக்கையாக இருக்கும் ஒரு தலைவன். 'சரி, செய்தி அனுப்பி கட்சி மாறி வந்த அந்த இலங்கையனை இங்கே வரச்செய்.'

'உங்களிடமிருந்து விடைபெற வந்துள்ளோம் இளவரசி, நேரமாகிவிட்டது,' என்றான் ராவணன்.

போருக்குச் செல்லும் போது அணியும் உடையை உடுத்தி ராவணனும் கும்பகர்ணனும் அசோக வனத்திற்குள் வந்திருந்தனர். கருப்பு வேட்டி மற்றும் அங்கவஸ்திரம். அங்கவஸ்திரம் அவர்களது மூக்கையும் வாயையும் மூடியபடி ஒரு முகமூடி போல் சுற்றப்பட்டிருந்தது. தன் காலை உணவை அப்போதுதான் முடித்திருந்த சீதாவிடமிருந்து சிறிது தொலைவில் நின்றிருந்தனர்.

அவள் முகம் சுளித்தாள். அவள் செய்தியை கேள்விப்படவில்லை. நோய் கண்டுபிடிக்கப்பட்டு ஒரே நாள்தான் ஆகியிருந்தது.

தனக்குப் பின்னால் நின்றிருந்த பெண் மருத்துவர் பக்கம் திரும்பினான் கும்பகர்ணன். அவளும் தன் அங்கவஸ்திரத்தால்

தன் மூக்கையும் வாயையும் மூடியிருந்தாள். சிரம் தாழ்த்தி வணங்கிய அவளது தோளில் பை ஒன்று தொங்கியது.

சீதா உள்ளுணர்வுடன் உடனே பின்னால் நகர்ந்தாள். 'என்ன நடக்கின்றது இங்கு?'

ராவணன் மருத்துவரைப் பார்த்தான். 'பின்னால் அடியெடுத்துவையுங்கள்.'

மருத்துவர் சில அடிகள் பின்னால் நகர்ந்தாள்.

'காதுக்கு எட்டாத தொலைவில்.' சீறினான் ராவணன்.

அந்த மருத்துவர் திரும்பி சில அடிகள் பின்னால் ஓடினாள்.

ராவணன் சீதாவைப்பார்த்தான். 'இது உன் பாதுகாப்பிற்காக இளவரசி.'

'எதனிடமிருந்து பாதுகாப்பு?' சீதா கேட்டாள்.

'இளவரசி, நாம் மற்றுமொரு சளி காய்ச்சலால் தாக்கப்பட்டுளோம்,' என்றான் கும்பகர்ணன். 'இது ஆபத்தானது. வயதில் மூத்தவர்களை மட்டுமே தாக்குவது போல் தோன்றுகிறது.'

'நம்மிடம் இப்போதைக்கு போதுமான அளவு மலயபுத்ர மருந்து இருக்கிறது,' என்றான் ராவணன். 'ஆனால் சேனை வீரர்கள் முதலில் பயன்படுத்துவதற்காக இவை ஒதுக்கப்படவேண்டும். உனக்கும். மூச்சுவிடுவதே கடினமாக இருந்தால் என் சேனையால் சண்டையிட முடியாது. உனக்கான நேரம் வரும் முன்பு உன்னை இறக்க அனுமதித்தால் என்னால் பித்ரு லோகத்தில் வேதவதியை சந்திக்க முடியாது.'

சீதா திகிலுடன் பின்னால் அடியெடுத்துவைத்தாள். 'முதற்கண் உங்களது கடமை உங்கள் குடிமக்களை நோக்கி உள்ளது.'

'அவர்களது முதல் சுற்று தேவைக்கு போதுமான அளவு மருந்து நம்மிடம் உள்ளது,' சீதாவிடமிருந்து இந்த எதிர்ப்பை எதிர்பார்த்த ராவணன் கூறினான். 'குடிமக்களுக்கான அடுத்த சுற்று இரண்டு வாரங்களுக்குப்பிறகு தான் தேவைப்படும். அதற்குள் இன்னமும் சிறிதளவு மருந்துகள் அனுப்ப குரு விஸ்வாமித்ரரை நீ வலியுறுத்துவாய் என்று நான் நம்புகிறேன். ஆனால் அவரை வலியுறுத்த நீ உயிருடன் இருக்கவேண்டும்.'

'இந்தத் தொற்று நோய் ஏன் இலங்கையை மீண்டும் மீண்டும் தாக்குகிறது? இந்தியாவின் மற்ற பகுதிகளில் இது அதிகம் நடப்பதில்லை.'

'அடுத்த பிறவியில் அதற்கான ஆய்வை நான் மேற்கொள்ளலாம். இப்போதைக்கு நீ பாதுகாப்பாக இருப்பதை

நாங்கள் உறுதி செய்யவேண்டும். தயவு செய்து மருந்தினை எடுத்துக்கொள்.'

சீதா புன்னகையுடன் தலை அசைத்தாள்.

தொலைவில் இருந்த மருத்துவர் பக்கம் திரும்பி அவளை அருகே வரச்சொன்னான் கும்பகர்ணன்.

மருத்துவர் அவர்கள் பக்கம் நடக்கத் துவங்கினாள்.

ராவணன் படாரென்று முறித்தான். 'நகரு. நகரு. நகரு!' அவன் கூச்சலிட்டான்.

மருத்துவர் ஓடத்துவங்கினாள். அவள் நெருங்கியவுடன் ராவணன் கேலி செய்தான், 'நாம் அடுத்த பருவக்காலத்திற்காக காத்திருக்கிறோமா?'

'என்னை மன்னியுங்கள் மேன்மையானவரே,' என்றாள் மருத்துவர்.

'இளவரசியிடம் மருந்தை கொடு.'

மருத்துவர் மருந்தை அரைத்து தயார் செய்திருந்தாள். அவள் தன் துணிப்பையை பிரித்து, அதனுள் இருந்த பாத்திரத்தை திறந்து புதிய கரண்டி ஒன்றினால் மருந்தை எடுத்து சீதாவிடம் கொடுத்தாள். சீதா கசப்பான அந்த மருந்தை சாப்பிட்டவுடன் மருத்துவர் அந்த பாத்திரத்தை விரைந்து மூடினாள். அந்த மருந்து பாதுகாப்பற்ற முறையில் திறந்து வைக்கப்படக்கூடாது.

'*ரிஷி சியவன் அவர்களுக்கு போற்றி*,' கிசுகிசுத்தாள் அந்த மருத்துவர்.

ரிஷி சியவன் அவர்களுக்கு புகழ் சேரட்டும்.

இந்த மலயபுத்ர மருந்து ரிஷி சியவனால் பண்டைய காலத்தில் உருவாக்கப்பட்டது என்பது நன்கு அறியப்பட்ட ஒன்று. அவருக்கு மரியாதை செய்யும் வகையில் அது சியவன்பிராஷ் என்று சில சமயம் அழைக்கப்பட்டது, சியவன் உருவாக்கிய மருந்து.

'*ரிஷி சியவன் அவர்களுக்கு போற்றி*,' அனைவரும் அவள் பின்னால் ஒலித்தனர்.

'இந்த மருந்தை தயவு செய்து இங்கேயே வைத்து விடுங்கள் மரியாதைக்குரிய மருத்துவரே,' என்றான் கும்பகர்ணன். அந்த மருத்துவர் மருந்தை மேஜை மேல் உடனே வைத்துவிட்டு சீதாவின் பக்கம் திரும்பினாள். 'இந்த மருந்தை நாள் ஒன்றில் ஒரு முறை...'

சீதா மரியாதையுடன் குனிந்தாள், வணக்கம் சொல்லி குவிந்த கரங்களுடன், 'மருந்தளவு எனக்குத்தெரியும் மரியாதைக்குரிய மருத்துவரே. உங்களது அனைத்து உதவிக்கும் நன்றி.'

மருத்துவர் புன்னகைத்து பின்னால் அடியெடுத்துவைத்தாள்.

ராவணனின் கண்கள் மருத்துவரையே பார்த்துக்கொண்டிருந்தன. அவள் உடனே சுற்றிச் சுழன்று பாதுகாப்பான தொலைவிற்கு பின்வாங்கினாள். காது கேட்கும் தொலைவிற்கு அப்பால்.

'மொத்த நகரத்திற்கு தேவையான அளவு இந்த மருந்தை பெறுவதை உறுதி செய்து கொள்ளுங்கள் இளவரசி,' என்றான் கும்பகர்ணன். 'குரு விஸ்வாமித்ரர் உங்களுக்கு மறுப்பு தெரிவிக்கமாட்டார்.'

'கண்டிப்பாக,' வாக்களித்தாள் சீதா. 'உங்கள் குடிமக்கள் இந்த நோயினால் இறக்க மாட்டார்கள்.'

கும்பகர்ணன் புன்னகைத்தான். 'நீங்கள் உங்கள் வாக்கை காப்பாற்றுவீர்கள் என்று எனக்குத்தெரியும்.'

'என்னிடம் வேறொரு வேண்டுகோள் உள்ளது,' என்றான் ராவணன்.

'என்னிடம் சொல்லுங்கள்,' என்றாள் சீதா.

'என் மாமா மாரீசனுடன் என் மகன் இந்திரஜித்தை பாலி அனுப்பியுள்ளேன். ஒரு வணிக தர்க்கத்தை சரி செய்ய என்று அவர்கள் சொல்லப்பட்டிருக்கிறார்கள்...' இதனைச் சொல்லும்போது ராவணன் புன்னகைத்தான். தன் மகன் மற்றும் மாமாவை முட்டாளாக்கி அவர்கள் உயிரை காப்பாற்றியதற்காக தன் திறனை எண்ணி வியந்தான். 'அவர்கள் சில வாரங்களில் திரும்பிவிடுவார்கள். அதற்குள் அனைத்தும் முடிந்துவிடும். இலங்கை சிம்மாசனத்தில் இந்திரஜித் ஏறுவதை உன் கணவர் ராம் தடுக்காமல் இருப்பதை நீ உறுதி செய்யவேண்டும். அவன் நல்ல அரசனாக இருப்பான்.'

இந்திரஜித் பாலி சென்றிருப்பான் என்பது சாத்தியமில்லை என்று எண்ணினாள் சீதா. அவன் ராவணனுடன் சேர்ந்து அவன் பக்கம் போர் புரிவான் என்று சந்தேகித்தாள். உன்னத மரணத்தை அவன் விரும்பமாட்டான். ஆனால் போரில் வெற்றியை விரும்புவான். இருப்பினும் போரில் உயிருடன் தப்பினால் ராவணனின் தகுதியுடைய மற்றும் தார்மீக புத்திரன் இந்திரஜித் இலங்கையின் மன்னனாக முடிசூடுவதை உறுதி செய்வாள்.

'நான் வாக்குறுதியளிக்கிறேன், ராவணன்ஜி' என்றாள் சீதா.

'என்னிடமிருந்து இந்த கடிதத்தை என் மகனிடம் கொடுத்துவிடு,' என்றான் ராவணன், முத்திரையிடப்பட்ட சுருள் ஒன்றை சீதாவிடம் கொடுத்தான்.

'செய்கிறேன்,' என்றாள் சீதா, கடிதத்தை ஏற்றுக்கொண்டு.

ராவணன் புன்னகைத்தான். விடைபெறுவதை விட சொல்வதற்கு ஒன்றுமில்லை. இறுதியான விடைபெறுதல்.

'நீங்கள் இன்று கிளம்புகிறீர்களா?' சீதா கேட்டாள்.

'சில மணி நேரங்களுக்குள் நிஜமாக,' என்றான் ராவணன். 'உன் கணவரும் அவரது சேனையும் கோகர்ணாவை அடைந்துவிட்டனர். சில நாட்களுக்குள் ஓங்குயாஹ்ராவின் பார்வைக்குள் வந்துவிடுவர்.'

சீதா தலையசைத்தாள். ராவணன் மற்றும் கும்பகர்ணனுடன் இது அவளது கடைசி சந்திப்பாக இருக்கலாம். அவர்களுடன் தன் உரையாடல்களை அவள் மகிழ்ந்திருந்தாள். தன் தாயைப்பற்றி இவ்வளவு அதிகமாக கண்டுபிடித்துள்ளாள், பல விஷயங்களை கற்றுக்கொண்டிருந்தாள். அது அவர்களுக்கிடையே ஒரு நட்பை ஏற்படுத்தியிருந்தது.

அவள் தன் கைகளை குவித்து தலையைத் தாழ்த்தி வணக்கம் தெரிவித்தாள். புதிய மனிதனாக மாறிவரும் அவனுக்கு மரியாதை தெரிவிக்கும் வகையில். முன்பு இருந்த அரக்கனுக்கு மாறாக.

ராவணன் புன்னகைத்து தொலைவிலிருந்து தன் வலது கையை உயர்த்தினான். '*தீர்க்க சுமங்கலியாக இரு,*' என்றான் ராவணன் பாரம்பரிய ஆசீர்வாதத்தை வழங்கி. *அவள் கணவன் உயிருடன் எப்போதும் அவளருகில் இருக்கட்டும்.*

அவள் கணவனுடன் போரிடப் போகும் ஒருவரிடமிருந்து வரும் பெருந்தன்மையான ஆசீர்வாதம்.

அவன் மோசமாக வாழ்ந்திருக்கலாம். ஆனால் நன்றாக இறப்பான்.

'வணக்கம் சிறந்த இளவரசே,' என்றான் விபீஷணன், வெறித்தனமாக ஊட்டப்பட்ட நம்பிக்கையுடன் அறைக்குள் நுழைந்தபடி. பரதனும் லக்ஷ்மனும் அவருக்காக காத்திருந்தார்கள்.

'வணக்கம் உன்னதமான விபீஷணன்,' என்றான் பரதன் வெற்றிப்புன்னகையுடன்.

பரதன் தன் வீரர்களிடம் வெளியே காத்திருக்குமாறு சைகை செய்தான். அயோத்தியாவின் இளவரசனை வணங்கிவிட்டு சென்றார்கள் அவர்கள். விபீஷணன் சகோதரர்களுடன் தனிமையில் இருந்தான்.

விபீஷணன் நட்பான புன்னகையுடன் கைகளைக் குவித்து வணக்கம் கூறினான். 'முன்பைவிட தற்செயலான சூழ்நிலையில் இந்த சந்திப்பு ஏற்படுகிறது, இளவரசர் லக்ஷ்மன்.'

கடந்த சந்திப்பில் பஞ்சவடியில் விஷயங்கள் கத்திச்சண்டையை நோக்கி விரைந்திருந்தது. இந்த போருக்கு காரணமாக அமைந்ததே அந்த குறிப்பிட்ட நிகழ்வுகள் தான் என்று லக்ஷ்மன் நம்பினான். பஞ்சவடியில் நடந்தது எதுவாக இருந்தாலும் இந்த போர் தவிர்க்க முடியாதது என்று அவனால் கற்பனை செய்துகூட பார்க்க முடியவில்லை.

லக்ஷ்மன் முணுமுணுத்தபடி தன் கைகளைக் ஒன்றாகக் கொண்டு வந்தான்.

விபீஷணன் அந்த அவமானத்தை கண்டுகொள்ளாமல் விட்டுவிட்டான். அவன் பரதன் பக்கம் திரும்பி, 'நற்குணங்கள் கொண்ட ராஜா ராம் நம்மை சேர்ந்து கொள்ளப்போவதில்லையா, இளவரசர் பரதன்?'

'நீங்கள் ஏன் எங்களுடன் முதலில் பேசக்கூடாது?' பரதன் இனிமையான குரலில் பேசினான். 'அடுத்து என்ன செய்வதென்று பிறகு பார்க்கலாம்.'

'உங்கள் தளபதியை கொல்லும் எண்ணம் எனக்கில்லை, இளவரசர் பரதன்,' என்றான் விபீஷணன் சுயமகிழ்ச்சியுடன் ஒரு நகைச்சுவையாக பேச முயற்சி செய்தபடி.

தன் மகிழ்வை வெளிப்படுத்தும் சிரிப்பை பரதன் அடக்கிக்கொண்டான். நகைச்சுவையாக கேலி பேசும் இந்த நபர் ராமைக் கொல்ல முடியுமென்று நினைக்கிறான்.

இருப்பினும் ஒரு முட்டாளிடம் அவனது முட்டாள்தனத்தைப்பற்றி கேட்கக்கூடாது. அது பயனற்ற, கர்வத்தினால் உந்துதல் பெறும் எதிர் வினைகளின் ஒரு சுழற்சியைத்தான் துவக்கும். புத்திக்கூர்மையை பாராட்டுவது மற்றும் தன் சுய திருப்தியை அந்நியப்படுத்துவது ஒருவர் தன் இச்சையை பூர்த்தி செய்துகொள்ள உதவும்.

'நாங்கள் உங்களை முழுவதுமாக நம்புகிறோம், இளவரசர் விபீஷணன்,' என்றான் பரதன். 'ஆனால் அச்சுறுத்தும் உங்கள் தைரியத்தையும் நாங்கள் அறிவோம். தவறு செய்தாலும் கவனமாக இருக்கவேண்டியதில் உள்ள விவேகத்தை நீங்கள் புரிந்துகொள்வீர்கள் என்பதில் நான் உறுதியாக இருக்கிறேன். சதுரங்க ஆட்டத்தில் ராஜா பாதுகாக்கப்படவேண்டும்.'

'எனக்குப் புரிகிறது, இளவரசர் பரதன். உங்கள் நிலைமையில் நான் இருந்தாலும் அதையே செய்திருப்பேன்.'

'நன்றி இளவரசர் விபீஷணன்,' என்றான் பரதன். 'சரி இப்போது... பகிர்ந்து கொள்ள ஏதோ தகவல் இருப்பதாக செய்தி அனுப்பியிருந்தீர்கள்.'

விபீஷணன் புன்னகைத்தான் தன் அற்புதத்தை எண்ணி மிகவும் மகிழ்ந்தான். 'தகவல் மட்டுமில்லை... உதவியும் தர வந்துள்ளேன்.'

லக்ஷ்மனால் தன் சிரிப்பை அடக்க முடியவில்லை. *இந்த முட்டாள் தன் வலிமையான அண்ணன் ராவணனை எதிர்க்க எங்களுக்கு உதவுவானோ?!*

ஆனால் அமைதியாக இருக்க வேண்டுமென்று தன் அண்ணனால் மிகவும் தீவிரமாக கட்டளையிடப்பட்டிருந்தான். அதனால் அமைதியாக இருந்தான்.

'உதவி? துணிவு மிக்க இளவரசே,' கபடமாக கேட்டான் பரதன்.

'வர்த்தகம் என்பது சரியான சொல்லாக இருக்கக்கூடும்.'

'ஆமாம், ஆமாம். சமமானவர்களுக்கு இடையில் வர்த்தகம்.'

'ஆமாம், கண்டிப்பாக,' என்றான் விபீஷணன் இன்னும் அதிக கர்வத்துடன் மிளிர்ந்தபடி. 'நியாயமான வர்த்தகம். பேரரசர் ராம், உங்கள் சகோதரருக்கு வெற்றி மற்றும் எனக்கு இலங்கை சிம்மாசனம்.'

பரதன் புன்னகைத்தான். 'கேட்பதற்கு நியாயமாக இருக்கிறது. துணிச்சலாகவும் கூட. ஆனால் நீங்கள் வழங்க இருப்பது என்ன? உங்களைத் தவிர...அது நிச்சயமான ஒன்று.'

விபீஷணன் லக்ஷ்மனைப் பார்த்தான். கர்வம் கலந்த புன்னகை ஒன்று அவன் முகத்தில் விரிந்தது. அவன் திரும்பி பரதனைப்பார்த்தான். 'ஓங்குயாஹ்ராவுக்கான திறவு கோலை கொண்டுவந்திருக்கிறேன்.'

பரதன் முன்னால் சாய்ந்தான். இப்போது நிஜமாகவே ஆர்வம் இருந்தது. அதனால் அமைதி.

'சிறந்த நதிக் கோட்டையான ஓங்குயாஹ்ராவை அறிந்திருப்பீர்கள்,' என்றான் விபீஷணன்.

பரதன் ஆமாம் என்று தலையசைத்தான்.

'அது எப்போதுமே வெற்றிப்பெறப்பட்டதில்லை. அதனை வெல்வது சாத்தியமற்றது. ஓங்குயாஹ்ராவின் மீது கட்டுப்பாடு இல்லாமல், உங்கள் கப்பலில் ஆம்பன் கங்கா நதியில் மேல் நோக்கிச் செல்ல முடியாது - மஹாவெலி கங்காவின் கிளை நதி - சிகிரியா துறைமுகத்தின் அருகில் செல்ல முடியாது. மேலும் உங்கள் சேனையால் இலங்கையின் அடர்ந்த காடுகளுக்குள் நடந்து செல்லவும் முடியாது. எந்த நம்பிக்கைக்கும்

இடமளிக்காமல் அவர்கள் தொலைந்து போவார்கள். அவர்கள் இறந்து போவார்கள். ஆம்பன் கங்கா நதிதான் ஒரே பாதை. ஓங்குயாஹ்ரா அதனை திடமாக தடுக்கிறது.'

'எனக்கு இதைப்பற்றித்தெரியும் இளவரசர் விபீஷணன்,' என்றான் பரதன். 'நீங்கள் கூடுதல் விவரம் என்ன அளிக்கிறீர்கள்?'

'நேரடி தாக்குதலால் ஓங்குயாஹ்ராவை வெற்றிகொள்ள முடியாது. அது சாத்தியமற்றது. கோட்டையின் வரைபடம் மற்றும் வடிவமைப்பை உங்களுடன் நான் பகிர்ந்துகொள்கிறேன்.'

பரதன் ஏற்கனவே ஒற்றர்கள் மூலம் ஓங்குயாஹ்ராவின் வரைபடங்களை பெற்றிருந்தான். நேரடி தாக்குதல் பயனற்றது என்பதை அறிந்திருந்தான். முற்றுகை இடுவதில் வல்லுனர்களாக இருப்பவர்கள் ஒவ்வொரு கோட்டையிலும் சில தவறுகள் சில பலவீனங்கள் இருக்கும் என்ற கருத்தினை வைத்திருப்பார்கள். ஆனால் எவ்வளவுதான் முயற்சி செய்தாலும் தெய்வீக தலையீட்டுடனும் ஓங்குயாஹ்ராவின் வடிவமைப்பில் எந்தத் தவறையும் கண்டுபிடிக்க முடியவில்லை. கோட்டையைச் சுற்றியுள்ள நிலப்பரப்பு, மற்றும் கோட்டையை நிர்மாணித்தவர்கள் அந்த நிலப்பரப்பை திறமையுடன் பயன்படுத்தியதாலும் அதன் உள்ளே ஊடுருவுவதை சாத்தியமற்றதாக ஆக்கி விட்டது. எந்த ஆக்கிரமிப்பாளராலும் எப்போதும் அதை உடைத்துக்கொண்டு ஊடுருவ முடியவில்லை.

'கோட்டையின் வடிவமைப்பில் உங்கள் அண்ணா தவறு செய்துவிட்டார் என்று சொல்ல வருகிறீர்களா?' பரதன் கேட்டான்.

'இல்லை,' பதிலளித்தான் விபீஷணன். 'என் பெரிய அண்ணா வேறொரு தவறு செய்து விட்டான். தவறான மனிதனை நம்பிவிட்டான்.'

பரதன் தன் முகத்தில் எந்த பாவத்தையும் வெளியிடவில்லை. 'மேலே சொல்லுங்கள்.'

'என் அண்ணா அதிகம் சந்தேகப்படும் மனிதன். தன் சொந்த சேனையைக் கூட நம்பமாட்டான். ஓங்குயாஹ்ராவின் முக்கியத்துவம் அவனுக்குப்புரிகிறது. ஓங்குயாஹ்ராவை தக்கவைத்துக்கொள்ளும் வரை சிகிரியா பாதுகாப்பாக இருக்கும். அதனால் அவன் ஓங்குயாஹ்ராவின் ஆட்சியை உள்ளூர் தளபதியிடம் விடவில்லை.'

'நீ அந்த தளபதியை உன் பக்கம் இழுத்துக்கொண்டுவிட்டாயா?'

விபீஷணன் இல்லையென்று தலை அசைத்தான். 'இல்லை. தளபதி - தும்ரக்ஷா - இலங்கைக்கு விசுவாசமானவன். அவன் கடுமையான மற்றும் இரக்கமற்ற போர்வீரன். ஆனால் ராவணன் அண்ணா அவனை முழுவதுமாக நம்பாதபடியால் தும்ரக்ஷாவின் அறிவுக்கு எட்டாமல் ரகசியமான நிலத்தடி பாதை ஒன்றை

கட்டுமாறு கட்டளையிட்டான். அது கோட்டையின் பின்புற கரைக்கு வழிநடத்தும். நிஜத்தில் இரண்டு ரகசிய நிலத்தடி பாதைகள். ஒன்று கீழ்நதியில் கோகர்ணாவின் திசையில் திறக்கிறது மற்றொன்று மேல்நிலையில் சிகிரியாவை நோக்கி.'

பரதன் தன் ஆர்வத்தை தன் முகத்தில் தெரியாதபடி பார்த்துக்கொண்டான். 'தும்ரக்ஷா திரும்பினால் அவன் வேகமாக கோட்டைக்குள் புகுந்து கட்டுப்பாட்டை தன் கையில் எடுத்துக்கொள்ள முடியும் என்பதை ராவணன் உறுதி செய்து கொள்ள விரும்பினான் என்று ஊகிக்கிறேன்.'

விபீஷணன் தலை அசைத்தான்.

'உங்களுக்கு இந்தப்பாதைகள் பற்றி எப்படித்தெரியும்?'

'நான் தான் அவற்றைக் கட்டினேன்.' என்றான் விபீஷணன்.

பரதன் தலை அசைத்தான். 'ஓங்குயாஹ்ராவிற்குள் எங்களை அழைத்துச்செல்லுங்கள், இலங்கை சிம்மாசனம் உங்களுடையது.'

விபீஷணன் புன்னகைத்தான். 'நீங்கள் உங்கள் வாக்கை காப்பாற்றுவீர்கள் என்று எனக்குத்தெரியும் சிறந்த இளவரசே. ஆனால் இதை நான் அயோத்தியாவின் பேரரசர் ராம் சொல்லி கேட்கமுடியுமா?'

லக்ஷ்மன் கோபத்தில் வெடித்தான், 'அயோத்தியாவின் இளவரசனின் வார்த்தைகளை சந்தேகிக்கறீர்களா? கொடுத்த வாக்கை மீறுவதை விட இறப்பதே மேல் என்று உங்களுக்குத்தெரியாதா?'

பரதன் தன் தம்பியைப்பார்த்தான். 'கோபப்படாதே லக்ஷ்மன். இளவரசர் விபீஷணன் எதற்காக உறுதி வேண்டுமென்று நினைக்கிறார் என்று எனக்குப்புரிகிறது.' பரதன் விபீஷணனைப்பார்த்தான். 'இலங்கையின் சட்டரீதியான உரிமை கொண்ட ராஜா நீங்கள் என்று என் அண்ணா ராமின் ஒப்புதுல் முத்திரை கொண்ட பிரகடனம் ஒன்றை தருவேன். அது போதுமானதாக இருக்குமா?'

வணங்குவது போல் தன் கரங்களை ஒன்றாக சேர்த்தான் விபீஷணன். 'போதுமானது என்று சொல்வதை விட சிறந்தது இளவரசர் பரதன். நீங்கள் நியாயமானவர்.'

'ஓங்குயாஹ்ராவிற்குள் நுழையும் வரை நீங்கள் எங்கள் மதிப்பிற்குரிய விருந்தினராக எங்களுடன் இருக்கலாம்,' தொடர்ந்தான் பரதன்.

பரதன் இந்த மனிதனை நம்பவில்லை.

விபீஷணன் முகம் சுளித்தான். 'ஆனால் நான் வசதியாக வாழ பழக்கப்பட்டவன்.'

'நீங்கள் நல்ல வசதியாக இருக்கமுடியுமென்று நான் உங்களுக்கு உறுதி அளிக்கிறேன்.'

'சரி,' என்றான் விபீஷணன். 'ஓங்குயாஹ்ராவை எடுத்துக்கொள்ளும் வரை நான் உங்கள் விருந்தினராக இருக்கிறேன்.'

ஒப்பந்தம் தீர்மானமாகியது.

விபீஷணன் ஜன்னலுக்கு வெளியே கோகர்ணாவின் விரிகுடாவில் அயோத்தியாவின் கப்பல்கள் நங்கூரம் பாய்ச்சப்பட்டிருப்பதை பார்த்தான். திறந்த கடல் நீரில் விரிகுடாவின் வெளியே நிற்கும் பல கப்பல்களைப்பற்றியும் அவன் அறிவான். அவன் பரதன் பக்கம் திரும்பினான்.

'உங்களிடம் போதுமான வீரர்கள் இருப்பார்கள் என்று நம்புகிறேன் இளவரசர் பரதன்,' என்றான் விபீஷணன். 'இலங்கை சேனை முன்பு ஒரு காலத்தில் இருந்தது போல் இல்லாமல் இருக்கலாம். ஆனால் என் சகோதரன் ராவணன் பயம் அறியாதவன். ஏனென்றால் அவனுக்கும் அவனது தோல்விக்கும் இடையில் இரண்டு லட்சம் வீரர்கள் இருக்கிறார்கள் என்று அவனுக்குத்தெரியும்.'

பரதன் புன்னகைத்தான். 'எங்களிடம் லட்சத்தியறுபதாயிரம் வீரர்கள் இருக்கிறார்கள். அவர்களும் பயப்படமாட்டார்கள். ஏனென்றால் அவர்கள் மற்றும் அவர்களது தோல்விக்கு நடுவில் ராம் நிற்பதை அவர்கள் அறிவார்கள்.'

அத்தியாயம் 18

'நீங்கள் காத்திருக்க வேண்டியிருக்கும் ஹனுமான்ஜி மற்றும் அரிஷ்டநேமிஜி,' என்றான் அங்கத்.

கேதீஸ்வரத்தில் இலங்கை படைப்பிரிவின் படுகொலைகளுக்குப் பிறகு அடுத்த நாள் அது. அந்த தாக்குதலைக்குறித்து ராம் மிகுந்த ஆத்திரம் அடைந்திருந்தான்; மரியாதைக்குரிய போர்முறைக்கு எதிரானது இப்படி வீரர்களை இயலாதவர்களாக ஆக்கி விடுவது என்றான் அவன். ஆனால் தன்னால் மலயபுத்ரர்களை தண்டிக்க முடியாது என்று அவனுக்கு புரிந்தது. பழிவாங்க வேண்டுமென்று நினைப்பது அவர்களது உரிமை மட்டுமில்லை. அவர்களது பதினைந்தாயிரம் வீரர்கள் அவனுக்குத்தேவை; அவனுக்கு யானைப்படை அதிகமாக தேவைப்பட்டது. சிலசமயங்களில் போரின் பெரிய நன்மைக்காக ஒரு படைத்தளபதி தன் வீரர்களின் அதிகப்படியான நடத்தைகளை பொறுத்துப்போக வேண்டும். ராம் இந்த கசப்பான மருந்தினை முழுங்கியிருந்தான்.

ராமின் சேனை எப்போது கரை வந்து சேருமோ அப்போது அதன் பாதுகாவலாக அமைய மற்றும் கையிருப்பு சரக்குகளை திட்டமிடுவதற்காக அரிஷ்டநேமி மற்றும் ஹனுமான் இலங்கையின் பிரதான நிலப்பகுதியில் தங்கியிருந்தார்கள். இந்தப் பணிகளை முடிக்கும் பொறுப்பை தங்கள் வீரர்களிடம் விட்டுவிட்டு இருவரும், மன்னார் மற்றும் பாம்பனுக்கிடையில் பாலக்கட்டுமான பணியினை சத்ருக்னன்

மேற்பார்வையிட்டுக்கொண்டிருந்த இடத்திற்கு தனுஷ்கோடி ஜலசந்தியின் வழியே படகினை செலுத்தி சென்றிருந்தனர். இந்திய பிரதான நிலப்பகுதியிலிருந்து அயோத்தியாவின் சேனையால் கட்டுமானப்பொருட்கள் எடுத்து செல்லப்பட்டன. ஆழமற்ற கடல் பகுதிகளை நடந்தே கடந்தனர். மலயபுத்ரர்கள் மற்றும் வானர சேனையின் முன்னூறுக்கும் மேற்பட்ட யானைகளின் உதவியினால் முன்னர் நினைத்திருந்த கால அளவை விட அதிக வேகமாகவும் சுலபமாகவும் வேலை முடிந்தது.

'இந்த பூஜை இன்னும் எவ்வளவு நேரம் எடுக்கும்?' அரிஷ்டநேமி கேட்டான்.

ராம் மற்றும் சத்ருக்னன் தங்கள் குரு வசிஷ்டர் நடத்திய ருத்ராபிஷேக பிரார்த்தனை மற்றும் வழிபாடு செய்து கொண்டிருந்த இடத்திலிருந்து சற்று தொலைவில் ஹனுமான், அரிஷ்டநேமி, நாரதர் மற்றும் அங்கத் நின்று கொண்டிருந்தார்கள். முந்தைய மஹாதேவ் ருத்ர பகவானுக்கு *அர்ப்பணிக்கப்பட்ட இந்த பூஜை*, வழக்கமாக தீய சக்திகளை விரட்டுவதற்காக செய்யப்படுவது. அதற்கு வேறொரு காரணமும் இருந்தது. இந்த உலகம் பார்த்த சிறந்த வீரர்களில் ஒருவர் ருத்ர பகவான். ஒரு போருக்கு முன்னால் அவரது ஆசிகளை வேண்டினார்கள். பாம்பன் தீவின் வட கிழக்கு திசையில் அகன்ற நிலத்திட்டு ஒன்றின் மீது இந்த பூஜை நடந்துகொண்டிருந்தது. இங்கிருந்து இரண்டு கிலோமீட்டர் தொலைவில் உள்ள பாலம் அந்த தீவின் தென் மேற்கில் துவங்கும். இன்றிலிருந்து பல வருடங்களுக்குப் பிறகு ருத்ர பகவானுக்கு சிறந்த கோவில் ஒன்று இந்த இடத்தில் கட்டப்படும். *ராமின் ஈஸ்வரன் என்ற அர்த்தத்தில் ராமேஸ்வரம்* என்ற பெயரில் அழைக்கப்படும்.

'இது வழக்கமான ருத்ர அபிஷேக பூஜை இல்லை அரிஷ்டநேமிஜி,' பதிலளித்தார் நாரதர். 'குரு வசிஷ்டர் இரண்டு மணி நேரங்களுக்கு முன் இதனைத் துவங்கினார். இது சீக்கிரமே முடியவிருக்கும்.'

'ம்ம்ம்' என்றான் ஹனுமான்.

'ஆமாம், நாம் நம் மருந்தினை எடுத்துக்கொண்டுவிட்டோம்,' என்றார் வசிஷ்டர் அரிஷ்டநேமியின் கேள்விக்கு பதிலாக.

'நல்லது,' என்றான் அரிஷ்டநேமி. 'இந்த நோய் ஆபத்தானது.'

மலயபுத்ர மருந்து ஒரு நாளுக்கு உள்ளாகவே அயோத்தியர்கள், வாயுபுத்ரர்கள், மலயபுத்ரர்கள் மற்றும் வானரர்களுக்கு கொடுக்கப்பட்டிருந்தது. ஒழுங்கான சேனையின் நன்மைகள்: எந்த ஒரு கேள்வியும் இல்லாமல் வீரர்கள் கட்டளைகளை பின்தொடருவார்கள்.

'அடுத்த சில மாதங்களுக்கு போதுமான அளவில் தேவையான மருந்து நம்மிடம் உள்ளதா?' சத்ருக்னன் கேட்டான். 'இந்த இராணுவ நடவடிக்கை, இந்த கூடார வாழ்க்கை பல காலம் தொடரலாம். போதுமான அளவு மருந்து நம்மிடம் இருக்கும் வரையில் பாலம் கட்டும் பணியை தள்ளிப்போடலாமா?'

ராம் இல்லையென்பது போல் தலை அசைத்தான். 'நம்மால் கட்டுமானப் பணியை தள்ளிப்போட முடியாது. பரதன் ஏற்கனவே கோகர்ணாவில் இருக்கிறான். அவன் சீக்கிரமே மஹாவெலி கங்காவில் பயணம் செய்யத் துவங்கவேண்டும். இல்லையென்றால் ராவணனை சந்தேகத்திற்கு உள்ளாக்கும் ஆபத்து உள்ளது. இலங்கையின் ராஜா மூடனென்று நாமாக நினைத்துவிடக்கூடாது. ராவணனின் படை ஏற்கனவே ஆம்பன் கங்காவை நோக்கி வந்து கொண்டிருக்கிறது. அவன் பாரம்பரிய கப்பல் வழி போருக்கு தயாராகிக்கொண்டிருக்கிறான். அவனது சேனையை கிழக்கில் ஓங்குயாஹ்ராவில் நாம் திசை திருப்ப வேண்டும். அப்படி செய்வதால் மேற்கிலிருந்து நமது படையெடுப்பு நடக்கப்போவதை எந்த இலங்கைவாசியும் எதிர்பார்க்கமாட்டான்.'

'நான் ஒப்புக்கொள்கிறேன்,' பரதனிடமிருந்து பறவை வழியாக தூது அனுப்பப்பட்ட சூட்சமமான செய்தியை படித்திருந்த வசிஷ்டர் கூறினார். 'பரதன் விபீஷணனுடன் ஒரு ஒப்பந்தம் செய்துள்ளான். ராவணனின் இளைய சகோதரன் ரகசிய வழியாக ஓங்குயாஹ்ரா கோட்டைக்குள் வழி நடத்திச்செல்வான். ஓங்குயாஹ்ராவை பரதன் கட்டுப்பாட்டுக்குள் எடுத்துவிட்டால் ராவணனின் கப்பற்படைக்கு பெரும் சேதம் விளைவிக்க முடியும். இலங்கையின் அரசன் பின்வாங்க வலியுறுத்தப்படுவான். நாம் மேற்கிலிருந்து உள்ளே நுழைய, பரதன் ஆம்பன் கங்கா வழி தன் சேனையை நகர்த்தி கிழக்கிலிருந்து சிகிரியாவிற்குள் நுழையலாம். நான் இப்படிக்கூறினாலும் விபீஷணன் இருதரப்பிலும் பேசும் இரட்டை முகம் கொண்டவனாக இருக்கலாம். அல்லது முடிவாக யார் வெற்றி பெறுவார்கள் என்று அவன் நினைக்கிறானோ அவர்களுக்கு அவன் உதவலாம். பரதன் தான் நகர்வதை காலம் தாழ்த்தினால் படையெடுப்பதில் நமக்கு ஏதோ பிரச்சனைகள் வந்துவிட்டதாக விபீஷணன் நினைக்க வாய்ப்புண்டு. அவன் மீண்டும் அணி மாறும் வாய்ப்பு உள்ளது.'

'அப்போது, நாளை பாலம் கட்டும் பணி துவங்கியே ஆக வேண்டும்,' என்றான் சத்ருக்னன்.

'மிகச்சரியாக,' ஒப்புக்கொண்டான் ஹனுமான்.

அங்கத் பேசினான். 'ராஜாக்களுக்கான புராதன குறியீடை நினைவு படுத்துகிறார் இளவரசர் விபீஷணன். நம்பத்தகுந்த

மூடர்கள் மற்றும் நம்பத்தகாத வல்லுனர்கள் இருவருமே தவிர்க்கப்படவேண்டும். கும்பகர்ணன் மற்றும் இந்திரஜித்தின் உருவத்தில் நல்ல ஆலோசனைகள் வழங்கும் ஆட்கள் ராவணனிடம் இருக்கின்றனர். ஆனால் அவன் அவர்கள் சொல்வதைக் கேட்கமாட்டான்.'

'விபீஷணன் நம்பத்தகுந்த மூடனோ அல்லது நம்பத்தகாத வல்லுனனோ இல்லை,' என்றார் நாரதர். 'அவன் இரண்டின் மோசமான கலவை: நம்பத்தகாத மூடன். ராவணன் அந்த அறிவில்லாதவனை ஏன் தன்னுடன் இலங்கையில் தங்க அனுமதித்தான் என்பது ஒரு புதிர்.'

'அது நம் பிரச்சனை இல்லை,' என்றான் சத்ருக்னன். 'சீக்கிரமே அதிக மருந்து நமக்குத் தேவைப்படும் என்பது தான் நமது பிரச்சனை. இது வெகு நாட்கள் தொடரும் ஒரு இராணுவ நடவடிக்கையாக இருக்கலாம். அதற்கு ஏற்பாடு செய்ய முடியுமா அரிஷ்ட நேமிஜி?'

'இந்தத் தேவையை நான் உணர்கிறேன் சத்ருக்னன்,' என்றான் அரிஷ்ட நேமி. 'மலயபுத்ரர்களின் ஒரு குழுவை அகஸ்தியக்கூடத்திற்கு செல்லும்படி ஏற்கனவே சொல்லிவிட்டேன். அவர்கள் நாளை காலையில் கிளம்புகிறார்கள். தெற்கு கரையோரமாக சென்று தாமிரபரணியில் சேரும்படி படகினை செலுத்தச்சொல்லியிருக்கிறேன். அதிகப்படியாக ஒரு வாரத்திற்குள் அவர்கள் திரும்பிவிட வேண்டும்.'

'அது நல்ல செய்தி,' என்றார் வசிஷ்டர்.

'சிகிரியா நகரத்திற்கும் ஒரு மாதத்திற்கான மருந்துகள் கிடைக்குமா?' ராம் கேட்டான். 'அந்த மருந்துகளுக்கான பணத்தை அயோத்தியா கொடுக்கும்.'

அதிர்ச்சியில் அரிஷ்டநேமியின் கண்கள் விரிந்தன. 'எதிரிகளுக்கு உதவ வேண்டுமா?!'

'குடிமக்களுக்கு மட்டும்தான்,' பதிலளித்தான் ராம். 'அவர்கள் எந்த தவறும் செய்யவில்லையே.'

கேதீஸ்வரத்தில் இலங்கை வீரர்களை இயலாதவர்களாக ஆக்கியதைக் குறித்து போதுமான அளவில் வருத்தமடைந்ததை நேர்கொள்ள வேண்டியிருந்தது. சாதாரண குடிமக்களை தவிக்கவிடுவதை இனி அவன் அனுமதிக்கமாட்டான்.

'அப்படிச் செய்யாதீர்கள், சிறந்த விஷ்ணு,' என்றார் நாரதர். 'வெற்றி அடைய பின்பற்றிய வழிகள் முடிவில் நியாயமாக இருக்கும். இந்தியாவின் நன்மைக்காக ராவணன் அழிக்கப்படவேண்டும். நம் இலக்கை காண்பதை நாம் விட்டுவிட வேண்டாம்.'

'முடிவு நம் மனதில் மட்டும் தான் இருக்கிறது,' என்றான் ராம். 'நேரம் நிற்பதில்லை. அதனால் நிஜமான முடிவு என்று ஒன்றில்லை, இருக்கிறதா என்ன? பாதை மட்டுமே உள்ளது. அடையும் வழிமுறையை பற்றியே சிந்தித்தால் நம்மால் நிஜமாக முடிவை அடையவே முடியாது.

அதனால் அடையும் வழியைக் குறித்து கவனமாக சிந்திக்க வேண்டும். புறக்கணிப்பினால் நடந்தாலும், போர் வீரர்கள் இல்லாத அப்பாவி மக்கள் கொல்லப்படக்கூடாது. அது அதர்மம்.'

'ஆனால் இப்போதுதான் சிகிரியாவை முற்றுகை இடுவது மற்றும் அவர்களுக்கு உணவுப் பொருட்கள் கொடுப்பதை தவிர்ப்பது பற்றி பேசினாய்?' என்றார் வசிஷ்டர். 'அது குடிமக்களுக்கு எதிராக இல்லையா? அவை கேள்விகேட்கப்படவேண்டிய வழிமுறைகள் இல்லையா?'

'முற்றுகை இடுவது மற்றும் தடுப்பது குடிமக்களை ராஜாவிற்கு எதிராக போராடச் செய்யும் என்று நம்புகிறேன். நாம் மெதுவாக செல்வோம். குடிமக்கள் இறக்க மாட்டார்கள். அவர்களது ராஜாவை எதிர்த்து போராட உதவும் ஒவ்வொரு வாய்ப்பும் அளிக்கப்படும். ஆனால் இந்த நோய்க்கான மருந்தை கொடுக்கவில்லையென்றால் அவர்கள் மடிந்துபோவார்கள். சீக்கிரமே. எதிரி குடிமக்களை போராளிகள் ஆக்க ஊக்கமளிப்பதிலும் நேரடியாக அவர்களை மரணத்தின் வாயில் தள்ளுவதிலும் வித்தியாசமிருக்கிறது. முதலாவது போர் புரிவதற்கான சட்டபூர்வமான வழி. இரண்டாவது போர் குற்றம்.'

'ஆனால் ராவணன் மருந்தை தன் சேனைக்கு கொடுக்கக்கூடும். அது அவனது வீரர்களை அதிக நேரம் உயிருடன் தக்கவைத்துக்கொள்ள உதவும்,' எதிர்வாதம் வைத்தான் ஹனுமான்.

'மலயபுத்ரர்களின் மருந்து குடிமக்களுக்காக கொடுக்கப்பட்டது என்ற செய்தியை நாம் சிகிரியாவிற்குள் பரப்பிவிடலாம். அதனை தன் வீரர்களுக்காக திசை திருப்பிவிட்டான் ராவணன் என்றும் சொல்லிவிடலாம். அதுவும் வெறுப்பை ஊக்குவிக்கும். முற்றுகையிடப்பட்ட நகரத்தின் குடிமக்கள் தங்களது சொந்த எஜமானர்கள் மற்றும் சேனைக்கு எதிராக போராடுவது முற்றுகை நன்றாக வேலை செய்வதாகும். சிகிரியாவில் கிளர்ச்சி ஏற்படும்படி செய்யவேண்டும்.'

அனைவரும் அமைதியாக இருந்தார்கள். நாரதர் மட்டும் கொஞ்சமாக சிரித்தது போல் இருந்தார்.

'நீங்கள் என்ன நினைக்கிறீர்கள் என்று எனக்குத்தெரியும்,' என்றான் ராம். 'நான் வெகுளி என்று. ஆனால் நான் வெகுளி இல்லை. சிகிரியாவின் குடிமக்களுக்கு மருந்து கொடுத்து

நாம் தர்மத்தின் வழி நடப்போம். ராஜா ராவணனின் மீது நம் பெருந்தன்மை நகரத்திற்குள் கிளர்ச்சியை எழுப்பும். இது தர்மம் மற்றும் நல்ல போர்தந்திரம்.'

'மும்பாதேவியில் ராவணனின் சேனை என்ன செய்தது என்று உங்களுக்கு நினைவிருக்கிறதா?' நாரதர் கேட்டார். 'நான் ஞாபகப்படுத்துகிறேன். கடைசி ஆண், பெண் மற்றும் அமைதியான தேவேந்திரகுழந்தை வரை எரித்து கொல்லப்பட்டார்கள். அந்த கொடூரமான படையெடுப்பை முன்னடத்திச் சென்ற தளபதி-ப்ரஹஸ்த - தண்டிக்கப்படவில்லை. அதற்கு பதிலாக அவன் பதவி உயர்வு பெற்றான். அதைதான் நீங்கள் எதிர்கொள்கிறீர்கள். உங்கள் எதிரி இப்படித்தான் இருக்கிறான். ராவணன் தன் மொத்த குடிமக்களையும் இறக்க அனுமதிக்கலாம். நெறிமுறைகளை கடைபிடிக்கவேண்டிய தேவை என்பதனை விளக்க நீங்கள் பகுத்தறிவு வாதம் செய்கிறீர்கள். இது ஒரு நல்ல போர் தந்திரம் என்றும் கூட உங்களுக்கு நீங்களே வலியுறுத்துகிறீர்கள். ஆனால் உங்கள் எதிரி நெறிமுறைகளை மதிப்பவர் இல்லை. ராவணன் ஜெயிக்க மட்டுமே விரும்புகிறான். அதுதான் உங்களுக்கும் அவனுக்கும் உள்ள வேற்றுமை.நமக்கும் அவர்களுக்கும் இடையில்உள்ள வேற்றுமை.'

'ஆமாம், அதுதான் வித்தியாசம்,' என்றான் ராம். 'அந்த வேற்றுமை நிலையாக இருக்கவேண்டும். நாம் சரியான வழியில் சென்று வெற்றிபெறுவோம். சிறந்த இந்தியாவிற்கான ஒரு உதாரணமாக நாம் விளங்கவேண்டும்.'

நாரதர் புன்னகைத்தார். தன் எண்ணங்களை தனக்குள் வைத்துக்கொண்டார். *இம்முறை நல்லவர்கள் தரப்பில் நான் இருக்கக்கூடும்... வெற்றி பெறுவோம் என்று நம்புவோம்...*

'சரி,' என்றான் அரிஷ்டநேமி. 'நான் என் வீரர்களிடம் அகஸ்தியக்கூடத்திலிருந்து அதிக மருந்து கொண்டுவருமாறு சொல்கிறேன். சிகிரியாவின் குடிமக்களுக்கும் போதுமான அளவு.'

இறுதியில் அந்த நாள் விடிந்தது.

கட்டிடக் கலைஞர்கள் மற்றும் பொறியாளர்களின் கடவுளான விஸ்வகர்மா புனித சடங்கு ஒன்றில் சாந்தப்படுத்தப்பட்டார். நீர் மற்றும் கடலின் கடவுளான வருண பகவானின் ஆசிகளும் சடங்குகள் மூலம் நாடப்பட்டது. முதலில் குறிப்பிடப்பட்டவரிடமிருந்து விடாமுயற்சி மற்றும் வல்லமை, பின்னால் குறிப்பிடப்பட்டவரிடமிருந்து அவரது ஆட்சிக்கு உட்பட்ட நீர்நிலைகளின் ஊடே தடையில்லாமல் வேலை நடக்க அனுமதி. பாம்பன் தீவின் தென் கிழக்கு பகுதியில்

கட்டுமானப்பணியின் முதல் கட்டத்திற்கு தேவையான பொருட்கள் வந்திருந்தன. அலைகள் ஓயும் நேரம் நெருங்கியது. சரியான நேரம்.

ஆரம்ப கட்ட யானைகள் மற்றும் வீரர்கள் அணி பயிற்சி அளிக்கப்பட்டு பணியிலும் அமர்த்தப்பட்டனர்; தொழிலாளர்கள் குறுகிய வேலை நேரம் தலா நான்கு மணி அளவில் சுழற்றப்படுவார்கள் ஏனென்றால் இது கடினமான வேலை.

மேற்கிலிருந்து கிழக்கு திசையில் கட்டப்படும் இந்த பாலத்தின் வடக்கு மற்றும் தெற்கு எல்லைகளை குறியீடு செய்யும் வேலை யானைகள் மீது அமர்ந்துகொண்டிருந்த நான்கு யானை பாகர்களுக்கு கொடுக்கப்பட்டது. இது சத்ருக்னன் வடிவமைத்த குறைந்த தொழில்நுட்ப ஆனால் பயனுள்ள செயலாக்க முறை.

ஆழமற்ற நீரில் இரண்டு யானைகள் நிற்க அவற்றின் மீது அமர்ந்த பாகர்கள் ஒரு கயிறின் இரு முனைகளை பிடித்துக்கொண்டிருந்தார்கள். அது பாலத்தின் தொடக்கப்புள்ளியின் வடக்கு முனையை குறித்தது. ராம் மற்றும் சத்ருக்னன் சிறிது தொலைவில் நின்று மனிதனும் விலங்கும் ஒன்றாக இணைந்து பணிபுரிவதை பார்த்துக்கொண்டிருந்தனர். இரண்டு பாகர்களுடன் கூடிய யானை அமைப்பு சரியான பிரதிபலிப்பாக தெற்கில் மூன்றரை கிலோமீட்டர் தொலைவில் நிற்கவைக்கப்பட்டிருந்தது. இரண்டு அணிகளில் இருந்த பாகர்களின் கைகளில் இருந்த கயிறு அகலத்தில் வடக்கு மற்றும் தெற்கு முனைகளை குறிப்பிட்டது. மென்மையாக வளைந்து, நீரியக்கவியல் பாலமாக இல்லாமல் சத்ருக்னன் கற்பனையில் நினைத்த காற்றியக்கவியல் பாலமாக அமையும் வகையில் கட்டுமானப்பணிகள் அனைத்தும் இந்தக் கயிற்றின் எல்லைக்குள்ளேயே நடக்கும்.

'அண்ணா,' என்றான் சத்ருக்னன், பிளாட்டிகைரா பவழக்கல் ஒன்றை தன் மூத்த சகோதரனின் கையில் கொடுத்தான். ராம் அந்த கல்லைப்பார்த்தான். அதன் ஒரு பக்கத்தில் அவன் பெயர் செதுக்கப்பட்டிருந்தது. மறுபுறத்தில் ஒன்று என்ற எண் செதுக்கப்பட்டிருந்தது. 'இதனை நீருக்குள் போடுங்கள். கட்டிட வேலை துவங்கட்டும். வருண பகவானுக்கு நமது முதல் அர்ப்பணிப்பு.'

ராம் கல்லைப்பார்த்து பின் சத்ருகனைப்பார்த்தான். சில அடிகள் நடந்து குனிந்து கூர்மையான கல் ஒன்றை கையில் எடுத்தான். இன்னும் சில வார்த்தைகளை அந்த பிளாட்டிகைரா கல்லில் செதுக்கத்துவங்கினான். தன் அண்ணன் என்ன எழுதியிருக்கிறான் என்று பார்க்க சத்ருக்னன் சாய்ந்தான்.

ராம் தனது சகோதரர்களின் பெயர்களை சேர்த்திருந்தான். தன் பெயருக்கு அருகில் பரதனின் பெயரும் அதன் கீழே லக்ஷ்மன் மற்றும் சத்ருக்னனின் பெயர்கள்.

'நான் தனியாக வேலை செய்வதில்லை,' என்றான் ராம். 'என் சகோதரர்கள் இல்லாமல் நான் ஒன்றுமில்லை.'

சத்ருக்னன் புன்னகைத்து தன் சகோதரனின் கையைத்தொட்டான்.

ராம் கல்லைத் திருப்பினான். ஒன்று நான்கானது. பிறகு சகோதரர்கள் கடலுக்குள் நடந்தனர்.

பண்டைய இந்திய கடற்படையினரின் மந்திரத்தை அவர்கள் உச்சரித்தார்கள்.

ஷம் னோ வருண.

கடல் மற்றும் நீரின் கடவுளான வருணன் நம் மீது ஆசிகளை பொழியட்டும்.

குனிந்து கல்லை நீருக்குள் போட்டனர்.அது மேற்பரப்பில் மிதந்தது.அலைகளால் மென்மையாக ஆடியது.

அலைகள் கல்லை மீண்டும் கரைக்குத்தள்ளவில்லை.

வருண பகவான் அர்ப்பணிப்பை ஏற்றுக்கொண்டு விட்டார்.

ராம் தலை அசைத்தான். 'நாம் துவங்கலாம்.'

'அவனை காத்திருக்கச்சொல்,' பரதன் தன் உதவியாளனிடம் கட்டளையிட்டான்.

வேலையாள் வணக்கம் சொல்லி அறையை விட்டுவெளியேறினான்.

இரண்டு நாட்கள் முன்பு இலங்கை தீவின் மேற்கு கரையில் பாலத்தின் கட்டுமானப்பணி துவங்கியிருந்தது. கிழக்கு கரையில் எந்த இலங்கையனுக்கும் இதைப்பற்றி ஒன்றுமே தெரியவில்லை.

பரதனும் லக்ஷ்மனும் கோகர்ணாவில் தங்களது தற்காலிக அரண்மனையில் இருந்தனர். முந்தைய இரவை அவர்கள் அயோத்தியாவின் அரச கப்பலில் செலவிட்டிருந்தனர். ராம் மற்றும் சத்ருக்னன் கப்பலில் இருந்ததாகத்தான் கோகர்ணா நம்பியது. அயோத்திய கப்பல்கள் இரவில் நகர்ந்து கோகர்ணா விரிகுடாவில் மற்ற கப்பல்களுடன் திறந்த விரிகுடாவில் நங்கூரம் பாய்ச்சியிருந்தது. பரதனும் லக்ஷ்மனும் தங்கள் வீரர்களுக்கான புதிய கட்டளைகளுடன் காலையில் திரும்பியிருந்தனர். சேகரிக்க தகவலும் இருந்தது.

முன்னெச்சரிக்கை இல்லாமல் விபீஷணன் வந்திருந்தான். தன்னால் காத்திருக்க முடியுமென்று பரதன் தீர்மானித்திருந்தான்.

'ஏதேனும் செய்தி உண்டா அண்ணா?' லக்ஷ்மன் கேட்டான்.

இரண்டு நாட்களுக்கு முன் பரதன் சில வீரர்களிடம் ஒரு சிறிய ஆனால் வேகமான படகு ஒன்றை எடுத்துக்கொண்டு மஹாவெலி கங்காவில் சென்று ஓங்குயாஹ்ரா நதி மாளிகையை அடையுமாறு கட்டளை இட்டிருந்தான். யார் பார்வைக்கும் தென்படாமல், எவருடனும் எந்த வித மோதலையும் தவிர்க்க வேண்டுமென்றும் கண்டிப்பாக சொல்லப்பட்டிருந்தனர். ஓங்குயாஹ்ராவில் மற்ற நெரிசலான பகுதியில் இலங்கை கப்பற்படை அல்லது சேனை இருக்கிறதா என்று கண்காணிக்க வேண்டியது அவர்கள் வேலை.

பரதன் லக்ஷ்மனைப்பார்த்து தலை அசைத்தான். 'ராவணன் தூண்டிலை கவ்வியிருந்தான்.ஏறக்குறைய தன் மொத்த சேனையையும் ஓங்குயாஹ்ராவிற்கு அழைத்து வந்திருந்தான். மஹாவெலி கங்காவை சேரும் இடத்தில் ஆம்பன் கங்காவில் கப்பலுக்குள் அவர்கள் இருந்தார்கள்.'

திறந்திருந்த தன் இடது உள்ளங்கையில் லக்ஷ்மன் தன் வலதுகை முட்டியை குத்தினான். 'அற்புதம். நாம் அவர்களை இங்கு இழுத்து விட்டோம். ராம் அண்ணா மற்றும் சத்ருக்னனின் பக்கத்தில் தெளிவான களம் உள்ளது.'

'ம்ம்ம். நாம் அவர்களை இங்கேயே இருக்கச்செய்யவேண்டும்.'

'நாம் அவர்களை இங்கே அப்படியே வைத்திருக்க மாட்டோம், அண்ணா. நாம் அவர்களை இங்கு நாசம் செய்வோம். ராம் அண்ணா போர் புரிந்து தன் நேரத்தை வீணடிக்கமாட்டார். அவர் அப்படியே வெற்றியுடன் சிகிரியாவிற்குள் நுழையலாம்.'

பரதன் அன்பாக புன்னகைத்தான். வெகு காலமாகியிருந்தது. லக்ஷ்மன் எப்படியிருப்பானென்று மறந்தே விட்டான். சத்ருகனுடன் பதினான்கு வருடங்கள் கழித்திருந்தான். இரட்டையர்களாக இருந்தாலும் லக்ஷ்மன் மற்றும் சத்ருக்னன் இருவரும் முழுவதுமாக வேறுபட்டவர்கள். சத்ருக்னன் அமைதியாக, நடைமுறைக்கு ஏற்றார் போல் நடந்துகொள்பவனாகவும் லக்ஷ்மன் உணர்ச்சி வசப்படும் முரட்டுத்தனமான முன்கோபக்காரனாகவும் இருந்தான். ஆனால் இருவரின் இதயங்களும் பொன்னாலானது.

அதீதமானநம்பிக்கை ஒரு வீரனுள் மிகவும் அதிக பயனுள்ளதாக இருக்கும் ஆனால், பெரும்பாலும் யதார்த்தமாக இருக்கவேண்டிய ஒரு தளபதியினுள் அது எதிரான விளைவை ஏற்படுத்தும். அவன் தன் எதிரியை விட இரண்டு அடி முன்னால்

சிந்திக்கவேண்டும். வெற்றி பெறுவோம் என்று தெரிந்தால் மட்டுமே சண்டையிட வேண்டும்.

ஒரு நல்ல தளபதி தன் வீரர்களை வீணாக இறக்க விடுவதில்லை.

பரதன் ஒரு நல்ல தளபதி.

'பார்க்கலாம் லக்ஷ்மன்,' என்றான் பரதன். 'எவ்வளவு தூரம் முடியுமோ ராவணனை இங்கே தக்க வைப்பதுதான் நமது முக்கிய குறிக்கோள். அவனது சேனையில் உள்ள வீரர்களுக்கு உடல் காயங்கள் ஏற்படுவது தான் சிறந்த வழி.'

சில பெரிய வெடிச்சத்தங்களினால் அவர்களது கவனம் சிதறியது. லக்ஷ்மன் ஜன்னலுக்கு வெளியே பார்த்தான். 'துவங்கிவிட்டது அண்ணா.'

பரதன் ஜன்னல் அருகில் சென்றான். அவர்களது மாளிகையின் உயரத்திலிருந்து கோகர்ணா விரிகுடாவின் தெளிவான காட்சி அவனுக்கு கிடைத்தது.

'கோகர்ணா வணிக கப்பல்களை வாங்க சங்கங்களுக்கு உண்டியல் கொடுத்து அனுப்பினாயா லக்ஷ்மன்?' பரதன் கேட்டான்.

'ஆமாம் அண்ணா, நீங்கள் ஆணையிட்டது போல்.'

கோகர்ணாவின் வணிக கப்பல்கள் இப்போது அயோத்தியாவிற்கு சொந்தமானவை. அனைத்தும் ஒன்றாக சேர்க்கப்பட்டு விரிகுடாவின் நடுவில் நங்கூரமிடப்பட்டிருந்தது. மொத்த கடற்படையில் நெருப்பு கொழுந்துவிட்டு எரிந்தது, கப்பலின் தளத்தில் தாராளமாக மெழுகு மற்றும் எண்ணெய் கொட்டப்பட்டிருந்தது அதற்கு உதவியது. பல கப்பல்களில் அரை கம்பத்தில் திறந்திருந்த இரண்டாம் நிலை சதுர பாய்மரங்கள் இருந்தன. துணி மற்றும் எண்ணெய் சீக்கிரமே தீப்பிடிக்கும். பரதன் விவரங்களை கவனமாக திட்டமிட்டான். கரி மற்றும் உப்புப்பெட்டிகளின் சேர்க்கை - பட்டாசுகளில் உபயோகிக்கப்படும்- கடற்படையின் பெரிய வணிக கப்பல்களில் இருக்கும் சரக்குப்பெட்டிகளில் வைக்கப்பட்டிருந்தன. அப்படிப்பட்ட வெடி மருந்துகளின் கலவை ஒன்று இப்போது வெடித்துள்ளது.

நரகதீக்கொழுந்துகள் ஒரு காட்சியாக இருந்தன. ராவணனின் ஒற்றர்களின் லாபத்திற்காக.

இலங்கை உயர் அதிகாரத்திற்கு எந்த விதமான அறிக்கைகள் செல்லும் என்று பரதனால் ஊகிக்கமுடிந்தது. அயோத்தியாவின் தளபதிகள் தங்களை தற்காத்து கொண்டார்கள். வணிக கப்பல்கள் பின்னாலிருந்து அயோத்தியாவின் கப்பற்படைமீது எந்த திடீர் தாக்குதலும் நடத்துவதை தவிர்க்க. இதிலிருந்து கிடைத்த

அனுமானம் தெளிவாக இருந்தது: மஹாவெலி கங்காவின் மூலம் தாக்குதல் தவிர்க்க முடியாதது.

'இது கொஞ்சம் அதிக தெளிவானதாக தோன்றவில்லை உனக்கு? பொதுவெளியில் எரிப்பது?' லக்ஷ்மன் கேட்டான். 'நாம் கப்பல்களை மூழ்கடித்திருக்கலாம். ராவணனுக்கு சந்தேகம் ஏற்படக்கூடும்.'

ஆச்சரியத்தில் தன் கண்களை அகல விரித்தான் பரதன். 'லக்ஷ்மன் என் அன்பான சகோதரா, நுணுக்கத்தை பற்றி பேசுகிறாயா?'

லக்ஷ்மன் சிரித்தபடி தன் சகோதரனின் தோளைத் தட்டினான்.

'நாம் கோபமாக இருப்பதாக ராவணன் நினைக்கவேண்டும் என்று நான் விரும்புகிறேன். பழிவாங்கும் தீயுடன் நாம் இருப்பது போல்,' தொடர்ந்தான் பரதன். 'தீர்மானம் செய்யும் தன்மையை நம் உணர்ச்சிகள் குறைத்துவிட நாம் அனுமதித்து விட்டதாக அவன் நினைக்கவேண்டுமென்று நான் விரும்புகிறேன். போரில் உன் எதிரி உன்னை குறைவாக மதிப்பீடு செய்வது சிறந்தது.'

'ம்ம்ம்...'

'அப்போது விபீஷணன் வரும் போது நாம் நம்மை சிறிது தளர்த்திக்கொள்வோம். நீ கோபமாக இருப்பதாக அவன் காணட்டும். ராம் அண்ணாவும் அப்படித்தான் இருப்பதாக நாம் சாடைமாடையாக உணர்த்துவோம். யதார்த்தத்தில் நான் மட்டுமே உன்னை பிடித்து வைப்பவன்.'

லக்ஷ்மன் தலை அசைத்தான். 'விபீஷணனுடனான நம் உரையாடல்கள் ராவணனை சென்று அடைவதாக நீங்கள் நினைக்கிறீர்களா?'

'எனக்கு அதில் சந்தேகம் இல்லை. நேரடியாக விபீஷணன் மூலமாக இல்லாமல் இருக்கலாம். ஆனால் இங்குள்ள மற்றவர்கள் மூலமாக. இந்த நகரத்தில் தன் நண்பன் என்று பாவித்து யாருடனேனும் அவன் அதிகம் பேச வேண்டும். நல்ல அரசின் திறன், நல்லதொரு ஒற்றர்வலை மூலம் மற்றவர்களை விட ஒரு படி முன்னால் நிற்பது. இவை அனைத்தையும் ஒன்றும் இல்லாத நிலையிலிருந்து உருவாக்கியிருக்கிறான். நாம் அவனை வெறுக்கலாம் ஆனால் அவன் திறனை மதிக்கவேண்டும்.' பரதன் கதவு பக்கம் திரும்பி வாயில்காப்பவனிடம் உரத்த குரலில், 'இளவரசர் விபீஷணன் உள்ளே அனுமதிக்கப்படட்டும்.' என்றான்.

விபீஷணன் அலட்சியமான நடையுடன் உள்ளே நுழைந்தான். நல்ல தசை பிடிப்பு இல்லாத குறையை போக்க ஆயுதங்கள் கரங்களில் இருந்து வெளியே எட்டிப்பார்த்தன. *'அக்குளுக்கு கீழே கட்டி ஏதேனும் இருக்கும் போல் தோன்றுகிறது...'* லட்சுமணனின் குதர்க்கமான கருத்து நினைவிற்கு வர பரதன் புன்னகைத்தான்.

ஆனால் தன் நளினத்தை தன் உடைகளில் மேம்பட செய்திருந்தான். ஊதா நிறத்தில் வேட்டியும் அங்கவஸ்திரமும் அணிந்திருந்தான். உலகத்திலேயே மிகவும் விலை உயர்ந்த சாயம் ஊதா நிற சாயம். அரச குலத்தவர் உடுத்துவது. அவனது அணிகலன்களும் பவ்யமானதாக இல்லை; ஆடம்பரமான தங்கமும் மாணிக்கங்களும் பொருத்தப்பட்ட காதணிகள், நுண்ணிய வேலைப்பாடு கொண்ட மாலை கழுத்தில், மற்றும் தங்கத்தில் வைரம் பதிக்கப்பட்ட காப்பு.

தன்னை அரசனாக பார்க்கத் துவங்கிவிட்டான் என்பது தெளிவாகத் தெரிந்தது.

'வரவேற்கிறோம், மேன்மையானவரே,' என்றான் பரதன் விபீஷணனின் பலவீனமான குணத்தை பயன்படுத்திக் கொண்டவாறு அப்படி அழைத்தான்.

விபீஷணன் போலியாக கர்வப்பட்டான். 'உங்களை மீண்டும் சந்திப்பதில் எவ்வளவு மகிழ்ச்சி, இளவரசர் பரதன்.' லக்ஷ்மன் பக்கம் திரும்பி பெரியதொரு வணக்கத்தை தெரிவித்தான் விபீஷணன். லக்ஷ்மன் மேலோட்டமாக அதனை ஆமோதித்தான். எப்போதும் போல் விபீஷணன் அந்த அவமானத்தை பொருட்படுத்தவில்லை. 'அப்போது நாம் படகை செலுத்த ஆரம்பிப்பது எப்போது இளவரசர் பரதன்? வணிக கப்பல்களை எரித்து குளிர்காய்ந்து விட்டாகியதே... அது ஒரு அற்புதமான செயல் என்பதை நான் சேர்த்துக்கொள்ளலாமா.'

பரதனின் பதில் எளிமையாகவும் புத்திசாலித்தனமாகவும் இருந்தது. 'சீக்கிரமே, மேன்மையானவரே.'

'நாம் இந்த முழு நகரத்தையும் எரித்து விடவேண்டும் அண்ணா,' என்றான் லக்ஷ்மன். திடீரென்று கண்களில் கோபம் கொந்தளிக்க, 'கப்பல்கள் மட்டுமில்லை சப்தசிந்துவின் ராஜ குடும்பத்துடன் விளையாடியதற்கான பலனை அவர்கள் அடைந்தே தீர வேண்டும்.'

திடுக்கிட்டவனாக லக்ஷ்மனை நோக்கினான் விபீஷணன். சிகிரியா இலங்கையின் ஒளிரும் தலைநகரமாக இருக்கலாம் ஆனால் துறைமுக நகரமான கோகர்ணாதான் இலங்கையின் வளத்தை உந்திச்செல்லும் இயந்திரம். சிகிரியா சேதம் அடைந்தாலும் கோகர்ணாவின் அழிவு இலங்கையின் முடிவாக அமைந்துவிடும்.

அமைதியாக இருக்கச்சொல்வது போல் பரதன் தன் கையை உயர்த்தினான். 'லக்ஷ்மன்...'

'ராம் அண்ணா சரியாக சிந்திக்கிறார் பரதன் அண்ணா,' என்றான் லக்ஷ்மன் அவன் முகம் கோபத்தில் சிவந்திருந்தது. 'அவர்களுக்கு பாடம் கற்பிக்க வேண்டும். நீங்கள் ஏன் இப்படி...'

'போதும்!' என்றான் பரதன் உரத்த குரலில் உறுதியாக.

லக்ஷ்மன் அமைதியானான்.

'இளவரசர் விபீஷணனுடன் என்னை தனிமையில் விடு,' என்றான் பரதன்.

'அண்ணா...'

'லக்ஷ்மன், என் கட்டளையில் எந்தப்பகுதி உனக்கு விளங்கவில்லை?' உறுமினான் பரதன்.

சில நொடிகள் பரதனை முறைத்துப்பார்த்துவிட்டு அந்த அறையை விட்டு வேகமாக வெளியேறினான் லக்ஷ்மன்.

'இந்தக் காட்சியை நீங்கள் பார்க்க நேர்ந்ததற்கு நான் வருந்துகிறேன், மேன்மையானவரே,' என்றான் பரதன் விபீஷணனிடம்.

எதுவும் பேசுவதற்கு இயலாதபடி விபீஷணன் திடுக்கிட்டிருந்தான். பஞ்சவடியில் ஒரு முறை லக்ஷ்மனின் சீற்றத்தை அவன் பார்த்திருக்கிறான். அமைதியான ராமும் கோபம் அடைந்திருப்பதை காண்பது அவனுக்கு அதிர்ச்சியாக இருந்தது. அப்பாவியான நகரம் கோகர்ணாவை அழிக்க விரும்பும் அளவிற்கு கோபம் போன்று தோன்றுகிறது. அது புரிந்துகொள்ளும்படியாக இருந்தது. சீதா அவன் மனைவியாயிற்றே. அயோத்தியாவிடம் உதவி கேட்டு தவறு செய்து விட்டோமோ என்று ஒரு சிறு வினாடி வியந்தான். ஆனால் இதற்குள் ராவணன் அவனது நயவஞ்சகத்தை அறிந்திருப்பான். அவனது படகும் எரிந்துவிட்டது. இனி திரும்ப வழியில்லை; அவனுக்கு அந்த வாய்ப்பில்லை. பரதனுடன் நீந்தலாம் அல்லது மூழ்கிப்போகலாம்.

'நாம் நம் கூட்டணியை வலிமையாக வைக்கவேண்டும், இளவரசர் பரதன்,' என்றான் விபீஷணன். ஏறக்குறைய அவன் குரல் சிணுங்கியது. முன்பிருந்த அலட்சியம் மறைந்திருந்தது. 'இல்லையென்றால் பல அப்பாவி மக்கள் இறப்பார்கள்.'

'எனக்குத்தெரியும்,' என்றான் பரதன். 'நான் யதார்த்தமான மனிதன். முடிந்த அளவு குறைவாக என் தரப்பு வீரர்களின் இறப்பு எண்ணிக்கையுடன் நான் வெற்றிபெற விரும்புகிறேன். நமது நட்பினால் அதனை உறுதி செய்ய முடியும்.'

'ஆமாம், இளவரசர் பரதன், நிச்சயமாக அப்படி நடக்கலாம்.'

பரதன் தன் மேஜையை எட்டி ஒரு சுருளினை எடுத்து விபீஷணனிடம் கொடுத்தான். 'நமது நட்பின் அடையாளமாக...'

அந்த சுருள் என்னவென்று அறிந்திருந்தாலும் அதனை பிரிக்கும்போது விபீஷணனால் தனது ஆர்வத்தை அடக்கிக்கொள்ளமுடியவில்லை. அயோத்தியாவின் அரச அறிக்கை சப்தசிந்துவின் பேரரசர் ராமின் முத்திரையுடன்

விபீஷணனை இலங்கையின் மன்னனாக முறையாக ஒப்புக்கொண்டதற்கான மடல், அதோடு சிகிரியாவின் சிம்மாசனத்தில் விபீஷணனை அமர்த்த தேவையான நடவடிக்கை இராணுவ உதவி உள்பட வழங்கப்படுமென்று உறுதியும் இருந்தது.

அவனது இதயம் ஒரு நொடி துடிக்கவில்லை. *நான் காட்டுவேன்... அந்த அசுரன்... நான் தகுதியற்றவனென்று அவன் கூறினான்... நான் காண்பிப்பேன்...*

விபீஷணனின் எண்ண ஓட்டம் பரதனின் பேச்சால் தடைபட்டது.

'இப்போது, உங்களது நட்பின் அடையாளம் ஒன்று எனக்கு பதிலுக்கு தரப்படவேண்டும் மேன்மையானவரே.'

'எதுவேண்டுமானாலும்,' என்றான் விபீஷணன் நன்றியுடன்.

'ஓங்குயாஹ்ரா கோட்டைக்குள் ரகசிய சுரங்கப்பாதை வழியாக நீங்கள் லக்ஷ்மனுடன் சென்று வழிகாட்ட முடியுமென்று நான் ஆரம்பத்தில் நினைத்திருந்தேன்.'

முன்கோபக்காரனான லக்ஷ்மனுடன் போரில் நன்றாக மாட்டிக்கொள்ளும் நினைப்பு வந்தவுடன் ஒரு நொடி அவன் பின்வாங்கியது அவன் முகத்தில் தெரிந்தது.

'ஆனால்,' தொடர்ந்தான் பரதன், 'என் சகோதரர்களின் நரம்புகளில் பாயும் உணர்ச்சிகளை பார்க்கும் போது - என் அனைத்து சகோதரர்களிலும், உண்மையாக- லக்ஷ்மன் மற்றும் அவன் படைப்பிரிவையே உங்களுடன் அனுப்புவேன்.'

'அது விவேகமாக இருக்கலாம், இளவரசர் பரதன்,' என்றான் விபீஷணன், நிவாரணம் பெற்றது போல் அவன் தோள்கள் துய்ந்தது தெரிந்தது. 'ஓங்குயாஹ்ராவின் வெற்றி கசாப்பு கடைக்காரர்களின் வேலை, அரசர்களுக்கானதல்ல.'

இகழ்ச்சியை வெளிக்காட்டாமல் இருக்க போராடினான் பரதன். 'ஆமாம், கண்டிப்பாக, மேன்மையானவரே.' சிகிரியாவும் கோகர்ணாவும் தெளிவாக குறிப்பிடப்பட்டிருந்த விளக்கமான மஹாவெலி கங்கா மற்றும் ஆம்பன் கங்காவின் வரைபடத்தை அவன் வெளியே எடுத்தான். பிறகு எழுதுகோலும் சில ஓலைகாகிதங்களையும் எடுத்தான். 'முழு ரகசிய பாதையையும் நீங்கள் இதில் குறியிட வேண்டியது என் தேவை.'

'கண்டிப்பாக,' என்றான் விபீஷணன். பரதனிடமிருந்து அந்த வரைபடம், எழுதுகோல் மற்றும் ஓலைகாகிதத்தை வாங்கிக்கொண்டான்.

'பாதைக்கான நுழைவாயில்களை அடையாளம் காண உதவும் எல்லா குறியீடுகள் மற்றும் குறிப்புகளையும் தயவுசெய்து

குறியிடுங்கள். அதோடு சுரங்கத்தின் அனைத்து அம்சங்களையும் கூட குறிப்பிடுங்கள். விரைந்து கடக்க லக்ஷ்மனுக்கு அது உதவியாக இருக்கும். அதன் அகலம் நீளம் உயரம், காற்று துவாரங்கள், ஒளித்துவாரங்கள், தரையின் கட்டுமானம் அதன் சமன் போன்றெல்லாம். பாதைக்குள் நுழையும் முன் அவன் அதனை தன் மனக்கண்ணில் "பார்க்கவேண்டும்" என்று நான் விரும்புகிறேன். காகிதங்களில் நீங்கள் தனிக்குறிப்புகள் எழுதலாம்.'

விபீஷணன் ஏற்கனவே வேலையில் இறங்கிவிட்டான். 'இந்த சுரங்கங்களை நான் வடிவமைத்து கட்டினேன் என்பதனை நீங்கள் மனதில் வைத்துக்கொள்ளுங்கள் இளவரசர் பரதன். நான் பயிற்சிபெற்ற கட்டிடக் கலைஞன் மற்றும் வரைபடவியலாளன். நான் வரைபடத்தையும் வழிமுறைகளையும் தவறுகள் எதுவும் இல்லாமல் உருவாக்குவேன்.'

'நீங்கள் அப்படி செய்வீர்கள் என்பதில் எனக்கு எந்த சந்தேகமும் இல்லை.' பரதன் புன்னகைத்தான்.

அத்தியாயம் 19

'உன் உண்மையான திறனை நீ உணராமல் விட்டுவிட்டாய் சகோதரா!' பரதன் சிரித்தான்.

'நான் நல்லதொரு நாடகம் ஆடினேன் இல்லையா?' பெருமைபட்டுக்கொண்டான் லக்ஷ்மன் பாதி புன்னகையுடன்.

விபீஷணன் அரசவையிலிருந்து கிளம்பிய பிறகு லக்ஷ்மனை அழைத்துவரச்சொல்லி செய்தி அனுப்பி இரவு உணவும் பரிமாறப்படவேண்டுமென்று கட்டளையிட்டான்.

'நிஜத்தில், நான் உன்னை புகழ்ந்ததை திரும்பப்பெறுகிறேன்,' கேலி செய்தான் பரதன். 'நீ நடிக்கவில்லை. நீ நீயாகவே இருந்தாய்!'

சப்பாத்தியை துண்டாக கிழித்து தட்டில் இருந்த காய்கறியை எடுக்க அதனை பயன்படுத்திக்கொண்டே பெரிதாக சிரித்தான் லக்ஷ்மன். 'உங்களுக்கு சரியான வரைபடங்களை கொடுத்தானா அவன்?' லக்ஷ்மன் கேட்டான்.

'ம்ம்ம்,' என்றான் பரதன் தன் உணவை மெல்ல சுவைத்தபடி.

'அற்புதம்.'

'ஆனால் கபடம் நிறைந்தவன், இந்த விபீஷணன்.'

'நான் அதை எப்போதுமே உங்களிடம் சொல்லியிருக்கிறேன். திடீரென்று ஏன் இந்த ஞானோதயம்?'

பரதன் தன் செயலை பாதியில் நிறுத்தினான். ரொட்டித்துண்டத்தை காயின் மீது வைத்து போலியாக கண்களை உருட்டினான். 'ஞானோதயம்?! இந்திரனின் பெயரால் கேட்கிறேன், எங்கிருந்து அறிந்துகொண்டாய் இந்தச் சொல்லை?'

'சத்ருக்னனிடமிருந்துதான் கண்டிப்பாக?!' லக்ஷ்மன் சிரித்தான். 'ஏன்? தவறான வார்த்தையை பயன்படுத்தி விட்டேனா?'

'இல்லை, இல்லை... ஞானோதயம் என்பது திடீரென உணர்தல் மற்றும் பெரிய வெளிப்பாடு. அதை நீ கிண்டலாக உபயோகித்தாய். ஆனால், நீ அதனை சரியாகத்தான் பயன்படுத்தியிருக்கிறாய் என் சகோதரா...'

லக்ஷ்மன் சிரித்தபடியே தன் இடது கையை தலைக்கு மேல் நீட்டி பின்னால் முழங்கையை மடக்கி தன் முதுகில் தட்டிக்கொண்டான். 'சிறப்பாகச் செய்தாய், லக்ஷ்மன். சிறப்பாகச் செய்தாய்.' பெரும் ஆரவாரத்துடன் சிரித்தான் அவன்.

பரதனும் சேர்ந்து சிரித்தான். 'உன் விஷமங்களைப் பார்க்காமல் வெகு நாட்களாய் வருந்தினேன், கோமாளி! நாம் வெகு காலமாக பிரிந்திருந்தோம்.'

'ஆமாம்,நாம் வெகு காலமாக பிரிந்திருந்தோம்...' லக்ஷ்மன் எதிரொலித்தான்.

'மீண்டும் சுரங்கத்திற்கு வருவோம்,' என்றான் பரதன். 'ஓங்குயாஹ்ரா மாளிகையில் யாருக்கும் அதைப்பற்றி தெரியாது போலும். இலங்கை அரசு அல்லது சாதாரண மக்கள், இருவருக்கும். ராவணன், கும்பகர்ணன், அவர்களது மாமா மாரீசன் மற்றும் ராவணனின் மகன் இந்திரஜித், விபீஷணன் மற்றும் சுரங்கத்தில் வேலை செய்த வேலையாட்கள்.'

'வேலையாட்கள் யாருடனும் அதைப்பற்றிப்பேசவில்லை? விசித்திரம்.'

'இறந்தவர்கள் பேசமாட்டார்கள். கட்டுமானம் முடிந்தவுடன் பணியாட்கள் கொல்லப்பட்டார்கள். கடைசி மனிதன் வரை.'

'ஆஹா... அது...'

'...கொடூரம் மற்றும் பைத்தியக்காரத்தனம்,' பரதன் லக்ஷ்மனின் வார்த்தைகளை முடித்தான். 'ஆனால் மிகவும் திறமைசாலியும் கூட. ராவணனின் குணம். அதனால்தான் ஏறக்குறைய எவரும் இந்த சுரங்கபாதைகள் பற்றி அறியவில்லை.'

'ஆனால் ராவணன் ஏன் விபீஷணனை உபயோகித்தான்? அவன் தன் நிலையை மாற்றிக்கொள்பவன். தெளிவாக, தந்திரமான விலங்கு அவன்.'

'இலங்கையின் அரச குடும்பத்தில் விபீஷணன் தான் சிறந்த கட்டிடக்கலை நிபுணன் மற்றும் திறன் வாய்ந்த பொறியாளன்.

இலங்கைப் போர் 215

அப்படித்தான் அவன் கூறிக்கொள்கிறான். இந்த சுரங்கங்களை வடிவமைத்து அதன் கட்டுமானத்தை மேற்பார்வையிட்டான்.'

'அப்போது சுரங்கங்கள் பற்றிய சிறந்த தகவலை அவனால் கொடுக்கமுடியும்.'

'அதை விட சிறந்த ஒன்றும் நடந்துவிட்டது. விபீஷணன் நம்முடன் வந்து சேர்ந்து விட்டான் என்று ராவணனுக்குத் தெரிந்திருக்கும் என்று ஊகிக்கிறேன். கோகர்ணாவில் அவனது ஒற்றர் வலை மிகவும் சிறந்தது. இந்தச் சுரங்கங்கள் இருக்கும் உண்மையை நம்மிடம் சொல்லியிருப்பான் என்று அவன் தர்க்கரீதியாக அனுமானிப்பான். அப்போது மிகத்தெளிவாக, அந்த பாதைகளில் நம்மை தாக்குவான் அல்லது கோகர்ணாவில் சுரங்கம் உடைந்து விழும்படி செய்வான். அப்போது நம்மால் அந்த பகுதியை உபயோகிக்க முடியாது.'

லக்ஷ்மன் தலை அசைத்தான். அதுதான் சரியான தர்க்கரீதியான விளக்கம்.

'ஆனால்,' தொடர்ந்தான் பரதன், 'நம்மிடம் வேறொரு வழி இருக்கிறது.'

'எது?'

'விபீஷணன் தன் துரோகத்தை வெகு காலமாக திட்டமிட்டிருப்பான் போல் தெரிகிறது. ஓங்குயாஹ்ராவிற்கு செல்லும் வேறொரு மறைவான பாதையையும் கட்டியிருக்கிறான். நதியின் கீழ்பக்கத்திலிருந்து. முதல் திட்டம் தோல்வி அடைந்தால் கைகொடுக்கும் மற்றொரு திட்டம். அதுவும் தோல்வி அடைந்தால் மூன்றாவதாக ஒரு திட்டம்.'

லக்ஷ்மன் சிரிக்கத் துவங்கினான். 'எத்தனை சுரங்கங்கள் மாளிகைக்குள் செல்லும்? இது கோட்டையா அல்லது வழித்தடமா?!'

பரதன் சிரித்தான். 'எப்படியானாலும்,' என்றான் லக்ஷ்மன், தன்னை சுதாரித்துக்கொண்டு, 'ஓங்குயாஹ்ராவிற்குள் செல்லும் வேறொரு சுரங்கமும் உள்ளது... ராவணன், கும்பகர்ணன் மற்றும் இந்திரஜித்தும் அறியாதது. விபீஷணன் மட்டுமே அறிந்தது.'

'விபீஷணன் மற்றும் அதனைக் கட்டிய பணியாளர்கள்.'

'இறந்துவிட்ட பணியாளர்கள்.'

'ஆமாம்.'

'இந்த இலங்கை துரோகியை வளைத்துப்பிடித்தது நம் அதிர்ஷ்டம்.'

'தன் சகோதரனின் எந்தத் தகுதி வாய்ந்த எதிரியிடமும் சென்றிருப்பான் விபீஷணன்,' என்றான் பரதன். 'இந்த

சுரங்கத்தை அவன் கட்டியபோது இலங்கை மீது போர் தொடுக்க அயோத்தியாவிடம் எந்தக் காரணமும் இல்லை. ராஜா ராவணனுடன் எவரேனும் சண்டையிட காத்துக்கொண்டு இருந்திருப்பான்.'

'விபீஷணனை நம்ப தீர்மானித்த தினத்தில் ராவணன் தன் விதியை உறுதி செய்துவிட்டான்.'

'நிஜத்தில் ஓங்குயாஹ்ராவில் தன் படைப்பிரிவை நம்பக் கூடாது என்று தீர்மானித்த தினத்தில் தான் அவன் விதி உறுதி செய்யப்பட்டது. அதிலிருந்த ஆபத்தை நீக்கும் வகையில் அவனை தோற்கடிக்க சுலபமான வழி உள்ளது என்கிற சாத்தியத்தை திறந்துவிட்டான்.'

'ம்ம்ம்...'

'சத்ருக்னன் ஒரு முறை என்னிடம் ஒன்று சொன்னான். கிரேக்க நாட்டை தாண்டி கிழக்கு திசையில் ஒரு எழுத்தாளர்-ஃபோன்டைன்-சொல்லியிருந்தார். 'தான் தவிர்க்க நினைத்த பாதையிலேயே தன் விதியை ஒருவன் சந்திப்பான்.'

லக்ஷ்மன் புன்னகைத்தான். 'ஆமாம்... நாம் ராவணனை அவனது பாதையின் முடிவிற்கு வழிநடத்திச்செல்வோம்.'

இலங்கை தீவின் வட மேற்கில் பாலம் கட்டும் பணி துவங்கி நான்கு நாட்கள் ஆகியிருந்தன. கோகர்ணா விரிகுடாவின் தென் முனையில் தீவின் வட கிழக்கில் மஹாவெலி கங்காவிற்குள் செல்ல தங்கள் கப்பலில் தயாராக நின்றார்கள் லக்ஷ்மனும் பரதனும். பாதிக்கு மேல் பாலம் கட்டப்பட்டுவிட்டதென்று சத்ருகனிடமிருந்து பறவை தூது வந்திருந்தது. இன்றிலிருந்து மூன்றாவது நாள் அயோத்தியாவின் சேனை தன் முக்கிய படைப்பிரிவுடன் இலங்கையின் பிரதான நிலப்பரப்பில் வந்து, சிகிரியாவை நோக்கி விரையும்.

'கடற்பயணம் செய்யும் முன் நாம் பேரரசர் ராமை சந்திக்கவேண்டாமா?' விபீஷணன் கேட்டான்.

விபீஷணன் சகோதரர்கள் இருந்தபக்கத்தில் நின்றிருந்தான். அவர்கள் பலகை ஒன்றை பிடித்துக்கொண்டபடி மேல்தளத்தில் தங்களுக்கு எதிரே முடிவில்லாமல் அகன்று விரிந்திருந்த நதியைப் பார்த்தபடி நின்றிருந்தனர். மஹாவெலி கங்காவின் முகத்துவாரத்தில் நதி நீர் விரிகுடாவில் சென்று கலந்த இடத்தில் கம்பீரமாக நின்றிருந்தது கப்பல். இரட்டை நேர்கோடுகளாக அவர்களது பின்னால் தன் கப்பற்படையை அமைத்திருந்தான் பரதன். நானூறு கப்பல்கள். ஒன்றின் பின் ஒன்றாக இருநூறு

கப்பல்கள் ஒரு வரிசையில் என்று இரண்டு வரிசைகளில். விரிகுடாவை தாண்டி இந்தியப்பெருங்கடல் வரை நீண்டது கப்பல் வரிசை. நதியின் முகத்துவாரத்தில் ஒரு பார்வையாளரால் அயோத்தியாவின் முதல் கப்பலில் துவங்கி கடைசி கப்பல் வரை மொத்த வரிசையும் செல்வதை பார்க்க நான்கு மணி நேரங்கள் பிடிக்கும். சப்தசிந்து இராணுவம் தனது பலத்தை காட்டும் காட்சி. இலங்கையர்களை அடிபணியச் செய்ய திடுக்கிட மற்றும் ஆச்சரியப்பட வைக்கும் நோக்கத்தோடு மேற்கொள்ளும் இராணுவ நடவடிக்கை.

'பரதன் அண்ணாவும் நானும் இன்று காலை சந்தித்தோம்,' என்றான் லக்ஷ்மன் விபீஷணனுக்கு பதில் அளிக்கும் விதமாக. 'அவரை ஏன் சந்திக்க விரும்புகிறீர்கள்? எங்களிடம் கூற முடியாத எதனை அவரிடம் கூற விரும்புகிறீர்கள்?'

'அது போன்று எதுவும் இல்லை இளவரசர் லக்ஷ்மன்,' என்றான் விபீஷணன். லக்ஷ்மனிடமிருந்து வந்த நிலையான பகைமைக்கு பதிலாக எப்போதும் செய்வது போல் புன்னகைத்துக்கொண்டிருந்தான். 'நண்பன் என்பதால் இலங்கையை வெல்ல நம் பயணத்தை துவங்கும் முன் சேனை தலைவரை நான் பார்க்கவேண்டும்.'

லக்ஷ்மனின் முகம் தீவிர பகைமையை வெளிப்படுத்தியது. 'நீங்கள் எங்கள் நண்பன் இல்லை. எங்களுடைய கூட்டுப்பணியாளர். நமக்குள் இருப்பது வர்த்தக உறவு. எங்களுக்கு ஓங்குயாஹ்ரா கிடைக்கும். உங்களுக்கு இலங்கை சிம்மாசனம் கிடைக்கும். இல்லாத ஒன்றாக ஆக முயற்சி செய்யாதீர்கள்.'

'லக்ஷ்மன்...' கோபமடைந்தவன் போல் நடித்தான் பரதன்.

'அண்ணா, நீங்கள் சொல்வதைக் கேட்டு உங்கள் கட்டளைப்படி நான் நடந்துகொள்கிறேன்.' என்றான் லக்ஷ்மன். 'ராம் அண்ணாவும் அப்படித்தான். உங்கள் நண்பரை தன் எல்லைக்குள் இருக்கச்சொல்லுங்கள்.'

'லக்ஷ்மன்,' உறுமினான் பரதன். 'ராஜா விபீஷணனுடன் என்னை தனிமையில் விடு. போ.'

'அவர் இன்னும் அரசனாகவில்லை,' சீறினான் லக்ஷ்மன்.

லக்ஷ்மனை நோக்கி அடியெடுத்து வைத்தான் பரதன். 'சூர்யவம்சத்தினரான நாம் நம் வாக்கை மீறுவோம் என்று சொல்லவருகிறாயா?'

லக்ஷ்மன் அமைதியானான்.

'எங்களை தனிமையில் விடு,' கட்டளையிட்டான் பரதன். 'அது என்னுடைய ஆணை. போ, உன் வேலையைப்பார். மஹாவெலி கங்காவிற்குள் நகரத்துவங்கலாம்.'

தளபதியின் ஆணையை பின்பற்றும் அடியாளைப்போல் வணக்கம் சொன்னான் லக்ஷ்மன். அன்பு தம்பியைப்போல் இல்லை. பிறகு அங்கிருந்து சென்றான். அவனது நடிப்புத் திறனை பின்னர் போற்றவேண்டுமென்று மனதில் குறித்துக்கொண்டான் பரதன். லக்ஷ்மன் மிகத்தெளிவாக இதனை மகிழ்ந்து கொண்டிருந்தான்.

பரதன் விபீஷணன் பக்கம் திரும்பினான். 'நான் வருந்துகிறேன், மேன்மையானவரே. உங்களது உதவியைப் பெறுவதில் என் சகோதரர்கள் அனைவர்க்கும் மகிழ்ச்சி இல்லை. சூழ்ச்சிகள் ஏதும் இல்லாமல் வெல்வதையே விரும்புவார்கள். பண்டைய காலத்தினர் நினைப்பது போல் போர் புரிந்து வெற்றி பெறவேண்டும் என்று விரும்புகிறார்கள். ஆனால் போர் மோசமான விஷயம் என்று எனக்கு புரிகிறது. நாம் வெல்ல வேண்டும், நம்மிடம் கைவசம் இருக்கும் எல்லா உபாயங்களாலும்.'

'ஆனால்...' விபீஷணன் துவங்கினான்.

பெரிய சத்தத்தால் குறுக்கிடப்பட்டான். இருவரும் திரும்பினார்கள். முதலில் வழிநடத்திய கப்பல் பெரிதாக கூப்பாடு போட, மூன்று முறை குண்டுகள் வெடிக்கப்பட்டன. கொடி ஏற்றப்பட்டது. வாயால் சொல்லி புரியவைக்க பின்தொடர்ந்து வந்த கப்பல் வரிசை மிக நீளமானது. அதனால் கப்பலின் சங்கு ஊதப்படுவது மற்றும் வெவ்வேறு கொடிகள் பிரதான பாய்மர கம்பத்தில் ஏற்றப்படுவது என்று கட்டளைகளை தெரிவிக்கும் ஒரு முறையாக கொண்டு வந்திருந்தான் பரதன். வண்ணக் கொடிகளின் கலவை ஒவ்வொன்றும் மிகச் சரியான சாதாரண வழிமுறையாக, ஒரு குறியீட்டில், கப்பல் தலைவருக்கு மட்டுமே புரியும் விதத்தில் இருந்தன. இப்போது சொல்லப்பட்ட வழிமுறை மிகவும் தெளிவாக இருந்தது: கப்பலைச் செலுத்துவோம்.

பரதன் விபீஷணனைப் பார்த்தான். ராவணனின் இளைய சகோதரனின் மனதில் என்ன ஓடிக்கொண்டிருந்தது என்று அவன் ஊகித்தான்.

'ராஜா விபீஷணன்,' பரதன் மென்மையாகச் சொன்னான், 'நீங்கள் என்ன நினைக்கிறீர்கள் என்று எனக்குப்புரிகிறது... *என்னை வெறுக்கும் ஒரு பேரரசரை நான் நம்பலாமா? தன் வாக்கை காப்பாற்றி என்னை அரசனாக ஆக்குவாரா?*'

விபீஷணன் மௌனமாக இருந்தான்.

'தனிப்பட்ட விதத்தில் அவரை காயப்படுத்தியிருந்தாலும், மதிப்பான பாதையில்தான் என் அண்ணா ராம் செல்வார். அதனால்தான் அவருக்கு இப்போது உங்கள் உதவி தேவையில்லை. அப்படிப்பட்ட மனிதர் நீங்கள் ராஜாவாக

நிறுவப்பட வைப்பதாக உங்களுக்கு கொடுத்த வாக்கை காப்பாற்ற மறுப்பார் என்று நினைக்கிறீர்களா? உங்களுக்கு எழுத்து வடிவில் உறுதி கூறிய ஒன்றை?'

விபீஷணன் பெருமூச்சு ஒன்றை வெளியேற்றினான். தர்க்க வாதம் மறுக்கப்பட முடியாதது.

'ஆனால், அவருக்கு உங்களை பிடிக்காது. ஆமாம்,' தொடர்ந்தான் பரதன். 'அவர் உங்களை சந்திக்க மாட்டார்.'

கப்பல் நகரத்துவங்கியதும் உரையாடல் நின்றது. பாய்மரங்கள் உயர்த்தப்பட, பேரிகையின் தாள முழக்கங்களை கேட்கமுடிந்தது. துடுப்பினை செலுத்துபவர்கள் தாளத்திற்கு ஏற்றாற்போல் தங்கள் துடுப்புகளை நகர்த்தினார்கள். ஆறு படைப்பிரிவுகள் - மஹாவெலி கங்காவின் கிழக்கு மற்றும் மேற்கு திசை ஒவ்வொன்றிலும் மூன்று - ஏற்கனவே நதிக் கரையில் நின்றிருந்த நான்கு கப்பல்களுக்கு ஒத்தார் போல் கப்பற்படையின் வரிசையில். அவர்களது கேடயங்கள் காட்டுப்பக்கம் உயர்த்தப்பட்டிருந்தன. ஈட்டிகளும் வாள்களும் தயாராக இருந்தன. இலங்கையரிடமிருந்து திடீர் தாக்குதல் ஏற்பட்டால்.

பரதன் கவனமான தளபதி.

நடைபோட்ட வீரர்களுக்கு வேறொரு பணியும் இருந்தது. அயோத்தியாவின் கப்பற்படை மஹாவெலி கங்காவிற்குள் மெதுவாக நுழைய அவை ஒரு தகுந்த காரணமாக அமைந்தன. அரை நாள் வேலை இப்போது இரண்டு நாட்கள் எடுக்கும். கரையில் இருந்த வீரர்களுடன் ஒத்த வரிசையில் இருப்பதற்கு அவர்களது படகுகளின் வேகம் குறைக்கப்படவேண்டும். பதுங்கி தாக்குபவர்களைத் தவிர்க்க கவனமாக இருப்பது சந்தேகத்தை ஏற்படுத்தாது. உண்மையான காரணம் ஓங்குயாஹ்ராவில் முடிந்தவரை போரை கால தாமதம் செய்வது. ராம் மற்றும் சத்ருக்னன் பாலம் அமைப்பதை முடித்துக்கொண்டு அதன் மீது நடைபோட்டுக்கொண்டு வர நேரம் கொடுக்க.

'அவரது எதிரியின் போரிடும் தகுதியை நான் எப்படிக் குறைத்துவிட்டேன் என்று அறிந்தவுடன் பேரரசர் ராமிற்கு என்னைப் பிடிக்குமென்று உறுதியாக நம்புகிறேன்,' என்றான் விபீஷணன்.

'நீங்கள் சொல்ல வருவதன் அர்த்தம் என்ன?' பரதன் கேட்டான் ஆர்வத்துடன்.

'சிகிரியா ஒரு தொற்று நோயால் பலவீனம் அடைந்திருக்கிறது என்று உங்களுக்குத் தெரியுமா?'

'காய்ச்சல் பரவுவதைப்பற்றி கேள்விப்பட்டேன்.' ராம் அனுப்பிய பறவை தூதின் மூலமாக இதைப்பற்றிய தகவல் அறிந்து கொண்டுவிட்டதாக பரதன் வெளியே காட்டிக்கொள்ளவில்லை.

அரிஷ்டநேமியின் துரித படகுகள் மூலம் மருந்துகளும் அவனுக்கு அனுப்பப்பட்டிருந்தது. 'எங்களிடம் போதுமான அளவு மலயபுத்ர மருந்துகளும் உள்ளது. நீங்கள் கவலைப்படவேண்டாம்.'

'ஓ... அதுவா..உங்களால் அதனை ஏற்பாடு செய்து கொள்ள முடியுமென்று எனக்குத்தெரியும். வெகு காலமாக வேறொரு தொற்று நோயும் அவர்களை வாட்டி வருகிறது. நிஜத்தில் பல வருடங்களாக. அது சிகிரியா மற்றும் அவர்களது சேனையை பலவீனமாக்கிவிட்டது.'

'அது என்ன? அந்த தொற்று நோயைப்பற்றி எனக்குத் தெரியாது.'

'இலங்கைக்கு வெளியே பெரும்பாலானவர்களுக்குத் தெரியாது. சில தெளிவான காரணங்களுக்காக என் அண்ணன் ராவணன் அதனை ரகசியமாக வைத்திருக்கிறான். அந்த தொற்று நோயைப்பற்றிய விசித்திரம் என்னவென்றால் அது கோகர்ணாவரை பரவவில்லை. சிகிரியா சபிக்கப்பட்ட இடமென்று பலரும் நம்புகிறார்கள். அங்கு வாழ்பவர்கள் அனைவரும் தவிப்பார்கள்.'

'அது என்ன?' பரதன் மீண்டும் கேட்டான்.

'இந்த நோய் ஒரு தொற்று வியாதி இல்லை. கடவுளரின் சாபமும் இல்லை.' என்றான் விபீஷணன் மெலிதாக சிரித்தபடி. 'சிகிரியா தன் மீது வரவழைத்துக்கொண்ட துன்பம்.'

'என்ன?'

'என் அண்ணா மக்களின் வீடுகளுக்கு நீர் வசதி கொடுக்க விரும்பினார்.'

'அதனால் என்ன பிரச்சனை? அயோத்தியா முழுவதும் மக்களுக்கு சுலபமாக நீர் வசதி இருக்கவேண்டுமென்று ஆங்காங்கு வீடுகளுக்கு அருகாமையில் கிணறுகள் தோண்டச்செய்திருக்கிறேன் நான்.'

'இல்லை,இல்லை!' சிரித்தான் விபீஷணன். 'அவர் குடிமக்களுக்கு அதை விட சுலபமாக இருக்கவேண்டும் என்று விரும்பினார். கிணறுகள் வெட்டினால் மக்கள் அதனை பராமரிக்கவேண்டும். அது வசதியற்றது. தெளிவான காரணங்களுக்காக நீங்கள் சப்தசிந்துவில் பயன்படுத்தும் கடினமான கற்கள் போன்ற குழாய்களை அவர் விரும்பவில்லை. அதனால் அற்புதம் என்று அவர் எண்ணிய ஒரு விஷயத்தை வடிவமைத்தார்: ஈயம் என்னும் உலோகத்தினாலான குழாய்கள். அவை செய்வதற்கு எளிதாக இருக்கும். வீடுகளுக்குள் செல்லும்படி அமைப்பதும் சுலபமானது. கசிவுகள் இருக்காது. குறைவான பராமரிப்பே போதுமானது. அவரால் தன் மக்களுக்கு தண்ணீர் கொடுக்க முடிந்தது. அவரை அதற்காக

அவர்கள் வாழ்த்தினார்கள். நிச்சயமாக அந்தக் கடுமையான வேலையை என் மூலமாகத்தான் செய்துமுடித்தார். நான் அதை வடிவமைத்துக் கட்டினேன்.'

'இதில் என்ன பிரச்சனை என்று இன்னமும் எனக்கு விளங்கவில்லை.'

'ஈயம் உடலுக்கு நல்லதில்லை என்று நான் பின்னர் கண்டுபிடித்தேன்.'

'என்ன? சப்தசிந்துவிலும் நாங்கள் ஈயம் பயன்படுத்துகிறோம்!'

'ஆமாம், ஆனால் சப்தசிந்துவில் ஈயம் அதிக அளவில் பயன்படுவதில்லை. நீங்கள் முதன்மையாக செப்பு பாத்திரங்கள் மற்றும் குழாய்களை பயன்படுத்துகிறீர்கள். செப்பு நல்லது. நீங்கள் அரிதாகவே ஈயம் பயன்படுத்துகிறீர்கள். அதிக அளவில் ஈயம் விஷமாக மாறி உங்களை பலவீனப்படுத்துகிறது. ஈயம் தண்ணீரில் கரைகிறது. அதுவும் சிகிரியாவில் கிடைக்கும் நீரில். அதனை குடிக்கும் ஒவ்வொருவரும் மெதுவாக நோய்வாய்படுவதன் அறிகுறிகளை வெளிப்படுத்துகிறார்கள். அது தொற்று போல் தோன்றும். ஆனால் அது தொற்று நோய் அல்ல. நோய் படிப்படியாக பல வருடங்களாகப் பரவுகிறது. நான் சொல்ல வருவது என்னவென்றால் ராவணன் அண்ணா தன்னையும் தன் அன்பான நகரத்தையும் விஷம் உட்கொள்ள வைத்திருக்கிறார்.'

விபீஷணன் இதனை சொல்லும் போது வேடிக்கையாக சிரித்தான்.

பரதன் அதிர்ந்தான். 'நீங்கள் ஏன் காப்பாற்றவில்லை...'

விபீஷணன் பரதனை குறுக்கிட்டான். 'நான் என் குடும்ப உள் வட்டம் என் தாயார் மற்றும் தங்கையை காப்பாற்றினேன். அவர்கள் இப்போது கோகர்ணாவில் வாழ்கிறார்கள். ஆனால் பெருவாரியாக சிகிரியாவில் இருக்கும் ராவணனின் சேனை பல வருடங்களாக மெதுவாக விஷத்தை உட்கொண்டு வருகிறது. உங்கள் வீரர்கள் மூலம் தவிக்கப்போவதை விட அதிகமாக அவர்கள் தொற்று நோயால் பாதிக்கப்படுவது இந்த ஈயத்தினால் தான். நீங்கள் நினைப்பதை விட அவர்கள் பலவீனமானவர்கள்.'

'ஆனால்... சிகிரியாவின் குடிமக்கள் கதி என்ன?'

'இணை சேதம் இளவரசர் பரதன்,' என்றான் விபீஷணன். 'நீங்கள் சொன்னது போல் போர் மோசமான விஷயம். நீங்கள் இப்போது காண்பது போல், நான் கொஞ்சம் காலமாக இலங்கையை வலுவிழக்கச் செய்துவருகிறேன். அனைத்தும் பேரரசர் ராம் மற்றும் உங்களுக்காக. நீங்கள் எளிதில் வெற்றி பெறலாம். உங்களை சந்திக்கும் முன்பிலிருந்து நான் உங்களுக்கு உதவி செய்து வருகிறேன்! நான் பேரரசன் ஆனதும் ஈயத்தினாலான குழாய்களை செப்பு அல்லது வேறு வகை

உலோகத்தாலான குழாய் கொண்டு மாற்றிவிடுவேன். நான் மக்களை காப்பாற்றுவேன். அவர்கள் எனக்கு அதற்காக நன்றி சொல்வார்கள்.'

பரதன் திரும்பி நதியை வெறித்துப்பார்த்தான். விபீஷணனுக்காக அவன் உணர்ந்த வெறுப்பை தன் முகத்திலிருந்து விலக்கி வைக்க முயற்சி செய்தபடி.

அத்தியாயம் 20

'குருஜி?' மட்டிக்காயா வினவினான், ஆச்சரியத்தில்.

விஸ்வாமித்ரர் தன் எரிச்சலை அடக்கிக்கொண்டார். ஒரு பிரச்னையை தீர்க்க தனக்கு புரிதல் வேண்டுமென்று நம்புகிறான் இந்த மூடன். நான் சிந்தித்து கண்டுபிடித்த தீர்வை தன்னால் மேம்படுத்த முடியுமென்று நினைக்கிறான். *முட்டாள்!* மட்டிக்காயாவை விட அரிஷ்டநேமி பரவாயில்லை என்று நினைத்தார். எப்போது கேள்விகள் கேட்கக்கூடாது என்று அறியும் அளவிற்கு போதுமான புத்திசாலித்தனம் அரிஷ்டநேமியிடம் இருந்தது. இன்னும் அதிக தகவல் வேண்டும் என்று எப்போதும் நினைப்பவன் மட்டிக்காயா.

விஸ்வாமித்ரர் சில மாதங்களாகவே திட்டமிட்டுக்கொண்டிருந்தார். ரகசிய குறியீட்டில் தொடர்பு கொள்வது. பறவை தூதின் மூலமாக. ஆனால் இப்போது அவர் ஒன்றை அனுப்பவேண்டும். ஒரு பெரிய பெட்டி ஏறத்தாழ இரும்பு பெட்டிகள் போல். விலைமதிப்பான பொருட்களுடன் மிகவும் விலைமதிப்பானது. அந்த இரும்புப்பெட்டியினுள் ஒரு ஆயுதம் இருந்தது. மிகத்தெளிவாக ஒரு பறவையினால் அதனை தூக்கிச்செல்லமுடியாது. அதனால் அவருக்கு இந்த மூடன் மட்டிக்காயா தேவைப்பட்டான். வேறு எவரையும் அவரால் நம்பமுடியாது. மட்டிக்காயா தன் கேள்விகளை கேட்டுக்கொண்டேயிருப்பான். ஆனால் விஸ்வாமித்ரரிடமிருந்து தனக்கு வந்த கட்டளைகள்படி எப்படி மௌனமாக

இருக்கவேண்டுமென்று அவனுக்குத்தெரியும். இதுதான் அவன் அறிந்த வலிமையான குரு.

'இதனை தூக்கிக்கொண்டு தேவகிரி ஆசிரமம் வரை சென்று அங்கு அதனை வைத்து விடு. அங்கிருந்து அது எடுத்துச்செல்லப்படும்.'

'ஆனால்...தேவகிரி ஆசிரமம் எவரும் பயன்படுத்தாமல் துறக்கப்பட்டுவிட்டதே குருஜி. அங்கு யாரும் இல்லை. நான் சொல்வதன் அர்த்தம்...'

'உனக்குத் தெரிந்த ஒரு விஷயம் எனக்குத்தெரியாமல் இருக்குமென்பது சாத்தியம் என்று நீ நினைக்கிறாயா?'

'என்னை மன்னிக்கவேண்டும் குருஜி,' என்றான் மட்டிக்காயா கைகளை வணக்கம் சொல்வதாக குவித்தான்.

இந்திய நதிகளில் மிக புனிதமானது சரஸ்வதி நதி. அதனால் அது நடுநிலை நிலமாக கருதப்பட்டது. அது எந்த ராஜ்ஜியத்தின் கீழும் வரவில்லை. அதன் கரைகளில் எந்த கோட்டைகளும் இல்லை. அந்த இடம் முனிவர்கள், அறிவுஜீவிகள், துறவிகள் மற்றும் பெரும்பாலும் இயற்கை அன்னைக்கே விடப்பட்டது. அனைவரும் இந்த இடத்தை எந்த தங்கு தடையும் இல்லாமல் தாண்டினார்கள். சரஸ்வதி நதிக்கரையில் சண்டையிடுவது கூட அதர்மமாக பலரால் கருதப்பட்டது.

யாரும் சரஸ்வதி நதிக்கரையில் போர்கள் எதுவும் புரியாததால் இந்த நிலம் வீர விளையாட்டுகளுக்கு பயன்படுத்தும் எண்ணத்துடன் பார்க்கப்படவில்லை. அதனால் எவரும் தேவகிரியின் இராணுவ முக்கியத்துவம் பற்றி புரிந்துகொள்ளவில்லை. ஏறக்குறைய எவரும்.

'நான் சொல்வதை மட்டும் செய்,' கட்டளையிட்டார் விஸ்வாமித்ரர்.

'கண்டிப்பாக குருஜி,' மிடுக்காக வணக்கம் சொன்னான் மட்டிக்காயா.

விஸ்வாமித்ரர் தன் தலையைத் திருப்பினார். மலயபுத்ர தலைநகர் அகஸ்தியக்கூடத்தின் மத்தியில் இருந்த சிறந்த பரசு ராமேஸ்வரர் கோவிலை நோக்கி. அவரது வாழ்வின் மையத்தில் இருந்த ஒன்று.

பகவான் பரசுராம், நான் உங்களை கெஞ்சிக்கேட்டுக்கொள்கிறேன்...யயாதி மற்றும் ஷர்மிஷ்டாவின் வழிவந்தவனை ஆசீர்வதியுங்கள். அவனது தியாகம் வீணாகாது. அவை அனைத்தும் இந்தியத்தாய்க்காக.

கண்டிப்பாக யயாதி மற்றும் ஷர்மிஷ்டாவின் வழிவந்தவன் தான் பலிகொடுக்கப்பட தயாராகி வருகிறோம் என்று அறியவில்லை.

சத்ருக்னன் பாலம் கட்டத்துவங்கி ஆறு நாட்கள் ஆகியிருந்தது. அடுத்த நாளில் அவர்கள் மன்னார் தீவை தொடுவார்கள் என்று எதிர்பார்த்தார்கள். அதன்பிறகு கேதீஸ்வரம் சாலை வழியாக சிகிரியாவை ஒரு நாள் நடையில் அடைய முடியும்.

அற்புத துடிப்பான சிவப்பு மற்றும் ஒரு அசாதாரண சோகமான ஊதா நிறக் கலவையாக வானம் இருந்தது. அது மாலைப் பொழுதின் ஆரம்பம். சூரியன் அடிவானத்தில் மறைந்து கொண்டிருந்தது. வானம் என்னும் திரையில் சூரிய பகவான் அற்புதமான அதிர்ச்சியூட்டும் அழகான ஓவியம் ஒன்றை வரைந்திருந்தார். தன்னை ஆச்சரியத்தில் பார்த்த பக்தர்களுக்கு தான் விடைபெறும் முன் தன்னுடைய பரிசாக. அவர்களை அடுத்த முறை சந்திக்கும் முன். அடுத்த நாள் காலை.

வசிஷ்டர், ராம் மற்றும் சத்ருக்னன் பாலத்தின் ஓரத்தில் அற்புத வானத்தின் அழகில் மயங்கியவர்களாக அமர்ந்திருந்தார்கள்.

'நான் பார்த்தவரை கட்டுமானப்பணி ஒன்று மிக அரிதாகவே திட்டமிட்ட காலவரையரை படி சரியாக முடிந்திருக்கிறது,' சத்ருகனைப்பார்த்து புன்னகைத்தபடி கூறினார் வசிஷ்டர்.

'நன்றி குருஜி,' என்றான் சத்ருக்னன், கைகளைக்குவித்து வணங்கினான்.

'நீ அளந்தாயா...'

சத்ருக்னன் ராம் பேசும்போது குறுக்கிட்டான். 'ஆமாம் அண்ணா. ஏற்கனவே நாம் பாலத்தின் நீளத்தை முப்பது கிலோமீட்டரை விட சற்று அதிகமாகவே கட்டியுள்ளோம். இன்னும் ஐந்து கிலோமீட்டர் தூரம் தான். நாளை முடித்துவிடுவோம். அதன் பிறகு நாம் மன்னார் தீவில் இருப்போம். சேனையால் நாளை மறுநாள் கடக்கமுடியும்.'

ராம் புன்னகைத்தான். 'நாம் மூன்று நாட்களுக்குள் சிகிரியாவில் இருப்போம்.'

'பரதன் மற்றும் லக்ஷ்மன்?' வசிஷ்டர் கேட்டார்.

'அவர்கள் இன்று இரவு ஓங்குயாஹ்ராவை அடைகிறார்கள், குருஜி,' என்றான் ராம். 'இன்னும் மூன்று நாட்களுக்கு மட்டுமே இலங்கை ராணுவத்தை அவர்கள் வேலையில் மும்மரமாக இருக்கச்செய்யவேண்டும்.அதற்குள் நாம் சிகிரியாவை அடைந்திடுவோம், போரும் முடிந்துவிடும்.'

'சிகிரியாவின் கோட்டை அமைப்பின் திட்டங்களை நான் படித்து வருகிறேன், அண்ணா,' என்றான் சத்ருக்னன். 'அரிஷ்டநேமி மற்றும் ஹனுமான்ஜி என்னுடன் அதனை பகிர்ந்துகொண்டனர். முற்றுகை இடுவது நீண்டதாகவும் கடினமானதாகவும் இருக்கும். அது நிஜமாகவே நன்கு வடிவமைக்கப்பட்ட கோட்டை. அதில் எந்த பலவீனத்தையும் என்னால் பார்க்கமுடியவில்லை.'

'ஒவ்வொரு கோட்டையிலும் ஒரு பலவீனம் உள்ளது,' என்றான் ராம்.

'இதில் இல்லை போன்று தோன்றுகிறது.'

'ஒவ்வொரு கோட்டையிலும் பலவீனம் இருக்கும். சிகிரியா கோட்டையின் பலவீனம் என்ன என்று உனக்குத்தெரியுமா?'

சத்ருக்னன் தன் தலையை அசைத்தான். *இல்லை.*

'நாம் அங்கு சென்று சேரும்பொழுது தற்காப்புப் படை ஓங்குயாஹ்ராவில் இருக்கும். அதுதான் அதன் பலவீனம்!'

இலங்கை நாட்டுப்புறம் முடிவடையாத காடு. தீபகற்ப இந்தியாவின் புகழ்பெற்ற தண்டகாரண்ய காடு உட்பட இதுபோன்ற அடர்ந்த காட்டினை அயோத்தியர்கள் கண்டதேயில்லை. கண்ணீர் துளியின் வடிவத்தில் அமைந்த தீவுஇலங்கை.

மலைப்பகுதிகளும் மலைகளும் வடக்கு தெற்காக அதன் நடுத்தண்டில் ஓடியது. இப்படி அமைந்திருப்பதால் தென் மேற்கு மற்றும் வட கிழக்கு பருவக் காற்று இலங்கை மீது மிக அதிகமாக மழையை பொழிந்தது. பெரும்பாலான இந்திய துணைக்கண்டம் ஆறு பருவங்கள் கொண்டது, அவற்றுள் ஒன்று மழைக்காலம். ஆனால் இலங்கை இரண்டு முழு மழைக்காலங்கள் கொண்டது. இரண்டையும் இடைப்பட்ட பருவங்கள் பிரிக்கின்றன. பூமத்திய ரேகைக்கு மிக அருகில் உள்ளதால் இந்த இடைப்பட்ட காலத்திலும் இலங்கையில் மழைபெய்தது.

அவர்களது வருட தட்ப வெட்பம் மிகவும் எளிமையானது: மழை. அதிக கன மழை. மழை. அசாதாரண கனத்த மழை. மற்றும் வருடம் முழுவதும் வெப்பம். அனைத்தும் அசாதாரணமான விளைநிலங்கள் மீது விழும்.

அடர்ந்த மழைக்காடுகளுக்கு ஏற்ற சரியான நிலை.

ஊடுருவ முடியாத வகையில் அடர்ந்திருந்த காட்டில் நடக்கும் பொழுது நதிக்கரையிலிருந்து பதினைந்து முதல் இருபது அடி தூரம் வரைதான் வீரர்களின் பார்க்கும் திறன் இருந்தது. எந்நேரமும் அவர்கள் தங்கள் கேடயங்களை உயர்த்திப்

பிடித்தபடியிருந்தனர். இரவில், அவர்கள் நதியின் நடுவில் நங்கூரம் பாய்ச்சப்பட்டிருந்த கப்பல்களுக்கு திரும்பினார்கள்.

முன்னேற்றம் மெதுவாக இருந்தது.

இறுதியில் எதிரிகள் வலுவாகஇருந்த இடத்தை அவர்கள் அடைந்தார்கள்.ஓங்குயாஹ்ராவின் சிறந்த மாளிகையிலிருந்து இரண்டு கிலோமீட்டர் தூரத்தில் இருந்தார்கள். லக்ஷ்மன் காலையில் கப்பலிலிருந்து இறங்கி வடக்கு பக்கமாக பாய்ந்த மஹாவெலி கங்கா நதியின் கிழக்குக் கரையில் படைப்பிரிவுகளை ஒட்டினாற்போல் நடந்தான். இரவில் கப்பலிலிருந்து அயோத்தியா படைப்பிரிவு இறங்குவதை இலங்கை ஒற்றர்கள் பார்ப்பதை பரதன் விரும்பவில்லை. அதனால் கிழக்குக் கரையிலிருந்து சில வீரர்கள் சூரியன் அஸ்தமனம் ஆன பிறகு காட்டுக்குள் மறைந்து விடுவார்கள் என்று அவன் முடிவு செய்தான். பிறகு அவர்கள் ரகசிய சுரங்கத்திற்குள் திருட்டுத்தனமாக நுழைவார்கள்.

பரதன் கவனமான தளபதியாக இருந்தான். கவனமான தளபதி தன் எதிரியை அல்லது அவர்களது ஒற்றர்வலையை குறைவாக எடைபோடமாட்டான்.

சூரியன் அடிவானத்தில் இருந்தது. அந்தி நேரம். நதியின் நடுவில் கப்பலை நங்கூரம் பாய்ச்சிவிட்டு வீரர்கள் அதனுள் ஏறும் நேரம்.காலையில் கப்பலிலிருந்து இறங்குவது மற்றும் மாலையில் கப்பலில் ஏறும் வேலையை அமைதியாக எவரது கவனத்தையும் ஈர்க்காமல் செய்யவேண்டுமென்று பரதன் எந்த முயற்சியும் எடுக்கவில்லை. ராணுவ நகர்வுக்கான வழக்கமான விதிமுறைகளை பரதன் பின்பற்றுகிறான் என்று இலங்கையர்கள் அறிய வேண்டுமென்று விரும்பினான்.

வீரர்கள் கப்பலில் ஏறும் சத்தத்தில் படைப்பிரிவின் பாதி அளவிலான சிறப்புப் படைகள் அரை இருளில் மறைவதை எவரும் காணவில்லை. சீக்கிரமே காட்டுக்குள் இருநூறு மீட்டர் தூரத்தில் ஐநூறு வீரர்களுடன் லக்ஷ்மன் திரண்டான். நதியிலிருந்து அது பார்க்கக்கூடியதாக இல்லை.

அவர்களது காலடிகள் கேட்கப்படாமல் இருக்க அவர்களது காலணிகளில் கூடுதல் தோல் தைக்கப்பட்டிருந்தது. அவர்களது கத்திகள் பருத்தித்துணியினால் சுற்றப்பட்டதால் அவை உறைக்குள் உரசிக்கொள்ளும் சத்தம் மங்கியிருந்தது. வாள் வெளியே இழுக்கப்படும்போது அந்த பருத்தித்துணி கிழிந்து போகும். அவர்களது வேட்டிகள் இறுக்கமாக கட்டப்பட்டிருந்தன ராணுவ பாணியில். அவர்களது கவசம் உலோகத்தால் இல்லாமல் தோலினால் செய்யப்பட்டிருந்தன. குறைவான பாதுகாப்புதான். இருந்தாலும் குறைவான சத்தம். இவைதான் அயோத்தியாவின் சிறப்புப் படை. தங்கள் உயிரை பாதுகாத்துக்கொள்வதை விட

எடுத்தபணியில் வெற்றிபெறுவதே முக்கியமாக இருந்தது. அனைத்து கட்டளைகளும் வார்த்தைகளில் இல்லாமல் சைகைகளில் கொடுக்கப்பட்டன.அவர்கள் விரைந்து இரு நேர்கோட்டில் நின்றனர். ஒரு வீரனது இடையில் கட்டப்பட்டிருந்த கயிறு பின்னால் இருந்தவருடன் இணைக்கப்பட்டு வரிசையில் கடைசி மனிதன் வரை எல்லோரும் இணைக்கப்பட்டிருந்தனர். ஒவ்வொரு வீரனது தோழனும் அவனது அருகில் இருக்க, மொத்த குழுவும், தனக்கு முன்னால் ஒருவருடன் பின்னால் ஒருவருடன் என ஒன்றாக கட்டப்பட்டிருந்தது.

அவர்களை இரகசிய சுரங்கப்பாதைக்கு அழைத்துச் செல்லும் மறைவான பாதைக்கான வழியை லக்ஷ்மன் அதன் குறியீடைப்பார்த்து அடையாளம் கண்டுகொண்டான். விபீஷணனின் வரைபடங்கள் புரிந்துகொள்ள எளிதாக இருந்தன.

அது ஒரு எளிமையான குறியீடு. ஒரு குள்ளமான ஃபிஜி தென்னை மரம். நீண்ட இலைகள் கொண்ட மிகச்சிறிய தென்னை பனை மரம். அதில் நடுத்தர அளவிலான தேங்காய்களும் அந்த மரத்தில் பித்தளை நிறத்தில் இலை வளையங்களின் கறைபடிந்த மரத்தண்டும் இருந்தது. இந்த மரத்தின் பழங்கள் அதிகம் மேலே இல்லாமல் மரம் ஏற வேண்டிய தேவை இல்லாமல் கைகளால் பிய்த்து எடுக்கக்கூடிய உயரத்தில் இருந்தன. அதன் பெயர் நிஜமாகவே கண்டுபிடிக்க தெளிவாக இருந்தன: குள்ளமான தென்னை மரம்.

லக்ஷ்மன் சிரித்தான்.

புத்திசாலி.

விபீஷணன் 'ரகசியபாதைக்கு செல்லும் வழி' என்று எழுதப்பட்ட வழிகாட்டி பலகையை தெளிவாக அங்கு விட முடியாது.ஒரு சாதாரணமான குறியீடு கூட சந்தேகத்தை கிளப்பிவிடும். ஏனென்றால் மனிதன் செய்த குறியீடு எதற்கும் அந்த அடர்ந்த காட்டில் அவசியம் இல்லை. அப்படியொரு குறியீட்டை சாதாரண பார்வையிலிருந்து மறைப்பதே சிறந்தது. இந்த இடத்தில் குறிப்பிடத்தக்க அளவில் நிறைய மரங்கள் இருந்தன. ஒரு மரத்தையே குறியீடாக ஏன் வைக்கக்கூடாது? ஆனால் அதனை குறியீடு என்று தனிப்படுத்திக்காட்ட அந்த மரம் அங்கு இருக்க இயற்கையான காரணம் ஒன்றும் இல்லை. அந்த ஃபிஜி குள்ள தென்னை மரம் அந்தப்பகுதியை சேர்ந்ததில்லை. சாதாரணமாக பார்க்கும் பெரும்பாலான மக்களால் அது கவனிக்காமல் விடப்படும். இந்த மரத்தை குறிப்பாகத் தேடும் ஒருவரால்தான் இதனை கண்டுபிடிக்க முடியும்.

மறைக்கப்பட்டது போல் தோன்றினாலும் சாதாரண பார்வைக்குத்தெரியும் வகையில்.

லக்ஷ்மன் ஏற்கனவே அந்த வரைபடத்தை மனப்பாடம் செய்திருந்தான். திசையை சரி பார்க்க அவன் தனது திசைகாட்டியை வெளியே இழுத்தான். பிறகு கவனமாக மரத்தண்டின் தென்பகுதியை பிடித்துக்கொண்டான். பிறகு வலது பக்கம் திரும்பி ஐந்தடி நடந்தான். பிறகு மூன்று அடி இடது புறம். பிறகு மற்றொரு அடிவலது பக்கம்.

அவன் கீழே பார்த்தான். மெல்லிய மண் அடுக்கின் கீழிருந்த கூர்மையான கல் அவன் காலணியில் குத்தியது. கூர்மையான கல். ஆரம்ப புள்ளி. மண்ணில் லேசாக புதைக்கப்பட்ட மற்ற கற்கள் வழியை குறிபிட்டுக்காட்டும்.

அந்த விபீஷணன் திருட்டுத்தனமாக வேலைசெய்யும் விலங்கு என்றாலும் புத்திசாலி விலங்கும் கூட.

லக்ஷ்மன் தன் வீரர்கள் பக்கம் திரும்பி வலது கையை உயர்த்தி, உள்ளங்கையை திறந்து முகத்திற்கு நேராக வலது கோணத்தில் விரல்களை குவித்து வானத்தை நோக்கி சுட்டிக்காட்டினான். பிறகு கை முட்டியை திருப்பி விரல்கள் இப்போது கிழக்கு திசையை நோக்கி இருந்தன.

தெளிவான கை சைகை: கிழக்கு நோக்கி நடக்கவும்.

அந்த சைகை வரிசையில் பின்னால் இருந்தவர்களுக்கு அனுப்பப்பட்டது. படைப்பிரிவு நடக்கத்துவங்கியது. ஒன்றாக. ஒரே அடி எடுத்து வைத்து.கால்களுக்கு கீழே புதைக்கப்பட்ட கற்களும் இடுப்பில் கட்டப்பட்ட கயிறும் ஒருசேர பெருந்திரளாக அவர்களை வழிநடத்தியது.

'நாம் பாலி செல்லவில்லையென்று உன் தந்தைக்கு தெரிந்திருக்கும் என்று நினைக்கிறாயா மருமகனே?' மாரீசன் இந்திரஜித்தைக் கேட்டான். 'அதோடு நாம் இங்கு ஓங்குயாஹ்ராவில் இருக்கிறோம் என்றும்?'

ஓங்குயாஹ்ரா ஒரு கோட்டை மட்டுமல்ல. அது ஒரு அணையும் கூட. அற்புதமாக வடிவமைக்கப்பட்ட ஒன்று. குறுக்கு அணையாக கட்டப்படவேண்டுமென்று முந்தைய அரசன் குபேரனால் முன்பு திட்டமிடப்பட்ட ஒன்று. பல வருடங்கள் முன்னதாகவே அதன் கட்டுமானப்பணி துவங்கியிருந்தது. மிகத்தெளிவாக இந்த அணைக்கான இடம் ஓங்குயாஹ்ராவின் குன்றுகளுக்கிடையேயான நீர் வீழ்ச்சி. மஹாவெலி கங்காவின் இருபுறமும் இருந்த குன்றுகள் நதியை குறுக்கி நீர் பாய்வதை துரிதப்படுத்தியது. அதற்கு மேல் மஹாவெலி கங்காவில் படகில் செல்வதை சாத்தியமற்றதாக்கியது. சிறு பாறை தீவுகளும்

கற்பாறைகளும் நதிக்கரையில் வெளியே நீட்டிக்கொண்டிருந்தது. அதனால் கப்பல்கள் இயற்கையாகவே அமைதியான மஹாவெலி கங்காவின் கிளைநதியாக நீர் வீழ்ச்சியின் வழியே கீழே பாய்ந்த ஆம்பன் கங்காவிற்கு திசை திருப்பப்பட்டது. மஹாவெலி கங்காவின் குறுக்கே இருந்த அணை கப்பல்வழி பயணம் மற்றும் வர்த்தக லாபத்தை அதிகம் பாதிக்கவில்லை. இந்த பணிக்கு ஆதரவு தெரிவித்தவர்கள் இதில் பல நன்மைகளையும் பார்த்தார்கள். மஹாவெலி கங்காவிலிருந்து பெருகிய வெள்ளத்தை இந்த அணைகள் ஆம்பன் கங்காவிற்கு திசைத்திருப்பி நீரின் அளவை அதிகரித்தது. இந்த கிளைநதியின் வழியே சென்ற கடல் பயண கப்பல்களுக்கும் வசதியான ஒரு பாதையாக இது மாறியது. வேகமாக வளர்ந்து வந்த சிகிரியா மக்களின் தேவைக்கு போதுமான அளவில் குடிநீரும் இந்த நதியின் வாய்க்கால் வழியாக கிடைக்கும். ஒரு அணை, இத்தனை நன்மைகள்.

இதன் கட்டுமான செலவு எப்படி?

ஓங்குயாஹ்ராவின் குன்றுகளுக்கிடையே நசுங்கப்பட்டது மஹாவெலி கங்கா. அதனால் அணைகட்டப்பட்ட நதி மிகவும் பெரிதானபடியால் அணை அதற்கேற்ப குறுகலாக இருக்கும். பலத்த நீர்வீழ்ச்சி பாறைகளுடன் இருந்ததால் அதன் அடித்தளம் பூமிக்குள் ஆழமாக நீளவில்லை. இவை அனைத்தும் கட்டுமானத்திற்கான செலவை குறிப்பிடத்தக்க விதத்தில் குறைத்தது, மற்றும் லாபம் ஈட்டும் எண்ணம் கொண்ட குபேரனுக்கு முக்கியமான காரணியாக இருந்தது.

'நான் அப்படி நினைக்கவில்லை, மாமா தாத்தா,' என்றான் இந்திரஜித் தன் பாட்டியின் சகோதரரிடம். மாரீசனின் வயது எவ்வளவு என்பது குறித்து இந்திரஜித்திற்கு உறுதியாக தெரியவில்லை ஆனால் நிச்சயமாக எழுபதிற்கு மேலே இருக்குமென்று உறுதியாக நம்பினான். இருப்பினும் அந்த மனிதனால் இன்னமும் ஒரு வீரனைப்போல் தாக்க முடியும்.

'முட்டாள்தனமான ஒரு வணிக தர்க்கத்திற்காக நான் பாலி செல்லப்போவதில்லை. நாம் அயோத்தியர்களை தோற்கடித்து இலங்கையை காப்பாற்றவேண்டும். பேரரசர் ராம் மற்றும் அவர் சேனையை தோற்கடிக்க இதுதான் சரியான இடம்.'

'உண்மை,' ஒப்புக்கொண்டான் மாரீசன். 'அவர்களை சிகிரியாவில் எதிர்கொள்ள விரும்பமாட்டேன். ஒரு பெரும் முற்றுகை முடியும்வரை உயிருடன் இருக்க நம் குடிமக்களிடம் எவ்வளவு உறுதி இருக்குமென்று எனக்குத்தெரியாது. இந்த தொற்று நோய் பலரை பலவீனப்படுத்திவிட்டது.'

இந்திரஜித் ஆமோதித்து கோட்டை சுவரைத் தாண்டி அணைக்குப் பின்னால் இருந்த செயற்கையாக உருவாக்கப்பட்ட ஏரியைப் பார்த்தான்.

ஓங்குயாஹ்ராவில் இருந்த அந்த அணையின் இராணுவ முக்கியத்துவத்தை ராவணன் உணர்ந்திருந்தான். சுமார் முப்பது வருடங்களுக்கு முன்பு குபேரனை வீழ்த்திவிட்டு அவனிடமிருந்து இலங்கையின் அரசனாக முடிசூடினான். உடனே கட்டுமானம் நடந்து கொண்டிருந்த அமைப்பை மாற்றி அதை அணையாகக் கட்ட ஆணையிட்டான். அணை நீர்த்தேக்கம் மஹாவெலி கங்காவின் நீரைத் தடுத்து நிறுத்தும் மற்றும் ஒரு பெரிய செயற்கை ஏரியை உருவாக்கும். வடிவமைப்பை மாற்றியது, பணியின் செலவுக்கணக்கு மற்றும் அந்த அமைப்பின் கடினத்தை வெகுவாக அதிகரித்தது. ஆனால் செல்வத்திற்கோ அல்லது துணிச்சலுக்கோ ராவணனிடம் பஞ்சமில்லை.

குறுக்கு அணைக்கு எதிராக வழக்கமான அணையில் நன்மைகள் அதிகமிருந்தன. பெரிய செயற்கை ஏரி அந்தக் கோட்டையை பாதுகாத்தவர்களின் உபயோகத்திற்கு அதிக அளவு தண்ணீருக்கான வழி வகுத்தது. பல மதகு கதவுகள் மூலம் கீழே இருந்த நதிக்குள் அவர்கள் தங்களுக்கு வேண்டியபோது நீரை திறந்து விட்டுக்கொள்ளலாம். சிறிய மதகுகளை மென்மையாக கட்டுப்படுத்தி சிறிய அளவுகளில் கூட நீரை திறந்துவிடலாம். அப்படி செய்து கீழ்நதியில் இருந்த கட்டுப்பாட்டுப் படிகளை நிரப்பலாம்.இதனால் எத்தனை படகுகள் ஆம்பன் கங்காவில் நகர முடியுமென்பதை அவர்களால் இயற்கையாக கட்டுப்படுத்த முடிந்தது.

அனைத்து மதகு கதவுகளையும் ஒருசேர திறந்து விட்டால் செயற்கை ஏரியின் தண்ணீர் வெகுவாரியாக பாய்ந்து கப்பல்களை கீழ்நதியில் தள்ளிவிடும். அப்படிச் செய்தால் வெள்ளம் மஹாவெலி கங்காவின் முகத்துவாரத்தில் கோகர்ணாவரை சென்று முழு நகரத்தையும் அழித்துவிடும். நிச்சயமாக. அதனால் இதுநம்பிக்கையற்ற நிலையில் வேறுவழியே இல்லாதபோது செய்யப்படவேண்டிய அணுசக்திபோன்ற ஒரு ஆயுதம். சாதாரணமாக செய்யப்படக்கூடாத ஒன்று.

இந்த நொடியில் மதகு கதவுகள் உறுதியாக மூடப்பட்டிருந்தன. தூரத்தில் செயற்கை ஏரியின் பின்பக்கத்தில் கசிவு நீர் கதவுகளும் மூடப்பட்டதனால் ஏரியிலிருந்து நீர் ஒரு கால்வாய் வழியாக ஆம்பன் கங்காவிற்குள் பாய்ந்தது. இது கட்டுப்பாட்டு படிகளில் நீர் பாய்வதை குறைத்து ஓங்குயாஹ்ராவின் படிகளைத்தாண்டி கப்பல்கள் செல்வதை சாத்தியமற்றதாக ஆக்கியது.

போர் தொடங்குவதற்கு சற்று முன் அனைத்து தரப்பும் தற்காப்பு நிலையில் இருந்தது. அது இயற்கையானது.

'ஆனால், மருமகனே, சுரங்கத்தின் வாயிலில் அத்தனை பேர் நிற்க வைக்கப்பட வேண்டியது நிஜமாகவே உன் தேவையா? நூறு வீரர்கள்?'

ஓங்குயாஹ்ராவின் தற்காப்புப் படைக்கு அது பெரிய எண்ணிக்கையே. மொத்தத்தில் இது ஐநூறு வீரர்கள் கொண்ட சிறிய அணி. தத்தம் விதத்தில் ஒவ்வொருவரும் பழம்பெரும் வீரர்கள். ஒரு இலங்கை வீரனுக்கு, ஓங்குயாஹ்ரா படைப்பிரிவின் தளபதியாகவோ அல்லது அந்த அணியின் பகுதியாக இருப்பதோ கூட மிகப் பெரிய மரியாதை. ஏனென்றால் அவர்கள் மதிப்புமிக்க தலை நகரத்தை பாதுகாக்கிறார்கள். சிறியதாக இருப்பதே ஓங்குயாஹ்ரா படைப்பிரிவிவை பிரத்தியேகமான குழுவாக ஆக்கியது. எளிதில் கிடைப்பது அடிக்கடி விரும்பத்தக்கதாக இருப்பதில்லை. காதலர்களுக்கு இடையே உள்ள உண்மை வீரர்களுக்கும் பொருந்தும். தேவையற்ற நிலை மற்றும் பெறமுடியாத நிலையிலும் உள்ள வேற்றுமையை பகுத்தறிவதற்கு ஞானம் தேவை. ஆனால் காதல் மற்றும் ரத்தவெறி இரண்டிலும் விவேகத்துடன் நடந்துகொள்ளும் தன்மையை குறைக்கும் ஏதோ ஒன்று இருக்கிறது.

அப்படிச்சொன்னாலும், ஓங்குயாஹ்ரா படைப்பிரிவின் அளவு பிரத்தேயகமாக இயங்கவேண்டுமென்ற கட்டளையின் கீழ் நிர்ணயிக்கப்படுவதில்லை. கோட்டையின் வரையறுக்கப்பட்ட கொள்திறனை பொறுத்தே அது அமைந்திருந்தது. ஓங்குயாஹ்ரா கோட்டை முன்னர் ஒரு குறுக்கு அணையாக வடிவமைக்கப்பட்டது. பின்னர் அது வழக்கமான அணையாக மாற்றப்பட்டது. வடிவமைப்பின் மையத்தில் மஹாவெலி கங்காவின் குறுக்கே வலுவான ஒரு மதிலாகவே அது இருந்தது. ஒரு பொறியாளனால் அணையின் சுவரை அதிக பருமனாகக்கட்டமுடியாது. தடைசெய்யும் வகையில் அதற்கான செலவு அதிகமாக இருக்கும். ஆனால் கட்டமைப்பு சார்ந்த பிரச்சனைகள் அதிக முக்கியத்தும் வாய்ந்தவை. மதிலை அதிக பருமனாகக் கட்டினால் மதிலை நிலைப்படுத்த அதன் கீழ் பகுதி அதிக ஆழத்தில் கீழே அமைக்கப்படவேண்டும். இது இடப்பிரச்சனைகளை உருவாக்கும். அதோடு அணைகட்டப்பட்ட நீர்த்தேக்கத்தின் தண்ணீர் எதிர் நீச்சிலிருந்து கீழ்நோக்கி பாயும் போது மதகு வழி நீளமாக அமைக்கப்படவேண்டும். அதுவும் நிலையற்ற தன்மையை உருவாக்கும். ஓங்குயாஹ்ரா முதன்மையாக ஒரு அணை கோட்டை இல்லை: அதனால் ராவணன் அடுத்த சிறந்த செயலை செய்திருந்தான். மதிலின் இருபுறத்திலும் சிறிய கோட்டைகளை உருவாக்கியிருந்தான். அவை மலைப்பகுதிகளுக்குள் தோண்டப்பட்டிருந்தது.

இந்திரஜித் நிற்க வைத்திருந்த நூறு வீரர்கள் இருந்த மதிலின் கிழக்குப்பகுதியில் கோட்டைக்குள் ரகசிய சுரங்க நுழைவாயிலில் அது இருந்தது.

'ஆமாம், நமக்குத்தேவை,' என்றான் இந்திரஜித். 'அயோத்தியர்கள் அங்கிருந்து வருவார்கள். என்னை நம்புங்கள். விபீஷணன் சித்தப்பா நமக்கு துரோகம் செய்துவிட்டார் என்பதை நான் மிக உறுதியாக நம்புகிறேன்.'

ராவணன் ஓங்குயாஹ்ரா கோட்டையை இரட்டை மணியின் வடிவத்தில் வடிவமைத்திருந்தான். அவற்றின் நடுவில் இருந்த தண்டுதான் மஹாவெலி கங்கா நதியை தடுத்துநிறுத்தும் அணை. அணைசுவரின் இருபுறமும் இருந்த கைப்பிடிகள் மற்றும் பாரங்கள்தான் மலைமேல் கட்டப்பட்ட கோட்டைகள். அந்த மலைகளுக்குள்தான் அணைச் சுவரின் அடித்தளம் நீண்டிருந்தது. அணையின் கிழக்கு மற்றும் மேற்கு முனையில் இருந்த இரண்டு கோட்டைகளும் உருண்டை வடிவமாக இரட்டை சுவர்கள், கோபுரங்கள் மற்றும் இரண்டு கதவுகளும் கொண்டிருந்தன. உள்ளே உட்புறச் சுவரின் எல்லைக்குள்குடியிருப்புகள், ஆயுதக்கிடங்குகள், ஒரு சமையலறை, ஒரு பயிற்சி மைதானம், ஒரு உடற்பயிற்சிக் கூடம், ஒரு மருத்துவக் கூடம், கழிப்பறைகள் மற்றும் ஆரோக்கியமான மற்றும் பயனுள்ள படைப்பிரிவிற்கு தேவையான அனைத்தும் இருந்தன. கோட்டையின் உட்புறச்சுவரிலிருந்து மதகு கதவுகளை அடையும் படிக்கட்டுகள் இருந்தன. கோட்டைகளுக்கு அருகிலிருந்த குன்றுகள் உரசப்பட்டு சரிவுகள் செங்குத்தாக ஆக்கப்பட்டன. ஏறத்தாழ செங்குத்துக்கோடு போல. தாக்கவரும் சேனை செங்குத்தான மலைப்பகுதியை எதிர்கொள்ள வேண்டியிருக்கும். அணையின் மதில்மேல் ஏறுவது சாத்தியமற்றது. ஓங்குயாஹ்ரா வெற்றிகொள்ள முடியாதது. குறைந்த எண்ணிக்கையான ஐநூறு வீரர்கள் போதுமானது. போதுமானதை விட அதிகமே என்று ராவணனின் மகன் அறிந்திருந்தான்.

படையெடுத்துவரும் எதிரிகள் ரகசிய சுரங்கம் வழியே வருவதைத் தவிர.

'என் குழந்தை, நான் உறுதியாக இல்லை,' என்றான் மாரீசன். 'விபீஷணன் பலவீனமானவன் என்று எனக்குத்தெரியும். அவன் தன் பாதுகாப்பிற்காக உன் பாட்டி மற்றும் அத்தையிடம் கோகர்ணாவிற்கு தப்பித்துச் சென்று விட்டான் என்று நினைக்கிறேன். ஏனென்றால் அயோத்தியர்கள் போர் புரியாத பெண்கள் மற்றும் குழந்தைகளைத் தாக்க மாட்டார்கள். நான் ராவணன் சொல்வதை ஒப்புக்கொள்கிறேன். விபீஷணன் கோழை, நயவஞ்சகன் இல்லை. அவன் நமக்கு துரோகம் செய்வது சாத்தியமில்லை.'

'அவர் அப்படிச்செய்வார். என்னை நம்புங்கள்.'

'இந்த விஷயத்தில் நீ சொல்வதை ஒப்புக்கொள்ளவில்லையென்றாலும் நான் உன்னை நம்புகிறேன். தும்ரக்ஷாவிற்கு ரகசிய நுழைவாயிலை சொல்ல அனுமதி அளித்து நான் அதனை நிரூபித்துவிட்டேன் இல்லையா?'

'தளபதி தும்ரக்ஷா மகிழ்ச்சி அடையவில்லை,' என்றான் இந்திரஜித்.

'கோபம் கொள்ள தும்ரக்ஷாவிற்கு உரிமை உள்ளது. போருக்காக தவிப்பவன் அவன் என்றாலும் பல பத்து வருட காலங்களாக நமக்கு விசுவாசமாக இருந்திருக்கிறான். ரகசிய சுரங்கத்தைப்பற்றி அவனுக்கு சொல்லும் அளவிற்கு ராவணன் அவனை நம்பவில்லை.'

'ம்ம்ம்'

'ஆனாலும் அவன் இங்கேயே இருக்கிறான். அதற்கு அவனை நாம் மதிக்கவேண்டும். இன்னமும் இலங்கைக்காக போரிட விரும்புகிறான்.'

'இது போராக இருக்காது மாமா தாத்தா. இது ஒரு கொன்றுகுவித்தலாக இருக்கும். சுரங்கப்பாதை வழியாக திருட்டுத்தனமாக வருவதுதான் நம்மை நாசம் செய்யும் ரகசியம் என்று எண்ணி அவர்கள் அந்த வழியாக வரும்போது அது நடக்கும்.'

அத்தியாயம் 21

'ராம் மிகவும் கவனமாகவும் மெதுவாகவும் இருப்பவன்,' என்றான் ராவணன். அவனும் கும்பகர்ணனும் கப்பலின் மேல்தளத்திற்குச் சென்றனர். ஓங்குயாஹ்ராவின் கட்டுப்படுத்தும் படிகளுக்குப் பின்னால் பாதுகாப்பாக ஆம்பன் கங்கா நதியில் நங்கூரமிட்டிருந்தனர். ஆம்பன் கங்கா நதிக்கு கீழே அயோத்தியர்கள் வந்துவிட்டதை அறிந்திருந்தார்கள். மஹாவெலி கங்கா மற்றும் ஆம்பன் கங்கா இணையும் இடத்தில் கட்டுப்படுத்தும் படிக்கட்டுகளுக்கு அருகே செல்ல எந்த முயற்சியும் எடுக்கப்படவில்லை. அந்த கட்டுப்படுத்தும் படிகள் தலைகீழாக அமைக்கப்பட்ட அரைவட்ட பள்ளமாக அமைந்த அரங்கம் போல் இருந்தது; அதன் மேல்படி மஹாவெலி கங்காவின் கிழக்குக் கரையில் இருந்தது. அடுத்தடுத்து இருந்த ஒவ்வொரு படியும் மேற்கு கரையை நோக்கி கீழிறங்கியது. ஒவ்வொரு படிக்கட்டின் அகலமும் பெருத்திருந்தது. கடல் கப்பல்களுக்கு அடைக்கலம் கொடுக்குமளவிற்கு பெரிதாக. குறைந்த நீர் மட்டம் கிழக்குக் கரையின் அருகில் கடைசி படியை மட்டும் மூடி, அதன் வழியாக ஒரு கப்பல் பயணிப்பதை அனுமதித்தது. நீர் மட்டத்தை உயர்த்தினால் அதிக படிகள் மூடப்பட்டு, பல கப்பல்கள் அதன் வழியாக செல்ல வழி வகுக்கும். தண்ணீர் மட்டம் மிகவும் குறைவாக இருந்தால் எந்த கப்பலும் அதனை கடக்கமுடியாது. மனிதன் அறிந்தவரை

படிக்கட்டுகள் மிகவும் கடினமான கருங்கல்லினால் கட்டப்பட்டது. அது கப்பலின் உடற்பகுதியை சேதம் செய்யக் கூடியது.

மொத்தத்தில் இலங்கையர்கள் செயற்கையான அணை ஒன்றை கட்டியிருந்தார்கள். ஓங்குயாஹ்ரா அணை கோட்டையின் நீர் தேக்கத்தில் இருந்த தண்ணீரின் மட்டத்தை பொறுத்து அது செயல்படுத்தப்பட்டது. சாதாரண எண்ணம் ஒன்று அற்புதமாக செயலாக்கப்பட்டது.

'சரி,' என்றான் கும்பகர்ணன். 'கசியும் நீர்வழி மஹாவெலி கங்காவுடன் கலக்கும் இடத்தில் ராஜா ராம் தங்கியிருக்கிறார். மிகவும் பின்னால்.'

கட்டுப்படுத்தும் படிக்கட்டுகள் வரை செல்லாமல் தடுத்து மாற்று பாதையில் செல்ல, ஓங்குயாஹ்ரா அணை கோட்டையிலிருந்து ஒரு கூடுதல் கசியும்வழி கால்வாய் மஹாவெலி கங்காவின் தண்ணீரை நீண்ட அரை வளையமாகத் தள்ளியது. இன்னமும் கீழே அதே நதியில் இந்த நீர் சென்று கலந்தது. அதனால் படிக்கட்டுகளில் அளவிற்கு அதிகமாக வெள்ளம் பெருகுவதை கட்டுப்படுத்த அது உறுதி செய்தது. அதனால் தற்போது நதியில் வெள்ளம் இருந்தாலும், அதன் விளைவாக கசிவு வழி கால்வாய் மற்றும் மஹாவெலி கங்கா இணையும் இடத்திலும் ஓங்குயாஹ்ராவின் அணை கோட்டைக்குப் பின்னாலும் அதிக நீர் இருந்தாலும், அந்த சிறந்த நதியானது தனது ஓட்டத்தை பாதிவழியில் கட்டுப்படுத்தும் படிக்கட்டுகளில் சீர்படுத்தியது.

'கடல்பயணத்திற்கு பயன்படும் கப்பல்களை மஹாவெலி கங்காவிற்கு கொண்டுவந்தது ராம் செய்த தவறு,' என்றான் ராவணன். 'நம்மிடம் உள்ள சிறிய நதி நீர் கப்பல்களை விட அதில் அதிக நன்மை உள்ளதாக அவன் எண்ணியிருக்கக்கூடும். அந்த கப்பல்களில் முன்னால் இருந்த வில் போன்ற பகுதிகள் உலோகத்தால் உறுதியாக்கப்பட்டவை என்று எனது ஒற்றர்கள் கூறுகிறார்கள். நமது சிறிய நதிகப்பல்கள் மீது மோதி நம்மை ஒன்றுமில்லாமல் செய்துவிடலாம். அவனது பிரச்சனை என்னவென்றால், நதியின் மேல்பகுதியில் செல்ல அவனது கப்பல்களுக்கு போதுமான நீர் மட்டம் இல்லை!' இதை சொல்லும் போது ராவணன் மென்மையாக சிரித்தான்.

'அவன் முட்டாள் இல்லை. திட்டம் ஒன்றுமில்லாமல் தன் கடல்கப்பல்களை இவ்வளவு தூரம் கொண்டு வந்திருக்க மாட்டான். நீ அந்த விபீஷணன்..."

'இல்லை,' என்றான் ராவணன், தலையை அசைத்தவாறு. 'விபீஷணன் ஒரு கோழை. நயவஞ்சகம் செய்யும் அளவிற்கு அவனிடம் துணிவு இல்லை.'

கும்பகர்ணன் மௌனமாக இருந்தான்.

'ராம் இப்போது என்ன செய்கிறான் என்று பார்ப்போம். எப்போதுமே நங்கூரம் பாய்ச்சி இருந்துவிட முடியாதே.'

லக்ஷ்மன் மற்றும் அவனது படை மண்ணில் குறுக்கும் நெடுக்குமாக புதைக்கப்பட்டிருந்த கற்களைப் பின் தொடர்ந்து ஒருமணிநேரத்திற்கு மேலாக நடந்திருந்தது. இப்போது அவர்கள் சுரங்கத்தின் நுழைவாயில் என்று குறிக்கப்பட்டிருந்த மரத்தின் அருகில் நின்றிருந்தார்கள். அவர்களது பயணத்தின் அடுத்த கட்டம்.

லக்ஷ்மன் மீண்டும் புன்னகைத்தான். விபீஷணனை அவனுக்கு பிடிக்கத் துவங்கியிருந்தது. கொஞ்சமாக.

திருட்டு நாய். ஆனால் புத்திசாலி நாய்.

எதனை எதிர்பார்க்கவேண்டுமென்று அந்த வரைபடம் அறிவுறுத்தியிருந்தது; இருந்தாலும் அவன் மிகவும் ஈர்க்கப்பட்டான். சுத்தமான மேதை. அதன் நுழைவாயில் மிகவும் இயற்கையாக அமைந்தது போல் இருந்தது. சிறிய பாறைகளால் ஆன ஒரு குகை இந்த மலைப்பகுதிகளில் இயற்கையாக இருக்கும் ஒன்று.

அடர்ந்து மூடிய மரங்கள் மற்றும் அந்தி நேரம் அதனை காண்பதை கடினமாக்கியிருந்தது. ஆனால் உள்பக்கமாக ஐந்து அல்லது பத்து அடி மட்டுமே விரிந்த ஆழமற்ற ஒரு குகை அங்கு இருப்பதை லக்ஷ்மனால் கண்டுகொள்ள முடிந்தது. பாறை விளிம்புகளுக்கு நடுவில் இருந்து வெளியே நீட்டிக்கொண்டிருந்த இரகசிய கதவை திறக்கும் நெம்புகோல் போன்ற துண்டு பாறை ஒன்றின் மீது அவன் கண்கள் விழுந்தன.

அற்புதம். இயற்கையானது போலவே இருந்தது. அந்த விபீஷணன் நல்ல வடிவமைப்பாளன்.

என்னதான் இது போன்ற திறன்கள் பல இருந்தாலும் லக்ஷ்மன் அந்த மனிதனை இன்னும் நம்பவில்லை.

அவன் தன் வலது கையை தூக்கிப்பிடித்து மூன்று விரல்களை பிரித்து உயர்த்தினான். ஒரு நொடி நிறுத்தி பிறகு அனைத்து விரல்களையும் உயர்த்தினான். இம்முறை அவற்றை ஒன்றாக சேர்த்திருந்தான். உள்ளங்கை மேலே திரும்பியிருந்தது. அவன் மணிக்கட்டை திருப்ப அவன் விரல்கள் இப்போது கிழக்குப்பக்கம் சுட்டிக்காட்டின. பிறகு வானத்தை நோக்கி தன் விரல்களை உயர்த்தி கைமுட்டியை ஒரு பந்து போல் மூடினான். தன் கட்டை விரலை கிடைமட்டமாக வெளியே நீட்டினான்.

தெளிவான செய்தி. மூன்று வீரர்கள். குகையின் நுழைவாயிலைச் சுற்றி மற்றும் பின்னாலிருந்து கிழக்கு பக்கமாகச் சென்று பார்த்துவிட்டு தெரிவிக்கவேண்டும்.

மூன்று வீரர்கள் தங்கள் இடுப்பில் கட்டியிருந்த கயிற்றை கழற்றி விட்டு, நகர்ந்து, கொடுக்கப்பட்ட ஆணைகளை பின்தொடர்ந்தனர்.

லக்ஷ்மன் அதே போன்ற கை சைகைகளை செய்தான். இம்முறை மேற்கு பக்கம் சுட்டிக்காட்டினான். மூன்று வீரரகள் அமைப்பிலிருந்து ரகசியமாக நகர்ந்தனர்.

வீரர்கள் சீக்கிரமே திரும்பி அமைதியாக தாங்கள் அறிந்துகொண்டதைப்பற்றி தெரிவித்தார்கள். எதுவுமில்லை. எந்த அபாயங்களும் இல்லை. எல்லாம் தெளிவாக இருந்தது.

பிறகு லக்ஷ்மன் தன் அங்கவஸ்திரத்தை தளர்த்தி, அதனை மூக்கின் மேல் சுற்றி, தன் தலைக்குப் பின்னால் கட்டிக்கொண்டான். விபீஷணனின் குறிப்புகள் தெளிவாகவும் விளக்கமாகவும் இருந்தன.

அவனது ஐநூறு வீரர்கள் தங்கள் தளபதியின் ஆணைகளை கேட்டு பின்தொடர்ந்து தன் அங்கவஸ்திரங்களுடன் அதையே செய்தனர்.

அவர்கள் தயாராக இருந்தார்கள்.

லக்ஷ்மன் குகைக்குள் ஒரு அடி எடுத்துவைத்துவிட்டு நிறுத்தி தன் வாளை உருவினான். அவனை பின்தொடர்ந்த நான்கு வீரர்களும் தங்கள் கத்திகளை உருவினார்கள்.

லக்ஷ்மன் தன் கண்களை மூட, அவனது கண்ணின் மணி விரிந்து சுற்றுச்சூழலுக்கு ஏற்ப தன்னை சரிசெய்துகொண்டது. விழித்திரைக்குள்ளிருந்த கூம்பு தளர்ந்து இருளில் வேலை செய்யும் செயல்வகை முன்னேற்றம் பெற்றது. ஓரிரண்டு முறை கண்களை மூடித்திறந்து வேகமாக சில அடிகள் எடுத்துவைத்து முன்னேறினான். சில அடிகள் மட்டுமே; அது ஆழமில்லாத குகை. இப்போது தெளிவாக இருளில் பார்க்க முடிந்ததால்,தவறு எதுவுமில்லாமல், பாறை துருத்திக்கொண்டு நின்ற இடத்திற்குச் சென்றான். அது செயற்கையானது என்று யாரும் சொல்லமாட்டார்கள். தன் இடது கையால் அந்த முளையை பின்னால் தள்ளினான். கல், குழாய் ஏற்படுத்தும் சத்தத்தை அது ஏற்படுத்தியது.

அந்த முளை போன்ற கல் வெறுமையான இடத்திற்குள் விழ, குகையின் பின் சுவர் தளர்ந்தது போல் தோன்றியது.

லக்ஷ்மன் தன் வாளை உருவினான். ஆச்சரியங்களுக்கு தயார் ஆவதற்கு.

விபீஷணனின் அறிவுறுத்தல்கள் மூலம் முன்பே எச்சரிக்கப்பட்டிருந்தாலும், திடீர் தாக்குதல் நாசம் விளைவிப்பது.

அவன் மூக்கின் மீது தாக்குதல்.

பின்புற சுவர் பக்கவாட்டில் நகர, விலங்கின் துர்நாற்றம் ஒன்று குகையிலிருந்து வெளிப்பட்டு வெற்றிடத்தில் நின்றிருந்த வீரர்களின் நாசி நரம்புகளை தாக்கியது. வாந்தியை அடக்க போராடினான் லக்ஷ்மன். தன் அங்கவஸ்திரத்தை தன் மூக்கின் மீது வைத்து அழுத்தினான். அவன் பின்னால் நகரவில்லை. போற்றத்தகுந்த வகையில் அவனது வீரர்களும் நகரவில்லை.

பின்புறச் சுவர் நெகிழ அது கதவாக தன்னை காட்டிக்கொண்டது. அது பக்கவாட்டில் நகரும் போது அமைதியாகவும் மென்மையாகவும் நகர்ந்தது ஆச்சரியமளித்தது.

சத்தம் ஒன்றுமில்லை. மௌனமாக பேச முயன்ற லக்ஷ்மன் மற்றும் அவனது வீரர்களின் சத்தத்தைத் தவிர.

நல்ல மற்றும் புனிதமானவற்றின் மீது ஆணை! பொறுத்துக்கொள்ளும் சக்திக்கு அப்பாற்பட்டது இது!

குகையின் பின்சுவற்றின் உள்ளே சென்ற இருண்ட பாதைக்குள் தன் வாளின் முனையை சுட்டிக்காட்டியபடி இருந்தான் லக்ஷ்மன். பின்னால் அடியெடுத்து வைத்து குகையின் வாயிலுக்கு எதிர்பக்கம் நடந்தான். அதனால் நிம்மதியடைந்த அவன் வீரர்களும் அதையே செய்தனர்.

* * *

வீரர்கள் குகையின் வெளியே உட்கார்ந்தார்கள். ஒழுங்கான இரண்டு வரிசைகளில். அமைதியாக. பொறுமையாக.குகை வாயிலின் நேர் எதிரில் இல்லை. ஆனால் பக்கவாட்டில். ஏனென்றால் அந்த துற்நாற்றம் இன்னமும் காற்றில் தொற்றிக்கொண்டிருந்தது.

விசேஷ படைக்கும் சாதாரண வீரர்களுக்கும் இடையே இருந்த முக்கியமான வேற்றுமை இதுதான். கண்டிப்பாக, பயிற்சியின் தரம் உயர்வானது. உடல் ஒழுக்கத்தின் நலம் மேன்மையானது. விசேஷ படைக்கு அளிக்கப்பட்ட ராணுவ உபகரணங்கள் உயர்தரமானது. ஆனால் முக்கிய வேற்றுமை பொறுமைதான். சாதாரண வீரர்களுக்கு பொறுமை இருப்பதில்லை. விசேஷ படையால் நகராமல், சத்தம் எதுவும் செய்யாமல் ஒழுக்கத்துடன் கவனச்சிதறல்கள் இல்லாமல் பல மணிநேரங்களுக்கு தங்களை நிலையாக நிறுத்திக்கொள்ள முடியும். ஒரு நொடி அவகாசத்தில் அவர்களால் துள்ளிக்குதித்து செயலில் ஈடுபட முடியும்.

வெளியே இழுக்கப்பட்ட வாளுடன் எட்டு வீரர்கள் நுழைவாயிலில் நின்றிருந்தார்கள்.அசம்பாவிதங்களை எதிர்கொள்ளத் தயாராக. ஒவ்வொரு பதினைந்து நிமிடங்களில் அணி மாற்றப்பட்டது. அது தேவையானதாக இருந்தது. கொடுமையான துர்நாற்றம் தாங்கமுடியாததாக ஆக்கியது.

லக்ஷ்மன் குகையை உற்று நோக்கினான்.

நியாயமாக சொல்லவேண்டுமென்றால் விபீஷணன் தன் குறிப்புகளில் இதனை எச்சரித்திருந்தான். பதினைந்து வருடங்களாக கோட்டையின் சாக்கடையால் சேர்ந்த வாடை... அத்தனை வருடங்களாகத்தான் அந்த சுரங்கம் மூடப்பட்டிருந்தது. சாக்கடை நீர் வடிந்து, நதிக்குள் செல்லும் வேறொரு தனி வழி இருந்தாலும், சுரங்கத்தின் ஒரு முனை கோட்டையின் மேல் பக்கத்தில் வீரர்கள் குடியிருப்பின் கழிப்பறைக்கு அருகில் இருந்தது. சுரங்கத்தை முடிக்க புத்திசாலித்தனமான ஒரு இடம். அடைத்துக்கொண்டாலே அல்லாது அந்த சாக்கடை ஆய்வு செய்யப்படாது. நதியிலிருந்து கோட்டை செங்குத்தாக அமைந்திருந்ததனால் அது சாக்கடைஅடைத்துக்கொள்ளாமல் இருப்பதை உறுதி செய்தது. விபீஷணனின் வடிவமைப்பில் தவறுகள் எதுவுமேயில்லை.

குகைக் கதவை திறந்த பிறகு அவர்கள் ஒருமணிநேரம் காத்திருக்கவேண்டுமென்று விபீஷணன் அறிவுறுத்தியிருந்தான். நாற்றம் காற்றில் கரையும் என்று கூறியிருந்தான். காற்றோட்டமாக இருக்க குழாய்களை மறைத்திருந்தான். அது குகையின் கதவு திறந்தவுடன் காற்றின் ஓட்டத்தை அனுமதித்தது.

காற்று தெளிவதற்காக ஒருமணிநேரம் காத்திருக்க வேண்டுமென்று அவன் முன்பு சொன்ன போது அது எரிச்சலடையச்செய்திருந்தது. ஒருமணிநேரம் போதுமானதாக இருக்குமா என்று இப்போது வியந்தான். அவர்கள் இரண்டுமணிநேரம் காத்திருக்கவேண்டும் என்று முடிவு செய்தான்.

அவன் மேலே வானத்தைப்பார்த்தான். பௌர்ணமி கழிந்து பதினைந்து நாட்கள் ஆகியிருந்தன. நிலவொளி மங்கலாக இருந்தது. நாளின் கடைசி பிரகாரத்தில் இருந்தார்கள். நள்ளிரவு மூன்று மணிநேரம் தள்ளியிருந்தது. போதுமான நேரம். அவர்கள் காலையில் தாக்குவார்கள்.

அவன் தன் உதவியாளன், க்ஷிராஜிற்கு சைகை செய்தான். அயோத்தியை சேர்ந்தவன். *நாம் இரண்டு மணிநேரம் காத்திருப்போம்.*

கூஷிராஜ் நிம்மதியடைந்தவனாக புன்னகைத்தான்.

சத்ருக்னன் தன் தலையை அசைத்தான். 'ச்சே...'

'இது துரதிர்ஷ்டம் சத்ருக்னன்,' என்றான் ராம். 'நம்மால் என்ன செய்ய முடியும்.'

நான்காவது பிரகாரத்தின் நான்காவதுமணி நெருங்கிக்கொண்டிருந்தது. நள்ளிரவு இரண்டு மணிநேரம் தள்ளியிருந்தது. அயோத்தியாவின் முகாம் பரந்து விரிந்திருந்த இந்தியப்பிரதான நிலம் மற்றும் மன்னார் தீவு பெரும்பாலாக உறங்கிக்கொண்டிருந்தது. முப்பது கிலோமீட்டர் தூரமுள்ள பாலத்தை ஆயுதம் ஏந்திய பாதுகாவலர்கள் கண்காணித்துக் கொண்டிருந்தார்கள். மீதமிருந்த ஐந்து கிலோமீட்டர் தூரத்தை அடுத்த நாள் முடிக்கத் திட்டமிட்டிருந்தார்கள். ஆனால் எதிர்பாராத பிரச்சனை ஒன்று வந்து சேர்ந்தது.

'என்னை மன்னிக்கவும். என் கருத்த நாக்கினால் ஏற்பட்டது என்று நினைக்கிறேன்,' என்றார் வசிஷ்டர் குற்றஉணர்வுடன். திட்டமிட்டபடி ஒரு செயல் சரியாக நடப்பதை தான் பார்த்ததில்லை என்று சில மணி நேரங்கள் முன்பு கூறியிருந்தார்.

'இல்லை, குருஜி,' என்றார் நாரதர், புத்திசாலித்தனமான வாக்கியம் ஒன்றுடன் எப்போதுமே தயாராக இருந்தார். 'அது உங்களது கருத்த நாக்கினால் இல்லை, *மான்சௌடன்* உண்ட கருத்த வாயால் ஏற்பட்டது என்று நான் நினைக்கிறேன்!'

சிரித்துக்கொண்டிருந்த நாரதரைப்பார்த்து தன் கண்களை உருட்டினார் வசிஷ்டர்.

மான்சௌடன். மாமிச சாதம். சதபாத ப்ரஹ்மணாவில் சொல்லப்பட்ட இந்த உணவு வீரர்கள் மிகவும் விரும்பி உண்ணுவது. நல்ல அரிசி முதலில் அலசப்பட்டு, தண்ணீரில் ஊறவைக்கப்பட்டு பிறகு நீர் வடிக்கப்படும். காடையின் மென்மையான மாமிசம் அரிசிக்கு ஒத்த அதே அளவில் துண்டுகளாக வெட்டப்பட்டு ஒன்றாக சேர்க்கப்படும். இந்த ஐரோப்பிய காடை கடிகார மணி வேலை செய்வது போல் சரியாக குளிர் காலங்களில் தென் இந்தியாவிற்கு வரும். வருடத்தின் இந்த காலத்தில் இதன் புது மாமிசம் தயாராக கிடைக்கும். புதிதாக செய்யப்பட்ட நெய் மற்றும் தேங்காய் பால், அரிசி மற்றும் மாமிசத்துடன் சேர்க்கப்படும். கஸ்தூரி மற்றும் பச்சை கற்பூரம் அதன் சுகந்தத்திற்காக சேர்க்கப்படும். ஏனென்றால் பண்டைய காலத்தில் உணவு பார்க்க மற்றும் சுவைக்க மட்டுமே நன்றாக இருக்கவேண்டும் என்றில்லாமல் அதன் நறுமணமும்

சாப்பிடுபவரை ஈர்க்கவேண்டுமென்று நம்பினார்கள். பாரமான தட்டு கொண்டு அந்த பாத்திரம் மூடப்பட்டு பலமணிநேரங்கள் அந்தக் கலவை மெதுவாக சமைக்கப்படும். மென்மையாக குழைந்த பதார்த்த கலவையாக ஆகும் வரை அதில் இருந்த பொருட்கள் அவ்வப்போது கிளறப்படும். கஸ்தூரி நன்கு சமைக்கப்பட்ட பின் இந்த சுவையான உணவிற்கு தனித்துவம் வாய்ந்த ஆழ்ந்த சிவப்பு நிறத்தைத்தரும்.

மாமிச உணவு பரிமாற தயார் ஆனவுடன் கேதகி பூவின் இதழ்கள் கொண்டு அலங்கரிக்கப்படும். ருத்ர பகவானின் ஆட்களான பரிஹானஸ் என்பவர்கள் இந்த உணவை இந்தியாவிலிருந்து தன் நிலத்திற்கு எடுத்து வந்து பிரியாணி என்று பெயரிட்டனர். பாவம் என்றும் தரம் குறைந்த செயல் என்றும் கருதப்படும் இந்த உணவு ஊட்டச்சத்து மிக்கதாக இருந்து வீரர்களின் சுவை அரும்புகளை மகிழச்செய்தது. பழகிய மாமிசம் சில சமயங்களில் வருந்தத்தக்க வகையில் வயிற்று வலியை ஏற்படுத்தலாம். அன்று மாலை சமைக்கப்பட்ட *மான்சௌடன்* ஆழ்ந்த சிவப்பு நிறமாக இல்லாமல் ஏறத்தாழ கருமையாக இருந்தது எச்சரிக்கை மணியை ஒலித்திருக்க வேண்டும். ஆனால் பரிஹானஸ் எப்போதும் கூறியது போல் சிவந்த ரத்தம் கொண்ட எந்த மனிதனும் பிரியாணிக்காக தன் உயிரையே கொடுப்பான். அதனோடு ஒப்பிடும் போது சாதாரண வயிற்று வலி எம்மாத்திரம்? மிகச்சிறிய ஆரோக்கியக்கேடு.

போரில் உடல் ஆரோக்கியப் பிரச்சனைகள் அடிக்கடி ஏற்படும். மிக அதிக எண்ணிக்கையில் மக்கள் ஒன்றாக பயணம் செய்து ஒருவருடன் ஒருவர் திறந்தவெளியில் நெருக்கத்தில் வாழ்வது, நாகரீக சாக்கடை வசதிகள் இல்லாமல், ஊட்டச்சத்து மிக்க உணவு கிடைக்காமல் இருப்பது போன்று. வீரர்கள் நோய்வாய்படுவார்கள். விலங்குகள் நோய்வாய்ப்படும். இந்த விஷயங்கள் நடக்கும்.

ஒரு நல்ல தளபதி அற்புதமான போர் தந்திரங்களைப் பற்றி மட்டும் சிந்திக்காமல் தளவாடங்களை நன்றாகக் கையாள வேண்டும்.

வசிஷ்டர், நாரதர், அங்கத், ஹனுமான், அரிஷ்டநேமி மற்றும் சத்ருக்னனால் திறனுடன் உதவப்பட்ட ராம் தளவாடங்களை மிகச்சிறப்பாக கையாண்டான்.

ஆனால் ராம் ஒரு விஷயத்தை குறிப்பாக வலியுறுத்தியிருந்தான்: அனைத்து அணிகளும் தத்தம் சமூகத்துடன் தனித்து உண்ணாமல் அனைவருடனும் சேர்ந்தே உணவு உண்ண வேண்டும். மொத்த சேனைக்குள் சகாக்கள் என்ற உணர்வு நுட்பமாக வளர்க்கப்பட்டது. கடந்த சில மாதங்களாக வேறுபட்ட சக்திகளாக இருந்தவற்றை ஒன்றாக இணைத்து ஒரு

இணைந்த சேனையாக ராமின் தலைமைக்கு கீழ் வருவதற்கு அது உதவியது.

யானை பாகர்கள், மலயபுத்ரர்கள் அல்லது வானரர்களாக இருந்தனர். ராமின் சேனையில் ஒரு பகுதியாகும் முன்னர் அவர்கள் ஒருவருடன் மற்றவர் உறவாடியதில்லை. ஆனால் இப்போது ஒன்றாக சேர்ந்து உண்பதை வழக்கமாக கொண்டிருந்தனர். ஆனால் துரதிர்ஷ்டவசமாக அன்று பாகர்களின் உணவே மோசமாக ஆகியிருந்தது. அவர்களுக்கு வயிற்றுப்போக்கு ஏற்பட்டது. போர்க்களத்தில் இது தீவிரமான உடல் ஆபத்து இல்லை. நோய்களும் காயங்களும் அதிக தீவிரமாக ஆகலாம். பெரும்பாலான பாகர்கள் ஒன்று அல்லது அதிகபட்சம் இரண்டு நாட்களில் உடல்நலம் தேறிவிடுவார்கள்.

ஆனால் அடுத்த நாள் கடைசி ஐந்து கிலோமீட்டர் தூரம் மீதமிருந்த பாலத்தை கட்டிமுடிக்க யானைகள் முக்கியமானவை. பாகர்களின் கைகளில் பணிவாக மற்றும் ஒழுங்காக நடந்துகொள்ளும் யானைகள் அந்நியர்களின் கைகளில் கட்டுக்கடங்காமல் போகும்.

பாலத்தின் வேலையை அடுத்த நாளோ அல்லது அதற்கடுத்தநாளோ செய்வது சாத்தியமற்றதாகத் தோன்றியது. இது சிகிரியாவிற்குள் படை நுழைவதை தாமதப்படுத்தும்.

'இப்போது என்ன செய்வது?' அரிஷ்டநேமி கேட்டான்.

'பாகர்கள் மீண்டும் நலமாகும் வரை நாம் காத்திருப்போம்.'

சத்ருக்னன் ராமைப்பார்த்தான். 'பரதன் அண்ணாவும் லக்ஷ்மனும் குறைந்தபட்சமாக போரை இன்னும் மூன்று நாட்கள் இழுத்தடிக்கவேண்டும். இந்தப் போர் சீக்கிரமே முடியவேண்டும் என்று விரும்பினால் ஓங்குயாஹ்ராவிலிருந்து இலங்கைப் படை திரும்பும் முன் நாம் சிகிரியாவை அடையவேண்டும். பரதன் அண்ணா தன் தாக்குதலை தாமதிப்பது சிறந்ததாக இருக்கலாம்.'

'அவன் இன்று இரவு தாக்கத் திட்டமிட்டிருந்தான். அதனை ஏற்கனவே துவங்கியும் இருக்கலாம். நம்மால் செய்ய முடிந்தது ஒன்றுமில்லை.'

'நீ சொல்வது சரி. நம்மால் செய்ய முடிந்தது எதுவுமில்லை' என்றார் நாரதர்.

அனைவரும் நாரதரை பார்த்தனர். கிண்டலாக அல்லது பொருத்தமற்றதாக எதையேனும் அவர் சொல்வார் என்று காத்திருந்தார்கள்.

அதற்கு ஏற்றாற் போல் நாரதரும் 'இரவில் வெகு நேரத்திற்குப்பிறகு நீங்கள் தூக்கம் விழித்து பிரச்சனையில் இருக்கும்போது மீண்டும் தூங்கச்செல்வதைத்தவிர வேறு

சிறந்த விஷயம் எதையும் உங்களால் செய்ய முடியாது என்று விவேகமான மனிதர்கள் எப்போதும் கூறுவார்கள். அதைதான் தர்மமும் சொல்கிறது.'

யாரும் எதுவும் சொல்லவில்லை.

'சரி, என் ஆலோசனையை நானாவது பின்பற்றுகிறேன். நீங்கள் அனைவரும் கண்விழித்து கவலைப்பட்டுக்கொண்டிருக்கலாம். நல்லிரவு.'

நள்ளிரவிற்கு ஒருமணிநேரம் இருந்தது.

லக்ஷ்மன் தன் வீரர்களை சுரங்கத்திற்குள் வழிநடத்தியிருந்தான். விபீஷணனின் குறிப்புகளில் சொல்லப்பட்டிருந்தது போல் பல தீவட்டிகள்-சுண்ணாம்புக் கல்லினால் ஆன இரு நூற்றிற்கும் மேற்பட்டவை- சுவற்றின் ஒவ்வொரு முடுக்கிலும் நிறுத்திவைக்கப்பட்டிருந்தது. இரண்டில் ஒரு வீரன் என்ற கணக்கில் சுண்ணாம்பு மற்றும் கந்தகத்தில் தோய்க்கப்பட்டிருந்த துணியைக் கொண்டு சென்றுகொண்டிருந்தார்கள். கடைசி ஒருமணிநேரமாக அதனை தீவட்டிகளில் சுற்றி தீ மூட்டியிருந்தார்கள்.தொலைவில் குன்றின் மேலிருந்து பார்க்கும் போது தொங்கும் பாறை மற்றும் அடர்ந்த மரங்கள் திரையாக இருந்து ஒளி வெளியே செல்வதைத் தடுக்கும் என்று விபீஷணன் கூறியிருந்தாலும், லக்ஷ்மன் எச்சரிக்கையாக இருந்தான். அதன் காரணமாக கடைசி வீரன் குகைக்குள் நுழைந்தவுடன் குகையின் வாயிலிலிருந்த நெகிழ்கதவு மூடப்பட்டது. ஏறத்தாழ முழுமையாக. காற்றோட்டத்திற்காக சிறிய துவாரம் மூடாமல் விடப்பட்டது. குறைந்த அளவு துர்நாற்றம் மீதமிருந்தது.

லக்ஷ்மனும் அவன் சேனையும் மெதுவாக நகர்ந்தார்கள். ஓங்குயாஹ்ரா கோட்டையின் கிழக்கு சாரி இருந்த குன்றிலிருந்து சுரங்கத்தின் நுழைவாயில் ஒன்றரை கிலோமீட்டர் தூரத்தில் இருந்தது. மெதுவாக நகர்ந்து ஒருமணிநேரத்தில் அந்த தூரத்தை அடையலாம் என்று லக்ஷ்மன் திட்டமிட்டிருந்தான். அவசரம் இல்லை. அவர்கள் காலையில் தாக்கலாம். மந்தமான வெளிச்சம் கொண்ட சுரங்கத்தில் தன் வீரர்கள் காயமடையும் அபாயத்தை அவன் எடுக்கவிரும்பவில்லை.

நடந்து கொண்டிருக்கும்போதே விபீஷணனின் திறமையின் மேல் லக்ஷ்மனுக்கு இருந்த மதிப்பு கூடியது. தரை மூடப்பட்ட நிலமாக, தட்டையாக இருந்தது. அதன் திடத்தன்மைக்காக அது கற்களால் மூடப்பட்டிருந்தது. நடந்து செல்ல வசதியானது. பாதையின் இருபக்கத்திலும் வடிகால் குழாய்கள் ஓடின.

கட்டுமானத்தை பலவீனம் ஆக்காத வகையில் மழைநீர் தேங்கியிருக்காமல் வழிந்து ஓட அது அனுமதித்தது. அவன் எதிர்பார்த்ததைவிட சுரங்கம் பெரிதாகவே இருந்தது. ஒருவர் அருகில் ஒருவர் என்று இரு வீரர்கள் ஒன்றாக நடக்க தோதாக போதுமான அளவில் அகலமாக இருந்தது. அவன் பெரிய உருவத்தை மடித்துக்கொள்ள வேண்டிய அவசியம் இல்லாத வகையில் உயரமாகவும் இருந்தது. உண்மையில், ஒரு வீரன் தன் குதிரையை அதனுள் கடினமில்லாமல் நடத்திச்செல்லவும் முடியும். குதிரையின் மேல் சவாரி செய்வது சாத்தியமில்லை நிச்சயமாக. தலைக்கு மேலே அவ்வளவு இடம் இல்லை. ரகசிய சுரங்கத்திற்கு இது அற்புதமான ஒன்று தான். பாறைகளாலான சுவர் திடமாக இருந்து அசைக்க முடியாததாகவும் ஆக்கியது. குகை பதினைந்து வருடங்கள் பழமையானது மற்றும் பராமரிப்புப் பணிகள் எதுவும் அங்கு நடக்கவில்லை என்றபோதிலும் எந்த இடத்திலும் அது உள் வாங்காமல் இருந்தது ஆச்சரியமளித்தது. விபீஷணனின் வேலை முழுமையானதாக இருந்திருக்கிறது. எந்த நெளிவு சுளிவுகளும் இல்லாமல் நேராக குடையப்பட்டது. மண்ணுக்கு அடியில் தோண்டும் போது தூரம், கோணங்கள் மற்றும் பரப்பளவை மனதில் கொண்டு அளவிடுவதில் உயர் தர செயலாக்கம் மற்றும் கட்டமைப்பு வலிமை பெற அரிதான விசேஷமான வடிவமைப்பு மற்றும் கட்டிடக்கலைத்திறன்ஆகியவை அவசியம்.

திருட்டு நாய். ஆனால், மிக மிக புத்திசாலித்தனமான திருட்டு நாய்.

ஒருமணிநேரம் கழித்து லக்ஷ்மன் மற்றும் அவனது ஐநூறு வீரர்கள் மலையடிவாரத்தில் இருந்த குகையின் முடிவிற்கு சென்று சேர்ந்தார்கள். அல்லது மிகக்குறிப்பாக சொல்லப்போனால் தரையில் தெரிந்த மாற்றங்கள் மற்றும் பக்கச்சுவர்களில் இருந்த வடிவங்களையும் உற்று நோக்கி மலைப்பாறையின் உள் பக்கம் என்று லக்ஷ்மன் ஊகித்தான்.

உண்மையில் அவன் இப்போது முழுமையாக பிரமிப்பில் இருந்தான்.

விபீஷணன் மற்றும் அவனது பணியாட்கள் குன்றின் உள் குடல்கள் வழியாக குடைந்து மேலே ஏறியிருந்தார்கள். பாதை மேற்கு திசையில் செங்குத்தாக சுமார் இருபது மீட்டர் சென்றபின் கொண்டை ஊசியின் வளையம் எடுத்து திரும்பி, மீண்டும் கிழக்கு திசையில் சென்றது. அடுத்த கொண்டை ஊசி வளையத்தில் சுரங்கப்பாதை மீண்டும் திரும்பியது, மேற்கு நோக்கி. அடிப்படையில் மலையை *குடைந்து* மாபெரும் படிக்கட்டு உருவாக்கப்பட்டிருந்தது. கண்கவர் பொறியியல் வல்லுமை.

ஒவ்வொரு கொண்டை ஊசி வளையத்திலும் ஒரு மூக்குத் துளை போன்ற குழி ஒன்று தோண்டி எடுக்கப்பட்டிருந்தது; படிக்கட்டு முடிந்த இடம் நீட்டிக்கப்பட்டிருந்தது. மலையின் ஆழத்திற்குள்.

லக்ஷ்மன் சிந்தித்தான், *எதற்காக இது? ஏன் இந்தக் குழி?*

படிக்கட்டினை ஏறுபவர்கள் திரும்பி அடுத்த படிக்கட்டு அமைப்பில் ஏறும் முன் நிற்பதற்காக அந்த இடத்தை பயன்படுத்துவார்கள். குழி ஏன் தேவைப்பட்டது? பிறகு அவனுக்குத்தோன்றியது. தளர்வாக ஆங்காங்கு இருந்த கற்களை சேகரித்து வைக்கும் இடம் அல்லது படிக்கட்டுகளில் உருண்டு ஓடிய குகையின் உள் பொருட்களை சேகரித்து வைக்க. படிக்கட்டுகளின் தரையிறக்கங்கள் எப்போதும் தெளிவாக இருப்பதை உறுதி செய்ய இது ஒரு கூடுதல் காப்பாக அமையும்.

ஆஹா. இது அடுத்த நிலை.

ஒரு மலையின் உள்ளே கட்டப்பட்ட ஒரு சிக்கலான சுரங்கப் படிக்கட்டு. நேரடியாக காட்டு நிலத்தின் கீழ் அமைந்த தட்டையான சுரங்கப்பாதையிலிருந்து. சுரங்கப்பாதையின் தட்டையான பகுதியை அமைக்க தூரம், கோணங்கள் மற்றும் பரப்பளவை மனதில் கொண்டிருக்கவேண்டும் மற்றும் சுரங்கப் படிக்கட்டு அமைக்க உயர அளவியலின் தெய்வீக அருள் இருந்திருக்கவேண்டும். அதோடு இவை அனைத்தையும் அவன் ரகசியமாக செய்திருக்கிறான். நடப்பது என்ன என்று எவரும் அறியாதபடி. அதே சமயத்தில் வேறு இரண்டு ரகசிய சுரங்கப்பாதைகளையும் கட்டிக்கொண்டிருந்தான்.

நிஜமாகவே புத்திசாலியான திருட்டு நாய்!

லக்ஷ்மன் தன் வீரர்கள் பக்கம் திரும்பி சைகை செய்தான் மெதுவாக. தீவட்டிகளின் மங்கலான ஒளியில் தன் கட்டளை அனைவருக்கும் கிடைப்பதை உறுதி செய்ய தன் கையை மேலே உயர்த்தினான்.

செய்தி தெளிவாக இருந்தது: மேலேறத் துவங்குங்கள். அமைதியாக. பின்னர் மேலே காத்திருங்கள்.

அத்தியாயம் 22

'தூங்கச்செல்லுங்கள் இளவரசரே,' என்றான் தும்ரக்ஷ. 'நள்ளிரவை நெருங்குகிறது நேரம். நான் பாதுகாவலுக்கு இருக்கிறேன். என்னைப்போன்று நூறு வீரர்கள் விழிப்புடன் இருக்கிறார்கள்.'

சுழற்சியில் ஆறுமணிநேரம் வேலை பார்க்கும் நூறு வலுவான வீரர்களை நியமித்திருந்தான் தும்ரக்ஷ. ரகசிய சுரங்கப்பாதை திறக்கும் கோட்டையின் கிழக்கு சாரியை அவர்கள் வாள் ஏந்தியபடி பாதுகாத்தனர். சுரங்கப்பாதைக்கான நுழைவாயில் திறக்கப்படாமலும் வெளிச்சமில்லாமலும் இருந்தது. அயோத்தியர்கள் ஒரு பொறிக்குள் நகர்ந்து சென்றிருக்கின்றனர் என்பதை அவர்கள் சந்தேகிக்கவில்லை.

தும்ரக்ஷவின் யோசனையைக் கேட்டு இந்திரஜித் தலை அசைத்தான். இல்லை.

தும்ரக்ஷ என்ற பெயரே *புகைக் கண்கள்* என்று அர்த்தம். அவன் கண்கள் கொழுந்துவிட்டு எரியும் கோபத்தை வெளிப்படுத்தின. அவன் பெற்றோர் அவனுக்கு நல்ல பெயராகத் தான் வைத்திருந்தார்கள். மாபெரும் தோற்றத்துடன் கோபமான குணமுடையவனான அவன், பிறவி வீரன். ஓங்குயாஹ்ரா படைப்பிரிவின் தளபதியாக அவன் இலங்கையின் விசேஷ படைக்கு தலைமை தாங்குகிறான். நல்ல ஒரு வீரன் தன் சக வீரர்களை மதிப்பான். எதிரிகளின் விசேஷ படையால் தாக்கப்படும் சாத்தியம் உள்ளது என்பதால் இந்திரஜித் கோட்டை

வரை வந்திருந்தான். அந்த ராஜ குடும்பத்தை சேர்ந்தவன் தன்னை தீங்கின் வழியில் போட்டுக்கொண்டுவிட்டான். அது அவனை மரியாதைக்கு உகந்தவனாக ஆக்கியது. புகைக் கண்கள் மதிப்பிற்கு உகந்தவர்களை தெளிவாக ஆடம்பரமான மரியாதையுடன் நடத்தும்.

தும்ரக்ஷ மாரீசனைப்பார்த்தான். 'பிரபு மாரீசன், நம்முள் ஒருவர் எந்நேரமும் விழிப்புடன் இருந்து தாக்குதலுக்கு தயாராக இருக்கவேண்டும். நாம் சுழற்சியில் தூங்க வேண்டும்.' உயரத்தில், இலங்கை படைப்பிரிவின் இளையவீரர்கள் இருந்த இடத்தை, தளபதியின் இருப்பிடத்தை சுட்டிக்காட்டி அவன் தொடர்ந்தான், 'நீங்கள் இருவரும் இப்போதைக்கு தூங்கலாம். என் தங்குமிடத்தில்.'

தும்ரக்ஷ சுட்டிக்காட்டிய இடத்தை இந்திரஜித் பார்த்தான். 'அது வெகு தொலைவில் இருக்கிறது. அவர்கள் இன்று இரவே தாக்குவார்கள் என்று என் உள்ளுணர்வு சொல்கிறது. நாம் இங்கேயே இருப்போம்.'

'இளவரசர் இந்திரஜித்,' என்றான் தும்ரக்ஷ, 'எதிரிப்படை வந்துசேரும் நொடியில் நான் போர் முழக்கமிடுவேன். ஒரே சமயத்தில் சுரங்கப்பாதையிலிருந்து இருவராக மட்டும்தான் வெளியே வர முடியும். நாங்கள் அவர்களை இங்கு பிடித்து வைக்கிறோம். போதுமான அளவில் மக்களை உயிருடன் விட்டுவைக்கிறோம், நீங்கள் வந்து கொல்ல.'

இந்திரஜித் மென்மையாக சிரித்தான்.

மாரீசன் பேசினான். 'தளபதி தும்ரக்ஷ விவேகமாக பேசுகிறார் இந்திரஜித். நாம் அவரது ஆலோசனையை ஏற்போம். அடுத்த முறை கண்காணிப்பில் நீ அவரை சேர்ந்து கொள். சில மணிநேர உறக்கமாவது உனக்கு கிடைக்கட்டும்.'

தர்க்கம் செய்வதை விட்டுக்கொடுத்து இந்திரஜித் இருக்கையிலிருந்து எழுந்தான். தன் வாள் இருந்த உறையை பக்கவாட்டில் சரி செய்து கொண்டான். மாரீசன் இந்திரஜித் பக்கம் சாய்ந்து நடக்கத்துவங்கினான். 'ஆனால், முதலில்...'

'சொல்லுங்கள், மாமா தாத்தா?'

லக்ஷ்மன் மற்றும் அவனது வீரர்கள் படிக்கட்டின் மேல் தளத்தை அடைந்து வெளியேறும் இடத்திற்கு முன்னால் நின்றிருந்தார்கள்.

விபீஷணனின் வேலை தரத்தில் நம்பிக்கை வைத்த லக்ஷ்மன், கைகளில் இருந்த தீவட்டியின் ஒளி மூடிய கதவுகளுக்கு பின்னால் தெரியாது என்று உறுதியாக நினைத்தான். கதவை

அவன் திறந்தால் வெளிச்சம் ஊடுருவும். அது கண்டிப்பாக நடக்கும்.

சுவற்றில் மேலே உயரத்தில் இருந்த நெம்புகோலை சுட்டிக்காட்டி சைகையால் எச்சரித்தான் லக்ஷ்மன். கதவை திறக்கக்கூடிய நெம்புகோல். அது தவறுதலாகக்கூட திறக்கப்படக்கூடாதென்று அவன் விரும்பினான்.

பாறைக்கதவின் ஒரு குறிப்பிட்ட இடத்தில் தன் காதை வைத்தான் லக்ஷ்மன். இங்கிருந்து வெளியே நடப்பவை அவர்களுக்கு கேட்குமென்று தகவல் அறிந்திருந்தான்.

அவன் கேட்டான்...எதுவுமே இல்லை.

அவன் தன் படையைப் பார்த்தான்.

திடீரென்று வெளியே ஒரு மணி ஒலித்தது. அவன் காதுகள் வலியுடன் எதிரொலித்தது.

ச்சே...

சத்தத்தினால் ஏற்பட்ட அசௌகரியத்தை ஒதுக்கிவிட்டு ஒலியின் தெளிவைக் கண்டு அதிர்ந்து இருந்த இடத்தைவிட்டு லக்ஷ்மன் நகரவில்லை. அவன் அதனை கேட்டாகவேண்டும்.

மற்றுமொரு மணி.

பிறகு அமைதி.

லக்ஷ்மன் தன் வீரர்கள் பக்கம் திரும்பி கைகளால் சைகை செய்தான்.

கண்காணிப்பின் இரண்டாவது மணிநேரம் துவங்கியிருந்தது.

லக்ஷ்மன் கணக்கிட்டான். ஓங்குயாஹ்ராவில் வழக்கமாக ஒரு பணி சுழற்சி ஆறு மணிநேரங்களுக்கு இருக்கும். இப்போதிலிருந்து நான்கு மணிநேரத்திற்குள் அடுத்த ஆறு மணிநேர கண்காணிப்பு துவங்கும்.

அதுதான் தாக்குவதற்கான சிறந்த நேரம். தங்கள் வேலை நேரம் முடியும்போது வீரர்கள் ஆயாசமாக இருப்பார்கள்.

அவன் மீண்டும் கைகளால் சைகை செய்தான்.

காத்திருந்தோம். இன்னும் நான்கு மணிநேரம்.

செய்தி கீழே வரிசையாக ஒலிபரப்பப்பட்டது.

சுவற்றில் மீண்டும் தன் காதை வைத்தான் லக்ஷ்மன். அடர்ந்த பாறை சுவற்றையும் மீறி சத்தம் உள்ளே வருவதற்கு எத்தகைய தொழில் நுட்பத்தை பயன்படுத்தியிருப்பான் விபீஷணன் என்று வியந்தான்.

இந்த எண்ணம் அவன் மனதில் முதன்முறையாக இப்போது எழும்பவில்லை. *விபீஷணன். மேதாவி. திருட்டு நாய்.*

அவன் குரல்களின் ஓசையைக் கேட்க முயற்சித்தான். ஆனால் ஏதும் இல்லை.

கதவின் மறுபக்கம் வேறு எவரும் இல்லையோ ஒருவேளை.

அவன் தன் வீரர்களைப்பார்த்தான். நிலையாக நின்றிருந்தார்கள். பொறுமையாக. விசேஷப்படையில் வீரர்கள் எப்படியிருக்கவேண்டுமோ அப்படி.

இலங்கையின் விசேஷ படைப்பிரிவினரும் குறைவாக பயிற்சி பெற்றிருப்பார்கள் என்று எண்ண எந்தக்காரணமும் இல்லை. அவர்கள் கதவை அடுத்தே இருக்கலாம். அமைதியாக, ஒழுக்கம் கடைபிடிக்கப்படவேண்டுமென்று கூறப்பட்டது போல்.

நான்கு மணிநேரத்தில் நாம் அறிந்துகொள்வோம்.

சத்தம் வந்த இடத்தில் காவல் இருக்கும்படி லக்ஷ்மன் ஒரு வீரனை நியமித்தான். பிறகு அவன் தரையில் அமர்ந்து, முதுகை சுவற்றில் சாய்த்து சிறிது நேரம் தூங்க முடிவு செய்தான்.

லேசாக தொடப்பட்டது போல் உணர்ந்து லக்ஷ்மன் விழித்துக்கொண்டான். அவன் வீரனிடமிருந்து வந்த கை சைகை தெளிவாக இருந்தது.

கண்காணிப்பின் ஆறாவது மணி நேரம் துவங்கிவிட்டது.

லக்ஷ்மன் துரிதமாக எழுந்து கட்டளைகளை கை சைகை மூலம் கொடுத்தான்.

தயார் ஆகுங்கள்.

வீரர்கள் தங்கள் கைகள், தோள்பட்டை, முதுகு மற்றும் கால்களை நீட்டித்தளர்த்தினார்கள்.

தாங்கள் கொண்டுவந்திருந்த தண்ணீரை வேகமாக குடித்தார்கள். பிறகு தங்கள் பைகளுக்குள் கையை நுழைத்து உலர்ந்த பழங்கள் மற்றும் பருப்பு வகைகளை வேகமாக முழுங்கினார்கள். உணவு மற்றும் தண்ணீர் கலங்களை காலி செய்தபின் தங்கள் பைகளை சுரங்கப்பாதையிலேயே விட்டுவிட்டார்கள்; அவர்களுக்கு இனி அது தேவைப்படாது. வேகமாக தங்கள் ஆயுதங்களை சரி பார்த்து, இடுப்பில் கட்டியிருந்த கத்தி உறையை தளர்த்திக்கொண்டார்கள். தங்கள் கேடயத்தின் கொக்கியைக் கழற்றி சரியான முறையில் பிடித்துக்கொண்டார்கள்.

தயார்.

அது அவர்களுக்கு பத்து நிமிடங்கள் பிடித்தது. அவர்கள் விசேஷ படை வீரர்கள்.

லக்ஷ்மன் அவர்களைப் பார்த்தான். திருப்தியடைந்தான். கவனமாக கைகள் கொண்டு சைகை செய்து கட்டளைகள் இட்டான்.

வெளியில் அமைதியாக இருங்கள். நாம் முதலில் ஒன்றாக திரள்வோம். பிறகு தாக்குதல்.

வீரர்கள் ஏற்கனவே இதுபற்றி விளக்கப்பட்டுவிட்டனர். தாழ்வான கூரை இருந்த மறைமுகமான ஒரு இடத்தில் சுரங்கம் வெளியேறும் என்று அறிந்திருந்தார்கள். தாக்கத்துவங்கும் முன் குறைந்தபட்சம் நூறு வீரர்கள் அங்கு ஒன்று திரள முடியும். நிற்காமல் அலை அலையாக மீதமிருப்பவர்கள் பின்தொடர்வார்கள்.

லக்ஷ்மன் உறையிலிருந்து தன் வாளை வெளியே எடுத்தான். மற்றவர்களும் அப்படியே செய்தனர். நெம்புகோலுக்கு அருகில் நின்ற வீரனைப்பார்த்து தலை அசைத்து கதவை நோக்கி நகர்ந்தான். தன்னை ஆபத்தில் போட்டுக்கொண்டபடி க்ஷிராஜ் கதவு திறந்ததும் முன்னால் பாய்ந்தான். லக்ஷ்மன் எரிச்சலில் சீறினான். க்ஷிராஜ் லக்ஷ்மனைப்பார்த்து புன்னகைத்தான். ஆனால், முன்னணி நிலையை விட்டுக்கொடுக்க மறுத்தான்.

க்ஷிராஜின் வீரத்திற்கு தலைவணங்கி லக்ஷ்மன் அவன் பின்னால் வரிசையில் இருந்தான். தன் இடது கையை உயர்த்தி சட்டென்று முட்டியை மூடினான். அனைத்து தீவட்டிகளும் அணைக்கப்பட்டு சுரங்கம் இருளில் மூழ்கியது. நெம்புகோல் அழுத்தப்பட்டது.

சாக்கடை நாற்றம் மீண்டும் அவர்கள் நாசியைத் துளைத்தது. முன்பு இரவில் சுரங்கப்பாதையின் நுழைவாயில் கதவை திறந்த போது இருந்த தீவிரமான துர்நாற்றம் இல்லை. அவர்கள் அதனை எதிர்பார்த்திருந்தனர். அவர்கள் வடிகாலுக்கு அருகில் வெளியேறுவார்கள் என்று அறிந்திருந்தார்கள். அதனால் எவரும் எந்த எதிர்வினையையும் காட்டவில்லை.

ஆனால் லக்ஷ்மன் முகம் சுளித்தான். ஏதோ சரியில்லை.

சத்தமே இல்லை. சுத்தமாக இல்லை. ஆண்களின் சுரப்பிகள் நிறைந்திருந்த முகாமில்.

விசித்திரம். அச்சமூட்டும் விசித்திரம்.

இலங்கையர்கள் நம்மை எதிர்பார்கிறார்களோ?

விடியலின் மங்கலான ஒளி சுரங்கப்பாதைக்குள் விழுந்தது.

தீர்மானித்தபடி சுரங்கப்பாதையை விட்டு வெளியே வந்து வலது பக்கம் திரும்பினான் க்ஷிராஜ். லக்ஷ்மன் வேகமாக வெளியேறி நடுவில் நின்றான். சீக்கிரமே நூறு வீரர்கள் ஒரு அமைப்பாக சுரங்கப்பாதையின் வெளியே நின்றார்கள்.

அங்கு வஞ்சகமான அமைதி நிலவியது.

மலையின் கருப்பு கல்லுக்குள் பெருங்குடல் போன்ற பாதை அமைக்கப்பட்டிருந்தது. லக்ஷ்மனும் அவன் வீரர்களும் மறைவில் இருந்தாலும் மற்ற இடங்களில் வெளிச்சம் படும்படியாக அது அமைந்திருந்தது. வலது புறமிருந்து பாதை கழிப்பறைகளுக்கு வழிகாட்டியது. இடது புறத்தில் இலங்கைப் படையின் இளைய வீரர்களின் தங்குமிடம் இருந்தது. அவர்களுக்கு எதிரே கோட்டையின் வலது சாரியில் இருந்த பொது மைதானத்திற்குச் செல்ல படிக்கட்டுகள் இருந்தன. பொது மைதானத்தின் மைய அணை சுவற்றின் கிழக்கு சாரி கதவு தூரத்தில் வலதுபக்கத்தில் இருந்தது. இதனை வரைபடத்திலிருந்து ஞாபகம் வைத்திருந்தான் லக்ஷ்மன்.

இதைவிட சிறந்த இடத்தில் சுரங்கத்திலிருந்து வெளியேறி இருக்கமுடியாது. லக்ஷ்மன் மீண்டும் மௌனமாக இலங்கை துரோகி விபீஷணனுக்கு நன்றி தெரிவித்தான்.

அவர்கள் கண்விழி சுருங்கி விரிய, விடியலின் வெளிச்சத்தில் தெளிவாக பார்க்கத்தொடங்கினார்கள். லக்ஷ்மன் தன் இடது கையை உயர்த்தி மணிக்கட்டை இடதுபுறம் படபடத்தான். புதிய வீரர்களின் தங்குமிடம் இருந்த திசையில் ஐம்பது வீரர்கள் உருவிய கத்திகளுடன் நகர்ந்தனர்.

மற்றொரு ஐம்பது வீரர்கள் தங்கள் இடங்களை எடுத்துக்கொள்ள சுரங்கப்பாதையிலிருந்து நகர்ந்தனர்.

இலங்கை காவலாளிகள் எங்கே என்று லக்ஷ்மன் வியந்தான்.

பிறகு அவர்களைப் பார்த்தான்.

ஓ ருத்ர பகவானே!

அவன் கைகளால் சைகை செய்து காட்டினான். சைகைகள் வரிசையாக கீழே ஒலிப்பரப்பப்பட்டது.

சிறிது தொலைவில் முற்றத்தில் நூறு இலங்கை வீரர்கள் நின்றுகொண்டிருந்தார்கள். சிறிய கோட்டை கோவிலின் சுவற்றை அடுத்து அமைதியாக குழுமியிருந்தார்கள். கைகளில் வாள்களுடன் அவர்கள் நிற்பதை லக்ஷ்மன் கண்டான்.

மென்மையான சிரிப்பை அடிக்கிக்கொண்டான்.

மற்ற சுரங்கப்பாதையிலிருந்து தாக்கப்படுவோமென்று அவர்கள் எதிர்பார்த்திருந்தார்கள்! அவர்களுக்கு இந்த சுரங்கப்பாதை பற்றித்தெரியாது.

மீண்டும் ஒருமுறை லக்ஷ்மன் விபீஷணனுக்கு மௌனமாக நன்றி சொன்னான்.

இந்திர பகவான் அந்த திருட்டு நாயை ஆசீர்வதிக்கட்டும்!

எந்த இலங்கை வீரனும் அவர்கள் திசையில் பார்க்கவில்லை. அவர்களிடம் இன்னமும் சிறிது நேரம் இருந்தது.

அவன் மற்றொரு கட்டளையிட்டான் சைகை மூலமாக. பத்து வீரர்கள் அந்த அமைப்பிலிருந்து பிரிந்தார்கள். கோட்டை சுவற்றின் நுனியில் கைப்பிடியால் பாதுகாக்கப்பட்ட படிக்கட்டுகள் மூலம் மெதுவாக ஏறினார்கள். உயரத்தில் இருந்த தளபதியின் இருப்பிடத்தை நோக்கி. அதிர்ஷ்டம் இருந்தால் தளபதியின் இருப்பிடத்தைக்கண்டு தாக்குதல் நடத்திவிட்டால் போர் துவங்கும் முன்னரே முடிந்துவிடும்.

இன்னமும் பத்து வீரர்கள் சுரங்கப்பாதையிலிருந்து வெளியே வந்து முன்னால் நகர்ந்து சென்ற வீரர்களின் இடத்தில் வந்து நின்று கொண்டனர்.

லக்ஷ்மன் வலதுபக்கம் பார்த்தான். ஓங்குயாஹ்ராவின் மைய அணையின் கிழக்குக் கதவை தொலைவில் பார்த்தான். அவை திறந்திருந்தன. உடனே அவற்றை தன் கட்டுக்குள் எடுத்துக்கொள்ளும்படி விபீஷணனால் அறிவுறுத்தப்பட்டிருந்தான். வெளிப்புறத்திலிருந்து இலங்கையர் கதவுகளை மூடிவிட்டால் அயோத்தியர்கள் உள்ளுக்குள் மாட்டிக்கொண்டுவிடுவார்கள். பிறகு இலங்கையர்கள் மதகுகளை கட்டுக்குள் எடுத்துக்கொண்டு கீழ்நதியில் படிக்கட்டுகளில் தண்ணீர் திறந்துவிடும் லக்ஷ்மனின் திறனை முடக்கிவிடுவார்கள். பிறகு ஓங்குயாஹ்ராவை வெல்வது எந்த பயனும் அளிக்காது. இருப்பினும், லக்ஷ்மன் கிழக்குப் பகுதியை முழுமையாக தன் கட்டுப்பாட்டிற்குள் எடுத்துக்கொள்ளவேண்டுமென்று பரதன் மீண்டும் மீண்டும் வலியுறுத்தியிருந்தான். அதன் பிறகே அணையின் மையப்பகுதிக்கு நகர வேண்டுமென்று கூறியிருந்தான். பின்னாலிருந்து தாக்குதலை எதிர்கொள்ளும்போது அயோத்தியர்களுக்கு தேவையற்ற உயிரிழப்பு ஏற்படக்கூடாதென்று பரதன் விரும்பினான்.

எது எப்படியிருந்தாலும் லக்ஷ்மனால் கதவுகளின் அருகில் செல்லும்படி தன் வீரர்களுக்கு ஆணையிடமுடியவில்லை. இதுவரை முடியவில்லை. ஏனென்றால் கோட்டை கோயிலுக்கு அருகே இருந்த இலங்கை வீரர்களுக்கு அது தெளிவாகத் தெரியும்.

அதற்கு போதுமான நேரம் இருந்தது.

அவன் தன் இடது பக்கம் பார்த்தான். அவர்களின் ஒரு வீரன் புதுவீரர்களின் இருப்பிடத்திலிருந்து வெளியே வந்தான். அவன் தன் கத்தியை கையில் கட்டியிருந்த துணியில் துடைத்தான். லக்ஷ்மன் பக்கம் பார்த்து சைகை செய்தான்.

ஐம்பது இலங்கையர்கள். எல்லோரும் இப்போது இறந்துவிட்டிருந்தார்கள்.

அவர்கள் எங்கிருந்தார்களோ அங்கேயே இருக்கும்படி லக்ஷ்மன் கட்டளையிட்டான். ஐம்பது நபர்கள் போயாகிவிட்டது. மற்றுமொரு நூறு பேர் மற்ற சுரங்கப்பாதையின் நுழைவாயிலில். மற்றவர்கள் உறங்கிக்கொண்டிருப்பார்கள். இடது புறம் இருந்த பிரதான குடியிருப்பு விபீஷணனின் கருத்தின் படி இருநூறு நபர்களின் கொள்ளளவு மட்டுமே கொண்டது. அப்போது அங்கு அதிகபட்சம் முன்னூற்றி ஐம்பது இலங்கையர்கள் இருந்தார்கள். அவர்களுள் ஐம்பது பேர் இறந்து விட்டனர். மற்ற நூற்றைம்பது வீரர்கள் ஓங்குயாஹ்ரா கோட்டையின் மேற்குப்பகுதியில் அணையின் மையத்திலிருந்து தொலைவில் மற்ற மூலையில் இருந்தார்கள். இந்தப் போரில் அவர்களது பங்களிப்பு குறைவாகவே இருக்கும்.

என் ஐநூறு வீரர்களுக்கு எதிராக அவர்களது முன்னூறு. நல்ல வாய்ப்புகள். குறிப்பாக ஆச்சரியப்படச் செய்யும் நிலைமை நம்மிடம் இருப்பதால்.

அவன் தளபதியின் குடியிருப்பைப்பார்த்தான். அவன் வீரர்கள் இன்னமும் உள்ளே இருந்தனர். அவன் தாக்கும் போது பின்னாலிருந்து எந்த தாக்குதலும் நடை பெறாமல் இருக்க அந்த இடம் முழுமையாக பாதுகாப்பாக இருக்கவேண்டும்.

தன் கையை உயர்த்தி இன்னமும் சுரங்கப்பாதையிலிருந்த வீரர்களுக்கு சைகை செய்து கட்டளையிட்டான்.

பிரதான குடியிருப்பின் பக்கம் போகவும். நான் சொல்லும்போது. அங்கு அனைவரையும் கொன்றுவிடுங்கள்.

கட்டளை கீழே வரிசையாக ஒலிபரப்பப்பட்டது.

லக்ஷ்மன் மீண்டும் தலையைத் தூக்கி தளபதியின் குடியிருப்பைப் பார்த்தான். ஒரு வீரன் வெளியே வந்து சைகை செய்தான்: *இங்கு யாரும் இல்லை.*

பிரச்சனை இல்லை, லக்ஷ்மன் தனக்குத்தானே முணுமுணுத்துக் கொண்டான். இலங்கைப் படையின் தளபதி தும்ரக்ஷ மற்ற சுரங்கப்பாதையின் நுழைவாயிலில் இருக்கவேண்டும். அவனை நாம் அங்கு கொல்லலாம்.

அவன் இப்போது செய்யவேண்டியதெல்லாம், சுரங்கப்பாதையிலிருந்து வெளியே வந்த தன் வீரர்களுடன் அமைதியாக ஊர்ந்து சென்று, மற்ற சுரங்கப்பாதையின் நுழைவாயிலில் இருக்கும் இலங்கையர்களுக்கு முடிந்த அளவில் அருகில் நெருங்கவேண்டும். அவர்கள் திரும்பி தங்கள் நிலைப்பாட்டை உறுதிசெய்துகொள்ளும் முன்

அவர்களை ஆச்சரியத்தில் ஆழ்த்தவேண்டும். அது எளிதான கொன்றுகுவித்தலாக இருக்கும்.

இந்த கட்டளையை தன் வீரர்களுக்கு தெரிவிக்கும் முன் தன் இடத்தில் உறைந்தான்.

ச்சே..

முற்றத்தைப் பார்த்து சத்தமில்லாமல் முனகினான் லக்ஷ்மன்.

லக்ஷ்மன் காலையில் சீக்கிரம் எழுபவன் இல்லையென்பதற்கு வரலாறு சாட்சியாக இருந்திருக்கின்றது. அவனுக்கு தூங்குவது பிடிக்கும். மூத்த சகோதரர்களின் அவசர ஆணைகள் அல்லது போர் மட்டும்தான் அவனை சீக்கிரம் விழிக்கச்செய்யும். எந்த ஒரு நல்ல காரணமும் இல்லாமல் காலையில் சீக்கிரமாக எழுபவர்களை அவன் வெறுத்தான்.

அப்படிப்பட்ட இருவர் குடியிருப்புகளில் இருந்து இப்போது வெளியே வந்தார்கள். இலங்கை வீரர்கள். தசை பிடிப்புடன் நல்ல ஆரோக்கியமானவர்கள். வெற்றுடம்புடன் தளர்வாக உடுத்திய லுங்கிகள் மட்டுமே அணிந்திருந்தார்கள். ஒருவன் தன் பின்பக்கத்தை சொரிந்துகொள்ள மற்றவன் பெரிதாக கொட்டாவி விட்டான்.

இங்கே வராதே. இங்கே வராதே.

அவர்கள் லக்ஷ்மன் சென்ற திசையில் சென்றார்கள். கைகளில் குவளைகளுடன். பெரும்பாலான நாகரீகமான மனிதர்கள் போல் இந்தியர்கள் துடைப்பதைவிட கழுவுவதை விரும்பினார்கள்.

லக்ஷ்மன் தனது வலது பக்கத்தைப்பார்த்தான். அவன் வீரர்கள் கழிப்பறைகளுக்கு நேர் எதிரே நின்றார்கள்.

ச்சே. ஆச்சரியப்பட்டது வீணாகிவிட்டது.

அந்த நன்மை போய்விட்டதென்றால் தனக்கு மிகவும் விருப்பமான ஆயுதத்தை பயன்படுத்தலாம் என்று லக்ஷ்மன் நினைத்தான். தன் வாளை மீண்டும் உறைக்குள் தள்ளினான், கவனமாக.

தன் உறைக்குள் செல்லும்போது மென்மையான சத்தம் எழுப்பியது அதன் கத்தி. பலரும் அதை உணரமாட்டார்கள். ஆனால் நல்ல வீரன் எங்கேயும் அடையாளம் கண்டுகொள்ளும் சத்தம் அது. குறிப்பாக விடியற்காலையின் அமைதியில். இரண்டு இலங்கையர்கள் உறைந்து போனார்கள். அவர்களால் எதையும் பார்க்கமுடியவில்லை ஏனென்றால் சுரங்கத்தின் பெருங்குடல் போன்ற பாதையில் அயோத்தியர்கள் மறைந்திருந்தார்கள். விடியலின் மங்கலான ஒளி அந்த மூலையை அடையவில்லை. குறைந்த நொடிப்பொழுதிற்கு அவர்கள் ஒருவரை ஒருவர் பார்த்தனர், இருவரும் அந்த சத்தத்தைக் கேட்டது குறித்து

உறுதி செய்துகொள்ள. நன்றாக பார்ப்பதற்காக தங்கள் கண்களை சிரமப்படுத்திக்கொண்டார்கள்.

லக்ஷ்மன் பின்பக்கத்தை அடைந்து தன் விருப்பமான ஆயுதத்தை அவிழ்த்தான். கதை.

வழக்கமான கதையின் தலைப்பகுதி பருமனாக வலுவான தாக்குதல் நடத்தக்கூடிய சக்திபடைத்தவை. ஆனால் லக்ஷ்மனின் ஆயுதம் சிறப்பாக அவனுக்கென்றே வடிவமைக்கப்பட்டது. அதில் வலுவான பருமனான உலோகத் தண்டு இருந்தது. அதன் தலைப்பகுதியும் உலோகத்தால் ஆனது. அதன் தலைப்பகுதியும் கைப்பிடியும் ஒரே உலோகத்திலிருந்து செய்யப்பட்டது. அது அந்த கதைக்கு அச்சுறுத்தும் திடத்தன்மை கொடுத்தது. மேலும், தலைப்பகுதியில் மேலிருந்து கீழ் வரை மற்றும் இடது முதல் வலது வரை உலோக விளிம்புகள் கொண்டிருந்தது. அவை தோலினால் ஆன கவசத்தை ஊடுருவ உதவியது. அதற்கு மேலும் இருந்தன. தலைப்பகுதியில் சுற்றிலும் உலோகத்தினால் ஆன கூர் முனைகள் இருந்தன. தோலை மறந்துவிடுங்கள், உலோகக் கவசம் கூட இதன் வலுவான அடியில் உடைந்துவிடும். வழக்கமாக ஒரு கதை இரண்டிலிருந்து மூன்றடி நீளம் இருக்கும் ஒரு வாளின் நீளத்திற்கு ஒத்ததாக. ஆனால் லக்ஷ்மனுக்காக இந்த ஆயுதம் நீட்டிக்கப்பட்டிருந்தது. மூன்றரை அடியை விட சிறிது அதிக நீளமாக; நீளமான வாளைவிட நீளமாக.

வலுவான மற்றும் பருமனான இந்த ஆயுதத்தைப் பிடித்துக்கொள்ள சாதாரண வீரர்களுக்கு கடினமானதாகவும் இருக்கும், பயன்படுத்துவது சாத்தியமில்லை. ஆனால் லக்ஷ்மன் ஆறடி பத்து அங்குலம் உயரமாக காளை போன்ற உடற்கட்டுடன் இருந்தான். அவன் கைகளில் இந்த கதை அளவிட முடியாத அளவில் அச்சுறுத்துவதாக இருந்தது.

கதையின் தலைப்பகுதியிலிருந்து அதில் கட்டப்பட்டிருந்த தோல் உறையை எடுத்து தூக்கியெறிந்தான் லக்ஷ்மன். பிறகு நல்ல நேரம் பார்த்து அதனை திருப்பி எடுத்துக்கொள்வான்.

இப்போது அமைதியாக இருந்து எந்த பிரயோஜனமும் இல்லை.

'க்ஷிராஜ்,' அவன் கிசுகிசுத்தான், 'கதவுகளை மூடு.'

பிறகு நடைபாதையிலிருந்து தரையிறக்கத்திற்கு படியெடுத்து வைத்தான் லக்ஷ்மன். திறந்த வெளியில். அவனை நூறு வீரர்கள் தொடர்ந்தார்கள்.

இரண்டு இலங்கையர்களும் தங்கள் குவளைகளை கீழே போட்டனர். அது கீழே விழுந்து எழுப்பிய ஓசையில் அந்த இடத்தை சுற்றியிருந்த அமைதி கலைந்தது. அவர்கள் தங்கள் குடியிருப்பிற்கு ஓடினார்கள் தங்கள் ஆயுதங்களை எடுக்க,

நுரையீரலிலிருந்து எழும்பிய உரத்த குரலில், '**நடைபாதையில் எதிரி! நடைபாதையில் எதிரி!**' என்று கத்தினார்கள்.

மற்ற சுரங்கபாதையில் இருந்த இலங்கையர்கள் சுழன்று இருந்த இடத்தில் வேரூன்றியது போல் நின்றனர். ஒரு நொடி பக்கவாதத்தால் பாதிக்கப்பட்டவர்கள் போலானார்கள். அதற்கிடையில், சூஷிராஜ் மற்றும் பத்து வீரர்கள் கதவின் பக்கம் வேகமாக ஓடினார்கள்.

'தாக்குங்கள்!' கர்ஜித்தான் லக்ஷ்மன். '*அயோத்தியர்களுக்கு வெற்றி!*'

வெல்ல முடியாத நகரமான அயோத்தியாவின் வெற்றியாளர்கள்!

'*அயோத்தியர்களுக்கு வெற்றி!*' லக்ஷ்மனின் வீரர்கள் கத்தினார்கள்.

லக்ஷ்மன் மற்றும் அவனது சிப்பாய்களின் முதல் வரிசையினர் மற்ற சுரங்கத்தின் நுழைவாயிலில் இருந்த இலங்கையர்களை நோக்கி பாய்ந்தார்கள். மற்ற அயோத்தியர்கள் ரகசிய சுரங்கப்பாதையிலிருந்து கூட்டம் கூட்டமாக வெளியேறினார்கள். சிலர் லக்ஷ்மன் பின்னால் சென்றார்கள் ஆனால் பெரும்பாலானவர்கள் பிரதான குடியிருப்பின் பக்கம் ஓடினார்கள். தங்களுக்கு கிடைத்த ஆணை படி.

விரைவாக செயல்படுபவன் என்று போற்றப்பட்ட தும்ரக்ஷ, அதிர்ந்து போய் உடனே படையைத் திரட்டினான். தளபதியின் உரத்த குரல் உடனே அவனது வீரர்களுக்குள் நோக்கத்தை புகுத்தியது.

'இப்போது!' இடிபோன்ற குரலில் கூறினான் தும்ரக்ஷ. 'தாக்குங்கள்! *இந்தியாவை வெற்றி கொள்வோம் இலங்கை!*'

இலங்கையர்கள், இந்தியாவின் உரிமையாளர்கள்.

'*இந்தியாவை வெற்றிகொள்வோம் இலங்கை!*' அயோத்தியர்கள் மீது தாக்குதல் நடத்தியபடி பெரிதாக குரலெடுத்து கத்தினார்கள் இலங்கையர்கள்.

ஒரு இலங்கை வீரன் அயோத்தியாவின் இளவரசனை நோக்கி ஓடினான்; அவன் உயரமாக இருந்தபோதிலும் அவன் லக்ஷ்மனின் முன்னால் குள்ளமாகத் தோன்றினான். அது துணிச்சலான மற்றும் புத்திசாலித்தனமான தந்திரம். எதிர்க்கும் தளபதியை வீழ்த்து; அவன் வீரர்கள் சரணடைவார்கள். துரதிர்ஷ்டவசமாக இலங்கையர்களுக்கு எதிரி அணியின் தளபதி லக்ஷ்மன்.

இலங்கை வீரன் தன் கவசத்தை உயர்த்திப்பிடித்தான், வழக்கமான கீழ்நோக்கி வரும் லக்ஷ்மனின் கதையின் தாக்குதலைதவிர்க்க. அதன் பிறகு அதே நகர்வை பயன்படுத்தி

அவனுக்கு அருகில் சென்று திரும்பி அந்த கதையின் எட்டும் அளவை பாதகமாக ஆக்க நினைப்பான். பிறகு மேல்நோக்கிய நகர்வில் சிறிய கத்தியால் லக்ஷ்மனின் வயிற்றை குத்துவான். அதுதான் திட்டம்.

மோசமான திட்டம்.

எதிரியுடன் முதல் தொடர்பில் கைவிடப்பட்டது.

தனித்துப் பார்க்கும் போது கூட கதை, ஒரு அச்சுறுத்தும் ஆயுதம். லக்ஷ்மன் பயன்படுத்தும் போது வெல்லமுடியாத கலவையாக, பிரம்மாண்டமான அளவில் காளை போன்ற வலிமையையும், துணிச்சலாக ஒரு செயலை செய்யும் திறனும் இருக்கும் போது, அது வெல்லமுடியாத ஒன்று. தோல் மற்றும் மரக்கவசத்தை அது கிழித்தது. இலங்கையனின் இடது கையை அது தாக்கியது. லக்ஷ்மனின் கதை எலும்புகளை உடைப்பதை மட்டும் செய்யவில்லை, அது அவற்றை பொடியாக நொறுக்கியது. இலங்கை வீரனின் முழங்கை மூட்டு, மேலே தோள் எலும்பின் சில பகுதிகள் மற்றும் கீழ்பகுதியின் சில எலும்புகள் ஏறத்தாழ உடனேயே துண்டுகளாகி கால்சியம் மற்றும் கொலாஜன் ஆக நொறுங்கியது. இலங்கை வீரன் அதிர்ந்து போய் கீழே பார்த்தான். பக்கவாட்டில் தளர்ந்து தொங்கிய அவனது சிதைந்த இடது கை, முன்பு முழங்கையாக இருந்த இடத்தில், நரம்பு இழைகளுடன் இணைந்திருந்தது. தாங்கமுடியாமல் இருந்த வலியை அவன் மூளை தடுத்திருந்தது. அவனது மற்ற கையிலிருந்து வாள் கீழே விழுந்தது. இடது புறத்திலிருந்து தன் கதையால் கொடூரமான வலிமையுடன் லக்ஷ்மன் தாக்க, அவனது தலையின் வலது பக்கம் மற்ற பாதிக்குள் ஆழமாக நுழைய அதன் பிறகு சீக்கிரமே அவன் துன்பத்திலிருந்து விடுவிக்கப்பட்டான்.

அதே சுழற்சியை லக்ஷ்மன் மேலும் தொடர்ந்தான். கதையின் தலைப்பகுதியில் இருந்த கூர்மையான விளிம்புகள் மற்றொரு இலங்கை வீரனின் தலைக்குள் புதைந்து கொண்டது. துரதிர்ஷ்டம் செய்த அந்த ஆன்மா அயோத்தியனுடன் சண்டையிட்டுக்கொண்டிருந்தது. லக்ஷ்மன் தன் கதை கொண்டு அடிக்க, சூர்யவம்சத்தினரின் கத்தி ஒன்று அவன் இதயத்தை கிழித்திருந்தது. அந்த இலங்கை வீரனை எது கொன்றது என்று சொல்வது கடினமாக இருந்தது- நொறுங்கிய அவனது தலையா அல்லது இதயத்தில் பாய்ந்த இரும்பா.

தன்னை நோக்கி வந்த அடுத்த இலங்கை வீரனைத்தாக்க லக்ஷ்மன் தன் ஆயுதத்தை சுழற்றியபோது, அவனது வீரர்கள் குடியிருப்புகளில் இருந்த எதிரிகளை கொன்றுகுவித்துக் கொண்டிருந்தார்கள். லக்ஷ்மன் அவர்களுக்கு தெளிவான ஆணைகள் கொடுத்திருந்தான்: கருணை இல்லை. எதிர்க்கும்

அனைத்து இலங்கையரையும் கொல்லுங்கள். எல்லோரும் எதிர்த்துக்கொண்டிருந்தார்கள்.

முற்றத்தில் ஓங்குயாஹ்ராவை பாதுகாத்தவர்களின் நிலைமையும் அதைவிட சிறந்ததாக ஒன்றும் இல்லை. லக்ஷ்மனின் ஆட்கள் தங்கள் பாதையில் வந்தவர்களை கொன்று பெரும்பாலான படைப்பிரிவினரை அரிவாளால் வெட்டி கொன்று குவித்தார்கள்.

ஒரு இலங்கை வீரன் கூட சரண் அடையாததைப் பார்த்து லக்ஷ்மன் போற்றினான். வாய்ப்பு அவர்களுக்கு எதிராக இருந்தாலும் அவர்கள் சண்டையிட்டுக்கொண்டே இருந்தனர்.

தகுதியான எதிரிகள்.

ரத்தம் வடிவது தொடர்ந்தது. பெரும்பாலும் இலங்கை வீரர்களின் ரத்தம்.

'காத்திருங்கள்!' உறுமினான் லக்ஷ்மன்.

ஏறத்தாழ எல்லா இலங்கையரும் இறந்துவிட்டார்கள். மீதமிருந்தவர்கள் படுமோசமாக காயப்பட்டு பிழைப்பதே கடினம் என்னும் நிலைமையில் இருந்தார்கள்.

ஒரு இலங்கை வீரன் இன்னமும் நின்றிருந்தான். காயமடைந்து. ரத்தக்குழம்பாக. ஆனால் தலை கவிழாமல் பெருமை பொங்கியவாறு.

தளபதி தும்ரக்ஷ.

'இருங்கள்,' கட்டளையிட்டான் லக்ஷ்மன். 'இலங்கையர்களை நிராயுதபாணிகளாக ஆக்குங்கள்.'

அயோத்தியர்கள் உடனே லக்ஷ்மனின் கட்டளைகளை பின்தொடர்ந்தார்கள். ஆனால் எவரும் தும்ரக்ஷகனை அணுகவில்லை. ஒரு நொடி முன்பு வரை அவனுடன் சண்டையிட்டு கொண்டிருந்தவர்கள் ஒரு அடி பின்னால் நகர்ந்தனர்.

லக்ஷ்மன் இலங்கை தளபதியை உற்று நோக்கினான்.

உருவத்தில் மற்றவர்களை அச்சுறுத்துபவனாக தும்ரக்ஷ இருந்தான் ஆனால் லக்ஷ்மன் அளவு பெரிதாக இல்லை. இலங்கை தளபதி ஆறரை அடி உயரம் இருந்தான். தசைப்பிடிப்புடன். மாநிறமாக. பெரிய முறுக்கிய மீசை வைத்திருந்த அவன் கைகளை மூடாமல் உடலை மட்டும் மூடிய தோலினால் ஆன கவசம் ஒன்றை அணிந்திருந்தான். கருப்பு கைபட்டை மற்றும் கருத்த நிறத்தில் வேட்டியை இராணுவ முறையில் அணிந்திருந்தான். அவன் உடல் ரத்தத்தால் மூடப்பட்டிருந்தது, பெரும்பாலும் அவனுடைய ரத்தமே.

கனமான மூச்சு விட்டபடி தன் பலத்தையும் அமைதியையும் மீண்டும் பெற முயற்சி செய்துகொண்டிருந்தான். இமைக்காமல் லக்ஷ்மனை உற்று நோக்கினான் அவன். எதிர்க்கும் பார்வை.

தும்ரக்ஷனின் கைகளில் லக்ஷ்மன் ஆயுதத்தைக்கண்டான். போர் கதை.

லக்ஷ்மன் அதனை உடனே அடையாளம் கண்டுகொண்டான். கொடுமணல்?

தும்ரக்ஷ புன்னகைத்து தலையை மெதுவாக அசைத்தான். 'சிறந்தவர்கள் சிறந்தவற்றையே பயன்படுத்துவார்கள்.'

லக்ஷ்மன் புன்னகைத்தான்.

தகுதியான ஒரு எதிரி.

புனித காவேரி நதியின் கிளை நதியான காஞ்சிநதியின் மேல் இருந்த சேரர்களின் பெரும் நகரம், கொடுமணல். வாள் மற்றும் கதைகள் தயாரிக்க சரியான இடமென்று விரிவாக ஒப்புக்கொள்ளப்பட்ட இடம். தும்ரக்ஷனின் கதை மற்றும் வாள் கொடுமணலின் சிறந்த உலோகவியலாளர்கள் மற்றும் கொல்லர்களின் கைகளால் வடிவமைக்கப்பட்டது. லக்ஷ்மனின் ஆயுதங்களும் கூட.

தும்ரக்ஷ தன் ஆயுதத்தை உயர்த்தினான். ஒரு கடைசி சண்டை.

லக்ஷ்மன் தன் ஆயுதத்தையும் உயர்த்தினான். சவால் ஏற்கப்பட்டது.

இரண்டு கரங்களாலும் தன் ஆயுதத்தை ஏந்தி தும்ரக்ஷ போன்ற வீரனுக்கு தகுந்த மரியாதை கொடுத்தான் லக்ஷ்மன். திறமையான வீரனை எதிர்த்து விவேகமற்ற முறையில் ஒரு கையால் ஆயுதத்தை சுழற்றக்கூடாது. அயோத்தியாவின் இளவரசன் தன் நிலையை எடுத்துக்கொண்டான். கவனக்குறைவாக இலங்கை தளபதிக்கு எதிராக தாக்குதலையும் துவக்கக்கூடாது.

இரண்டு வீரர்களும் ஒருவரை ஒருவர் வட்டமாக சுற்றி வந்தனர். ஒருவரையொருவர் அளவிட்டனர்.

தும்ரக்ஷ முதலில் நகர்ந்தான். வேகமாக முன்னால் அடியெடுத்து வைத்து தன் ஆயுதத்தை சுழற்றினான். லக்ஷ்மன் தன் இடத்திலேயே நின்றாலும் சற்றே பின்னால் சாய்ந்தான். சிறந்த வல்லமையுடைய குத்துச்சண்டை வீரனின் குத்தை சுலபமாகத் தவிர்த்தான். அவன் முதுகு அதே வேகத்தில் முன்னால் நகர இடது பக்கத்திலிருந்து தன் ஆயுதத்தை சுழற்றினான். தும்ரக்ஷனின் தோளை இலக்காகக் கொண்டான். ஆனால் அந்த இலங்கையனோ தன் மணிக்கட்டை திருப்ப அவனது கதை அந்த தாக்குதலை தடுத்தது.

லக்ஷ்மன் பின்னால் நகர்ந்தான் புன்னகைத்து தலையை அசைத்தான்.

தும்ரக்ஷவும் அதையே செய்தான்.

இருவரிடமும் ஒருவருக்கொருவர் பற்றிய முக்கியமான தகவல் இருந்தது. பெரும்பாலான பருமனான தசைப்பிடிப்புடன் இருந்த மனிதர்களிடம் வலிமையும் சக்தியும் இருந்ததேயொழிய வேகமும் சுறுசுறுப்பும் இல்லை. இருப்பினும் இந்த முரணான குணங்கள் இந்த இருவரிடமும் வசதியாக பிணைந்திருந்தன.

இது சுவாரஸ்யமாக இருக்கும், என்று நினைத்தான் லக்ஷ்மன்.

தும்ரக்ஷ மீண்டும் தாக்கினான். லக்ஷ்மனும் சமமாகத் தாக்கினான்.

லக்ஷ்மனின் பின்னாலிருந்து ஒரு குரல் ஒலித்தது. 'பிரபு, இதனை முடித்துவிடுங்கள். நாம் செய்யவேண்டியது நிறைய உள்ளது!'

லக்ஷ்மன் அதனைப் புறக்கணித்தான்.

தும்ரக்ஷ மீண்டும் தாக்கினான். லக்ஷ்மன் பக்கவாட்டில் நகர்ந்து மிகுந்த வலிமையுடன் தன் ஆயுதத்தை முன்னால் துருத்தினான். கதையின்மேல் நுனியிலிருந்த கூர்மையான இடம் தும்ரக்ஷனின் மார்பை குத்தியது. போதுமான ஆழமில்லை. இருப்பினும் தோலினால் ஆன அவனது கவசத்தை வெட்டிக்கொண்டு சென்றது. லக்ஷ்மன் முதலில் ரத்தம் சிந்தச்செய்திருந்தான். தும்ரக்ஷ பின்னால் நகர்ந்து திடீரென்று வலது பக்கம் பாய்ந்தான். லக்ஷ்மன் அதனை எதிர்பார்த்திருந்தான். வேகமாக இடதுபுறத்திலிருந்து சுழன்றான். தும்ரக்ஷவின் கதை முதலில் அடிபட்டது. அது லக்ஷ்மனின் தோளுடன் மோதியது. ஒரு நொடியில் லக்ஷ்மனின் ஆயுதத்தின் தலைப்பகுதி தும்ரக்ஷனின் இடது தோளை தாக்கியது ஆனால் அது பலவீனமான அடி. லக்ஷ்மன் அப்போதுதான் தாக்கப்பட்டிருந்தான்.

பெரும்பாலான வீரர்களில் பெரிய கொடுமணல் கதையினால் நேராக அடிபடுவது குறைந்தபட்சம் ஒரு எலும்பையாவது உடைத்திருக்கும். ஆனால் லக்ஷ்மன் மற்றும் தும்ரக்ஷனிடம் காளைகளுக்கு இருப்பது போன்ற தசையுடன் பல அடுக்கு பாதுகாப்பு இருந்தால் அப்படி நடக்காது. இரண்டு வீரர்களின் காயங்களிலிருந்து நிலையாக ரத்தம் பீறிட்டுக்கொண்டிருந்தது. இருப்பினும் அவர்களது தோள்களுக்கு இன்னமும் பயன் இருந்தது.

லக்ஷ்மனின் பின்னாலிருந்து அந்தக் குரல் மீண்டும் கேட்டது. இம்முறை அதில் பொறுமையற்றதன்மை இருந்தது. 'பிரபு!'

இடமிருந்து வலம் மற்றும் வலமிருந்து இடமென்று வாளை கையாள்வது போல் தன் ஆயுதத்தை ஆட்டினான் தும்ரக்ஷ. ஒவ்வொரு தாக்குதலுக்கும் சமமான தாக்குதலை கொடுத்தான் லக்ஷ்மன், மெதுவாக பின்னால் நகர்ந்தபடி. பின்வாங்குவது போல். ஆனால் தும்ரக்ஷவை ஒரு பொறிக்குள் இட்டுச்சென்று கொண்டிருந்தான்.

வலது புறத்திலிருந்து தும்ரக்ஷ தாக்கியபோது லக்ஷ்மனின் பதில் தாக்குதல் இன்னமும் திடமாக இருந்தது. தும்ரக்ஷ முன்னால் தள்ள அவன் தன் ஆயுதத்தை சரியாக இடத்தில் பிடித்துக்கொண்டிருந்தான். தான் என்ன செய்துவிட்டோமென்று இலங்கை வீரன் அப்போதுதான் உணர்ந்தான். மின்னலைப்போன்று வேகமாக நகர்ந்தபடி லக்ஷ்மன் தன் ஆயுதத்தில் இருந்த நெம்புகோலை தன் வலது கட்டைவிரலால் அழுத்தினான். அவன் இடது கை கீழே நழுவ, கதைக்குள் மறைத்து வைக்கப்பட்டிருந்த கத்தியொன்று வேகமாக வெளியேறியது. லக்ஷ்மன் அதனைப் பிடித்து குத்தினான். தும்ரக்ஷ விலகிக்கொள்ளும் முன் கத்தி அவன் இதயத்திற்குள் இறங்கியது.

அனைத்தும் கண் இமைக்கும் நேரத்திற்குள் நடந்தது.

தும்ரக்ஷ தன் அடுத்த தாக்குதல் என்று முடிவு செய்து வைத்ததை லக்ஷ்மன் செய்திருந்தான்.

அயோத்தியாவின் இளவரசன் கத்தியை ஆழமாக தள்ள எதையோ இடித்தது போல் உணர்ந்தான். ஒரு எதிரொலி. தும்ரக்ஷ தன் ஆயுதத்தை கீழே போட்டான். லக்ஷ்மன் கத்தியைப் பிடிக்க, மீண்டும் அதில் ஒரு முட்டும் சத்தம் கேட்டது. அது தும்ரக்ஷவின் வலிமையான இதயம். இன்னமும் துடித்துக்கொண்டிருந்தது. அதன் தசைகளின் அதிர்வு உலோகத்தில் உணரப்பட்டது. அதன் அதிர்வு லக்ஷ்மன் கையில் ஏந்திய கத்தியின் கைப்பிடிக்கு கொண்டுசெல்லப்பட்டது.

தும்ரக்ஷ நிலைகுலைந்து பின்னால் விழுந்தான். லக்ஷ்மன் தன் ஆயுதத்தை கீழே போட்டு அவனை தரையில் கிடத்தினான்.

இலங்கை தளபதி திருப்தியில் புன்னகைத்தான். தன் எதிரிக்கு நன்றி சொல்வது போல். அவனுக்கு மதிப்பான மரணம் அளிக்கப்பட்டிருந்தது. சிங்கத்தை சூழும் ஓநாய்கள் போல் எந்த வீரனும் தரக்குறைவான ஒருவரது கையால் கொல்லப்படுவதை விரும்புவதில்லை. அவன் இறக்க வேண்டுமென்றால் தகுதியான எதிரியுடன் சண்டையிட்டுத்தான். மற்றொரு சிங்கம்.

லக்ஷ்மன் மென்மையாக தும்ரக்ஷனின் நெற்றியைத் தொட்டான். 'துணிச்சலான தும்ரக்ஷ, வைத்தரிணி ஆற்றைக் கடக்க எம தர்மன் உனக்கு வழிகாட்டட்டும்.' அடுத்த உலகம், பித்ருக்களின் உலகம் புராண நதியான வைத்தரிணிக்கு அப்பால்

இருந்தது. இறப்பின் கடவுளான எமதர்மன், அந்த தற்காலிக உலகத்திற்கு செல்ல ஆன்மாக்களுக்கு வழிகாட்டுவான். சில காலத்திற்குப்பிறகு அந்த ஆன்மாக்கள் மீண்டும் பூமியில் மறுபிறவி எடுக்கும் அல்லது மோட்சத்திற்குச் செல்லும். பிறப்பு இறப்பு என்னும் சுழற்சியிலிருந்து விடுதலை.

தும்ரக்ஷ தன் பலவீனமான கையை உயர்த்தி லக்ஷ்மனின் நெற்றியைத்தொட்டான். 'நான் உங்களை...மறுபக்கத்தில் சந்திக்கிறேன்...'

'நான் உன்னை மறு பக்கத்தில் சந்திக்கிறேன், சகோதரா.'

தும்ரக்ஷவின் கை தரையில் விழ அவன் ஆத்மா நழுவியது.

லக்ஷ்மன் தலையை தாழ்த்தி ஆழமாக சுவாசித்தான். தன் மரியாதையை செலுத்திய பின் எழுந்து தன் வீரர்களைப் பார்த்தான். 'நன்றாக உங்கள் பணியை செய்தீர்கள், வீரர்களே.'

'நன்றி, பிரபு.'

பின்னர் லக்ஷ்மன் தொலைவில் இருந்த மதகு கதவுகளைப் பார்த்தான்.

உரத்த குரலில் கோபமாக சபித்தான்.

அத்தியாயம் 23

ரகசிய சுரங்கப்பாதையிலிருந்து லக்ஷ்மன் மற்றும் அவனது படையினர் வெளியே வந்தபோது மாரீசன் மற்றும் இந்திரஜித் விழித்துக்கொண்டிருந்தனர் அதிர்ஷ்டவசமாக. ஒரு மணிநேரம் முன்னரே எழுந்து விட்டிருந்தனர். கீழே காவலாளிகளின் அறையை அடுத்த கிழக்குப்பகுதி கதவிற்கு சென்றிருந்தனர். அவர்கள் காவலாளிகளுடன் எதைப்பற்றியோ பேசிக்கொண்டிருக்கும் பொழுது லக்ஷ்மன் தன் வீரர்களை தாக்க உத்தரவிட்டிருந்தான்.

இந்திரஜித், மாரீசன் மற்றும் காவலாளிகளின் அறையில் இருந்த மற்ற பதினைந்து வீரர்களும் முழுமையாக லக்ஷ்மன் மற்றும் இதர அயோத்தியர்களின் பார்வைக்கு அப்பால் இருந்தார்கள்.

க்ஷிராஜ் மற்றும் அவனது அயோத்திய வீரர்கள் இலங்கையர்கள் தங்கள் பின்னாலிருந்து கதவுகளை நோக்கி விரைவதைப்பார்க்கவில்லை. எதிரியைப்பார்த்து திரும்பும் முன் பல அயோத்தியர்கள் கொல்லப்பட்டிருந்தனர்.

மாரீசனின் காவலாளிகள் க்ஷிராஜை நோக்கி அவனைத் தாக்க ஓடியபோது மாரீசன், அவனை கொல்லாதே! வெளியே இழுத்து வாருங்கள்! எனக்கு அவன் உயிருடன் வேண்டும்!' என்று முழங்கினான்.

தும்ரக்ஷ மற்றும் அவனது ஆட்கள் கோட்டை கோவிலுக்குள் நுழையும்போது இந்திரஜித் இன்னும் முன்னேறி முற்றத்திற்குள் சென்று அயோத்தியர்களை தாக்க விரும்பியிருந்தான். ஆனால் மாரீசன் தன் மருமகனை தடுத்திருந்தான். 'கதாநாயகனாகக் காட்டிக்கொள்ள இது நேரமில்லை. தலைவனாக இருக்க வேண்டிய நேரம்!' மாரீசன் இந்திரஜித்திடம் மன்றாடினான்.

சிலசமயங்களில் தலைவனும் கதாநாயகனும் இணைந்து ஒன்றாகிவிடுகிறார்கள்.ஆனால் அடிக்கடி இப்படி நடப்பதில்லை. ஒரு கதாநாயகனுக்கு பின்பற்றுபவர்கள் தேவையில்லை ஆனால் ஒரு தலைவனால் பின்தொடர்பவர்கள் இல்லாமல் தன் வாழ்வை கற்பனை கூட செய்து பார்க்க முடியாது. ஒரு கதாநாயகன் தன்னைத் தியாகம் செய்து விடுகிறான். ஆனால் ஒரு தலைவன் இந்த பிரம்மாண்டமான உள்ளுணர்விற்கு அடிபணிவதில்லை. ஒரு கதாநாயகன் துணிவானவனாக இருக்கவேண்டும். செய்யப்படவேண்டியதை ஒரு தலைவன் செய்தாக வேண்டும். கோழை என்று சிலசமயங்களில் எண்ணப்படும் அபாயமும் இருக்கும். ஒரு கதாநாயகன் கதை சொல்பவர்களை ஊக்குவிக்க வேண்டும். ஒரு தலைவன் தன்னை பின்தொடர்பவர்களின் மனதில் வாழ்ந்துகொண்டிருப்பான். கடவுளர்கள் தன்னைப்பற்றி என்ன நினைக்ககூடுமென்று ஒரு கதாநாயகன் கவலைப்படுவான். ஒரு தலைவன் தன் மக்களையும் நிலத்தையும் வளர்ப்பதிலும் பாதுகாப்பதிலும் குறியாக இருப்பான். தன் மக்களுக்கு துன்பத்தை அளிக்கும் என்றாலும் கதாநாயகன் தன் உயர்ந்த தார்மீகப் பாதையை விடமாட்டான் ஆனால் தேவைப்பட்டால் தான் வழிநடத்தும் மக்களுக்காக தலைவன் தார்மீகப் பாதையிலிருந்து கீழிறங்குவது மட்டுமில்லாமல் தன் ஆன்மாவையும் தியாகம் செய்வான்.

ஒரு கதாநாயகன் தாங்கமுடியாத முரண்பாடுகளுக்கு எதிராக தன் எதிரியை எதிர்த்து சண்டையிட்டு மரணத்தையும் செழிப்புடன் ஏற்றுக்கொள்வான்.

ஒரு தலைவன் அமைதியாக பதிலளித்து எதிரிக்கு முக்கியமான போர் தந்திர நன்மையை மறுக்கமாட்டான்.

இந்திரஜித் மாரீசன் கூறியதைக் கேட்டு ஒரு தலைவனைப் போல் நடந்துகொண்டிருந்தான்.

அவர்கள் கதவிலிருந்து விலகி மைய அணைப் பகுதியிலிருந்த இடத்திற்கு பதினைந்து வீரர்களுடன் சென்றிருந்தார்கள். அதே நேரத்தில் கிழக்குப் பகுதியில் முற்றத்தின் மறுமுனையில் சண்டை தொடர்ந்து கொண்டிருந்தது. பராமரிப்பு பணிக்கு பயன்படுத்துவதற்காக காவலாளிகளின் இருப்பிடத்தில் வைக்கப்பட்டிருந்த சில சுத்திகளை அவர்கள் கண்டார்கள். அவை இப்போது நாசம் செய்ய பயன்படும்.

தும்ரக்ஷ மற்றும் அவன் வீரர்களுடன் சண்டையிட்டுக் கொண்டிருந்த தன் அயோத்திய வீரர்களுக்கு எச்சரிக்கை விடுக்க முயற்சி செய்திருந்தான் க்ஷிராஜ். ஆனால் இந்திரஜித்தின் கூட்டத்திலிருந்த ஒருவன் அவன் தலையில் அடித்து அவனை மயக்கமடையச் செய்து அவனை வெளியேற்றியிருந்தான். கதவுகளுக்கு முன் வேகமாக தடுப்புக்கள் போடப்பட்டன.

அவர்கள் வேலையில் தீவிரமாகி இருந்தார்கள்.

மதகு கதவுகளின் நெம்புகோல் நாசமடைந்திருந்தது. சில மதகு கதவுகளை கட்டுப்பாட்டுக்குள் எடுக்காமல் இருப்பது கூட அயோத்தியர்களுக்கு பெருத்த நஷ்டமாக இருந்திருக்கும். அவர்களால் தண்ணீர் வெளியே விடப்படுவதை சமாளித்திருக்கமுடியாது. இருப்பினும், ஒவ்வொரு மதகு கதவும், எவ்வளவு சிறியதாக இருந்தாலும் உடைக்கப்பட்டிருக்கவேண்டும். கசிவுவழி ஏற்கனவே மூடப்பட்டிருந்தது. அந்தக் கதவுகளை சரிசெய்ய அயோத்தியர்களுக்கு குறைந்தபட்சம் ஒரு வார காலம் எடுத்திருக்கும். அதுவரை அவர்கள் கப்பல்கள் மஹாவெலி கங்காவில் நதியின் கீழ்ப்பகுதியில் மாட்டிக்கொண்டிருக்கும்.

இலங்கையர்கள் தங்களுக்காக ஒரு வார கால அவகாசம் எடுத்துக் கொண்டுவிட்டார்கள். நிலைமையை குறித்து ஆலோசித்து அயோத்தியர்களை எதிர்கொள்ள மற்றும் புதிய திட்டங்களைத் தீட்ட.

லக்ஷ்மன் தும்ரக்ஷவை கொல்லும் நேரத்தில் கடைசி மதகு கட்டுப்பாடும் இந்திரஜித்தின் ஆட்களால் தகர்த்து எறியப்பட்டிருந்தது. அப்போதுதான் அயோத்திய இளவரசன் கிழக்குப் பகுதியின் தடுக்கப்பட்ட கதவுகளை பார்த்திருந்தான்.

அவை உடனே உடைக்கப்படவேண்டுமென கட்டளை இட்டிருந்தான். ஆனால் அதற்கு கொஞ்சம் நேரம் எடுக்கும். அது விபீஷணனால் வடிவமைக்கப்பட்ட உயர்தர இலங்கை கட்டுமானம்.

இந்திரஜித் பின்னால் திரும்பிப்பார்த்தான். கதவுகள் இடிக்கப்படும் பேரொலியை அவனால் கேட்கமுடிந்தது. அவன் மாரீசனைப் பார்த்து சிரித்தான். அது அவர்களுக்கு அரை மணிநேரம் எடுக்கும். ஏறத்தாழ நாற்பத்தியைந்து நிமிடங்கள் கூட, உண்மையில். அவர்கள் கதவுகளை எரித்தார்கள் என்றால் அதற்கும் குறைவான நேரம் எடுக்கலாம். இந்திரஜித் தன் இரண்டு வீரர்கள் பக்கம் திரும்பினான். 'மேற்கு பகுதிக்கு விரையுங்கள். அங்கு நமது முற்றத்தில் நம் வீரர்களையும் குதிரைகளையும் கூடச்செய்யுங்கள். நகருங்கள்!'

ஓங்குயாஹ்ராவின் கோட்டை மீதான தாக்குதலை பதினைந்து நிமிடங்கள் முன்னர் துவங்கியிருந்தார்கள் அயோத்தியர்கள்.

இலங்கைப் போர்

அந்த பதினைந்து நிமிடங்கள் போரின் போக்கை வெகுவாக மாற்றியிருந்தது.

இரண்டு வீரர்களும் மைய அணை சுவற்றில் குறுக்கில் ஓடிக்கொண்டிருந்தபோது இந்திரஜித் மற்றும் மாரீசன் மேற்கு பகுதி நோக்கி வேகமாக நடந்துகொண்டிருந்தார்கள்.

மற்ற வீரர்கள் அவர்களை தொடர்ந்து கொண்டிருந்தார்கள். 'உன் திட்டம் என்ன?' மாரீசன் கேட்டான். 'நீ மேற்குப்பகுதியை பாதுகாப்பாயா?'

இந்திரஜித் தலை அசைத்தான். 'இல்லை. அதில் எந்தப் பயனும் இல்லை. நாம் மேற்குப் பகுதி கதவை உள்ளிருந்து தாளிடுவோம்; அணைப்பகுதியிலிருந்து வருவதை அயோத்தியர்களுக்கு கடினமானதாக அது ஆக்கும். முடிந்தவரை காப்பாற்றிவிட்டு மீதம் இருக்கும் உணவுப்பொருட்களை எரித்துவிடலாம்; இங்கு அவர்கள் உயிருடன் பிழைத்திருப்பதை கடினமாக ஆக்குவோம். பிறகு இங்கிருந்து குதிரைகளில் ஏறிச்சென்று கீழே உள்ள நமது கப்பல்களுக்கு எச்சரிக்கை விடுப்போம்.'

மாரீசன் புன்னகைத்தான். 'அதுதான் சிறந்த வழி என்றால் பின்வாங்குவதில் எந்த அவமதிப்பும் இல்லை. நீ நல்ல தலைவனைப்போல் சிந்திக்கிறாய். ஒரு கதாநாயகனைப்போல் இல்லை.'

இந்திரஜித் லேசாக புன்னகைத்தான். 'என்னை மன்னித்துவிடுங்கள். முன்னர் நான் உணர்ச்சிவசப்பட்டுவிட்டேன்.'

தன் மருமகப்பேரனுடன் நடந்து செல்லும் போது மாரீசன் இந்திரஜித்தின் தோளில் தட்டிக்கொடுத்தான். 'நீ இளையவன். இளையவர்கள் கதாநாயகர்களாக இருக்க விரும்புவார்கள். பெரியவர்களைப்போல் சிந்திக்க விவேகம் தேவை.'

இந்திரஜித் தன் புருவங்களை உயர்த்தினான். 'எங்கள் வார்த்தைகளை கற்றுக்கொள்கிறீர்களா தாத்தா?'

மாரீசன் மென்மையாகச் சிரித்தான். 'உங்களைப்போன்ற மனிதர்களுக்கு நான் சொல்வது புரியவேண்டுமென்று விரும்பினால் இதில் சிறிதளவேனும் நான் கற்றுக்கொள்ளவேண்டும்.'

மேற்குப்பகுதியில் கதவுகளை அவர்கள் கடந்தார்கள். இந்திரஜித் திரும்பி தெளிவான கட்டளைகளையிட்டான். 'அணையின் பக்கவாட்டுக் கதவுகளை உள்ளிருந்து தாழிடுங்கள். பூட்டி தடுப்புகளையும் சரியாக போட்டு விடுங்கள். பிறகு நம்மால் எடுத்துச்செல்ல முடிந்த உணவு பொருட்கள் மற்றும் குதிரைகளை ஒன்று திரட்டுங்கள். நாம் பிரதான மலைப்பகுதி கதவின் வழியே வெளியே செல்வோம்.'

அவனது உதவியாளன் மிடுக்காக ராணுவ பாணியில் வணக்கம் கூறினான்.

'மற்றுமொன்று,' தொடர்ந்தான் இந்திரஜித். 'நம்மோடு எடுத்துச்செல்ல முடியாத உணவுப்பொருட்களைஎரித்துவிடுங்கள்.'

'பிரபு?' என்றான் உதவியாளன் தயக்கத்துடன்.

'நான் சொன்னதை நீ கேட்டாய்.'

'ஆமாம் பிரபு.'

உதவியாளனும் மற்ற வீரர்களும் வணக்கம் சொல்லிவிட்டு கட்டளைகளை ஒழுங்காக கடைபிடிக்க விரைந்தனர்.

'நாம் குதிரைகளை வெளியே ஓட்டிச்சென்றபிறகு என்ன செய்வோம்?' மாரீசன் கேட்டான்.

'பெரிய தாத்தா, நடந்தவை அனைத்தைப்பற்றியும் நீங்கள் அப்பாவிடம் கூறவேண்டும். நான் ஒரு நாளில் வருவேன் என்று சொல்லவேண்டும். அதன்பிறகு போர் திட்டம் குறித்து சிந்தித்து முடிவு எடுக்கலாம் என்று கூறுங்கள்.'

'பாலிக்கு செல்லாமல் நாம் ஏன் இங்கு இருக்கிறோம் என்று ராவணன் கேட்டால் அதற்கு என்ன சொல்வது?'

இந்திரஜித் சிரித்தான். 'நான் ராவணனின் மகன் என்று கூறுங்கள். விதிமுறைகளை உடைத்து கட்டளைகளை பின்பற்றாமல் அவற்றிற்கு கீழ்ப்படியாமல் இருப்பது என் மரபணுக்கள் அமைந்துள்ளவிதம்!'

மாரீசன் சிரித்து இந்திரஜித்தின் முதுகில் தட்டிக்கொடுத்தான். 'ஆனால் நீ எங்கு செல்லவிருக்கிறாய்? ஒரு நாளுக்கு எங்கு செல்ல திட்டமிட்டிருக்கிறாய்?'

நீர்தேக்கத்தின் பின் பகுதியில் உள்ள வெள்ள கசிவு வழிக்கு இந்த வீரர்களை கூட்டிச்செல்லப்போகிறேன்,' என்றான் இந்திரஜித். 'நீர் தேக்கத்திலிருந்து கால்வாய் வழியாக பாய்ந்து ஆம்பன் கங்கா நதிக்குள் நீர் செல்வதை அனுமதிக்கும் அந்த இடம். நான் அந்த கசிவுவழியைத் தடுத்து அதற்கான கட்டுப்பாட்டினை முறிப்பேன்.'

மாரீசன் முகம் சுளித்தான். 'அது எப்படி நமக்கு உதவும்?'

'ஜூஜிட்சு.'

'என்ன?'

இந்திரஜித் உடனே பதில் அளிக்கவில்லை. மேற்குப்பகுதி கதவு மூடப்பட்டு மரத்தினால் ஆன தடுப்புகள் போடப்படுவதன் சத்தம் அவன் கவனத்தை ஈர்த்தது. அவன் மாரீசன் பக்கம் திரும்பினான். 'ஜூஜிட்சு என்பது கிழக்கு முனையில்

பயிற்சிசெய்யப்படும் ஒரு போர் கலை தாத்தா. அதில் நாம் நம் எதிரியின் பலத்தை அவனுக்கு எதிராக பயன்படுத்துவோம்.'

மாரீசன் குழப்பத்தில் முகம் சுளித்தான். 'அதற்கும் வெள்ள நீர் கசிவு வழிக்கும் என்ன தொடர்பு இந்திரஜித்?'

'நமக்கெதிராக அயோத்தியாவின் கப்பற்படைக்கு எது முக்கிய பலம்? அதைப்பற்றி சிந்தியுங்கள்.' இந்திரஜித் கூறினான்.

மாரீசன் உதட்டினை சுழித்து தன் பற்களின் மேல் வரிசையை வெளிப்படுத்தி உறுமினான்.'அவர்களது கப்பல்கள் நம் கப்பல்களைவிட பெரிது. மிகவும் பெரியவை.'

'மிகச்சரியாக. மஹாவெலி கங்காவில் உள்ள வெள்ளப்பெருக்கத்தை பயன்படுத்தி பெரிய கடல்கப்பல்களை செலுத்தி வந்துள்ளனர். நம் கடல் கப்பல்கள் கோகர்ணாவில் இருக்கும் என்று அவர்கள் நினைத்திருப்பார்கள். நதிப்படை மட்டுமே ஓங்குயாஹ்ராவில் இருக்குமென்று நினைப்பார்கள். அவர்களது கப்பல்களில் வில் பகுதிகள் உலோகத்தினால் வலுப்படுத்தப்பட்டுள்ளன என்று என் ஒற்றர்கள் தெரிவிக்கிறார்கள். நம் நதிக்கப்பல்களை அவற்றால் மோதி சேதமடைய செய்யவேண்டுமென்று அவர்கள் திட்டமிட்டுள்ளார்கள். சித்தப்பா விபீஷணன் - அந்த துரோகி-அவர்கள் அணியில் இருப்பதால் ஓங்குயாஹ்ராவை தங்கள் கட்டுப்பாட்டிற்குள் கொண்டு வர எதிர்பார்த்துள்ளனர். கட்டுப்பாட்டுப்படிகளை நெரித்து தங்கள் பெரிய கப்பல்களை மேலே நதியில் செலுத்தலாம். நல்ல புத்திசாலித்தனமான திட்டம்.'

'அப்போது நீ சொல்ல வருவது என்ன?' குழப்பமாக மாரீசன் கேட்டான். 'அவர்களது கடல்கப்பல்கள் இங்கு உள்ளன. சீக்கிரமே ஓங்குயாஹ்ரா மீது அவர்கள் கட்டுப்பாட்டினை எடுத்துக்கொள்வார்கள்.ஏறத்தாழ ஒரு வாரம் எடுக்கும் மதகு கட்டுப்பாடு விசைகளை சரிசெய்ய. அவர்களிடம் விபீஷணன் இருக்கிறான். அற்புதமான பொறியாளர். மதகு கட்டுப்பாடு விசைகள் சரிசெய்யப்பட்டுவிட்டபின்னர் அவர்கள் தங்கள் கடல் கப்பல்களில் இங்கு வந்து நம் மீது மோதி நம்மை ஒன்றுமில்லாமல் செய்துவிடுவார்கள்.'

இந்திரஜித் புன்னகைத்தான். 'நதிக்கப்பல்களுக்கு தேவைப்படாத எவை கடல் கப்பல்களுக்கு தேவை தாத்தா?'

அதன் பிறகு மாரீசனுக்கு அது புரிந்தது. 'பெரும் வரைவு... நீர் இடம்பெயர்வது...'

'மிகச்சரியாக. மிகமிக சிறந்தது.'

மாரீசன் புன்னகைத்தான். *அற்புதம்!*

நதி அல்லது கடலின் தண்ணீரை சில அளவுகளில் ஒரு கப்பல் இடம்பெயரச்செய்யும், அதன் இடத்தை எடுத்துக்கொள்ள. இடம்பெயரப்பட்ட தண்ணீரின் எடை கப்பலின் எடையை விட அதிகமாக இருக்கும் போது கப்பல் மிதக்கின்றது. பருமனாகவும் பெரிதாகவும் இருப்பதால் கடல் கப்பல்கள் அதிக நீர் இடம் பெயரச்செய்யவேண்டும். தெளிவாக, வரைவு என்பது கப்பலின் கீழ் பகுதியில் நீரின் அளவின் கீழ் உள்ள ஆழமான பகுதி. வழக்கமாக, அதிக நீர் இடம்பெயர்ந்தால் அதிக வரைவு. இலங்கையரின் நதிக்கப்பல்களின் வரைவு ஏறத்தாழ ஒரு மீட்டர் இருந்தது. ஆம்பன் கங்கா நதி ஒரு மீட்டர் ஆழம் கொண்டிருந்தால் அவர்கள் மிதப்பார்கள்.

'அப்போது, அயோத்திய கப்பல்களின் வரைவு எவ்வளவு?' மாரீசன் கேட்டான்.

'திறமை வாய்ந்த கப்பல் வடிவமைப்பாளர்கள் கப்பலின் மேலோட்டில் அதன் வரைவை பதிவு செய்திருக்கிறார்கள். அது நல்ல தயாரிப்பு வடிவமைப்பு. என் ஒற்றர்கள் அயோத்திய கப்பல்களின் வரைவு ஐந்து மீட்டர் என்று சொல்கிறார்கள்.'

இந்திரஜித்திடம் பெரும் நுண்ணறிவு உள்ளதை மாரீசனால் சொல்ல முடிந்தது. 'அப்புறம்?'

'பாருங்கள் தாத்தா, கடல் கப்பல்களுக்கு வரைவை கப்பல் வடிவமைப்பாளர்கள் கடல் நீர் கொண்டே கணக்கிடுகிறார்கள். தெளிவாக. நதி நீர் கொண்டு இல்லை...'

மாரீசன் புன்னகைத்தான். 'நதி நீர் குறைந்த அளவில் அடர்த்தியாக இருக்கும்.'

'மிகச்சரியாக. ஒரு குறிப்பிட்ட வரைவில் கடலில் மிதக்கும் கப்பலுக்கு நதிநீரில் மிக அதிக வரைவு தேவை. எளிமையான விஞ்ஞானம்.'

மாரீசன் சிரித்தான்.

'நான் சொன்னது போல், அயோத்தியாவின் கடலில், கடல் கப்பல்களின் வரைவு ஐந்து மீட்டர். ஆனால் நதிநீரில் அவர்களுக்கு ஐந்தரை மீட்டர் தேவைப்படும். வெள்ளப்பெருக்கு உடைய மஹாவெலி கங்காவிற்கு அது போதுமானது. வெள்ளக் கட்டுப்பாடு கசிவுவழி கதவுகள் திறக்கப்பட்டு அதிக தண்ணீர் நதிக்குள் பாயும்போது ஆம்பன் கங்காவிலும் இது சரியாக இருக்கும். இருப்பினும், அவை மூடப்பட்டிருந்தால் அயோத்திய கப்பல்களால் கட்டுப்பாட்டு படிகளை தாண்டமுடியும் ஆனால் ஆம்பன் கங்காவிற்குள் நுழைந்து இலங்கை கப்பல்களை எதிர்கொள்ளமுடியாது. அவை ஓரிடத்தில் நிலையாக நின்றுவிடும்.'

'அவர்கள் பழமைவாதிகளாக இருந்திருந்தால் நதிநீர் கப்பல்களை கொண்டுவந்திருப்பார்கள். ஆம்பன் கங்காவில் கப்பல்களை செலுத்தியிருப்பார்கள்,' என்றான் மாரீசன்.

'மிகச்சரியாக. ஆனால் அதற்கு இப்போது கால தாமதமாகி விட்டது.'

'அற்புதம். அவர்களது பலம்-பெரிய கப்பல்களின்- பலவீனமாக மாறிவிட்டது. ஜூஜிட்சு.'

இந்திரஜித் ஆமோதித்தான். 'இறுதியில் தண்ணீர் குறைவாக இருப்பதன் காரணத்தை அறிந்து நீர்தேக்கத்திலும் நம்மைத் தாக்குவார்கள். அது திறந்த வெளி தற்காப்பிற்கு கடினமானது. மேலும் ஓங்குயாஹ்ரா கோட்டையிலிருந்து நீண்ட சுவர்கள் நீர்த்தேக்கத்தையும் மூடுகிறது, ஏறத்தாழ முழுமையாக. கடைசியில் வெள்ள நீர் கசிவுவழியையும் எடுப்பார்கள்.ஆனால் நாம் அவர்களை இன்னுமொரு வார காலம் தாமதிப்போம், அதைவிட அதிகமாகக்கூட இருக்கலாம்.'

'அது அவர்களை எரிச்சல் அடையச் செய்து அவர்களது ஊக்கத்தை கெடுக்கும். பொருட்கள் கிடைக்கும் இடத்திலிருந்து அவர்கள் வெகு தொலைவில் இருக்கிறார்கள். நாம் தொலைவில் இல்லை. நம்மால் அவர்களை வீழ்த்த முடியாமல் போகலாம் ஆனால் இந்தப் போரை வெகு நாட்கள் வரை நீடித்து அவர்களை களைப்புறச் செய்யமுடியும்.'

'சரியாக.'

'போ, அதனை செய் என் மகனே. நான் ராவணனை சமாளிக்கிறேன்.' மயக்கமுற்ற நிலையில் இருந்த க்ஷிராஜை பார்த்தான் மாரீசன். 'இவனை என்ன செய்ய விரும்புகிறாய்?'

'நான் அவனிடம் சில கேள்விகள் கேட்கவேண்டும். நாம் வேறு ஏதோ கோணத்தில் பார்க்கத் தவறுகிறோம் என்று என்னுடைய உள்ளுணர்வு சொல்கிறது. ஏதோ ஒன்று பெரிதாக. அது என்னவென்று அவனால் சொல்ல முடியலாம்.'

'நான் ஏதேனும் செய்ய வேண்டுமென்று...' க்ஷிராஜை பேச வைக்கக்கூடிய முரட்டுத்தனமான முறைகள் பற்றி ஆழமாக மாரீசன் பேசவிரும்பவில்லை.

'இல்லை, தாத்தா. நான் இதனை பார்த்துக்கொள்கிறேன். நீங்கள் அப்பாவிடம் செல்லுங்கள்.'

'சரி, மகனே.'

'அவன் கிழக்குப் பகுதியை கைப்பற்றிவிட்டான்,' என்றான் விபீஷணன் தன் தொலை நோக்கியினுள் பார்த்தபடி.

அயோத்தியாவின் கப்பற்படையை முன்னாலிருந்து வழிநடத்திச் சென்ற கப்பலின் மேல்தளத்தில் பரதனுடன் நின்றுகொண்டிருந்தான் விபீஷணன். விடியற்காலை சூரியன் வானத்தில் ஜொலித்தது. மேல் தளத்தில் அமைந்திருந்த இந்த இடம் பார்வையிடுவதற்கு ஏற்றது. ஓங்குயாஹ்ரா கோட்டையின் கிழக்குப்பகுதியில் அயோத்தியாவின் நிலையான கொடியை பரதனால் தொலை நோக்கி மூலம் பார்க்க முடிந்தது. அயோத்தியர்களின் கொடி வெள்ளைத்துணியில் மத்தியில் சிகப்பு வட்ட சூரியன், அதன் கிரணங்கள் எல்லா திசைகளிலும் வெளியே நீண்டன. அந்த கொடியின் கீழ் பகுதியில் சூரிய கிரணங்களின் கீழ் பிரம்மாண்டமான பாயும் புலியின் உருவம் இருந்தது. அவர்களது கொடியேற்றப்பட்டிருப்பதை பரதன் பார்த்தான். ஆனால் மேற்குப்பகுதியில் இல்லை. அந்தப்பகுதியில் இன்னமும் இலங்கையரது கொடி பறந்து கொண்டிருந்தது. பெருகும் கடுமையான தீக்கொழுந்துகளின் இடையிலிருந்து கர்ஜிக்கும் சிங்கத்தின் தலை வெளிபடுவது போன்ற ஒரு கருப்புக் கொடி. கொடியின் நுணுக்கங்களை பரதனால் பார்க்கமுடியவில்லை ஆனால் கருப்பும் வெள்ளையும் ஒன்றுடன் ஒன்று மாறுபட்டிருந்ததனால் அது தனியாகத்தெரிந்தது.

'மேற்குப்பகுதி இன்னமும் இலங்கையரின் கட்டுக்குள் இருக்கிறது,' என்றான் பரதன்.

'அது என்ன தீப்பிழம்புகளா?' விபீஷணன் கேட்டான்.

'அது போன்று தான் தெரிகிறது.'

'ச்சே. அவர்கள் உணவுப்பொருட்களை எரிக்கிறார்கள். இளவரசன் லக்ஷ்மன் கிழக்குப்பகுதியில் இன்னமும் சண்டையில் இல்லாமல் இருப்பான் என்று நம்புகிறேன். அணையின் மீதுள்ள மதகுகளின் கட்டுப்பாடுகளை இலங்கையர்கள் உடைத்திருந்தால் அது நம்மை பல நாட்களுக்கு தாமதம் செய்யும்.'

பரதன் அமைதியாக இருந்தான்.

விபீஷணன் பரதனின் பக்கம் திரும்பினான். 'உங்களுக்கு தெரியுமா இளவரசர் பரதன், நம் மூளையில் உள்ள நரம்பு நார்சத்தின் நீளம், விரிக்கப்பட்டால் ஒரு முனையிலிருந்து மறுமுனை, எண்ணூற்றி ஐம்பதாயிரம் கிலோமீட்டருக்கு மேல் இருக்கும்? இருமுறை பூமியிலிருந்து நிலவு வரை சென்று வரும் தூரத்தை விட அதிகம்.'

பரதன் விபீஷணனைப் பார்க்கும்போது தன் குழப்பமான எரிச்சல் வெளியே தெரிந்துவிடக்கூடாதென்று முயற்சி செய்தான். *இந்திர தேவனின் பெயரால் நான் வியக்கிறேன், இந்த மூடன்*

எதைபற்றிப் பேசுகிறான்? இதற்கும் ஓங்குயாஹ்ராவிற்கும் என்ன தொடர்பு?

விபீஷணன் மீண்டும் பேசினான். 'மனித மூளையைப் போன்ற ஒரு சக்திவாய்ந்த கருவி வேறில்லை. உங்கள் சகோதரனின் மூளையை அவன் பயன்படுத்தும் முன்னர் என் மூளையை நான் பயன்படுத்தவேண்டிய நேரம் இது.'

பரதன் அமைதியாக இருந்தான்.

'மதகு கட்டுப்பாட்டு விசைகள் சேதம் அடைந்திருக்கக்கூடும்,' தொடர்ந்தான் விபீஷணன். 'நான் தும்ரக்ஷாக இருந்தால் இதைத்தான் செய்திருப்பேன். அதனால்தான் நான் உங்கள் சகோதரனிடம் அந்த வேலையை முதலில் செய்யும்படி சொல்லியிருந்தேன்.நான் சென்று அந்த மதகு கட்டுப்பாட்டு விசைகளை செம்மனிடவேண்டும். நம்மால் அணை நீரை கட்டுப்படுத்தமுடியவில்லை என்றால் ஓங்குயாஹ்ராவை வெற்றிக்கொள்வது பயனற்றதாக இருக்கும்.'

'நீங்கள் சொல்வது சரி,' பரதன் ஒப்புக்கொள்ள வேண்டியதாகிவிட்டது. 'அதாவது லக்ஷ்மன் அதனை கட்டுப்படுத்தவில்லை என்றால்.'

'நான் சொல்வது சரியாக இருக்குமென்று சொல்ல பயப்படுகிறேன். ஏனென்றால் அணையின் மையப்பகுதியில் நம் கொடி பறப்பதை என்னால் காண முடியவில்லை.'

தொலைவில் இருந்த ஓங்குயாஹ்ராவை உற்றுப்பர்த்துக் 'கொண்டிருந்தான் பரதன்.

'என்னைப் போகவிடுங்கள்,' தொடர்ந்தான் விபீஷணன். 'என்னால் வேகமாக கிழக்குப்பகுதிக்குச் செல்லமுடியும். அது நம் கட்டுப்பாட்டுக்குள் உள்ளது. என்னுடன் நூறு வீரர்களை அனுப்புங்கள். சில நாட்களில் உங்களுக்கு அந்த மதகு கட்டுப்பாட்டு விசைகளை சரிசெய்துவிடுகிறேன்.'

'நான் உங்களுடன் முன்னூறு வீரர்களை அனுப்புகிறேன்.'

விபீஷணன் நாடக பாணியில் வணக்கம் தெரிவித்தான். 'நன்றி நல்ல இளவரசரே.'

'ஆனால் மேற்குப்பகுதி தீயை நீங்கள் முதலில் கட்டுக்குள் கொண்டுவரவேண்டுமென்று நான் வேண்டுகிறேன். மேற்குப் பகுதிக்கு செல்லும் சுரங்கப்பாதை சேதம் செய்யப்பட்டு பிரதான கதவு நன்றாக தடுக்கப்படுவதை நீங்கள் உறுதி செய்யவேண்டும்.'

'நீங்கள் மிகவும் மாறுதல் விரும்பாதவராக இருக்கிறீர்கள், இளவரசர் பரதன். நீங்கள் கேட்பதனைத்தையும் செய்வதற்கு ஓரிரண்டு நாட்கள் மட்டுமே எடுக்கும். அது மதகுகளை செப்பனிடுவதை தாமதித்து விடும். எனக்கு இலங்கையர்களைத்

தெரியும். அவர்கள் திரும்பி வரமாட்டார்கள். நாம் வேகமாக நகர வேண்டும், ஏனென்றால்...'

'இல்லை,' என்றான் பரதன் உறுதியுடன். 'நான் தேவையற்ற அபாயமான உயிரிழப்பை தவிர்க்க விரும்புகிறேன்.'

'ஆனால்...'

பரதன் விபீஷணன் அருகில் நடந்து மெதுவான குரலில், 'நான் சொல்வதை நீங்கள் செய்வீர்கள். புரிந்ததா?'

விபீஷணன் சரணடைந்தான். 'கண்டிப்பாக, இளவரசர் பரதன்.'

'அவர்கள் இப்போது ஓங்குயாஹ்ராவை கட்டுப்படுத்துகிறார்கள்,' என்றார் வசிஷ்டர். 'ஆனால் இது பாதி வெற்றி என்கிறான் லக்ஷ்மன்.'

மஹாவெலி கங்கா நதியின் போர் முனையிலிருந்து செய்தி கொண்டு வந்தது ஒரு பறவை. பரதனும் லக்ஷ்மனும் தங்களுடன் சில இந்திய பருந்துகளை எடுத்துச்சென்றிருந்தனர். வேகமாக பறக்கும் பறவைகள் இலங்கை தீவின் ஒரு முனையிலிருந்து மறுமுனைக்கு செய்திகளை சில மணிநேரங்களில் கொண்டு சென்றுவிடும். வந்திருந்த செய்தியில் குறிப்பிடப்பட்ட விஷயத்தைப்பற்றி விவாதிக்க வசிஷ்டர், ராம் மற்றும் போர் சபையின் உறுப்பினர்கள் மதிய உணவிற்கு வெகு நேரம் முன்பே ஒன்று கூடியிருந்தனர்.

'பாதி வெற்றி?' ஹனுமான் கேட்டான்.

'இன்று அதிகாலையில் கிழக்குப்பகுதியை பதினைந்து நிமிடங்களில் கைப்பற்றிவிட்டனர்.'

'மேற்குப்பகுதி?' அரிஷ்டநேமி கேட்டான்.

'கடந்த மூன்று மணிநேரங்களுக்குப் பின்னர் அதனை கட்டுக்குள் எடுத்தனர். இலங்கையர்கள் அந்தப்பகுதியை அடைந்து லக்ஷ்மன் மற்றும் அவனது வீரர்களை தடுப்புக் கதவுகளுக்குப் பின் நிறுத்திவைத்துள்ளனர். அவர்கள் அதற்குப்பின் தங்கள் பொருட்கள் சேமிக்கும் கிடங்குகளை தீ மூட்டி எரித்துவிட்டனர். லக்ஷ்மன் தன் வீரர்களை அந்த சுவற்றின் மேல் ஏறி தீயை அணைக்கவைக்கவேண்டும். ஆனால் அந்த நேரத்தில் அவர்களுக்கு எந்த எதிர்ப்பும் தெரிவிக்க அங்கு இலங்கையர்கள் இல்லை. கோட்டையின் திறந்திருந்த பிரதான கதவுகள் மூலம் ஓடிவிட்டனர்.'

'அப்போது கோட்டையின் இரண்டு பகுதிகளும் நம் கட்டுப்பாட்டினுள் வந்துவிட்டது,' என்றான் அரிஷ்டநேமி.

'ஓங்குயாஹ்ரா நம் கட்டுப்பாட்டிற்குள் வந்து விட்டது. பின்னர் அது எப்படி பாதி வெற்றியாகும்?'

அதற்கு என்ன அர்த்தம் என்று உடனடியாக ஊகித்து, 'இலங்கையர்கள் மதகு கதவுகளின் கட்டுப்பாட்டு விசைகளை நாசம் செய்து விட்டார்களா?' சத்ருக்னன் கேட்டான்.

'ஆமாம்,' என்றார்வசிஷ்டர். 'நாம் பரிசினை வைக்கும் கூடையை வென்றுவிட்டோம் ஆனால், பரிசு திருடுபோயிற்று.'

'திருடுபோகவில்லை, உடைந்து மட்டுமே விட்டது, குருஜி,' என்றான் சத்ருக்னன். 'ஒரு நல்ல பொறியியல் வல்லுனர்களின் குழு ஒரு வாரத்தில் அதனை சரிசெய்து விடும். அதற்குள்ளாகவும் கூட செய்துவிடலாம்.'

'உண்மை,' என்றார் வசிஷ்டர். 'ஆனால் இன்னும் ஒரு வாரத்திற்கு, கட்டுப்பாட்டு படித்துறையை நம்மால் வெள்ளப்பெருக்கெடுக்க வைக்கமுடியாது. பரதனின் கப்பல்கள் அதுவரை அங்கேயே மாட்டிக்கொண்டு விட்டது.'

'ஆனால் இது மிகவும் நல்லது,' என்றான் ராம். 'நான் அதனை பாதி வெற்றி என்று கூறமாட்டேன். இரு மடங்கு வெற்றி என்றே அழைப்பேன்!' அனைவரும் ராமின் பக்கம் திரும்பினர்.

ராம் தொடர்ந்தான். 'இதனை பாதி வெற்றியென்று லக்ஷ்மன் பார்க்கிறான் ஏனென்றல் அவனை உந்துவது துணிவு, போர் தந்திரமில்லை. பரதனின் தினச்செய்தி வழக்கமாக இரவில் வருகிறது. நான் பார்ப்பது போன்றுதான் பரதன் இந்த நிலைமையை பார்ப்பான் என்று நான் உறுதியாக நம்புகிறேன்.'

'நீங்கள் இதை எப்படிப் பார்க்கிறீர்கள்?'

'இதுதான் மிகச்சரியான விளைவு. இலங்கையர்களைத் தாக்க பரதன் முயற்சி செய்யாமல் இருந்திருந்தால் அவர்கள் சந்தேகத்திற்கு ஆளாகி இருப்பார்கள். முப்பத்தைந்து வீரர்கள் மட்டுமே கொண்டு குறைந்த படையுடன் பதட்ட நிலையில் இருப்பான். நேற்று வந்த அவனது அறிக்கையில் இலங்கையர்கள் கிட்டத்தட்ட மொத்த படையை மஹாவெலி கங்காவிற்கு கொண்டு வந்துள்ளனர் என்று கூறியிருக்கிறான். அது சுமாராக ஒரு லட்சத்து எண்பதாயிரம் வீரர்கள். நதியின் மேல்நிலையில் இருப்பது மற்றும் அதிக அளவில் பெரிய சேனை, இவை இரண்டும் இலங்கையர்களின் பக்கம் இருக்கும் நன்மைகள். இதனால்தான் பரதன் கடலில் செலுத்தப்படும் கப்பல்களை எடுத்துச்சென்றான். மேலான முறையில் தாக்குவது பற்றியில்லை. சிறப்பாக தற்காத்துக்கொள்வதுதான் மேலானது.'

'நியாயமான விஷயம்,' என்றார் நாரதர்.

'இப்படிப்பட்ட முரண்களுக்கு எதிராக இலங்கையர்களைத் தாக்குவது விவேகமற்றது. அவர்களைத் தாக்காமல் இருந்தால் நம் முழு சேனையும் இன்னும் வரவில்லை என்று அவர்கள் சந்தேகப்படுவார்கள். இது மிகவும் சரியானது. இலங்கையர்களின் பார்வையில் இதைப் பாருங்கள். தன் பெரிய கப்பல்களுடன் கடந்து செல்ல பரதன், துரோகி விபீஷணனின் உதவியுடன் ஓங்குயாஹ்ராவை துணிச்சலுடன் தாக்கினான். ஆனால் துணிச்சலான ஓங்குயாஹ்ரா படைப்பிரிவு மதகு கதவுகளின் கட்டுப்பாட்டு விசைகளை புத்திசாலித்தனமாக சேதம் செய்து அவனது முன்னேற்றத்தை தாமதம் செய்துவிட்டது. பரதனின் பொறியாளர்கள் மதகு கதவுகளின் கட்டுப்பாட்டு விசைகளை செப்பனிடும் வரையில் இலங்கையர்கள் பொறுமையுடன் காத்திருப்பார்கள். அது சரிசெய்யப்படும் நேரத்திற்குள் நாம் மேற்கு திசையில் சென்று சிகிரியாவை அடைந்துவிடுவோம்.'

'ம்ம்ம்,' என்றான் ஹனுமான். 'பரதன் கூறும் எண்கள் சரியாக இருந்தால், சிகிரியாவில் இருபதாயிரம் வீரர்கள் மட்டுமே இருக்கிறார்கள். நாம் சாதாரணமாக அணிவகுத்து உள்ளே நுழையலாம். போர் துவங்கும் முன்னரே முடிந்துவிடும்.'

'மிகச்சரியாக,' என்றான் ராம். 'இது மிகவும் சரி.'

அத்தியாயம் 24

பிடிபட்ட அயோத்திய வீரன் க்ஷிராஜைப்பார்த்து எரிச்சலுடன் முறைத்தான் இந்திரஜித்.

அது பின் மாலை பொழுது. ஆம்பன் கங்காவிற்குள் பிரளயமாக நீர்தேக்கத்தின் தண்ணீர் பாய்வதைத் தவிர்க்க அதன் பின்னாலிருந்த வெள்ள கட்டுப்பாடு கசிவுவழியை அவனது வீரர்கள் தடுத்திருந்தனர். அதன் பிறகு கசிவுவழியின் மதகு கட்டுப்பாட்டினை சேதம் செய்திருந்தனர். பிறகு இலங்கை கப்பற்படை இருந்த ஆம்பன் கங்காவின் மேற்குக் கரைக்கு சென்றுவிட்டிருந்தனர். ஆழமான காட்டினுள்.

முகம் முழுவதிலும் எரிச்சல் பரவிக் கிடக்க அவன் தன் வீரர்களைப்பார்த்தான். 'எங்கிருக்கிறாள் அவள்?'

க்ஷிராஜ் தளர்ந்து முன்னால் வளைந்தான். அவன் கரங்கள் பின்னால் நீண்டு ஒரு பலமான சணல் கயிற்றினால் ஒரு மரத்தில் கட்டப்பட்டிருந்தது. அவன் கால்களும் அப்படியே நீட்டி கட்டப்பட்டிருந்தது. கயிறு முரடாகவும் கடினமாகவும் இலங்கையர்கள் விரும்பியதைப்போன்றே இருந்தது. அவன் போராடியதால் மணிக்கட்டுகளிலும் கணுக்கால்களிலும் ஆழமான வெட்டுகள் ஏற்பட்டிருந்தன. அந்த துரதிருஷ்ட அயோத்தியனுக்கு ஏற்பட்ட காயங்களில் கண்டிப்பாக மிகவும் சிறியவை அவை.

விரல் நகங்கள் பிடுங்கப்பட்ட இடத்திலிருந்து ரத்தம் சொட்டிக்கொண்டிருந்தது. அவனது இமைகள் பின்னால்

இழுக்கப்பட்டு வெட்டப்பட்டிருந்தது. சில கால் விரல்கள் காணப்படவில்லை. அவன் முழங்கால்கள் சுத்தியால் உடைத்து நொறுக்கப்பட்டிருந்தன. அவனது வலது கையின் வளைவில் ஆணி ஒன்று அடிக்கப்பட்டிருந்தது. தசைக்குள் இறங்கி நரம்பினை துண்டித்திருந்தது.அது குறிப்பாக வலியை ஏற்படுத்தியிருந்தது.

கூஷிராஜ் வலியில் கத்தி கருணைவேண்டியிருந்தான் தன் அன்னையை நினைத்து அழுதிருந்தான்.

ஆனால் அவன் பேசவில்லை. அயோத்திய சேனையின் எந்த ரகசியத்தையும் அவன் வெளியிடவில்லை.

ராமின் போர் தந்திரமென்று தான் நினைத்ததுதான் உண்மையோ என்று இந்திரஜித் சந்தேகிக்கத்துவங்கியிருந்தான்: தாங்கள் வெற்றிகொண்ட ஓங்குயாஹ்ரா கோட்டையினை பயன்படுத்தி வெள்ளக்கதவுகளைத் திறந்து மஹாவெலி கங்கா நதியின் பக்கத்திலிருந்து மாபெரும் தாக்குதலை நடத்துவது. கண்டுபிடிக்க வேறு எந்த ரகசியமும் இல்லைபோலும். கைகளை நீட்டி சொரிந்துகொள்ள முடியாத ஒரு அரிப்பை போன்று ஒரு ஆழமான உள்ளுணர்வு தொடர்ந்து அவனை எரிச்சலடையச் செய்தது. அதனால் கூஷிராஜ் ஒன்றும் அறியவில்லையென்று அவனை விட்டுவிட விரும்பவில்லை.

ஆனால் இப்படி விசாரிப்பதில் எந்தப்பயனுமில்லை என்றும் புரிந்துகொண்டான். அவனை கொடுமை செய்வதில் ஒரு சிறிய மாற்றத்தை கொண்டுவரவேண்டும். இதை விட மேலான கொடூரம் செய்யும் ஒருவன் தேவைப்பட்டது அவனுக்கு. அப்படிப்பட்ட ஒருவனை வரச்சொல்லியிருந்தான்.

படைப்பிரிவின் தலைவர் சமிச்சி எங்கே இருக்கிறார்? அவளை வரச்சொல்லி இரண்டு மணிநேரத்திற்கும் மேலாகிவிட்டது!'

வாழ்வின் முன் காலங்களில் சமிச்சி மிதிலையின் காவல் மற்றும் நெறிமுறை தலைவியாக இருந்தவள். ராஜ்ஜியத்தின் பிரதானமந்திரியான இளவரசி சீதாவின் நேரடி மேற்பார்வையின் கீழ் இருந்தவள். சீதா அறியாத, ராவணனின் நம்பகமான விசுவாசியாக இருந்தவள் சமிச்சி. அவள் சிறுமியாக இருந்தபோது இலங்கை மன்னன் கொடுமைகள் செய்த அவள் தந்தையிடமிருந்து அவளைக் காப்பாற்றியிருந்தான். இந்த விசுவாசம்தான் சமிச்சி தன் இளவரசிக்கு நயவஞ்சகம் செய்ய உந்தியது. சமிச்சி தன் காதலனுடன் சேர்ந்து மிகவும் கடினமான ஒரு மலயபுத்ர வீரனிடமிருந்து முக்கியமான தகவல் ஒன்றை சேகரித்திருந்தாள்; சீதா, அவள் கணவன் ராம், அவனது சகோதரன் லக்ஷ்மன் மற்றும் பதினாறு மலயபுத்ரர்கள் கோதாவரி ஆற்றின் அருகில் தண்டக் என்னும் காட்டில் ஒளிந்திருந்த்தைப்பற்றிய

தகவல். இதனால்தான் ராவணன் சீதாவை எளிதாக கடத்தியிருந்தான். குறைந்தபட்ச உயிரிழப்புடன்.

ஒரு வேளை சமிச்சியால் இந்த மந்தமான மனிதனிடமிருந்து தகவலை சேகரிக்கமுடியலாம்.

'பிரபு!' என்றான் ஒரு வீரன் தன் துயரம் நீங்கியது போல். 'படைப்பிரிவின் தலைவி சமிச்சி வந்துவிட்டாள்.'

இந்திரஜித் திரும்பினான்.

உடனடியாக சமிச்சி ஒரு முழங்காலில் அமர்ந்து வலதுகையை மூடி தன் இதயத்தின் மீது வைத்தாள். 'என் இளவரசே, உங்களுக்கு சேவை புரிய அழைக்கப்பட்டதை கௌரவமாகக் கருதுகிறேன்.'

இளவரசி சீதாவை கடத்தியவுடன் புஷ்பக விமானத்தில் உடனே அவளை காயப்படுத்த முயற்சி செய்ததற்காக வேலையிலிருந்து நீக்கப்பட்டிருந்தாள் சமிச்சி. சமிச்சி முயற்சி செய்த தாக்குதல் ஒரு இயற்கையான எதிர்வினை - சமிச்சியின் காதலன் காராவை சீதா கொன்றிருந்தாள். முன்பு அவள் செய்திருந்த சேவைகளைக் கருதி ராவணன் அவளை மன்னித்திருந்தான். இருப்பினும் போர் பணியில் சேர்க்கப்படாமல் இருப்பது ஒரு வீரனுக்கு மரணத்தைவிட கொடுமையான தண்டனை. அதனால் இலங்கை ராஜ குடும்பத்திற்கு சேவை புரிய திரும்ப அழைக்கப்பட்டவுடன் மிகவும் மகிழ்ந்தாள் சமிச்சி. அரசனால் இல்லாமல் இளவரசனால் அழைக்கப்பட்டிருந்தாலும்.

'படைப்பிரிவின் தலைவி சமிச்சி,' என்றான் இந்திரஜித். அவள் ஏற்கனவே செய்யப்பட வேண்டிய பணிப்பற்றி சுருக்கமாக தெரிவிக்கப்பட்டிருந்தாள். ஆனால் தான் கூற அவள் கேட்கவேண்டுமென்று விரும்பியிருந்தான் அவன். 'இந்த அயோத்திய வீரனிடம் ஒன்றும் அதிகம் மீதமில்லை. நாம் எதைப்பற்றியோ சிந்திக்காமல் விடுகிறோமென்றும் சந்தேகிக்கிறேன்... ராஜா ராமின் போர்தந்திரத்தில் ஏதோ ஒரு பகுதியைப்பற்றி நாம் இன்னமும் அறியாத ஒன்று இருப்பதாகத் தோன்றுகிறது. இந்த மனிதன் பேசவேண்டியது என் தேவை. அப்படி அவன் செய்யும்வரை அவன் உயிர் வாழவேண்டும். அந்த சமநிலையை உன்னால் ஏற்படுத்திக்கொள்ளமுடியுமா?'

'கண்டிப்பாக பிரபு!' மகிழ்விக்கும் ஆர்வத்துடன் புன்னகைத்தபடி கூறினாள் சமிச்சி. இலங்கை வீரனின் பக்கம் திரும்பி, தன் கீழ்நிலை வீரனுடன் பேசும்போது தொனி மாறிய குரலுடன், 'நீ! முட்டாளைப்போல் பார்த்துக்கொண்டு நிற்காதே. அந்த கீழ்த்தரமான அயோத்தியனின் நெற்றியை மரத்துடன் சேர்த்துக் கட்டு. இறுக்கமாக இருக்கட்டும். அவன் தன் தலையை அசைக்கக்கூட முடியாதபடி.' பிறகு பக்கத்தில் நின்றிருந்த சில

இலங்கை வீரர்களைப்பார்த்து. 'நீங்கள் ஐந்து பேரும் என்னுடன் வாருங்கள்!வேகமாக!'

சொல்லிவிட்டு சமிச்சி தான் தேர்ந்தெடுத்த ஐந்து வீரர்கள் தொடர காட்டுக்குள் விரைந்தாள்.

அரை மணி நேரத்திற்குள் சமிச்சி திரும்பிவிட்டாள்.

கூடுகள் மேலேவைக்கப்பட்டிருந்த பெரிய வாழை இலைகளை ஒவ்வொரு வீரரும் கொண்டுவந்திருந்தனர். வழக்கமாக இலைகள் புற்கள் மற்றும் குச்சிகள் கொண்டு செய்யப்பட்ட கூடுகள் இல்லை அவை. இறந்த எறும்புகளால் ஆன கூடுகள்.

இந்திரஜித் குழம்பியவனாக தெரிந்தான். *எறும்புகள்?*

உலகத்திலேயே அதிக வெற்றிபெற்ற இனம் தங்களுடையதுதான் என்ற மாயையில் இருப்பவர்கள் மனிதர்கள். அது கேள்விக்குறியாக இருக்குமொரு விஷயம்.

எறும்புகள் இந்த பூமியில் கிட்டத்தட்ட பத்து கோடி வருடங்களாக, மனிதர்கள் தோன்றும் முன்பிலிருந்து இருப்பவை. டைனோசர்கள் இந்த பூமியில் வாழ்ந்த காலத்தில் வாழ்ந்து அந்த மாபெரும் மிருகங்களின் அழிவுக்கு காரணமானவை எவையோ அதனிடமிருந்தும் தப்பித்து உயிருடன் இருப்பவை. அதன் பிறகு சில லட்சம் வருடங்களில் அவற்றின் தொகை பன்மடங்காக பெருகியது. எறும்புகளின் தொகை மிக அதிகம். பல்லாயிரம் லட்சம் கோடி என்றும் சிலர் மதிப்பிடுகிறார்கள். நிலப்பரப்பில் வாழும் மிருக உயிரினங்களுள் பதினைந்து முதல் இருபது சதவிகிதம் இவை. மனிதர்கள் மற்றும் இதர பாலூட்டி மிருகங்கள் அனைத்தையும் ஒன்று சேர்த்தாலும் அதனை விட அதிகம்.

அவை பெரிய சிக்கலான குடியிருப்புக்கள் கட்டி தங்களை மிகவும் தாக்கம் விளைவிப்பவர்களாக அமைத்துக்கொள்கின்றன: சில வேலை செய்யும் எறும்புகள், மற்றவை வீரர்கள், மேலும் முக்கியமாக ராணி ஒன்றுள்ளது. முட்டைகள் இட்டு அடுத்த தலைமுறையை உருவாக்க தன்னை அற்பணிப்பவை. எறும்புகள், மனிதர்களைப்போல் போரிட்டு சிக்கலான போர் தந்திரங்களை வெளிப்படுத்தும். எதிரிகள் பல தலைமுறைகள் வரை நிலைக்கும். பத்து லட்சம் முதல் இரண்டு கோடி வரையிலான மொத்த குடியிருப்பின் முக்கியமான நன்மை என்னவென்றால், அவற்றிற்கு தேன் கூட்டின் மனது. பல லட்சங்கள் ஒன்று கூடி வாழ்ந்து ஒன்றாக உழைத்து தங்களை சுயமாக அமைத்துக்கொள்ளும் வினோதமான ஒருங்கிணைக்கப்பட்ட மேன்மையான உயிரினம். ஒன்றாக நகரும்போது இந்த "மேன்மைவாய்ந்த" உயிரினம் பல நூறு மீட்டர்கள் நீளும்.

எறும்புகளைப்பற்றிய இந்த விவரங்கள் சமிச்சிக்கு சுவாரசியமாக இல்லை. அவற்றின் சிறிய அளவுடன் ஒப்பிடும்போது அவற்றின் அதீத வலிமை அவளுக்கு சுவாரசியமாகப்பட்டது. வழக்கத்திற்கு மாறான இடங்களில் வலியைக் கொடுக்க அது அனுமதித்தது.

'கூடுகளை அங்கே வையுங்கள்,' என்ற சமிச்சி தொலைவில் ஆனால் முழுவதுமாக பார்வைக்கு அடங்கிய இடத்தை ஐந்து வீரர்களிடம் சுட்டிக்காட்டினாள். 'வாழை இலைகளைச் சுற்றி தண்ணீர் அகழி ஒன்றை செய்யுங்கள் ஏனென்றால் எறும்புகளால் தப்பிக்க முடியாது.'

'சரி படைப்பிரிவின் தலைவி,' என்றான் வீரர்களுள் ஒருவன் வணக்கம் கூறியபடி.

இந்திரஜித்தால் அதற்கு மேலும் தன்னை கட்டுப்படுத்திக்கொள்ள முடியவில்லை. சமிச்சியை வரவழைத்து தவறு செய்து விட்டோமோ என்று வியந்தான். 'எறும்புகள்? நிஜமாகவா?'

'இவை சாதாரண எறும்புகள் இல்லை, சிறந்த இளவரசரே,' என்றாள் சமிச்சி.

'இவை இயக்கும் எறும்புகள். இன்னமும் குறிப்பாக, ஒரு இயக்கும் எறும்புகள் கூட்டத்தின் வீரர்கள்.'

இவை மாமிசம் உண்பவை; மற்ற பூச்சிகளின் சதையை உண்பவை. கூட்டமாக தாக்கும்போது வீரஎறும்புகள் கூட்டத்தினால் வழிநடத்தப்படுபவை. பெரிய உயிரினங்களையும் பியர்த்தெடுத்து தூக்கிச்செல்லும் ஆற்றல் உடையவை. கோழிகள் மற்றும் ஆடுகளையும் கூட. காயம் அடைந்திருந்தால் பன்னிகளால் கூட இவற்றிடமிருந்து தப்பமுடியாது.

'சீக்கிரமாக நெருப்பு மூட்டுங்கள்,' சமிச்சி முரட்டுத்தனமான குரலில் தன் வீரர்களுக்கு கட்டளையிட்டாள். பிறகு இந்திரஜித்திடம் திரும்பி நன்றியுணர்வுடன் புன்னகைத்தாள். 'உன்னதமான இளவரசரே, அவை பெண் எறும்புகள். மிகவும் கொடியவை.'

இந்த எறும்புகள் பெண் எறும்புகள் என்று அவளுக்கு எப்படித்தெரிந்தது என்று சமிச்சியிடம் கேட்க நினைத்தான், ஆனால் வேண்டாம் என்று முடிவு செய்தான். கேட்டிருந்தால் கூறியிருப்பாள்: நடைமுறையில் இயக்கும் எறும்புகளின் கூட்டம் முழுவதும் பெண் எறும்புகள்தான்; ஆண் எறும்புகள் ஒரு வாரம்தான் வாழும். அவை இனப்பெருக்கத்திற்கு பிறகு இறக்கும் அல்லது கொல்லப்படும்.

இந்திரஜித் நடந்து எறும்பு வீரர்கள் கூட்டத்தின் பக்கம் சென்றான். அவை ராணி எறும்பை விட சிறியதாக ஆனால்

வேலை செய்யும் எறும்புகளை விட பெரிதாகவும் இருந்தன. ராணி குழந்தைகளை மட்டுமே பெற்றெடுக்கிறது; வேறு எதையும் அதிகமாகச் செய்யாது. வேலை செய்யும் எறும்புகள் வேலை மட்டுமே செய்யும். அந்தக்கூட்டத்தில் வீர எறும்புகளே போரிடுபவை. தங்களைக் கடுமையாகப் பாதுகாத்து, ஆக்ரோஷமாகப் போராடும் அந்நியக்கூட்டம். கூறிய நகங்கள் மற்றும் தாடைகளின் உருவத்தில் கொடுமையான ஆயுதங்கள் கொண்டவை.

தீயிலிருந்து ஒரு சிறிய குச்சியை எடுத்து வாழை இலையின் மீது இருந்த கூட்டின் அருகில் எடுத்து வந்து அதனுள் புகையை ஊதினாள் சமிச்சி. இந்த இயக்கும் எறும்புகளின் கூட்டத்திற்குள் இருக்கும் வீரர்கள் கூட்டத்தின் தற்காலிகக் "கூடுகள்", மற்ற எறும்பு கூடுகள் போல் இருக்காது. இவை அனைத்தும் ஒன்றாக இணைந்து தங்கள் தாடைகள் மற்றும் நகங்களை கோர்த்து ஒன்றாக கட்டிக்கொண்டு வாழ்ந்துகொண்டிருக்கும் தற்காலிக கூடாரமாக ஆகிறது. புகை அவைகளை சலனப்படுத்தியதும் தற்காலிக கூடாரம் கரைந்து சிதறி வாழை இலையைத் தாண்டி சென்றன.அவற்றுள் சில இலையை சுற்றியிருந்த சிறிய அகழிக்குள் விழுந்து மூழ்கின.

சமிச்சி ஒரு வீரனின் பக்கம் திரும்பி உரத்த குரலில் கத்தினாள், 'நதி நாணல்களிலிருந்து சில வெற்று குழாய்களை செய்யுங்கள். அவற்றை தயாராக வையுங்கள்.'

பிறகு வெகு ஜாக்கிரதையாக ஒரு எறும்பை எடுத்தாள். அந்த சிறிய மிருகத்தை காயப்படுத்திவிடக்கூடாதென்ற கவனத்துடன். அந்த எறும்பு ஒரு சென்டிமீட்டரை விட சிறியதாக இருந்தது; ஒரு இயக்கும் எறும்பிற்கு நல்ல அளவாகவே இருந்தது. அதற்கு பெரிய தாடைகள் இருந்தன; உண்மையில் அவற்றின் தாடைகள் இவ்வளவு பெரிதாக இருப்பதால் அவை தன் உணவைதானே ஊட்டிக்கொள்ள முடியாது. தன் ஊட்டச்சத்திற்கு மற்ற எறும்புகளைத்தான் நம்பி இருக்கும். எறும்பு வீரனின் தலை வெளிறிய ஆரஞ்சு நிற தலை, அடர்ந்த ஆரஞ்சு கால்கள், மற்றும் பெரிய இருண்ட கூர்மையான மற்றும் நச்சுத்தன்மைகொண்ட தாடைகள் கொண்டதாக இருந்தது. அதன் கால்களில் அச்சுறுத்தும் நகங்கள் இருந்தன. சமிச்சி அதனை தூக்கியபோது அதன் கொம்புகள் முரட்டுத்தனமாக வெளியே நீண்டு கொண்டிருந்தது. அதன் கூர்மையான நஞ்சு தோய்ந்த தாடைகள் காற்றை கிழித்தது.

இந்திரஜித் பார்த்துக்கொண்டிருந்தான். கட்டுண்டவனாய்.

க்ஷிராஜை பார்த்துக் கோபமாக முறைத்தபடி சிறிய கொடிய குரலில் கிசுகிசுத்தாள், 'இந்த எறும்பு வீரனைப்பார், க்ஷிராஜ்.'

கூஷிராஜ் பதிலுக்கு அவளை முறைத்துப்பார்த்தான், உறுதி அவன் முகத்தில் வெகுவாக வெளிப்பட்டது. அவனுக்கு அவர்கள் இழைத்த அனைத்து கொடுமைகளையும் அவன் தாங்கியிருந்தான். ஒரு எறும்பினால் என்ன செய்ய முடியும்? தற்போதைய நிலைமையைவிட என்ன மோசமாக இருக்கமுடியும்?

ஆனால் கொடுமைப்படுத்துவது சமிச்சி அறிந்த சிறந்த கலை. நிலையாக கடிபட்டுக்கொண்டிருக்கும் போது வலி ஒருவரது ஆன்மாவை உடையச்செய்யும். ஆனால் மூளையின் திறன் முழுவதுமாக அடைந்துவிடாத அளவில் தாங்கிக்கொள்ளும் வகையில் கவனமாக அளவிடப்படவேண்டும்.

சமிச்சி எறும்பு வீரர்களுள் ஒன்றிற்கு சைகை செய்தாள். அது உடனே முன்னால் நகர்ந்து தள்ளிக்கொண்டு கூஷிராஜின் பற்களுக்கு இடையே கடித்தது. சமிச்சி வினோதமான ஒரு புன்னகையுடன் இந்திரஜித்தைப்பார்த்தாள். 'அது அவன் நாக்கைக் கடிப்பதை நாம் விரும்பமாட்டோம். இல்லையென்றால் அவன் எப்படிப் பேசுவான்?'

பயம் அவன் நெஞ்சைக் கவ்வ, இந்திரஜித் சமிச்சியை உற்றுநோக்கினான். *இதைச் செய்வதில் அவள் நிஜமாக மகிழ்ச்சி அடைகிறாள்...*

'நீ என்ன நினைக்கிறாய் என்று நான் அறிவேன், கூஷிராஜ்,' மென்மையான ஆனால் ஊறும் தொனியில் தன் இறையிடம் கூறினாள் சமிச்சி. 'ஒரு எறும்பினால் என்ன செய்துவிட முடியும் இல்லையா?'

கூஷிராஜ் பதிலளிக்கவில்லை.

சமிச்சி தொடர்ந்தாள். 'ஆனால் ஒரு எறும்பினால் பலவும் செய்ய முடியும். அதன் விஷக்கடி காட்டின் உண்மையான அரசனான யானையைக் கூட கருணை வேண்டி கதறச்செய்யும்.'

சமிச்சி மற்றொரு வீரனின் பக்கம் திரும்பினாள். அவன் தானே வடிவமைத்திருந்த வேறொரு குழாயினை எடுத்துக்கொண்டு ஓடிவந்தான். சமிச்சி அவனிடமிருந்து அதனை எடுத்துக்கொண்டாள்.

'ஆனால் இந்த எறும்பு சரியான இடத்தில் இருக்கவேண்டியது முக்கியம். அதனை உறுதி செய்யவேண்டும்.' இதனை சொல்லும்போது மெலிதாக சிரித்தாள் சமிச்சி. 'ஊடுருவ முடியாத யானையின் முதுகில் இருந்து என்ன பலன். ஆனால் யானையின் தும்பிக்கைக்குள் ஆழமாக...ஆஹ்...'

சமிச்சி கூஷிராஜின் காதருகில் வந்து கிசுகிசுத்தாள், 'உன் காதுக் குழாய் கிட்டத்தட்ட மூன்று சென்டிமீட்டர் வரை உன் தலையின் உள்ளே நீண்டுள்ளது என்று உனக்குத் தெரிந்திருக்குமா என்று நான் வியக்கிறேன்.'

எறும்பைக்கண்டு இல்லாமல் இந்த பெண்ணிடமிருந்து வெளிப்பட்ட அச்சுறுத்தும் மிருகத்தனத்தைக்கண்டு பயத்தில் சுருங்கினான் க்ஷிராஜ். ஆனால் அவனால் நகர முடியவில்லை. அவன் தலை இறுக்கமாக கட்டப்பட்டிருந்தது.

வலியை கொடுக்கப்போகிறோம் என்ற எண்ணத்தினால் ஏற்பட்ட அருவருப்பான ஆர்வம் முகத்தில் வெளிப்பட சமிச்சி முனகுவதை தொடர்ந்தாள், 'காதுக்குழாயின் மறுபக்கத்தில் மிகவும் உணர்ச்சிபூர்வமான நரம்புகள் இருப்பது உனக்குத்தெரியுமா? சிறிய ஆனால் உயிரை மாய்க்கும் ஒன்றை எப்படி அந்த ஆழ் குழாய்க்குள் செலுத்துவது என்று நான் அடிக்கடி வியந்திருக்கிறேன்.'

அந்த வெற்றுக்குழாயின் ஒரு நுனியை மிகவும் கவனமாக க்ஷிராஜின் காதிற்குள் செலுத்தினாள் சமிச்சி. அது எவ்வளவு தூரம் செல்லுமோ அவ்வளவு தூரம் வரை. 'அந்தத் தடுப்பு, உனக்கு புரியுமென்று நம்புகிறேன், அதுதான் காதுக் குழாயின் வடிவமைப்பு. அது மிகவும் சிறியது. அதுவும் நேரானதில்லை. ஆனால் கூர்மையானதாகவும் உயிரைப்பறிப்பதாகவும் இருக்கும் ஒன்றை அதன் ஆழத்தினுள் செலுத்தினால்... ம்ம்ம்ம்' தன் திறமையான கைவண்ணத்தைப்பார்க்க சமிச்சி ஒரு அடி பின்னால் எடுத்துவைத்தாள். 'மறுபுறத்தில் இருக்கும் நரம்புகள் எல்லா உணர்வுகளையும் நேரடியாக மூளைக்கு எடுத்துச்செல்லுமென்று உனக்குத்தெரியுமா? முதுகுத்தண்டில் எதுவும் வடிகட்டப்படாது. உனக்கு சீக்கிரமே தெரிந்து விடும். இந்த நுட்பத்தை சரியாகப் படிக்க எனக்கு சிறிது நேரம் பிடித்தது... சில சுவாரசியமான பரிசோதனைகள். அதையும் நீ காண்பாய்.. மறக்கமுடியாதது.'

க்ஷிராஜின் கலங்கிய கண்கள் சுழல அவன் பூச்சி நெளிவதைப் பார்த்தான். அந்த எறும்பின் தாடையிலிருந்து ஒரு சொட்டு நஞ்சு வழிவதைப்பார்த்தான்.

சமிச்சி அந்த எறும்பை வெற்று குழாய்க்கு அருகில் எடுத்துவந்தாள். பிறகு அந்தக் குழாயின் திறந்த பகுதியை கொஞ்சம் களிமண் கொண்டு அடைத்தாள். பிறகு பின்னால் நகர்ந்தாள்.

'இது உன் பக்கம் வருவதைக் கேள்.'

எறும்பின் காலடி சத்தம் கேட்டு பயத்தில் நெளிந்தான் க்ஷிராஜ். காது குழாய் வரை தள்ளப்படும் சத்தம் அந்த வெற்றிடத்தினால் பெருக்கப்பட்டது. தூரத்தில் வரும் ஒரு யானையின்காலடி போல் கேட்டது.

'அது வருவதை உணரு...அது வருவதைக் கேள்...' சமிச்சி மெல்லிய குரலில் கூறினாள்.

அந்த எறும்பை வெளியே துரத்த மிகுந்த முயற்சிகள் எடுத்துக்கொண்டான். அவன் தன் தலையை அசைத்து கண்களை உருட்டி பைத்தியக்காரனைப்போல் இருந்தான். ஆனால் அவனை அசையவிடாமல் அவன் முழு உடலும், தலை உட்பட, ஒரு மரத்துடன் கட்டப்பட்டிருந்தது. அந்த வெற்று குழாய் அவனுள் ஆழத்தில் பதிந்திருந்தது.

அவனால் அதை இப்போது உணர முடிந்தது. எறும்பு அந்த வெற்று குழாயைத் தாண்டி அவனது காது குழாய்க்குள் நுழைந்தது. கோபத்தில் துடித்த அது தான் உணர்ந்த அச்சுறுத்தலுக்கு எதிர்வினையாய் இயற்கையான ஊடுருவும் வலியைக் கொடுத்த ரசாயன நாற்றம் ஒன்றை வெளியிட்டது. அந்த நாற்றம் எறும்பை இன்னமும் பெரிய பதட்டத்திற்கு ஆளாக்கியது. அது பின்னால் திரும்பி வெற்று குழாய்க்குள் நுழைந்து வேகமாக முன்னேறியது. மிருதுவான களிமண் திரையில் முட்டி கோபத்தில் திரும்பி தாக்கத்தயாரானது.

வாயில் அடைக்கப்பட்டிருந்த துணியால் கூஷிராஜ் எழுப்பிய சத்தம் கேட்கவில்லை.

அந்த எறும்பு கூஷிராஜின் காதுக் குழாய்க்குள் சென்று உள்ளே இருந்த திசுவை தன் கொடுக்கினால் சோதித்து தன் தலையை பின்னால் தள்ளி, நஞ்சு தோய்ந்த தாடையை விரித்து கடுமையாகக் கடித்தது.

வலியில் துடித்தான் கூஷிராஜ். அப்படி கடிபட்டதில் அவனால் சத்தமிடாமல் அடக்கிக்கொள்ள முடியவில்லை. அவன் கண்கள் அவன் தலைக்குள் சுழன்றது, கண் மணியின் வெள்ளைப்பகுதி குருட்டுத்தனமாக வானத்தை உற்று நோக்கியபடி இருந்தன. களங்கம் ஒருவரை ஒட்டிக்கொள்வது போல் ஒட்டிக்கொண்டு அவனை பிணைத்த கயிற்றுக்கு எதிராக அவனது இறுக்கமான மற்றும் பதட்டமான உடல் திணறியது. அடக்கமுடியாத கண்ணீர் சிறிய நதி போல் நிலையாகக் கசிந்தது. அவன் தன் வேர்வையில் குளித்திருந்தான். சிறுநீரை கட்டுப்படுத்திக்கொள்ள முடியாமல் தவித்தான். அவனது சிறு குடல் மற்றும் பெருங்குடலின் உள்ளடக்கங்கள் வெடித்து அவன் கால்களுக்கு இடையில் வழிந்தோடியது.

அவன் மீண்டும் மீண்டும் கத்தினான். கடவுளின் பெயரை எடுத்து அலறினான். கூக்குரலிட்டு தன் குருநாதரை அழைத்தான். அனைவரிலும் மிகுந்த வலிமை வாய்ந்த கருணை மிகுந்த பெண்ணான தன் அன்னை வேண்டுமென்று புலம்பினான். அந்த ஒரு கடியினால் அவன் வார்த்தைகள் தடைபட்டு குழறி புரிந்துகொள்ள முடியாத உளறலாக வெளிப்பட்டது.

இந்திரஜித் சமிச்சியை பயங்கரமான அதிர்ச்சியில் பார்த்தான். 'சாதாரண எறும்பு...?'

'சரியான இடத்தில் போடுவதில் தான் விஷயம் உள்ளது, சிறந்த இளவரசரே. காதுக்குள் உள்ள நரம்புகள் செவிப்பறைக்கு மிக அருகில் உள்ளது. ஆனால்...காத்திருங்கள்...உண்மையான மகிழ்ச்சி அந்த எறும்பு செவிப்பறையை கிழிப்பதில்தான் துவங்கும். ஆனால் அது அந்த எறும்பிடம்தான் உள்ளது. அதனை நான் கட்டுப்படுத்தமுடியாது.'

இந்திரஜித் க்ஷிராஜைப்பார்த்தான்.

தாங்கமுடியாத வலியில் துடித்துக்கொண்டிருந்தான் அந்த அயோத்தியாவாசி. செவிப்பறையை சிறிதாக கிழித்திருந்தது அந்த எறும்பு. அந்த மனிதன் வேதனையான விரக்தியுடன் அலறிக்கொண்டிருந்தான். சிறுநீர்ப்பையின் இயக்கத்தை இழந்திருந்தான். அடர்ந்த மஞ்சள் மூத்திரம் அவனது மலத்துடன் கலந்து கால்களில் வழிந்தது. கயிற்றிலிருந்து விடுபட வேதனையுடன் திணறிக்கொண்டிருந்தான். மீண்டும் மீண்டும் தலையை அசைத்துக்கொண்டிருந்ததால் அவனது கழுத்தில் இருந்த நரம்புகள் வெடித்துவிடுவது போல் அச்சுறுத்தியது.

'அவன் தன் கழுத்தை உடைத்துக்கொள்வான்,' கவலையுடன் கூறினான் இந்திரஜித்.

'இல்லை, மாட்டான்,' வலியுறுத்தினாள் சமிச்சி.

'இறந்து விட்டான் என்றால் அதனால் எனக்கு எந்த பயனும் இல்லை.'

கேட்கமுடியாத எதையோ முணுமுணுத்தபடி சமிச்சி க்ஷிராஜின் பக்கம் நடந்தாள். தன் கையிலிருந்த குவளையிலிருந்து ஒரு வாய் தண்ணீர் குடித்துவிட்டு க்ஷிராஜின் காதில் இருந்த வெற்றுக் குழாயின் களிமண் திரையை விலக்கி வாயிலிருந்த தண்ணீரை அதனுள் உமிழ்ந்தாள். தண்ணீர் எறும்பை மூழ்கடிக்க அது இறந்து அதன் உயிரற்ற உடல் வெளியே வழிந்து க்ஷிராஜின் கழுத்தில் ஒட்டிக்கொண்டது.

அந்த அயோத்தியன் தளர்வாக அந்த மரத்தில் தொங்கிக்கொண்டிருந்தான். அவன் கண்கள் மூர்க்கத்தனமாக சுழல இறுக்கமான கயிற்றினால் கட்டப்பட்ட அவன் தலை மற்றும் உடல் கடுமையாக நடுங்கியது. இந்திரஜித் தன் விரல்களை சொடக்கினான். ஒரு இலங்கை வீரன் க்ஷிராஜின் பக்கம் ஓடி அவனது வாயிலிருந்த துணியை நீக்கினான். அவன் கைகளை கட்டியிருந்த கயிற்றைத் தளர்த்தினான். அவன் நகரவில்லை. சிறு துளிகளாக வாந்தி வாயிலிருந்து வழிந்தது.

இலங்கைப் போர் 287

இந்திரஜித் கூஷிராஜின் அருகில் சென்று, அந்த அயோத்திய வீரனின் மலமூத்திரத்தினால் எழுந்த துர்நாற்றம் தன் மூக்கிற்கு எட்ட முடியாதபடி தன் அங்கவஸ்திரத்தால் அதனை மூடிக்கொண்டான்.

'பேசு. உனக்கு கருணை கிடைக்கும்.'

'நீங்கள் சிறிது நேரம் காத்திருக்கவேண்டும் உன்னத இளவரசரே,' என்றாள் சமிச்சி. 'காதின் உள்பகுதி சமநிலை உணர்வின் மையம் கூட. அதனால் இப்போது அவன் ஆழமான குழப்பத்தில் இருக்கிறான்.'

இந்திரஜித் சில நொடிகள் காத்திருந்துவிட்டு மீண்டும் பேசினான். 'பேசு... ராஜா ராமின் ரகசிய போர்த்தந்திரம் என்ன?'

பதிலை குறிக்கும் வகையில் கூஷிராஜின் தலை நிற்காமல் நகர்ந்து கொண்டேயிருந்தது. பேச மந்தமான விருப்பம்.

'அது ஆமாம் என்ற ஆமோதிப்பா, இளவரசர் இந்திரஜித்?' என்றாள் சமிச்சி.

இந்திரஜித் சமிச்சியைப்பார்த்தான். 'அவன் தலையை சுற்றிக்கட்டப்பட்டுள்ள கயிற்றை தளர்த்து. கொஞ்சமாக.'

கட்டளையின்படி நடந்து கொண்டாள் சமிச்சி. கூஷிராஜ் தன் தலையை அசைத்தான். அவன் நடுங்கிக்கொண்டிருந்தான், அவன் கண்கள் மயக்கத்தில் இருந்தன.

இந்திரஜித் அருகில் அடியெடுத்து வைத்தான். 'பேசு.'

கூஷிராஜின் வேண்டுகோள் வெறித்தனமாக இருந்தது. 'தயவு செய்து...தயவு செய்து... என்னைக் கொன்றுவிடுங்கள்..." அவன் குரல் உடைந்தது.

'பேசு.'

'தயவு செய்து.'

'பேசு!'

கூஷிராஜ் சில நொடிகள் மௌனமாக இருந்தான், பிறகு அந்த வார்த்தைகளைப் பேசினான். கிட்டத்தட்ட அவனிடமிருந்து பிடுங்கப்பட்டது போல். 'பிரதான சேனை இங்கில்லை...'

இந்திரஜித் சமிச்சியை நோக்கி பார்வையை செலுத்திவிட்டு பின்னர் மீண்டும் கூஷிராஜின் பக்கம் திரும்பினான்.

'பிரதான சேனை... வருகிறது... மேற்கிலிருந்து...'

'மேற்கிலிருந்தா?' சமிச்சி கேட்டாள். 'அது சாத்தியமில்லை. இங்கு துறைமுகங்கள் இல்லை. அவன் பொய் சொல்கிறான்!'

இந்திரஜித் 'கூஷிராஜின் கண்களுக்குள் பார்த்தான். 'இல்லை. அவன் பொய் சொல்லவில்லை.'

'ஆனால்...'

இந்திரஜித் கையை உயர்த்த சமிச்சி மௌனமானாள். கூஷிராஜ் கூறியது ஏளனப்படுத்துவது போல் இருந்தது. ஆனால் இந்திரஜித்திற்குள் ஏதோ உள்ளுணர்வு அவனை நம்பச்சொன்னது.

இந்திரஜித் மீண்டும் கூஷிராஜிடம் கேட்டான். 'மேற்கில் எங்கிருந்து?'

கூஷிராஜ் அமைதியாக இருந்தான்.

'மற்றுமொரு எறும்பு வேண்டுமா?'

'தயவு செய்து இல்லை...வேண்டாம்...'

'மேற்கில் எங்கிருந்து?'

'தனுஷ்கோடி...'

'தனுஷ்கோடி?! மணல் திட்டுக்கள் மிகுந்த உயரத்தில் உள்ளது. அவர்களது கப்பல்கள் நிலத்தில் மாட்டிக்கொள்ளும். அவர்களால் இலங்கையை அடைய முடியாது.'

'இலங்கையை பாலத்தின் மீது ஏறி கடக்கப்போகிறார்கள்...'

இந்திரஜித்தின் வாய் அதிர்ச்சியில் பிளந்தது. *ஒரு பாலமா? கடலுக்கு குறுக்கிலா?*

தனுஷ்கோடி கேதீஸ்வரம் கோவிலுக்கு அடுத்திருந்தது. பாலம் அமைத்து அரசர்களுக்கான பாதை வழியாக இலங்கைக்குள் வந்தால் அவர்கள் ஓரிரு நாட்களில் சிகிரியாவை அடைவார்கள். அவன் இலங்கை கப்பல்களை நோக்கித்தலையைத் திருப்பி நதியைப்பார்த்தான். *நாம் இங்கு மாட்டிக்கொண்டிருக்கும் போது நம் தலைநகரத்தை தொலைத்துவிடுவோம்.*

அவன் கூஷிராஜை பார்த்தான். *இன்னமும் விஷயம் இருக்கிறது. எனக்குத்தெரியும்...*

'வேறென்ன?' என்றான் இந்திரஜித்.

கூஷிராஜ் தலையை அசைத்தான்.

'பேசு...' பொறுமினான் இந்திரஜித்.

கூஷிராஜ் வாயைத் திறக்க மறுத்தான்.

இந்திரஜித் சமிச்சியின் பக்கம் திரும்பினான். 'மற்றொரு எறும்பு.'

சமிச்சி கவனமாக வேறொரு எறும்பை எடுத்து வாழை இலை மீது வைத்தாள். அயோத்திய வீரனை நோக்கி முதல் அடி எடுத்து வைக்கும் முன் அவன் தன் தலையை முன்னால் குலுக்கி, கயிற்றுக்கு எதிராக திடீரென்று தன் உடலை முன்னால் வன்மையுடன் தள்ளினான். கயிறு அவன் தலை, கால்கள் மற்றும் பாதங்களை இரும்புப்பிடியாய் பிடித்திருந்தது. ஆனால்

அவன் கைகளை சுற்றியிருந்த கட்டு தளர்ந்து அவன் உடலை நகர அனுமதித்தது. அவன் முன்னால் நகரும் போது, கழுத்து உடைவதற்கு போதுமான அளவில்.

இந்திரஜித் எரிச்சலில் கைகளை தலைவரை உயர்த்தி கெட்ட வார்த்தைகளால் திட்டத்துவங்கினான்.

சமிச்சி முன்னால் விரைந்து கூஷிராஜின் தளர்ந்த தலையை பிடித்து உயர்த்தினாள். அவன் இறந்திருந்தான். தான் பிடித்துக்கொண்டிருந்த எறும்பைப்பார்த்தாள். ஆழ்ந்த ஏமாற்றம் அவள் முகத்தில் வெளிப்பட்டது.

இந்திரஜித் ஒரு வீரனின் பக்கம் திரும்பினான். 'படகு ஒன்றை எடுத்துவா. சீக்கிரம். நான் என் தந்தையை உடனடியாக சந்திக்க வேண்டும்.' கட்டளைகளை பின்பற்ற வீரர்கள் விரைகையில் இலங்கையின் இளவரசன் சமிச்சியின் பக்கம் திரும்பினான். 'நீ உன் வேலையை நன்றாக செய்துள்ளாய். நன்றி.'

அரைகுறை புன்னகை இருந்தது சமிச்சியின் முகத்தில். மீண்டும் எறும்பைப் பார்த்து அதனை தன் விரல்களுக்கு இடையில் போட்டு நசுக்கினாள்.

அத்தியாயம் 25

'சிகிரியாவிற்கு திரும்பிச்செல்வதா?!' ராவணன் கேட்டான், திகைத்தவனாய். 'உனக்கென்ன பைத்தியமா?'

ராவணன், கும்பகர்ணன், மாரீசன் மற்றும் இந்திரஜித் இலங்கை கப்பற்படையின் முக்கிய கப்பலின் பேரரசரின் பெரிய தனிப்பட்ட அறையில் கூடியிருந்தனர். இந்திரஜித் இரவின் பின் பகுதியில் கப்பலை அடைந்திருந்தான். தன் தந்தையின் இரவு உணவு நேரத்தில் குறுக்கிட்டு அவரை உடனே பார்க்கவேண்டுமென்று வலியுறுத்தினான்.

'ஆமாம், தந்தையே,' என்றான் இந்திரஜித் அவன் குரல் அமைதியாகவும் உறுதியாகவும் இருந்தது.

'திசை திருப்பப்பட்ட சிறு படையை மட்டுமே அனுப்பியுள்ளார்கள்.'

'திசை திருப்பப்பட்ட சிறிய படையா? நீ கப்பல்களின் எண்ணிக்கையை கூட்டினாயா?'

'ஆமாம், செய்து விட்டேன்! பல வீரர்கள் இருக்கிறார்கள் என்ற தோற்றத்தை ஏற்படுத்தவிரும்பலாம். குறைந்த எண்ணிக்கையிலான பணியாட்களை வைத்து மட்டுமே சமாளிக்கிறார்கள். அவர்களது கப்பலுக்குள் நுழைந்தாலே ஒழிய நம்மால் உறுதியாகச் சொல்ல முடியாது, இல்லையா?'

'இருக்கலாம்? இருக்கக்கூடும்? என்ற உன் வார்த்தைகளை வைத்து என் போர் திட்டத்தை நான் மாற்ற வேண்டும் என்று நீ நினைக்கிறாயா?'

'தந்தையே என் உள்ளுணர்வு சொல்கிறது - இந்தத் தகவல் சரியானது. அவர்களது பிரதான சேனை மேற்கிலிருந்து வரும். நாம் இங்கே இருந்தால் அவர்கள் சிகிரியாவை சுலபமாக ஜெயித்துவிடுவார்கள்.'

'நாம் தவறாக இருந்தால்? இந்த நதி கம்பத்தை விட்டுச்சென்று அயோத்தியர்களுக்கு சுலபமான வெற்றியை கொடுத்துவிட்டால்? பிறகு அவர்கள் சிகிரியாவரை அணிவகுத்து சென்றுவிட்டால்?'

'அது அப்படி நடந்தாலும் நாம் நம் கோட்டைக்குள் பாதுகாப்பாக இருப்போம். போதுமான உணவுப்பொருட்களுடன், பாதுகாக்கப்பட்டவர்களாய். அவர்கள் வெளியே குறைவான உணவுப்பொருட்களுடன் பல நாட்களுக்கு சமாளிக்கவேண்டிய கட்டாயத்துடன் தவிப்பார்கள். என்னை நம்புங்கள். அவர்கள் மேற்கிலிருந்து நுழைந்து நம் தலைநகரத்தை எடுத்துக்கொண்டால் அது அதைவிட மோசமாக இருக்கும். நாம் வெளியே இருக்கும்போது அவர்கள் கோட்டைக்குள் நல்ல பாதுகாப்புடன் நல்ல உணவுப்பொருட்களின் கையிருப்புடன் இருப்பார்கள். அவர்கள் நம்மை களைப்புற செய்து விடுவார்கள்.'

கும்பகர்ணன் பேசினான். 'அவர்கள் மேற்கிலிருந்து எப்படி வருவார்கள்? உன்னிடம் அதுபற்றிய தகவல் உள்ளதா?'

இந்திரஜித் மாரீசனைப்பார்த்தான். தான் சொல்லவிருப்பதை ஏற்றுக்கொள்வது அவன் தந்தைக்கும் பெரிய தாத்தாவிற்கும் கடினமாக இருக்குமென்று அவனுக்குத்தெரியும். மாரீசன் தலை அசைத்தான். அவர்களிடம் சொல்.

இந்திரஜித் கும்பகர்ணனின் பக்கம் திரும்பினான். 'அவர்கள் தனுஷ்கோடியில் கடலைக்கடக்கிறார்கள் சித்தப்பா. பிறகு கேதீஸ்வரம் கோவில் வழியாக அணிவகுப்பார்கள். சிகிரியாவை அடைய ஒரு நாளுக்கும் குறைவான நேரமே பிடிக்கும்.'

'இந்திய நிலப்பரப்பைக் கடந்து எப்படி இலங்கையை அடைவார்கள்?' என்று கேட்டான் ராவணன். அவன் முகத்தில் நம்பமுடியவில்லை என்பது போன்ற வெளிப்பாடு இருந்தது. 'உனக்கு அந்தப்பகுதி தெரியும். அலைகள் குறைவாக இருக்கும் நேரத்தில் மணல் திட்டுக்கள் நீரின் நிலைக்கு மேலே இருக்கும். எந்தக் கப்பலாலும் பாதுகாப்பாக அங்கு நங்கூரமிட முடியாது.'

இந்திரஜித் ஆழமான மூச்சு ஒன்றை இழுத்தான். 'அவர்கள் பாலம் கட்டுகிறார்கள் என்று நம்புகிறேன்.'

ராவணனும் கும்பகர்ணனும் சிரித்தார்கள்.

'தந்தையே...' பொறுமினான் இந்திரஜித், வருத்தம் மற்றும் கோபத்துடன்.

மாரீசன் நடுவில் நுழைந்தான். 'ராவணா, கும்பகர்ணா, இந்திரஜித் சொல்வதைக் கேளுங்கள். அவனிடம் உள்ள தகவல் உண்மையென்று நான் நம்புகிறேன்.'

ராவணன் மாரீசன் பக்கம் திரும்பினான். 'மாமா அவன் சொல்லும் இந்த முட்டாள் தனமான விஷயத்தை நீங்கள் நம்புகிறீர்களா? கடலின் குறுக்கே பாலம்? நிஜமாகவா?!'

மாரீசன் மௌனமாக இருந்தான்.

'சகோதரர்களில் இளையவன், இளவரசன் சத்ருக்னன் -அவனால் செய்ய முடியும்,' என்றான் இந்திரஜித். 'அவன் அதிபுத்திசாலி.'

'சத்ருக்னன் அற்புதமானவனாய் இருக்கலாம் என் மகனே,' என்றான் ராவணன். 'ஆனால் அவன் மந்திரவாதியில்லை. கடலின் குறுக்கே எவராலும் பாலம் அமைக்க முடியாது.'

'தந்தையே, என்னை நம்புங்கள். என்னால் அதனை உணரமுடிகிறது. என்னிடம் உள்ள தகவல் உண்மை.'

'இந்திரஜித், குழந்தைத்தனமாக இருக்காதே. நீ கொடுமைப்படுத்திய ஒருவனிடமிருந்து வந்த தகவலை நம்பி என்னை பின்வாங்கச்சொல்கிறாயா. நம் வீரர்களுக்கு இது எப்படித்தோன்றும் என்பதை நீ உணர்கிறாயா? அவர்கள் என்னை கோழை என்பார்கள்! அதற்கு பதிலாக நான் சண்டையிட்டு இறந்துபோகலாம்.'

மாரீசன் மீண்டும் இடைமறித்துப்பேசினான். 'இதனை சரிபார்க்க சிலரை வேகமாக அங்கு அனுப்பினால் என்ன? ஒன்றுமில்லையென்றால் நல்லது. ஒன்றுமில்லை. ஆனால் ஒரு வேளை உண்மையில் அயோத்தியர்கள் கடலைத் தாண்டிக்கொண்டிருந்தால், நாம்...'

'சரி,' சரணடைந்தான் ராவணன். கும்பகர்ணனின் பக்கம் திரும்பினான். 'நாளை காலை குதிரையில் சவாரி செய்யச் சொல்லி சிலரை அங்கு அனுப்பு.'

'இல்லை தந்தையே,' என்றான் இந்திரஜித். 'நாளை காலை அனுப்பினால் அவன் நாளை மறுநாள் தான் திரும்புவார்கள். அதற்குள் கால தாமதமாகிவிடலாம். இப்போதே அனுப்புங்கள்.'

ராவணன் எரிச்சல் அடைந்திருந்தான் என்பது தெளிவாகத் தெரிந்தது. 'என் மகனே...'

'தந்தையே! தயவு செய்து! என்னை நம்புங்கள்!'

ராவணன் தன் கண்களை மூடி தலையை அசைத்தான். 'சரி! இப்போதே அவர்களை அனுப்பு, கும்பா.'

'பெரும் எண்ணிக்கையில் உருவாக்கப்படும் உயர்தட்டு மக்கள்? அதுதான் உன் கோட்பாடா?' வசிஷ்டர் கேட்டார்.

விஸ்வாமித்ரர், வசிஷ்டர் மற்றும் நந்தினி தங்கள் குருகுலத்திற்கு வெளியே காவேரி நதிக்கரையில் ஒரு பெரிய பாறை மீது அமர்ந்திருந்தார்கள். மூன்று நண்பர்களும் மகரிஷி கஷ்யபரின் குருகுலத்தில் ஆசிரியர்களாக இருந்தார்கள். தலை சிறந்த சப்தரிஷி, உத்தராதிகாரி, என்று அனைவராலும் போற்றப்பட்ட ஏழு பழம்பெரும் தீர்க்கதரிசியின் வாரிசு. மூவரும் நாற்பதுகளின் ஆரம்பத்தில் இருந்தனர். வசிஷ்டர் மற்றும் விஸ்வாமித்ரர் தங்களது ஆரம்ப காலங்களில் குருகுலத்தில் மாணவர்களாக இருந்தார்கள். படிப்பு முடிந்தவுடன் தத்தம் வழியில் சென்றிருந்தனர். அனைவரும் போற்றும் ஆசிரியராக வசிஷ்டர் மாற, விஸ்வாமித்ரர் அரச குலத்தினருடன் தொடர்பு கொண்ட, தனக்கென்று தனித்துவம் வாய்ந்த, எல்லோரும் பயப்படும் க்ஷத்ரியனாக இருந்தார். இருபது வருடங்கள் கழித்து மீண்டும் அதே கல்வி நிலையத்தில் இருவரும் சேர்ந்திருந்தனர், இம்முறை ஆசிரியர்களாக. உடனடியாக தங்களது குழந்தைப்பருவ நட்பையும் தூண்டிவிட்டிருந்தனர். தனிமையில்,மாணவர்களாக இருந்தபோது ஒருவரை ஒருவர் அழைத்தது போல் இப்போதும் குறிப்பிட்டனர்: விஸ்வாமித்ரருக்கு கௌஷிக் மற்றும் வசிஷ்டருக்கு திவோதாஸ். அந்த குருகுலத்தில் மற்றொரு மாணவியும் இருந்தாள்: நந்தினி. பிரம்மபுத்ரா மற்றும் கங்கையிலிருந்து வந்த நதிகளின் நீர் ஒன்று சேர்ந்த செழிப்பான வளம்மிக்க பிராங்கா என்ற நிலத்திலிருந்து வந்த புத்திசாலி பெண். அவள் இப்போது மிகவும் அழகான பெண். குழந்தைப்பருவத்தில் அவர்கள் ஒருவருக்கு ஒருவர் பரிச்சயமானவர்கள் மட்டுமே. ஆனால் இப்போது நல்ல தோழியாக மாறியிருந்தாள். இருவரை மூவராக ஆக்கியது மட்டுமில்லாமல் அந்தக் குழுவின் தரத்தையும் உயர்த்தியிருந்தாள். வலிமை வாய்ந்த விஸ்வாமித்ரர் மற்றும் வசிஷ்டரைப்போல் அதிபுத்திசாலித்தனத்தால் ஒளிருவதுடன் இரண்டு ஆண்களும் நம்பியதற்கு மேலாக வசீகரமானவளாக இருந்தாள்!

'மேன்மையான மக்களை தயார் செய்தது மட்டுமில்லை திவோதாஸ்,' என்றார் விஸ்வாமித்ரர் வசிஷ்டரிடம். 'அது

கோட்பாட்டின் ஒரு பாதி தான். மற்றொரு பாதி பொது ஜனங்களை மூழ்கச்செய்வது.'

'என்ன செய்வது?' என்றாள் நந்தினி.

'அதாவது ஒருவரின் பொருளாதார நிலையில் வறுமையை ஏற்படுத்துவது. ஒருவரை ஏழையாக்குவது.'

'அப்போது "பொது மக்களை வறுமையில் ஆழ்த்துவது' என்று ஏன் சொல்லக்கூடாது?' நந்தினி சிரித்தாள். 'பெரிய வார்த்தைகளை பயன்படுத்துவது உன்னை புத்திசாலியாக காண்பிக்காது, விஸ்வாமித்ரா.'

விஸ்வாமித்ரர் தன் கண்களை குறுக்கி போலியாக நந்தினியை முறைத்தார்.

அவள் மீது அவருக்கு இருந்த காதல், தனது எரிச்சல் முகத்தில் தென்படுவதை தடுத்தது.

'நீ அப்படியே புத்திசாலியாக இருக்கிறாய் விஸ்வா,' என்றாள் நந்தினி. 'நாங்கள் எல்லோரும் அறிவோம்.'

விஸ்வாமித்ரர் புன்னகைத்தார். நந்தினி அவரை அப்படி செல்லமாக அழைத்தால் அவருக்கு அது மிகவும் பிடிக்கும்.

'அதனால், பொது ஜனங்களை வறுமையில்...' வசிஷ்டர் தொடர்ந்தார்.

'ஆமாம்,' தொடர்ந்தார் விஸ்வாமித்ரர், நந்தினியைப் பார்த்து புன்னகைத்துக்கொண்டே, 'பொது ஜனங்களை வறுமையில் ஆழ்த்தி மேன்மக்களை அதிகம் உற்பத்தி செய்வது. இந்த கோட்பாடு பெரிய சிக்கலான நாகரீகத்திற்குத்தான் பொருந்தும், மிகத்தெளிவாக. சிறிய குழுக்களுக்கு அல்ல. பெரிய சிக்கலான நாகரீகங்களின் மூலப்பொருள், அதிக எண்ணிக்கையிலான மக்கள் ஒத்துழைப்பது தான். மிகப் பெரிய அளவில் லட்சக்கணக்கான மக்கள் ஒன்றாக ஒத்துழைத்து இணைந்து வாழலாம். நம் இந்தியா போல. மனிதர்களுக்குள் இந்த சமூக ஒப்பந்தம், இந்த மொத்த சமுதாய கட்டமைப்பு, மேன்மையான உயர்தட்ட நிலையில் உள்ளவர்கள் வழிநடத்த, பெரும்பான்மையானோர் அவர்களை பின்தொடர்வதுதான்.'

'ஆனால் சில நவீன கால மக்கள் இந்த உயர்தட்டு மற்றும் வெகு ஜனங்களின் கோட்பாடே ஒரு சமூக ஒப்பந்தம்தான் என்று கூறுகின்றனர்,' என்றாள் நந்தினி. 'இது செயற்கையானது. இது உடைக்கப்படவேண்டும். நாம் இயற்கையான வழிக்குச் செல்லவேண்டும்.'

"இயற்கை வழி" என்பதன் அர்த்தம் உயிர்வாழும் காலம் சராசரியாக முப்பது ஆண்டுகள், குழந்தைபிறப்பின் போது பல பெண்கள் மற்றும் சிசுக்களின் இறப்பு, விரலில் ஏற்படும் ஒரு

சிறு வெட்டு கூட மரணத்திற்கு இட்டுச் செல்லலாம், வன்முறை மற்றும் பசி சில நாட்களுக்கு ஒருமுறை. ஏனென்றால், இந்த அற்புதமான "இயற்கை வழியில்" நாம் விலங்குகள் போல் வாழ்ந்து கொண்டிருப்போம். கண்டிப்பாக உயர்தட்டு மக்கள் மற்றும் வெகுவான பொது ஜனங்கள் ஒன்றாக பெரிய சமூகங்களில் வாழ்வது செயற்கையானது. லட்சக்கணக்கான தனிநபர்கள் ஒத்துழைப்பது என்பது செயற்கையானது. அது "இயற்கை இல்லாதது" என்பதனால் மட்டுமே அது நல்லதில்லை என்று ஆகிவிடாது.'

'ஆனால் அவர்கள் சொல்ல வருவது உயர்தட்டு மக்கள் மற்றும் வெகுஜனங்களுக்கு மத்தியில் இருக்கும் வேற்றுமைதான். அது உள்ளடக்கியது இல்லை.'

'உயர்தட்டு மக்களின் கைகளில் அதிக அளவில் சக்தி செறிவூட்டப்படுவது நல்லதில்லை என்று நான் ஒப்புக்கொள்கிறேன். நாம் சமநிலையை அடையவேண்டும். மறு புறம் செல்வதும் நல்லதில்லை. அதோடு, உள்ளடக்கியதாக இருக்கவேண்டுமென்று சொல்வது...சிறப்பின் இயற்கையான தன்மையில் உள்ளடக்கம் இல்லை. அது அனைத்தையும் உள்ளடக்கியதாக இருக்கமுடியாது. அது பிரத்யேகமானதாகத் தான் இருக்கவேண்டும். அனைவரும் ஈடுபட்டுள்ள உள்ளடக்கம் இருக்கலாம் அல்லது சிறப்பு இருக்கலாம். ஒரு குறிப்பிட்ட விஷயத்தில் திறன் கொண்ட சிலருக்கு சுதந்திரம் தரப்படும்போது சாதனைகள் புரிய அவர்கள் ஊக்கம் பெறலாம். மொத்த சமுதாயமும் அதனால் பயன் பெறக்கூடும் என்ற நம்பிக்கையுடன். ஆனால் நீங்கள் ஏதேனும் ஒன்றை தேர்ந்தெடுக்கவேண்டும். உள்ளடக்கம் அல்லது சிறப்பு. இரண்டையும் உங்களால் பெறமுடியாது. சிறப்பில்லாமல் நாகரீகமான வாழ்க்கை சாத்தியமில்லை. ஆனால் நான் மீண்டும் சொல்கிறேன், நமக்கு சமநிலை தேவை. உயர்தட்டு மக்கள் அதிக வலிமைவாய்ந்தவர்களாக இருக்கக்கூடாது.'

'அதனால் சமூக ஒப்பந்தம், உயர்தட்டு மற்றும் வெகுஜனங்களுக்கு மத்தியில் ஒரு சமநிலையாக இருக்கும். எந்த ஒரு அணியும் அதிக வலிமைவாய்ந்ததாக ஆகிவிடாது.'

'மிகச்சரியாக. சமூக ஒப்பந்தம் வேலை செய்யும் என்றால் உயர்தட்டு மற்றும் வெகுஜனங்கள் இருவருமே மகிழ்ச்சியாக இருப்பார்கள். சமூகமும் வெற்றிபெறும். சமூக ஒப்பந்தம் உடைந்து விட்டதென்றால், சமூகம் சரிந்தால், அரசியல் வன்முறையும் குழப்பமும் ஏற்படும்.'

'பின்னர் சமூகங்களுக்குள் இருக்கும் சமூக ஒப்பந்தங்கள் ஏன் முறிகின்றன?' நந்தினி கேட்டாள். 'அதனை எப்படி தவிர்ப்பது என்று உன் கோட்பாடு என்ன சொல்கிறது?'

'நான் ஒன்றை விளக்கவேண்டும்,' என்றார் விஸ்வாமித்ரர், 'இது என் கோட்பாடு இல்லை. குறைந்தபட்சம் முதலில். யமனாய புல்வெளி நிலங்களில் துர்ச்சின் என்ற மனிதனை சந்தித்தபோது இந்த கோட்பாட்டின் அடிப்படைகள் பற்றி கேள்விப்பட்டேன்.'

'யமனாய?!' வசிஷ்டர் அதிர்ந்தார். ஐரோப்பாவிலிருந்து மத்திய ஆசியா மற்றும் கிழக்கு ஆசியா வரை எட்டாயிரம் கிலோமீட்டர் தூரம் நீண்ட அகன்ற புல்வெளிநிலங்களில் வாழ்ந்த பழங்குடியினர் யமனாயர்கள். அலை அலையாக நீண்டஇந்த வளமான புல்வெளிகள் உலகத்திலேயே குதிரை வளர்ப்பிற்கு தோதான சிறந்த இடம்.இந்தியாவின் ஏகுஸ் வகையை விட மிகச் சிறந்தவை. கடினமான, நாடோடி வாழ்க்கை வாழும் மனிதர்களும் அங்கு உண்டு. அவர்களுள் ஆண்கள் சிறு வயதிலிருந்தே ஒரே வேலைக்காக மட்டுமே வளர்க்கப்படுகின்றனர்: கொலை மற்றும் கொள்ளையடிக்கும் நுட்பமான கலை. பழங்குடிகளுள் கொடூரமான மற்றும் மொத்த இனத்தையே அழிக்கும் அளவிற்கு மிருகத்தனமான மக்கள் கொண்டது யமனாய இனமாகும். 'அவர்கள் மிருகத்தனமான கொலைகாரர்கள். இந்த காட்டுமிராண்டிகளுள் புத்திசாலிகள் இருக்க முடியாது.'

'துர்ச்சின் இதற்கு விதிவிலக்கு.'

'நிஜமாக அதில் அர்த்தமுள்ளது,' என்றாள் நந்தினி. 'குடியேறி நன்கு வாழ்ந்து கொண்டிருக்கும் நாகரீகங்களை தாக்கி கொள்ளையடிப்பதுதான் அவர்களது மொத்த வாழ்க்கைமுறை. மத்தியத்திரைக்கடல், மத்திய கிழக்கு நாடுகள், இந்தியத் துணைக்கண்டம் மற்றும் சீன நாகரீகங்கள் இருந்த காலத்தில் வாழ்ந்த பழங்குடி இது. நம்மைத் தாக்கி கொள்ளையடிக்க வேண்டுமென்றால் நம்மை புரிந்துகொள்ளவேண்டும். அவர்கள் கொல்லும் ஒவ்வொரு மனிதனிடமிருந்தும் அதிகபட்சம் கொள்ளையடிக்கவேண்டுமென்றால் எங்கு எப்போது தாக்க வேண்டுமென்று தெரிந்திருக்கவேண்டும்.'

'சரி,' என்றார் விஸ்வாமித்ரர். 'வேடுவன் இரையை புரிந்துகொள்ளவேண்டியது அவசியம்.'

'நாம் இரை இல்லையே!' கூச்சலிட்டார் வசிஷ்டர்.

'நாம் வலிமையாக இருக்கும்போது நாம் இரையில்லை. ஆனால் நாம் பலவீனமாக இருக்கும்போது, ஆமாம், இந்த புல்வெளி கொள்ளையர்களுக்கு இரையாகிறோம். வெளியிலிருந்து வரும் எதிரிகளுக்கு எதிராக நமது சிறந்த தற்காப்பு நம் சொந்த பலமும் ஒற்றுமையும்தான்.'

'ம்ம்ம்..'

'அப்போது அந்தக் கோட்பாடு...' என்றாள் நந்தினி. 'நாகரீகங்கள் ஏன் பலவீனமாகி சரிகின்றன?'

'வெற்றிக்கு இயற்கையான தொடர்ச்சி இதுதான் என்று கோட்பாடு கூறுகிறது. சிலர் அதனை பேரழிவான வெற்றி என்றழைப்பார்கள். சில சிக்கலான சமுதாயங்களின் தோல்விக்கான விதை வெற்றிக்கான பயணத்தில் விதைக்கப்படுகிறது.'

'அது எப்படி?'

விஸ்வாமித்ரர் தொடர்ந்தார், 'ஒரு சமுதாயம் வெற்றிக்கான பாதையில் செல்லும் போது அது நிலையாக செல்வ செழிப்பானதாக ஆகும். ஒரு வெற்றிகரமான சமுதாயத்தில் இருப்பது போல் உயர்தட்டு மக்கள் திறமையாகவும் நியாயமாகவும் இருந்தால் அவர்கள் தங்கள் வெகுமதிகளை பொதுஜனங்களுடன் பகிர்ந்துகொள்வார்கள். அதனால் பொது ஜனங்களும் சீராக பணக்காரர்களாகவும் ஆரோக்கியமானவர்களாகவும் ஆகிறார்கள். ஆனால் அதன் பலனாக பொது ஜனங்களின் தொகை பெருகுகிறது. எண்ணிக்கையில் அவர்கள் வளர்கிறார்கள். அவர்கள் எண்ணிக்கை அதிகரிக்க அதிகரிக்க அவர்களுக்கான பணியாட்களும் அதிகரிக்கின்றனர். உயர்தட்டு மக்கள் உயர்வதற்கு புது வழிகளை கண்டுபிடித்தால், தங்கள் பொருளாதார நிலையில் வளர்ந்து அதிக பணியாட்களை வேலையில் அமர்த்தினால் இது ஒரு பிரச்சனையாகாது. ஆனால் ஒரு வேளை அவர்கள் அதை செய்யத்தவறினால், பணியாட்களின் எண்ணிக்கை அதிகரித்துக்கொண்டே போனால், வேலைக்கான சம்பளம் சீராக குறைந்துகொண்டேயிருக்கும். பொது ஜனங்களுக்கான ஊதியம் குறையக் குறைய அவர்கள் அதிக ஏழைகளாகவும் கோபக்காரர்களாகவும்மாறி, கிளர்ச்சி மற்றும் புரட்சிக்கு தகுந்த நிலைமையை உருவாக்கிவிடுகின்றனர்.'

'ஆனால் ஊதியம் வேறு சில காரணங்களாலும் குறையலாம், இல்லையா?' என்றாள் நந்தினி.

'உயர்தட்டு மக்கள் போதுமான அளவில் பணிகளை உருவாக்காமல் இருப்பது, மிக அதிக எண்ணிக்கையில் புலம்பெயர்ந்தவர்களை அனுமதிப்பது போன்று. அல்லது பொது ஜனங்கள் குறைவாக சம்பாதிக்கும் வெளிநாடுகளிலிருந்து பொருட்களை உயர்தட்டு மக்கள் இறக்குமதி செய்வது.'

'உண்மை,' என்றார் வசிஷ்டர். 'அப்படிப்பட்ட உயர்தட்டு மக்களை நாம் சுயநலவாதிகள் என்று அழைக்கலாம். ஆனால் தங்கள்நீண்ட கால பேரழிவினை அவர்கள் எழுதிக்கொள்கிறார்கள். முக்கியமான விஷயம் என்னவென்றால் முன்பை விட பொதுஜனங்கள் ஏழையாகவும் ஆரோக்கியம்

குறைந்தவர்களாகவும் மாறினால் அவர்கள் சோகமடைந்து புரட்சிக்கான சூழ்நிலை உருவாகுகிறது. உயிர்வாழ்வதற்கான அடிப்படை உள்ளுணர்வுடன் இருக்கும் ஒரு புத்திசாலியான உயர்தட்டு மனிதன் இந்த நிலைமையை கட்டுப்படுத்தி பொதுஜனங்கள் சோகமடையாமல் இருப்பதை உறுதி செய்யவேண்டும்.'

'கண்டிப்பாக,' என்றார் விஸ்வாமித்ரர். 'உயர்தட்டின் ஒவ்வொரு உறுப்பினரும் ஏழை பொதுஜனங்களுக்கு எப்போதும் நிலையாக உதவவேண்டுமென்பதை உணர வேண்டும். அது அவர்களது சுயநலனுக்காகத்தான். அவர்கள் அதனை செய்யவில்லையென்றால் பொது ஜனங்களை ஒடுக்கி தன் கட்டுப்பாட்டுக்குள் வைக்க பெரிய பாதுகாப்பு மற்றும் இராணுவ அமைப்புகளுக்கு அதிக அளவில் பணம் செலவழித்துக்கொண்டே இருக்கவேண்டும். அதற்கும் எல்லைகள் இருக்கிறது. ஒரு சமயம் இல்லாவிட்டால் மறு சமயம் இராணுவம் நிரம்பி வழியும். ஆனால் வறுமையில் இருக்கும் பொதுஜனங்களால் புரட்சி ஏற்படுவதில்லை. பொதுஜனங்கள் அந்த பெயருக்கு ஏற்றாற்போல் வழிநடத்துவதில்லை. பின்தொடர்வார்கள். அவர்களது மகிழ்ச்சியற்ற நிலைமை புரட்சி, அரசியல் வன்முறை மற்றும் சமூக சிதைவிற்கான நிலைமையை உருவாக்குகிறது. ஆனால் அது போதுமானதில்லை. இந்த திருப்தியற்ற மனநிலை மற்றொரு நிகழ்வுடன் சேர்ந்து வரவேண்டும்.'

'என்ன நிகழ்வு அது?' வசிஷ்டர் கேட்டார்.

'உயர்தட்டிற்கு எதிரான உயர்வு,' என்றார் விஸ்வாமித்ரர்.

'புரட்சி மற்றும் கிளர்ச்சியை வழிநடத்துபவர்கள்?' நந்தினி கேட்டாள்.

'மிகச்சரியாக,' என்றார் விஸ்வாமித்ரர். 'உயர்தட்டு மக்களுக்கு எதிரான கூட்டத்தின் தோற்றத்திற்கு தேவையான நிலைமையை பொது ஜனங்களின் ஏழ்மை உருவாக்குகிறது. வெகுவான பொதுஜனங்கள் ஊதிய குறைவால் ஏழைகளாக ஆக, அவர்களை பணியில் அமர்த்துபவர்கள் அதாவது உயர்தட்டு மக்கள் செல்வந்தர்களாக ஆகிறார்கள். இரு தரப்பினருக்கும் இடையேயான தூரம் அதிகரிக்க அதிகரிக்க பொது ஜனங்களின் ஆசைகள் இன்னமும் கவனமாகவும் கடினமாகவும் ஆகிறது. அவர்களுள் திறன் படைத்தவர்கள் மேலே உயர்த்தட்டிற்குள் நுழைய விரும்புவர். நிஜத்தில் மேலும் மேலும் மக்கள் உயர்தட்டிற்கு நகர இன்னமும் கடுமையாக முயற்சிக்கிறார்கள் ஏனென்றால் அதன் வெகுமதிகள் வசீகரமாக தோற்றமளிக்கின்றன. உயர்தட்டு மக்கள் அடக்கமான வாழக்கை வாழாமல் ஆடம்பரமாக வாழும் போது இது முக்கியமாக உண்மையாகிறது.

நாட்பட, வெகுஜனங்களில் சிலர் உயர்த்தட்டில் கலந்து விடுகிறார்கள். கடினமாக உழைத்து நன்கு படித்து முன்னேறுகிறார்கள். ஆனால் பிரச்சனை என்னவென்றால் உயர்தட்டு விரிந்து கொண்டே இருக்கமுடியாது. குறிப்பிட்ட உயர்தட்டு பதவிகள்தான் உண்டு. ஒரே ஒரு ராஜா தான் இருக்கமுடியும். சேனையில் ஒரே ஒரு தளபதி தான் இருக்க முடியும். ஒரு மதத்திற்கு ஒரு மதகுரு தான் இருக்கமுடியும். நாகரீகமான சமூகத்தில் குழந்தைகள் இன்று ஒரு பெரிய பொய் சொல்லப்படுகிறார்கள். எல்லோரும் மேலே உச்சியை அடையமுடியுமென்று. இது முட்டாள்தனம். மேலே உச்சியில் அளவற்ற இடமிருப்பதில்லை. சிக்கலான சமூகத்தின் இயற்கை உயர்தட்டத்தை சிறிய குழுவாக ஆக்கிவிடுகிறது. அதிக எண்ணிக்கையில் ஆர்வலர்கள் உயர்மட்டத்திற்கு முன்னேற விரும்பும் போது, அதிக எண்ணிக்கையில் மனிதர்கள் அந்த லட்சியத்தை அடைவதிலிருந்து நிராகரிக்கப்படுவார்கள் என்பது இந்த பூமியில் தர்க்க வாதத்தில் பொருந்தும். பிறகு எரிச்சல் அடைந்து இந்த ஆர்வலர்கள் உயர்தட்டின் எதிரணியாகி விடுகிறார்கள்.'

'இந்த எதிரணி கடுமையாக உழைத்த வெகுஜனங்களிலிருந்து எழுந்ததால் பழைய உயர்தட்டு மக்களின் பிள்ளைகளை விட அதிக தகுதி உடையவர்களா?' வசிஷ்டர் கேட்டார்.

'மிகச்சரியாக,' ஒப்புக்கொண்டார் விஸ்வாமித்ரர். 'வெகுஜனங்களிலிருந்து உயர்தட்டிற்கு எழும்பியவர்களது அடிவயிற்றில் தீ இருக்கும். அதனால் தான் அவர்கள் எழும்பியுள்ளார்கள். ஆனால் உயர்தட்டு மக்களின் பிள்ளைகள் பிறக்கும் போதே செல்வந்தர்களாக பிறந்திருக்கிறார்கள். பெரும்பாலானவர்கள் கடினமாக உழைக்கவிரும்பாமல் வெற்றிக்குத்தேவையான தியாகங்களை செய்வதில்லை. உயர்தட்டில் இருக்க அவர்களுக்கு உரிமை இருக்கிறதென்றும் அவர்களது பெற்றோர்கள் அதனை உறுதி செய்வார்கள் என்றும் நினைக்கிறார்கள்.'

'உண்மைதான்,' என்றாள் நந்தினி தீய புன்னகையுடன். அவளும் வசிஷ்டரும் சொந்த உழைப்பில் முன்னுக்கு வந்தவர்கள்.

'ஏய்!' என்றார் விஸ்வாமித்ரர், மென்மையாக சிரித்துக்கொண்டே. ஏனென்றால் அவர் ஒரு அரசனின் மகன், தெளிவாக பழைய உயரடுக்கின் சந்ததி. 'செல்வந்தர் இல்லத்தில் பிறந்த எல்லா குழந்தைகளும் குண்டாகவும் சோம்பேறியாகவும் இருப்பதில்லை.'

'சோம்பேறித்தனத்தை பற்றி நீ சொல்வதை நான் ஒப்புக்கொள்கிறேன்,' என்றார் வசிஷ்டர் சீண்டியபடி. 'ஆனால் குண்டாக...அதைப்பற்றி எனக்குத்தெரியாது...'

விஸ்வாமித்ரர் தன் பருத்த வயிற்றைப்பார்த்து பெரிதாக சிரித்தார். விளையாட்டாக தன் நண்பன் வசிஷ்டரின் தோளில் குத்தினார். வசிஷ்டர் சாய்ந்து தன் நண்பனை கட்டிக்கொள்ள, இருவரும் ஒன்றாக ஒற்றுமையாக சிரித்தனர். நந்தினியும் சிரித்தாள். 'சரி, சரி. இருவரும் நிதானித்துக் கொள்ளுங்கள்.'

'சரி,' என்றார் விஸ்வாமித்ரர் பின்னால் சாய்ந்து வசிஷ்டரை தட்டிக்கொடுத்தபடி. 'அப்போது, சமுதாயத்தில் இந்த மாற்றங்கள் நடக்க வெகு காலம் எடுக்கும், சரியா?' என்றாள் நந்தினி.

'ஆமாம், கண்டிப்பாக. இந்த மாற்றங்கள் பல பத்து வருட காலங்கள் எடுக்கும். சமுதாயத்தின் ஆரோக்கியத்தை பாதுகாக்கும் பொறுப்பில் இருப்பவர்கள் சில குறியீடுகளை கவனித்துக்கொண்டே இருக்கவேண்டும். அப்படிச் செய்தால் வரவிருக்கும் சமுதாய குழப்பங்கள் ஏதேனும் இருந்தால் அது தெரிந்து விடும். இந்த குறியீடுகள் எப்படி இருக்கும்? இது போன்று...வெகுஜனங்கள் மற்றும் உயர்தட்டு மக்களுக்கு இடையே எவ்வளவு சமமற்ற நிலை உள்ளது? இடையீடு செய்யும் முன்னர் அதன் எல்லை என்னவாக இருக்கவேண்டும்? அளவுக்கு அதிகமான உயர்தட்டு மக்கள் உருவாகுகின்றார்களா? ஒவ்வொரு உயர்தட்டு பதவிக்கும் எத்தனை ஆர்வலர்கள் போட்டியிடுகிறார்கள்? உயர்தட்டின் எதிரணி உயர்ந்துகொண்டே போகின்றதா?'

'ஒரு விளக்கம், தயவு செய்து. நீங்கள் உயர்தட்டு என்று சொல்லும்போது பிராமணர், வைசியர்கள் மற்றும் சத்ரியர்களை மட்டும் குறிக்கவில்லை, சரியா?'

'கண்டிப்பாக இல்லை,' என்றார் விஸ்வாமித்ரர். 'உயர்தட்டின் பகுதியாக இல்லாதபல பிராமணர்கள் சத்ரியர்கள் மற்றும் வைசியர்கள் இருக்கிறார்கள். உதாரணத்திற்கு, சிறிய பள்ளியில் ஆசிரியர்கள் அல்லது போர் வீரர்கள் அல்லது வணிகர் சங்கத்தில் துணை வணிகர்கள். அதோடு மேல் தட்டில் பல சூத்ரர்களும் இருக்கிறார்கள்: உதாரணத்திற்கு சூத்ர கலைஞர்கள், கதாசிரியர்கள், பலரும் தொடரும் ஓவியர்களும், சித்தாந்தவாத உயரடுக்கு மனிதர்கள். அதனால் மக்களின் வர்ணங்களை பற்றியில்லை. அதிகாரத்தை பொறுத்தது, யாரிடம் உள்ளதோ, யாரிடம் இல்லையோ. உயர்மட்டம் ஒன்றால் மட்டுமே அறியப்படுகிறது: அதிகாரம். தங்கள் சமூகத்தில் உள்ள மற்றவர்கள் மீது தன் அதிகாரத்தை செலுத்துபவர்கள் உயர்தட்டு உறுப்பினர்கள்.'

'சரி,' என்றாள் நந்தினி.

'அப்போது இந்த செயல் முறையை எப்படி கட்டுப்படுத்துவது?' வசிஷ்டர் கேட்டார். 'இது மொத்த சமுதாயத்தையும் வெடித்து சிதறச்செய்யும் முன் புத்திசாலியான உயர்தட்டு மனிதன் ஒருவன் இந்த பிரச்சனைகளை எதிர்பார்த்து அதனை தவிர்க்க அல்லது அதனை கட்டுப்படுத்த வேண்டும்.'

'சரி,' என்றார் விஸ்வாமித்ரர். 'முதன்முதலில் செய்யப்பட வேண்டியது, வெகுஜனங்களின் வாழ்வின் மேன்மைக்கு தேவையான பொருட்செல்வம் அவர்களிடம் இருப்பதை உறுதி செய்யவேண்டும். வெகுஜனங்கள் எந்த வர்ணத்தை சேர்ந்தவர்களாக இருந்தாலும் அவர்களது வாழ்க்கைமுறை தொடர்ச்சியாக மேம்பட வேண்டும், குறைந்த அளவில் என்றாலும். நினைவிருக்கட்டும், வெகுஜனங்கள் தங்கள் நிலைமையை வெளிநாட்டவரோடு ஒப்பிடுவதில்லை. தங்கள் கடந்த காலத்துடன்தான் ஒப்பிட்டுக்கொள்கிறார்கள். பூமியில் செல்வசெழிப்பான நாடு இந்தியா தான். உதாரணத்திற்கு இந்திய வெகுஜனங்கள் கிரேக்க நாட்டு பொது மக்களை விட அதிக செல்வந்தர்கள். கிரேக்க நாட்டு மக்களை விட சிறந்த பொருளாதார நிலையில் இருந்தாலும், இந்திய வெகுஜனங்களின் நிலைமை முன்பிருந்ததைவிட அதிக மோசமாக மாறினால் அவர்கள் அதிருப்தியடைந்து புரட்சியும் போராட்டங்களும் நடத்துவர்.'

'ஆமாம்,' என்றார் வசிஷ்டர். 'அது உண்மைதான்.'

'அதனால் ஏழைகளுக்கு உதவுவதில் உயர்தட்டு மக்களுக்குத்தான் நன்மை. அவர்களை நினைவில் கொள்ளவேண்டும். சந்தேகத்தில் இருந்தால் ஏழைகளுக்கு உதவுங்கள். செய்வதற்கு வேறொன்றும் இல்லையென்றால் ஏழைகளுக்கு உதவுங்கள். ஒரு புத்திசாலியான உயர்தட்டு மனிதனின் இயல்புநிலை ஏழைகளுக்கு உதவுவதாகத்தான் இருக்கவேண்டும்.'

'அதிக எண்ணிக்கையில் உயர்தட்டு மக்கள் உருவாக்கப்படும் பிரச்சனை?'

'அது உயர்தட்டு மக்களின் வேறொரு பிரச்சனை. அவர்களது பொருட்செல்வம் அளவிற்கு அதிகமாக மேம்பட வேண்டுமென்று நான் நினைக்கவில்லை. நிஜத்தில், ஒரு சமூகத்தின் நிலையான தன்மைக்கு அவ்வப்போது உயர்தட்டு மக்கள் அழிக்கப்படவேண்டும். அப்படிச் செய்யும்போது அதிக உற்சாகம் மற்றும் சக்தியும் கொண்ட புது உயர்தட்டு மக்கள் பருமனாகவும் சோம்பேறியாகவும் இருக்கும் உயர்தட்டு மக்களுக்கு பதிலாக அங்கு தங்கள் இடத்தைப்பிடித்துக்கொள்வார்கள்.'

'அழிக்கப்படுவதா?' நந்தினி கேட்டாள். 'அது கொடூரமானதில்லையா? நிஜமாக விஸ்வா நீ சொல்வதை கவனமாக சிந்தித்துச் சொல். வார்த்தைகளுக்கு சக்தி உண்டு, என் நண்பா!'

'பார், என் மனதிற்கு தோன்றுவதை நான் பேசுகிறேன், நன்கு விளக்கும் சொற்களை பயன்படுத்துகிறேன், மிகவும் சரியாக இருப்பது அவசியம் என்று சொல்லமுடியாது. எது எப்படியோ, அரசியல் காரணமான உள்நாட்டு வன்முறையில் இதுதான் நடக்கிறது இல்லையா? பல உயர்தட்டு மக்கள் கொல்லப்படுகிறார்கள். அதன் பிறகு அந்த வர்க்கத்தில் அவர்களுக்குள் குறைவான போட்டியே இருக்கிறது. உண்மையில் அடிக்கடி அதிக உயர்தட்டு மக்கள் உருவாவதில், சில பழைய உயர்தட்டு அல்லது உயர்தட்டின் எதிரணி, வெளிநாட்டு தலையீட்டை அழைப்பதற்கான வழிவகுக்கப்படுகிறது. கூடுதலான ஆதரவும் உறுதியும் சம்பாதிக்கப்படுகிறது. யமனாய பழங்குடியை சேர்ந்த துர்ச்சின் இதைத்தான் என்னிடம் சொல்லிக்கொண்டிருக்கிறான். உயர்தட்டில் அதிக மக்கள் உள்ள தேசங்களை யமனாய வீரர்கள் தேடுகிறார்கள். அவர்களுள் சிலர், புல்வெளிநிலங்களின் இந்த வீரர்களை தங்கள் சொந்த நாட்டில் மற்ற உயர்தட்டு மனிதர்களுக்கு எதிரான தங்கள் போரில் உதவி செய்ய அழைப்பதை விரும்புகிறார்கள். ஒரு ஆட்டு மந்தை, தங்கள் மந்தையை சேர்ந்த தங்களுக்கு பிடிக்காத ஒரு ஆட்டைக் கொல்ல வெளியிலிருந்து ஓநாயை அழைப்பது போல். இந்த அழைப்பை விடுக்கும் ஆட்டிற்கும் இது நன்மையாகாது. உயர்தட்டு மக்கள் தங்களுக்குள் அடித்துக்கொள்வது ஒரு சமுதாயத்திற்கு நல்லதில்லை.'

'அதனால் அந்த நிலைமை வருமுன் வெவ்வேறு உயர்தட்டு குழுக்களுக்குள் போட்டி குறைக்கப்படவேண்டுமென்று நினைக்கிறேன்.'

'மிகவும் சரியாக. உயர்தட்டுமக்களுக்குள் உள்நாட்டுப்போர் ஏற்பட்டு அதனால் குழப்பம் விளைவது தவிர்க்கப்படவேண்டும் என்றால் இதனை அடைய பல வழிகள் உண்டு. மிக எளிமையான வழி, குறிப்பிட்ட உயர்தட்டு குழுக்களை நாடு கடத்துவது. நுட்பமாக செய்யப்படவேண்டும், கண்டிப்பாக. அவர்கள் கிளம்பவேண்டிய சூழ்நிலையை உருவாக்கி. வேறு ஒருநாட்டில் அவர்கள் போட்டியிட்டுக்கொள்ளட்டும், இந்தியாவில் இல்லை. இந்தியாவிற்குள் உயர்தட்டு மக்களுக்கிடையிலான போட்டி குறைவாக இருக்கும். ஆனால் மற்றொரு வழியும் இருக்கிறது.'

'உங்கள் தாய்வீடு வழிமுறை...' என்றார் வசிஷ்டர்.

'தாய்வீடு வழிமுறை?' நந்தினி கேட்டாள். 'அது என்ன?'

'கௌஷிக் இது பற்றி ஒரு முறை விவரமாகக் கூறியிருந்தான்,' வசிஷ்டர் விஸ்வாமித்ரரின் குருகுல பெயரை பயன்படுத்தி மேலே பேசினார். 'தீவிரமான எண்ணம்தான். குழந்தைகள் பிறந்தவுடன் கட்டாயமாக அரசிடம் ஒப்படைக்கப்படவேண்டுமென்று ஆலோசனை கூறியிருந்தான். பெற்றோர்கள் தங்கள் குழந்தைகளை ராஜ்ஜியத்திடம் கொடுத்துவிடுவார்கள். அரசு அவர்களுக்கு உணவு கொடுத்து படிக்க வைத்து அவர்களுள் இருக்கும் திறமைகள் மற்றும் திறன்களை வளர்க்கும். அவர்களது பதினைந்தாவது வயதில் அவர்களது உடல்வலிமை, மனவலிமை மற்றும் உளவியல் வலிமைகளுக்காக தீவிரமாக பரிசோதனை செய்யப்படுவார்கள். முடிவுகளின் அடிப்படையில் பொருத்தமான வர்ணங்கள் அவர்களுக்கு வழங்கப்படும். அதன் பிறகு பயிற்சி அளிக்கப்படும்போது அவர்களது இயல்பான திறமைகள் நன்கு மெருகூட்டப்படும். முடிவில் தேர்வு செயல்முறைப்படி அவர்களது இளம்பருவத்தில் தங்கள் திறமைகளுக்கு ஏற்ப எந்த பிரிவினரிடம் கொடுக்கப்படுகிறார்களோ அதே குலத்தினரால் ஏற்றுக்கொள்ளப்படுவார்கள். குழந்தைகளுக்கு தங்கள் பிறவித்தாய், தந்தை யாரென்று தெரியாது. தத்தெடுத்துக்கொண்ட குலப் பெற்றோரை மட்டுமே அறிவார்கள்.'

நந்தினி தன் புருவங்களை உயர்த்தினாள். 'தனக்கென்று குழந்தைகள் இல்லாதவர்களே, மக்கள் தங்கள் குழந்தைகளை விருப்பத்துடன் அரசிடம் ஒப்படைப்பார்கள் என்று நினைப்பார்கள்.'

'ஆனால் இந்த அமைப்பு ஒரு சமுதாயத்திற்கு மிகச்சரியானது, நந்தினி,' என்றார் விஸ்வாமித்ரர். 'திறந்த மனதுடன் இதைப்பற்றி சிந்தி. ஒவ்வொரு சந்ததியிலும் பழைய உயர்தட்டுமக்களின் வழித்தோன்றல்களுள் தகுதியற்றவர்களை அவர்களது பதவியிலிருந்து குறைத்து விடுகிறோம். அவர்கள் பொதுஜனங்களின் பகுதியாக மாறிவிடுவார்கள். அதோடு பொதுஜனங்களில் தகுதியானவர்கள் உயர்த்தட்டில் சேர்ந்துவிடுவார்கள். திறந்த மற்றும் நியாயமான வழியில். அன்பைப்பொழியும் தாய் மற்றும் தந்தையின் விசேஷ ஊக்கம் எதுவுமில்லாமல் பழைய உயர்தட்டு வழித்தோன்றல்கள் மீண்டும் உயர்தட்டில் சேர்ந்துகொள்ளலாம். உயர்தட்டில் இருப்பவர்கள் வெகு காலம் தகுதியானவர்களாகவும் திறமையானவர்களாகவும் இருப்பார்கள். அது சமுதாயத்தை நிலையாக வைக்கும். அதோடு போட்டிமனப்பான்மையுடனும் இருக்கச்செய்யும்.'

'ஆனால் கடமை மற்றும் திறனைக் கொண்டு மட்டுமே வளரும் ஒரு சமுதாயத்தைப்பற்றி நீங்கள் கற்பனை செய்கிறீர்கள். அன்பு பற்றி என்ன? நாம் அன்பில்லாத மனிதப்பிறவிகளா?'

'அன்புதான் இருப்பதிலேயே மிக அதிக மாயை என்று கௌஷிக் நம்புகிறான்,' என்றார் வசிஷ்டர் புன்னகையுடன்.

'குறைந்தபட்சம் பல வருடங்களுக்கு முன் அப்படித்தான் நினைத்திருந்தான்.'

'நிஜமாகவா?' மின்னும் கண்களுடன் விஸ்வாமித்ரரைப்பார்த்தபடி நந்தினி கேட்டாள்.

விஸ்வாமித்ரர் ஒன்றும் சொல்லவில்லை.

நந்தினி வசிஷ்டர் பக்கம் திரும்பினாள். 'காதல் மாயையாக இருக்கலாம், இல்லாமலும் இருக்கலாம். ஆனால் எப்படியிருந்தாலும் அது உணரும்போது மகிழாமல் இருக்க எந்த காரணமும் இல்லை. தற்காலிகமாக இருந்தாலும் காதல் தரும் ஆறுதலை சோகம் என்னும் பாலைவனத்தில் அவதிப்பட்டவர்கள்தான் மறுப்பார்கள்.'

வசிஷ்டர் அசௌகரியமாக உணர்ந்தார். தற்சமயம் எதிர்கொள்ளவேண்டியிருந்த விஷயம் பற்றி பேசினார். 'அது போன்ற சமூகம் சாத்தியமா என்றுகூட எனக்குத்தெரியவில்லை. தாய் வீடு அமைப்பு எங்கு செயல்படுத்தப்பட முடியும்? இருந்தாலும் நான் ஒப்புக்கொள்கிறேன்-அது சுவாரசியமான பரிசோதனையாக அமையும்.'

நந்தினி புன்னகைத்து வசிஷ்டரின் மீதிருந்த தன் கண்களை விலக்கி புரியாதவகையில் தலையை அசைத்தாள்.

'இது செயல்படுத்தப்பட வேண்டுமென்று அடுத்த விஷ்ணுவை என்னால் வலியுறுத்தமுடியாது என்று உறுதியாக நம்புகிறேன்,' என்றார் விஸ்வாமித்ரர்.

நந்தினி மென்மையாகச் சிரித்தாள். 'நீங்கள் முதலில் மலயபுத்ரர்களின் தலைவராக ஆகவேண்டும்.'

'அது நடக்கும்…'

'அது கண்டிப்பாக நடக்கும்,' என்றார் வசிஷ்டர். 'என் நண்பன் அதனை செயல்படுத்துவான்.'

விஸ்வாமித்ரர் வசிஷ்டரின் கைகளை தட்டிக்கொடுத்து அவரைப் பார்த்து சிரித்தார்.

அவர்கள் இருவரையும் பார்த்த நந்தினியின் முகத்தில் சோகத்தின் நிழலாடியது. சிறிய நேரம் கடந்தபின் அது மறைந்தது. 'என்னிடம் மற்றுமொரு கேள்வி உள்ளது.'

'கேளு,' என்றார் விஸ்வாமித்ரர்.

'அரச குடும்பத்தைச் சேர்ந்த பல சத்திரியர்கள் இந்நாட்களில் வணிகர்களை தாக்குகிறார்கள். வைசியர்களின் செல்வத்தை பிடுங்கிக்கொள்ளும் நாளும் சீக்கிரமே வரும். அதையும் உயர்தட்டு மக்களின் அழிவு என்றுதான் சொல்வீர்களா?'

'இல்லை, அதனை நயவஞ்சகம் மற்றும் முட்டாள்தனம் என்று கூறுவேன்.'

'ஏன்? இப்போதுதானே அதிக உயர்தட்டு உறுப்பினர்கள் இருக்கக்கூடாது என்று சொன்னீர்கள்.'

'இதை புரிந்துகொள். நான்கு வகை அதிகாரம் உண்டு: இராணுவ, பொருளாதார, அரசியல் மற்றும் சிந்தாந்த. வன்முறையை பயன்படுத்தும் தகுதியை பொருத்து இராணுவ வலிமை உள்ளது. இது இராணுவம், காவல் அல்லது அது போன்ற வேறு ஒரு நிறுவனமாக இருக்கலாம். பொருளாதார வலிமை என்பது செல்வத்தைப்பொருத்து மட்டுமில்லை. ஆனால் அந்த செல்வதை எப்படி பயன்படுத்துகிறோம் என்பதிலும் உள்ளது. உதாரணத்திற்கு, பெரிய வணிக சங்கத்தின் நிர்வாக பங்குதாரரை விட ஒரு செல்வந்தனான தொழிலதிபரிடம் அதிக பணம் இருக்கலாம். ஆனால் நிர்வாக பங்குதாரரால் சங்கத்தின் பணத்தைக்கொண்டு அதிக அதிகாரம் செலுத்தமுடியும். நம்முடைய இந்த அனுமானநிர்வாக பங்குதாரரிடம் தொழிலதிபரை விட குறைவான பணம் இருக்கலாம் ஆனால் அவர்தான் அதிக வலிமையுடையவர். அதனால் அவர் உயர்தட்டு. அரசியல் வலிமை, அரசியல்வாதிகள் மற்றும் ஆட்சியாளர்களால் பயன்படுத்தப்படுகிறது; அடிப்படையில், தங்கள் அதிகாரத்தை மக்களிடம் செலுத்த அரசன், அரசு அதிகாரிகள், நீதிபதிகள் போன்றவர்கள் எல்லோரும் அரசு அதிகாரத்தை பயன்படுத்துவார்கள். இறுதியில், உயர்தட்டு மக்களின் கருத்துக்களை ஏற்றுக்கொண்டு அவர்களது எண்ணங்களுக்கு ஆதரவாக வெகு ஜனங்களை சிந்திக்கவைக்கும் திறன்தான் சித்தாந்தங்களின் வலிமை. சித்தாந்த உயர்த்தட்டில் கதாசிரியர்கள், கல்வியாளர்கள், பத்திரிகையாளர்கள், கலைஞர்கள் போன்றவர்கள் அடங்குவார்கள். ஒத்திசைவான உயர்தட்டு குழுவிடம் சக்தியின் நான்கு ஆதாரங்கள் இருக்கும். இந்த நான்கு சக்திகளையும் பயன்படுத்தும் உள் துணை குழுக்கள் அவர்களிடம் இருக்கவேண்டும். அதனால் ஒரு உள் துணைக் குழு மற்ற உள் துணைக் குழுவை தாக்குவது முட்டாள்தனம், வெளிப்படையாக சொல்லவேண்டுமென்றால் நீண்ட காலத்தில் செயல்படுத்தப்படும் தற்கொலை.'

'சுவாரசியம்...' என்றார் வசிஷ்டர். 'இந்தியாவில் இப்போது உயர்தட்டு குழுக்கள் எது என்று நீங்கள் நினைக்கிறீர்கள்?'

'நீங்கள் கற்பனை செய்வது போல் தெளிவாக இல்லை. புனித சரஸ்வதி நதி...'

வசிஷ்டர் திடீரென்று கனவிலிருந்து எழுந்தார். ஒரு நூற்றாண்டு கால நினைவு திரும்பி வந்தது போல். 'ஓ, பிரம்மா!'

அது பின்காலை நேரம். பாலம் கட்டுமானத்தை முன்பு தீர்மானித்திருந்ததைவிட ஒரு நாள் முன்னாலேயே துவங்குவது என்று சத்ருக்னன் திட்டமிட்டிருந்தான் என்று வசிஷ்டர் அறிந்திருந்தார். பாதி யானை பாகர்கள் சோர்விலிருந்து மீண்டிருந்தனர். வேலை செய்யும் வேகம் குறைவாக இருக்கும். ஆனால் ஒன்றும் செய்யாமல் இருப்பதை விடச் சிறந்தது. காலை உணவிற்குப் பின் வசிஷ்டர் மீண்டும் தூங்கியிருந்தார். பாம்பன் தீவின் கரையோரத்தில் ஒரு குட்டித்தூக்கம். அந்தக் கனவு அவருக்கு வந்திருந்தது. ஒரு காரணத்திற்காக.

அவன் என்ன செய்வான் என்று எனக்குத் தெரியும்...

வசிஷ்டர் வானத்தைப்பார்த்தார். நண்பன் எதிரியாக மாறியிருந்தது நினைவிற்கு வந்தது.

கௌஷிக்... நீ என்ன செய்வாய் என்று எனக்குத் தெரியும்... அனுனாக்கி...

அத்தியாயம் 26

கீழே தரையில் படுத்திருந்த இலங்கை வீரன் தன் வயிற்றின் ஆழத்தில் கத்தி புதைந்திருந்தாலும் ஆச்சரியப்படும் அளவில் போராடிக்கொண்டிருந்தான். அயோத்திய வீரன் அவனருகில் அமர்ந்து அவன் முகத்தை மீண்டும் மீண்டும் தன் வலது முட்டியால் அறைந்துகொண்டிருந்தான். இலங்கை வீரனின் வாயை தன் இடது கையால் பொத்தி அவன் கழுத்திற்கு குறி வைத்துக்கொண்டிருந்தான், கழுத்தை நெரித்து இந்த சண்டையை முடித்துவிட. அயோத்திய வீரன் தெளிவாக குத்த முடியாதபடி அந்த இலங்கை வீரன் அப்படியும் இப்படியுமாக நகர்ந்தான். அயோத்திய வீரனின் மார்பில் குத்தி தலையை அறைந்தான். ஆனால் இலங்கை வீரனிடமிருந்து அடுத்தடுத்து வந்த அடி பலவீனமாக இருந்தது.

இலங்கை வீரனின் வாயின் மீது இருந்த தன் கையை கெட்டியாக்கினான் அயோத்திய வீரன். அவன் அதனை செய்யவேண்டியிருந்தது. இலங்கை வீரன் கூவினால் அவர்கள் கண்டுபிடிக்கப்படுவார்கள். வேறு சிலரும் இருக்கலாம்.

இலங்கை வீரன் தன் தாடையை தன் நெஞ்சில் புதைத்துதன் கழுத்தை பாதுகாத்திருந்தான். கடைசியில் தன் கையால் அவன் வாயை பொத்துவதை தொடர்ந்தபடி அயோத்தியன் அவன் தலையை கிழித்தெடுக்க முயன்றுகொண்டிருந்தான். தன் வலது கையால் இலங்கை வீரனின் கழுத்தைப் பிடித்தான். இலங்கை வீரன் மிகவும் கடினமாக முயன்றுகொண்டிருந்தான்.

அயோத்தியனை தள்ளி விட முயற்சி செய்துகொண்டிருந்தான். பலவீனமாகிக்கொண்டிருந்தான். வயிற்றிலிருந்த காயத்திலிருந்து மிக அதிக அளவில் ரத்தத்தை இழந்து கொண்டிருந்தான். அவனது தொண்டைக்குழியின் எலும்பு அயோத்திய வீரனின் கைக்கு அகப்பட்டது. அவன் அதனை அழுத்தினான். கடினம். இப்போது பாதுகாப்பாக தன் இடது கையை அவன் வாயிலிருந்து எடுக்கமுடிந்தது. இனி எந்த சத்தமும் சாத்தியமில்லை. அவன் தன் இரண்டு கைகளாலும் இன்னமும் கொடூரமாக நெரித்தான். இலங்கை வீரனின் கால்களும் கைகளும் மிருதுவான மணல் தரையில் மோதின. தொண்டைக்கு கொடுக்கப்பட்ட கொடூரமான அழுத்தத்தினால் அவனது கண்கள் பிதுங்கின.

'இறந்து போ,' மெல்லிய குரலில் சபித்தான்அயோத்தியன்.

இலங்கை வீரனின் உடல் பலவீனமாக இழுத்துக்கொண்டிருந்தது. கருணை இல்லாமல் அழுத்தத்தை அதிகரித்தான் அயோத்தியன். கடினமாக இன்னமும் இறுக்கமாக நெரித்தான். முடிவில் இலங்கை வீரன் நகராமல் நிலையாக படுத்திருந்தான். தளர்ந்த அவனது நாக்கு வாயிலிருந்து வெளியே நீட்டியிருந்தது. கீழே தரையில் கிடந்த ஒரு கல்லை எடுத்து அந்த இலங்கை வீரனின் தலையில் மீண்டும் மீண்டும் இடித்து அதனை உடைத்தான். ஒரு வேளை இன்னமும் உயிர் பிரியாமல் இருந்தால்.

அவன் எழுந்தான். முற்றும் சோர்வடைத்திருந்தான். சுற்றிப்பார்த்தான்.

அவனைச்சுற்றி ஐந்து இலங்கையர்கள் இறந்து கிடந்தனர். மற்றும் நான்கு அயோத்தியர்கள்; அவனது சகாக்கள்.

அந்த அயோத்தியன் சிறிய குழுவின் உறுப்பினன், இலங்கையின் பிரதான நிலத்திற்குள் உணவைத்தேடி அலையும் வேட்டைக்காரர்கள் கூட்டத்தைச்சேர்ந்தவன். அங்கு நுழையவிருந்த அயோத்திய சேனைக்கு உணவு பொருட்கள் வழங்கும் பொறுப்பு அந்த குழுவிற்கு கொடுக்கப்பட்டிருந்தது. இந்த குறிப்பிட்டக் குழு இரவில் நடமாடும் மிருகங்களை அவை ஒளிந்து கொள்ளும் முன்னர் குறி பார்த்து வேட்டையாடும். இந்த பணியில் ஈடு பட்டிருக்கும்போது எந்த அயோத்திய குழுவும் இதுவரை இலங்கை வீரர்களை எதிர்கொள்ளவில்லை. இலங்கையர்கள் சிகிரியாவிற்கு திரும்பிச்சென்று விட்டதாக நம்பினார்கள்.

அதனால் சிறிய இலங்கை குழுவினரை எதிர்கொண்ட போது அதிர்ந்து போனார்கள் அயோத்தியர்கள். இலங்கையர்களும் தெளிவாக அதிர்ச்சியடைதிருந்தனர்.

இரு குழுவினருக்குமிடையேயான மோதல் வேகமாகவும் கொடூரமாகவும் இருந்திருந்தது.

அயோத்தியன் தன் மூச்சை சீர் படுத்திக்கொண்டான் மெதுவாக. அவன் விரைந்து சென்று நடந்ததை அறிவிக்க வேண்டும். அங்கு வந்திருந்த படைப்பிரிவின் தலைவன் அரிஷ்டநேமியிடம்.

இலங்கையர்கள் இங்கு வந்துவிட்டார்கள்!

அவனது மூச்சு மீண்டும் சீராகி சாதாரணமடைந்து அவனது பதட்டமும் குறைந்தது. தன்னைச்சுற்றியிருந்த காட்சியை புதுமையான பார்வையோடுபார்த்தான். அரிஷ்டநேமி மேலும் ஆய்வதற்காக பல கேள்விகள் கேட்பான் என்று அவனுக்குத்தெரியும்.

இந்த இலங்கையர்கள் இங்கு என்ன செய்துகொண்டிருக்கிறார்கள்? அவர்களது தளத்திலிருந்து இவ்வளவு தொலைவில்?

அவர்கள் ஒட்டி வந்த குதிரைகளைப்பார்த்தான். அவை வெகு தூரத்திலிருந்து வந்திருக்கக்கூடும். அயோத்தியர்களிடம் குதிரைகள் இல்லை ஏனென்றால் அவர்கள் நடந்து வந்திருந்தார்கள்.

இலங்கையரின் குதிரைகள் சிறிய கம்பங்களில் கட்டப்பட்டிருந்தன. இந்த ஆட்கள் இங்கு காத்துக்கொண்டிருந்திருக்கிறார்கள். ஏன்? எங்களை தாக்க பதுங்கினார்களா? ஆனால் எங்கள் பாதை முன்னர் தீர்மானம் செய்யப்படவில்லையே. அவர்கள் வேறு ஏதோ காரணத்திற்காக இங்கு காத்திருந்திருக்கவேண்டும்.

முன்னமே பார்த்திருக்கவேண்டிய ஒன்றை அவன் பின்னர் கவனித்தான். அங்கு ஆறு குதிரைகள் இருந்தன. ஐந்து இறந்த இலங்கையர் மட்டுமே.

ஓ ருத்ர பகவானே-

அந்த எண்ணத்தை முடிக்கக்கூட அந்த அயோத்தியனிடம் நேரமில்லை. ஒரு கத்தி பறந்துவந்து அவன் தொண்டையைக் கிழித்தது. அவன் தரையில் விழுந்தான். அவன் அப்போதுதான் கொன்றிருந்த இலங்கையனுக்கு அடுத்து. மங்கலான பார்வையில் ஒரு மனிதன் மரக்கிளைகளிலிருந்து கீழே குதிப்பதைப்பார்த்தான். அவன் அருகில் வந்து மற்றுமொரு கத்தியை உருவி அயோத்தியனின் நெஞ்சில் கொடூரமாகக் குத்தினான்.

எதிரியை மௌனமாக்கிய பின் அந்த மனிதன், இலங்கையன், எழுந்து குதிரையை நோக்கி விரைந்தான்.

அவன் பார்க்கவேண்டிய அனைத்தையும் பார்த்துவிட்டான். சரியாக பார்ப்பதற்காக அதற்கு முன்னர் மரத்தின் மேல் ஏறியிருந்தான். அடர்ந்த காடுகள் கொண்ட மலையின் மேல் ஏறி சௌகரியமான ஒரு இடத்திலிருந்து அதிகம் பார்த்திருந்தான். தொலைவில் தூரத்தில் கேதீஸ்வரத்தின் கடற்கரையோரத்தில். அது அதிகாலையானாலும் போதுமான வெளிச்சம் இருந்தது. குறைந்தபட்சம் இரண்டாயிரம் அயோத்தியர்கள் வேலை செய்து கொண்டிருந்ததைப்பார்த்தான். மரங்களை வெட்டிக்கொண்டிருந்தார்கள், தடுப்புகள் அமைத்து பொதுவாக அவர்களது சேனையின் வருகையை எதிர்பார்த்திருந்தார்கள்.

அவர்கள் கட்டிக்கொண்டிருந்த மரத்துண்டுகளாலான வேலியைப்பார்த்தால் வலுவான சேனையாக இருக்கும்போலிருந்தது.

கேதீஸ்வரம் படைப்பிரிவின் குடியிருப்பு பகுதிகளையும் அவனால் பார்க்கமுடிந்தது, இலங்கை வீரர்களின் உள்ளூர் தளம். அல்லது தளமாக இருந்திருக்கக்கூடிய இடம். ஏனென்றால் கட்டிடம் எரிக்கப்பட்டிருந்தது.

கேதீஸ்வரம் கோவில் தொடப்படாமல் இருந்தது. கண்டிப்பாக எந்த ஒரு நாகரீகமான மனிதனும் கடவுளரின் கோவில்களை உடைக்கமாட்டான். நிஜத்தில் சில அயோத்தியர்கள் கையில் மலர் மாலைகளுடன் கோவிலுக்குள் செல்வதை பார்த்திருந்தான். காலை பிரார்த்தனைகளுக்காக இருக்கலாம்.

மன்னார் தீவின் தென் கிழக்கு கரைக்கு மேல் அவனால் பார்க்கமுடியவில்லை. அதனால் அங்கு ஒரு பாலம் கட்டப்படுகின்றதா என்பதை அவனால் உறுதியாகச் சொல்லமுடியவில்லை. இந்த குறிப்பிட்ட வேலைக்காகவே அங்கு அனுப்பப்பட்டதனால் அவனிடம் நம்பகத்தன்மை இருக்காது.

கடலின் குறுக்கே பாலம்? விசித்திரம்!

ஆனால் ஒன்று மட்டும் உறுதி. எந்த முறையில் அயோத்தியர்கள் கடலை கடந்து இலங்கைக்குள் வரவிருந்தாலும் அதற்காக நன்கு தயார் செய்துகொண்டிருந்தார்கள்.

நான் விரைந்து திரும்பவேண்டும். அரசரை எச்சரிக்க.

'நான் இண்டஸ் பகுதிக்கு திரும்பிச்செல்லமாட்டேன் குருஜி,' என்றார் நாரதர் திடமாக. 'போர் இங்கு நடக்கிறது.'

பாம்பன் தீவின் ஒரு முனையில் வசிஷ்டர் நாரதருடன் பேசிக்கொண்டிருந்தார். அவர்கள் தனிமையில் இருந்தார்கள்.

இருப்பினும் வசிஷ்டர் மெதுவாக பேசிக்கொண்டிருந்தார். அரிஷ்டநேமியின் மலயபுத்ரர்கள் சுற்றி இருந்ததை அறிந்திருந்தார்.

நான் சொல்வதைக் கேள் நாரதா,' என்றார் வசிஷ்டர் மென்மையாக. 'இது மிக முக்கியம். தயவு செய்து. நீயே போகவேண்டுமென்பதில்லை. ஆனால் உன்னுடைய சிறந்த ஒற்றனுக்கு நீ ஒரு செய்தி அனுப்பவேண்டும். எனக்கு இந்தத் தகவல் வேண்டும்.'

'ஆனால் அனு வரப்போவதில்லை என்று அன்று சொன்னீர்கள். அவர்கள் ராஜா ராமுக்கு ஆதரவளிக்க மாட்டார்கள் என்று சொன்னீர்கள்.'

'நான் இந்தப் போரைப்பற்றி பேசவில்லை நாரதா. இதனை தொடரும் போரைப்பற்றிப்பேசுகிறேன்.'

நாரதர் அமைதியாக இருந்தார்.

'நான் நாளையைப்பற்றி சிந்திக்கவில்லை.' வசிஷ்டர் மெதுவாகக் கூறினார்.

'நாளை மறுநாளைப்பற்றி கவலைப்படுகிறேன். இந்த நிலத்தின் தலை சிறந்த உளவு பார்க்கும் வலைத்தளம் உன்னிடம் உள்ளது. எனக்காக இதைச்செய். இந்தியதாய்க்காக இதைச்செய். தயவு செய்து.'

நாரதர் தலையசைத்தார். 'சரி, குருஜி.'

'என் மகனே...'

ராவணன் தெளிவாக நெகிழ்ந்துபோயிருந்தான். அரிதாக வெளிப்படுத்தப்பட்ட உணர்ச்சி. இந்திரஜித்தின் தலையைப் பிடித்து, குனிந்து தனது நெற்றியால் தன் மகனின் நெற்றியைத் தொட்டான். அவன் கண்கள் மூடியிருந்தன. அவன் சுவாசம் தடைபட்டது.

பின் மாலையில் இலங்கை ராஜ குடும்பம் இலங்கையின் வட மேற்கு கரையோரத்தில் கேதீஸ்வரம் கோவிலின் அருகில் அயோத்திய சேனை குழுமியிருந்ததை அறிந்துகொண்டனர். ஆரம்ப அதிர்ச்சிக்குப்பிறகு எடுக்கப்பட்ட முடிவு அனைவருக்கும் தெளிவாக இருந்தது. இலங்கை சேனையின் பெரும்பகுதி தங்கள் கப்பல்களிலிருந்து இறங்கி அயோத்தியர்கள் அடையும் முன் தங்கள் தலைநகரம் சிகிரியாவை அடைய வற்புறுத்தப்பட்டனர். அடைந்து முற்றுகையிட தயார் படுத்திக்கொள்ளவேண்டும்.

இலங்கைப் படையின் சிறிய குழு ஒன்று ஓங்குயாஹ்ராவில் கப்பல்களில் பின் தங்கும். அப்படிச்செய்து இங்கு அயோத்தியர்களை எவ்வளவு காலம் முடியுமோ தக்கவைத்துக்கொள்ளும். இலங்கையர்கள் இந்தப்பகுதியை மொத்தமாக விட்டுவிட்டுச் சென்றால் அயோத்தியர்கள் தங்கள் கப்பல்களிலிருந்து சிறிய படகுகளை இறக்கி அவற்றை வேகமாகச் செலுத்தி சிகிரியாவிற்கு செல்லும் பாதையில் அணிவகுத்து பின்னாலிருந்து இலங்கைப் படையை தாக்கிவிடுவார்கள். ஆனால் இலங்கை நதிப்படையின் ஒரு பகுதி அங்கேயே இருந்தால் அயோத்தியர்கள் தங்கள் சிறு படகுகளை எடுக்க தயங்குவார்கள்.

எது எப்படியிருந்தாலும் இலங்கை சேனைக்கு ஒரு பின்புறக் காவல் தேவைப்பட்டது மஹாவெலி கங்காவில் அயோத்திய கப்பற்படையிடமிருந்து தங்கள் பின்வாங்கலை பாதுகாக்க. அந்த பின்புறக் காவலை வழிநடத்துவதாக இந்திரஜித் கூறினான்.

'தந்தையே,' சிரித்தான் இந்திரஜித். 'கவலைப்படாதீர்கள். நான் இறக்கப்போவதில்லை. நான் உங்களை சிகிரியாவில் சந்திக்கிறேன்.'

ராவணன் மென்மையாகச் சிரித்தான். 'நீ சிலசமயங்களில் என்னையே எனக்கு நினைவுபடுத்துகிறாய்.'

'நான் உங்களை விடச் சிறந்தவன் தந்தையே. நாம் ஒருவருடன் ஒருவர் மோதிக்கொண்டால் நான் உங்களை வீழ்த்துவேன்.'

ராவணன் இப்போது பலமாக சிரித்தான். 'அதைச் சொல்லிவிட்டு உயிருடன் இருக்கக்கூடிய ஒருவன் நீதான்!'

'எந்த மனிதனும் தன் மகனால் தோற்கப்படுவதில்லை,' மாரீசன் கூறினான். 'அவன் தன்னுடைய சிறந்த பதிப்பைத்தான் தன் மகனில் பார்க்கிறான்.'

ராவணனும் இந்திரஜித்தும் புன்னகைத்து ஒருவரை ஒருவர் அனைத்துக்கொண்டனர்.

கும்பகர்ணன் முன்னால் அடியெடுத்து வைத்து இந்திரஜித்தின் முதுகில் தட்டிக்கொடுத்தான். 'நான் உன்னை சிகிரியாவில் சந்திக்கிறேன் மகனே.'

இந்திரஜித் கும்பகர்ணனை அணைத்துக்கொண்டான். 'சீக்கிரமே உங்களை சந்திக்கிறேன், சித்தப்பா. முற்றுகைக்கு தயாராகவும்.'

'ஆமாம். செய்வோம்.'

'இது குறித்து நீங்கள் உறுதியாக இருக்கிறீர்களா மாமா?' ராவணன் மாரீசனிடம் கேட்டான்.

மாரீசன் இந்திரஜித்துடன் பின் தங்கிவிடுவதாக கூறியிருந்தான். ஓங்குயாஹ்ராவில் அயோத்தியர்களை சண்டையிட.

மாரீசன் புன்னகைத்தான். 'வயதில் முதிர்ந்தவரின் மேற்பார்வை இருக்கவேண்டும் இல்லையா!'

நால்வரும் பெரிதாகச் சிரித்தனர்.

கடல் கப்பல்களுக்கு போரில் பல மூலோபாய நன்மைகள் உண்டு. லேசான காற்றையும் பயன்படுத்தி படகினை நல்ல விதமாக இயக்க அவைகளிடம் பல பாய்மரங்கள் இருக்கும். ஒன்றன் மேல் ஒன்றாக அமைந்த பல தளங்கள் இருப்பது பல நிலைகளிலிருந்து தாக்குதலை சாத்தியமாக்கும். சில நன்கு வடிவமைக்கப்பட்ட கப்பல்களிடம் வலிமை பெருக்கப்பட்ட வளையங்கள் இருந்தன, மற்ற கப்பல்கள் மீது மோதுவதற்கு. ஆனால் நதிநீர் கப்பற்படை போரில் பிரதான கம்பம்தான் பெரும் நன்மையை அளிக்கிறது.

பாய்மரங்கள் பெரிதாக இருந்தால் கம்பம் உயரமானதாக இருக்கவேண்டும். பரதனின் முன்னணி கப்பலில் அது நூற்றைம்பது அடிஉயரம் இருந்தது.

இது தகவல் சேகரிக்க மிகவும் பயனுள்ளவை. போரில், பல்லாயிரக் கிலோ தங்கத்தினை விட உயர் தர தகவல் விலைமதிப்புமிக்கது.

அனைத்து கடல்கப்பல்களிடமும் முக்கிய கம்பத்தின் மேலிருந்து மேற்பார்வையிட சிறந்த இடமுள்ளது. இது அடிப்படையில் வலுவூட்டப்பட்ட அடிப்பகுதிகொண்ட இரும்புப் பிடியுடனான ஒரு குழாய். மற்றும் மேலே உயரத்தில் பிரதான கம்பத்தில் உயர்த்தப்பட்டது. வழக்கமாக அதில் ஏறும் மனிதன் நல்ல கண் பார்வை கொண்ட குழுவினருள் இளையவனாக இருப்பான். மேற்பார்வையிட்டு தன் கண்டுபிடிப்புகளை அறிக்கைகளாக கீழே தெரிவிப்பான்.

பரதன் அவனிடம் பேசிக்கொண்டிருந்தான்.

'நீ என்ன காண்கிறாய்?' பரதன் கேட்டான், ஒலிபெருக்கிக்குள் உரத்த குரலில்.

இரவு முழுவதும் அயோத்தியர்கள் ஓங்குயாஹ்ராவின் கட்டுப்பாட்டு படிகளுக்கு அப்பாலிருந்து தொலைவில் கோடாலியால் மரங்கள் வெட்டப்படும் சத்தத்தை கேட்டுக்கொண்டிருந்தனர். காலையில் சூரிய உதயம் ஆனவுடன் அது என்னவென்று பார்க்கவேண்டுமென்று பரதன்

விரும்பியிருந்தான். கிடைத்த பதில் அவன் குழுவிற்கு ஆச்சரியமளிக்கவில்லை.

'அவர்கள் மரங்களை வெட்டிக்கொண்டிருக்கிறார்கள், பிரபு,' அவன் ஒலிபெருக்கிக்குள் பேசி பதிலளித்தான். 'சில மர தண்டுகள் தண்ணீருக்குள் தள்ளப்பட்டுள்ளன.'

பரதன் லக்ஷ்மனைப் பார்த்தான். ஓங்குயாஹரா கோட்டையின் இரு பக்கத்தையும் பாதுகாப்பாக ஆக்கிவிட்டு அந்த முன்னணி கப்பலுக்கு திரும்பியிருந்தான் லஷ்மன். மதகுக் கதவு விசைகள் விபீஷணன் மற்றும் அவனது பொறியாளர்களால் செம்மனிடப்பட்டுக்கொண்டிருந்தன.

'அண்ணா,' என்றான் லக்ஷ்மன். 'இது ஒரு எளிமையானதிட்டம்...மஹாவெலி கங்காவின் பாதையை மர தண்டுகளால் அடைக்கப்போகின்றார்கள். மதகுக் கதவு விசைகள் சரிசெய்யப்பட்டதும் நதிவழி நாம் செல்வது இதனால் கடினமாகும். நம்மை தாமதப்படுத்த அவர்களது தந்திரம். அது நம்மை தாமதப்படுத்தலாம் ஆனால் நிறுத்தாது.'

பரதன் முகம் சுளித்தான். ஏதோ சரியில்லாதது போல் தோன்றியது. *இது அதிக தற்காப்பாக தோன்றியது. ராவணன் செய்வது போலில்லை. அவனது ஆக்கிரமிப்பு முயற்சிகள் அனைவரும் நன்கு அறிந்ததே. ஏற்கனவே ஓங்குயாஹ்ராவின் இந்த செப்பனிடும் பணியால் நாம் தாமதப்படுத்தப்பட்டுவிட்டோம். இந்த மரத் தண்டுகள் அவர்களுக்கு எப்படி உதவும்? கடல்கப்பல்களுக்கு எதிராக இவை பயனற்றுப்போகும். நம்மால் இதை உடைத்துக்கொண்டு போகமுடியும். இப்படிப்பட்ட தண்டுகள் சிறிய படகுகள் மற்றும் நதிக் கப்பல்களுக்கு எதிராகத்தான் பயனுடையதாக இருக்கும்...இது இலங்கையர்களுக்கு எப்படி உதவும்?*

பிறகு அவனுக்குத் தோன்றியது.

ச்ச!

லக்ஷ்மன் அந்த மனிதனைப்பார்த்து ஒலிபெருக்கிக்குள் கத்தினான். 'கீழே வா! இப்போது!'

'சரி பிரபு,' பதிலளித்தான் அவன்.

பரதன் அந்த ஒலிபெருக்கியை மீண்டும் அந்த கம்பத்தில் பொருத்தினான். தன் அங்கவஸ்திரத்தை தோளிலிருந்து கழற்றி லக்ஷ்மனிடம் கொடுத்தான்.

'அண்ணா?'

பரதன் லக்ஷ்மனைப் பார்த்தான்.

'அண்ணா...' என்றான் லக்ஷ்மன். 'நீ முப்பத்திமூன்று வயதானவன். நீ முன்பிருந்தது போல் சிறியவன் இல்லை. நீ உறுதியாக இருக்கிறாயா...?'

பரதன் அவனைப்பார்த்து முறைத்தவுடன் லக்ஷ்மன் பாதி வாக்கியத்தில் நிறுத்தினான். உடனே அங்கவஸ்திரத்தை பிடுங்கிக்கொண்டு இரண்டு கைகளையும் மேலே உயர்த்தி சரணடைந்தான்.

பரதன் குனிந்து தன் வேட்டியின் நடுப்பாகத்தில் இருந்த மடிப்புகளை சேகரித்தான். அதனை தன் இடுப்புக்கயிற்றில் முன்னால் மற்றும் பின்னால் இருபக்கங்களிலும் சொருகினான். இரு முனைகளும் கால் முட்டிக்கு மேல் இருந்தன. தொடையைச் சுற்றி இறுக்கப்பட்டிருந்தன.

இதற்கிடையில் குழாயை கண்காணித்த மனிதன் கம்பத்திலிருந்து இறங்கி மேல்தளத்திற்கு வந்திருந்தான்.

பரதன் இரு கைகளாலும் கயிற்றை பிடித்து இழுத்து தன் கால் முட்டி மற்றும் கணுக்கால்களை அதனைச் சுற்றி போட்டு லக்ஷ்மனைப்பார்த்து மேலே ஏறத்தொடங்கினான். மென்மையாக, திரவம் போன்ற இயக்கத்தில். குருகுலத்தில் கற்றுக்கொண்டதுபோல். தன்னை மேலே உயர்த்த ஆதரவுக்காகவும் நிலையான தன்மைக்காகவும் கைகளையும் கணுக்கால் மற்றும் கால் முட்டியையும் பயன்படுத்தினான். தேவையானபோது சிறிது நேரம் ஓய்வெடுக்க அந்த வளையத்தை பயன்படுத்தினான் ஏனென்றால் லக்ஷ்மன் சொன்னது சரி; பரதனுக்கு வயதாகிக்கொண்டு போகிறது. ஆனால் காற்றில்லாமல் இருந்தபோது வயதில் இளையவன் ஏறிய அதே வேகத்தில் கம்பத்தின் மத்திவரை ஏறினான்.

காக்கைக் கூடு என்று கப்பல் மொழியில் அழைக்கப்படும் கண்காணிப்பு இடத்தில் நின்றுகொண்டான் பரதன். சுவாசம் சீராக இல்லை.

லக்ஷ்மன் சொல்வது சரி. எனக்கு வயதாகிறது.

தன் சுவாசத்தை சரி செய்து கொள்ளவும் இதயத்தை மெதுவாக இயங்கவும் அனுமதித்தான். மரவரிசைக்கு நன்கு மேலே இருந்தான். எப்போதுமே ஈரமாக இருப்பதால் பழைய பாய்மர துணி வீசும் துர்நாற்றத்திலிருந்து வெகுவாக மேலே. படகோட்டிகள் வாழ்ந்து உண்டு உறங்குவதால் கீழே வியர்வை மற்றும் மனித கழிவுகள் ஏற்படுத்தும் துர்நாற்றத்திலிருந்து வெகுவாக மேலே. இலங்கை மண்ணின் ஈரமான வாசத்திற்கு வெகுவாக மேலே. அடர்ந்த வெப்பமண்டல மரங்கள் மற்றும் தாவரங்களுக்கு வெகுவாக மேலே.

புத்துணர்சியூட்டும் சுத்தமான திறந்த காற்று.

பரதன் ஆழ்ந்த சுவாசம் ஒன்றை எடுத்தான். அது அவன் இதயத்தை அமைதியாக்கி அதே சமயம் அவனுக்கு உந்துதல் அளித்தது.

அவன் நதியைப்பார்த்தான். தொலைவில்.

மஹாவெலி கங்காவின் வளைவில் ஓங்குயாஹ்ராவின் கட்டுப்பாட்டு படிகளின் மேலே மரங்கள் வெட்டப்படுவதை அவன் பார்த்தான். சில மரத்தண்டுகள் ஏற்கனவே தண்ணீரில் மிதந்து கொண்டிருந்தன. பல மரத்தண்டுகள் ஓங்குயாஹ்ராவின் கட்டுப்பாட்டு படிகளில் தண்ணீர் மட்டத்திற்கு மேல் வெட்டி வைக்கப்பட்டிருந்தன. அடைப்பு விரிவடையும்.

சில முன்னணி இலங்கை கப்பல்கள் பின்னால் இழுக்கப்பட்டிருந்தன. தர்க்கவாதத்திற்கு சரிதான். தண்ணீரில் மரத் தண்டுகளுக்கு தேவைப்படும் இடத்தை உண்டாக்கவேண்டும்.

ராவணனின் கப்பல் எங்கே?

இந்திய கப்பற்படை போர்களில் தலைமை அதிகாரிதான் வழிநடத்துவான். அதுதான் பாரம்பரியம். முன்னனி கப்பல்களுக்கு பின்னால் மறைந்திருக்கமாட்டான். அது புத்திசாலித்தனம். மிக முக்கியமாக, அது தலைமை அதிகாரியின் கப்பல் என்பதற்கான குறியீடு பெருமையாக அந்த கம்பத்தில் பறக்கும். எதிரிகளுக்கு அது ஒரு சவால்: நான் இங்கே இருக்கிறேன். வந்து என்னைப்பிடி.

அப்படித்தான் நிஜமான ஆண்கள் சண்டையிடுவார்கள்.

அப்போது... ராவணனின் கப்பல் எங்கே?

அது முன்னர் காணப்பட்டது. இதற்கு முன்னால் கண்டிப்பாக அங்கிருந்தது. உண்மையான பாரம்பரியம் மற்றும் துணிவை வெளிப்படுத்தும் விதமாக, இலங்கைப்படையின் தலைமைக்கு நேர் எதிரே. பரதனின் அடி வயிற்றில் மூழ்கும் உணர்ச்சி. அவன் சந்தேகப்பட்டது சரி.

அவன் நதியின் மேலேபார்த்தான்.

வழி நடத்திச்செல்லும் அசுரர்களால் உருவாக்கப்பட்ட வார்த்தை 'காக்கைக் கூடு' என்கிறது புராணங்கள். முதலில் கடலின் ஆழத்தினுள் சென்றவர்கள் அவர்களே. அவர்களுக்கு முன் கடல்வழி பயணம் செய்த பெரும்பாலானவர்கள் கடலில் பயணம் செய்யும்போது எப்போதும் நிலத்தை கண் பார்வையில் வைத்திருப்பார்கள். அவர்களது கப்பல் வழி எப்போதும் கரையோரமாக இருக்கும். இதனால் பாதை நீண்டு அதன் விளைவாக அதிக நேரமும் எடுத்தது. அசுர கப்பல்கள் எப்படி காக்கை பறக்குமோ அப்படி நேர்கோட்டில் பயணிக்கும். அவர்களிடம் கப்பல்களைச் செலுத்த தேவையான நல்ல சிறந்த கருவிகள் இருந்ததால் கடலுக்குள் ஆழமாக தூரம் செல்வதற்கு

உதவியது. ஒரு விசித்திரமான விஷயம் குறித்து வதந்திகள் இருந்தது: எப்போதுமே நீளமான கம்பத்தில் கட்டப்பட்ட கூண்டில் அடைக்கப்பட்ட காக்கைகளுடன்தான் பயணம் செய்வார்கள் என்று. மூடுபனியின் காரணமாக குறைந்த பார்வை இருந்தபோது ஒரு காக்காய் சுதந்திரமாக விடப்பட்டு, அது எடுக்கும் பாதையை வைத்தே தங்கள் வழியை தீர்மானிப்பார்கள். ஏனென்றால் காக்கை எப்போதுமே அருகில் உள்ள நிலப்பரப்பை நோக்கித்தான் பறக்கும்.

அசுர தெய்வம் ஒரு கண்டிப்பான கட்டளையிட்டுள்ளதாக நம்பப்படுகிறது: காக்கையின் கூடு பிரதான கம்பத்தின் மிக உயர்ந்த நிலையில் வைக்கப்பட கூடாது என்று. ஏனென்றால் கப்பலின் மேல் பகுதி, அவர்களை வழிநடத்தும் தெய்வத்தின் இருக்கை. அவர்களது கடவுளருக்கு காக்கை பிடிக்காது என்று நம்பப்பட்டது. அவனும் அதற்கு விதிவிலக்கல்ல.

இது உண்மையா இந்த புராணம்? அசுர கடவுளுக்கு மட்டும்தான் தெரியும். ஆனால் பாரம்பரியம் உண்மையான நம்பிக்கையுடன் கீழே வருங்கால சந்ததியினருக்கு தெரிவிக்கப்பட்டிருந்தது. கண்காணிப்பு இடம் பிரதான கம்பத்தின் சிறிது கீழே நேர்மையுடன் வைக்கப்பட்டிருந்தது. அதனால் காக்கைக் கூட்டின் மேலே குறைந்த பட்சம் ஏழு முதல் எட்டு அடி உயரம் இருந்தது.

இதை விட சிறப்பான காட்சி இருக்கும் பார்ப்பதற்கு. பரதனால் எற முடிந்தால்.

அதைக்காண்பது என்று முடிவு செய்து அவன் ஏறத்துவங்கினான்.

'அண்ணா...' நூற்றைம்பது அடி கீழே, மேல் தளத்திலிருந்து முணுமுணுத்தான் கவலையுடன் லக்ஷ்மன்.

அப்படி ஏறுவதில் அபாயம் இருந்தது. பிரதான கம்பம் ஏறுவதற்கு தோதாக வடிவமைக்கப்படவில்லை. அது வழுக்கும் மரம். கீழே பாதுகாப்பு வலை எதுவும் இல்லை. அந்த உயரத்திலிருந்து கடினமான மரத்தரையில் விழுந்தால் பலத்த காயம் ஏற்படாது- அது மரணத்தில் முடியும்.

பரதன் வேகமாக வேலையைப்பார்த்தான்.

ஆழமாக நதியில் இலங்கை கப்பற்படையின் நிலைகளைப் பார்த்தான்.

ருத்ர பகவானே கருணைகாட்டு!

அத்தியாயம் 27

அது பின் காலை நேரம். இரண்டாவது பிரகாரத்தின் இரண்டாவது மணிநேரம். இலங்கையர்கள் விடாமல் மரங்களை வெட்டித்தள்ளினர்- அவர்களது நிலைக்கு முன்னால் அவர்களுக்கும் அயோத்தியரின் கப்பற்படைக்கும் இடையே அவற்றை தண்ணீருக்குள் தள்ளிக்கொண்டேயிருந்தனர். முந்தைய இரவே வெட்டுவதும் தண்ணீரில் தள்ளுவதும் துவங்கி இருந்தது. ராவணன், கும்பகர்ணன் மற்றும் பெரும்பாலான கப்பற்படையும் பின்வாங்கிய பிறகு. குறைந்த அளவிலான வீரர்கள் மற்றும் இருபது நதிக்கப்பல்களுடன் இந்திரஜித் பின் தங்கிவிட்டான். நாலாயிரம் மாபெரும் அயோத்திய கப்பல்களுக்கு எதிராக அவை அணிவகுக்கப்பட்டிருந்தன.

ராவணனின் மகன் பின்னாலிருந்து பாதுகாக்கும் தற்காப்பு முறையை செயல்படுத்தவேண்டுமென்று எண்ணியிருந்தான். எவ்வளவு நேரம் முடிகிறதோ, இலங்கையர்கள் சிகிரியாவின் கோட்டைக்குள்ளிருந்து பாதுகாப்பாக பின்வாங்கும்வரை. அதன்பின் அவனும் மீதமிருக்கும் வீரர்களுடன் பின்வாங்கிவிடுவான்.

'ராஜா ராம் அல்லது யார் பொறுப்பில் இருந்தாலும், ஒரு வேளை ராஜா ராம் மேற்கு முனையில் இருந்தால் - யார் இவர்களை கண்காணிக்கிறார்களோ அவர்கள் காலை சூரியனின் முதல் கிரணங்கள் வெளியே வரும் பொழுது இலங்கையர்கள் பின்னால் நகர்கிறார்கள் என்ற தகவலை கொடுத்திருப்பார்கள்.'

என்றான் இந்திரஜித். 'ஆம்பன் கங்கா நதியின் கட்டுப்பாட்டு படிகளைத் தாண்டி கடலில் பயணிக்கும் கப்பல்கள் மேலே செல்லமுடியாது என்று அயோத்தியர்கள் அறிந்துகொள்வார்கள். ஆனால் கடலில் செலுத்தப்படும் அவர்களது கப்பல்கள் பல சிறிய படகுகளால் நிரப்பப்பட்டிருக்கும். நூற்றுக்கணக்கான இந்தப் படகுகள் ஒவ்வொன்றும் பற்பல வீரர்களுடன் கிளம்பக்கூடும். இந்த சிறிய படகுகள் எளிதில் கட்டுப்பாட்டுப் படிகளைத் தாண்டி செல்லக்கூடும். பிறகு தங்கள் எண்ணிக்கையால் நம்மை ஆச்சரியத்தில் ஆழ்த்தி தாக்கக்கூடும். இப்போது நம்மிடம் இருபது கப்பல்களே உள்ளன. பிறகு சிகிரியாவிற்கு சென்றுகொண்டிருக்கும் நம் இலங்கை சகாக்களை துரத்தக்கூடும். இந்த மரத்துண்டுகள் அவர்களது சிறிய படகுகளை நிறுத்த போதுமானதாக இருக்கும்.'

இந்திரஜித் மற்றும் மாரீசன் இருவரும் இலங்கை அணிவகுப்பின் நதிக்கப்பல் வரிசையில் முன்னணியில் இருந்த கப்பலின்மேல் தளத்தில் இருந்தார்கள். மரத் துண்டங்கள் மெதுவாக நதியின் மொத்த அகலத்தையும் அடைத்துக்கொண்டிருந்தன. அவர்களுக்கு நேர் எதிரில்.

மாரீசன் புன்னகைத்தான். 'இது ஒரு அற்புதமான எண்ணம். எளிமையிலேயே அதன் அற்புதம் உள்ளது. சில சமயம் போரிட ஒப்புக்கொள்ளாமல் இருப்பதே போரில் வெற்றிபெறுவதற்கான சிறந்த வழி.'

இந்திரஜித் மென்மையாகச் சிரித்தான். அவன் தன் தலையை உயர்த்தினான். வெகு தொலைவில் பார்த்தான். ஓங்குயாஹ்ராவின் கட்டுப்பாட்டுப் படிகள் வரை. தொலைவில் நதியில் இருந்த அவனால் நேரடியாக பார்க்கமுடியாத அயோத்திய கப்பல்களிடம் மென்மையாக கிசுகிசுத்தான். அவன் அறியாத அயோத்திய படைத்தலைவரிடம் அவன் கூறினான், 'ஆட்டத்தில் அடுத்து நீங்கள் காயை நகர்த்தவேண்டும்.'

அரிஷ்டநேமி வேகமாக கடிதத்தைப் படித்தான். அதன் ஒவ்வொரு வார்த்தையும் அவனை அதிகமாக திடுக்கிடச்செய்தது. 'ச்ச!'

அவன் அந்த கடிதத்தை ஹனுமானின் கையில் கொடுத்தான். அவனும் அரிஷ்டநேமியைப் போலவே மிகவும் வேகமாக படித்தான். 'ருத்ர பகவானே, கருணை காட்டுங்கள்!'

நாரதர் கடிதத்தை ஹனுமானின் கையிலிருந்து பிடுங்கினார். வார்த்தைகளின் ஊடே விரைந்தார். 'சொறி நாய்! இது நம் திட்டங்கள் அனைத்தையும் நாசம் செய்கிறது!'

இறுதியில் நாரதர் வசிஷ்டரிடம் அந்த கடிதத்தைக் கொடுத்தார். அயோத்தியாவின் சிறந்த ராஜகுரு அந்த கடிதத்தில் குறிப்பிடபட்டிருந்ததை படித்தார். மனதிற்குள்தான் என்றாலும் அவர் ஒப்புக்கொள்ள வற்புறுத்தப்பட்டார்: *இது பேரழிவு.*

இலங்கையர்கள் ஓங்குயாஹ்ராவிலிருந்து விலகுகிறார்கள். மேற்கிலிருந்து நுழைந்து அயோத்தியர்கள் தாக்கவிருப்பதை எப்படியோ அறிந்திருக்கக்கூடும். ராம் மற்றும் அவனது சேனை வரும்வரை சிகிரியாவின் சுவர்களுக்குள் பாதுகாப்பாக இருக்கமுடியும். சில அயோத்திய வேடுவர்கள் கொல்லப்பட்டு அவர்களது சடலங்கள் சில இலங்கை வீரர்கள் உடல்களுடன் அடர்ந்த காட்டுக்குள் கிடைத்தபோது இப்படி நடக்குமென்று அயோத்திய ஆலோசனை சபை சந்தேகித்திருந்தது. இந்தக் கடிதம் அவர்களது மோசமான பயங்களை உறுதி செய்தது.

வசிஷ்டர் ராமைப் பார்த்தார். அந்த மொத்த குழுவினருள் அவனது முகம் மட்டுமே அமைதியாகவும் கண்கள் நிலையாகவும் இருந்தன. ஆனால் வசிஷ்டர் ராமை அறிவார்; அதிக கோபத்திலோ அல்லது கவலையில் இருந்தாலோ அதிக அமைதியாகத் தோன்றுவான். அந்த நிலையான தன்மையை தன் முகத்திற்கு வரவழைத்துக்கொள்வான். கையிலிருக்கும் பிரச்சனையில் கவனம் செலுத்த மற்றும் அதனைத் தீர்க்க தன்னை அனுமதிக்கும் வகையில்.

கலங்கிய மனம் பிரச்சனையை தீர்க்காது. அதை இன்னமும் மோசமானதாக ஆக்கும்.

'இப்போது என்ன செய்வது ராம்?' வசிஷ்டர் கேட்டார். 'சத்ருக்னனை துரிதப்படுத்தச் சொல்லலாமா?'

'இந்த நொடியில் சத்ருக்னனை தொந்திரவு செய்யாதீர்கள் குருஜி,' என்றான் ராம். 'பாகர்கள் மீண்டும் வேலையில் இறங்கியுள்ளார்கள். யானைகளும் பணியில் இருக்கின்றன. அவன் மாலைக்குள் பாலம் கட்டும் பணியை முடித்துவிடுவான். அவனிடம் இதனை இப்போது சொல்வது அவனை பதட்டமடையச் செய்யும். அவன் அற்புதமானவன் ஆனால் எளிதில் கவலை கொள்பவன்.'

'அப்போது?' ஹனுமான் கேட்டான்.

'இன்று மாலையே கடக்கத் தயார் ஆகிவிடுவோம். நம் சிறப்புப் படையுடன். பாலம் தயார் ஆனவுடன்.'

அடுத்த சில நாட்களில் அடக்கமான வேகத்தில் அணிவகுப்பது என்றே முதலில் திட்டமிடப்பட்டிருந்தது. இந்த விதத்தில் சிகிரியாவை அடையும்போது படை புத்துணர்ச்சியுடன் இருக்கும்.

இலங்கை சாரணர்கள் தொலைவில் கண்களில் தென்பட்டவுடன் சிகிரியாவிற்குள் விரைவது என்பது தான்

இலங்கைப் போர் 321

அவர்களது எண்ணம். வேகத்தினால் தற்காப்புப் படையை திடுக்கிடச்செய்வது. ஆனால் அந்தத் திட்டம் இப்போது கைவிடப்படவேண்டும். தெளிவாக.

'அப்போது சிகிரியாவிற்குள் இன்றிரவே அணிவகுக்கிறோமா?' அரிஷ்டநேமி கேட்டான்.

'இல்லை,' பதிலளித்தான் ராம். 'என்னால் ராஜா ராவணனின் செயல்களை கணிக்க முடியாது. அடக்கமானவனாக இருந்து சிகிரியாவின் சுவற்றுக்குள் தன்னை பாதுகாத்துக்கொள்ள முடிவு செய்யலாம். அல்லது நாம் இதனை கடந்து கொண்டிருக்கும் போது தீவிரமாக நம்மைத் தாக்க சில படைப்பிரிவுகளை இங்கே அனுப்பலாம். இலங்கையின் கடற்கரையோரமாக வேரூன்ற நமக்கு ஒரு வாய்ப்பு கூட கொடுக்காமல் போகலாம்.'

'உங்களது கட்டளைகள் என்ன?' ஹனுமான் கேட்டான்.

'சில. முதலில் நீங்களும் அரிஷ்டநேமியும் எவ்வளவு வீரர்கள் கொள்வார்களோ அத்தனை வீரர்களுடன் படகில் ஏறி கடக்கவேண்டும். கேதீஸ்வரத்தில் இறங்கவிருக்கும் இடத்தில் உடனே போதுமான தடுப்பு வேலிகளை விரிவுபடுத்தத் துவங்குங்கள். இலங்கையின் எல்லா தாக்குதலுக்கும் அது ஒரு போர்வையாக அமையும். இரண்டாவதாக, நம் யானைகள் எனக்குத் திருப்பி வேண்டும். மறைவாக. பாலத்தைப் பற்றிய ரகசியம் வெளிப்படுத்தப்பட்டிருக்கலாம். நம் யானைகள் பற்றி அறிந்திருப்பார்கள் என்று நம்ப எந்தக் காரணமும் இல்லை. சிகிரியாவில் அது ஒரு ஆச்சரியமாக இருக்கலாம். மூன்றாவதாக, நாளை காலை நிலையான பாதுகாப்பு மற்றும் பக்கவாட்டு பாதுகாப்புடன் கூடிய அமைப்பில் சிகிரியாவிற்கு கிளம்புவோம். நான்காவதாக, எவ்வளவு சீக்கிரம் முடியுமோ அவ்வளவு சீக்கிரம் ஓங்குயாஹ்ரா கட்டுப்பாட்டுப் படிகளை அடைந்து சிகிரியாவிற்கு வெளியே நம்மை சந்திக்கச்சொல்லி நான் பரதனுக்கு எழுதுவேன். ஆனால் ஆம்பன் கங்கா துறையில் ஏற்றுமதி இறக்குமதி செய்யும் இடத்தில் அவன் தன் கடல்பயணக் கப்பல்களை ஐந்தாயிரம் ஆட்கள் கொண்டு கண்காணிக்கவேண்டும். கோகர்ணாவரை நதியின் கட்டுப்பாடு நமக்குவேண்டும்.'

'அப்போது சிகிரியாவை முற்றுகையிடப்போகிறோமா?' நாரதர் கேட்டார்.

'நம்மிடம் வேறு வழிஇல்லை,' பதிலளித்தான் ராம்.

'என்னை விட நன்றாக போர் தந்திரம் உனக்குப்புரியும்,ராம்' என்றார் வசிஷ்டர். 'ஆனால் முற்றுகை என்பது தேய்வு. ராவணன் நன்கு பொருட்கள் நிறைந்த தன் நகரத்தில் வசதியாக இருப்பான். நாம் வெளியே இலங்கையின் ஆழமான பகுதியில் எந்த கிராமமோ

நகரங்களோ அருகில் இல்லாத இடத்தில் இருப்போம். நாம் நம் பெரிய சேனைக்கு எப்படி உணவுப்பொருட்கள் வழங்குவோம்?'

சேனை தன் வயிற்றால் நடக்கிறது என்பார்கள். ஒரு தகுதி வாய்ந்த தளபதி போர் தந்திரத்தில் மட்டுமே கவனம் செலுத்துவான். ஒரு சிறந்த தளபதியோ தன் பார்வையை பொருட்களின் இருப்பளவிலும் வைத்திருப்பான்.

'அதனால்தான் நதி வழியின் கட்டுப்பாடு, குருஜி,' என்றான் ராம். 'சிகிரியாவிற்கு வெளியே வளங்கள் இருக்குமிடம் எதுவும் இல்லை. ஆனால் எளிதாக கோகர்ணவிலிருந்து பொருட்களைப்பெறலாம், நதிவழி கட்டுப்பாடு இருந்தால். கப்பலில் விட்டுச் செல்லும் வீரர்கள் மூலம் இதனை பரதன் உறுதி செய்யலாம். பரதன் கோகர்ணாவின் வணிகர்களிடம் கருணையுடன் நடந்து கொண்டு ஏற்புடையவனாகவும் இருந்தது நல்லது. அவர்கள் தொடர்ந்து நமக்கு உணவுப்பொருட்கள் வழங்குவார்கள். ராவணன் உள்ளே அடைந்து கிடப்பான். அதே நேரம் நமக்கு திறந்த வகையில் பொருட்கள் விநியோகம் இருக்கும். அவனை விட நம்மால் அதிக காலம் நீடிக்கமுடியும்.'

'அப்போது இது சிறிய நேரம் நடக்கும் போராக இருக்காது,' நாரதர் சலித்துக்கொண்டபடி கூறினார்.

'என்ன அவசரம்?' என்றான் அரிஷ்டநேமி சிரித்துக்கொண்டே. 'விருந்து ஏதேனும் இருக்கிறதா?'

அனைவரும் சிரித்தனர்.

* * *

ஓங்குயாஹ்ராவிலிருந்து இலங்கையர்கள் பின் வாங்கி ஒரு வாரம் ஆகிவிட்டது.

இலங்கையின் தலைநகரான சிகிரியாவில் பெரிய பீடபூமியில் ராம் தன் சேனையை அணிவகுத்திருந்தான். நகரத்தின் வெளிப்புறத்தில் திடமான கோட்டை சுவர்களாலும், அகழிகளாலும் நன்கு பாதுகாக்கப்பட்ட இடத்தில் இருந்தார்கள் அவர்கள்.

ராம் அங்கு கூடாரம் அமைத்து சிகிரியா கோட்டையின் அனைத்து கதவுகளையும் முற்றுகை இட்டிருந்தான்: காளை வாயில், யானை வாயில், பன்றி வாயில் மற்றும் வெளிப்புற சிங்கவாயில். அவை மைய வில்வளை வழிகளில் கற்பாறைகளில் செதுக்குவேலை செய்யப்பட்ட பெரிய விலங்குகளால் குறிக்கப்பட்டிருந்தன. வடக்கிலிருந்த வெளிப்புற சிங்கவாசலுக்கு 'வெளிப்புற' என்று சேர்க்கப்பட்டது; எதனால் என்றால் அந்த சாலை இலங்கை தலைநகரின் இதயம் வரை ஏழு

கிலோமீட்டர் தூரம் விரிந்தது. அந்த சாலையின் மறுபக்கத்தில் ஒரு வில்வளை வழி இருந்தது. அதன் பெயர் சிங்கவாசல்.

அதனை விட மிகச்சிறிய பாதைக்கான நுழைவாயில் அங்கிருந்தது. சிங்கப்பாறை என்று அழைக்கப்பட்ட பெரிய ஒற்றைக்கல் செங்குத்தான பாதை. சுற்றியிருந்த சம நிலத்தின் மேலே இருநூறு அடி உயரத்துடன் கூர்மையாக, கடினமான மற்றும் வெளிப்படையாக உயர்ந்திருந்த அது அந்த நகரத்தின் மேலே கோபுரமாக அதன் உச்சியில் இரண்டு சதுர கிலோமீட்டர் பரப்பளவில் அமைந்திருந்தது. நிஜத்தில் அந்த நகரம் சமஸ்கிருத *சிங்க கிரி* அல்லது *சிங்கத்தின் மலை* என்று உள்ளூர் மொழியின் தழுவலாக பெயரிடப்பட்டது. அந்த ஒற்றைப்பாறையின் மேல் ராவணனுக்கு சொந்தமான மாபெரும் அரண்மனை வளாகம் இருந்தது. அதில் பல நீச்சல் குளங்கள், பசுமையான தோட்டங்கள், ஆடம்பரமான தனிப்பட்ட அறைகள், சபைகள், அலுவலகங்கள் மற்றும் புஷ்பக விமானம் தரையிறங்க இடமும் இருந்தது. உலகத்தின் செல்வந்தனுக்கு உகந்த சிறந்த ஆடம்பரங்கள் கொண்டது என்று சொல்லத்தேவையில்லை.

இரண்டு கோட்டை மதில்கள் மொத்த நகரத்தையும் மைய வட்டங்களாக சூழ்ந்தது. அதன் உட்புற மற்றும் வெளிப்புற மதில்களுக்கு நடுவே யாருக்கும் சொந்தமில்லாத நிலமொன்று இருந்தது. வெளிப்புறக் கோட்டை மதிலுக்கு பின்னால் பல தடுப்புக் கற்கள் சிதறப்பட்ட சிறு குன்றுகள் திறந்த வெளியில் வரிசை படுத்தப்பட்டிருந்தது. இந்த உயரமான தடுப்புகளின் மேலிருந்த சமமான தரை பயணிக்கமுடியாத உயரத்தில் பாதுகாப்பு அளித்துக்கொண்டிருந்த வீரர்களுக்கு இருப்பிடம் அமைக்க உதவியது. இலங்கையர்கள் அனைவரும் ஒன்றுசேர்ந்து வேகமாக கோட்டைக்குள் சென்றுவிட்டதால் இந்த இடங்கள் கைவிடப்பட்டதாக இருந்தன. ராம் வேகமாக முன்னேறி தன் வீரர்களை அங்கு நிலைபெறச்செய்திருந்தான். இந்த முற்றுகையிலிருந்து இலங்கையர்கள் சிறிய எண்ணிக்கையில் தப்பிக்க முயற்சி செய்தால் கூட அதனை இவர்களால் கண்காணிக்க முடியும். நிறுத்தவும் முடியும்.

ஒரு முற்றுகை என்பது அறுதியாக இருந்தால்தான் பயனுள்ளதாக இருக்கும்.

'எவராலும் தப்பிக்க முடியாது இல்லையா?' ராம் கேட்டான்.

'அதற்கு வாய்ப்பே இல்லை,' என்றான் பரதன். 'எவருமே தப்பிக்கவோ சகிரியாவிற்குள் நுழையவோ முடியாது.'

ஓங்குயாஹ்ராவில் மதகுக் கதவுகளை வேகமாக செப்பனிட்டு பரதனை ஆச்சரியத்தில் ஆழ்த்தியிருந்தான் விபீஷணன். அது அவனுக்கு மூன்று நாட்கள் எடுத்திருந்தது. நீர்தேக்கத்தின்

பின்னால் சில மதகுக் கதவுகளை அவன் திறந்தும் விட்டிருந்தான். அதிகப்படியான நீர் ஆம்பன் கங்காவிற்குள் பாய அது அனுமதித்திருந்தது. ஓங்குயாஹ்ராவின் கட்டுப்பாட்டுப் படிகளும் ஆம்பன் கங்காவும் இப்போது பரதனின் கடல்பயண கப்பல்களைச் செலுத்த அனுமதிக்கும் அளவில் போதுமான நீரைக் கொண்டிருந்தது. ஆம்பன் கங்காவின் ஏற்றுமதி இறக்குமதி இடத்தில் அயோத்திய கப்பற்படை துறைமுகம் அமைத்தபோது அவன் முப்பதாயிரம் வீரர்களை கப்பல்களிலிருந்து கீழிறங்கச் சொல்லியிருந்தான். நானூறு கப்பல்களில் ஐந்தாயிரம் வீரர்கள் மீதமிருந்தனர். மஹாவெலி கங்காவின் முகத்துவாரத்தில் கோகர்ணாவரை நதிவழியை கண்காணிக்க மற்றும் ஆம்பன் கங்காவின் ஏற்றுமதி இறக்குமதி இடத்தை பாதுகாக்க ஒரு கடற்படை உயர் அதிகாரியின் கீழ் அந்த ஐந்தாயிரம் வீரர்கள் விடப்பட்டிருந்தனர். அயோத்தியர்களுக்கு பொருட்கள் வரும் வழியை அவர்கள் பாதுகாப்பார்கள். இதற்கிடையில், பரதன், லக்ஷ்மன் மற்றும் முப்பதாயிரம் வீரர்கள் கப்பலிலிருந்து கீழே இறங்கி அணிவகுத்து வழக்கமான பாதுகாப்பு அமைப்புகளை ஏற்படுத்தியிருந்தார்கள். அவர்கள் ராம் மற்றும் அவனது படையுடன் சிகிரியாவிற்கு வெளியே ஒன்றுசேர்ந்திருந்தனர்.

பரதன் மற்றும் ராம் ஒரு தடுப்புப் பாறையின் உச்சியில் அமர்ந்து தொலைவிலிருந்த சிகிரியாவின் கோட்டைச் சுவர்களை பார்த்தார்கள்.

'நல்லது,' என்றான் ராம்.

'இந்த முற்றுகை நீண்டதாகவும் கடினமானதாகவும் இருக்கும் அண்ணா,' என்றான் பரதன். 'சிகிரியாவில் போதுமான அளவில் உணவு மற்றும் இதரப்பொருட்கள் நன்றாக சேகரிக்கப்பட்டு கையிருப்பில் உள்ளது. நகரத்திற்குள் மாபெரும் ஏரியும் உள்ளது. வருடத்தில் இரண்டு முறை பெய்யும் பருவ மழை அந்த ஏரி எப்போதும் நிரம்பியிருப்பதை உறுதி செய்கிறது.அவர்களுக்கு தண்ணீர் பற்றாக்குறையே ஏற்படாது. பெரிய அளவில் உணவும் கையிருப்பில் உள்ளது.கோட்டையின் உட்புற மற்றும் வெளிப்புற சுவர்களுக்கிடையே அவர்கள் பயிரிடவும் செய்கிறார்கள். வெகு நாட்கள் நீளும் முற்றுகையை சமாளிக்க அவர்களிடம் அனைத்தும் உள்ளது. மருந்துகள் கூட. ஒன்றைத்தவிர...'

'பரதா,' என்றான் ராம், இளைய சகோதரனைக் குறுக்கிட்டு, அவன் எதைச் சொல்லவருகிறான் என்று அறிந்திருந்தான். 'நாம் அவர்களுக்கு மலயபுத்ரர்களின் மருந்தை கொடுப்போம்.'

'அண்ணா...'

'நாம் *சூர்யவம்சத்தைச்* சேர்ந்தவர்கள் சகோதரா. மனிதர்களில் சிறந்தவர்களின் வாரிசுகள், சிறந்தவர்களுள் சிறந்தவர். நமது

இலங்கைப் போர்

நாளங்களில் இஷ்வாகு மற்றும் ரகு குலத்தின் ரத்தம் ஓடுகிறது. நம் வம்சத்தின் பெயருக்கு களங்கம் வரும்படி நாம் எதுவும் செய்யமாட்டோம். நாம் கடினமாகப் போராடுவோம். ஆனால் நியாயமாகச் சண்டையிடுவோம். "தர்மத்துடன். அதர்மத்துடன் அல்ல."

பரதன் சலித்துக்கொண்டு அமைதியாக இருந்தான்.

சிகிரியாவில் எல்லோரும் பெருந்தொற்றால் பாதிக்கப்பட்டு இருப்பதை அயோத்தியப் படையிலிருந்த அனைவரும் அறிந்திருந்தார்கள். அது அயோத்திய படையைக்கூட பாதித்திருந்தது. ஆனால் மலயபுத்ரர்களின் மருந்து-அந்த நோய்க்கான ஒரே மருந்து என்று அறியப்பட்ட மருந்து-கைவசம் இருந்தபடியால் அவர்கள் கலங்காமல் இருந்தார்கள். சிகிரியாவின் மக்களுக்கு அந்த மருந்தினை கொடுக்காமல் இருப்பது சட்டப்படி சரியான போர் தந்திரம் என்று அயோத்தியர்களில் பலர் நம்பினார்கள். அது அவர்களை சரணடைய வற்புறுத்தும்.

ஆனால் ராம் முதலிலிருந்தே தெளிவாக இருந்தான். முற்றுகை இடுவது, ஏன் மெதுவாக உணவு பொருட்கள் சென்றடைவதில் நெருக்கடி ஏற்படுத்துவது இவை முறையானவை. எதிரிகளின் தரப்பில் ராணுவத்தில் இல்லாத மற்றவர்களை காயப்படுத்தாமல் பதிலடி கொடுக்கலாம். மருந்துகள் இல்லாததால் வேகமாக பரவி எளிதில் தாக்கப்படக்கூடிய வயதானவர்களைக்கொன்ற பெருந்தொற்றை, போரில் கருவியாக பயன்படுத்தமுடியாது. அது அதர்மம். ராமின் முடிவில் குழப்பம் இல்லை. அதனை மீறவும் முடியாது. அயோத்தியர்கள் இலங்கையர்களுக்கு மலயபுத்ரர்களின் மருந்தை கொடுப்பார்கள்.

'நம் ஆட்களுள் பலர் இந்த விஷயத்தில் நான் அனுபவம் இல்லாதவன் என்று கருதுகிறார்கள் என்று நம்புகிறேன்,' என்றான் ராம்.

பரதன் பதிலளிக்கவில்லை.

'பரதா, போரில் நாம் வெற்றிபெற்றபின் வரும் காலத்தைப்பற்றி நான் சிந்திக்கிறேன்,' ராம் தொடர்ந்தான். 'அமைதியை வெல்வதைப்பற்றி நான் சிந்திக்கிறேன். இங்கு இரண்டு லட்சம் இலங்கை வீரர்கள் இருக்கலாம். ஆனால், எட்டு லட்சம் குடிமக்கள் இருக்கிறார்கள் இங்கே. அவர்களில் வயதில் மூத்தவர்களை காப்பாற்றும் வாய்ப்பு நம்மிடம் இருந்தது ஆனால் நாம் காப்பற்றவில்லை என்று அறிந்தால் அவர்களை நம்மால் சமாளிக்கமுடியாது. ஆனால் மறுபக்கம், அவர்கள் நம்மை கன்னியமானவர்கள் என்று எண்ணினால் நாம் வெற்றிபெறும் பொழுது அவர்களை சமாளிப்பது சுலபமாக இருக்கும்.'

பரதன் ஒன்றும் சொல்லவில்லை. குறைந்தபட்சம் வாய்விட்டு பேசவில்லை. ஆனால் முதலில் நாம் வெற்றிபெறவேண்டும்.

'கோகர்ணாவின் வணிகர்களை சமமாக மற்றும் கருணையுடன் நீ கையாண்டாய். அவர்கள் போர் புரியும் வீரர்கள் இல்லை. அது நமக்கு நன்மை அளித்தது இல்லையா? நமக்கு பொருட்கள் எங்கிருந்து கிடைக்கின்றதோ அந்த வழி திறந்தபடி இருந்து நமக்கு பாதுகாப்பாக உள்ளது.'

பரதன் ஆமோதித்தான். ஒப்புக்கொள்ள கட்டுப்பட்டிருந்தான். 'ஆமாம், நீங்கள் சொல்வது சரி.'

'நீ நாளை செல்வாயா?' ராம் கேட்டான்.

பரதன் தன் சகோதரனைப்பார்த்தான். 'நீங்கள் கூறுவதை நான் ஒப்புக்கொள்ளாத போது நான் எதிர்ப்பேன் அண்ணா. அது என் உரிமை. ஆனால் அதனை தனிமையில் இருக்கும்போது செய்வேன். ஒருமுறை தீர்மானம் எடுக்கப்பட்டுவிட்டால் அதற்கு பொதுவில் ஆதரவு அளிப்பேன். அது என் கடமை.'

வேறொன்றைச் சொல்லாமல் பரதன் அங்கிருந்து வெளியேறினான். அயோத்திய சேனையில் ராமிற்கு அடுத்தபடியாக அவன் கருதப்பட்டான். இலங்கையர்களுக்கு மருந்தினை கொடுப்பது சரியா என்பது பற்றி பல வீரர்களுக்கு சந்தேகங்கள் இருந்தன. வெற்றிக்கான சுலபமான பாதையை விதி அவர்களுக்கு கொடுத்திருந்தது. எதிரி கயிற்றில் தொங்கிக்கொண்டிருந்தான். அவர்களை ஏன் தப்பிக்கவிடவேண்டும்? பரதன் மற்றும் படையின் அனைத்து சேனாதிபதிகளும் ஐயத்திற்கு இடமின்றி அந்த தீர்மானத்திற்கு ஆதரவு அளிக்கவேண்டும். வரிசையில் கீழே உள்ளவர்கள் அதனை பின்பற்றுவதை அது உறுதி செய்யும். இலங்கையர்களுக்கு அந்த மருந்தினை கொடுக்க தூதுசெல்லும் குழுவின் தலைமைப் பொறுப்பை பரதனுக்கு கொடுப்பதுதான் அதனை செயல்படுத்த மிகவும் சிறந்த வழி. அடுத்த நாள்.

ராம் புன்னகைத்து கையை நீட்டி பரதனின் கையை பற்றி, 'சகோதரா...' என்றான்.

பரதன் பெரிய புன்னகையுடன் ராமின் கையை அழுந்தப்பற்றி, 'சகோதரா...' என்றான்.

இருவரும் அமைதியாக உட்கார்ந்திருந்தனர். தொலைவில் சிகிரியாவை நோக்கியபடி.

'அவள், அங்கு உள்ளே இருக்கிறாள்...' ராம் மெதுவாகப் பேசினான்.

பரதன் ராமை முதுகில் தட்டிக்கொடுத்தான். 'அவள் சீக்கிரமே உங்களுடன் திரும்பிவிடுவாள்.'

ராம் பரதனைப்பார்த்தான். 'இந்தியத்தாய்க்காக நாம் அவளை அங்கிருந்து சீக்கிரமே வெளியே எடுக்கவேண்டும். அவள் விஷ்ணுவாக வேண்டியவள்.'

பரதன் புன்னகைத்தான். போரிடுவதை நியாயப்படுத்த முயற்சி செய்துகொண்டிருந்தான் ராம். ஒரு கணவனின் காதல் மட்டும் காரணமில்லை என்று தனக்குத்தானே சமாதானப்படுத்திக்கொண்டிருந்தான். ஒரு பெரிய குறிக்கோள் இருந்தது.

'அதுவும் உண்மை தான். ஒரு கணவனாக அவளை திரும்பப்பெறவேண்டுமென்று நீங்கள் விரும்புவதில் எந்தத்தவறுமில்லை. சிறந்த தலைவர்களும் மனிதர்கள் தானே.'

ராம் மென்மையாகச் சிரித்தான். 'உன்னிடமிருந்து ரகசியங்களை காக்கமுடியுமென்று பாசாங்கு செய்வது எனக்கு கடினம்.'

'அப்போது முயற்சி கூடச் செய்யாதீர்கள்.'

சகோதரர்கள் சிரித்தார்கள்.

'போர்கள் வழக்கமாக களேபரமான வேலை,' என்றான் பரதன். 'ஆனால் இங்கே இந்தியத்தாய்க்கும் உங்களுக்கும் நன்மை அளிக்கும் போர் நம் கைவசம் இருக்கிறது. அதனால் அதற்கு என்னுடைய முழு ஒப்புதலும் உள்ளது!'

ராம் புன்னகைத்தான்.

'ஆனால், அவள் போன்ற ஒருத்தி இருப்பது உங்கள் அதிர்ஷ்டம்,' என்றான் பரதன். 'அவள் நிஜமாகவே குறிப்பிடத்தக்கப் பெண்மணி.'

நல்ல கனவு கண்டது போல் புன்னகைத்தான் ராம். '*ம்ரித்யைஹ் ப்ராப்யாஹ ஸ்வர்கோ யதிஹா கதையாதி ஏதத் அந்ரிதம்.*

பராக்ஷேஷா ந ஸ்வர்கோ பஹுகுணமிஹைஹவா ஃபலதி.'

பண்டைய சமஸ்கிருத நாடகம் ஒன்றின் வரிகளை ராம் சொல்லியிருந்தான்: *இறந்தவர்களே சொர்கத்தை அடையலாம் என்று சொல்கிறார்கள். ஆனால் அது உண்மையில்லை. இந்த வாழ்வில் நாம் அடைய முடியாததில்லை உண்மையான சொர்க்கம். அது இங்கேயே மண்ணுலகில் உள்ளது. நீ காதலிக்கும் ஒருவருடன்.*

உயர்ந்த புருவங்களுடன் ஆச்சரியமான ஒரு பார்வையை வீசினான் பரதன் தன் மூத்த சகோதரனின் பக்கம். 'ஆஹா... பாஸா கூறியதைச் சொல்கிறீர்கள்?'

சிறந்த சமஸ்கிருத கதாசிரியர் என்று இந்தியா முழுவதும் போற்றப்பட்டவர் பாஸா. ஆனால் கவிதைகளில் ஈர்ப்பு கொண்டவனாக ராம் அறியப்பட்டதில்லை. நாடகங்களிலும்கூட.

'ஈர்க்கப்பட்டுவிட்டாயா?'

'உங்களால் இல்லை. காதலால் ஈர்க்கப்பட்டேன், உண்மையில். உங்களைப்போன்ற ஒருவரைக்கூட கவிதையை விரும்பச்செய்ய முடிகிறதே அதனால்!'

ராம் சிரித்தான். 'என் இரவின் காலை அவள். என் பயணங்களின் இலக்கு அவள். என் மேகங்களின் மழை. என் வாழ்வின் கேள்விகளுக்கு அவள் தான் பதில்.'

பரதன் மென்மையாக சிரித்தான். 'கடந்த பதினான்கு வருடங்களை நீங்கள் மகிழ்ச்சியுடன் கழித்திருக்கிறீர்கள் இல்லையா?'

'இந்த நாடுகடத்தல் என் வாழ்வின் சிறந்த காலம். யார் அதனை கற்பனை செய்திருக்கமுடியும்? நான் உன்னையும் சத்ருக்னனையும் மட்டுமே இழந்து தவித்தேன். நீங்கள் இருவரும் ஒருவேளை அங்கு என்னுடன் இருந்திருந்தால் என் வாழ்வு முழுமையானதாக இருந்திருக்கும். என் மனைவி, என் சகோதரர்கள். எனக்கு வேறொன்றும் தேவையில்லை.'

பரதன் சிரித்தான். 'யார் இதனை கற்பனை செய்திருக்க முடியும்? குருகுலத்தில் நான் தான் காதல் நிறைந்தவனாக இருந்தேன். நீங்கள் நேர்மையான அடக்கமான ஒருவர்.'

'ஏய், நான் இப்போதும் நேர்மையும் அடக்கமும் நிறைந்தவன்!' என்றான் ராம் சிரித்துக்கொண்டே.

பரதனும் சிரித்தான்.

'ஆனால் பரதா,' என்றான் ராம். 'வெகு காலம் ஆகிவிட்டது. பதினாறு வருடங்களுக்கு மேலாக. நீ நடந்ததை மறந்து மேலே முன்னேற வேண்டும்.'

பரதன் ஆழ்ந்த சுவாசம் ஒன்றை எடுத்தான். 'அண்ணா... என்னால் முடியாது...என்னால் அவளை மறக்கமுடியாது.'

'பரதா...'

'விடுங்கள் அண்ணா...விட்டுவிடுங்கள். நாம் போர் பற்றி பேசுவோம்.'

'இல்லை, அப்படிச் செய்யவேண்டாம்.'

பரதன் தன் சகோதரனைப் பார்த்தான்.

'உனக்கு உதவ வேண்டுமென்று விரும்புகிறேன் பரதா. உனக்கு நல்ல ஒரு இதயம் உள்ளது. பரஸ்பரம் உன்னை நேசிக்கும் ஒரு

பெண்ணை நீ காதலிப்பதில் உள்ள, விவரிக்கமுடியாத அந்த அழகை அனுபவிப்பதற்கு நீ தகுதியானவன்.'

'வாழ்க்கை நீண்டது, அண்ணா. பல வருடங்கள் மீதம் இருக்கின்றன. நீங்கள் வெகு தூரம் வந்து விட்டீர்கள். நானும் ஒருவேளை திரும்பிப்பயணிக்கலாம்.'

புன்னகைத்து பரதனின் தோளைச் சுற்றி தன் கரத்தினை போட்டான் ராம்.

பரதன் சிரித்தான். 'கண்டிப்பாக, நாம் இந்த போர் முடிந்த பிறகும் உயிருடன் இருப்போம் என்று நினைத்தோமேயானால்! வாழக்கை ஒரே நேரத்தில் சிறியதாகவும், நீண்டதாகவும் உள்ளது!'

ராம் சிரித்தான். 'நாம் வாழ்வோம். நாம் வெற்றியும் பெறுவோம்.'

அத்தியாயம் 28

அடுத்த நாள் இரண்டாம் ஜாமத்தின் பாதி பகுதி கழிந்து விட்டிருந்தது. பரதன், ஹனுமான் மற்றும் நாரதர் சிகிரியாவின் வெளிப்புறச் சுவற்றின் யானை வாயிலின் வழியாக உள்ளே அணிவகுத்தனர். அவர்களுடன் இருபது வீரர்களும் இருந்தார்கள்.

கும்பகர்ணன், இந்திரஜித் மற்றும் அகம்பனா அவர்களுக்காக உட்புறச்சுவர் மற்றும் வெளிப்புறச் சுவருக்கு நடுவில் இருந்த திறந்த மைதானத்தில் காத்திருந்தனர். அவர்களுக்குப் பின்னால் இருபது இலங்கை வீரர்கள் நின்றிருந்தார்கள்.

ஒரு இலங்கை வீரன் கையில் வெள்ளைக் கொடி ஒன்றை பிடித்திருந்தான். அதன் மேல் அமைதித்தெய்வம், சாந்திதேவியின் உருவம், பதிக்கப்பட்டிருந்தது. முகத்தில் அமைதி மற்றும் கருணையான பாவத்துடன் அவள் தாமரையின் மேல் அமர்ந்திருந்தாள். அவளது நான்கு கரங்களில் ஒன்றில் கமண்டலமும் மற்றொன்றில் தண்ணீர் குடமும் இருந்தது. மூன்றாவது கையில் ருத்ராக்ஷ மாலையும் நான்காவது கரம் வரம் அளிக்கும் தோற்றத்தில் இருந்தது. அயோத்தியர்களின் கொடியில் இருந்த படத்தின் பிம்பமாக அது இருந்தது.

அயோத்தியர்கள் நெருங்கியபோது கும்பகர்ணன் கையை நீட்டி வீரன் ஒருவரிடமிருந்து நீர் சொம்பு ஒன்றை பெற்றுக்கொண்டான். தன் வலது கையை நீட்டி வரம் அளிக்கும் தோற்றத்தில் தண்ணீரை ஊற்றி அது தரையில் விழ அனுமதித்தான்.

அயோத்தியர்கள் அந்த சடங்கை பார்க்கவேண்டும் என்பதை உறுதி செய்தான்.

'*ஓம் சாந்தி,*' என்றான் கும்பகர்ணன்.

அமைதி நிலவட்டும். இப்போதைக்கு.

பரதனும் அதே சடங்கை செய்தான். இரு தரப்பினரும் இந்த பண்டைய வழக்கத்துடன் அமைதியாக பேச்சுவார்த்தை நடத்துவோம் என்று புனித சூளுரையுடன் உறுதி செய்தார்கள்.

பெண் தெய்வம் கண்காணித்தாள். இந்தக் கூட்டத்தில் எவரும் தங்கள் ஆயுதங்களை வெளியே எடுக்கமாட்டார்கள். ஆன்மாவின் மீதான கர்மவினை பயங்கரமாக இருக்கும்.

கும்பகர்ணன் முதலில் பேசினான். தன் கைகளை ஒன்றாகச் சேர்த்து வணக்கம் சொன்னான். 'இளவரசர் பரதன், ஹனுமான்ஜி மற்றும் நீங்கள் யாரென்று எனக்குத்தெரியவில்லை என்று கூற அஞ்சுகிறேன்...'

'அஞ்சத்தேவையில்லை. நான் நாரதன்,' என்றார் நாரதர்.

கும்பகர்ணன் தன் புருவங்களை உயர்த்தி மென்மையாகச் சிரித்தான்.

'இளவரசன் கும்பகர்ணன், இளவரசன் இந்திரஜித் மற்றும் அகம்பனாஜி,' என்றான் பரதன் தன் கைகளைக்குவித்து வணக்கம் சொன்னான். 'இது நிஜமாகவே மகிழ்ச்சிகரமானது.'

பரதனுக்கு தன் பெயர் தெரிந்திருந்ததைக் குறித்து அகம்பனா மகிழ்ச்சி அடைந்தான். *ஒரு வேளை நயவஞ்சகன் விபீஷணன் அவர்களிடம் சொல்லியிருக்கலாம்.*

'உங்கள் வருகைக்கு நாங்கள் யாருக்கு கடமைப்பட்டிருக்கிறோம்?' கும்பகர்ணன் கேட்டான்.

அயோத்தியர்கள்தான் இந்த சந்திப்பு வேண்டுமென்று கேட்டிருந்தார்கள்.

ஹனுமான் பேசினான். 'கும்பகர்ணா, பழைய நண்பனே, நகரத்திற்கு வெளியே உள்ள பயிர் செடிகள் எரிக்கப்பட்டிருக்கின்றன. கிணறுகள் இறந்த விலங்குகளின் சடலங்களால் விஷமாக்கப்பட்டிருக்கின்றன.ஆம்பன் கங்காவின் ஏற்றுமதி இறக்குமதி இடத்தில் உள்ள கிடங்குகள் நாசம் செய்யப்பட்டுவிட்டன.'

ஹனுமான் அந்த இலங்கை அரசனின் உயிரை ஒரு முறை காப்பாற்றியிருந்தான். அப்போதிலிருந்து இருவரும் நண்பர்கள்.

'பூமி எரிக்கப்படவேண்டுமென்ற கொள்கை, ஹனுமான்ஜி,' என்றான் கும்பகர்ணன் பவ்யமாக. எதிரிகள் தங்கியிருக்கும் பகுதியில் அவர்கள் உயிர்வாழத் தேவையான உணவு தண்ணீர்

ஆகிய அனைத்தின் மூலத்தையும் அழிக்கும் பாரம்பரியத்தை குறிப்பிட்டிருந்தான். 'மிகுந்த மரியாதையுடன் கேட்கிறேன், உங்கள் வெற்றியை சுலபமாக்குவோம் என்று நீங்கள் எதிர்பார்க்கவில்லையே?'

'எது எப்படியிருந்தாலும், நீங்கள் கோகர்ணாவிலிருந்து நதிநீர்வழியாக உங்களுக்கான பொருட்கள் வந்தடைவதை உறுதி செய்துகொண்டுவிட்டீர்களே,' என்றான் இந்திரஜித். 'பொருட்கள் பெறவிலைமதிப்பான வழியாக இருந்தாலும் அந்த வழி உங்களுக்கு பயனுள்ளதாக இருக்கும்.'

'ஒரு நயவஞ்சகனின் உதவியுடன் நீங்கள் வென்ற வழி,' என்றான் அகம்பனா. அவன் உடல் கோபத்தில் கொந்தளித்தது. 'அந்த...அந்த...விரியன் பாம்பு விபீஷணன் ஓங்குயாஹ்ரா கோட்டையை நயவஞ்சகமாகப் பெற உதவினான்.'

'பழைய கதையையே மீண்டும் மீண்டும் பேசப்போகிறீர்களா?' நாரதர் கேட்டார் அகம்பனாவை பார்த்து புன்னகைத்தபடி. 'அல்லது உங்கள் சேவையையும் வழங்கப்போகிறீர்களா?'

'போதும்,' பரதன் கைகளை உயர்த்தி திடமாகச் சொன்னான்.

எல்லோரும் மௌனமானார்கள்.

'இளவரசன் கும்பகர்ணன்,' என்றான் பரதன், 'போரில் பல யுத்திகள் நியாயமானவை. உங்களுக்கு எதிராக நாங்கள் எந்த வெறுப்பையும் வைத்துக் கொள்ளவில்லை. ஆனால் ஒரு யுத்தி நியாயமற்றது; அறிந்தே அப்பாவி பொது ஜனங்களை காயப்படுத்துவது. அது அதர்மம்.'

கும்பகர்ணன் முகம் சுளித்தான். இந்தப்போரில் இலங்கையர்கள் அதுபோன்று எதுவுமே செய்யவில்லை. குறைந்தபட்சம் அவன் அறிந்தவரை.

'உங்கள் நகரம் தொற்று நோயினால் அவதிப்படுவதை நாங்கள் அறிவோம்,' பரதன் தொடர்ந்தான். 'எங்களிடம் மலயபுத்ரர்கள் இருக்கிறார்கள். அதனால் அவர்களது மருந்து எங்களிடம் உள்ளது.'

கும்பகர்ணன் இப்போது அதிக குழப்பமடைந்தான்.

'கொண்டுவாருங்கள்,' பரதன் கட்டளையிட்டான்.

இருபது அயோத்திய வீரர்களும் உடனே பெரிய மூட்டைகளை சுமந்தபடி அணிவகுத்தனர். இந்திரஜித்தின் கைகள் வாளை எடுக்க விரைந்தது.

'இளவரசன் இந்திரஜித்,' என்றான் பரதன், அவன் செய்வதை ஒப்புக்கொள்ளவில்லை என்று தெரிவிக்கும் குரலில், 'நாம் சாந்தி தேவியின் சபதம் எடுத்திருக்கிறோம்.'

'ஒரு மூட்டையை இங்கு கொண்டு வா,' பரதன் கட்டளையிட்டான்.

அயோத்திய வீரன் ஒருவன் மூட்டை ஒன்றுடன் பரதனுக்கு முன்னால் வந்து நின்றான். அயோத்திய இளவரசன் மற்றும் கும்பகர்ணனுக்கு நடுவில் மண்ணின் மீது அதனை வைத்தான். பரதன் மூட்டையைப் பிரித்து கருத்த பழுப்பு நிறத்தில் இருந்த பொடியை வெளியே காட்டினான். ஒரு சிட்டிகையை தன் கட்டைவிரல் மற்றும் ஆள்காட்டி விரலால் எடுத்து தன் நாக்கில் வைத்தான். பிறகு கும்பகர்ணனைப்பார்த்தான். கும்பகர்ணன் தலை அசைத்து அந்தப் பொடியின் நம்பகத்தன்மையை ஒப்புக்கொண்டான்.

'இந்தத் தூளை அனைவர்க்கும் ஏற்ற மருந்தாக மாற்றுவது எப்படி என்று தெரியும் இல்லையா?' பரதன் கேட்டான்.

'ஆமாம்,' என்றான் கும்பகர்ணன். 'எங்கள் மருத்துவர்களால் அதைச்செய்யமுடியும்.'

'இது உங்கள் குடிமக்கள் அனைவர்க்கும் ஒருவாரத்திற்கு போதுமானதாக இருக்கும். அதன் பிறகு மீண்டும் நாம் பேசலாம்.'

கும்பகர்ணன் தன் வீரர்களைப் பார்த்து தலை அசைத்தான். அவர்கள் மிடுக்காக நடந்து வந்து சாக்குகளை தங்கள் பொறுப்பில் எடுத்துக்கொண்டனர். குழப்பமான முகத்துடன் கும்பகர்ணன் பரதனின் முகத்தைப்பார்த்தான். 'ஏன்? ஏன் எங்கள் குடிமக்களை காப்பாற்றவேண்டும்.'

பரதனின் மார்பு பெருமையில் விரிய கண்கள் குறுகின. 'ஏனென்றால் ராம் என்றழைக்கப்படும் மனிதர் எங்கள் தளபதி.'

கும்பகர்ணன் லேசாக புன்னகைத்தான். *ராணி சீதா சொன்னது சரி. அவள் கணவன் தனிப்பட்ட பெருமையுடைய விசேஷமானவன்.*

'நான் உங்களை போர்க்களத்தில் சந்திக்கிறேன், இளவரசன் கும்பகர்ணன்,' என்றான் பரதன். 'உங்கள் வீரர்கள் மீது இவ்வளவு கருணை காட்டமாட்டோம்.'

கும்பகர்ணன் மரியாதையுடன் தலையைக் குனிந்தான். 'நான் அதனை எதிர்பார்த்துக்கொண்டிருக்கிறேன், உன்னத இளவரசரே.'

பரதன் திரும்பினான். அவனுடன் வந்த மற்றவர்களும். ஹனுமான் நடந்து செல்லும்போது வெளியே இருந்த பயிர்களைப் பார்த்தான். அவனுக்கு ஒரு எண்ணம் தோன்றியது.

—— ⊰✶⊱ ——

அயோத்திய போர் ஆலோசனை சபை ராமின் கூடாரத்தில் குழுமியிருந்தது. அவர்கள் வட்ட மேஜை ஒன்றைச் சுற்றி அமர்ந்திருந்தார்கள். அதன் மேல் சிகிரியா நகரத்தின் உருவப்படிவம் ஒன்று வைக்கப்பட்டிருந்தது: அதன் கோட்டைச் சுவர்கள், அகழிகள், சுற்றியுள்ள பீடபூமி. திறன்வாய்ந்த உருவப்படிவம் செய்பவர்கள் விபீஷணன் கொடுத்த விவரங்களின் உதவியுடன் வேகமாக தங்கள் வேலையை செய்திருந்தனர்.

ராம் மற்றவர்களைப் பார்த்தான். 'உங்கள் எண்ணத்தை கேட்க நான் தயாராக இருக்கிறேன்.'

வசிஷ்டர், பரதன், ஹனுமான் மற்றும் லக்ஷ்மன் இடதுபுறம் அமர, சத்ருக்னன், அரிஷ்டநேமி, அங்கத் மற்றும் நாரதர், ராமின் வலப்புறம் உட்கார்ந்திருந்தனர். எல்லோரும் மௌனமாக இருந்தார்கள். மிகவும் தெளிவாக இருந்த ஒன்றை எவரும் வார்த்தைகளால் பேசி வெளிப்படுத்தவில்லை.

பல்லாயிர வருடங்களாக அது ப்ரதியட்சமான உண்மையாக இருந்தது வீரர்களின் மத்தியில்: ஒவ்வொரு கோட்டைக்கும் ஒரு பலவீனம் உண்டு. ஒவ்வொரு கோட்டைக்கும். ஆனால் சிகிரியா அது தவறு என்று உணர்த்திவிட்டது. அதில் தவறு எதுவுமே இல்லை. அயோத்திய வீரர்கள் யாரும் அறியாமல் கோட்டைக்குள் நுழைய ஒரு வழியைக்கூட கண்டுபிடிக்கமுடியாது. பிரச்னையென்னவென்றால் இலங்கையர்களை அயோத்தியர்கள் எண்ணிக்கையில் வீழ்த்தமுடியாது. நுழைய முடியாத சுவர்களுக்குள் பாதுகாப்பாக இருக்கும் எதிரியைத் தாக்க படை எண்ணிக்கையில் உயர்ந்து இருந்தால் அது உதவும். மற்றுமொரு இடையூறு இருந்தது: இரண்டு வருடங்களுக்கு இல்லையென்றாலும் பல மாதங்கள் வரை போதுமானதாக இருக்கும் உணவுப்பொருட்களின் கையிருப்புடன் வசதியாக இருக்கிறார்கள் சிகிரியாவின் ஜனங்கள்.

'எந்த பலவீனங்களும் இல்லை,' விபீஷணன் சலித்துக்கொண்டான். 'சிகிரியாவின் கோட்டைச்சுவர்கள் உள்ளே நுழையமுடியாதவை. நாம் அவர்களை நதியில் தோற்கடித்திருக்கவேண்டும் அல்லது இங்கே சீக்கிரமே வந்து கோட்டைக்குள் புகுந்து நம் நிலைமையை பாதுகாத்துக்கொண்டிருக்கவேண்டும். இரண்டு வாய்ப்புகளையும் தவறவிட்டுவிட்டோம்.'

பரதன் விபீஷணன் மீது அதிகமாக எரிச்சல் அடைந்தான். தோல்வியடைவோம் என்ற இந்த எண்ணம் வீரர்களுக்கு அவநம்பிக்கையை உண்டுசெய்யும்.

'நுணுக்கமாக வடிவமைக்கப்பட்ட சுரங்கப்பாதைகள் எதையும் நீங்கள் இங்கே அமைக்கவில்லையா? ஓங்குயாஹ்ராவில் நீங்கள் கட்டியது போல்?'

முகஸ்துதியினால் எளிதில் பாதிக்கப்பட்ட விபீஷணன் மகிழ்ச்சியுடன் புன்னகைத்தான். 'அதற்கான வாய்ப்பு எனக்கு கிட்டவில்லை, இளவரசர் லக்ஷ்மன்.'

'அதிக பரிதாபமாக உள்ளது.'

'போற்றத்தக்க ஏதேனும் ஒன்றை நான் கட்டியிருக்கலாம். ஏனென்றால் இந்த உலகிலேயே சிறந்த பொறியாளர் நான்தான் என்று பெரும்பாலானோர் ஒப்புக்கொள்கின்றனர்.' இதைச்சொல்லும்போது விபீஷணனின் பார்வை சத்ருக்னன் மீது விழுந்தது.

சத்ருக்னன் இகழ்ச்சியாக தன் புருவத்தை உயர்த்தி புன்னைகைத்தான். ஆனால் கிடைத்த பொறிக்கு அவன் அகப்பட்டுக்கொள்ளவில்லை. அதைவிட முக்கியமான வேலைகள் கைவசம் இருந்தன. அரச குடும்பத்தை சேர்ந்த முட்டாளின் பாதுகாப்பற்ற தன்மை அலட்சியப்படுத்த தகுதியானது.

ராம் தான் கூறியதையே மீண்டும் உரைத்தான். 'ஏதேனும் எண்ணங்கள்? எதுவாக இருந்தாலும் நான் கேட்கத்தயார். வழக்கத்திற்கு மாறாக இருக்குமென்றாலும்.'

'என்னிடம் ஒரு யோசனை உள்ளது,' என்றான் ஹனுமான்.

எல்லோரும் சிறந்த வாயுபுத்ரனின் பக்கம் திரும்பினார்கள்.

'மலை நம்மிடம் வரவில்லையென்றால் நாம் மலையிடம் செல்லவேண்டும்,' என்றான் ஹனுமான்.

'என்ன?' அரிஷ்டநேமி கேட்டான்.

'மேற்கில் பயணம் செய்யும் போது இந்த வசனத்தை நான் கேட்டேன். அடிப்படையில், நம்மால் கோட்டைக்குள் நுழைய முடியாதென்றால், இலங்கையர்களை கோட்டைக்கு வெளியே வர வற்புறுத்தவேண்டும்.'

'ம்ம்ம்,' என்றார் நாரதர். 'நல்ல எண்ணம். போதுமான அளவில் நன்றாகக் கேட்டால் அதையும் அவர்கள் செய்யக்கூடும்.'

'நாரதர்ஜி,' என்றான் அங்கத், 'அவர் சொல்வதைக் கேட்போம். ஹனுமான்ஜி சிறந்த யுத்த தந்திரம் அறிந்தவர்.'

'ஹனுமான்ஜி,' என்றான் பரதன், 'இலங்கையர்கள் ஏன் சிகிரியாவின் சுவற்றிற்குளிருந்து வெளியே வருவார்கள்?'

'உணவு,' பதிலளித்தான் ஹனுமான்.

'ஆனால் பல மாதங்களுக்கு போதுமான அளவில் அவர்களிடம் உணவு இருக்கின்றதே,' எதிர்ப்பு தெரிவித்தான் விபீஷணன். 'அவர்களது பயிர்கள் அறுவடைக்கு தயாராக இருக்கின்றன.'

'எந்தப் பயிர்கள்?' ஹனுமான் கேட்டான்.

'அதனால் என்ன வித்தியாசம் ஏற்படும்?' விபீஷணன் கேட்டான். 'அது சாப்பிட உகந்த தானியம், நான் உறுதியளிக்கிறேன். என் அண்ணா ராவணன் இந்த யுத்தியை மிதிலாவிலிருந்து கற்றுக்கொண்டான், உண்மையில் ஒரே மையமுள்ள இரண்டு சுவர்களின் யோசனை; ஒன்றைச்சுற்றி மற்றொன்று என கட்டப்பட்ட இரண்டு சுவர்கள். மிதிலாவின் போர்முடிந்து சிலவருடங்களுக்குப்பின்உள் சுவரை மூடுவதற்காக வெளிப்புறச் சுவரை கட்டினான். இடையில் உள்ள நிலத்தில் பயிர்கள் வளர்ப்பதற்காக பயன்படுத்தினான். அந்த நிலப்பரப்பு குறைந்தபட்சம் ஒரு கிலோமீட்டர் அகலமும் நகரத்தைச் சுற்றி ஐம்பது கிலோமீட்டர் சுற்றளவும் உள்ளது. அது பெரிய நிலப்பரப்பு. பயிர் செடிகளுடன் பசுமையாக. நகரம் பசியுடன் இருக்கமுடியாது. அது சாத்தியமில்லை.'

'ஆஹா...' மெதுவாகக் கூறினான் பரதன். உரத்த குரலில் பேசிய விபீஷணன் கூறியதை ஒதுக்கிவிட்டிருந்தான். ஹனுமானின் எண்ணம் என்ன என்பதை உணர்ந்தான்... ஏனென்றால் அவன் அந்த நிலத்தை பார்த்திருந்தான். *அற்புதம்.*

'என்ன?' என்றான் ராம்.

'இதனை விளக்கும் கௌரவம் ஹனுமான்ஜிக்கு கிடைக்கவேண்டும் என்று நான் நினைக்கிறேன்,' என்றான் பரதன். 'அவரது அற்புதமான யோசனை.'

ராம் மற்றும் போர் ஆலோசனை சபையில் அனைவரும் ஹனுமான் பக்கம் திரும்பினார்கள்.

'இந்தியத் துணை கண்டத்தில் மிகவும் பிரபலமான தானியம் எது?' ஹனுமான் கேட்டான். 'நம்மில் பெரும்பாலானவர்கள் சாப்பிடுவது என்ன?'

பதில் தெளிவாக இருந்தது. 'அரிசி.'

'ஆமாம், நம்முள் பலர் அரிசி சாப்பிடுபவர்கள். பலர் கோதுமையும் சாப்பிடுவார்கள். ஆனால் நாங்கள் பெரும்பாலும் அரிசி சாப்பிடுவோம்.'

'அதனால்?' ராம் கேட்டான்.

'இந்தியாவின் எந்த ஒரு பகுதியில் அரிசி சாப்பிடப்படுவதில்லை? கோதுமை மட்டுமே சாப்பிடப்படும்.'

'வட மேற்கில் மட்டுமே,' பதிலளித்தார் வசிஷ்டர். 'இந்திரபிரஸ்தாவிலிருந்து மேற்கே, பஞ்சாப் உள்பட.'

'குறிப்பாக அணுவின் நிலத்தில் அவர்கள் கோதுமையால் செய்யப்பட்ட ரொட்டிகளை மட்டுமே சாப்பிடுவார்கள். அரிசி இல்லை.' என்றார் நாரதர்.

நாரதர் வசிஷ்டரைப் பார்த்து லேசாக புன்னகைத்தபடி இதைச் சொன்னார். ஆனால் வசிஷ்டர் நாரதரைப்பார்த்தார்.

'மீண்டும் கேட்கிறேன், அதனால் என்ன?' விபீஷணன் கேட்டான். 'உங்கள் கேள்விக்கு பதிலளிக்க, ஆமாம், ராவணன் மற்றும் என் குடும்பத்தினர் பெரும்பாலும் ரொட்டி சாப்பிடுபவர்கள். மிக அரிதாக நாங்கள் அரிசி சோறு சாப்பிடுவோம். இந்திரப்ரஸ்தாவிற்கு அருகில் உள்ள நிலத்தைச் சேர்ந்தவர்கள் நாங்கள். சிகிரியா மக்கள் என் சகோதரனுக்கு அடிமையாகி அவன் மீது இருந்த பக்தியில் அரிசி சோறு சாப்பிடுவதை விட்டுவிட்டு ரொட்டிக்கு மாறிவிட்டனர். இந்திய வட மேற்குப் பகுதியைத் தவிர இந்த நகரம் ஒன்றில்தான் கோதுமை மட்டுமே சாப்பிடப்படுகிறது. கிட்டத்தட்ட அரிசி சோறே இல்லை.'

'இருங்கள், இருங்கள்,' என்றான் சத்ருக்னன். 'சிகிரியாவின் உள் மற்றும் வெளிப்புறச் சுவர்களுக்கு இடையே உள்ள நிலத்தில் பயிரிடப்பட்டிருப்பது கோதுமை என்று சொல்கிறாயா? கோதுமை மட்டுமா? கோதுமையைத் தவிர வேறு ஒன்றுமே இல்லையா?'

அதீத எரிச்சலுடன் விபீஷணன் சத்ருக்னன் பக்கம் திரும்பினான். 'ஆமாம், தெளிவாக!'

'ஆஹா...' என்றான் சத்ருக்னன், தலையை உயர்த்திப்பிடித்தபடி. ஹனுமானைப்பார்த்து புன்னகைத்தான். ஒப்புக்கொள்வதாய் தன் தலையை அசைத்தான். 'அற்புதம். அற்புதம். இந்தத்திட்டம் கண்டிப்பாக வேலை செய்யும்.'

'எது வேலை செய்யும்?' நாரதர் கேட்டார்.

போர் ஆலோசனை சபையில் சிறந்த வீரர்கள் இருந்தார்கள் ஆனால் அவர்கள் எல்லோரும் நகர்புறத்தினர். அவர்கள் விவசாயிகள் இல்லை. விவசாய விஷயங்கள் அவர்களுக்கு உடனே புரிவதில்லை. அவர்கள் அனுபவித்தாலே ஒழிய, பரதன் போல். அல்லது அதுபற்றி படித்திருக்கவேண்டும், சத்ருக்னன் போல.

'அரிசிப்பயிருக்கு அதிக தண்ணீர் தேவைப்படும்,' என்றான் ஹனுமான். 'அதை முதலில் விதைத்து பின்னர் களையெடுத்து வேறு இடத்தில் பயிரிடும் வரை. அறுவடை வரை நிலம் ஈரமாகத்தான் இருக்கும். ஆனால் கோதுமை... கோதுமை வித்தியாசமானது. அதற்கு குறைந்த அளவு தண்ணீர் போதும். குறைந்த கவனமே தேவை.' ஹனுமான் முன்னால் சாய்ந்து மெதுவான குரலில் கூறினான், 'அறுவடை சமயத்தில் கோதுமை காய்ந்திருக்கவேண்டும்.'

'ஆஹா,' என்றான் ராம் மெதுவான குரலில். ஹனுமானின் திட்டம் புரிந்துவிட்டது இப்போது.

'என்ன?' அங்கத் கேட்டான். 'எனக்குப்புரியவில்லை.'

'அவர்கள் பயிர்களை எரித்துவிடுவோம்?' லக்ஷ்மன் கேட்டான்.

'மிகச்சரியாக,' ஹனுமான் பதிலளித்தான். 'நமக்கு எண்ணெய் தேவைப்படாது. தீயைத் தூண்டிவிடும் எதுவும் தேவையில்லை. அறுவடைக்காக காத்திருந்த மொத்த கோதுமைப் பயிரும் எளிதில் எரியக்கூடியவை. நாம் செய்யவேண்டியதெல்லாம் அங்கு சென்று தீயை பற்றவைக்கவேண்டியதுதான்...'

அனைவரும் மேஜையின் மீது சாய்ந்து அங்கு வைக்கப்பட்டிருந்த சிகிரியா நகரத்தின் உருவப்படிவத்தை கூர்ந்து பார்த்தனர். அதன் கோட்டை மதில்கள் மற்றும் சுற்றியிருந்த நிலம். வெளிப்புற மற்றும் உள் சுவற்றுக்கு இடையே இருந்த நிலம் யாருக்கும் சொந்தமானதில்லை. ஒரு கிலோமீட்டர் அடர்த்தியும் நகரத்தைச் சுற்றி ஐம்பது கிலோமீட்டர் நீளமும்.

'அது அவர்களது உணவுப்பொருட்களின் கையிருப்பு அளவை பாதிப்பதுடன்,' என்றார் வசிஷ்டர், 'அதன் வெப்பமும் தீயிலிருந்து எழும் புகையும் உள்ளே காற்றுடன் சுவாசிக்கும் குடிமக்களின் மனநிலையை பெரிதும் பாதிக்கும்.'

'நம் உணவுப்பொருட்களை குறைக்க எதிரிக்கு உதவும் எதையும் அழிக்கும் கொள்கையை உபயோகித்தார்கள்,' என்றான் பரதன் ராமைப்பார்த்து. 'நாம் அவர்கள் செயலுக்கு பதிலடி மட்டுமே கொடுக்கிறோம். இது அதர்மமில்லை. இது சட்டப்படி சரியான முற்றுகைத்தந்திரம்.'

ராம் ஆமோதித்தான்.

முடிவு தெளிவாக இருந்தது. தர்க்கத்திற்கு அவசியமில்லை. ஒன்று மட்டுமே தீர்மானிக்கப்படவேண்டியிருந்தது.

'எப்போது?' ஹனுமான் கேட்டான்.

'முழுமையாக அறுவடைக்குத் தயாராக இருக்கிறதா?' ராம் கேட்டான்.

'அவர்கள் இன்னமும் அதனை ஏன் அறுவடை செய்யவில்லையென்று நான் ஆச்சரியப்படுகிறேன்,' என்றான் ஹனுமான்.

'வரும் நாட்களில் ஒரு நாள் செய்வார்கள் போலும்.'

'அப்போது நாம் உடனே தாக்கவேண்டும்,' என்றான் ராம் மிடுக்காக. 'இன்றிரவே.'

அத்தியாயம் 29

'நில்,' என்றான் ஹனுமான் மெதுவான குரலில், தன் வலது கையை உயர்த்தி. அது முட்டியாக மூடப்பட்டிருந்தது.

அவன் பின்னால் இருந்த பதினோரு வாயுபுத்ர வீரர்களும் உடனே நின்றார்கள்.

அவர்கள் மரவரிசைக்குப் பின்னால் இருந்தார்கள். அவர்களுக்கு முன் குறைந்தபட்சம் இரண்டு கிலோமீட்டர் தூரம் திறந்த வெளியிருந்தது. மறு பக்கத்தில் சிகிரியாவின் வெளிப்புறச் சுவர் - மாபெரும் இருபத்தியைந்து மீட்டர் உயரத்தில். அது அமாவாசை இரவு. இருள் அயோத்தியர்களை திறமையாக மறைத்தது. தொலைவில் காற்றில் இருந்த குளிரும் அவர்களுக்கு உதவியது. ஏனென்றால் இலங்கையர்கள் சுவரின் மேல் இருந்த அகன்ற நடைமேடையில் தீயை மூட்டி குளிர்காய்ந்து கொண்டிருந்தார்கள், தங்களை வெப்பமாக வைத்துக்கொள்ள. ஆனால் அந்தத் தீயே அவர்கள் இருக்குமிடத்தை ஊடுருவுபவர்களுக்கு காட்டிக்கொடுத்தது.

முட்டாள்தனம்.

ஹனுமான் தன் தலையைத் திருப்பி மென்மையாகப் பேசினான். 'விபீஷணனின் தகவல் சரியானது. பெரும்பாலான இலங்கை வீரர்கள் கடற்படை போருக்கு பயின்றவர்கள். நிலப் போர்களில் முற்றுகை யுத்திகளில் அவர்களுக்கு பயிற்சி இல்லை. ராஜா ராவணன் தன் சிறந்த வீரர்களை உள் சுவற்றில்

காவலுக்கு வைத்திருந்தான். குறைந்த பயிற்சி பெற்றவர்களை வெளிப்புறச் சுவற்றில். தர்க்கவாதப்படி சரியானது. உத்தரவின்றி நுழைபவர்கள் வெளிப்புறச் சுவற்றில் குதிப்பதை அவன் பிரச்சனையாக கருதுவதில்லை. இரண்டு சுவர்களுக்குமிடையே உள்ள ஒரு கிலோமீட்டர் தூரமான இடத்திற்குள் நாம் குதிக்கவேண்டுமென்று விரும்புவார்கள். பிறகு உள் சுவற்றின் பாதுகாவலர்கள் மீனைச் சுடுவதைப்போல் நம்மை சுடுவார்கள்.;

வாயுபுத்ர வீரர்களில் முதியவர்கள் தலை அசைத்தனர். அதுதான் இலங்கையர்களின் யுத்த தந்திரமாக இருக்கும்.

'உள் சுவற்றினுள் இருக்கும் வீரர்களுடன் இன்று சண்டையிடுவதை நாம் விரும்பவில்லை,' என்றான் ஹனுமான். 'அவர்கள் கருணையற்ற அரக்கர்கள். அந்த உயர்ந்த சுவற்றில் அவர்களுக்கு நம்மை விட பெரிய நன்மை இருக்கிறது. அதனால் நாம் எதையும் பார்க்ககூடாதென்று அவர்கள் விரும்புகிறார்கள். ஒப்பீட்டளவில் வெளிப்புற சுவற்றில் காவலுக்கு இருக்கும் கற்றுக்குட்டியான வீரர்களை நாம் முதலில் சமாளிக்கவேண்டும். அவர்களைக் கொல்லுங்கள். அமைதியாக, சத்தமில்லாமல்.'

'சரி, ஹனுமான்ஜி,' அமைதியாக ஒருங்கிணைந்த குரலில் எல்லோரும் கூறினார்கள்.

'நாம் திட்டமிட்டபடி செய்வோம்,' என்றான் ஹனுமான். 'மாற்றங்கள் ஏதுமில்லை.'

'கடைசி ஆயுதங்கள் ஆய்வு.'

வீரர்கள் தங்கள் கத்திகளை அமைதியாக ஆய்வு செய்தார்கள். ஒவ்வொருவரிடமும் ஏழு கத்திகளும் ஒரு பெரிய வாளும் இருந்தன. அவர்கள் தங்கள் தோல் பட்டையைத் தளர்த்தி ஆயுதங்களை லேசாக விடுவித்தனர். பிறகு ஒவ்வொரு வீரனும் தன் நண்பனின் கவசத்தை சரிபார்த்தான். ஒவ்வொரு கவசமும் ஆழ்ந்த கருப்பு நிறத்தில் நன்றாக பொருந்தின. வேட்டியும் கருப்பு நிறத்தில் இராணுவ பாணியில் கட்டப்பட்டிருந்தது. தங்கள் உருவத்தை மாற்றிக்கொள்ள கைகள், கால்கள் மற்றும் முகத்தில் கருப்பு நிற சாயம் பூசிக்கொண்டிருந்தனர். நிலவில்லாத இரவின் இருளில் கலந்து ஒன்றுபட்டனர். எட்டு வீரர்கள் வில் ஏந்தியிருந்தனர். அவற்றில் கயிற்றைக் கட்டி உடலுக்கு குறுக்கே இருந்த கட்டுக்குள் ஆயுதத்தை பொருத்தினர். ஓடுவதற்கு வசதியாக. அம்புகளின் இறகுகள் மற்றும் பிசின்துணிக்குள் உறையிடப்பட்டிருந்த ஒவ்வொரு அம்பின் தலைப்பகுதியையும் கவனமாக சோதித்தனர். இதுதான் அவர்களது மிகமுக்கியமான ஆயுதம். பிறகு அம்புகளை நீண்ட ஒடுக்கமான அம்பறாத்தூணியின் உள்ளே தனித்தனியாக வைத்தனர். ஏறுவதற்கு பயன்படும் நீண்ட கருப்பு நிறக் கயிறு

சுருட்டப்பட்டு ஒன்றாக இணைத்து அவர்களது தோளில் தொங்கின.

வில் எடுத்துச்செல்லாத இரண்டு வீரர்கள் கொண்ட இரண்டு குழுக்கள், மெலிதான இரண்டு மரத்துண்டங்களை சோதித்தனர். கடினமான இந்திய மரமான ஷீஷம் வகையை சேர்ந்தவை அவை. அவையும் கருப்பு சாயம் பூசப்பட்டிருந்தன. இருபத்தியைந்து மீட்டர் நீளமான மரத்துண்டுகளின் இரண்டு தொகுப்புகள் சத்ருக்னனால் புதுமையாக வடிவமைத்து துரிதமாக கட்டப்பட்டிருந்தது: மடிக்கப்படக்கூடிய மற்றும் எளிதில் எடுத்துசெல்லத்தக்க ஏணி.

மேலேயிருந்த இரண்டு பத்திகளையும் படிக்க நீங்கள் எடுத்துக்கொண்ட நேரத்தைவிட குறைந்த நேரத்தில் இந்த சோதனைகள் எல்லாம் நடந்து முடிந்தன. இவர்கள் பயிற்சிளிக்கப்பட்ட வாயுபுத்ர வீரர்கள். அவர்கள் உலகத்தில் சிறந்தவர்களுள் அடங்குவர். வீரர்கள் ஹனுமான் பக்கம் திரும்பினார்கள். தயாராக. காத்திருந்தார்கள்.

'பாதி பேர் என்னைத்தொடருங்கள். நானூறு மீட்டர் வரை கிழக்கே நகருங்கள்,' ஹனுமான் கிசுகிசுத்தான். 'மீதமுள்ள வீரர்கள் இங்கேயே இருங்கள். பறவை போல் கூவி சமிக்ஞை செய்தவுடன் இரண்டு குழுக்களும் சுவற்றைச் சுற்றியிருக்கும் அகழியை நோக்கி ஓடுங்கள். அதன் பிறகு நாம் செய்யவேண்டியது என்ன என்று உங்களுக்குத்தெரியும்.'

பருவகாலம் முடிவதற்காக காத்திருந்தபோது ராம் தன் வீரர்களை கடுமையான அணிவகுப்பு பயிற்சிக்கு ஆளாக்கியிருந்தான். ஒருவர் மற்றவரது கண்பார்வையிலிருந்து விலகியிருந்தபோதும் ஒரே வேகத்தில் அமைப்பிற்குள் இருந்தபடியே ஓட பயிற்சி அளிக்கப்பட்டிருந்தார்கள். மூன்று நிலை வேகத்திற்கு பயிற்சி அளிக்கப்பட்டிருந்தனர்: மெதுவாக, வேகமாக, தாக்கும் வேகம்.

'ஏதேனும் கேள்விகள்?'

'இல்லை, ஹனுமான்ஜி.'

ஹனுமான் தன் கையை நீட்டினான். வீரர்கள் முன்னால் நகர்ந்து ஹனுமானின் கைக்கு மேல் தங்கள் கைகளை ஒன்றன் மேல் ஒன்றாக வைத்தனர்.

'*காலாக்னி ருத்ர* ஹனுமான் வாயுபுத்ர போர் முழக்கத்தை மெதுவாக உச்சரித்தான்.

காலம் முடியும் நேரத்து தீ தான் *காலாக்னி*; காலம் முடிவடைவதை குறிக்கும் பெருந்தீ. மற்றொன்றின் துவக்கம். வாயுபுத்ரர்களும் அதுதான் ருத்ர பகவானின் தீ என்று

நம்பினார்கள். வலிமைமிக்க மஹாதேவை எதிர்ப்பவர்களின் நேரம் முடிவடைவதை அது குறிக்கிறது.

நெருப்பு மூட்டப்படவிருந்தது.

'*காலாக்னி ருத்ர,*' வீரர்கள் அவன் பின்னால் கூறினார்கள்.

ஹனுமான் தலை அசைத்து கிழக்கு நோக்கி நகரத்துவங்கினான். ஐந்து வீரர்கள் அடியெடுத்துவைத்து பின்தொடர்ந்தனர். இருவர் அவர்களுக்கிடையில் ஒரு மர ஏணியை தூக்கிக்கொண்டிருந்தனர். லேசாக கால் எடுத்து வைத்தனர். எளிதான மென்மையான சுவாசம்.

ஆறு வீரர்கள் முந்தைய இடத்திலேயே நின்று விட்டனர். மற்ற *ஏணி* அவர்களிடமிருந்தது.

சில நிமிடங்களில் ஹனுமான் மற்றும் அவனது வீரர்கள் தங்கள் இலக்கை அடைந்தனர். மேலே நிமிர்ந்துகோட்டை சுவற்றின் உச்சியில் இருந்த நடக்கும் இடத்தில் தெரிந்த நெருப்பைப்பார்த்தான். நெருப்பிலிருந்து ஒரு கற்பனை நேர்கோடு வரையப்பட்டால் ஹனுமானுடன் இருந்த வீரர்படை மற்றும் மேற்கே நானூறு மீட்டர் தொலைவில் இருந்த வீரர் குழுவும் சரியாக இரு கூறுகளாகப் பிரியும்.

மிகக்கச்சிதம்.

இலங்கை வீரர்கள் இருபக்கத்திலிருந்தும் தாக்கப்படுவார்கள்.

ஹனுமான் தன் உதடுகளை ஒட்டி பறவை கூவுவதைப்போலவே ஒலியெழுப்பினான். கிட்டத்தட்ட உடனேயே, அதற்கு பதில் ஒலியும் வந்தது.

ஹனுமான் தன் வீரர்களைப்பார்த்து தலை அசைத்தான். 'இப்போது.'

ஆறு வீரர்களும் சிகிரியாவின் கோட்டைச் சுவற்றை நோக்கி ஓடத்துவங்கினார்கள். மெதுவாக, சீரானவேகத்தில். இப்போது முழுமையாக வெளியில் இருந்தனர். ஆனால் இருளில் கிட்டத்தட்ட முழுவதுமாக கண்ணுக்குத் தெரியாமல் இருந்தனர்.

பத்து நிமிடங்களுக்குள் இரண்டு கிலோமீட்டர் தூரத்தை கடந்து கோட்டையின் வெளிப்புற சுவற்றிற்க்கு அருகில் உள்ள அகழியை நெருங்கினர். தங்கள் சக்தியை தக்கவைத்துக்கொள்ள முன்பைவிட ஓய்வான வேகத்தில். ஏனென்றால் இப்போது அவர்களுக்கு சக்தி தேவைப்படும்.

அகழி ஏறத்தாழ பத்து மீட்டர் அகலம் இருந்தது.

ஹனுமான் மேலே பார்த்தான். மதிலுக்கு மேலே மேற்கில் இருநூறு மீட்டர் தொலைவில் தீ எரிந்துகொண்டிருந்தது. இரவின் இருளில் அந்த நெருப்பு தெளிவாகத் தெரிந்தது.

அவன் மென்மையாக முகர்ந்தான். இப்போதிலிருந்து பேச்சு இல்லை. இருண்ட இரவில் மதிலுக்கு அருகில் மௌனத்தில் அது மிகவும் ஆபத்தானது.

பறவை கூவல் குறியீடு மூலம் தன் கட்டளைகளை தெரிவித்தான். ஏணி.

மூன்று வீரர்கள் மரத்துண்டங்களை நிலத்தில் வைத்தார்கள். பிறகு மெதுவாக அதனை மொத்த அகழியிலும் நீட்டித்து நிலையாக வைத்தார்கள். சத்தமில்லாமல்.

ஏணி இருபத்தியைந்து மீட்டர் நீளம் இருந்தாகவேண்டும். இருபத்தியைந்து மீட்டர் உயர கோட்டை மதிலை எற அதனை பயன்படுத்துவார்கள். அகழி பத்து மீட்டர் அகலம் மட்டுமே இருந்தது. ஏணியின் நீளம் அகழிக்கு தேவையான நீளத்தைவிட போதுமானதாகவே இருந்தது.

இருப்பினும் அந்த நொடியில் மரத்துண்டங்கள் ஏணியாக உயர்த்தப்படவில்லை. அவை ஒன்றாக மடிக்கப்பட்டிருந்தன. அழுத்தப்பட்டு, வலுவாக.

கோட்டையின் சுவற்றுக்கு அருகில் அகழியின் உள் பக்கத்தில் இருந்த நிலத்தில் மரத்துண்டங்கள் வைக்கப்பட்டன. பிறகு, பாதி படைப்பிரிவின் பெரிய வீரன் ஓபுலி, தன் மொத்த எடையையும் மரத்துண்டங்களின் அடிப்பகுதியில் குவித்து அவற்றை நிலத்தில் வேரூன்றினான். அதன்பிறகு, லேசான வீரன் தீபாங்கர், தன் இரண்டு கால்கள் இரண்டு கைகளையும் தரையில் வைத்து மரத்துண்டங்கள் மீது குறுக்குவாட்டில் தவழ்ந்தான்.

மொத்த நடவடிக்கையில் மிகவும் ஆபத்தான பகுதி இதுதான்.

பெரும்பாலான பகுதியில் இருந்ததுபோல் அகலமாக இல்லையென்றாலும் அகழி ஆழமாக இருந்தது. சில இடங்களில் அகலம் குறைந்திருந்தது, நகர மதில்களுக்குள் உள்ள விளைவு நிலத்தை அதிகரிக்க வெளிப்புற மதிலின் எல்லை விரிவாக்கப்பட்டிருந்தது.வழக்கமாக அகழிகளில் முதலைகள் தொகை அதிகமாக இருக்கும். வலுவாக கடிக்கும் பலம் கொண்ட நீர் மற்றும் நிலத்தில் வாழ்கிற முரட்டுத்தனமான உயிரினங்கள். எவரது உடலும் இவற்றின் தாடைக்குள் அகப்பட வேண்டுமென நீங்கள் விரும்பமாட்டீர்கள். அதிர்ஷ்டவசமாக வாயுபுத்ரர்களுக்கு சாதகமாக தொற்று நோயினால் பாதிக்கப்பட்டு பல மிருகங்கள் இறந்துவிட்டிருந்தன.

ஆனால் தவறி கீழே விழுந்து மீதமிருந்த முதலைகளுக்கு இறையாகி விடுவோம் என்ற கவலை தீபாங்கருக்கு இல்லை. மரணம் என்ற ஆபத்து சிறப்புப்படைக்கு எப்போதுமே இருக்கும். தான் நீருக்குள் விழுந்தால் அதனால் எழும்பும் ஒலியைக் குறித்து அதிகம் கவலைப்பட்டான். அது இலங்கையர்களை

எச்சரித்து அவர்களது முழு பணியையும் நாசம் செய்துவிடும். கவலைப்படவேண்டிய அவசியம் அவனுக்கில்லை. அவன் விரைவான நேரத்தில் கடந்து சென்றுவிட்டிருந்தான். அகழியின் உள் பக்கத்தில் அவனை தரையோடு வேரூன்றியிருக்கும்படிச்செய்ய தீபாங்கர் மரத்துண்டங்களின் மேல் அமர்ந்தான். பிறகு அவன் பறவை குரலில் ஊதினான். ஹனுமான் உள்பட மீதமிருந்த நான்கு வீரர்கள் மறுபக்கத்திற்கு கடந்து சென்றனர். அங்கு சென்றடைந்த பின்னர் ஹனுமான் ஊதினான். உடனே ஓபுலி மரத்துண்டங்களின் மீதிருந்து கால்களை எடுத்து ஏணியை மேலே தள்ளத்துவங்கினான். மறுபுறத்திலிருந்த ஐவர் மறுமுனையை தாங்கிப்பிடித்தனர். சீக்கிரமே அந்த மரத்துண்டங்கள் கோட்டை மதிலின் மேல் சாய்ந்தன, அதன் மேல் முனை சுவர் அரண்களைத் தாண்டி மேலே நீண்டன; உண்மையில், மதில் சுவரில் இடை இடையே இருந்த காலி இடத்திற்குள்நீண்டன. ஹனுமான் இருமுறை முகர்ந்தான். இரு வீரர்கள் ஒரு மரத்துண்டை பிடிக்க, வலிமை வாய்ந்த நாகவாயுபுத்ரனும் இரு வீரர்களும் மற்றொன்றை பிடித்துக்கொண்டிருந்தார்கள். மரத்துண்டங்களை நெம்பி பிரித்தார்கள். ஏணி பிரிந்தது. கால் வைத்து மிதிக்க அது ரசாயனங்களால் பதப்படுத்தப்பட்ட வலுவான தோலினால் செய்யப்பட்டிருந்தது. உலோகத்தால் ஆன குறுக்குவாட்டில் மடிக்கும் ஆதரவுடன் வெளிப்புறம் திறந்தது. பாரம்பரிய வடிவமைப்புடன் ஒப்பிடும்போது தூக்குவதற்கு லேசாகவும், ஆச்சரியம் அளிக்கும் விதத்தில் உறுதியாகவும் ஏணியை ஆக்கியது.

நல்ல வீரர்கள் போர்களை வெல்வார்கள். நல்ல பொறியாளர்களும்தான்.

அடித்தளம் உறுதியாக இருந்து பின்னால் நழுவாமல் இருக்க தீபாங்கர் ஏணியின் கீழ் பகுதியை நிலையாக பிடித்துக்கொண்டான்.

ஹனுமான் ஏறத்துவங்க அவனது ஒரு பாதி படைப்பிரிவின் மூன்று வீரர்கள் பின்தொடர்ந்தார்கள். தீபாங்கர் கீழேயே இருந்தான். ஹனுமான் உச்சியை அடைந்து பீரங்கி சுட ஏதுவாக மதிலில் இருக்கும் புழையில் ஏறி கோட்டை சுவற்றின் மீது குதித்தான். மற்ற மூவர் தொடர்ந்து அமைதியாக தரை இறங்கினார்கள். ஹனுமான் தன் மூக்கிலிருந்து காற்றை வெளியிட்டான். மெல்லிய சீறல்; ஒரு கட்டளை. வீரர்கள் தங்கள் தோளிலிருந்து கருப்புக் கயிற்றை கழற்றினார்கள். ஞாயிலிடைக்கு குறுக்கே முன்பு கட்டப்பட்டிருந்த பெரிய வளையத்தை நழுவவிட்டு, கயிறு நழுவாமல் இருக்கிறதா

என்று முடிச்சின் தளர்ச்சியை சரிபார்த்து பிறகு கயிற்றின் மறுமுனையை சுவற்றின் மறுபக்கத்திற்கு தூக்கியெறிந்தார்கள்.

இது ஒரு முன் எச்சரிக்கை. எதிரிகளால் கண்டுபிடிக்கப்பட்டால் துரிதமாக வெளியேற. ஏணியை பயன்படுத்தாமல் கயிற்றை பிடித்துக்கொண்டு இறங்கலாம். அத்தகைய செயல்கள் அவசர நேரத்தில் உயிரைக் காக்கும். சிறப்புப்படையின் வீரனுக்கு பயிற்சி அளிப்பது விலையுயர்ந்தது. எந்த சேனையும் இந்த உயிர்களை மலிவாக இழக்க விரும்பாது.

மறுபக்கத்தில் ஓபுலி பிடித்துக்கொள்வதற்காக தீபாங்கர் ஏணியை பின்புறம் அகழிக்குள் மெதுவாக இறக்கத்துவங்கினான். ஹனுமான் மற்றும் அவனது வீரர்கள் திரும்பும்போது அவர்களுக்கு தயாராகக் கிடைக்கும். ஹனுமான் மீண்டும் மெல்லிய காற்றை மூக்கிலிருந்து வெளியிட்டான். ராமின் சேனையிலிருந்து நான்கு வீரர்கள் தங்கள் சிறிய கத்திகளை வெளியே எடுத்து ரகசியமாக நகர்ந்தனர். இரவின் இருளில் இன்னமும் ஒளிந்திருந்து நெருப்பு மூட்டப்பட்டிருந்த இடத்தை நோக்கி நகர்ந்தனர். இலங்கையர்களை நோக்கி.

விரைந்து நெருக்கமாக நகர்ந்தவுடன் தீப்பிழம்பின் ஒளியில் எதிரிகளை தெளிவாக அவர்களால் பார்க்கமுடிந்தது. ஆறு இலங்கையர்கள் தீயைச் சுற்றி அது தரும் வெப்பத்தின் வசதிக்காக உட்கார்ந்திருந்தார்கள்; கிழக்கில் ஹனுமான் மற்றும் அவனது வீரர்கள் வந்த வழியில் மூவர், மற்றும் மேற்கில் அயோத்திய படையின் மூவர் சந்தேகத்திற்கு இடமின்றி நெருங்கிக்கொண்டிருந்தனர். அவர்கள் வம்பு பேசிக்கொண்டிருந்ததை ஹனுமானால் கேட்க முடிந்தது; முற்றுகையினால் இலங்கை வணிகர்கள் லாபம் அடைந்ததாக ஏதோ; சில உன்னத பெண்மணிகளின் தகாத உறவுகள் குறித்து. இந்த மேலோட்டமான சுயநலவாதிகளான மேல்தட்டு மனிதர்களை பாதுகாக்க நாம் ஏன் நம் உயிரைவிட வேண்டும் என்று ஒரு இலங்கை வீரன் சலித்தபடி முணுமுணுத்தான்.

அனைத்துப் படைகளின் முன்னோடி வீரர்களின் பொதுவான புகார் இது. அவர்கள் யாருக்காக இறக்கிறார்கள்? அவர்கள் யாருக்காக கொல்கிறார்கள்? இதற்காக தங்கள் உயிரை விடுவது தகுதியானதா? சாதாரண குடிமக்கள் சிலசமயம் தங்களை பாதுகாக்கும் வீரர்களை மதிப்பார்கள். ஆனால், வீரத்தை போற்றாத தகுதியற்ற மனிதர்களுக்காகக்கூட போர் வீரர்கள் உயிர் தியாகம் செய்கிறார்கள், ஏன்? ஏனென்றால் கதாநாயகர்கள் செய்வது அதுதான்.

இருளினால் மறைக்கப்பட்ட ஹனுமான் ஆசியச் குயில் போல் மிகச்சரியாக ஊதினான்.

ஒரு இலங்கை வீரன் உடனே தன் தலையைத் திருப்பினான். இருளுக்குள் உற்று நோக்கினான். ஹனுமான் சில மீட்டர் தூரத்தில்தான் இருந்தான். ஆனால் இலங்கை வீரன் எதையும் பார்க்கவில்லை.

'இருளில் பறவைகளைத் தேட முயற்சிப்பதை நிறுத்து ஜோர்முயு,' என்றான் இலங்கையர்களில் ஒருவன். 'விடியும் வரை காத்திரு.'

மற்றொரு இலங்கை வீரன் சிரித்தான். 'ஜோர்முயு தவறான வேலையில் இருக்கிறான்! அவன் பறவைகளைப்பற்றி படிக்கும் தொழிலில் இருந்திருக்கவேண்டும்!'

இருளில் உற்று நோக்குவதை ஜோர்முயு தொடர்ந்தான். கிட்டத்தட்ட அவன் தன்னை பார்த்துவிட்டான் என்பது போல் உணர்ந்தான் ஹனுமான். திடீரென்று ஜோர்முயு ஆவலுடன் புன்னகைத்தான். ஒரு குயிலை பார்த்துவிட்டதாக உறுதியாக நம்பினான் ஆனால் உடனே திரும்பிவிட்டான்.

ஒரு முதிர்ந்த போர் வீரனின் உள்ளுணர்வு அவனை எச்சரித்திருக்கும். இவர்கள் உண்மையிலேயே அனுபவம் இல்லாதவர்கள்.

மற்றுமொரு ஆசிய குயிலின் ஒலி கேட்டது. இம்முறை மேற்கிலிருந்து.

நேரம் வந்துவிட்டது.

ஹனுமான் முன்னால் விரைந்து அந்த தூரத்தை ஒரு நொடிக்குள் கடந்தான். இரு பக்கங்களிலிருந்தும் அவன் வீரர்கள் நெருங்கினார்கள்.

மன்னிக்கவும் ஜோர்முயு.

நல்ல தசைப்பிடிப்புள்ள வீரன் திடீரென்று தோன்றியதற்கு ஜோர்முயு எதிர்வினை எதுவும் செய்யும் முன்னர் ஹனுமான் அவன் வாயைப் பொத்தி நீளமான கத்தியொன்றினால் அவன் கழுத்தை அறுத்தான். சரியாக குறுக்கே. ஆழமாக. கழுத்தை அசைக்கவும் திருப்பவும் உதவும் தசை மற்றும் கழுத்து நரம்பை கத்தி துண்டித்தது. அதோடு அவனது கழுத்தின் இடது மற்றும் வலது பக்கத்தில் உள்ள நாடியின் ஒரு பகுதியையும் துண்டித்தது. குழந்தைகள் ஹோலி நேரத்தில் விளையாட பயன்படுத்தும் கருவியிலிருந்து நீர் பீறிடுவது போல் ரத்தம் பீறிட்டது. உடனே ஹனுமான் பின்னால் நகர்ந்து நிழலுக்குள் மறைந்தான்.

ஹனுமானின் வீரர்கள் தாங்கள் குறியிட்டு வைத்திருந்த தங்கள் இலக்கான சில வீரர்களுடனும் அதையே செய்திருந்தனர்.

நான்கு நொடிகளுக்குள் எல்லாம் முடிந்துவிட்டது. நிழலிலிருந்து வாயுபுத்ரர்கள் சத்தமின்றி வெளிப்பட்டு, இலங்கை

வீரர்களின் வாய்களைப் பொத்தி அவர்களது கழுத்தை அறுத்து மீண்டும் நிழலுக்குள் மறைந்தனர். இலங்கையர்கள் இப்போது சுவற்றின் நடக்கும் வழியில் விழுந்து கிடந்தார்கள். ரத்தம் கசிந்து மரணிக்கும் வரை. இலங்கை வீரர்களின் கண்களுக்கு தென்படாமல் உள் சுவற்றில் மூன்றடி உயரம் இருந்த கல் கைபிடிச்சுவரினால் அவர்களது உடல்கள் மறைக்கப்பட்டன.

பத்து நொடிகளில் ஜோர்முயு இறந்துவிட்டான். ஹனுமானின் வெட்டு கருணை மிகுந்து ஆழமாக இருந்தது. வேறு சில இலங்கை வீரர்கள் இன்னும் சிறிது நேரம் கூடுதலாகத் தவித்தனர். ஆனால் எல்லோரும் இரண்டு நிமிடங்களில் இறந்துவிட்டனர். வெளிப்புற மற்றும் உட்புறச் சுவர்களில் வேறு எந்த இலங்கை வீரனும் விவேகமானவனாக இல்லை.

வைதரணி நதியின் மறுபக்கத்திற்கு ஜாக்கிரதையாக பயணம் செய்யுங்கள் மென்மையான ஜோர்முயு. நான் செய்ய வேண்டியிருந்ததை செய்ததற்கு மன்னிக்கவும்.

இலங்கை வீரர்கள் இறந்துவிட்டதாக உறுதி செய்துகொண்ட பிறகு ஹனுமான் மீண்டும் பறவைக் குரல் எழுப்பினான். வார்த்தைகளில் கட்டளை இடுவதை தவிர்த்தான் ஹனுமான்.

மேற்கு திசையிலிருந்து ஒரு அயோத்திய வீரன் மெதுவாக முன்னேறினான். தரையில் வழுக்கி விழாமல் இருக்கவேண்டுமென்று கவனமாக இருந்தான். இலங்கை வீரனின் ரத்தத்தினால் தரை பிசுபிசுப்பாக இருந்தது. அவன் தன் அம்பு மற்றும் வில்லை வெளியே எடுத்திருந்தான். துணியால் மூடப்பட்டிருந்த அம்பின் தலையை இலங்கை வீரன் மூட்டியிருந்த தீயின் முன் நீட்டினான். உடனே அந்தத் துணியில் தீப் பற்றிக்கொண்டது. அயோத்தியன் கைபிடிச்சுவற்றில் சாய்ந்து கொண்டு அந்த அம்பினை கீழே தங்க நிறத்தில் மின்னிய கோதுமைப் பயிரின் மீது செலுத்தினான்.

தவறு நடந்தது.

அம்பு பாய்ந்து சென்று மண்ணில் புதைந்தது, கோதுமைச் செடியின் தண்டுகளுக்கு நடுவில். உடனே நெருப்பு அணைந்துவிட்டது.

வருத்தமான முகத்துடன் வீரன் பின்னால் நிழலுக்குள் நகர்ந்து கொண்டான். அவன் தன் தளபதியின் திசையில் பார்த்தான். ஹனுமான் இரண்டு சிறிய பறவை அழைப்பு விடுத்தான்.

வாயுபுத்ரர்கள் இருந்த இடத்தில் உரைந்தனர்.

ஹனுமான் தன் வில்லை விடுவித்து மேலே உயர்த்தி கவனமாக ஒரு அம்பை பையிலிருந்து எடுத்து கயிற்றில் பொருத்தினான்.

முன்னால் நகர்ந்தான். தீ மூட்டப்பட்ட இடத்தை அடைந்ததும் கிழக்கும் மேற்கும் பார்த்தான். தன் வீரர்களை நோக்கி. செய்தி தெளிவாக இருந்தது: *பார்த்து கற்றுக்கொள். ஏனென்றால் இது இப்படித்தான் செய்யப்படவேண்டும்.*

ஹனுமான் அம்பின் தலையை நெருப்புக்குள் காண்பித்தான். அது உயிர்பெற்றது. தீப்பற்றிக்கொண்டது. கைபிடிச்சுவற்றுக்கு அருகில் நகர்ந்து தன் இடுப்பிலிருந்து முன்னால் சாய்ந்தான். அம்பை கிடைமட்டமாக பிடித்துக்கொண்டு தன் உடலை அதன் மேல் வளைத்தான். அவன் தலை பக்கவாட்டில் சாய்ந்திருக்க அவன் வலது கண் அம்புடன் நேர் கோட்டில் இருந்தது. தன் வலுவான தோள்கள் மற்றும் மேல் முதுகை நெகிழ்த்தி கயிற்றினை இழுத்தான், ஏறத்தாழ தன் காது வரை. அம்பினை விடுவித்தபோது கயிற்றை படபடத்தான். அம்பு பயணித்தது. கிட்டத்தட்ட கிடைமட்டமாக, மென்மையான கோணத்தில் கோதுமைப் பயிர்களை நோக்கி. முந்தைய அம்பை விட அடுத்தது மிகவும் வித்தியாசமாகவும் வேகமாகவும் கூர்மையான கோணத்தில் கீழே இறங்கியது.

சில கோதுமை பயிர்களின் தண்டின் மேல் பகுதியை முத்தமிட்டுச்சென்றது ஒரு அம்பு. பிறகு அடுத்தடுத்து இருந்த பயிர்களின் மேல் பட்டு குதித்துச்சென்றது. சிறிய குளம் ஒன்றில் கிடைமட்டமாக எறியப்பட்ட தட்டையான கூழாங்கல்லைப்போல. நீண்ட தூரம் பயணித்த அம்பு ஐம்பது மீட்டர் தூரத்திற்கு பல கோதுமைப்பயிர்களின் தண்டுகளில் தீயை மூட்டியது. தரையில் நான்கு முறை குதித்தது. அதன் பாதையில் இருந்த கிட்டத்தட்ட அனைத்து செடிகளும் எரிந்து போயின. அருகில் இருந்த பயிர்களுக்கும் தீ வேகமாக பரவியது.

ஹனுமான் தன் வீரர்களை பார்த்தான். பின்னால் நகர்ந்தான்.

எளிமையான செயல் என்பது போல் தோன்றி ஏமாற்றியது, அவன் தூக்கியெறிந்தவிதம். கோதுமைப் பயிரின் தண்டு மேலே அதிக உலர்ந்ததாகவும் கீழே பருப்பு இருக்கும் இடத்தில் ஈரமாக இருக்கும். எளிமையான பாடம்: கோதுமைப் பயிரை எரிக்கவேண்டுமென்றால் மேலிருந்து துவங்கவேண்டும்.

ஹனுமானின் வீரர்கள் ஆட்டத்தை துரிதப்படுத்தினர். ஒன்றன் பின் ஒன்றாக. ஆறு அம்புகள் எறியப்பட்டன. சீக்கிரமே அந்தப் பகுதியிலிருந்த மொத்த கோதுமைப் பயிருக்கும் தீ மூட்டப்பட்டது. நெருப்பு காற்றில் பயணித்தது. ஒரு தண்டிலிருந்து மற்றொரு தண்டிற்கு தீ பரவியது. அச்சுறுத்தும் உயரத்திற்கு தீப்பிழம்பு எழுந்தது.

எல்லாம் மூன்று நிமிடங்களுக்குள் நடந்து முடிந்தது.

இப்போது வெளிச் சுவற்றிலிருந்து இலங்கையர்களின் பதட்டமான கூக்குரல் கேட்டது. அதிக பணியாட்கள் இருந்த உள் சுவற்றின் சில பகுதிகளிலிருந்தும் கூட.

'நெருப்பு!'

'நெருப்பு!'

'தண்ணீர் கொண்டு வாருங்கள்!'

'நெருப்பு!'

எங்கும் உரத்த சத்தம். மௌனமாக சைகைகளில் பேசுவது இனி அவசியமில்லை.

'போதும்!' ஹனுமான் கட்டளையிட்டான். 'பின் வாங்குங்கள்!'

வாயுபுத்ர வீரர்கள் ஓடத்துவங்கினார்கள். பாதி வீரர்கள் மேற்கு திசை, மறு பாதி கிழக்கு திசை. ஏறும் இடத்திற்கு திரும்பும் வரை. கயிற்றினை பிடித்து இழுத்து வேகமாக வெளிப்புற மதிலின் கீழே இறங்கி பிறகு அகழியை கடந்து மறுபுறம் சென்றார்கள். ஏணிகளை விட்டுவிட்டு தாக்கும் வேகத்தில் திரும்பி ஓடினார்கள். மரவரிசைகளின் பின்னால் மறைந்து பாதுகாப்பாக இருக்க.

அதே நேரத்தில் கிழித்துக்கொண்டு ஓடிவந்த ஆறு படைகளில் ஒன்று ஹனுமானின் படை. மற்ற ஐந்து படைகளையும் வழி நடத்தியது ராம், பரதன், லக்ஷ்மன், அரிஷ்டநேமி மற்றும் அங்கத்.

ஒரு கிலோமீட்டர் அகலத்தில் ஐம்பது பயிர்நிலங்கள், சிகிரியாவை ஒரு மாபெரும் பரிதியாக சூழ்ந்தன. விலைமதிப்பற்ற அறுவடைக்கு தயாரான கோதுமைப் பயிரால் மூடப்பட்டிருந்தது அந்த இடம். அனைத்தும் எரிந்துகொண்டிருந்தன.

'என் கணவர் திறம்மிக்கவர், அதில் எந்த சந்தேகமும் இல்லை,' என்றாள் சீதா கண்களில் பெருமிதத்துடன். 'ஆனால் இந்த குறிப்பிட்ட பணியில் உள்ள மேதாவித்தன்மை சத்ருக்னனின் திறன் என்று நான் சந்தேகிக்கிறேன்.'

ராவணனும் கும்பகர்ணனும் அசோக வனத்தில் சீதாவை சந்தித்தனர். கோட்டைச் சுவற்றின் இரண்டு விரிவாக்கங்களின் நடுவில் இருந்த பாதுகாக்கப்பட்ட பாதையில் அவர்கள் நடந்து கொண்டிருந்தார்கள். சிகிரியாவிலிருந்து அசோக வனம் வரை எட்டு கிலோமீட்டர் தூரம் நீண்ட அந்த பாதையில் சுலபமான பாதுகாப்பிற்காக கோபுரங்கள் அமைக்கப்பட்டிருந்தன. முந்தைய இரவுகளுடன் ஒப்பிடும் போது முதன் முறையாக இரவு அமைதியாக இருந்தது. முற்றுகை ஒரு முட்டுக்கட்டையாக

மாறியது போல் தோன்றியதாக ராவணன் நம்பினான். இது பல வாரங்கள் நீடிக்கும். சீதாவை பல நாட்களாக சந்திக்காமல் இருந்ததால் அவன் தன் சகோதரன் மற்றும் சீதாவுடன் இரவு உணவு சாப்பிட வேண்டுமென்று முடிவெடுத்திருந்தான். சில வாரங்கள் முன்பு இலங்கையர்கள் ஓங்குயாஹ்ராவிற்குள் அணிவகுக்கும் முன்பு சீதாவும் அந்த சகோதரர்களும் தங்கள் பிரியாவிடையை கூறிக்கொண்டுவிட்டிருந்தார்கள். ஆனால் அந்தப் போர் ஒரு போலியான தாக்குதல் என்று அறிந்த பிறகு அயோத்தியர்கள் மேற்கிலிருந்து அணிவகுப்பதை கண்டுபிடித்தவுடன் இலங்கையர்கள் சிகிரியாவிற்கு மீண்டும் விரைந்திருந்தனர்.

'எல்லாம் ஒன்றுதான்,' என்றான் ராவணன் மரியாதையுடன், 'கடலின் குறுக்கே பாலம் அமைக்கும் எண்ணம், அற்புதம். ராம் துணிவானவனாக இருப்பான் என்று எதிர்பார்த்திருந்தேன். நேர்மையான மனிதன் என்று எதிர்பார்த்திருந்தேன்; நம் குடிமக்களுக்கு மருந்து வழங்கினான். ஆனால் இந்த புதுமையான புத்திசாலித்தனத்தை நான் எதிர்பார்க்கவில்லை...அது அவனுடையதாகவோ அல்லது அவன் சகோதரனுடையதாகவோ இருக்கலாம் அது ஒரு பொருட்டல்ல. இந்தப் போர் மிகச்சிறப்பானதாக இருக்கும்.'

'ஆண்கள் இந்தப் போர்களினால் ஏன் இவ்வளவு மகிழ்கிறார்கள்?'

'நீ மகிழவில்லையா?'

'இல்லை, நான் மகிழ்வதில்லை.'

'இவ்வளவு பொய் பேசாதே. நீ சொல்வதை கேட்பதே பாவம் என்றாகிவிடும்!' ராவணன் நகைச்சுவையாக பேசினான். 'கண்டிப்பாக போரிடுவதை நீ மகிழ்கிறாய். அதனால்தான் இவ்வளவு நன்றாக சண்டையிடுகிறாய்.'

'நான் நன்றாக சண்டையிடலாம், ஆனால் நான் அதை மகிழ்வதில்லை. முடிந்தால் நான் அதைத் தவிர்ப்பேன்-'

தங்கள் தலைக்கு மேல் பறக்கும் பறவைக் கூட்டத்தை கண்டு பேசுவதை நிறுத்தினாள் சீதா. அவை தப்பித்து ஓடுவது போல் தோன்றின. விசித்திரம்...

ஆனால் ராவணன் உரையாடலைத் தொடர்ந்தான். 'ஆனால் சில மனிதர்கள் இதனை மகிழ்கிறார்கள். அது உண்மை. அதோடு, நான் முன்னர் ஒருமுறை கூறியது போல், அது போன்ற மனிதர்கள் பலர் சேனையில் இருக்கிறார்கள்! ஆனால் போர் இல்லாமல் மனிதர்கள் நாகரீகமாக ஆகியிருக்க மாட்டார்கள் என்று நான் நினைக்கிறேன். சமூகங்கள் தம்மை ஒழுங்குபடுத்தி ஒன்றாக சேர்ந்து வேலை செய்யவேண்டுமென்று இப்போர்கள்

வற்புறுத்துகின்றன. ஒரே சமூகத்தவர்களாக இருந்தாலும் கோட்பாட்டளவில் பிளவு பட்டிருக்கும் மனிதர்கள்வெளிப்புற எதிரியைச் சேர்ந்து எதிர்கொள்ளும் பொழுது அதுபொதுவான தளத்தைக் கண்டறியச் செய்யும். புது தொழில் நுட்பம் உருவாக இது வழிவகுக்கும்.அந்தத் தொழில் நுட்பத்திலிருந்தும் உருவாகும் பொருட்கள் போர் வீரர்கள் அல்லாதவர்களுக்கும் உதவும். போருக்கு ஒரு நோக்கம் உள்ளது.ஒரு நாகரீகத்தின் மையத்தில் இருப்பது போர்.'

'அது அப்படித்தானா என்று எனக்குத்தெரியவில்லை...'

சீதா மீண்டும் பேசுவதை நிறுத்தினாள். அவர்கள் தலைக்கு மேல் இப்போது இன்னமும் பெரிய பறவைக் கூட்டம் ஒன்று பறந்து கொண்டிருந்தது. அவர்கள் சிகிரியாவை விட்டு தப்பித்து ஓடுவது போன்று தோன்றியது.

'என்ன நடக்கிறது?' கும்பகர்ணன் கேட்டான் மேலே பார்த்தபடி. 'இது மிகவும் வினோதமாக இருக்கிறது...'

'சிகிரியாவின் திசையிலிருந்து ஒரு விதமான ஒளிவீச்சு வருக்கிறது,' என்றாள் சீதா.

ராவணன் மற்றும் கும்பகர்ணன் எழுந்து நின்று தொலைவில் பார்த்தார்கள். ஒரு மந்தமான மினுமினுப்பு தெரிந்தது.

ராவணன் அவர்களுக்கு அருகில் இருந்த ஒரு பெண் காவலாளியின் பக்கம் திரும்பி, 'மேலே சென்று கண்காணிப்பு கோபுரத்திதிலிருந்து பார்த்து அறிக்கை கொடு.'

பல உயரமான நீலகிரி மரங்களின் மேல் கட்டிவைக்கப்பட்ட ஒரு கோபுரத்தின் பக்கம் ஓடினாள் கண்காணிப்பு காவலாளி. முன்னூறு அடிக்கும் மேல் உயரமாக இருந்தன அந்த மரங்கள். ஆனால் மரத்தைச் சுற்றி செய்யப்பட்டிருந்த மர படிக்கட்டில் துரிதமாக ஏறினாள் அந்தக் காவலாளி. ஒரு நிமிடத்திற்குள்ளாகவே மேலே உச்சியில் இருந்த மேடையை அடைந்தாள். சிகிரியாவின் திசையில் பார்த்தாள்.முடக்கு வாதம் தாக்கியது போல் ஸ்தம்பித்து நின்றாள்.

'என்ன நடக்கிறது?' ராவணன் கீழிருந்து அமைதியில்லாமல் கத்தினான்.

பிரபுவின் குரல் கேட்டு தன் அதிர்ச்சியிலிருந்து மீண்டாள் அந்தப்பெண். மேடையின் கைப்பிடிச் சுவற்றில் இருந்த ஒலிபெருக்கியை எடுத்து அதனுள் உரத்த குரலில் பேசினாள். 'மேன்மையனவரே, மேலே வந்து இதனைப் பாருங்கள்!'

ராவணன் படிகளை ஏறத்துவங்கினான். கும்பகர்ணனும் சீதாவும் தொடர்ந்தனர். ராவணனின் வயது முதிர்ச்சி காரணமாக அவனால் முட்டுக்கொடுக்கமுடியவில்லை. அவர்கள்

இருவரும் இரண்டு நிமிடங்களிலேயே ஏறிவிட்டார்கள். மேலே அடைந்தவுடன் அவர்கள் கண்கள் சிகிரியாவை நோக்கித்திரும்பியது.

'என்ன இது?!' உறுமினான் ராவணன் அதிர்ச்சியில்.

இலங்கையின் தலைநகரம் சிகிரியா தீப்பற்றி எரிவது போலிருந்தது.

சீதாவின் வாய் ஆச்சரியத்தில் பிளந்தது. *ஆஹா...ராமால் இதனை எப்படி செய்ய முடிந்தது?*

அத்தியாயம் 30

'நன்றி,' என்றான் ராம் கைகளை குவித்து வணக்கம் சொல்லி தலையைக் கவிழ்த்தான். சிகிரியாவில் கோதுமைப் பயிர்களை எரித்து இரண்டு நாட்கள் ஆகிவிட்டிருந்தது.

கிராமத்தின் தலைவன் கஜராஜும் மரியாதையான வணக்கத்தில் கைகளை குவித்தான். தலையை இன்னமும் அதிகமாக தாழ்த்தியிருந்தான். அவன் முதல் முறையாக ராமை சந்தித்தான். 'தயவு செய்து எனக்கு நன்றி சொல்லாதீர்கள், சிறந்த அரசே. உங்களுக்கு உதவுவது கிராமத்தின் கௌரவம்.'

கஜராஜின் கிராமம் - சிகிரியாவிலிருந்து இருபத்தியைந்து கிலோமீட்டர் வடக்கே சப்த சிந்துவிலிருந்து வந்த நாகர்கள் முழுவதுமாக குடியேறியிருந்த கிராமம். அயோத்தியர்களின் போர் முகாம், இலங்கை தலைநகரம் மற்றும் கஜராஜின் கிராமத்திற்கு நடுவே எழுப்பப்பட்டிருந்தது. நாகர்களாக இருந்ததால் கிராமத்து மக்கள் உலகளாவிய பாகுபாடு மற்றும் துன்புறுத்தலை நேர்கொண்டனர். சாதாரண மக்கள் அவர்கள் மீதுமூட நம்பிக்கையான பயம் கொண்டிருந்தார்கள். ராவணனும் கும்பகர்ணனும் கூட நாகர்கள்தான் ஆனால் வலிமையானவர்களாக இருந்தபடியால் அது போன்ற பாரபட்சத்தை அவர்கள் எதிர் கொள்ளவில்லை.

சுமாராக இருபத்தியைந்து வருடங்கள் முன்பு கும்பகர்ணன் அந்த நாகர்களை சிகிரியாவிற்கு மிக அருகில் வாழ அனுமதிக்க

தன் சகோதரனை சம்மதிக்க வைத்திருந்தான். அவர்கள் அந்த கிராமத்தில் குடியேறி இருந்தார்கள். சில வருடங்களுக்குப் பிறகு இலங்கை அரச குடும்பம் தங்கள் கனவுகள் மற்றும் இலக்குகளை அடைவதில் தீவிரமாகிவிட்டபின் அவர்கள் கிராம நிர்வாகத்தை சிகிரியாவின் உள்ளூர் அரசுப்பணித்துறையிடம் கொடுத்துவிட்டனர். அரசுப்பணித்துறையும் சாதாரண மக்கள் போல் மதவெறி பிடித்தவர்கள். சீக்கிரமே தங்கள் சுயநலத்திற்காக அவர்களை பயன்படுத்தும் ஒன்றாக நிர்வாகம் மாறியது. கஜராஜின் கிராமத்து நாகர்கள் புகார் எதுவும் அளிக்கவில்லை. வாழ்வாதாரத்திற்கான பல வாய்ப்புகளை அளிக்கும் சிகிரியா போன்ற செழிப்பான நகரத்தின் அருகில் தங்களுக்கென்று ஒரு கிராமம் கிடைத்ததென அவர்கள் நன்றியுணர்ந்தார்கள். அவர்கள் தங்கள் வாழ்வினை அமைத்துக்கொண்டார்கள். மெதுவாக. குறை கூற முடியாத யானை மேலாண்மைத் திறனை சிகிரியாவின் குடிமக்களுக்குகற்றுக்கொடுக்க ஒப்புக்கொண்டார்கள். இலங்கையில் யானைகள் போக்குவரத்து கட்டுமான பணிகள் மற்றும் கோவில் சடங்குகளுக்கும் பொதுவாக பயன்படுத்தப்பட்டன. தாங்கள் வளர்த்த யானைகளை வாடகைக்குவிட்டு நியாயமான பணம் சம்பாதித்தார்கள். ஆனால் இருபத்தியைந்து வருடங்கள் சீராக அமைந்த அவர்களது முழு வாழ்க்கை முறை சில மணிநேரங்களில் நாசம் செய்யப்பட்டது. இலங்கை வீரர்கள் அவர்களது பயிர்களை எரித்து, கிணறுகளில் விஷம் கலந்து அவர்களது வீடுகளை இடித்து விட்டிருந்தனர்.

எதிரிக்கு பயன்படும் அனைத்தையும் நாசம் செய்யும் கொள்கை.

அயோத்தியர்கள் தங்களுக்கு தேவையான பொருட்களை உள்ளூரிலிருந்து வாங்குவதை தவிர்க்க.

நாசம் செய்யப்பட்ட அந்த பூமியை நம்பி வாழ்ந்தவர்கள்தான் தற்செயலாக இணை சேதம் அடைந்தவர்கள்.

'இவ்வளவு இரவில் உங்களை தொந்திரவு செய்ததற்கு தயவு செய்து என் மன்னிப்பை ஏற்றுக்கொள்ளுங்கள்,' என்றான் ராம் பணிவுடன்.

'கண்டிப்பாக இல்லை, மேன்மையானவரே,' என்றான் கஜராஜ். 'பகலில் வந்து உங்களை வெளிகாட்டிக்கொள்ளும் ஆபத்தை நீங்கள் எடுக்க முடியாது என்பதை நான் புரிந்து கொள்கிறேன். இலங்கை ஒற்றர்கள் உங்களை அடையாளம் காணக்கூடும்.'

ராம் தலையசைத்தான்.

'அவற்றைக்காண விரும்புகிறீர்களா, பகவான் ராம்?' கஜராஜ் கேட்டான்.

'ஆமாம், நான் விரும்புகிறேன். அது பெரிய தொந்திரவாக இருக்காது என்றால்.'

கஜராஜ் புன்னகைத்தான். 'தொந்திரவே இல்லை. அது உங்கள் உரிமை.'

கஜராஜ் வழிநடத்தினான். அங்கத், அரிஷ்டநேமி, ஹனுமான் மற்றும் பரதன் ராமுடன் இருந்தனர். பத்து வீரர்கள் கொண்ட மெய்க்காப்பாளர் குழுவும் யாரும் அறியாத வண்ணம் அவர்களை தொடர்ந்தது.

'நாங்கள் தீப்பிழம்புகளைப்பார்த்தோம் பிரபு,' என்றான் கஜராஜ். 'பயிர்களை எரிப்பது- அற்புதமான போர் தந்திரம்.'

ஹனுமானை நோக்கி சைகை செய்தான் ராம் நடந்துகொண்டே. 'எல்லா புகழும் ஹனுமானுக்கே. அவன்தான் இந்த யோசனையை முன்னிறுத்தியது. மொத்தமாக இந்த திட்டத்தை செயல்படுத்தியது அவன் தான்.'

ராம் எப்போதுமே தன் பெருமையை மற்றவர்களுடன் பகிர்ந்து கொள்வதை விரும்புபவன். எல்லா புகழும் தனக்கே வேண்டும் என்று நினைக்கும் பொறாமை குணம் கொண்ட தலைவன் இல்லை. தகுதியான போற்றுதல் கொடுக்கப்படும்போது ஒருவன் எவ்வளவு சாதிக்கிறான் என்பதை அறிய திகைப்பாக இருக்கும்.

ஹனுமான் வணக்கம் சொல்வது போல் கைகளை குவித்து புன்னகைத்தான்.

கஜராஜ் தொடர்ந்தான். 'சில வாரங்களில் தானிய கிடங்குகளில் உள்ள தானியங்கள் தீர்ந்துவிடும். மதிலுக்குள் இருந்த பயிரை அறுவடை செய்யப்போவதை எதிர்நோக்கியிருந்தார்கள் அவர்கள். நகரத்தில் அத்தியாவசியமான பொருட்களின் விலை அதிகரித்துள்ளது. குடிமக்களின் மனநிலை சரிந்துள்ளது என்று கேள்விப்பட்டிருக்கிறேன். ராஜா ராவணனின் சேனை அதிக காலம் சிகிரியாவின் சுவர்களுக்குப்பின்னால் இருக்கமுடியாது. அவர்கள் வெளியே அடியெடுத்துவைத்து போரிட வேண்டும். அதைதான் நீங்கள் விரும்புகிறீர்கள் என்று ஊகிக்கிறேன், ராஜா ராம். எண்ணிக்கையில் அதிக நன்மை பெற்றிருந்தாலும் ஊடுருவ முடியாத சிகிரியாவின் கோட்டைச் சுவற்றின் மேல், உயரத்தில் அவர்கள் ஏறி நிற்காவிட்டால் அது பயனற்றது.'

ராம் புன்னகைத்து கஜராஜின் வேகத்திற்கு ஈடுகொடுத்தான்.

சீக்கிரமே அவர்கள் தங்கள் இலக்கை அடைந்து விட்டார்கள்.

ராம் நடந்து தாழ்வாக இருந்த வேலியை சுலபமாக குதித்து தாண்டினான்.நம்பிக்கையுடன் அடியெடுத்து வைத்து வலிமைமிக்க மிருகத்தை அடைந்து அதன் தும்பிக்கையை தொட்டான்.

கஜராஜ் ஆழ்ந்தபதட்டமான சுவாசத்தை எடுத்தான். ஆனால் ஒன்றும் சொல்லவில்லை. போர் யானைகள் அவர்களது பாகர்களால் மட்டுமே கையாளப்படும். தங்கள் பாகர்களை தவிர மற்றவர்களுடன் அவை மிக அதிக கொந்தளிப்பான மற்றும் விரோதமான முறையில் நடந்துகொள்ளும். வழக்கமாக.

போர் யானைகள் வழக்கமாக ஆண் யானைகளாக இருக்கும். இதற்கான காரணங்கள் பல்வேறு. டெஸ்டோஸ்டிரோன் என்னும் சுரப்பி ஆண் யானைகளுக்கு வலிமை, எலும்பு அடர்த்தி, கணிசமான தசைபிடிப்பு, சக்தி மற்றும் மிக முக்கியமாக கடுமையான முரட்டுத்தனத்தை தருகிறது. போருக்கு அதுமிக முக்கியம். ஆண் யானைகளுக்கு நீளமான தந்தங்களும் உள்ளது. அவற்றின் முனை, போரில் திறமையான பாகர்களால் கூர்மைப்படுத்தப்பட்டு ஈட்டியை போல் பயன்படுத்தப்படலாம். போருக்கு சாதகமாக இருக்கும். அதனோடு, முக்கியமாக, ஆண் யானைகள் பொதுவாககவனிப்பார் இல்லாமல் தனித்துவிடப்படலாம். பிரபலமான கற்பனையில், யானைக்கூட்டங்கள் ஒன்றை மற்றொன்று வளர்த்து, பாதுகாத்துக்கொள்ளும், இரக்கமுள்ள மிருகங்கள் என்றும் நம்பப்படுகிறது. அவை அப்படித்தான். ஆனால் அதிகாரத்தை தன் கையில் வைத்து வழிநடத்தும் பெண் யானைகள்தான் இந்த அமைதியான அமைப்பின் பெரும்பகுதி; யானைக்கூட்டத்தின் தலைவர், தற்செயலாக எப்போதுமே பெண்கள்தான். இளமை பருவம் அடைந்தவுடன் ஆண் யானைகள் கூட்டத்திலிருந்து விலக்கப்படும். அதன் பிறகு அவை தங்களை தற்காத்துக்கொள்ளும் அல்லது நாடோடி கூட்டத்துடன் மற்றும் நிலையற்ற ஆண் மந்தையுடன் சேரும். ஆண் யானைகள் அவற்றை விட பெரும் எண்ணிக்கையில் உள்ள அதிக நிலையான பெண் கூட்டத்துடன் இனசேர்க்கை காலத்தில் மட்டுமே சேர அனுமதிக்கப்படும். பின் அதன் வேலை முடிந்தவுடன் அவை கூட்டத்திலிருந்து வெளியே உதைக்கப்படும். பெரும்பாலான நேரம்.

அந்த இனத்தின் ஆண், பல தலைமுறைகளாக இந்த நியாயமற்ற செயல் மற்றும் தனிமையை ஏற்றுக்கொண்டு அமைதி கண்டுள்ளது. ஆனால் அதே நேரத்தில் தொடர்ந்து உயிர் வாழ்வேண்டுமென்ற உள்ளுணர்வு அவற்றின் முரட்டுத்தனத்தை அதிகரித்துள்ளது. சிறைப்படுத்தப்பட்டிருக்கும்போது இப்படி கைவிடப்பட்ட ஆண் யானைகள் தங்களை குடும்பமாக நடத்தும் தங்கள் பாகர்களுடன் ஆழமான ஒரு பந்தத்தில் ஈடுபடுகிறது. நல்ல வீரர்களைப்போல் பாகர்கள் சொல்வதை கேட்டு நடக்கும். சந்தேகமில்லாமல்.

போரில் மிகவும் உபயோகமானது.

கைவிடப்பட்டு தனிமையில் வாழும் ஆண் யானைகள், கைவிடப்பட்டு தனிமையில் வாழும் மனிதர்களைப் போல் திறன் வாய்ந்த கொலைகாரர்களாக ஆகும்.

யானை ராமின் வாசத்தை முகர்ந்து தன் தலையை குலுக்கியவுடன் கஜராஜ் அதனால் ஆச்சரியமடைந்தான். அது தன் தும்பிக்கையை நீட்டித்து அயோத்தியாவின் ராஜாவை அணைத்துக்கொண்டது. ராம் யானையின் தும்பிக்கையை அன்புடன் தட்டிக்கொடுத்தான்.

போர் துவங்கும் முன் முன்னூறு போர் யானைகளை ஒளித்து வைப்பது ராமின் மிகப்பெரிய சவாலாக இருந்தது. அவனது போர் தந்திரத்தில் மிக முக்கியமான வியப்பு அவை தான். இலங்கை காலாட்படையின் எண்ணிக்கையில் இருந்த மேன்மையை நாடக பாணியில் சமன் படுத்த போரின் துவக்கத்தில் யானைகளின் திறமையான பயன்பாடு உதவலாம்.

அயோத்திய போர் முகாமில் தன் கண்களை நிலையாக வைத்திருக்கும் இலங்கை ஒற்றர்களிடமிருந்து எப்படி இந்த முன்னூரு மாபெரும் யானைகளை ஒருவரால் ஒளித்து வைக்கமுடியும்? நேரடி பார்வைக்கு தோற்றமளிக்கும். ஆனால் அதன் பயன் மறைந்திருக்கும்.

இலங்கை சேனை அவர்களது நிலங்களை சேதப்படுத்தியபோது கஜராஜின் கிராமம் தன் யானைகளை துறக்க வலியுறுத்தப்பட்டது. தங்கள் தீனிக்கென வைத்திருந்த உணவும் நீரும் தீரும் நிலையில் யானைகளை பார்த்துக்கொள்வது அசாத்தியமானது. அந்த மிருகங்கள் தங்களைத்தானே பேணிக்கொள்ளும் என்ற நம்பிக்கையில் அவர்கள் தங்கள் விலங்குகளை மேலே வடக்கிற்கு துரத்திவிட்டார்கள். கிராமத்து சரணாலயம் காலியானது. அந்த இடங்களில் தங்கள் யானைகளை வைத்துக்கொள்ள ராமின் வீரர்க ளால் கஜராஜை வலியுறுத்த முடிந்தது. அதற்கு பதிலாக கோகர்ணாவிலிருந்து அயோத்தியர்களுக்கு கிடைத்த பணம் அவனுக்கு கைமாற்றப்பட்டது. அதை விட முக்கியமாக உணவு மற்றும் நீர் கொடுக்கப்பட்டது. ஒரு இலங்கை ஒற்றன் இவை கிராமத்து மிருகங்களே என்று நம்புவான்.

ராமின் முக்கிய போர் தந்திர ஆயுதம் - அவன் யானைகள்- கண்ணுக்கு நேரே தோற்றமளித்தாலும் ஒளிந்து காணப்படும். எந்த இலங்கை வீரனும் அவனை விட விவேகமானவன் இல்லை.

'அவனுக்கு உங்களை பிடித்திருக்கிறது, பிரபு' முணுமுணுத்தான் கஜராஜ்.

ராம் மீண்டும் ஒருமுறை யானையின் துதிக்கையை தட்டிக்கொடுத்து கஜராஜை நோக்கி புன்னகைத்தான்.

'நான் செய்ததை ஏன் செய்தேன் என்று நான் விளக்கவேண்டிய அவசியம் உள்ளது,' என்றான் கஜராஜ்.

ராம் கஜராஜை ஆச்சரியத்துடன் பார்த்தான். தாழ்வான வேலியைத் தாண்டி வந்தான். ஹனுமான், அரிஷ்டநேமி மற்றும் அங்கத் தங்கள் யானைகளை சோதித்துக்கொண்டிருந்தனர். பரதன் மட்டும் தான் மீதமிருந்தான்.

'நீங்கள் எதையும் விளக்க வேண்டாம், நண்பரே,' என்றான் ராம்.

'அவசியம் உள்ளது,' என்றான் கஜராஜ். 'நான் இலங்கையை வஞ்சித்தேன் என்றால் உங்களையும் வஞ்சிப்பேன் என்று நீங்கள் நினைப்பீர்கள் என்று நான் உறுதியாக நினைக்கிறேன்?'

'நான் அப்படி நினைத்தால், என் யானைகளை உங்களிடம் விடமாட்டேன்.'

'அப்படியிருந்தாலும்...என்னை விளக்க அனுமதியுங்கள், தயவு செய்து.'

'மேலே சொல்லுங்கள் உன்னதமான கஜராஜ்,' என்றான் ராம். இது கிராமத்து தலைவருக்கு முக்கியமானது என்பதைப் பார்த்தான்.

'இருபத்தியைந்து வருடங்களுக்கு முன்பு எங்களுக்கு ஆதரவு அளித்ததற்காக நான் எப்போதுமே ராஜா ராவணனிடமும் இளவரசர் கும்பகர்ணனிடமும் இதுவரையிலும் அதிகமாக நன்றி உணர்கிறேன். நாகர்கள் அல்லாத எங்களை பிடிக்காத மக்களிடமிருந்து விலகி, தொலைவில் எங்கள் வாழ்க்கையை நாங்கள் அமைத்துள்ளோம். இருவரும் எங்களிடம் நல்லவர்களாக இருந்தார்கள். ஆனால் அவர்களது அரசு அதிகாரிகள், அவர்களது வீரர்கள்... அவர்கள் அரக்கர்கள். ராஜா ராவணன் மற்றும் இளவரசர் கும்பகர்ணன் மீது உள்ள விசுவாசத்தால் நாங்கள் இதுநாள் வரை இதனை பொறுத்துக்கொண்டிருந்தோம். ஆனால் பத்து நாட்கள் முன்பு...அவர்கள்...எங்கள் பயிர்களை எரிப்பது, கிணறுகளில் விஷம் கலந்து விட்டு போவது என்று எல்லாவற்றையும் அவர்கள் ஆணையின் பேரில் நாங்களே செய்திருப்போம். அவர்கள் எங்களை அறிவார்கள்... ஆனால் அவர்களே இதை செய்ய விரும்பினார்கள். அவர்கள் எங்களை அடித்து, எங்களுள் சிலரை கொன்று, எங்கள் மகளீருள் சிலரைத் தாக்கி...'

கஜராஜின் கண்களில் நீர் துளிர்விட்டது. ராம் அருகில் வந்து கிராமத்தலைவனின் தோளில் கைகளை வைத்தான்.

'ஆனால் உங்களுக்கு உதவுவது பழிவாங்கும் உணர்வினால் இல்லை,' தொடர்ந்தான் கஜராஜ். 'உங்கள் வீரர்கள்... அவர்கள் வித்தியாசமானவர்களாக இருந்தார்கள்...அவர்கள்

பணிவாக இருந்தார்கள். அமைதியாக...அவர்கள் எங்களிடம் வேண்டிக்கொண்டார்கள்...எங்களுக்கு கட்டளையிடவில்லை. நாங்கள் அவர்களுக்கு உதவ ஒப்புக்கொள்ளும் முன் அவர்கள் எங்களுக்கு உணவு மற்றும் தண்ணீர் கொடுத்தனர். உங்கள் வீரர்கள் வலிமையானவர்கள், நிறைவான ஆயுதங்களுடன். இலங்கை வீரர்கள் போல் வலுவானவர்கள். இருப்பினும் அவர்கள் கருணையுடன் நடந்து கொண்டார்கள். தர்மத்தின் வழி நடந்து கொண்டார்கள்...'

ராம் அமைதியாக இருந்தான். கஜராஜை பேச அனுமதித்தான்.

'ஒரு வீரனின் நடத்தை அவனது தளபதியின் பிரதிபலிப்பு, ராஜா ராம். எல்லா வீரர்களும் முரட்டுத்தனமானவர்கள். அது அவர்களது பணியின் இயல்பு. அவர்களின் அரக்கத்தனமான ஒரு பக்கம் உள்ளது. ராவணன் போன்ற ஒரு ராஜா இந்தப் பக்கம் வளர்வதற்கு சுதந்திரம் அளித்து மான பங்கம் செய்ய, கொள்ளை அடிக்க அனுமதித்தான். ஏறத்தாழ இது அவர்களது இயல்பாக மாறும் வரை. நாகரீகமாக நடந்து கொள்ள வழி இருந்தாலும் அவர்கள் இப்படித்தான் நடந்து கொள்கிறார்கள். மறுபுறம், உங்களைப்போன்ற ஒரு தலைவர், ராம்ஜி. இதுபோன்ற அரக்ககுணங்களை நலத்திற்காக பயன்படுத்தி பலவீனமானவர்களை பாதுகாத்து, தர்மத்தின் சேவைக்காக தங்கள் பலத்தை பிரயோகிக்க வேண்டுமென்று நீங்கள் சொல்லிக் கொடுக்கிறீர்கள். உங்களது எந்த வீரனும் போர் வீராங்கனை இல்லாத பெண்ணையோ, குழந்தையையோ கொல்ல மாட்டான். ஏனென்றால் நீங்கள் அவர்களை கடுமையாக தண்டிப்பீர்கள் என்று அவர்களுக்குத் தெரியும்.'

ராம் அமைதியாக இருந்தான்.

'நீங்கள் ஒரு சிறந்த தலைவர் ராஜா ராம். இந்தியத் தாய்க்கு நன்மை நீங்கள். அதனால்தான் நாங்கள் உங்களுக்கு உதவுகிறோம்.' கஜராஜ் யானைகளை நோக்கி சைகை செய்தான். 'தங்கள் கருணை மற்றும் உறுதியுடன் அதன் வாழ்க்கைக்கு ஒரு நோக்கத்தை கொடுக்கும் பாகர்கள் கிடைக்க இந்த காட்டு யானைகள் அதிர்ஷ்டசாலியாக இருந்திருக்கவேண்டும். மனிதர்களின் பாகர் நீங்கள் ராஜா ராம். நீங்கள்தான் எங்கள் பாகர்.'

கஜராஜ் குனிந்து ராமின் பாதங்களை தொட யத்தனித்தபோது ராம் அவனை தடுத்து, மேலே இழுத்து இறுக அணைத்துக்கொண்டான்.

'நான் வீரர்களின் பாகன் இல்லை,' என்றான் ராம். 'நான் இந்தியத்தாயின் பக்தன். உங்களைப்போல். நாம் நம்

அன்னைக்காக சண்டையிடுவோம். அவளது புகழை மீண்டும் நிலைநாட்டுவோம், ஒன்றாக.'

'ஆமாம், நான் ஒப்புக்கொள்கிறேன்,' என்றான் ராம்.

ராமும் பரதனும் அப்போதுதான் கஜராஜின் கிராமத்திலிருந்து வந்திருந்தார்கள். ராஜ கூடாரத்தின் வெளியே சிறிய தீ மூட்டப்பட்டு அதனைச் சுற்றி அவர்கள் அமர்ந்திருந்தார்கள். அது இரவு உணவு நேரம்.

'ம்ம்ம்...' என்றான் பரதன். 'என்னால் உங்கள் எண்ணத்தை மாற்ற முடிந்தது இல்லையா அண்ணா?'

'இல்லை,' ராம் சிரித்தான். 'நீ என் எண்ணத்தை மாற்றவில்லை. நீ என் மனதில் இருந்ததை படித்து விட்டாய்.'

பரதன் சிரித்தான். ஒரு ரொட்டித் துண்டால் சில காய்கறிகளை வழித்து தன் வாயில் வைத்தான். சத்ருக்னன் படையில் சேவை புரியக்கூடாது என்று பரதன் ராமிடம் சொல்லியிருந்தான். அவர்களது இளைய சகோதரன் திறமையானவன். கடலின் குறுக்கே பாலம் அமைத்து இந்தப் போருக்கு தன் பங்களிப்பை மிக அதிகமாக கொடுத்துவிட்டிருந்தான். ஆனால் மற்ற மூன்று சகோதரர்கள் போல் சத்ருக்னன் போர்புரிபவன் இல்லை. அவனை போரில் சண்டையிட வைத்து அவனது உயிருக்கு ஆபத்து விளைவிப்பதில் எந்தப்பயனும் இல்லை. ராம் பரதனின் ஆலோசனையை உடனே ஏற்றுக்கொண்டான்.

லக்ஷ்மன் மற்றும் சத்ருக்னன் உள்ளே நடந்துவந்தார்கள். குதிரைகளை சோதனை செய்துவிட்டு குதிரைப்படை எப்படி போருக்கு தயாராக இருக்கிறது என்று மேற்பார்வை இட்டிருந்தார்கள். அது ஒழுங்காக இருந்தது. இலங்கை வீரர்கள் எப்போது நகரத்திலிருந்து வெளியே அடியெடுத்து வைத்து போரிட முன்வருவார்கள் என்று அவர்களுக்குத் தெரியவில்லை. எந்நேரமும் அவர்கள் போருக்கு தயாராக இருக்கவேண்டும்.

'வரவேண்டும் சகோதரர்களே,' என்றான் ராம். 'சாப்பிடுங்கள்.'

'சரி, அண்ணா,' இரட்டை சகோதரர்கள் ஒன்றாகக் குரல் கொடுத்தனர்.

லக்ஷ்மன் மற்றும் சத்ருக்னன் தங்கள் கைகளை கழுவிய பின்னர் நெருப்பின் முன் அமர்ந்தனர். பணியாட்கள் அவர்களது உணவை வாழை இலைத் தட்டுகளில் கொண்டு வந்தார்கள்.

'குதிரைகள் நலமா, லக்ஷ்மன்?' பரதன் கேட்டான்.

'ஆம் அண்ணா,' என்றான் லக்ஷ்மன் சாப்பிடத் துவங்கிக்கொண்டே. 'எந்த தொற்று நோயும் இல்லை. ஆனால் அவை களியாட்டத்தில் ஈடுபடுகின்றன. ஒரு வாரமாக ஓட்டப்பயிற்சிக்கு எடுத்துச்செல்லப்படவில்லை.'

'செயலாக்கத்திற்கு சீக்கிரமே ஏதேனும் காரணம் கொடுப்பார்கள் இலங்கையர்கள், என்று நாங்கள் நம்புகிறோம்,' என்றான் ராம். பிறகு அவன் சத்ருக்னன் பக்கம் திரும்பினான். 'சத்ருக்னன்...'

'சொல்லுங்கள் அண்ணா?' தன் தட்டிலிருந்து மேலே பார்த்தபடி சத்ருக்னன் கேட்டான்.

'கேள், பரதனும் நானும் பேசிக்கொண்டிருந்தோம்... உன்னைப்பற்றியும் போரைக்குறித்தும் நாங்கள்...'

'எனக்குத்தெரியும்,' என்றான் சத்ருக்னன். 'லக்ஷ்மனும் அதை குறித்தே சிந்தித்துக்கொண்டிருந்தான். நாங்கள் குதிரையை சோதித்து கொண்டிருந்தபோது அவன் என்னுடன் பேசினான். நான் ஒப்புக்கொள்கிறேன். நான் நிச்சயமாக போர் வீரன் இல்லை.'

ராம் புன்னகைத்தான். கடினமான உரையாடல் என்று தான் கருதிய ஒன்றைப்பற்றி பேசவேண்டிய தேவை இல்லையென்று அறிந்து சமாதானம் அடைந்தான். 'நடைமுறை வழியை பின்பற்றுகிறவன் நீயென்று நான் மறந்துவிட்டேன். பெருமிதம் உன் வழியில் குறுக்கிடுவதை அனுமதிக்காதே.'

'ஏன் எந்தவிதமான பெருமிதமும் இருக்கவேண்டும், அண்ணா? எனக்கு என் பலம் தெரியும். எனக்கு என் பலவீனமும் தெரியும். ஒவ்வொருவரும் இதனை அறியவேண்டும். நேர்மையுடன் எந்த வித சுய மாயையும் இல்லாமல். அப்படி இருப்பதுதான் சிறந்த வழியில் வாழ்வதாகும்.'

'உண்மை,' என்றான் ராம். 'பலரும் தங்கள் பலத்தைக் கொண்டாடுவதை சுலபமாகவும், பலவீனங்களை ஒப்புக் கொள்வதை கடினமாகவும் உணர்கிறார்கள். வழக்கமாக, தங்களுக்குள் உள்ள பலத்தையும் மற்றவர்களுள் பலவீனத்தையும் மட்டுமே பார்க்கிறார்கள். *நான் மிகவும் சரியானவன், மற்றவர்கள் எல்லோரும் குறையுள்ளவர்கள்!*'

'முழுமை என்று ஒன்றில்லை என்று புரிந்துகொள்வதில் தான் சுதந்திரம் இருக்கிறது. இந்த பிரபஞ்சத்தில் எதுவுமே பரிபூரணமாக இருக்கமுடியாது. எதனிடமும் எல்லா குணங்களும் இருக்கமுடியாது. தங்கத்திற்கு வாசம் இல்லை. கரும்பில் பழம் இல்லை; சந்தனமரத்தில் பூ இல்லை. ஆனால் அதனால் அதன் அழகு பறிக்கப்படுவதில்லை, இல்லையா?'

'முற்றிலுமாக,' என்றான் பரதன்.

'உன் அறிவு சார்ந்த பலம் போற்றத்தக்கது, சத்ருக்னன்,' என்றான் லக்ஷ்மன். 'இந்தப் போரின் கதை சொல்லப்படும்வரை நீ கடலில் பாலம் கட்டியதை யாரும் மறக்க மாட்டார்கள். அதோடு நிஜமாக போர் யானைகளை நாம் இலங்கைக்குள் நடைபோட்டு அழைத்துவந்தோம் என்றும்!'

சத்ருக்னன் புன்னகைத்து சாப்பிடுவதைத் தொடர்ந்தான்.

'அதோடு, நம் மூவரில் இந்தப் போருக்குப்பிறகு உயிருடன் இருக்கப்போவது யாரென்று கடவுளருக்கு மட்டும் தான் தெரியும். நாம் அனைவரும் இறந்துவிட்டோமேயானால் நம் வம்சதை சத்ருக்னன் வழிநடத்திச்செல்வான்.'

'அண்ணா, போருக்குமுன் அது போன்ற விஷயங்களைச் சொல்லாதே. அது துரதிர்ஷ்டத்தை ஈர்க்கும்,' என்றான்சத்ருக்னன்.

'இது போர் சத்ருக்னன். மனிதர்கள் இறப்பார்கள்.'

'ஆமாம், ஆனால்---'

'எது எப்படியோ, இதைப்பற்றி எல்லாம் மறந்துவிடு,' என்றான் லக்ஷ்மன் தன் தட்டை கீழே வைத்து. அவன் சாப்பிட்டு முடித்திருந்தான். அவன் சகோதரர்களும்.

பணியாட்கள் பெரிய பாத்திரம் மற்றும் தண்ணீர் குடத்துடன் ஓடிவந்தார்கள். அரச குடும்ப சகோதரர்கள் ஒவ்வொருவரும் கைகளை கழுவிக்கொள்ள தண்ணீர் ஊற்றினார்கள். ராம், பரதன், சத்ருக்னன் கொடுக்கப்பட்ட சிறிய கைத்துண்டுகளை வாங்கிக்கொண்டு கைகளை துடைத்துக்கொண்டார்கள். எனினும் லக்ஷ்மன் தன் கைகளை தன் வேட்டியில் துடைத்துக்கொண்டான்.

'லக்ஷ்மன்ன்ன்...' என்றான் ராம் ஒப்புக்கொள்ளாமல்.

'அண்ணாஆஆ...' என்றான் லக்ஷ்மன் வேடிக்கையாக.

நான்கு சகோதரர்களும் சிரித்தனர். பிறகு எழுந்து நகர்ந்து நெருங்கி வட்டமாக நின்றனர். நெருப்பை அடுத்து. தங்கள் கூடாரத்திற்குச் செல்லும் முன் எப்போதும் செய்வது போலவே. ஒருவர் மற்றவரின் தோளில் கைகளை போட்டு நெருக்கமாக நின்றுகொண்டனர்.

கைகோர்த்திருந்த சகோதரர்கள்.

ஒன்றாக.

ஒன்றாக வலுவாக.

அவர்களை எதுவும் உடைக்க முடியாது. வாழ்வின் விஷம் அல்ல. மரணம் அளிக்கும் நிவாரணமும் அல்ல.

'ஆஹா...மற்றவர்கள் நால்வரைப்பார்க்கலாம் ஆனால் நான் ஒருவரைத்தான் பார்க்கிறேன்.'

நாரதர் சிறிது தொலைவில் நின்றிருப்பதைக் காண சகோதரர்கள் திரும்பிப்பார்த்தனர்.

'நாம் அனைவரும் ஒன்று,' என்றான் லக்ஷ்மன்.

முகத்தில் குறும்புத்தனமான புன்னகை நடமாட நாரதர் உள்ளே நடந்து வந்தார். 'சொல்லப்பட்ட வார்த்தைகள் எதுவாக இருந்தாலும் கேட்க விரும்புவதையே எப்படி ஒருவர் கேட்கிறார் என்பது சுவாரசியமானது.'

'என்ன?!' என்றான் ராம் குழப்பமாக.

'உங்கள் சகோதரர்கள் என் அர்த்தம் என்னவாக இருக்குமென்று ஊகித்துள்ளனர்: நான்கு சகோதரர்களும் ஒன்றாக ஒருமித்து உள்ளனர். மூவர் இந்த போருக்குப்பிறகு உயிருடன் இருக்கமாட்டார்கள் என்று கூட சொல்லியிருக்கலாம். ஒருவர் மட்டுமே உயிருடன் இருக்கலாம். அதனால் நான் ஒன்றுதான் காண்கிறேன்.'

'நாரதர்ஜி,' என்றான் சத்ருக்னன், 'உங்கள் நகைசுவை இந்த நேரத்திற்கு பொருத்தமானதில்லை.'

'பொருத்தமான நகைச்சுவை பெரும்பாலும் வேடிக்கையாக இருப்பதில்லை.'

'உங்கள் நகைச்சுவை வேடிக்கையாகவும் இல்லை,' என்றான் சத்ருக்னன்.

நாரதர் சிரித்தார். 'அது நன்றாக உள்ளது.'

'நாரதர்ஜி,' என்றான் ராம் பணிவாக, 'குறிப்பாக எதைப்பற்றியேனும் விவாதிக்க வேண்டுமென்று விரும்புகிறீர்களா? நாங்கள் அனைவரும் எங்கள் கூடங்களுக்கு செல்லப்போகிறோம்.'

'என்னிடம் ஒரு செய்தி உள்ளது.'

'அது என்ன?' பரதன் கேட்டான்.

'சமீபத்திய ஒற்றர் அறிக்கை எனக்கு கிடைத்துள்ளது. இலங்கையர்கள் நகரவிருக்கிறார்கள். தன் தனிப்பட்ட கோவிலில் ராவணன் அஸ்திரபூஜையும் செய்யவிருக்கிறான். நாளை அவர்கள் தங்கள் கோட்டையிலிருந்து வெளியே அணிவகுப்பார்கள் என்று நாம் எதிர்பார்க்கவேண்டும்.'

நான்கு சகோதரர்களும் ஒருவரை ஒருவர் பார்த்தனர், பிறகு நாரதர் பக்கம் மீண்டும் திரும்பினார்கள்.

'நேரம் வந்துவிட்டது.'

அத்தியாயம் 31

பொழுது விடிந்த இரண்டு மணிநேரத்திற்குப் பின்னர் கோட்டையின் வடக்கு முனையில், வெளிப்புற சிங்க வாசல் திறக்கப்பட்டிருந்தது. ஒரு மணி நேரமாக மாபெரும் இலங்கை சேனை அணிவகுத்து சென்றுகொண்டிருந்தது- காலாட்படை, வில்லாளர்கள் மற்றும் குதிரைப்படையைச் சேர்ந்த இரண்டு லட்சம் வீரர்களுக்கு மேல். தேர்களில் இரண்டு லட்சம் வீரர்களுடன் ஒரு சிறிய ராணுவப் பிரிவு ஒன்றும் இருந்தது. திட்டமிட்டு படையெடுக்க, இரு மனிதர்கள் மற்றும் சிறு ஆயுத கூட்டத்தை உள்ளடக்கக் கூடியதாக இரண்டு சக்கரங்களில் இரண்டு குதிரைகளால் வலிக்கப்பட்ட, மென்மையான, தேரோட்டியுடன் கூடிய ஒரு ரதம் ஒரு வீரனுக்கு போர்களத்தில் கட்டளையிடும் சிறந்த திறனைக் கொடுக்கிறது. போர்க்களம் ரதங்கள் வலம்வர ஏற்றதாக இருந்தால். சிகிரியாவின் வாயிலை அடுத்த வழுவழுப்பான சமமான நிலமும் மிகவும் பொருத்தமானதாக இருந்தது.

'வெளியே அணிவகுத்துச் செல்ல நமக்கு இன்னும் ஒரு மணிநேரம் எடுக்கலாம்,' என்றான் கும்பகர்ணன். 'அதன் பிறகு ஒன்று திரள ஒரு மணிநேரம். இரண்டாம் பிரகாரத்தின் மூன்றாவது மணிநேரத்தில் நாம் போருக்கு தயாராக இருப்போம்.'

வெளிப்புற சிங்க வாசலின் பக்கத்தில் உயர்வான பீடத்தில், ராவணனும் கும்பகர்ணனும் இரு வெவ்வேறு ரதங்களில் ஏறியிருந்தனர். வெளியே நடந்து சென்றுகொண்டிருந்த

வீரர்களுக்கு அவர்கள் தெளிவாகத் தெரிந்தார்கள். அவர்களிடம் தேரோட்டிகள் இல்லாதபடியால் குதிரை கடிவாளங்களை தாங்களே பிடித்திருந்தார்கள். சுதந்திரமாக ஒருவருடன் ஒருவர் பேசிக்கொள்வதற்காக. ஒவ்வொரு படைப்பிரிவும் அந்த இடத்தைக் கடந்தபோது இலங்கை அரச குடும்பத்தினரை வணங்கியபடி சென்றது. இரு சகோதரர்களும் பதிலுக்கு வணக்கம் தெரிவித்தனர்.

'நன்று,' என்றான் ராவணன் பெருமூச்சு எடுத்தபடி.

'உற்சாகமாகத் தென்படுகிறீர்கள் அண்ணா,'

ராவணன் கும்பகர்ணனைப் பார்த்து புன்னகைத்தான். 'ஆமாம், இன்று அமோகமான நாளாக இருக்கும்.'

கும்பகர்ணன் சிரித்தான். 'இறக்க ஆர்வமாக இருக்கும் ஒருவனைப் பார்த்து கடவுளரும் வாயடைத்துப்போயிருப்பார்கள்.'

'எப்படியும் நாம் அனைவரும் இறக்கத்தான் போகிறோம், கும்பா. எதற்காக இறக்கவேண்டுமென்று அதற்கு தகுதியானது எது என்பதை புரிந்துகொள்வதுதான் வாழ்க்கையை வாழத் தகுந்ததாக ஆக்கும். என் வார்த்தைகளை குறித்துக்கொள். இந்தப் போர் எப்போதும் நினைவில் வைத்துக்கொள்ளப்படும்.'

சரியான ராணுவ ஒழுங்குடன் மற்றுமொரு படைப்பிரிவு அணிவகுத்துச் சென்றது. எல்லா வீரர்களும் தங்கள் உண்மையான பிரபுவை நோக்கி தங்கள் தலையை வலதுபுறம் திருப்பினார்கள். இலங்கையரின் போர்குரலை எழுப்பினார்கள். *'பாரத் பார்த்ரி லங்கா!*

இலங்கை, பாரதத்தின் உரிமையாளர்!

ராவணன் மற்றும் கும்பகர்ணன் தங்கள் வலது கையை உயர்த்தி அவர்களைத் தொடர்ந்து அதே போர்க்குரலை எழுப்பினார்கள். *'பாரத் பார்த்ரி லங்கா!'*

இது ஒரு மணி நேரமாக போய்க்கொண்டிருந்தது. ஆனால் ஒரு முறை கூட ராவணன் மற்றும் கும்பகர்ணனின் உற்சாகம் சற்றும் குறையவில்லை. வீரர்கள் தங்களை ராவணனுக்கு பின்னால் நிறுத்திக்கொண்டு- அவனது காதுக்குப் பின்னால்- தங்கள் தலைவர்களின் பொறுப்புணர்வை உன்னிப்பாக கவனித்துக்கொண்டிருந்தனர். அது அவர்களுக்கு உத்வேகம் அளித்தது. தங்கள் தலைவர்கள் போருக்குச் செல்லத்துடிப்பதை வீரர்கள் பார்க்கவேண்டியது அவசியம். ஒருவருக்கு ராணுவ வாழ்க்கையின் அனுபவம் இல்லாவிட்டால், அது ஒரு வேலை என்பதாக மட்டுமே இருக்கும். நாடு, மதம் போன்ற பலனில்லாத எண்ணங்களுக்காக மட்டுமே அவர்கள் இறப்பதாக இருக்கும். ஆனால் அதில் ஓரளவு உண்மை இருந்தது என்பதில் சந்தேகமில்லை. ஆனால் அது முழுமையான உண்மை இல்லை.

தன் மரணத்தை நோக்கி ஒரு வீரன் நடைபோடுவதன் முதல் காரணம் தன் தலைவன் மீது அவனுக்குள்ள நம்பிக்கை. இதை அறிந்த தலைவன் தகுந்த நடத்தையை உறுதி செய்வான்.

ராவணன் கும்பகர்ணனின் பக்கம் திரும்பினான். 'ராமிடமிருந்து என்ன ஆச்சரியங்களை இன்று எதிர்பார்க்கிறீர்கள்?'

'எனக்குத்தெரியவில்லை,' என்றான் கும்பகர்ணன். 'அசாதாரணமான எதையும் நம் ஒற்றர்கள் நமக்கு அறிவிக்கவில்லை. காலாட்படையில் நாற்பதாயிரம் வீரர்கள் குறைவாக இருந்தாலும் நமது படையில் இருப்பது போன்ற பிரிவுகளே அவனிடமும் உள்ளது. நம்மை விட குறைவான ரதங்களும் கூட. குறைந்தபட்சம் ஒப்பீட்டளவில் நாம் வலுவானவர்கள். எதிர்பாராத புதுமையான தந்திரங்கள் ஏதேனும் கொண்டுவருவார்கள் என்கிற சந்தேகங்கள் எனக்கு எழும்புகிறது.'

ராவணன் ஆமாம் என்பது போல் தலையசைத்தான்.

இந்திரஜித் மற்றும் மாரீசன் சகோதரர்கள் இருந்த இடத்திற்கு சவாரி செய்திருந்தனர்.

'தந்தையே,' என்றான் இந்திரஜித்.

ராவணன் உதடுகளை விரித்து புன்னகைத்தான். அவன் மார்பு பெருமையில் விரிந்தது. அவன் தன் மகனைப்பார்த்தான். இலங்கைப் படையின் காப்பாளன். திடுக்கிடச்செய்யும் வகையில் எதிரியின் படை மேற்கிலிருந்து தாக்கும் என்று ஊகித்திருந்தான். 'என் மகனே...'

'வெளியில் உள்ள திறந்த மைதானத்தில் அயோத்தியர்கள் ஒரு அமைப்பாக நிற்கிறார்கள். நம் மதில்களுக்கு வெளியே இணையான வரிசையில். அதனால் அவர்களை எதிர்க்க நாம் ஒரு அணியாக அமையும் போது சிகிரியாவின் சுவர்கள் நம் பின்னால் இருக்கும்.'

ராவணன் முகம் சுளித்தான். 'நம் வரிசைகள் பலமாக இருக்கும். நாம் உடைக்கப்படமாட்டோம்.'

'மிகச்சரியாக,' என்றான் இந்திரஜித். 'நமது மதில்களுக்கு செங்குத்தாக அயோத்தியர்கள் ஒரு அமைப்பில் வருவதை எதிர்கொள்ள, நாளை அதிகாலையில் அணிவகுத்துச்சென்று ஒரு அமைப்பாக உருவாக முடியுமென்று நம்பியிருந்தோம். அப்படியில்லையென்றால் அவர்களை எதிர்க்கும் போது எங்களது ஒரு அணி உள்ளே அடைபட்டிருக்கும். ஆனால் நாங்கள் எதிர்பார்த்ததற்கு முன்னமே அவர்கள் அமைப்புகளாக அணிவகுப்பதை துவங்கியிருந்தனர். நாம் அவர்கள் என்ன செய்யவேண்டுமென்று எதிர்பார்த்திருந்தோமோ அதையே செய்திருக்கிறார்கள்.'

அதன் தாக்கம் என்னவென்பதை மாரீசன் தெளிவு படுத்தியிருந்தான். 'நமது பக்கங்கள் இரண்டும் திறந்தே இருக்கும். நமது சேனையும் மிகவும் பெரிதானது. நாம் அவர்களைச் சூழ்ந்து கொண்டு கோட்டைலியிலிருந்து வெளியேற்றி விடலாம். ராம் என்ன நினைக்கிறான்? நமது பலம் எதுவோ அதனை ஏன் சோதிக்கின்றான்?'

'அவன் என்ன திட்டமிடுகிறான் என்று நீ நினைக்கிறாய்?' ராவணன் கேட்டான்.

'எனக்குத்தெரியவில்லை,' என்றான் கும்பகர்ணன். 'ஆனால் அவன் ஏதோ சூழ்ச்சி செய்வான் என்று எதிர்பார்க்கிறேன். பல முறை புதுமையைத்தன் தந்திரங்களில் நிரூபித்துள்ளான்.' கும்பகர்ணன் மாரீசனின் பக்கம் திரும்பினான். 'மாமா, நீங்கள் வலது பக்கத்தை கட்டளையிடுங்கள். நான் இடது பக்கத்திற்கு தலைமை தாங்குகிறேன்.'

ஆரம்பகால போர்த் திட்டம் இலங்கை அரச குடும்பத்தை மையமாக்கியிருந்தது. போரின் நடுவில் போருக்கான முயற்சிகளை பயனுடையதாக ஆக்க.

'உறுதியாக இருக்கிறீர்களா சித்தப்பா?' என்றான் இந்திரஜித். 'என்னால் இடது பக்கத்தை பார்த்துக்கொள்ள முடியும். நீங்கள் அப்பாவுடன் இருக்கலாம்.'

'இல்லை,' என்றான் கும்பகர்ணன். 'என்னைச் செய்ய விடு.'

அடுத்த படைப்பிரிவு இலங்கை அரச குடும்பத்தை கடந்து செல்ல, அதுவும் இலங்கை போர் முழக்கட்டது. *'பாரத் பார்த்ரி லங்கா!*

ராவணன், கும்பகர்ணன், இந்திரஜித் மற்றும் மாரீசன் தங்கள் வலது கைகளை உயர்த்தி *'பாரத் பார்த்ரி லங்கா!* என்று உரத்த குரலில் அவர்களுக்குப் பின்னால் கூவினார்கள்.

ராவணனின் போர் அமைப்பு சதுரங்க வடிவத்திலும் அதன் பிரிவுகள் தனித்தனியாகவும் ஒழுங்குபடுத்தப்பட்டிருந்தன. இறுக்கமான ஒழுக்கமான வரிசைகளில், நடுவில், காலாட்படை. வில் வீரர்கள் முன் வரிசைகளில் இருந்தனர். ஆரம்பத்தில் சரமாரியாக அம்புகளை எய்துவிட்ட பின்னர் நகர்ந்து காலாட்படை தாக்க வழிகொடுப்பார்கள். குதிரைப்படை பக்கங்களில் இருக்க, அச்சுறுத்தும் ரதங்கள் கொண்ட படை அவற்றுக்கு ஆதரவு அளித்தன. எண்ணிக்கையில் மேன்மையில் இருந்த சேனை குறைந்த எண்ணிக்கையில் உள்ள காலாட்படை வீரர்கள் மற்றும்

சிறிய குதிரைப் படையும் ரதங்களின் பிரிவும் கொண்ட எதிரிக்கு எதிராக பொருத்தமான அமைப்பு.

அச்சுறுத்தும் பக்கங்களை கட்டமைக்கும் போது மையத்தை நிலையாக வைக்க எண்ணியிருந்தார்கள். ராவணனின் சேனை ராமின் படையைச் சூழ்ந்து கொண்டு இருதரப்பிலிருந்தும் அதனை தவிடுபொடியாக்கும்.

புத்திசாலித்தனமானது மற்றும் விவேகமானது.

தெளிவாக.

மறுபக்கத்தில் ராமின் சேனை பொருத்தம் என்று கூறுவதைத் தவிர வேறு எப்படி வேண்டுமானாலும் அழைக்கலாம் என்பதுபோல் அமைந்திருந்தது.

பாரம்பரிய ராணுவ தளபதிகள் இரண்டு பக்கங்களிலும் குதிரைப்படை மற்றும் ரதங்கள் கொண்டு முட்புதர் அமைக்க ஆலோசனை தருவார்கள். மேலும் மையத்தில் இறுக்கமான காலாட்படை அமைப்பை வைக்கவேண்டும் என்பார்கள். இலங்கையின் உயர்வான எண்ணிக்கைக்கு எதிராக அவரது பக்கங்களை பாதுகாத்து நிற்கும் போது சிறிய மத்திய காலாட்படை இலங்கையை நடுவில் உடைக்க முயற்சி செய்யலாம்.

சிறப்பான நன்மையாக விளங்கும் அதிக எண்ணிக்கையிலான குதிரைப்படை மற்றும் ரதங்கள் படை கொண்ட இலங்கை அணிக்கு எதிரான ஒரே நம்பிக்கையாக அதுதான் இருக்கும்.

பக்கங்களை கவனமாக காத்துக்கொண்டிருக்கும் நேரத்தில் மையத்தை உடைக்க மிகவும் கடினமாக சண்டையிடுங்கள்.

இயல்பானது.

தெளிவாக.

ராமின் அமைப்பு இந்த தந்திரத்தை பரிந்துரைக்கவேயில்லை.

அது ஒரு விசித்திரமான அமைப்பு. அதன் பின்னணியில் உள்ள பகுத்தறிவை ராவணனால் புரிந்துகொள்ளமுடியவில்லை.

ஏனென்றால் அயோத்திய சேனை பிரிவுகளாக அமைக்கப்படவில்லை. பதிலாக, முன்னோடியில்லாத கூட்டுக் கட்டளையாக இருந்தது. ராமின் ஒருலட்சத்திஅறுபதாயிரம் வீரர்கள் கொண்ட சேனை எட்டு படைப் பிரிவுகளாக பிரிக்கப்பட்டிருந்தது. ஒவ்வொரு பிரிவிலும் ஆயிரத்து ஐநூறு காலாட்படை வீரர்கள் இறுக்கமாக ஒழுங்கமைக்கப்பட்டிருந்தனர்; அவர்களது வில் வீரர்கள் முன்னாலும் இருபக்கங்களிலும் தரவரிசைகளில் நிறுத்தி வைக்கப்பட்டிருந்தனர். சில வியூகங்களில் ரதங்கள் முன்னால் நின்று வழிநடத்தும். இந்த படைப்பிரிவுகளின் தளபதிகளுக்கு தாக்க மற்றும்

தற்காத்துக்கொள்ள சுதந்திரம் இருந்தது. அதற்கான பயிற்சி கொடுக்கப்பட்டிருந்தனர். நடைமுறையில், ராமின் சேனை தாக்க மற்றும் தற்காத்துக் கொள்ளும் சுதந்திரத்துடன் பணியாற்றிய சிறிய படைப்பிரிவுகளின் தளபதிகள் கொண்டது.

பணிவுடன் இருப்பவர், துண்டங்களாக போர் தொடுக்கப்படும்போது இந்த பரவலாக்கப்பட்ட அமைப்பு துணிவானது என்று சொல்லலாம். ஒருவர் நேர்மையானவர் என்றால் மடத்தனமானது என்று சொல்லலாம்.

சிறிய அயோத்திய குதிரைப்படைகள் தொலைவில் இடது மற்றும் வலது பக்கத்தில் நிறுத்தப்பட்டிருந்தன. ஆனால் மிகத்தெளிவாக பக்கங்களில் உள்ள மாபெரும் இலங்கைப் பிரிவுகளிடமிருந்து தற்காத்துக்கொள்ள அது போதுமானதில்லை.

விரைவாக கணக்கிட்டால் முப்பதாயிரத்திற்கும் மேலான ராமின் வீரர்கள் போர்க்களத்தில் நிற்க வைக்கப்படவில்லை என்பது வெளிப்பட்டிருக்கும். கையிருப்பாக ஒரு வேளை வைக்கப்பட்டிருக்கலாம். அவர்களுக்குப் பின்னால். காட்டுக்குள்.

இவ்வளவு வீரர்களை கையிருப்பாக பிடித்து வைத்திருப்பதால் போரில் எண்ணிக்கை அடிப்படையில் தனக்கு இருந்த பாதகத்தை ராம் இன்னமும் மோசமாக்கினான்.

வினோதம்.

'அவர் என்ன செய்கிறார்?' இந்திரஜித் கேட்டான். 'ஏறக்குறைய, தன் பக்க வாட்டில் தாக்கப்பட அழைப்பு விடுக்கிறார் போலிருக்கிறது.'

ராவணன் பேசவில்லை. ராமின் ராணுவ தந்திரத்தில் உள்ள அற்புதத்தை குறைத்து மதிப்பிடக்கூடாதென்று அவன் கற்றிருந்தான்.

'தன் பரவலான சேனையுடன் வளைந்து கொடுக்கும் தாக்குதல் தந்திரத்தை பயன்படுத்த திட்டமிட்டிருக்கிறான் என்று நான் நினைக்கிறேன். மையத்தில் இருக்கும் நமது வரிசையை உடைக்க,' தொடர்ந்தான் இந்திரஜித். 'பிறகு பிளவுகளுக்குள் மற்ற பட்டாளத்தினர் நுழைவார்கள். ஆனால் அது நடக்கும்முன் நாம் அவர்களது பக்கங்களை அழித்துவிடுவோம். அவர் ஒரு தவறு செய்துவிட்டார். நாம் அவரை உறுதியாக பிடித்து விடுவோம்.'

'உன்னால் கடல்போல் வருபவனை அடக்கமுடியாது,' என்றான் ராவணன். 'அவனது பக்கங்களைத் தாக்குவது தவறாகும் என்று என் உள்ளுணர்வு கூறுகிறது.'

ராவணனின் உள்ளுணர்வு சரி. தன் பக்கங்களைத் தாக்க தூண்ட வைப்பது தான் ராமின் நோக்கம். அதன் பிறகுதான் தன் ரகசிய ஆயுதங்களை கட்டவிழ்த்துவிடுவார்கள். அவர்களது

அமைப்புகளின் பின்னால் உள்ள இருண்ட காடுகளில் ஒளித்துவைக்கப்பட்ட ஆயுதங்கள். ராமின் போர் யானைகள்.

'ஆனால் நம்மால் மையத்தையும் தாக்க முடியாது தந்தையே.' என்றான் இந்திரஜித்.

'அவனது வளையத்தக்க வரிசைகள் நம்மை காயப்படுத்தும். அவற்றுள் சில படைப்பிரிவுகள் நம்மை தாக்கும். மீதமுள்ளவை பின்னால் தங்கிவிடும்.அது அவர்கள் முன்னேறும்போது நம் வரிசைகளை உடைத்து நம் அமைப்புகளை கலக்கிவிடும். பிளவுகளில் நாம் கொன்றுகுவிக்கப்படுவோம். நம் காலாட்படையை ஓரிடத்தில் நிலையாக வைத்து அவர்கள் நம்மை தாக்குவதை நிறுத்துவது நமக்கு நன்மை அளிக்கும்.'

ராவணன் ஆழ்ந்த சுவாசம் எடுத்தான். எதிரி விரும்பும் ஒன்றைச் செய்ய தயங்குவான் ஒரு நல்ல தளபதி.

'நாம் பக்கங்களிலிருந்து தாக்க வேண்டும்,' தொடர்ந்தான் இந்திரஜித். 'இது ஒன்று மட்டுமே நமது ஆட்டம்.'

'இல்லை. நிறுத்தச்சொல்லி மாரீசனுக்கும் கும்பகர்ணனுக்கும் செய்தி அனுப்பு. முதலில் காயை நகர்த்துவது நாமாக இருக்கக்கூடாது.'

'தந்தையே, நம்மிடம் அனுகூலம் உள்ளது. நாம்தான் முதலில் காயை நகர்த்தவேண்டும்.'

ராவணன் இந்திரஜித் பக்கம் திரும்பினான். 'நீங்கள் எல்லோரும் செய்ய வேண்டிய ஒரே வேலை என் கட்டளைகளைப் பின்பற்றுவது. பக்கங்களுக்கு ஒரு செய்தி அனுப்பு. நாம் தாக்க மாட்டோம். ராம் முதல் நகர்வை செய்யட்டும்.'

'உங்கள் ஆணைப்படியே தந்தையே.' இந்திரஜித் தன் கொடியேந்தும் வீரனைப்பார்த்து அருகில் வருமாறு சைகை செய்தான்.ஆணையை அவனிடம் கூறினான்.

தொலைவில் அயோத்தியர்களின் வரிசைகளிலிருந்து எழுந்த உரத்த கர்ஜனையால் திடீரென்று திசைதிருப்பப்பட்டான் ராவணன்.

போர் கவசம் அணிந்து தன் குதிரையில் ஏறி ராம் பட்டாளத்தின் தலைப்பகுதிக்கு அப்போதுதான் வந்திருந்தான். அவன் பரதன், அரிஷ்டநேமி மற்றும் லக்ஷ்மனால் பின்தொடரப்பட்டான். ஹனுமான் மற்றும் அங்கத் இரண்டு யானைப்படைகளின் தலைவர்களாக காட்டுக்குள் ஒளிந்திருந்தனர்.

ராம் தன் வலது கையை மேலே உயர்த்தி கை முட்டியை மூடினான். கடந்த இரண்டு மாதங்களாக அயோத்திய, வானர, மலயபுத்ர மற்றும் வாயுபுத்ர- என்ற நான்கு வெவ்வேறு

படைகளை ஒன்றாக ஒருங்கிணைத்து ஒழுக்கமாக நன்கு வரிசைப்படுத்தப்பட்ட போரிடும் பிரிவாக ஆக்கியிருந்தான்.

'ராம்!'

'ராம்!'

'ராம்!'

ஆரவாரம் சத்தமாகவும் வற்புறுத்துவதாகவும் இருந்தது.

'ராம்!'

'ராம்!'

'ராம்!'

'என் தோழர்களே!' ராம் கர்ஜித்தான், அவன் குரல் எல்லா திசைகளிலும் எதிரொலித்தது. அவன் கை உயர்ந்தபடியே இருந்தது. அவன் தன் வலது கையைத் திறந்தான், அமைதியாக இருக்க சைகை செய்வது போல். 'நான் சொல்வதைக் கேளுங்கள் என் நண்பர்களே!'

அவனது படையில் ஒரு வித மௌனம் நிலவியது, அவனைத்தொடர்பவர்கள் அமைதியானார்கள்.

'நான் உங்களுடன் நடந்துள்ளேன். நான் உங்களுடன் வாழ்ந்துள்ளேன். நான் உங்களிடம் பேசியுள்ளேன்.' ராமின் குரல் இப்போது உயர்ந்தது. 'நீங்கள் சொல்வதை நான் கேட்டும் இருக்கிறேன்.'

பரதன் படையைப்பார்த்தான். அவனது மூத்த சகோதரனை பாராட்டும் விதமாக அனைவரதுகண்களும் அவன் மீது நிலையாக இருந்தன.

'இந்தப் போரில் சண்டையிட வேண்டியதன் காரணங்கள் குறித்து பலரும் பேசியிருக்கிறீர்கள்!' ராமின் குரல் சுத்தமாகவும் ஏற்றத்துடனும் இருந்தது. 'ஏறக்குறைய நீங்கள் அனைவரும் நாம் என் மனைவி சீதாவிற்காக சண்டையிடுகிறோம் என்று நினைக்கின்றீர்கள்!'

அரிஷ்டநேமி ராமை உற்றுப்பார்த்தான். கொஞ்சமாக புன்னகைத்தான். இனி வரப்போவது என்னவென்று அவன் அறிந்திருந்தான்.

'நீங்கள் அனைவரும் நினைப்பது தவறு!' இடி போல் முழங்கினான் ராம். 'அளவிற்கு அதிகமாக சிறந்தவள் சீதா! அவள்தான் விஷ்ணு! நான் பெருமையுடன் அவளுக்காக சண்டையிடுவேன்! அவளுக்காக விருப்பத்துடன் உயிர் துறப்பேன்!' அதன் பிறகு அவன் குரல் தாழ்ந்தது. 'ஆனால் உங்களிடம் அந்த தியாகத்தை செய்யுமாறு என்னால் கேட்கமுடியாது...'

வீரர்கள் ஒருவரை ஒருவர் பார்த்தனர். குழப்பத்தில்.

ராம் தன் வாளின் கைப்பிடியை குதிரையின் சேணத்தின் மீது வைத்து குதிரையின் மீது முன் பக்கமாக சாய்ந்தான். தாழ்வாகக் குனிந்தான். தரை வரை. கொஞ்சம் மண்ணை தன் கையில் எடுத்தான். அதன் பிறகு தன் குதிரையின் பின்புறம் நகர்ந்தான். புனிதமான மண்ணை உயர்த்திப்பிடித்தான். 'என் மனைவியைவிட சிறந்த ஒன்றிற்காக நாம் சண்டையிடுகிறோம். நம்மால் எப்போதும் அறிய முடிந்த சிறந்த ஒரு பெண்ணிற்காக நாம் சண்டையிடுகிறோம்! பிறப்பிலிருந்து நமக்காக தொட்டிலிட்ட ஒருவருக்காக நாம் சண்டையிடுகிறோம். நாம் அடுத்த வாழ்க்கைக்கு செல்லும்போது நம் சாம்பலை தன் மார்பில் அணைத்துக்கொண்டு போற்றும் ஒருவருக்காக நாம் சண்டையிடுகிறோம்! எல்லா பெண் தெய்வங்களிலும் வலிமை வாய்ந்த ஒருவருக்காக நாம் சண்டையிடுகிறோம். இந்த மண்ணிற்காக சண்டையிடுகிறோம், நம் தாய்க்காக!'

உரத்த குரல் எழுப்பி வீரர்கள் அவன் கூறியதை வரவேற்றனர். ஏனென்றால் அவர்கள் அனைவரையும் இணைத்தது ஒன்று. அன்பு. வெறித்தனமான அன்பு. அவர்கள் அனைவரின் தாயாக இருந்தவள் மீதான அன்பு.

இந்தியா.

'ராவணனும் அவன் சேனையும் இந்தியாவின் உரிமையாளர்கள் என்று சொல்ல என்ன தைரியம்! ஒரு குழந்தை தன் தாயின் உரிமையாளனாக முடியுமா?!'

இலங்கையரின் போர் முழக்கத்தை நினைத்து வீரர்கள் கோபத்தில் கர்ஜித்தார்கள்.

'நமது நிலம் ஒரு காலத்தில் செழிப்பாக இருந்தது! நம் நிலம் ஒரு காலத்தில் அமைதியாக இருந்தது! ஆனால் கரசப்ப போரில் ராவணன் நம் நிலத்தை நாசம் செய்திருந்தான்!'

புனித மண் இருந்த கை முட்டியை இலங்கையர்கள் பக்கம் சுட்டிக்காட்டி ராம் முழக்கமிட்டான், 'இந்தியத் தாயின் அந்தப் பிள்ளைகள் அவளை அவமதித்துவிட்டார்கள்! நாசம் செய்தார்கள்! கொள்ளையடித்தார்கள்! நாம் அவர்களை வீழ்த்துவோம்! விலைமதிப்பற்ற நம் தாயின் புகழை மீட்போம்! விலைமதிப்பற்ற ஒன்று வாழத்தொடரும் என்றால் அது அதனைக் காப்பாற்ற உயிரை துறக்க விரும்பும் மனிதர்கள் இருந்தால் தான் முடியும்! நம் தியாகம் இந்த நிலத்திற்கு, நம் அன்னைக்கு ஒரு புதிய துவக்கமாக இருக்கும்!'

தன் குதிரையை உதைத்து, ராம் வரிசையில் முன்னும் பின்னுமாக சவாரி செய்தான், தன் கை முட்டியை உயர்த்திப்பிடித்திருந்தான்.

'நாம் சண்டையிடுகிறோம்...இந்த நிலத்திற்காக, நம் அன்னைக்காக!'

ராமின் வீரர்கள் உரத்த குரலில் சத்தம் எழுப்பினார்கள், தேசபக்தி அவர்கள் மூலமாக பொங்கி எழும்வகையில்.

'நாம் விடுவிப்போம்...இந்த நிலத்தை, நம் அன்னையை!'

கடுமையான அயோத்திய, வாயுபுத்ர, மலயபுத்ர மற்றும் வானரக் குரல்கள் தொலைவில் எதிரொலித்தது. சிகிரியாவின் மதில்களுக்கு அப்பால், நகரத்தின் முக்கிய நிலத்தினுள்.

'நம் ரத்தத்தால் கௌரவிப்போம்...இந்த நிலத்தை, நம் அன்னையை!'

ராம் தாய்நாட்டின் புனித மண்ணை தனது இடது உள்ளங்கையில் வைத்து அதிலிருந்து குறைந்த அளவை மூன்று விரல்களால் கிள்ளி தனது நெற்றியில் அடையாளக்குறியாக வைத்தான். இடமிருந்து வலமாக. மூன்று கோடுகளாக. ருத்ர பகவான் மஹாதேவிற்கு விசுவாசமானவர்கள் என்பதற்கான குறி அது; ஆழமான அடையாளச் செயல். அன்னை பூமியின் புனித மண்ணினால் செய்யப்பட்ட மஹாதேவின் குறியீடு.

அவன் தன் கையை மேலே உயர்த்தி கர்ஜித்தான். 'ஜெய் மா பாரதி!'

இந்தியத் தாய்க்கு புகழ்!

'ஜெய் மா பாரதி!' அவன் வீரர்கள் அவன் பின்னால் முழக்கமிட்டார்கள்.

'ஜெய் மா பாரதி!' அரிஷ்டநேமி, பரதன் மற்றும் லக்ஷ்மன் முழங்கினார்கள்.

'ஜெய் மா பாரதி!'

ராம் தனது பிரதிநிதிகளைத் தொடர்ந்து மேலும் கீழுமாக வரிசையில் சவாரி செய்தான்.

அவர்கள் போர்க் குரலை மீண்டும் ஒலித்தனர்.

'ஜெய் மா பாரதி!'

'ஜெய் மா பாரதி!'

வீரர்கள் போர் முழக்கமிட பரதன் தன் குதிரையை ராமின் அருகில் செல்லத் தூண்டினான். அவன் முகம் வியப்பில் சிவந்தது. 'பரவாயில்லை அண்ணா, மோசமில்லை. அது உந்துதல் அளிப்பதாக இருந்தது.'

ராம் தன் இளைய சகோதரனின் முகத்தைப்பார்த்தான். புன்னகையுடன் கிசுகிசுத்தான், 'ஜனனி ஜென்ம பூமிஸ்சா ஸ்வர்காதபி கரியசி.'

அன்னையும் அன்னை பூமியும் ஸ்வர்கத்தை விட மேன்மையுடையவர்கள்.

பரதன் புன்னகைத்தான். பட்டாளத்திற்கு உந்துதல் அளிக்க தலைவர்கள் சிறந்த பேச்சுக்களை அளிப்பார்கள். ஆனால் சிலரே சொல்லப்பட்ட வார்த்தைகளை உண்மையான உள்ளர்த்ததுடன் உச்சரிப்பார்கள். அவர்களுள் ஒருவன் ராம். தனிப்பட்ட சிறப்புடைய மக்கள் தலைவன்.

'இப்போது?' அரிஷ்டநேமி கேட்டான்.

'இப்போது நாம் இலங்கையர்களின் செயல்பாட்டிற்கு காத்திருப்போம்.'

'மீண்டும் நம் இடங்களுக்கு திரும்பிவிடலாமா, அண்ணா?' லக்ஷ்மன் கேட்டான்.

'ஆமாம்,' என்றான் ராம். 'மீண்டும் தத்தம் இடத்திற்குச் செல்லலாம்.'

அரிஷ்டநேமி ராமை வணங்கிவிட்டு குதிரையைத் திருப்பி சேனையின் இடது பக்கத்தை நோக்கி நகர்ந்தான். பரதன் தன் குதிரையைத் தூண்டி வலது பக்கத்திற்கு பாய்ந்தான். ராமும் லக்ஷ்மனும் தங்கள் குதிரையைநடுவே ஓட்டிச்சென்றனர்.

காத்திருந்தனர்.

இலங்கையர்களிடமிருந்து முதல் நகர்விற்காக.

அது வெகு நீண்ட காத்திருத்தலாக இருக்கும்.

அத்தியாயம் 32

'இது என்ன!' உறுமியபடி கோபமாக லக்ஷ்மன், தன் குதிரையின் கடிவாளத்தை இழுத்துப் பிடித்தபடி தன் மூத்த சகோதரனைப்பார்த்துக் கேட்டான்.

ராமின் எழுச்சி பொங்கும் பேச்சு முடிந்து முப்பது நிமிடங்கள் கடந்துவிட்டிருந்தன. ராவணனும் தன் வீரர்களிடம் பேசினான். தாங்கள் இருந்த இடத்திலிருந்து இலங்கை மன்னனின் வார்த்தைகளை அயோத்தியர்களால் கேட்கமுடியவில்லை. ஆனால் அதன் தாக்கத்தை இலங்கைப் படையின் உரத்த கர்ஜனைகள் மற்றும் ஆரவாரத்திலிருந்து அறிய முடிந்தது. அதன் பிறகு...வேறு ஒன்றுமே இல்லை.

இலங்கையர்கள் வெறுமனே உலவிக்கொண்டிருந்தனர். அயோத்தியர்களின் முதல் நகர்விற்காக காத்திருந்தார்கள்.

இலங்கை வில்லாளர்கள் சரமாரியாக சில அம்புகளை எய்தியிருந்தார்கள் ஆனால் அவை எல்லைக்கு மிக வெளியே விழுந்திருந்தன. இரண்டு சேனைகளுக்கு நடுவில் இருந்த திறந்த மைதானத்தில் அந்த அம்புகள் யாருக்கும் சேதமில்லாமல் விழுந்திருந்தன.

'தாக்குங்கள், கோழைகளே!' இடியாக முழங்கினான் லக்ஷ்மன்.

'லக்ஷ்மன்...' கிசுகிசுத்தான் ராம், வார்த்தைகளால் சொல்லாமல் பேசும் தொனியில் அமைதியாக இருக்க சுட்டிக்காட்டியபடி.

லக்ஷ்மன் நீண்ட பெருமூச்சு ஒன்றை எடுத்து ராம் பக்கம் திரும்பினான். ஒன்றும் சொல்லவில்லை.

'அவர்கள் எச்சரிக்கையாக இருக்கிறார்கள்,' என்றான். 'நம்மிடம் ஏதோ சூழ்ச்சி இருக்கிறது என்று அவர்கள் நினைக்கிறார்கள். நமது பக்கங்களை தாக்கியவுடன் அது தூண்டடப்படும்.'

'பிறகு நாம் நடுவிலிருந்து தாக்கவேண்டுமா?'

ராம் சிந்திப்பதற்காக நிறுத்தினான். 'பெரிய வெட்டை விட சிறிய முள்குத்துவது சிலசமயங்களில் வேலை செய்யும்.'

லக்ஷ்மன் தலை அசைத்தான், அண்ணனின் மனதை புரிந்துகொண்டு.

ஒரு மாதிரியாக.

'நான்கு படைப்பிரிவுகளை அனுப்பு...'

'நான்கு படைப்பிரிவுகள் மட்டுமா? நம்மிடம் எண்பது உள்ளது!' என்றான் லக்ஷ்மன் நம்பமுடியாதபடி.

'முள் குத்து ஒன்றை கொடுப்பதுதான் எண்ணம்,' என்றான் ராம்.

'அரிஷ்டநேமியின் பக்கத்திலிருந்து இரண்டும், பரதனின் கட்டளையின் கீழ் இரண்டும்.' ராம் வானத்தைப்பார்த்தான். பிறகு கோட்டை மதிலுக்கு பின்னால் இருந்த இலங்கை வரிசைகளின் கொடி கம்பத்தில் கட்டப்பட்டிருந்த கொடியைப் பார்த்தான்.

'காற்று பலமாக வீசுகிறது.அம்புகள் தன் பாதையில் செல்லாது. நமக்கு நல்லது...'

லக்ஷ்மன் தலை அசைத்தான். கொடிபிடிப்பவர் பக்கம் திரும்பி கட்டளைகளை ஒலிபரப்பினான்.

ஒரே சமயத்தில் இரண்டு படைப்பிரிவுகள் இரண்டு பக்கங்களிலிருந்து அணிவகுத்தன. ஒவ்வொரு படைப்பிரிவிலிருந்து ஆயிரத்து ஐந்நூறு வீரர்கள். உள்ளுக்குள் வில்லாளர்கள் இருந்தனர். ரதங்கள் வழிநடத்தின. குதிரைப்படை பக்கங்களை பாதுகாத்தன.

காட்டுமிராண்டித்தனமான ரவுடிகளின் ஆரவாரமான தாக்குதல் இல்லை. ஒழுக்கமான சேனை மெதுவாக முன்னேறியது. ராம் அவர்களை நன்றாக பயிர்த்திருந்தான். முரட்டுத்தனமாக கிழித்துக்கொண்டு சென்று சக்தியை வீணாக்காமல் இப்படி ஒழுக்கத்துடன் அணிவகுத்து செல்வது சிறந்தது. மேலும், அமைப்பை பராமரித்துக்கொண்டு இருந்தபடியே அதிக வேகத்தில் ஓடுவது கிட்டத்தட்ட சாத்தியமற்றது. இந்த சேனையின் போர், அமைப்பு மற்றும் வரிசையை பராமரித்து கொண்டு செல்வதுதான். சீக்கிரமே அயோத்திய படைப்பிரிவுகள் இரண்டு சேனைகளின்

மையப்பகுதியை அடைந்தது. அம்புகளின் எல்லைக்குள். அங்கு சென்றடைந்தவுடன்அவர்கள் நிற்க வேண்டுமென்று ஆணையிடப்பட்டார்கள். காலாட்படை வீரர்கள் இடம் கொடுக்க வில்லாளர்கள் தங்கள் அம்புகளை வில்லுடன் இணைத்தனர். ரதங்களில் ஏறிய வீரர்களும் அப்படியே செய்தார்கள்.

'தாக்கு,' படைப்பிரிவின் தளபதிகள் கட்டளையிட்டனர். அம்புகள் வீசப்பட்டன. அந்த உயரத்தில் பறந்தாலும் கிழக்கிலிருந்து வந்த பலமான காற்றினால் அம்புகள் முறைகேடாக பறந்தன. ஆனால் இலங்கை படையில் வீரர்கள் கூட்டமாக இருந்தனர். கிட்டத்தட்ட ஒவ்வொரு அம்பும் ஒரு இலங்கை வீரன் மீது விழுந்தது. பலர் அந்த ஏவுகணைகளை தங்கள் கவசத்தினால் தடுத்தனர். ஆனால் சில அவற்றை தாண்டிச்சென்றன. மீண்டும் சரமாரியாக அம்புகள் பொழிந்தன. அதே விளைவு. மீண்டும் மற்றுமொரு சரமாரியான தாக்குதல்.

சேதம் குறிப்பிடத்தக்கதாக இல்லை. இரண்டாயிரம் இலங்கை வீரர்களுள் நூறு வீரர்கள் சற்று கூடுதலாக காயமடைந்தனர். சிறிய முள் குத்து. இதற்கு பதிலடி கொடுக்காமல் இருக்கவேண்டுமென்று தங்கள் வீரர்களை கட்டுப்படுத்த இலங்கை தளபதிகள் போராடினார்கள் ஏனென்றால் நடுவில் இருந்த அயோத்திய வீரர்களை துடைத்தெறிய அந்த வீரர்கள் தீக்கொந்முழுதுபோல் ஆவேசத்துடன் இருந்தனர். அயோத்தியர்களின் தாக்குதலுக்கு பதிலாக இலங்கை வில்லாளர்கள் சரமாரியாக அம்புகளை எய்தார்கள். ஆனால் அந்தப் பக்கங்களில் இரண்டே எதிரி படைப்பிரிவுகள்மட்டும் இருந்தன. மிகச் சிறிய இலக்கு. அதோடு பலமான காற்று இந்த அம்புகளை எல்லா திசைகளிலும் விட்டெறிந்தது. பெரும்பாலான இலங்கை அம்புகள் குறைவான சேதமே விளைவித்தபடி திறந்த நிலத்தில் விழுந்தன. அயோத்திய படைப்பிரிவின் மேல் விழுந்த சில அம்புகளும் எளிதில் கவசத்தால் தடுக்கப்பட்டன.

ஊதுகுழல் ஒன்று ஒலிக்கப்பட்டது.

அயோத்திய படைப்பிரிவுகள், அரிஷ்டநேமி மற்றும் பரதனின் பக்கங்கள் இரண்டும் பின்வாங்கத் துவங்கின. மெதுவாக. வேண்டுமென்றே.

மற்ற நான்கு அயோத்திய படைப்பிரிவுகள் வெளியே அணிவகுத்தன. அதே போர் தந்திரம். அதே விளைவு. அயோத்திய அணியில் எந்த உயிரிழப்பும் இல்லை. இலங்கை அணியில் சில உயிரிழப்புகள்.

மற்றுமொரு முள் குத்து.

இலங்கை வீரர்கள் மீண்டும் மீண்டும் முள்ளினால் குத்தப்பட்டதன் பாதிப்பு மிகவும் அதிகமாக தெரியத்தொடங்கியது.

அவர்கள் தூண்டிவிடப்பட்டனர். கோபமாக. அவர்கள் தாக்க விரும்பினார்கள். அவர்களை பிடித்துவைக்க இலங்கை படைத்தலைவர்கள் போராடிக்கொண்டிருந்தனர்.

ஊதுகுழல் மீண்டும் ஒலிக்கப்பட்டது. பாதுகாப்பான இடத்திற்கு திரும்ப அயோத்திய படைப்பிரிவுகள் அணிவகுத்தன.

இறுதியில், அயோத்திய அமைப்பின் இடது பக்கத்தின் தளபதி அரிஷ்டநேமி இரண்டு புதிய படைப்பிரிவுகளை வெளியே நடுகளத்திற்கு வழிநடத்தியபடி தன் குதிரையை ஓட்டிச்சென்றான். இரண்டு படைப்பிரிவும் கிட்டத்தட்ட மொத்த வாயுபுத்ர வீரர்களால் அமைக்கப்பட்டது, மலயபுத்ரன் அரிஷ்டநேமியால் வழிநடத்தப்பட்டது. ராமின் கட்டமைக்கும் கோட்பாட்டின் சின்னமாக: வெவ்வேறு பிண்ணனியிலிருந்து வந்துள்ள வீரர்களை ஒன்றாக ஒருமித்த ஒரு சேனைப் பிரிவாக ஆக்குவது. இந்தக் கடைசி முள் குத்தை வழிநடத்துவது அரிஷ்டநேமியாக இருக்கவேண்டுமென்பது ஒரு கவிதையைப்போல் இருந்தது. ஏனென்றால் கூட்டுத்தலைமையில் பல படைப்பிரிவுகள் என்னும் யோசனை அவனுடையது.

குதிரைகள் மற்றும் ரதங்களில் ஏறியிருந்த தன் வீரர்களை இலங்கை சேனையின் குதிரைப்படை மற்றும் ரதங்கள் இருக்கும் வலது பக்கத்திற்கு அருகில் அரிஷ்டநேமி நிறுத்தி வைத்தான். இலங்கைப்படையின் இந்தப்பிரிவு மாரீசனால் தலைமை தாங்கப்பட்டது. இங்குதான் இறுதியில் ராமின் போர் தந்திரம் பலனளிக்கும்.

சில இலங்கை குதிரைப்படை வீரர்கள் இறுதியில் பொறுமை இழந்து இடியாக முழங்கி வெளியே வந்தார்கள். போர்க்களத்தின் நடுவே சிறிய அயோத்திய படையை அவர்களால் எளிதில் அழித்துவிட முடியுமென்று அவர்களுக்குத்தெரியும். இலங்கை வீரர்களைக் கண்ட அயோத்திய காலாட்படை வீரர்கள் திரும்பி ஓடத்துவங்கினர். தாக்கும் வேகத்தில். அவர்கள் இருந்த அமைப்பு கலையாமல் இருப்பதை ஓடும் போதும் பார்த்துக்கொண்டனர். அயோத்திய குதிரைப்படையும் ரதங்களும் கூட பின்வாங்கின. ஆனால் ஓடும் வீரர்களுக்குப் பின்னால் அவை இருப்பதை அரிஷ்டநேமி உறுதி செய்தான். காலாட்படையின் பின்புற காவலாக. பின்னால் அம்புகளை எய்தபடி.

மாரீசனின் முனையில் மேலும்அதிக இலங்கை குதிரைப்படை வீரர்கள் வரிசைகளை உடைத்துக்கொண்டு தங்கள் குதிரைகளில் துரத்திச்சென்றனர். பின்வாங்கிக்கொண்டிருந்த கோழைகள் அயோத்தியர்களின் வலைக்குள் கவரப்பட்டனர்.

'என்ன செய்கிறார்கள் அவர்கள்?!' இலங்கைப் படையின் மத்தியில் இருந்துகொண்டு வலது பக்கம் நடப்பதை

பார்த்துக்கொண்டிருந்த ராவணன் முழங்கினான். 'பக்கங்களில் மெலிந்து கொண்டுவருகிறார்கள்! அவர்களை தங்கள் இடத்திலேயே இருக்கச்சொல்லுங்கள்! மாரீசனிடம் ஒரு ஓட்டுனரை உடனே அனுப்புங்கள்!'

ஆனால் வலது பக்கத்தில் இருந்த இலங்கை வீரர்கள் தாக்குவது என உறுதி செய்து விட்டிருந்தனர். குதிரைப்படையை சேர்ந்த மேலும்சில இலங்கை வீரர்கள் வெளியே விரைந்தார்கள். மேலும் மிக முக்கியமாக எல்லா இலங்கை ரத ஓட்டுனர்களும் முன்னே விரைந்தனர், பின்வாங்கிய அயோத்திய சேனையை துரத்திக்கொண்டே.

ராம் புன்னகைத்தான். 'சரியானது.' லக்ஷ்மன் பக்கம் திரும்பினான். 'யானைத் தாக்குதலுக்கு ஆணையிடு. இரண்டு பக்கங்களிலிருந்தும். முழுமையான தாக்குதல்.'

'கையிருப்பில் இருக்கும் இருபது காலாட்படை பிரிவுகளை என்ன செய்வது?'

'பதினைந்தை கொண்டுவா. ஐந்தை கையிருப்பில் வை, காட்டுக்குள்ளே.'

'சரி. நம் இடது பக்கம் அதாவது இலங்கையரின் வலது பக்கத்திலிருந்து அங்கத்தின் யானைப்படையை பின்தொடர்ந்து தாக்கச்சொல்கிறேன். அதில்தான் நமக்கு அதிகபட்ச தாக்கம் கிடைக்கும்.'

ராம் தலை அசைத்தான். *ஆமாம்.*

லக்ஷ்மன் விரைந்து கட்டளையை கொடி அசைவின் சைகைகள் மற்றும் ஊதுகுழல் ஓசைகளாக வேகமாக கீழே வரிசையில் ஒலிபரப்பினான்.

இது நடந்துகொண்டிருக்கும் போதே இன்னும் அதிகமான இலங்கை குதிரைப்படை வீரர்கள் மாரீசனின் பக்கத்திலிருந்து வெளியே விரைந்தனர். ரத்த வெறி ஒழுக்கத்தை ஒடுக்கிவிட்டிருந்தது.

மறு முனையில் கும்பகர்ணன் தன் குதிரைப்படையை அமைப்புக்குள் வைத்திருந்தான். நிலையாக.

அதன் பிறகு எதிரொலிகள் எழும்பின.

பேரழிவின் வருகையைக் குறிக்கும் அச்சுறுத்தும் இடிபோல.

தடாம்.

தடாம்.

தடாம்.

தடாம்.

மாரீசன் சுற்றுமுற்றும் பார்த்தான். கும்பகர்ணனும் அதையே செய்தான்.

தாக்க விரைந்த இலங்கை குதிரைப்படை வேகத்தை குறைத்துக்கொண்டது. குழப்பத்தில்.

தடாம்.

தடாம்.

தடாம்.

தடாம்.

மரணத்தின் காலடி போன்று கடுமையாக.

பூமியே பயத்தில் நடுங்கிக்கொண்டிருப்பது போல்.

கோபமாக இருந்த கடவுளரின் அச்சுறுத்தும் குரலைப்போல்.

அது என்ன சத்தமென்று ராவணன்தான் முதலில் கண்டுபிடித்தான். ஆனால் அவனால் அதனை நம்ப முடியவில்லை. *சாத்தியமற்றது!*

திடீரென்று சாத்தியமில்லாதது தன்னை வெளிக்காட்டிக்கொண்டது.

இலங்கையர்கள் அதிர்ச்சியில் உறைந்தனர்.

அயோத்திய சேனையின் பக்கங்களுக்கு அப்பாலிலிருந்த காட்டுக்குள்ளிருந்து போர் யானைகள் வெளியேறிக்கொண்டிருந்தன. இடது பக்கத்திலிருந்து நூற்றைம்பது யானைகள் கொண்ட யானைப்படை. வலது பக்கத்திலிருந்து மற்றுமொரு நூற்றைம்பது. தாக்கத்தயாராகமுன்னால் நகர்ந்துகொண்டிருந்தன. ஒழுக்கமான வரிசைகளில் செல்ல தங்கள் பாகர்களால் வல்லமையுடன் வழிநடத்தப்பட்டன. முரட்டுத்தனமாக தும்பிக்கைகள் முன்னோக்கி சுட்டிக்காட்டி எக்காளமிட்டன.

விநாசத்தின் தூதர்களைப்போல்.

பறைசாற்றிக்கொண்டு. வெளிப்படையாக. கொல்ல வருகிறார்கள் என்று சொல்ல. யாராலும் எதுவும் செய்யமுடியாது என்பது போல்.

அதிர்ந்த மாரீசன் பயத்தில் உறைந்தான். 'ருத்ர பகவானே, எங்கள் மேல் கருணை கொள்ளுங்கள்...' ஆனால் நிலைமையை சீக்கிரமே கட்டுக்குள் எடுத்துக்கொண்டான் அந்த பழைய போர்குதிரை. குறைந்தபட்சம் முயற்சி செய்தான். 'வரிசையில் நில்லுங்கள்!வரிசையில் நில்லுங்கள்!'

அங்கே பின்தங்கிவிட்டிருந்த சில இலங்கை குதிரைப்படை வீரர்கள் சீக்கிரமே அமைப்புக்குள் வந்து இடைவெளியை நிரப்ப முயற்சிசெய்தார்கள். பொறுப்பற்ற முறையில் முன்னேறிய பலர்

பின்னால் திரும்பி ஓடத்துவங்கியிருந்தார்கள், அச்சுறுத்தப்பட்ட பக்கங்களை வலுப்படுத்த.

ஆனால் ஏற்கனவே காலம் தாழ்ந்து விட்டது.

வழிநடத்தி சென்று கொண்டிருந்த யானையின் மேலிருந்து, 'திரும்புங்கள்!' என்று கர்ஜித்தான் அங்கத். அவனது கொடி பிடிப்பவன் கட்டளையை தெளிவாக ஒலிபரப்பினான்.

இலங்கைப்படையின் பக்கவாட்டு வெளிப்புற முனைவரை அயோத்திய யானைகள் ஏற்கனவே நகர்ந்துவிட்டன. அவை மென்மையாக வளைந்து மெதுவாகத் திரும்பின. வியக்கவைக்கும் ஒழுக்கத்துடன். ஒவ்வொரு யானையும் அதன் கற்பனை வட்டத்திற்குள். மற்ற யானைகளுடன் மோதிக்கொள்ளாமல். வேகம் குறைக்கப்படாமல். ஒருசீராக செல்வதில் தடை இல்லாமல். மீண்டும் மீண்டும் பயிற்சி செய்யப்பட்ட செயல்பாடு. வல்லமையுடன். ராமின் தனிப்பட்ட மேற்பார்வையில். அதன் பிறகு அந்த மாபெரும் விலங்குகள் இலங்கை குதிரைப்படையை கண்மூடித்தனமாக தாக்க விரைந்தன. வலுவான எதிர்ப்பு சாத்தியமாக இருந்தமுன்புறமிருந்து இல்லை. பக்கவாட்டிலிருந்து.

மிகக்குறைவான எதிர்ப்பே இருந்ததை மெலிந்திருந்த குதிரைப்படையின் வரிசை உறுதி செய்தது; அவர்களை மெதுவாகச் செல்ல கட்டாயப்படுத்திய ரதங்கள் காணாமல் போய்விட்டிருந்தன. இலங்கைப் படையின் பக்கங்களிலிருந்து யானைகள் வெடித்துக்கொண்டு நுழைந்தன. மெதுவாக நகர்ந்தன என்று அரிதாகவே சொல்லவைக்கும் தொனியில். வெண்ணையில் நுழைந்த சூடான கத்தி போன்று அவை அந்த அமைப்புகளுக்குள் புகுந்தன. குதிரைகளையும் அதன் மீது அமர்ந்துக்கொண்டிருந்த வீரர்களையும் நசுக்கிக்கொண்டு நகர்ந்தன.

ஒவ்வொரு அயோத்திய யானையும் அதன் பாகனால் வழிநடத்தப்பட்டது. அதன் நெற்றியில் காலால் அவர்கள் செய்த சமிக்ஞையை கொண்டு. அந்த விலங்கின் முதுகில் கட்டப்பட்ட அம்பாரியின் மேல் மூன்று வீரர்கள் தங்களை சமநிலைப்படுத்திக் கொண்டனர். இந்த வீரர்கள் தொடர்ச்சியாக ஈட்டிகளையும் அம்புகளையும் எய்துகொண்டிருந்தனர். உயர்த்தப்பட்ட இடத்தில் இருந்ததனால் ஒரு ஏவுகணைகூட தன் இலக்கை தவரவிடவில்லை.

அது படுகொலை.

சில நிமிடங்களில் இலங்கைப் படையின் பக்கவாட்டில் இருந்த மாபெரும் குதிரைப்படை தகர்க்கப்பட்டது. அவற்றின் அமைப்புகள் சின்னாபின்னமாகியிருந்தன.

யானைகள் தங்கள் வேகத்தை குறைக்கவில்லை. விடாமுயற்சியுடன் அவை தாக்கிக்கொண்டிருந்தன. தங்கள்

வழியில் எதிர்ப்பட்ட அனைத்தையும் அழித்தபடி. நீண்ட வாள்கள் போன்று இருந்த அவற்றின் தந்தங்கள் கூர்மையாக்கப்பட்டு குதிரைகளையும் வீரர்களையும் வெட்டின. கொடூரமாக அவற்றின் தும்பிக்கை எதிரிகளை காற்றில் உயரத்தில் வீசியெறிந்தன. காட்டுமிராண்டித்தனமாக. அவர்களது பாதையில் வந்த அனைத்தையும் அவற்றின் பாதங்கள் நசுக்கின. கருணையில்லாமல்.

பின்வாங்கிக்கொண்டிருந்த வாயுபுத்ர சேனைகளை நிறுத்தி திரும்புமாறு அரிஷ்டநேமி ஆணையிட்டான். நேரம் வந்துவிட்டது. கொன்றுகுவிக்க உள்ளே நகரவேண்டிய நேரம். இலங்கையர்களை நோக்கி விரைந்தார்கள். அரிஷ்டநேமியின் தலைமையில். தன் வாயுபுத்ர படையின் போர் முழக்கத்துடன்.

'காலாக்னி ருத்ர!'

'காலாக்னி ருத்ர!' இன்னும் பல படைப்பிரிவுகள் கர்ஜித்தபடி போர்க்களத்தை நோக்கி விரைந்தன. முழுவதுமாக தகர்க்கப்பட்ட தங்கள் படையின் பக்கங்களை மீண்டும் வலியுறுத்த திரும்பி விரைந்து கொண்டிருந்த இலங்கை குதிரைப்படையின் மீது அம்புகள் வீசி ஈட்டிகளை பாய்ச்சியபடி.

குறுக்குவாட்டில் அமைந்த உலோகப்பகுதிகளால் ஆன கருவி போன்று, அங்கத்தின் யானைப்படை பக்கங்களிலிருந்து தாக்க, எதிர் பக்கத்திலிருந்து அரிஷ்டநேமியின் தலைமையில் அயோத்திய படை தாக்க, இலங்கையர்களின் வலதுபக்கம் இருந்த குதிரைப்படையும் ரதங்களும் முழுவதுமாக சரிந்துவிட்டது.

காலாட்படை வரிசைகளை யானைகள் தாக்க அது ஒரு திறந்த போர்க்களமாக அமைந்துவிட்டது. பாதுகாப்பு சாத்தியமாகியிருக்கும் முன் பக்கத்திலிருந்து இல்லை. ஆனால் மீண்டும் ஒரு முறை பக்கவாட்டிலிருந்து.

கையிருப்பில் வைக்கப்பட்டிருந்த இருபதாயிரத்திற்கும் மேற்பட்ட வீரர்கள் கொண்ட அயோத்தியர்களின் பதினைந்து படைப்பிரிவுகளும் யானைப்படை விட்டுச்சென்ற விநாசத்தை நோக்கி நகர்ந்தன. எவரேனும் உயிர்பிழைத்திருந்தால் அவர்களை கொல்வதற்கு.

இலங்கை காலாட்படையின் கண்ணியம் தெளிவாக விளங்கும் வகையில் எந்த வீரனும் பின்வாங்கவில்லை. யானைகளால் நசுக்கிக் கொல்லப்படாத வீரர்கள் இறுதிவரை அயோத்தியர்களுடன் சண்டையிட்டனர். ஆனால் அது பலனற்றதாக இருந்தது.

அவர்கள் படுகொலை செய்யப்பட்டுக்கொண்டிருந்தனர். மாமிசம் அரைக்கும் கருவிக்குள் எறியப்பட்டிருந்தனர்.

இருப்பினும் சண்டையிட்டார்கள். இறந்தார்கள். ஆனால் கோழைகள் பின்வாங்குவது போல முதுகுகளில் காயங்களுடன் அல்ல. கைகளில் வாள்களுடன் இறந்தார்கள். வீரர்கள் செய்வது போல்.

இலங்கைப் படையின் வலது பக்கத்தில் இருந்த வீரர்கள் கொடூரமாக கொல்லப்பட்டுக்கொண்டிருக்கும் போது இடது பக்கத்தில் கும்பகர்ணனின் தலைமையிலான குதிரைப்படையும் ரதங்களும் கட்டுப்பாட்டில் இருந்தன. துணிச்சலுடன் தீவிரமாக. மத்தியில் இருந்த தன் சகோதரன் ராவணனுக்கு ஏற்கனவே தகவல் அனுப்பியிருந்தான். எளிமையான செய்தி: நாம் அனைவரும் அடியோடு அழிக்கப்படும்முன்பு பின்வாங்கலாம்.

அதற்கிடையில் கும்பகர்ணன் கட்டுப்பாட்டில் இருந்தான்.

பக்கங்களை காத்தபடி துணிச்சலாக போராடிக்கொண்டு.

யானைகள் கடந்து செல்வதை மறுத்தபடி.

'வலது பக்கங்களிலிருந்து அவர்களது காலாட்படை உடைத்துக்கொண்டு வருகின்றன,' என்றான் ராம். நன்றாகப் பார்க்க வசதியாக சேணத்தின் மேல் நின்றிருந்தான்.

'நாம் நம் காலாட்படையை உள்ளே அனுப்பவேண்டும் அண்ணா,' ஆலோசனை கொடுத்தான் லக்ஷ்மன்.

ராம் ஆமோதித்தான். 'ஆமாம். எல்லோரும் உள்ளே! முழு தாக்குதல்!'

ஆணைகள் செயல்திறனுடன் வெளியிடப்பட்டன.

ராம் மற்றும் லக்ஷ்மன் மையத்திலிருந்த படைப்பிரிவுகளை வழிநடத்த, அயோத்திய படையின் வலதுபக்கத்தில் இருந்த பரதன் எல்லா காலாட்படையையும் தாக்கச் சொல்லி கட்டளையிட்டான்.

அனைவரும் உள்ளே! முழு தாக்குதல்!

அயோத்திய காலாட்படை அமைப்புகள் ஆவேசத்துடன் முன்னேறின. இலங்கை காலாட்படை இப்போது உடைந்து கொண்டிருந்தது. அவர்கள் பின்னால் நகர்ந்துகொண்டிருந்தனர். ஏனென்றால் அப்படிசெய்யச்சொல்லி கட்டளையிடப்பட்டிருந்தனர். இரண்டு எதிரி யானைப்படைகள் அவர்களது அடர்ந்த அமைப்புகளுக்குள் கருணையில்லாமல் துளையிடுவதை எதிர்கொள்வது. ஆயத்தமில்லாமல். அது கிட்டத்தட்ட எதிர்க்க இயலாததாக இருந்தது.

பின்வாங்குவதுதான் ஒரே வழி.

ஆனால் பல்லாயிரக்கணக்கான வீரர்களை கோட்டை வாயிலின் வழியே பின்வாங்கச் செய்யும் அதே நேரத்தில்

பக்கங்களை பாதுகாக்க சண்டையிடுவதை தொடர்வது என்பது மாபெரும் சவாலாக அமைந்தது. கோட்டையை விட்டு வெளியே வர இரண்டு மணிநேரங்கள் ஆனது. ஆனால் பின்வாங்க அவர்களிடம் இரண்டு மணிநேரங்கள் இல்லை. அதற்குள் எல்லோரும் இறந்து விடுவார்கள்.

எல்லா தடைகளிலும் பெரிய ஒரு தடை, மிகக்குறுகிய பாதை.

பின்வாங்குவதை இந்திரஜித் தானே தனிப்பட்ட முறையில் வாயிலிலிருந்து மேற்பார்வையிட்டு இயக்கினான். அடுத்த நாள் சண்டையிடவேண்டுமென்று நம்பினால் சேனை காப்பாற்றப்படவேண்டும். பின்வாங்கிக்கொண்டிருந்த படையின் பாதையை பாதுகாக்க ராவணன் முன்னணியில் இருந்து வீரமாக சண்டையிட்டான். ஆனால் துணிச்சலான மற்றும் மிகவும் மூர்க்கத்தனமான சண்டை இலங்கையரின் இடதுபக்கத்தில் நடந்து கொண்டிருந்தது.

ஏனென்றால் அந்தப் பக்கம் உடைந்துவிட்டால் இலங்கையர்களுக்கு அனைத்தும் முடிந்துபோய்விடும்.

அச்சுறுத்தும் கருணையில்லாத அந்த விலங்குகளால் கலப்பையால் உழுவது போல் எளிதில் அந்தப் பக்கத்திலிருந்து அழிக்க முடியவில்லை.

வலுவான ஹனுமானால் வழிநடத்தப்பட்ட பயங்கரமான போர் யானைப்படை இங்கு கடுமையாக மற்றும் கொடூரமாக சண்டையிட்டுக்கொண்டிருந்தது.

ஒரு அங்குலம் கூட எளிதில் தோற்கப்படவில்லை; அயோத்தியர்களால் ஒவ்வொரு விரல் அகல நிலமும் பெரிய அதிர்ஷ்டத்தால் கைவசம் செய்யப்பட்டது.

ஏனென்றால் அயோத்தியர்கள் அந்நாளின் முரட்டுத்தனமான எதிர்ப்பை இங்கு சந்தித்தனர்.

ஏனென்றால் இங்குதான் யானைப்படையின் எதிர்க்கமுடியாத சக்தி ஒரு அசைவற்ற பொருளின் மீது மோதியிருந்தது.

ஏனென்றால் இங்குதான் வலிமைமிக்க கும்பகர்ணன் நின்றுகொண்டிருந்தான்.

அத்தியாயம் 33

'கண்களை நோக்கி குறிவையுங்கள்!' இடியாக முழங்கினான் கும்பகர்ணன்.

ஹனுமானின் தலைமையில் இருந்த அயோத்திய யானைப்படை இப்போது விசித்திரமான தடுப்பை நேர்கொண்டது. இறந்த குதிரைகள், உடைந்த ரதங்கள் மற்றும் படுகொலை செய்யப்பட்ட தேரோட்டிகளின் நீண்ட அடர்ந்த வரிசை அது. குதிரைகள் மற்றும் மனிதர்களின் உறைந்த ரத்தம், எலும்புகள் மற்றும் தசைகள் எல்லாம் ஒருசேர சிதைந்த உலோகங்களுடன் குவிக்கப்பட்டிருந்தது. அந்தக் கூர்மையான கலவையை யானைகளால் உடைத்துக்கொண்டு செல்லமுடியவில்லை. முட்டுக்கட்டையாக நின்ற இந்த சிதைந்த ரதங்களுக்குப் பின்னால் நிலைநிறுத்தப்பட்டிருந்த இலங்கை குதிரைப்படை அடையமுடியாதபடி இருந்தது.

அது அற்புதமாக இருந்திருந்தது. இலங்கை தேரோட்டிகள் கடைசி மனிதன் மற்றும் கடைசி ஆயுதம்வரை எதிர்த்து போராடி மரணத்தை தழுவியிருந்தனர். அவர்கள் தங்களது தியாகத்தினால் இலங்கை குதிரைப்படை மற்றும் காலாட்படையை காப்பாற்றியிருந்தனர். வளைந்து கொடுக்க மறுத்த ஒன்றின் எதிர்ப்பு. முடிவிற்குப்பிறகும்.

யானைகள் இனி போரின் ஆயுதங்கள் இல்லை. அவை தடுக்கப்பட்டுவிட்டன. பருத்த உடல்களால் மோதி, தந்தங்களால்

குத்தி, தும்பிக்கைகளால் அடித்து நொறுக்க முடியாமல் தடுக்கப்பட்டிருந்தன. தங்கள் மேலே அம்பாரியில் அமர்ந்திருந்த வீரர்களை தாங்கிச்செல்பவையாக மட்டுமே அவை இருந்தன. ஆமாம், மேலே உயரத்தில் அமர்ந்திருப்பது அம்புகள் மற்றும் ஈட்டிகளை வீச நன்மையான இடம். ஆனால் இலங்கை குதிரைப்படையிலிருந்து அவை வெகு தொலைவில் இருந்ததால் அந்த ஏவுகணைகள் குறைவான செயல்திறன் கொண்டதாக இருந்தன.

அங்கு குவிக்கப்பட்டிருந்த உடைந்த தேர்களின் கடக்க முடியாத தடுப்புகளால்.

தேரோட்டிகளின் உயர்வான தியாகத்தை இலங்கையர்கள் வீணாக்கவில்லை. தடுப்புகளின் பின்னால் பாதுகாப்பாக குதிரைகள் கட்டுக்குள் வைக்கப்பட்டிருந்தன. அவை தொடர்ந்து சுழன்றன. *அனாவரத தரங்க வ்யூஹ;* இடைவிடாமல் எழும்பும் அலைகளை போன்றதொரு போர் தந்திரம். இலங்கை குதிரைப்படையின் வீரர்கள், யானையின் அம்பாரியின் மீது அமர்ந்திருந்த அயோத்திய படை வீரர்கள் மீது அம்புகளை எய்தினர். தங்களிடமிருந்த ஏவுகணைகள் தீர்ந்த பின் அல்லது அவர்கள் சோர்வடைந்தபோது, முதல் வரிசையில் இருந்த ஓட்டுனர்கள் பின்னால் சென்று பின்னால் இருக்கும் புது வீரர்கள் முன்னால் வர இடம் செய்தனர். பிறகு அம்புகளின் தாக்குதல் தொடரும். ஓயாத அலைகளாக.

இலங்கை குதிரைப்படையின் அம்புகள் அயோத்தியர்களின் படையை விட குறைந்த பயனுள்ளதாக இருந்தது. அவர்கள் கீழிருந்து தாக்கிக் கொண்டிருந்தார்கள். சில அம்புகள் தங்கள் இலக்கை அடைந்தாலும் அவை பெரும்பாலாக காயமடையச் செய்ததேயொழிய உயிரை பறிக்கவில்லை. ஆனால் இலங்கையர்கள் யானைப்படையை தோற்கடிக்க முயற்சி செய்யவில்லை. யானை தாக்குதலை தாமதிக்க பின்னால் காவலாக நின்றிருந்த வீரர்களுடன் கடுமையாக சண்டையிட்டனர். அவர்களது காலாட்படை பாதுகாப்பாக கோட்டை சுவற்றினுள் திரும்பும் வரை.

அவர்கள் வெற்றிக்காக சண்டையிடவில்லை. அவர்கள் நேரத்திற்காக சண்டையிட்டுக்கொண்டிருந்தார்கள்.

அது அப்படியிருந்தாலும், உயரத்தின் நன்மை மட்டுமே அவர்களது ரத்தத்தை உரிந்தது. மெதுவாக ஆனால் நிச்சயமாக. யானை மீது அமர்ந்திருந்த அயோத்தியர்களின் தாக்குதலுக்கு தன் ஆட்களை இன்னும் அதிகமாக இழந்து கொண்டிருந்தான் கும்பகர்ணன். அவன் திரும்பிப்பார்த்தான். வாயில் வழியாக உள்ளே வரவேண்டிய பல வீரர்கள் இன்னும் காத்திருந்தனர்.

அவன் இன்னமும் சிறிது நேரத்திற்கு தாக்குப்பிடிக்க வேண்டும். தற்போதைய போர்த்தந்திரம் போதுமானதில்லை.

அதனால் கும்பகர்ணன் தைரியமாக ஒரு முடிவெடுத்திருந்தான்.

தாக்குதலே சிறந்த பாதுகாப்பு.

போரை எதிரி வரை எடுத்துச்செல்வான். யானைகளைத் தாக்கி அல்ல. கும்பகர்ணன் துணிச்சலானவன். முட்டாள் இல்லை.

அயோத்தியர்களைத் தாக்காமல், அவர்கள் அமர்ந்திருந்த யானைகளைத் தாக்க முடிவு செய்தான். அம்புகளை உபயோகிப்பதென்றால் அந்த மிருகங்களை அது பெரிதும் பாதிக்கப்படக்கூடிய இடத்தில் குறிவைத்து தாக்கவேண்டும்...

'யானைகளை அதன் கண்களில் குறிவைத்து தாக்குங்கள்!' கர்ஜித்தான் கும்பகர்ணன்.

போரின் சத்தத்திற்கு நடுவில் அவனுக்கு பின்னால் இருந்த தூதர்கள், இலங்கையர்கள் இருந்த வரிசையில் முன்னும் பின்னுமாகச் சென்று கட்டளையை ஒலிபரப்பினார்கள்.

இலங்கை குதிரைப்படை வீரர்கள் யுத்தியை மாற்றினார்கள். அவர்கள் இப்போது யானைகளை தாக்கத் துவங்கினார்கள். அவற்றின் கண்கள் தாக்க எளிதான இலக்கு இல்லை. யானைகள் தங்கள் தலைகளை அசைத்தும் காது மடல்களை அடித்துக்கொண்டும் இருந்தன. தொலைவு கடினத்தை அதிகரித்தது. கண்கள் சிறிய இலக்காக இருந்தன.

பெரும்பாலான அம்புகள் இலக்கை அடையவில்லை.

பிறகு அது எப்படிசெய்யப்படவேண்டுமென்று கும்பகர்ணன் அவர்களுக்கு காட்ட முடிவு செய்தான்.

அவன் தன் குதிரையை நிலையாக நிறுத்தினான், தன் சிறிய வளைந்த அம்பை முன்னால் கொண்டுவந்து யானையை நோக்கி குறிவைத்து ஒரு அம்பை வீசினான். விலங்கின் கண் மீது கவனம் செலுத்தியிருந்தான். இருபக்கங்களிலும் இருந்த குதிரைப்படை வீரர்கள் அவனுக்கு ஒரு திரை போலிருந்து எதிரிகளை தாக்கினர். எதிரிகள் தங்கள் தலைவரை தாக்காமல் இருப்பதை உறுதிசெய்தனர். கும்பகர்ணன் யானையின் தலை நகரும் விகிதத்தை கணக்கிட்டான். ஒரு நொடிக்குப்பின்னால் அந்த கண் இருக்கவேண்டிய இடத்தை அவன் கணக்கிடவேண்டும். உயரம் மற்றும் தொலைவை பொறுத்து அம்பிற்கு சிறந்த பாதையைக் கொடுக்க தன் வில்லை கொஞ்சம் அதிக உயரமாக வளைத்தான். வில்லின் கயிற்றை தன் கழுத்து வரை பின்னால் இழுத்து அம்பை விடுவித்தான். அம்பு இலக்கைச் சென்று அடைந்தபோது அதிலிருந்த சிறகுகள் படபடத்தன.

ஏவுகணை கும்பகர்ணன் திட்டமிட்டபடி ஆழமற்ற பாதையில் பறந்தது - மிருகத்தின் இடது கண்ணில் சென்று மோதியது. கருவிழியை வெட்டிக்கொண்டு கண்ணாடிப் பையின் மென்மையான திசுக்குள் அது ஆழமாக மூழ்கியது. வலியில் உரத்த குரலில் கத்திக்கொண்டு யானை பின்னால் நகர, அதன் தலை வெட்டி இழுத்தது. திடீரென்ற அசைவினால் அந்த யானையின் மீது அமர்ந்திருந்த அயோத்திய வீரன் அம்பாரியிலிருந்து கீழே விழுந்து அந்த யானையின் பாதங்களுக்கு அடியில் நசுங்கி இறந்தான். எல்லாம் தங்களுக்கு எதிராக இருந்த பின்னரும் இறுதியில் ஒரு அயோத்தியனை கொல்ல முடிந்ததனால் இலங்கையர்கள் முகாமிலிருந்து செவிடாக்கும் கர்ஜனை ஒன்று எழும்பியது. ஆனால் அது வேகமாக அடங்கியது. ஏனென்றால் அந்த யானை பின்வாங்கவில்லை.

அவ்வளவு பெரிய நான்கு கால் மிருகத்தின்மீது பாய்ந்த அம்பு விளைவித்த காயம் உயிரைப் பறிக்கும் ஒன்றாக இல்லை. இலங்கையர்கள் இதனை கண்டிப்பாக அறிந்திருந்தார்கள். ஆனால் அது அந்த யானையை குறைந்தபட்சம் பின்வாங்கச்செய்யும் என்று எதிர்பார்த்திருந்தார்கள். இருப்பினும் அருமையாக பயிற்சியளிக்கப்பட்ட யானை பின்வாங்கவில்லை. அது மீண்டும் போருக்கு திரும்பியது.

தன் பாதங்களின் கீழ் இறந்து கிடந்த இலங்கை தேரோட்டி ஒருவனின் உடலை தன் தும்பிக்கையால் எடுத்து கும்பகர்ணனின் மீது எறிந்தது. ஏவுகணையாக வந்து விழுந்த அந்த சடலம் கும்பகர்ணனின் மீது விழாமல் மயிரிழையில் தப்பி அருகிலிருந்த ஓட்டுனனை தாக்கியது.

பிறகு தன் மேல் அமர்ந்திருந்த பாகனின் ஆணைக்கு கட்டுப்பட்டு அந்த யானை தன்னை நிறுத்திக்கொண்டது. மீண்டும் நிலையாக நின்றது. மேலே அம்பாரத்தின் மீது இருந்த வீரர்கள் தங்கள் வேலையை பார்க்க அனுமதித்தது: அம்புகளை எய்வது.

கும்பகர்ணன் சபித்தான், தன் வில்லை முதுகில் சொருகிக்கொண்டபின் குதிரையை பின்னால் இழுத்தான். இந்த போர் யானைகள் வீழ்த்தமுடியாதவை. அவை நிறுத்தப்பட மட்டுமே முடியும். வீழ்த்தப்படமுடியாது. அவன் எழுந்து தன் சேணம் மீது நின்று கொண்டு தன் பின்புற அமைப்புகளைப்பார்த்தான். இலங்கை குதிரைப்படைக்குப்பின் இருந்த காலாட்படை பின்னால் பாதுகாப்பான இடத்திற்கு நகரத் துவங்கியது. இலங்கை காலாட்படை வரிசையின் பின்னோக்கிச்செல்லும் அணிவகுப்பு முடிவை நெருங்கிக்கொண்டிருந்தது. இந்திரஜித் வாயிலை நன்கு மேற்பார் வையிட்டுக்கொண்டிருந்தான்.

அரை மணி நேரம் மீதம் இருக்கிறது...நாம் அவர்களை காப்பாற்றிவிடலாம். மீண்டும் நாளை சண்டையிடலாம்.

'இளைஞர்களே, இன்னும் சிறிது நேரம் மட்டுமே!' கும்பகர்ணன் கர்ஜித்தான், வீரர்களின் மனநிலையை உயர்த்திப்பிடித்தபடி. 'நாம் நம்மவர்களைக் காப்பாற்றிவிடுவோம். பொறுத்திருங்கள்! அம்புகளை பாய்ச்சிக்கொண்டேயிருங்கள்!'

அடுத்த மாற்றத்திற்கான ஆணை வெளியிடப்பட்டது. மேலேறி இருந்த வீரர்கள் அந்த இடத்தை எடுத்துக்கொள்ள, இலங்கை குதிரைப்படையின் முதல் வரிசை பின்னோக்கி நகர்ந்தது. புதிய வீரர்கள் மீண்டும் அம்புகளை விடத்துவங்கினார்கள்.

கும்பகர்ணன் அயோத்திய தலைமையின் பக்கம் பார்த்தான். ஹனுமானை நோக்கி. தனது எதிரி அங்கு இல்லாததைக் கண்டு ஆச்சரியப்பட்டான்.

ஹனுமான்ஜி எங்கே?

அயோத்தியர்களும் அனவ்ரத தரங்க வ்யூஹாவை பின்பற்றினார்கள், இலங்கையர்களைப்போலவே. ஒவ்வொரு பத்து நிமிடங்களில் முதல் வரிசை போர் யானைகளை நகர்த்தி அந்த இடத்திற்கு புது வரிசை வீரர்களை கொண்டு வந்தார்கள். ஆனால் ஹனுமான் கும்பகர்ணனைப் போல பின்வாங்கவில்லை. கடந்த ஒரு மணிநேரமாக ஓரிடத்திலேயே நின்று போரிட்டுக்கொண்டிருந்தான். முன்னால்.

ஒரு நல்ல தளபதி போர் களத்தில் முன்னால் நிற்கவேண்டும்.

அவன் தேவைப்படும் இடத்தில்: போர் முயற்சியை வழிநடத்த, தனது படைகளை அணிதிரட்ட, அவர்களை ஊக்குவிக்க..

அவன் பின்வாங்கவே மாட்டான். தீவிரமாக காயம் அடைந்தாலே ஒழிய.

திடீரென்று கும்பகர்ணனுக்கு அந்த சிந்தனை தோன்றியது.

அவன் தன் குதிரையை பின்னால் நகரச்செய்து அதன் சேணத்தின் மேலேறி தொலைவில் உற்று நோக்கினான். இடது புறத்தில், தொலைவில். சிகிரியாவின் சுவர்களை நோக்கி. வரிசைகளுக்கு நடுவில் இருந்த இடைவெளியை. ஏனென்றால் தெளிவாக, இலங்கையர்கள் போருக்காக அமைப்புகளில் அணிவகுத்தபோது வரிசைகளுக்கு இடையில் இடைவெளி விட்டதுடன் தங்களுக்கும் கோட்டை மதிலுக்கும் இடையேயும் இடைவெளிவிட்டிருந்தனர். மருத்துவப் பிரிவு மற்றும் உணவுப்பொருட்களின் போக்குவரத்தை அனுமதிக்க.

ஓ ருத்ர பகவானே!

எந்த வீரனும் மருத்துவப் படை மற்றும் உணவுப்பொருட்கள் வழங்கும் படையை தாக்க மாட்டான். அவர்களிடம் ஆயுதங்கள்

இல்லை. அவர்களை தாக்குவது போர் விதிகளை மீறுவதாகும். அது அதர்மம். இலங்கையர்களோ அல்லது அயோத்தியர்களோ இந்த விதியை மீற மாட்டார்கள்.

ஆனால் மருத்துவப் பிரிவும் உணவுப்பொருட்கள் வழங்கும் பிரிவும் ஏற்கனவே பின்னால் சென்றுவிட்டிருந்தது. அந்த நிலம் காலியாக இருந்தது. எதிரியை தடுத்து நிறுத்த அங்கு எதுவுமில்லை.

அயோத்திய போர் யானைகள் இலங்கை குதிரைப்படையை புறம் தள்ளிவிட்டு, அந்த இடத்திலிருந்து உடைத்துக்கொண்டு முன்னேறி நேரடியாக அவற்றிற்கு பின்னால் இருந்த காலாட்படையை நோக்கிச்செல்லமுடியும். அவர்கள் அப்படி நுழைந்துவிட்டால், நூற்றுக்கணக்கான, ஏன் ஆயிரக்கணக்கான இலங்கை காலாட்படை வீரர்கள் சிறிது நேரத்திலேயே கொல்லப்படுவார்கள். வலது புறம் நடந்த படுகொலைகள் போலிருக்கும்.

'நான் சொன்னவுடன்!' தனக்கு பின்னால் குதிரையின் மேல் அமர்ந்திருந்த வீரர்களை நோக்கி இடியாக முழங்கினான் கும்பகர்ணன்.

தன் குதிரையைத் திருப்பி மதில்களை நோக்கி விரைந்தான். அவனுக்குப்பின்னால் ஐம்பது குதிரைகள் கொண்ட சிறிய பிரிவு கடுமையாக குதிரைகளை விரட்டியபடி விரைந்தது..

'வேகமாக!'

மிக மோசமானது நடந்து விடுமென்று கும்பகர்ணன் பயந்தான்.

'வேகமாக!'

முறிக்கும் வேகத்தில் குதிரைகளை ஓட்டிச்சென்று சீக்கிரமே குதிரைப்படையின் இறுதி வரிசைக்கு வந்து சேர்ந்தார்கள். கும்பகர்ணன் வீரர்களை வட்டமடித்து குதிரையைத் திருப்பினான். முதல் வரிசையை நோக்கி.

அவர்களைப் பார்த்தான்.

தனது வலது பக்கத்தில் எல்லைக்கோடாக இருபது குதிரைகள் ஒன்றன் முன் ஒன்றாக நின்றன. கும்பகர்ணனை விட தொலைவில். ஒவ்வொரு குதிரையும் கூர்மையான முளையாக நிலத்தில் குறித்துவைத்தது போல் இடமிருந்து வலமாக நீண்டு இருந்தன. அயோத்தியர்களுடன் சண்டையிடும் இலங்கை குதிரைப்படை அமைப்பின் ஒரு பகுதி. குதிரைகளுக்குப் பின்னால் தொலைவில் சேதமடைந்த இலங்கை தேர்களின் தடுப்பு இருந்தது. அதற்கும் பின்னால், வெகு தூரத்தில், ஐந்து போர் யானைகளின் எல்லை, ஒன்றன் முன்ஒன்றாக எல்லாம்

கும்பகர்ணனின் திசையை நோக்கி நிற்க, அவை ஒவ்வொன்றும் இடமிருந்து வலமாக நீண்ட யானை அமைப்புகளை கண்காணிக்கும் பணியில் அமர்த்தப்பட்டிருந்தது. யானைகளால் செய்யப்பட்ட அந்த எல்லைக்குப் பின்னால், தொலைவில், உள் பக்கம் திரும்பிய சில யானைகளை கும்பகர்ணன் பார்த்தான்.

ஹனுமான்ஜி.

அது வெகு தொலைவிலிருந்தது. ஒரு நிழல் மட்டும்தான். ஆனால் கும்பகர்ணன் தன் இதயத்தில் அறிந்திருந்தான். அது ஹனுமான்.

இதுதான்.

இதுதான் முடிவு.

கும்பகர்ணன் ஆழ்ந்த சுவாசம் எடுத்தான்.

இது மரணம் சம்பவிக்கும் முறை.

அவனது இடதுபக்கத்தில் சிகிரியாவின் மதில்கள். வலது பக்கத்தில் இலங்கை குதிரைப்படை, சேதமடைந்த ரதங்கள் மற்றும் அயோத்திய யானைகள்என்று எல்லை வெகு தூரம் வரை நீண்டது.

பாதையின் இறுதியில், ஹனுமானின் தலைமையில் எழுநூறு மீட்டர் தொலைவில் தாக்குதலுக்கு தயாராக அமைப்புக்குள் நகர்ந்தபடி மலயபுத்ர போர் யானைகளின் படை.

எதிர்க்கும் இரண்டு அணிகளுக்கு நடுவே ஒன்றுமில்லை. திறந்த மைதானம் மட்டுமே. அயோத்தியின் பக்கத்திலிருந்து இரண்டு யானைகள் இணையாகச் செல்லும் அளவுக்கு அகலமானது. இலங்கையின் பக்கத்திலிருந்து மூன்று குதிரைகள் இணையாகச்செல்லலாம்.

சேதமடைந்த ரதங்கள் வரிசையை எதிர் அணியின் யானைகள் கடந்து வர அனுமதிக்கக்கூடாதென்று கும்பகர்ணனின் உள்ளுணர்வு உணர்த்தியது. ஏனென்றால் அவை அவனது குதிரைப்படையிருந்த பக்கத்திலிருந்து உழுதுசென்றுவிடும்.

ஒன்றே ஒன்றுதான் யானைகளை பின்னால் இழுத்துப்பிடிக்கக்கூடியது. அவர்கள் இனத்தின் மிருகம் ஒன்று மண்ணில் விழுந்து கிடந்தால் மட்டுமே. யானைகள் தங்கள் இனத்தின் சடலமொன்று விழுந்து கிடந்தால் அதன்மீது ஏறிமிதித்துச்செல்லாது. எல்லோரும் அதனை அறிந்திருந்தனர்.

எழுநூறு மீட்டர் நீளம் உள்ள திறந்த வெளிப்பாதை.

இடது புறத்தில் கோட்டைச் சுவர்கள். விலங்குகளும் நாசம் செய்யப்பட்ட ரதங்களும் வலது பக்கத்தில்.

பணி தெளிவாக இருந்தது.

யானைகள் நிறுத்தப்படவேண்டும்.

முதல் சில யானைகள் கொல்லப்படவேண்டும்.

வேகமாக.

பணி தெளிவாக இருந்தது.

ஏனென்றால் மேற்கொள்ளப்படும் பணி தற்கொலையாக அமையக்கூடும்.

கும்பகர்ணன், துணிவான வீரனாக இருந்தபடியால் அதற்குத் தயங்கவில்லை. ஒரு நொடி கூட. அவன் தன் வாளை வெளியே எடுத்து உயர்த்திப்பிடித்தான். அவனது துணிச்சலான குதிரைப்படையும் கைதேர்ந்த வீரர்கள் அனைவரும் எதை நோக்கி தாங்கள் சென்றுகொண்டிருக்கிறோம் என்று மிகச்சரியாக அறிந்திருந்தனர். அவர்கள் கும்பகர்ணனின் பின்னால் ஒரு அமைப்பாக அணிவகுத்தார்கள். மூவர் ஒரு வரிசையில் இணையாக. பதினாறு வரிசைகள் வரை பின்னால் நீண்டார்கள். இரண்டு குதிரை ஓட்டுனர்கள் கும்பகர்ணனின் இரு பக்கங்களிலும் தங்கள் இடத்தை எடுத்துக்கொண்டனர்.

இலங்கை இளவரசனின் இடது பக்கம் இருந்த வீரன் பேசினான். 'உங்களுக்கு இணையாக நின்று சண்டையிடுவது என் வாழ்க்கையில் எனக்கு கிடைத்த கௌரவம், கும்பகர்ணன்ஜி.'

கும்பகர்ணன் அவனைப்பார்த்து புன்னகைத்தான்.

'நான் உன்னை மறுபக்கம் சந்திக்கிறேன், நண்பனே.'

வீரன் புன்னகைத்து தலை அசைத்தான்.

தைரியமான தன் ஐம்பது வீரர்களைப்பார்த்து கும்பகர்ணன் இடியாக முழங்கினான், 'நாம் முதல் இரண்டு யானைகளைக் கொல்லவேண்டும்! முடிந்தால் மேலும் அதிகமாக! நாம் கட்டாயம் செய்யவேண்டும்!'

'சரி, ஐயா!' கர்ஜித்தார்கள் வீரர்கள்.

கும்பகர்ணன் மலயபுத்ரயானைகளை எதிர்கொண்டான். தன் வாளினை சுழற்றி தன் எதிரிகளை நோக்கி முன்னால் நீட்டினான். பிறகு கர்ஜித்தான், '*பாரத் பார்த்ரி லங்கா*!'

'*பாரத் பார்த்ரி லங்கா*!'

வீர இலங்கையர்கள் தாக்கினார்கள். கடினமாக விரைந்து. வலிமையாகப் பாய்ந்து. தங்கள் மரணத்தை நோக்கி பாய்ந்தபடி.

பாதையின் மறுமுனையில் தலைமை யானையின் மீது ஹனுமான் இருந்தான். தூரத்தில் இருந்தாலும் அவனால் மாபெரும் கும்பகர்ணனின் உருவத்தை பார்க்கமுடிந்தது. தனது பருமனான குதிரைமீது, ஒரு புழுதிப் புயலில் அவர்களை நோக்கி பாய்ந்து வந்து கொண்டிருந்தான். அயோத்தியர்களின் தந்திரத்தை

இந்த இலங்கை இளவரசன் அறிந்து கொண்டுவிட்டான் என்று ஆச்சரியப்பட்டிருக்கவேண்டும். ஆனால் அவன் அப்படிச் செய்யவில்லை. போரில் கும்பகர்ணன் மேதாவி என்பதை அறிந்திருந்தான். கும்பகர்ணனின் ஆவேசமான துணிச்சலையும் அவன் அறிந்திருந்தான்- நன்கு அறிந்திருந்தான். ஏனென்றால் ஹனுமான் ஒரு முறை அவன் உயிரைக்காத்திருந்தான். இப்போது அதனை எடுத்துவிடும் பொறுப்பு அவன் மீது விழுந்துள்ளது.

விதி.

உறுதியாக மரணத்தை நோக்கி, துணிவுடன் தன்னைத் தாக்க அந்த இலங்கை வீரன் வந்துகொண்டிருந்ததை பார்த்தபடி நின்றுகொண்டிருந்தான் வலுவான வாயுபுத்ரன்.

அற்புதம்...

அவன் தன் வீரர்கள் பக்கம் திரும்பினான். என்ன செய்யப்படவேண்டுமென்று அவர்களுக்குத்தெரியும்.

அவர்கள் என்ன செய்யவேண்டுமென்பதும் கூட. அவர்கள் அது பற்றி சுருக்கமாக தெரிவிக்கப்பட்டிருந்தார்கள்.

ஹனுமான் தன் ஈட்டியை தலைக்கு மேலே உயர்த்திப் பிடித்தான். தன் மலயபுத்ர வீரர்களின் போர் முழக்கத்தைக் கேட்டான். ஒரு வாயுபுத்ரன் மலயபுத்திர வழிகளை கௌரவிக்கிறான். '*ஜெய் பரசுராம்!*'

பரசுராம் பகவானுக்கே புகழ் சேரட்டும்.

'*ஜெய் பரசுராம்!*' அவன் பின்னால் இருந்த மலயபுத்ரர்கள் கர்ஜித்தார்கள்.

'தாக்குங்கள்!'

தங்கள் கால்களுக்குக் கீழ் இருந்த பூமி அதன் வலிமையான நடையில் அதிர யானைகள் தாக்குவதற்காக முன்னேறின.

யானைகள் வலுவானதாக இருந்தன. ஆனால் குதிரைகள் வேகமாக இருந்தன. அயோத்தியர்களின் யானைப்படையின் அமைப்புகளை யானைகள் கடக்க எடுத்துக்கொண்ட நேரத்தை விட அதிக வேகமாக இலங்கை குதிரைப்படையை அவை கடந்தன.

சீக்கிரமே எதிரிகள் சிகிரியாவின் மதில்கள் மற்றும் உடைக்கப்பட்ட ரதங்களினாலான தடுப்புகளுக்கு நடுவில் சிக்கியிருந்தனர். ஒருவர் மற்றவரை நோக்கி விரைந்தனர்.

யானைகள் மேலிருந்த மலயபுத்ரர்கள் அம்புகளை விடத்துவங்கினார்கள். ஒவ்வொரு யானை மீதும் மூன்று வீரர்கள். உயரத்தின் நன்மையுடன். நிறைய அம்புகள் எய்தப்பட்டன. மிக

அதிக அளவில் குதிரைப்படைவீரர்கள் தாக்கப்பட்டனர். ஆனால் நிதானிக்க முடியாது. அவை வந்து கொண்டே இருந்தன. வேகமாக.

'இலங்கைக்காக!' கும்பகர்ணன் கர்ஜித்தான், யானைகளை நெருங்கும் போது வெறிபிடித்தது போல் தாக்குவதற்கு தன் குதிரையைத் தூண்டினான்.

'இந்தியத் தாய்க்காக!' மறுமுனையிலிருந்து முழங்கினான் ஹனுமான்.

அவன் தன் ஈட்டியை கும்பகர்ணனுக்கு அடுத்திருந்த இலங்கை வீரனின் மீது வீசினான். அந்த ஏவுகணை இலங்கையனின் மீது கொடூரமான வலுவுடன் மோதி அவனைத்தன் குதிரையிலிருந்து கீழே தள்ளி பின்னால் இருந்த குதிரையின் காலடியில் விழச்செய்தது. ஆனால் எந்த குதிரையும் நிற்கவில்லை. தன் சவாரி இப்போது இல்லாமல் போன குதிரை உள்பட.

ஹனுமானின் யானை தன் மாபெரும் தும்பிக்கையை கும்பகர்ணனின் மீது சுழற்றியது; அச்சுறுத்தும் வேகத்தில் மகத்தான அடி. இலங்கை இளவரசன் தலையைத் தாழ்த்தி வலதுபக்கம் திருப்பினான். கும்பகர்ணனின் இடது புறத்தில் சவாரி செய்துகொண்டிருந்த இலங்கை வீரனின் மீது அதன் தும்பிக்கை இடித்து அவனை கோட்டைச் சுவற்றின் பக்கம் வீசியது. அவன் தலை சுவற்றில் மோதி சிதைந்து. பூசணிக்காயைப்போல் சிதறி உடனடி மரணம் என்னும் ஆசீர்வாதத்தை அவனுக்கு அளித்தது. தாக்க விரைந்த யானையின் காலடியில் வந்து விழுந்த குதிரை ஆற்றொணா வலியில் கனைத்தது.

அதே நேரத்தில் அயோத்திய முன் வரிசையில் இருந்த முதல் இரண்டு யானைகளுக்கு நடுவில் கும்பகர்ணன் திடீரென தன் திசைமாறினான். அவன் தன் வாளை வலது கையில் பிடித்திருந்தான். ஹனுமானை தாங்கிக்கொண்டிருந்த யானைக்கு வலதுபுறம் இருந்த யானையை அவன் கடக்கும்போது அவன் தன் வாளை வலுவாகவும் நிலையாகவும் பிடித்திருக்க, அவனது தசைப்பிடிப்பான கரம் கடுமையாக நெகிழ்ந்தது. யானையின் தும்பிக்கை கும்பகர்ணனின் தலைக்குமேல் சப்தமிட்டுக்கொண்டு நகர்ந்தது. குறி தவறியது. கும்பகர்ணனின் வாள் அந்த மிருகத்தின் முன் வலது காலை கொடூரமாக வெட்டியது. பக்கவாட்டிலிருந்து. அதன் கால் தசைகளை வெட்டிக்கொண்டு சென்றது கத்தி. வியக்கத்தக்க வகையில் கும்பகர்ணன் தன் வாளின் மீதான தன் பிடியை விடவில்லை; அது யானையின் முன்னங்காலில் இன்னும் ஆழமாக வெட்டியது. முன்புறம் மற்றும் பின்புறம் இருந்த இரண்டு தசைப்பிடிப்பையும் துண்டித்தபடி. அது ஒரு நொடிக்கும் குறைவான நேரம் தான்.சிவந்த நிறத்தில் ரத்தம் பீறிடுவதற்குள் கும்பகர்ணன் அதனைக் கடந்தான். ஆனால்

அவன் தன் வேலையை இன்னும் முடித்திருக்கவில்லை. வலது பின்னங்காலை கடந்தபோது மீண்டும் ஒரு முறை கொடூரமாக வெட்டினான். அதிலிருந்த பெரும் தசைகளில் பிளவினை ஏற்படுத்தினான்.

அந்த மிருகம் இப்போது வலியில் கர்ஜித்தது. வலது முன் காலும் பின் காலும் இப்போது பயனற்றதாக ஆன நிலையில் அது சரிந்தது. வெளியே தெளித்த ரத்தம் வெள்ளமாக ஓடியது. அம்பாரி கவிழ மூன்று வீரர்களும் அவர்களுக்கு இடது புறம் இருந்த சிதைந்த ரதங்களின் மேல் விழுந்தனர். பாகன் தன் யானையின் காலுக்கடியில் நசுங்கி இறந்தான். கும்பகர்ணன் உடனே தன் குதிரையின் கடிவாளத்தை பிடித்து இழுத்து திரும்பினான். இரண்டாவது வரிசையில் தாக்கவந்துகொண்டிருந்த யானை ஒன்றின் தந்தத்தில் அடிபடாமல் மயிரிழையில் தப்பித்தான்.

கும்பகர்ணன் தான் வீழ்த்திய அந்த யானையை நோக்கி பின்புறம் நகர, அவனுக்கு பின்னால் இருந்த யானைகளின் மேல் இருந்த வீரர்கள் அவன் மீது அம்பு வீசத்துவங்கினார்கள். குதிரையின் மேல் சவாரி செய்தபடி கும்பகர்ணன் இடமும் வலமுமாக அசைந்தான், மீண்டும் ஏவுகணைகளிடமிருந்து மயிரிழையில் தப்பினான். கொஞ்சமாகத்தான். தன் விதியுடன் விளையாடிக்கொண்டிருந்தான்...எண்களின் விதி எப்போதும் தலைவிதியை மீறும்... மிக அதிகமான அம்புகள்... இறுதியில் மூன்று அம்புகள் அவனைத் தாக்கின. அம்புகள் மிருகத்தனமான வலிமையுடன் அவனது முதுகில் வந்து படாரென்று அறைய கும்பகர்ணனின் உடல் முன்னால் வளைந்தது. ஆனால் அவன் வேகத்தை குறைக்கவில்லை. அவன் தன் வலது பக்கம் திரும்பினான். ஹனுமானின் யானையை நோக்கி. அது முன்னால் இருந்த இலங்கை குதிரைப்படையின் இரண்டாம் வரிசையைத் தாக்க அதனை நோக்கி நகர்ந்து கொண்டிருந்தது. கும்பகர்ணன் வாள் பிடித்திருந்த கையை நீட்டி ஹனுமானுடைய யானையின் இடது பின்னங்காலை வெட்ட முயற்சி செய்தான்.

ஆனால் அவன் முன்னால் தாக்கிய, கம்பீரமாக காயமடைந்திருந்த யானை இன்னமும் சண்டையிட விரும்பியது. நல்ல ஒரு யானையை உன்னால் கீழே தள்ள முடியும் ஆனால் அதனை கொல்வது சுலபமல்ல. காலில் ஏற்பட்டிருந்த பெரிய காயத்திலிருந்து ரத்தம் அதிவேகமாக வெளியே பீறிட கோபத்தில் கர்ஜித்தபடி அந்த மிருகம் தரையில் படுத்துக்கிடந்தது. அது தனது மாபெரும் தும்பிக்கையை ஆட்டியது. பலவீனமாக இருந்தாலும் குத்தும் அளவிற்கு அதனுள் வலிமை இருந்தது. அது கும்பகர்ணனின் குதிரை மீது உரசியது.

ஒரு நொடி அந்த ஆண் குதிரை தன் காலடியை இழக்க, கும்பகர்ணனின் அடி ஹனுமானின் யானையின் மேல் விழத்

தவறியது. வாள் யானையின் இடது பின்னங்காலில் பட்டு அதன் சதைக்குள் புதைய கும்பகர்ணனின் பிடி நழுவியது.

இலங்கை இளவரசன் உடனே தன் பக்கவாட்டில் கையை நீட்டி மற்றுமொரு வாளை வெளியே இழுத்தான். அதேநேரத்தில் வேறு இரண்டு மலயபுத்ரர்களின் அம்புகள் அவனை பின்னாலிருந்து தாக்கின; ஒன்று அவன் தொடையையும் மற்றொன்று அவனது இடது தோள்பட்டையையும் குத்தியது. கொடுமையான வலியை புறக்கணித்துவிட்டு கோபத்தில் கர்ஜித்தான். வாள் பிடித்த கரத்தை மீண்டும் நீட்டினான். ஹனுமானின் யானை சிறிது நிதானித்துக்கொண்டு தன் தலையைத் திருப்பி தும்பிக்கையை ஆவேசத்துடன் சுழற்றியது. இலங்கை இளவரசன் தலையைக் குனிந்து அந்த அடியிலிருந்து தப்பித்து தன் வாளால் அந்த யானையின் இடது முன்னங்காலை வெட்டினான். ஆனால் அது பலவீனமான அடி. அந்த அடி யானையின் தடித்த மறையை வெட்டிக்கொண்டு உள்ளே சென்று தசை மற்றும் திசுக்களை வெட்டி ரத்தம் சிந்த வைத்தாலும் அதனை முடக்கி செயலிழக்கச்செய்யவில்லை.

மறு முனையில் இலங்கையர்கள் நிறுத்தமுடியாத யானைகளை மெதுவாக நகரச்செய்யமுடியும் என்ற நம்பிக்கையில் மலயபுத்ரர்கள் மீது அம்பு மழை பொழிந்துகொண்டிருந்தனர்.

கும்பகர்ணனின் குதிரை முன்னால் ஓடியது. அவன் அதன் கடிவாளங்களை பிடித்து இழுத்து மீண்டும் திசைதிருப்பினான். அவன் இப்போது ஹனுமானின் யானைக்கு நேர் முன்பாக இருந்தான். ஹனுமான் கும்பகர்ணனை நோக்கி ஈட்டி ஒன்றை வீசினான். அவன் மீண்டும் குனிந்து தப்பித்துக்கொண்டான். ஆனால் கூடுதல் கைபோல் தோள்பட்டையில் வெளியே நீண்டிருந்த வளர்ச்சி ஒன்றை அந்த ஏவுகணை தாக்கியது. இது வலிமைமிக்க ஹனுமானால் எறியப்பட்ட ஈட்டி. வலுவான மற்றும் பலமான அந்த ஈட்டி சிறிய கூடுதல் கரத்தை சுத்தமாக துண்டித்தது.

எங்கும் அம்புகளால் ஏற்பட்ட காயங்கள். ஈட்டிகள் புதைந்த கைகால்கள். இது சாதாரண மனிதனால் தாங்கிக்கொள்ளமுடியாத மிக அதிக வலியை உண்டாக்குவது. ஆனால் கும்பகர்ணன் சாதாரண மனிதன் அல்ல. அவன் சிறிதும் படபடக்காமல் தன் வாளைச் சுழற்றி யானையின் தும்பிக்கையைத் தாக்கினான்.

யானை மிக லாவகமாக தன் தும்பிக்கையை நகர்த்தி நீண்ட வாள்கள் போலிருந்த வலுவான தன் தந்தங்களினால் குத்தியது. அவை நுனியில் கூர்மையாக்கப்பட்டவை. ஒரு தந்தம் கும்பகர்ணனின் குதிரையை கிழித்து அதன் உள்ளுறுப்பிற்குள் மோதியது. கும்பகர்ணன் வேகமாக தன் கால்களை சேணத்திலிருந்து வெளியே எடுத்தாலும் குதிரை

கடும் வலியால் துடித்தது. தன் வலிமைமிக்க தந்தத்தினால் குதிரையை உயர்த்திப்பிடித்த யானை மூர்க்கமாக எக்களித்தபடி தலையை ஆட்டிக்கொண்டே அதனைத் தூக்கி எரிந்தது. ஒரு கிழிந்த பொம்மை போல். இதற்கிடையில் கும்பகர்ணன் தன் குதிரையிலிருந்து கீழே குதித்து தரையில் உருண்டு தன் கால்களில் எழுந்து நின்றான். கிட்டத்தட்ட நிலையாக நின்ற யானைக்கு நேர் எதிரே.

'வா!' உரத்த குரலில் கத்தினான் கும்பகர்ணன் யானையைப்பார்த்து. 'உன்னால் முடிந்த அளவு சேதம் செய்!'

யானையின் மேலிருந்து அம்புகள் வீசப்பட்டன ஆனால் பின்னால் இருந்த இலங்கையர்கள் அதனைத் தடுத்தனர். இரண்டு மட்டுமே கும்பகர்ணனைத் தாக்கியது.ஒன்று அவனது இடது கையை இடித்தது.மற்றொன்று அவன் மார்பைத் துளைத்தது. ஆனால் தனக்கு ஏற்பட்ட பற்பல காயங்களை அவன் பொருட்படுத்துவதாகவோ அல்லது அதனைப்பற்றி கவலைப்படுவதாகவோ தெரியவில்லை.

யானை தன் தந்தத்தை சுழற்றியது ஆனால் சுறுசுறுப்பான பாதங்கள் கொண்ட கும்பகர்ணன், பெரிய அளவில் காயப்பட்டிருந்தாலும் அந்த தாக்குதலிலிருந்து தப்பித்தான்.

குறைந்தபட்சம் அப்படித்தான் தோன்றியது.

ஏனென்றால் யானைகள் குதிரைகள் போலில்லை. அவை முட்டாள் மிருகங்கள் இல்லை. அவை அச்சுறுத்தும் வகையில் புத்திசாலி.

தந்ததினால் குத்துவது ஒரு பாசாங்கு தான். நிஜமான அடி துதிக்கையினால் தான்.

கும்பகர்ணன் தன் பக்கவாட்டில் குதிக்க, யானையின் தும்பிக்கை உள்ளே நுழைந்து இலங்கையனின் கால்களை சுற்றிக்கொண்டது.

யானையின் தும்பிக்கையில் எலும்புகள் இல்லை. பதிலாக, நாற்பதாயிரம் சக்திவாய்ந்த தசைகள் இருந்தன. மனித உடலின் எலும்பு எண்ணிக்கையை விட அறுபது மடங்கு அதிகம். ஒரு யானையின் தும்பிக்கைக்கு நொறுக்க, கடுமையாகச் சுழற்ற மற்றும் அடித்து கீழே எறிய சக்தி இருக்கிறது. இருப்பினும் தரையிலிருந்து ஒரு இறக்கையை எடுக்கும் நுட்பமான சாதுர்யமும் இருந்தது.கும்பகர்ணனை தூக்கிப்பிடித்த தன் தும்பிக்கையை அந்த மிருகம் உயர்த்தியது. அவனை தலைகீழாக பிடித்துக்கொண்டிருந்தது. அவனை தரையில் எறிந்து தன் கால்களால் அவன் தலையை நொறுக்க திட்டமிட்டிருந்தது. அதன் பிறகு அனைத்தும் முடிந்துவிடும்.

ஒரு போலியான நகர்வு, பின் பிரதானமான இடி.

அச்சுறுத்தும் வகையில் புத்திசாலித்தனமான மிருகம் யானை.

ஆனால் அதனை விட அதிக அளவில் அச்சுறுத்தும் புத்திசாலி மிருகம் ஒன்று உண்டு: மனிதன்.

யானையின் தும்பிக்கையின் பலமே அதன் பலவீனமும். அவ்வளவு தசைகள். அதன் பொருள், அத்தனைக்கத்தனை ரத்தநாளங்களும் கூட. அதிக ரத்தக்குழாய்கள் என்றால் அதிக ரத்தப்போக்கு.

உயரத்தில் சுழன்ற கும்பகர்ணன் தன் பெரும் வயிற்றை நெருக்கி, தோள்களை சுழற்றிக்கொண்டே உரத்த குரலில் கர்ஜித்தான். யானையின் தும்பிக்கையிலிருந்து தொங்கிக்கொண்டிருந்தான். அவன் தன் வலிமைமிக்க தோளை படபடத்து தன் நீண்ட வாளினால் கடினமாக வெட்டினான். அந்த வெட்டு அந்த நான்கு கால் மிருகத்தின் தும்பிக்கையை சுத்தமாக துண்டித்தது.

துண்டிக்கப்பட்ட தும்பிக்கையிலிருந்து ரத்தம் வெடிக்க யானை பதட்டமான வலியில் அலறியது. இன்னமும் அதிக உயரத்திற்கு வேகமாக வீசிய அந்த தும்பிக்கையின் அசைவுடன் அவனை காற்றில் எறிய, கும்பகர்ணன் தன் வலது தோள் மண்ணில்மோத, தரையிறங்கினான். தோள்பட்டை எலும்பு பிணைப்பு சுக்குநூறாக நொறுங்கியது. இலங்கை இளவரசன் தன் முதுகு கீழே படும்படி விழ அதில் பதிந்திருந்த அம்புகள் மறுபுறம் அவனது முக்கிய உள்ளுறுப்புகளை துண்டித்தபடி மார்பை ஊடுருவி வெளியே வந்தன. அவனது உடலில் பல்வேறு இடங்களில் அம்புகளால் உண்டாகிய காயங்களிலிருந்தும், தோளில் முன்பிருந்த சிறிய கூடுதல் கை வெட்டப்பட்ட இடத்திலிருந்தும் ரத்தம் வெளியேறியது.

இதற்கிடையில் யானை தகர்ந்து சரிந்தது. அதன் வெட்டப்பட்ட தும்பிக்கையிலிருந்து மிக அதிக அளவில் ரத்தம் இழந்திருந்தது. ஆனால் அது மெதுவாக கீழே அமர்ந்தது. வேண்டுமென்றே அப்படிச்செய்தது. அதன் பாகன் பாதிப்பில்லாமல் இருப்பதை உறுதி செய்யும் விதமாக. ஹனுமான் மற்றும் வீரர்கள் கடுமையாக காயப்பட்ட யானையின் அம்பாரியிலிருந்து வேகமாக இறங்கினார்கள்.

அம்புகள் இன்னமும் ஏவுகணை மழையாக விழுந்துகொண்டேயிருந்தன. இலங்கை மற்றும் அயோத்திய தரப்புகள் இரண்டிலும். இரண்டு அம்புகள் ஏற்கனவே சாய்ந்து விட்டிருந்த கும்பகர்ணனின் மீது பாய்ந்தன. இன்னும் இரண்டு இடங்களில் துளையிட்டவாறு. அவனது பருத்த வயிற்றை துளைத்தபடி.

இலங்கைப் போர்

'நிறுத்துங்கள்!' ஹனுமான் தன் கைகளை உயர்த்தி கட்டளையிட்டான். 'அம்புகள் செலுத்துவதை நிறுத்துங்கள்!'

சண்டை முடிந்துவிட்டது. குதிரைப்படைக்கு பின்னால் இருந்த இலங்கை காலாட்படை சிகிரியா மதில்களின் பாதுகாப்பிற்குள் திரும்பிவிட்டிருந்தன. கும்பகர்ணனின் துணிச்சலான கடைசி நிலையெடுப்பு இலங்கைப் படையின் குறிப்பிடத்தக்க பகுதியை காப்பாற்றியிருந்தது.

மலயபுத்ரர்கள் உடனே அவர்கள் ஆயுதங்களை கீழே போட்டு தங்கள் தளபதியின் கட்டளையை பின்பற்றினார்கள். ஒரு நொடியில் இலங்கை அம்புகளும் நிறுத்தப்பட்டன.

ஹனுமான் இலங்கை இளவரசனைப்பார்த்தான். அவன் நண்பன். தரையில் கிடந்தான். சில சிறிய அடிகள் தொலைவில்.

கும்பகர்ணனின் மனித உடல் என்று சொல்லமுடியாத அளவில் பல கோணங்களில் அவன் உடல் முறுகியிருந்தது. தன் தலையைத் தூக்க போராடினான். தனது வலது பக்கத்தில் பாகன் கீழே நொறுங்கிக்கிடக்க பயங்கரமான காயங்களுடன் வலியில் துடித்த ஒரு யானையைக்கண்டான். மற்றொன்று அவனது இடது பக்கத்தில் இருந்தது, அதன் வெட்டப்பட்ட தும்பிக்கையிலிருந்து ரத்தம் பீய்ச்சி அடித்துக்கொண்டிருந்தது; மரண வேதனையில் துடித்துக்கொண்டிருந்த அதன் தலையை தன் கைகளால் தாங்கியபடி அதன் பாகன் அழுது கொண்டிருந்தான். அண்மையில் நிகழப்போகிற தன் சகோதரனின் மரணத்திற்கு துக்கப்படும் ஒருவன் போல.

இரண்டு யானைகள். தரையில். தாக்குதல் நிறுத்தப்பட்டிருந்தது. அவன் தன் கண்களை உருட்டி பின்னால் பார்த்தான். மிகுந்த துணிச்சலுடன் அவனை பின்தொடர்ந்திருந்த மொத்த இலங்கை குதிரைப்படையும் தகர்க்கப்பட்டிருந்தது. அயோத்திய யானைப்படைப்பிரிவின் அம்புகள் மற்றும் ஈட்டிகளால் வீழ்த்தப்பட்டு தரையில் விழுந்து கிடந்தன. அவை இறந்து விட்டிருந்தன ஆனால் தங்கள் பணியை முடித்து விட்டிருந்தன.

அவை இறந்தாலும் பின்னால் இருந்த சகாக்களின் உயிர்களை காப்பாற்றி இருந்தன.

உங்களை சீக்கிரமே சந்திக்கிறேன் என் சகோதரர்களே.

'என் நண்பா...'

கும்பகர்ணன் திரும்பினான். தன் எதிரே ஹனுமான் நிற்பதைக் கண்டான். கண்களில் கண்ணீர்.

வலிமைமிக்க கும்பகர்ணன் புன்னகைத்தான். பலவீனமாக. 'ஹனுமான்ஜி...'

ஹனுமான் ஒரு காலில் மண்டியிட்டு கும்பகர்ணனின் கையை மென்மையாக தூக்கிப்பிடித்தான். 'நான் வருந்துகிறேன்... நான் மிகவும் வருந்துகிறேன்...'

கும்பகர்ணன் லேசாக தன் தலையை ஆட்டிச் சிரித்தான். 'நீங்கள் உங்கள் கடமையைச் செய்தீர்கள்...என் நண்பரே... நான் என் கடமையைச் செய்தேன்...'

ஹனுமானின் கண்ணீர் வழிந்தது.

'ஒரு முறை என் உயிரைக் காப்பாற்றினீர்கள்...உங்களுக்கு உரிமை இருந்தது...கணக்கு தீர்ந்துவிட்டது...இருக்கவேண்டியது போல...'

'நீ ஒரு உன்னதமான மனிதன், இளவரசன் கும்பகர்ணா. ஒரு நல்ல மனிதன்...' உணர்வுபூர்வமாக ஹனுமான் தன் வாக்கியத்தை முடிக்கவில்லை. *தவறான பக்கத்தில் இருந்த நல்ல மனிதன்.*

கும்பகர்ணன் மீண்டும் தன் தலையை உயர்த்த முயற்சி செய்தான். ஹனுமான் அவனுக்கு உதவி செய்து அவனது தலையை தன் மடியில் கிடத்தினான்.

கும்பகர்ணன் வீரமிக்க யானையைப் பார்த்தான். அவனது கடைசி போர். சுத்தமாக வெட்டப்பட்ட தும்பிக்கையிலிருந்து ரத்தம் கசிய மெல்ல இறந்துகொண்டிருந்தது. 'அந்த விலங்கு... உன்னதமானது...அதை கருணையுடன் புதைத்துவிடுங்கள்... ஹனுமான்ஜி... என்னுடனேயே...'

'அப்படியே செய்வோம்...'

ஹனுமான் யானையைப்பார்த்தான். பிறகு தன் நண்பன் கும்பகர்ணனை.

ஒரு மிருகமும் ஒரு மனிதனும். ஆனால் விதியால் சமமானது.

சோகமான ஆண்கள். இரண்டுமே.

மிருகம். தாய், சகோதரிகள் மற்றும் அதன் காதலர்களால் கைவிடப்பட்டுள்ளது... இனி அதனால் பயன் இல்லை என்ற நேரம் வந்தவுடன் தாய்வழி சொந்தங்களால் கைவிடப்பட்டது.

மனிதன். அவன் தோன்றிய விதத்தினால் மட்டுமே அவனை வெறுக்கின்ற உலகம். தன் அண்ணனின் குற்றங்களுக்காகவும்.

இருவருமே தனிமையில். இருவருமே கோபத்தில். அடக்கப்பட்ட கோபம். இருவருமே துணிவானவர்கள். இருவருமே...உன்னதமானவர்கள்.

இருவருமே தன் சகோதரருடன் ஆழமான அன்பு கொண்டவர்கள்.

யானை அதன் சகோதரன், பாகனுடன். மற்றும் கும்பகர்ணன் அவன் சகோதரன் ராவணனுடன்.

இருவரும் தங்கள் சகோதரர்களால் காப்பாற்றப்பட்டவர்கள்.

யானை தனிமையில் இருந்தபோது அதன் பாகனால், அதன் வாழ்வு பயனுடையதாக ஆக்கப்பட்டது. கும்பகர்ணன் ராவணனால், பிறப்பின் போது தன் சகோதரனின் வாழ்வை காப்பாற்றியிருந்தான்.

இருவரும் தங்கள் சகோதரர்களால் பயன்படுத்தப்பட்டார்கள்.

யானை பாகன் தன் புகழுக்காக அதனை போரில் பயன்படுத்தியிருந்தான். கும்பகர்ணன் வாழ்நாள் முழுவதும் தன் சகோதரனின் செயல்களை சமாளிக்க வற்புறுத்தப்பட்டிருந்தான்.

யானையின் தலை மீது சாய்ந்து கொண்டிருந்த பாகனை ஹனுமான் பார்த்தான். நம்பிக்கையற்ற நிலையில் அழுதுகொண்டிருந்தான். யானை தன் தலையை வளைத்துக்கொண்டிருந்தது. இறக்கும் தருவாயில் கூட அவனுக்கு ஆறுதல் கூறும் வகையில்.

அளவு கடந்த அன்பு.

'அவன் என் மீது அன்பு வைத்திருந்தான்... மிக அதிகமாக...' கிசுகிசுத்தான் கும்பகர்ணன்.

ஹனுமான் குனிந்து தன் நண்பனைப்பார்த்தான்.

'கொடு...மரணத்தில் உயர்பண்பைக் கொடு...'

ஹனுமானின் இதயம் கனத்தது. கடைசி தருணங்களில் கூட கும்பகர்ணன் தன *மூத்த சகோதரன்* ராவணனைப்பற்றி சிந்தித்துக்கொண்டிருந்தான்.

அவன் *அண்ணா*. அவனுக்குக் கிடைத்த ஆசீர்வாதம். அவனது சாபம்.

'நான் ராமின் கொடியின் கீழ் சண்டையிடுகிறேன்,' என்றான் ஹனுமான். 'எங்கள் நடத்தை உயர்வானதாக இருக்கும் என் தோழனே. உனக்குத்தெரியும்.'

கும்பகர்ணன் தலை அசைத்தான். 'பிரியாவிடை அளிக்கிறேன்...என் நண்பனே...'

'சீக்கிரமே உங்களை மறுமுனையில் சந்திக்கிறேன், என் சகோதரனே,' மெதுவான குரலில் பேசினான் ஹனுமான்.

கும்பகர்ணனின் கண்கள் மின்னியது. 'உங்களுக்குத் தேவையான நேரத்தை எடுத்துக் கொள்ளுங்கள்...'

ஹனுமான் மென்மையாகச் சிரித்தான்.

கும்பகர்ணன் புன்னகைத்தான். மீண்டும் யானையைப்பார்த்தான்; அந்த மிருகம் ரத்தம் வடிய இறந்துகொண்டிருந்தது. மெதுவாக. அற்புதமான வீரனாக இருந்த தகுதிவாய்ந்த தன் எதிரியைப்பார்த்து மரியாதையுடன் தலைவணங்கினான். அதன் பிறகு கும்பகர்ணன் தன் கடைசி சுவாசத்தை மெல்லமாக வெளியேற அனுமதித்தான்.

ஹனுமானின் கண்ணீர் இப்போது வலுவான வெள்ளமாக வெளியே சிந்தியது. அவன் தன் தோழனை அணைத்துக்கொண்டான். பிறகு அவன் தலையை மென்மையாக கீழே தரையில் கிடத்தினான்.

வலிமை வாய்ந்த வாயுபுத்ரன் தன் வாளை வெளியே இழுத்து உயர்த்திப்பிடித்துக்கொண்டு உயரமாக நின்றான். பிறகு தன் வாளை கீழ்பக்கம் சுழற்றி முனை முதலில் தரையில் படும்படி கீழே தள்ளினான். பிறகு ஒரு காலில் மண்டியிட்டு தன் தலையைக் கவிழ்த்தான்.

அசாதாரணமான எதிரிக்கு தன் மரியாதையை காட்டினான்.

பிறகு அங்கிருந்த இலங்கை மற்றும் அயோத்திய வீரர்கள் அனைவரும் ஒரு காலில் மண்டியிட்டனர்.

நல்ல வீரர்கள் செய்வது போல். ஒரு உன்னதமான வீரன் இறக்கும்போது.

ஒரு சிறந்த வீரன் எதிரியோ நண்பனோ இல்லை. அவன் ஒரு சிறந்த வீரன் மட்டுமே.

யானையும் கும்பகர்ணனும்.

இருவரும் தனிமையில், இருவரும் சோகத்தில்.

இதுபோன்ற ஆண்கள், ஆழமாக ஏங்குமொன்று கிடைப்பதற்கு ஆசீர்வதிக்கப்பட்டவர்கள்.

நல்ல ஒரு மரணம்.

அத்தியாயம் 34

மூன்றாம் ஜாமத்தில் மதிய நேரம் கழிந்தபின் ராம் கும்பகர்ணனின் சடலத்தின்காலுக்கு அருகில் அமைதியாக நின்றிருந்தான்.

சூரியன் வானத்தில் உச்சியில் இருந்தாலும் அந்த நாளின் போர் நேரம் முடிந்துவிட்டதாக அறிவிக்கப்பட்டிருந்தது. இரண்டு மணிநேரப் போர்க் காலம் இன்னமும் மீதம் இருந்தது. அது இலங்கைப் படையை முழுவதுமாக சூறையாடிவிட்டிருந்தது.

கண்ணீர் மல்கும் கண்களுடன் உறவினர்களால் இலங்கை வீரர்களின் சடலங்கள் உள்ளே எடுத்து செல்லப்பட்டுக்கொண்டிருந்தன. சிகிரியா கோட்டையின் உட்புற மற்றும் வெளிப்புற சுவர்களுக்கிடையில் இருந்த யாருக்கும் சொந்தமில்லாத நிலத்தில் ஈமச்சடங்குகள் நடக்கும். கூட்டு தகனம் நடத்துவதற்கு தேவையான அளவு திறந்த வெளி நிலம் இருந்தது. வேத முறைப்படி சடங்குகள் நடத்தப்படும். தன் படையின் மருத்துவர்களையும் வழங்க ராம் முன்வந்திருந்தான். அவர்களும் இலங்கையர்களுடன் இணைந்து காயம் அடைந்தவர்களுக்கு சிகிச்சை அளித்துக்கொண்டிருந்தனர். மொத்த உயிர் சேதம் என்னவென்பதற்கான கணக்கீடு இன்னும் நடத்தப்படவில்லை. ஆனால் இலங்கையர் தரப்பில் பல பத்தாயிரம் என்று கணக்கு வரக்கூடும். அயோத்திய தரப்பில் எண்ணிக்கை சில நூறுகளாக இருக்கலாம்.

அயோத்திய யானைகள் இலங்கைப் படையின் போர் திட்டங்களை முறியடித்திருந்தன.

'எப்படிப்பட்ட மனிதன்...' என்றான் ராம் கீழே கும்பகர்ணனின் சடலத்தைப்பார்த்து. 'விதி அவனுக்கு வேறு ஒரு குடும்பத்தை கொடுத்து ஆசீர்வதித்திருக்கலாம்...'

ராமுக்கு அடுத்து நின்று கொண்டு ஹனுமான், நடந்த போரின் முழு விவரங்களையும், கும்பகர்ணன் தன் கட்டளையில் இருந்த இலங்கை அணியை எப்படி காப்பாற்றினான் என்பது பற்றியும் விவரித்திருந்தான்.

ராம் ஒரு காலில் மண்டியிட்டு தன் தோளிலிருந்து அங்கவஸ்திரத்தை நீக்கி கும்பகர்ணனின் உடலில் குறுக்கே விரித்தான். கழுத்து முதல் கால் முட்டிவரை மூடும்படியாக. அவன் முகம் மூடாமல் விடப்பட்டிருந்தது. சூர்யவம்சத்தினரின் சூரியனுக்கான சின்னம். கதிர்கள் வெளியே எல்லா திசைகளிலும் படருவது போல் அந்த துணியில் பொறிக்கப்பட்டிருந்தது.

ராமின் அங்கவஸ்திரம் கும்பகர்ணனின் சடலத்தை மூடியிருந்தது.

மரியாதைக்கான ஒரு குறி.

தங்களுள் ஒருவனாக கும்பகர்ணனை குறிப்பிட்டு.

அவர்களுக்குப்பின் ஏதோ சத்தம் எழுந்தது. ராம் திரும்பி ராவணனும் இந்திரஜித்தும் இருப்பதைக்கண்டான். ஒரே ரதத்தில். இருவரும் போரில் காயப்பட்டிருந்தார்கள். மகனை விட அதிகமாக ராவணன் காயம் அடைந்திருந்தான். தன் சொந்த காலாட்படை கோட்டையின் பாதுகாப்பிற்குள் செல்லும் வரை அயோத்திய காலாட்படையை தடுக்க முன்னணி நடவடிக்கை எடுத்திருந்தான்.

விலங்கின் தோலினால் மூடப்பட்ட உலோகத்தினாலான தன் கவசத்தை ராவணன் எடுத்துவிட்டான். அவனது இடது கை, காயம்பட்ட கையைத் தாங்கும் தூக்கிக்குள் இருந்தது. அவனது இடது கைத் தசையில் இரண்டு அம்பின் அடிக்கட்டைகள் பதிந்திருந்தன. தண்டு நீக்கப்பட்டு காயமடைந்த இடத்தில் மூலிகை பசை போடப்பட்டிருந்தது. விரைவான போர்கள முதலுதவி. தலையில் பல காயங்கள் உறைந்து கீழே இரண்டு கைகள் வழியே அடர்ந்த சிவந்த கோடுகளாக ரத்தம் வழிந்தோடியிருந்தது தெரிந்தது. வலது புறம் சாய்ந்தபடி நொண்டிக்கொண்டிருந்தான். அவன் வலது காலில் தீவிரமான காயம் ஒன்றினால் தவித்தான். ஆனால் அது திறந்த காயமாக இல்லை. அவன் வேட்டியில் ரத்தக்கறை ஒன்றுமில்லை. வெடித்துச்சிதறிய சிறு துண்டு ஒன்று அவனது வலது கண்ணில் பதிந்திருந்தது. எவ்வளவுதான் அறுவை சிகிச்சை செய்பவர்

திறமை வாய்ந்தவராக இருந்தாலும் அவனால் இனிமேல் அந்தக் கண்ணை பயன்படுத்த முடியாது என்பது தெளிவாக இருந்தது.

ராவணன் ஒரு கொடூரமான உருவமாகத் தோன்றினான்.

ஆனால் அவன் முகத்தில் தெரிந்த விவரிக்கமுடியாத வலி இந்த காயங்களால் ஏற்பட்டதில்லை.

தம்பியின் சடலத்தின் காட்சி ஆயுதங்களால் செய்யமுடியாத ஒன்றை சாதித்துவிட்டது.

ராவணன் ஒரு சொட்டு கண்ணீர் வெளிவர அனுமதிக்கவில்லை. எதிரியின் இருப்பில் பலவீனத்தை காட்டமுடியாது. ராமின் முன்னால்காட்டமுடியாது. எப்போதுமே.

ஆறு இலங்கை வீரர்கள் முன்னால் விரைந்தார்கள். சிதைந்து கிடந்த கும்பகர்ணனின் சடலத்தை வேகமாக ஆனால் மென்மையாக எடுத்து, தூக்கு படுக்கையில் வைத்தனர். அவனை ராவணனிடம் தூக்கிச்சென்றனர். தம்பியின் முகத்தை கண் சிமிட்டாமல் பார்த்தான் இலங்கை மன்னன். கும்பகர்ணனின் முகத்தின் கடைசி வெளிப்பாடு, அவனது அழியாத ஆன்மா பதிவு செய்த வாழ்க்கையின் இறுதி எண்ணத்தின் எச்சம், ஆழமான வலி இல்லை ஆனால் மகிழ்ச்சியின் புன்னகை. ஒரு நண்பனுடன் ஒரு சுலபமான நொடியை கழித்திருந்தான் என்பது போல்.

இலங்கை மன்னன் திரும்பி ஹனுமானின் மீது பார்வையச் செலுத்தினான். கும்பகர்ணன் பார்த்த கடைசி மனிதன் ஹனுமானாக இருக்கக்கூடும். எதுவும் சொல்லாமல் ராவணன் வேறு பக்கம் திரும்பினான்.

ஹனுமானும் அமைதியாகவே இருந்தான். தன் கைகளைக் குவித்து தலையை தாழ்த்தி கும்பகர்ணனின் உடலுக்கு மரியாதை செலுத்தினான்.

இலங்கை மன்னன் தன் தம்பியின் முகத்தை மென்மையாகத் தொட்டான். தன் கையை அவனது கன்னங்கள், நெற்றி மற்றும் தலை முடிக்குள் செலுத்தினான், கும்பகர்ணனை உற்று நோக்கியபடி. முகத்தில் துக்கத்தின் வெளிப்பாடு.

ஆனால் அவன் அழவில்லை. தன் ஆன்மாவிற்குள் இந்த சோகத்தை அடைத்து வைத்துக்கொண்டான். அதனை வெளிப்படுத்தும் நேரம் வரும். பிறகு.

அவன் ஆழ்ந்த சுவாசம் ஒன்றை எடுத்து தன்னை நிதானம் செய்துகொண்டான்.

தன் சகோதரனின் சடலத்தின் மீது ராமின் சூர்யவம்ச சின்னம் பொறிக்கப்பட்டிருந்த அங்கவஸ்திரத்தைப்பார்த்தான். பிறகு அயோத்திய மன்னனின் பக்கம் திரும்பினான்.

ராவணன் மெதுவாகப் பேசினான், 'நன்றி.'

ராம் தலையைத் தாழ்த்தி பணிவாகக் கூறினான், 'உங்கள் சகோதரன் ஒரு துணிவான வீரன். அவன் தன் எதிரியின் மரியாதையை சம்பாதித்திருந்தான். வைதரணி நதியை கடக்க யமதர்ம ராஜன் அவனை வழிநடத்தட்டும். அவன் புகழ் எப்போதும் பாடப்படட்டும்.'

தன் காயங்களினால் முகம் சுளிப்பது போன்ற தோற்றத்தை கொடுத்தாலும் ராவணன் லேசாக புன்னகைத்தான். *உங்கள் மதிப்பை உங்கள் நண்பனின் கண்ணில் காணப்படும் அன்பில் மட்டுமே அளவிடமுடியாது. உங்கள் எதிரியின் கண்களில் இருக்கும் போற்றுதலினாலும் அளவிடலாம்.*

ராவணன் கதுவுகளை நோட்டமிட்டுவிட்டு பின் ராமைப்பார்த்துச்சொன்னான். 'நன்றி.'

ராம் தன் சேனையை துரத்தி நகரத்திற்குள் வராமல் இருந்ததற்கு நன்றி சொல்லியிருந்தான். இலங்கைப் படை பின்வாங்கிய பிறகு திறந்திருந்த கதவுகளின் வழியே அவன் வந்திருக்கலாம். ராம் அப்படி செய்திருந்தால் அவன் இன்றே போரை முடித்திருக்கலாம். போரின் போது எதிரி நகரத்திற்குள் நுழைந்துவிட்டால் என்ன நடக்கும் என்று நல்ல தளபதி அறிவான். தன் படையை கட்டுப்படுத்துவது ஒரு தளபதிக்கு மிகவும் கடினமாக இருந்திருக்கும். எந்த அமைப்புகளும் இல்லை. அதிகார வரிசை உடைக்கப்படலாம். இரண்டு எதிரி அணிகளுக்கு இடையில் நடக்கும் சாலைச் சண்டையில் இணை சேதம் இருக்கும். அயோத்தியப் படை மற்றும் சிகிரியா குடிமக்களுக்கு நடுவில் சண்டை மூண்டிருந்தால் ஆயுதங்கள் ஏந்தியிருக்காத பல்லாயிர கணக்கான அப்பாவி குடிமக்கள் இறந்திருக்கலாம். இறுதியாக வேறு வழியில்லை என்ற நேரத்தில்தான் எதிரி படை நகரத்திற்குள் நுழைய முடியும்; தற்காத்துக்கொள்ளும் படை வெளியே வந்து சண்டையிட விரும்புவதாக சொன்னால் மட்டுமே.

ராம் தர்மத்தின் வழி நடந்துகொண்டிருந்தான். அதனை உணரும் கருணை ராவணனிடம் இருந்திருந்தது.

அயோத்திய ராஜா ஒரு முறை தலை அசைத்து ராவணனின் நன்றியை ஏற்றுக்கொண்டான்.

'நாங்கள்...' ராவணன் தயங்கினான்.

'சொல்லுங்கள் ராஜா ராவணன்?' ராம் கேட்டான்.

'எங்கள் ப்ராஹ்மண சமுதாயத்தில் பல்வேறு மரபுகள் இருக்கிறது. நாங்கள் இரண்டு வெவ்வேறு ஈமச்சடங்குகள் செய்வோம். இறந்தவரின் உடலை வைக்கோலால் ஒரு நகலாக செய்து கடைசி முகபாவத்தை ஒரு மரண முகமூடியாகச் செய்வோம். பிறகு அது எரிக்கப்படும். உடல் எரிக்கப்படாது.

ஆனால் புதைக்கப்படும். முன்பு அவரது தொப்புள்கொடி புதைக்கப்பட்ட பிறப்பிடத்தின் அருகில். இறந்த ஆன்மாவிற்கு இந்த வாழ்வில் முக்கியமாக இருந்த சில பொருட்களை அவரது உடலுடன் சேர்த்து புதைப்போம். மேலும் அவர் போரில் இறந்திருந்தால் எதிரியின் எச்சம் அல்லது அவன் உயிர் துறக்க காரணமான ஆயுதம் ஒன்றை சவப்பெட்டிக்குள் வைப்போம்.'

'எனக்கு மரபு தெரியும்,' என்றான் ராம். 'ஹனுமான்ஜி உங்கள் சமுதாயத்தின் சடங்குகளைப்பற்றி சொல்லியிருந்தார். இறுதியில் அவர் போரிட்ட யானையின் தந்தம் ஒன்றை உங்களுக்கு அனுப்புகிறேன். உயர்வான அந்தமிருகத்தின் தந்தத்தை உங்கள் சகோதரருடன் சேர்த்து புதைத்து விடுங்கள். அது அந்த துணிவான யானையையும் கௌரவிப்பதாகும்.'

இந்த மனிதனைப்பற்றி ராணி சீதா கூறியது சரிதான்... அவன் ஒரு நல்ல விஷ்ணுவாகத் திகழ்வான்...

அம்பின் தண்டு அவனது கைத் தசைக்குள் புதைந்திருந்த காரணத்தால் அவனால் தன் இடது கரத்தை சுதந்திரமாக நகர்த்த முடியவில்லை. அதனால் தன் வலது கையை தன் மார்பிற்கு அருகில் இழுத்துக்கொண்டு தலை வணங்கினான். 'நன்றி.'

ராம் வணக்கம் சொல்லும் வகையில் தன் கைகளைக் குவித்தான்.

ராவணன் நொண்டிக்கொண்டே திரும்பி தன் தேருக்குச் சென்றான்.. இந்திரஜித் அவனைத்தொடர்ந்தான். ராவணனின் தேருக்கு அருகில் மற்றுமொரு தேரில் கும்பகர்ணனின் சடலம் வைக்கப்பட்டிருந்தது. இலங்கை மன்னன் திரும்பி ராமைப் பார்த்துவிட்டு பின்னர் போர்க்களத்திலிருந்து விரைந்தான்.

'அவன் இப்போது சரணடைவான் என்று நினைக்கிறீர்களா?' ஹனுமான் கேட்டான்.

ராம் தன் தோளை குலுக்கினான். 'எனக்குத் தெரியவில்லை.'

'அவன் குறைந்தபட்சம் பாதி படையை இழந்துவிட்டான் என்று நான் மதிப்பிடுகிறேன். பெரும்பாலான குதிரைப்படை மற்றும் தேர் படையையும் கூட. அவனது இரண்டு சிறந்த தளபதிகள், கும்பகர்ணன் மற்றும் மாரீசன் இறந்துவிட்டார்கள். அவனால் இந்த போரைத்தொடரமுடியாது. அவனது சொந்த நலனுக்காக அதை அவன் பார்க்கவேண்டும். கிட்டத்தட்ட போர் முடிந்துவிட்டது.'

ஆனால் போர் முடியும் வரை முடிவதில்லை.

சுலபமாக சரணடைபவன் இல்லை ராவணனின் மகன் இந்திரஜித்.

அவனிடம் ஒரு திட்டமிருந்தது. மேலும் அவன் ஏற்கனவே கட்டளைகள் இட்டிருந்தான்.

'அவை முழு மரியாதையுடன் எரிக்கப்படவேண்டும்,' என்றான் ராம். 'நம் வீரர்கள் போலவே.'

போரில் இறந்திருந்த இரண்டு யானைகளும் மாபெரும் உருளும் இயந்திரங்கள் மூலம் அயோத்திய முகாமிற்கு வெளியே இரண்டு யானைகளால் இழுத்துச்செல்லப்பட்டிருந்தன. அவை அங்கு வந்து சேர்ந்தவுடன், இந்த குறிப்பிட்ட படையில் இல்லாதவை உள்பட எல்லா யானைகளும் தங்கள் மரியாதையை செலுத்த வந்திருந்தன. ஒன்றன் பின் ஒன்றாக யானைகள் மெதுவாக சடலங்களுக்கு அருகில் நடந்து சென்று தங்கள் துதிக்கைகளை நீட்டி வீழ்ந்துவிட்டிருந்த தங்கள் சகாக்களின் நெற்றியை ஆழமான மரியாதையுடன் மென்மையாகத் தொட்டன. சடலங்களை பயபக்தியுடன் சுற்றிவந்த பிறகு விலகிச்சென்றன, திரும்பிப்பார்க்காமல். இந்தச் சடங்கை கடைசி யானை செய்து முடிக்கும் வரை அயோத்தியர்கள் பொறுமையாக காத்திருந்தனர். மனிதர்களுக்கு தங்கள் சடங்குகளை செய்ய எவ்வளவு உரிமை இருக்கிறதோ அதே அளவு உரிமை விலங்குகளுக்கும் உள்ளது. மனித மற்றும் தெய்வீக கட்டளைகளுக்கு நடுவில் தூதராக உள்ள அக்னி தேவனுக்கு அயோத்தியர்கள் உயிர்துறந்த தங்கள் வீரர்களை அர்ப்பணித்த ஈமச்சடங்கின் தீக்கொழுந்திலிருந்து வந்த ஒளி தொலைவில் ஒளிர்ந்தது. பூஜாரிகள் கருட புராணத்திலிருந்து சமஸ்கிருத கீர்த்தனைகளை மென்மையாக கோஷமிட்டுக்கொண்டிருந்தார்கள். இந்த சத்தம் காற்று மண்டலத்திற்குள் கடுமையான கண்ணியத்துடன் நுழைந்து கலந்து கொண்டிருந்தது.

'கண்டிப்பாக அண்ணா,' என்றான் பரதன். 'ஆனால் முதலில் தந்தங்கள்.'

ராம் தலை அசைத்தான்.

இறந்த யானையிலிருந்து தந்தங்களை எடுப்பது கடினமான வேலை. இடை வரை துணி எதுவும் அணியாமல் ஆட்கள் பணியில் ஈடுபட்டுக்கொண்டிருந்தார்கள். தோல் மற்றும் சதையை நீக்கி தந்தத்தின் அடியை முறையாக துருவிக்கொண்டிருந்தனர். பிறகு அதனை வெட்டி எடுத்தனர்.

ராமின் மறுபக்கம் ஹனுமான் நின்று கொண்டிருந்தான். காலடி சத்தம் கேட்டுத் திரும்பினான். லக்ஷ்மனும் சத்ருக்னனும் கூட திரும்பினார்கள்.

இலங்கைப் போர்

அரிஷ்டநேமி, விபீஷணன் மற்றும் நாரதரும் அவர்களிருந்த இடத்திற்கு நடந்துவந்தனர்.

'இப்போதுதான் எங்களுக்கு ஒற்றர் அறிக்கை கிடைத்தது,' என்றான் அரிஷ்டநேமி. 'கெட்ட செய்தியாக இருப்பதாக பயப்படுகிறேன்.'

'கெட்ட செய்தியா?!' பரதன் ஆச்சரியமாகக் கேட்டான். 'அவர்கள் சரணடையவில்லையா?'

உயிரிழப்புகளின் எண்ணிக்கை கணக்கிடப்பட்டது. போரில் முன்னூற்றி ஆறு அயோத்திய வீரர்கள் இறந்திருந்தார்கள். இலங்கை தரப்பின் எண்ணிக்கை ஒப்பிடக்கூட முடியாத அளவில் இருந்தது. எழுபதாயிரம் காலாட்படை வீரர்கள் இறந்திருந்தார்கள். மற்றுமொரு நாற்பதாயிரம் தீவிரமாக காயப்படுத்தப்பட்டு அடுத்த நாள் போருக்கு தகுதியுடையதாக இருப்பது சாத்தியமில்லை. குதிரைப்படையும் தேர் படையும் கிட்டத்தட்ட முழுமையாக அழிந்துவிட்டிருந்தது. உயிருடன் இருந்த பாக்கி வீரர்கள் கும்பகர்ணனும் அவனது குதிரைப்படையின் சிங்கம் போன்ற இதயங்களுக்கு தன் வாழ்க்கையை கடமைப்பட்டிருந்தார்கள். பக்கங்களை பாதுகாக்க குதிரைப்படையே இல்லாமல் கிட்டத்தட்ட தொண்ணூறாயிரம் வீரர்கள் மட்டுமே கொண்டதாயிற்று இலங்கைப் படை. மறுபுறம் அயோத்தியர்களிடம் முழு குதிரைப்படை மற்றும் யானைப்படையுடன் கிட்டத்தட்ட நூற்றியருபதாயிரம் வீரர்கள் இன்னமும் இருந்தனர்.

'இல்லை, அவர்கள் சரணடையப் போவதில்லை,' அரிஷ்டநேமி பதிலளித்தான். 'ஆனால் நாங்கள் கொண்டு வந்துள்ள கெட்ட செய்தி அதுவல்ல.'

'எச்சரிக்கையாக இருங்கள்...' தந்தங்களை நீக்கும் வீரர்களுக்கு திடீரென்று குரல் கொடுத்தார் நாரதர்.

அனைவரும் பார்ப்பதற்கு திரும்பினார்கள்.

வீரர்கள் இப்போது அந்தப்பணியின் மிக நுண்ணிய பகுதியில் இருந்தனர். நுணுக்கமான மற்றும் கவனமான கோடாரி உபயோகத்தின் மூலம், அவர்கள் தந்தங்களின் வேர்களைச் சுற்றியுள்ள எலும்பைத் துண்டித்துக் கொண்டிருந்தார்கள். கவனக்குறைவாக ஒரு முறை தட்டினாலும் அது தந்தத்தை சேதம் அடையவோ உடையவோ செய்யலாம். ஆனால் தாங்கள் என்ன செய்கிறோம் என்பதை தெளிவாக அறிந்திருந்தார்கள். நாரதருக்கு பதிலளிப்பது தகுதியானது என்று அவர்கள் நினைக்கவில்லை.

'எப்படி கெட்ட செய்தியாக இருக்கமுடியும்?' மீண்டும் உரையாடலை தடத்திற்கு கொண்டு வரும்வகையில் லக்ஷ்மன் கேட்டான். 'யானைகளுக்கு நன்றி, பாதி சேனை

நாசம் அடைந்துவிட்டது. மறுபாதி நாளை அழிந்துவிடும். நம் யானைகள் வேலையை முடித்துவிடும்.'

'கெட்ட செய்தி என்னவென்றால் நம் யானைகளால் பறக்கமுடியாது,' என்றார் நாரதர்ஜி.

சத்ருக்னன் முகம் சுளித்தான். 'என்ன?! தயவு செய்து தெளிவாகச் சொல்லுங்கள், நாரதர்ஜி.'

'இந்திரஜித் புஷ்பக விமானத்தில் எரிபொருள் ஏற்றிக்கொண்டிருக்கிறான். ஆயுதங்களும் கூட. நாளை போரில் அவற்றை பயன்படுத்தும் நோக்கம் கொண்டுள்ளான் என்று நான் கேள்விப்பட்டேன்.'

பரதன் முகம் சுளித்தான். 'அது அபத்தமானது. புஷ்பகவிமானம் போர் ஆயுதமில்லை.'

'அந்தக் குறிப்பை இந்திரஜித் பெறவில்லை,' வழக்கம் போல் கேலியாக கூறினார் நாரதர். 'நம் சேனை இருக்கும் இடத்திற்கு மேலே நாளை பறப்பதாக முடிவு செய்திருக்கிறான். மழையாய் அம்புகள், ஈட்டிகள் மற்றும் எரியும் எண்ணெய் நம் படையின் மேல் பொழியப்படும். ஒரே நல்ல செய்தி என்னவென்றால் விமானத்தில் சிறிய கதவே உள்ளது; மீதமுள்ளவை இறுக்கமாக மூடப்பட்டுள்ளது. அதனால் ஒரு நேரத்தில் இரண்டு வீரர்களுக்கு மேல் அவற்றை நம் மீது பொழியமுடியாது.'

ராம் மேலே வானதைப்பார்த்தான். 'பறக்கும் கப்பல், சுடும் ஆயுதங்கள்...அது வலுவான எதிரி. நம் காலாட்படை அமைப்புகளை அவர்களால் உடைக்கமுடியும். நம் யானைப்படை மற்றும் குதிரைப்படையைக் கூட அவர்களால் சோர்வடையச்செய்யமுடியும்.'

'மிகச்சரியாக,' என்றார் நாரதர்.

வீரர்களிடமிருந்து உரத்த குரலில் முணுமுணுப்பைக் கேட்டு என்னவென்று பார்க்க மீண்டும் ஒரு முறை திரும்பினார்கள். தந்தத்தின் தளத்தில் இருந்த எலும்புகள் இப்போது உடைந்திருந்தது. நான்கு வீரர்கள் கவனமாக தந்தத்தை எலும்பு குழாயிலிருந்து வெளியே இழுத்தனர். தெளிவாக, அது மிகவும் கனமாக இருந்தது. ஒருவன் அந்த தந்தத்தின் மீது அமர்ந்து திறன்பட அதனை வெட்டி அதன் வெற்று அடித்தளத்திலிருந்து நீண்ட நரம்புகளையும் திசுக்களையும் விடுவித்தான். வெள்ளை நிற பிசுபிசுப்பான நார் போன்ற பொருள் சறுக்கிக் கொண்டு வெளியே வந்து விழுந்தது. இரண்டு வீரர்கள் தண்ணீர் சொம்புகளுடன் நடந்து வந்து ரத்தம் மற்றும் திசுக்களை நீக்கி தந்தத்தை சுத்தம் செய்தார்கள்; இருவருடையதும். அந்த தந்தத்தால் குத்தி கொல்லப்பட்ட எதிரி மற்றும் அதே யானையுடைதும்.

'விபீஷணன்,' என்றார் நாரதர் இலங்கை இளவரசனை திரும்பிப்பார்த்து. 'இதற்கான தீர்வைப்பற்றி நீ சிந்தித்திருப்பாய் என்று நான் உறுதியாக நினைக்கிறேன்.'

'உங்களுக்குத் தோன்றிய அதே எண்ணம் தான் என்று நான் நினைக்கிறேன்.'

'அகம்பனா?'

விபீஷணன் தலை அசைத்தான்.

'அகம்பனா யார்?' சத்ருக்னன் கேட்டான்.

'ராவணனின் பழைய நண்பர்களுள் ஒருவன்,' பதிலளித்தான் விபீஷணன். 'ராவணன் அண்ணா, கொள்ளை அடிப்பதை பணியாக துவங்கியதே அகம்பனாவின் கப்பலில்தான். இப்போது அகம்பனா ராஜ்யத்தின் கணக்கு வழக்குகளை பார்த்துக்கொள்கிறான்.'

'புஷ்பக விமான விஷயத்தில் அவன் எப்படி நமக்கு உதவி செய்யமுடியும்?' லக்ஷ்மன் கேட்டான். 'விமானத்தின் எரிபொருளுக்கான செலவை அடைக்கமுடியாது என்று மறுப்பானா?'

நாரதர் சிரித்தார். 'ஒருவழியாக இறுதியில் நகைச்சுவை என்னும் கலையை கற்றுக்கொண்டு வருகிறாய் இளவரசன் லக்ஷ்மன்.'

பரதனும் சிரித்தான். 'மீண்டும் விஷயத்திற்கு வருவோம்,' என்றான் அவன், 'அகம்பனாஜி நமக்கு எப்படி உதவ முடியும்?'

'விமானம் ஓட்டுவது கடினமானது,' என்றான் விபீஷணன். 'வெகு சில ஓட்டுனர்களே இருக்கிறார்கள். அந்த விமான ஓட்டுனர்கள் வீரர்களும் கூட. அவர்கள் இன்று போரில் சண்டையிட்டார்கள். எவரும்உயிர் பிழைக்கவில்லை.'

'அகம்பனாவால் விமானத்தை ஓட்ட முடியுமா?'

'ஆமாம். மூத்த அதிகாரிகள் மற்றும் அரச குடும்பத்தவரில் கும்பகர்ணன் அண்ணா மற்றும் அகம்பனாவிற்குத்தான் விமானத்தை செலுத்தத்தெரியும். இப்போது அகம்பனா மட்டும்தான் உயிருடன் இருக்கிறான்...'

பரதன் விபீஷணனை உன்னிப்பாக கவனித்தான். அன்று தன் மூத்த சகோதரன் இறந்தது பற்றி அவன் சிறிதும் கலங்கவில்லை. *விசித்திரமான குடும்பம்...*

அவன் ராமைப் பார்த்தான். அவனும் அதைப்பற்றித்தான் சிந்தித்துக்கொண்டு இருந்திருக்கலாம்.

ராம் பேசினான். 'மந்திரி அகம்பனா நம் பக்கம் இருந்தால் தக்க சமயத்தில்...'

'மிகச்சரியாக.'

வீரர்கள் மாபெரும் தந்தத்தை பெரிய துணி ஒன்றில் கட்டிக்கொண்டிருந்தனர். அது சிகிரியாவிற்குள் ராவணனிடம் அனுப்பப்படவேண்டுமென்று அவர்களுக்குத் தெரியும்.

'ஆனால் அவன் ஏன் நமக்கு உதவுவான்?' பரதன் விபீஷணனிடம் கேட்டான். 'இதைப்பற்றிய அவன் பார்வை எப்படியிருக்கும்?'

பதிலளித்தது நாரதர். 'அகம்பனாவைப் பற்றிய முக்கியமான விஷயம் இது தான்: அவன் அழுதபடியே பிறந்தான். இன்றுவரை நிறுத்தவில்லை.'

பரதன் சிரித்தான். 'நல்லது நாரதர்ஜி. ஆனால் இது என் கேள்விக்கான பதிலில்லை.'

'ஏதேனும் தவறு நடந்துவிடும் என்று அகம்பனா எப்போதுமே பயப்படுவான்,' என்றான் விபீஷணன். 'அவனை விட அவநம்பிக்கையான மனிதனை நான் அறிந்ததேயில்லை. இன்று இலங்கை முகாமில் எல்லாம் தவறாக நடந்து விட்டது என்ற எண்ணமே அவனுக்குள் ஓடிக்கொண்டிருக்கும். நாளைய தினம் ஏறத்தாழ அனைத்தையும் தோற்றுவிடுவார்கள் என்றும் கண்ணியமான தோல்வி கூட கடினமானதாக இருக்கும் என்ற எண்ண ஓட்டமே இருக்கும். தப்பிக்க தனக்கு ஏதேனும் வாய்ப்பு கிடைக்குமா என்று அகம்பனா பார்ப்பான்.'

'ம்ம்ம், சரி அப்போது அவனுடன் தொடர்பு கொள்ளலாம்,' என்றான் ராம். 'இளவரசன் விபீஷணன், எங்களிடமிருந்து உங்களுக்கு என்ன வேண்டும்?'

'நான் அவனுக்கு என்ன வழங்க முடியும்?'

'எது சரியென்று உங்களுக்குத்தோன்றுகிறதோ. நான் உங்களை நம்புகிறேன். பேச்சுவார்த்தையில் உங்களுக்கு உதவி செய்ய நாரதரும் உங்களுடன் வரட்டும்.'

விபீஷணன் தலை அசைத்தான். 'நான் அவனை நம் பக்கம் கொண்டுவருகிறேன்.'

'ஒருவேளை இது தோல்வி அடைந்தால் நம்மிடம்வேறு ஒரு திட்டம் இருக்கவேண்டும்.' என்றான் ராம்.

நான்கு சகோதரர்களும், தாமதமான மதிய உணவு சாப்பிட ராமின் கூடாரத்தில் அமர்ந்திருந்தனர். அவர்களது காயங்கள் கழுவப்பட்டு மருந்து போடப்பட்டிருந்தது. அவர்களது உடல் குளித்து நன்கு எண்ணெய் தேய்க்கப்பட்டிருந்தது.

'ஆமாம்,' என்றான் லக்ஷ்மன். 'விபீஷணன் வெற்றி பெறுவான் என்று நான் உறுதியாக நினைக்கவில்லை.'

'இளவரசன் விபீஷணனை அண்ணா முழுவதுமாக நம்பவில்லையென்று நான் நினைக்கிறேன்,' என்றான் பரதன். தன்னை பின்பற்றுபவர்களை முழுவதுமாக நம்புவதாக பரிந்துரைக்கும் ராமின் நடத்தை என்று அவனுக்குத்தெரியும். ஆனால் இருவரும் சேனைக்குள் ஒரு திறமையான மற்றும் விவேகமான ஒற்றர் அமைப்பை உருவாக்கியிருந்தார்கள். படையினருக்கு இடையே என்ன நடக்கின்றது என்று அறிந்துகொள்வதை உறுதி செய்ய. இலங்கைக்கு விபீஷணன் செய்ததை வேறு எவரும் செய்ய அவர்கள் அனுமதிக்கமாட்டார்கள். எதிரிகளின் வெளிப்படை தோற்றத்தை மட்டும் பார்காமல் உள்ளே இருக்கும் நயவஞ்சகர்களின் மீது கவனம் செலுத்து என்று ராம் ஒருமுறை பரதனுக்கு சொல்லியிருந்தான்.

'நானும் அவனை முழுவதுமாக நம்பவில்லை,' என்றான் சத்ருக்னன். 'குடும்பத்திற்கு நயவஞ்சகம் செய்தவன் தேவைப்பட்டால் தன் நண்பர்களுக்கும் நயவஞ்சகம் செய்வான்.'

'எப்படியோ,' என்றான் ராம், 'இது இளவரசன் விபீஷணன் பற்றியில்லை. இது புஷ்பக விமானம் பற்றியது. இளவரசன் இந்திரஜித் விமானத்தை நன்றாக பயன்படுத்தினால் நமது காலாட்படையை சிதறச்செய்து நாசம் செய்துவிடுவான். அம்புகளும் தீப்பிழம்புகளும் மேலிருந்து நம்மீது மழைப்போல் விழுவதை கற்பனை செய்து பார். விமானத்தின் பிரம்மாண்டமான சுற்றும் இயந்திரங்களின் கர்ஜனை நம் யானைகள் மீது எவ்விதமான தாக்கத்தை உண்டாக்கும் என்று கற்பனை செய்து பார். அவை பதட்டத்தில் ஓடி நம் வீரர்களுக்கிடையில் சேதம் விளைவிக்கக்கூடும். பாகர்களால் யானைகளை கட்டுப்படுத்த முடியும் என்பதில் ஹனுமான்ஜி மற்றும் அங்கத் உறுதியாக இருக்கிறார்கள் ஆனால் காலாட்படைக்கு அபாயம் அப்படியே இருக்கிறது. ஒருவேளை மந்திரி அகம்பனா தன் பங்கினை ஆற்றவில்லையென்றால் நம்மிடம் வேறு ஒரு திட்டம் இருப்பது அவசியம்.'

பரதன் தலை அசைத்தான். 'ஒப்புக்கொள்கிறேன்.'

'அப்படியானால், நாம் செய்யப்போவது இதுதான்...' என்றான் ராம் தன் தம்பிகளுக்கு அருகில் சாய்ந்து.

பெரும் தசைகள் கொண்ட லக்ஷ்மன் யானையின் அம்பாரியின் மேலேறி நின்றான். அவன் பாதங்கள் தோள்பட்டை அகலத்திற்கு

விலகியிருந்தன. தன் வலது கையை இடதுகையின் முழங்கைக்கு மேல் பிடித்திருந்தான். இறுகப் பிடித்து தன் இடது கையை மார்பின் குறுக்கே இழுத்தான். இடது தோள் விரிவதை உணர்ந்து தன் தசைகள் தளர்வதில் மகிழ்ச்சி அடைந்தான். அதில் ரத்தப்போக்கு அதிகரித்திருப்பது ஒரு தூண்டுதலாக இருந்தது. ரத்த சுழற்சி மேம்படுவது பிராணவாயுவின் இருப்பை அதிகரிக்கும் மற்றும் தசைகளில் பாலமிலம் சேர்வதை தவிர்த்து தசைப்பிடிப்பு குறைவதற்கான வாய்ப்பையும் அதிகரிக்கும். பிறகு அந்தப் பிடியை மாற்றி வலது தோளை நீட்டித்தான். மீண்டும் பெருமூச்சு ஒன்றை விடுத்தான்.

'இதுவரை செய்ததே போதுமானது!' லக்ஷ்மன் அருகில் இருந்த மற்றொரு விலங்கின் அம்பாரியின் மீது அமர்ந்த பரதன் முணுமுணுத்தான். 'என் தசைகளை தளர்த்திக்கொள்வதை முடித்துவிட்டேன்.'

லக்ஷ்மன் பரதன் பக்கம் திரும்பி கவலையில்லாமல் பதிலளித்தான், 'அண்ணா, தயவு செய்து புரிந்துகொள்ளுங்கள்... அதிக தசைகள் இருந்தால்...இன்னும் அதிகம் நீட்டவேண்டும்...'

பரதன் ஒரு புருவத்தை உயர்த்த ஒரு கோணலான புன்னகை அவன் முகத்தில் விளையாடியது. அவனுக்கு நல்ல கவர்ச்சிகரமான உடற்கட்டு இருந்தது. பெரும்பாலானவர்களுடன் ஒப்பிடும் போது. ஐந்தடி பத்து அங்குல நீளத்துடன் முறையான உடற்பயிற்சி மற்றும் நல்ல சத்துணவின் மூலம் நல்ல உடற்கட்டு உடையவனாக இருந்தான். ஆனால் லக்ஷ்மன் ஒரு அடி அதிக உயரமாக ஆறடியில் ஒரு காளையைப்போன்று இருந்தான். சில சண்டைகளை தவிர்ப்பதே மேலானது. 'சரி...சரி... நாம் இப்போது துவங்கலாம்.'

லக்ஷ்மன் சிரித்துக்கொண்டே ஆயுதக்கிடங்கிலிருந்து ஈட்டியை எடுத்தான். அவன் பிடி கச்சிதமாக இருந்தது. ஈட்டியின் தண்டின் தட்டமான பகுதி அவன் உள்ளங்கையில் ஆள்காட்டி மற்றும் நடுவிரலுக்கு நடுவிலிருக்க, பெருவிரல் பின்னால் சுட்டிக்காட்ட, மற்ற விரல்கள் மற்ற திசையை நோக்கின. அவன் தனது வலது காலை பின்னால் வைக்க பாதம் உடலுக்கு செங்குத்தாக இருந்தது. இடது கால் எதிரேயிருக்க பாதம் முன்னால் நோக்கியிருந்தது. இடது கை உயர்ந்திருக்க முட்டி நேராகவும் திடமாகவும் உள்ளங்கை கீழே பார்த்த படியும் இருந்தது. உடல் வலது பக்கம் லேசாக முறுக்கப்பட்டு எறிதலுக்கு தேவையான உந்துதலை கொடுக்கும் வகையில் இருந்தது. கண்கள் மேலே வானத்தை நோக்கியிருந்தது.

'விடுவிக்கவும்!' கட்டளையிட்டான் லக்ஷ்மன் உரத்த குரலில்.

வெள்ளை தொண்டையுடைய ஊசிவால் பறவைகள் மரங்களின் மேலிருந்து விடுவிக்கப்பட்டன. இந்தப் பணிக்கு பறவை சரியானது. மத்திய ஆசியாவில் வளர்க்கப்படும் இவை குளிர்காலத்தில் இந்தியாவிற்கு வரும். இந்தப் பறவைகள் பறக்கும் இனங்களில் அதிவேகமானவை. ஊசி வால் பறவையின் வெறும் நீளம்மட்டுமே இருபது சென்டிமீட்டர் இருக்கும். அதன் இறக்கைகள் நாற்பத்தைந்து சென்டிமீட்டர் வரை நீளும். வேகமாக நகரும் மிகச்சிறிய இலக்கு.

சரியானது.

தூக்கியெறி... பரதன் நினைத்தான்.

ஆனால் லக்ஷ்மன் காத்திருந்தான். பறவையை இன்னமும் அதிக உயரத்தில் எழ அனுமதித்தப்படி. தொலைவில் விலகி. சவாலை எழுப்பி. உண்மையாகவே.

தூக்கியெறி லக்ஷ்மன்...

பறவை தப்பிக்கின்றது என்று தோன்றும் போது, தனது வலுவான தோளின் அச்சுறுத்தும் சக்தியை பயன்படுத்தி லக்ஷ்மன் தன் உடலை இடதுபுறம் நகர்த்தி எறிதலில் கவனம் செலுத்தினான். தன் மணிக்கட்டு மற்றும் விரல்களை படபடத்து வேகத்தைத் தூண்டி, ஈட்டியை எறிந்தான். ஈட்டி பிரமிக்கவைக்கும் வகையில் வலுவாகவும் வேகமாகவும் மேலெழுந்தது. அதே பாதையில் பறவையை விட அதிக வேகமாக செல்வது போல் தோன்றியது. ஆனால் லக்ஷ்மனின் உள்ளுணர்வு துரிதமான பறவையின் அதிகரிக்கும் வேகத்தை துல்லியமாக கணக்கிட்டிருந்தது.

ஏவுகணை மூர்க்கமான வேகத்தில் ஊசிவால் மீது மோத அதன் கூர்மையான உலோக தலைப்பகுதி அந்த பறவையை இரண்டு துண்டங்களாக வெட்டியது. மேலும் உயரப்பறந்த ஈட்டி வேகத்தை குறைக்கவில்லை. பறவையின் உடல் மிக சுத்தமாக வெட்டப்பட்ட இரு துண்டங்களாக பூமியில் விழுந்தபோது பிரபஞ்சத்தில் செலுத்தப்பட்ட அதிவேக விமானம் ஒன்று ரத்தத்தை தெளித்திருந்தது போல வானத்தை ரத்தச்சிவப்பாக்கியது.

லக்ஷ்மன் தன் கைகளை ஒன்றாகக் குவித்து பறவையை பார்த்து தலை வணங்கி அப்படி செய்யப்பட வேண்டியிருந்ததற்காக மன்னிப்பு கேட்டுக்கொண்டான்.

'ஆஹா...' என்றான் பரதன்.

லக்ஷ்மன் தன் சகோதரனைப் பார்த்து பெரிதாக புன்னகைத்தான்.

பரதன் தலை அசைத்து, ஒப்புக்கொள்வது போல் உதட்டை ஒரு பக்கமாக சுழித்தான். ஆனால் அவன் போற்றப்படவேண்டும். 'மோசமில்லை...மோசமில்லை...'

லக்ஷ்மன் சிரித்தான். 'மோசமில்லை? அது அற்புதம் அண்ணா...'

'ஆமாம், அற்புதம்,' பரதன் சிரித்தான். 'அது அற்புதமாக இருந்தது.'

'உன்னுடைய முறை.'

பரதன் மீண்டும் தன் தசைகளை நீட்டி தன்னை தயார் செய்து கொண்டான். அடுத்த பறவை விடுவிக்கப்பட்டது. பரதன் தன் ஈட்டியை சரியான நேரத்தில் எறிந்தான். முன்னதாகவே. குறைந்த உயரத்தில். எளிமையாக. ஆனால் அது பறவையைத் தாக்கி அதனை உடனே கொன்றது.

'அதுவும் அற்புதமாக இருந்தது அண்ணா,' என்றான் லக்ஷ்மன்.

'பயிற்சி செய்ய இருபது பறவைகள் மட்டுமே இருக்கிறது,' என்றான் பரதன்.

அதிகம் செய்யக்கூடாது என்று ராம் ஆலோசனை கூறினான். அவர்கள் தங்கள் தசைகளை அயரச் செய்யக்கூடாது. ஆனால் 'அதிக பயிற்சி துல்லியமாக செயல்பட உதவும்' என்பதை சகோதரர்கள் முடிவு செய்திருந்தனர்.

மற்றுமொரு ஈட்டியை கையிலெடுத்து லக்ஷ்மன் கூவினான், 'அடுத்து...'

ராம் மற்றும் சத்ருக்னன் மற்ற பணிகளில் ஈடுபட்டிருந்தார்கள். ராம் புஷ்பக விமான தாக்குதலுக்கு தயார் செய்யும் வகையில் தன் காலாட்படைக்கு புது அமைப்புகளுக்கான பயிற்சியை கொடுத்துக்கொண்டிருந்தான். யானைகள் மற்றும் குதிரைகளுக்கு அதிகப்படியான பாதுகாப்பு துணைக்கருவிகளை வடிவமைத்து தயாரித்துக்கொண்டிருந்தான் சத்ருக்னன். அடுத்த நாள் போருக்கு இந்த துணைக்கருவிகள் மிகவும் முக்கியம் என்று ராம் நம்பினான்.

அத்தியாயம் 35

'அவன் மட்டும் நான் சொல்வதை கேட்டிருந்தால் இவை எதுவும் நடந்திருக்காது...' அழுதாள் கைகேசி, ராவணனின் அன்னை. வேறு இனத்திலிருந்து வந்த தன் மகள் சூர்ப்பனகையுடன் அரச மருத்துவ அறையின் ஒரு மூலையில் இருந்தாள்.

கோகர்னாவிலிருந்து சிகிரியாவிற்கு திரும்பி வந்திருந்தாள் கைகேசி. ராமின் கட்டளைப்படி அயோத்திய முற்றுகையினூடே பாதுகாப்பான பாதை கொடுக்கப்பட்டிருந்தாள். அவள் இப்போது மருத்துவமனையில் இருந்தாள். தனக்கு மிகவும் பிடித்த மகன் கும்பகர்ணன் மற்றும் சகோதரன் மாரீசனின் மரணத்திற்கு துக்கம் அனுசரித்துக்கொண்டிருந்தாள்.

இந்தப்போரில் தன் மகன்களுக்கு ஆதரவு அளிப்பதற்காக அவள் அங்கு வந்திருந்தது போல் தோன்றினாலும் ராவணன் அதை விட அதிகம் அறிந்திருந்தான். அவனை சித்திரவதை செய்ய அங்குவந்திருந்தாள். ஒரு கடைசி முறை.

அவள் கிசுகிசுத்த வார்த்தைகளை தெளிவாகக் கேட்டிருந்த ராவணன் அதனை புறக்கணித்தான். தான் கூறுவதை அவன் கேட்கவேண்டும் என்று உறுதி செய்திருந்தாள் என்று அவன் தன் இதயத்தில் அறிந்திருந்தான்.

முன்பு அவனது வெற்றியில் திளைத்திருந்தாள். இருப்பினும் அவனைத்தான் அதிக மோசமாக நடத்தியிருந்தாள்.

ஆனால் ராவணன் தன் நேரத்தை அவள் மீது செலவிட்டு அதனை வீணாக்க விரும்பவில்லை. தான் மோசமாக நடத்திய ஒருவனின் மீது அவன் தன் கவனத்தை வைத்திருந்தான்.

அறையின் நடுவில் இருந்த அறுவை சிகிச்சை மேஜையின் மேல் கும்பகர்ணனின் உடல் இருந்தது. அது ஏற்கனவே விறைப்பாக இருப்பது போல் தோற்றமளித்தது. ராவணன் தன் சகோதரனின் வலது கையை ஏந்தினான், விரல்கள் வளையாமல் விறைப்பாக இருந்தன. உடலின் முனைப்புள்ளிகள் முதலில் உறையும்.

மருத்தவ செயல்பாட்டின் பகுதியில்லையென்றாலும் ராஜ மருத்துவர் மரண முகமூடியை செய்துகொண்டிருந்தார். துவங்கும் போது மருத்துவர் முகத்திலும் முகத்தில் இருந்த முடியின் மீதும் எண்ணெய்ப் பசையை பூசியிருந்தார். முடி சுண்ணச்சாந்துடன் ஒட்டிக்கொள்வதை தவிர்க்க. ஒவ்வொரு சிறிய நுணுக்கத்தையும் சிறைப்படுத்த சுண்ணச்சாந்து கவனமாக அவனது முகத்தில் அடுக்குகளில் பூசப்பட்டது.

சுண்ணச்சாந்து பூசப்படப்பூசப்பட கும்பகர்ணனின் முகம் பிசுபிசுப்பான வெள்ளை நிற உறைக்குப்பின்னால் மறைந்து கொண்டே போனது. கைகேசி மார்பில் அடித்துக்கொண்டும் தன் தலை முடியை பிய்த்துக்கொண்டும் இன்னும் உரத்த குரலில் ஓலமிடத்துவங்கினாள். ‘என்னால் இனி என் மகனை பார்க்கக்கூட முடியாது! என்னால் இனி என் மகனை பார்க்கக்கூட முடியாது!’ நாடக பாணியில் புலம்பினாள். சுவாசிக்க கஷ்டப்படுபவள் போன்று தோன்றினாள். இப்போது கடுமையாக அவளது மூச்சு இறைத்தது.

மருத்துவர் நிறுத்தி தன் உதவியாளரைப் பார்த்து சைகை செய்து ராஜமாதாவை பரிசோதனை செய்யுமாறு கூறினார். லேசாக கையசைத்து ராவணன் அவர்களை நிறுத்தச் சொன்னான். ‘என் சகோதரனின் மீது கவனம் செலுத்துங்கள், ‘ராவணன் மெதுவாக உறுமினான். தன் தாய் மீது வீச இருந்த கெட்ட வார்த்தைகளை அடக்கிக்கொள்ள சிரமப்பட்டுக்கொண்டிருந்தான். கடந்த சில மணி நேரங்களாக அவனது தொப்புளில் பயங்கரமான வலி அவனை தாக்கிக்கொண்டிருந்தது. இப்போது தாங்கிக்கொள்ள முடியாததாக ஆயிற்று.

மருத்துவர் கும்பகர்ணனின் மீதான தன் வேலையை மீண்டும் தொடர்ந்தார். மேலும் மேலும் பல அடுக்குகள் சுண்ணச்சாந்தை தடவினார். அதிக அடுக்குகள், வலுவான வார்ப்பு. வழக்கமாக சுண்ணச்சாந்து வார்ப்பு அச்சாக காய்வதற்கு ஓரிரண்டு மணி நேரங்கள் பிடிக்கும் என்றாலும் இலங்கை மருத்துவர்கள் பதினைந்து அல்லது இருபது நிமிடங்களுக்குள் காயும் ஒரு புதிய விதிமுறையை உருவாக்கியிருந்தனர்.

பின்னணியில் தன் தாயின் புலம்பல்களுடன் பதினைந்து இருபது நிமிடங்கள் ராவணனுக்கு. இறுதியில் அவள் பக்கம் திரும்பினான். 'ஏன் நீங்கள்... நீங்கள் ஏன் மாரீசன் மாமாவின் உடலுக்கு அருகில் காத்திருக்கக்கூடாது? அவரது மரண முகமூடி ஏற்கனவே தயாரிக்கப்பட்டுவிட்டது. மருத்துவர்களும்...'

'என் சகோதரனின் உடலை மீண்டும் பார்க்கச்செய்யப் போகிறாயா?' கீச்சென்று கத்தினாள் கைகேசி. 'யானைகள் அவன் உடலை என்ன செய்ததென்று நீ பார்த்தாயா?! யானைகள் அவனை மிதித்துக்கொன்றவுடன் எதுவும் மிஞ்சவில்லை! தலையும் உடலின் சில பகுதிகள் மட்டுமே!' கத்துவதை நிறுத்திவிட்டு கைகேசி உரத்த குரலில் மீண்டும் அழத்தொடங்கினாள்.

ஓலத்திற்கும் அலறலுக்கும் இடையே அவளால் இன்னும் அதிகமாக கத்த முடிந்தது. 'நான்...அவனை மீண்டும் பார்க்கவேண்டுமென்று கூறினால் நான் இறந்துபோவேன்...நான் இறக்கவேண்டும்...மாரீசன் அண்ணாவை மீண்டும் பார்ப்பது....! நீ என்னை கொல்ல விரும்புகிறாயா ராவணா?! ஏன் என்னை இவ்வளவு வெறுக்கிறாய்?! நான் உன் தாய்!'

நாடக பாணியில் தன் மார்பில் அடித்துக்கொள்ளத் துவங்கினாள் கைகேசி. தலையை சுவற்றில் மோதிக்கொண்டாள். தன் விதியை சபித்தாள்.

ராவணன் தன்னை கட்டுப்படுத்திக்கொள்ள முயற்சி செய்தான். அவனது தொப்புள் வலி தாங்கமுடியாதபடி இருந்தது. 'அப்போது ஏன் நீங்கள் உங்கள் அறையில் காத்திருக்கக்கூடாது, தாயே? கும்பகர்ணனின் மரண முகமூடி தயாரானவுடன் நான் உங்களை அழைக்கிறேன்.'

'நான் போகப்போவதில்லை!' கோபத்தில் கைகேசி கத்தினாள்.

'தயவு செய்து...' என்றான் ராவணன் தன் தலையை பிடித்துக்கொண்டு. 'நான் இப்போதுதான் என் சகோதரனை தொலைத்துள்ளேன்... தயவு செய்து... என்னை எரிச்சலடையச் செய்யாதீர்கள்.'

'உன்னால்தான் அவன் இறந்தான்! நீதான் இந்தப்போருக்கு காரணம்!உன்னால் என்னுடைய நல்ல மகனை நான் இழந்துவிட்டேன்!'

தன் வாளை உருவி தாயின் மீது பிரயோகிப்பதை விரும்பியிருப்பான் ராவணன். ஆனால் கும்பகர்ணனின் ஆன்மா அங்கு சுற்றிக்கொண்டிருக்குமென்று அவனுக்குத்தெரியும். மரியாதையில்லாத ஒரு சொல் கூட தங்கள் தாயின் மீது எறியப்படுவதை அவன் ஒப்புக்கொள்ளமாட்டான். ராவணன் சூர்பனகாவின் பக்கம் திரும்பினான். வழக்கமாக, மௌனமாக, மறைமுகமாக இடப்பட்ட கட்டளையைக் கூட நிறைவேற்ற

அவள் விரைந்திருப்பாள். ஆனால் இப்போது அங்கு நின்று கொண்டேயிருந்தாள். முகத்தில் அலட்சியம் இருந்தது.

எனக்கு பதிலாக விபீஷணன் தான் அரசன் என்று அவள் ஏற்கனவே நினைக்கிறாளோ.

ராவணன் தன் காவலர்கள் பக்கம் திரும்பினான். 'தயவு செய்து ராஜ மாதாவை அவள் அறை வரை சென்று விட்டுவிட்டுவாருங்கள்.'

கைகேசி காவலர்களுடன் சண்டையிடவில்லை. இருப்பினும் வெளியே செல்லும்போது உரத்தகுரலில் முணுமுணுத்துக்கொண்டே சென்றாள். அறுபத்தியோரு வருடங்களுக்கு முன் தன் கர்ப்பப்பைக்கு வந்த சாபக்கேட்டினால் இன்று தன் நல்ல மகன் சென்றுவிட்டான் என்று குற்றம் சாட்டிக்கொண்டிருந்தாள். சூர்பனகாவும் ராவணனை முறைத்தபடி தன் தாயுடன் வெளியேறினாள்.

ராஜ மருத்துவர் கீழே பார்த்தார். தன் அரசனை ஏறிட்டுப்பார்க்கக்கூட மிகவும் கூச்சப்பட்டார்.

தன் சகோதரனின் முகத்தை மறைத்த பிசுபிசுப்பான வெள்ளை சுண்ணச்சாந்தை ராவணன் பார்த்தான். கும்பகர்ணனின் கையை கெட்டியாக பிடித்துக்கொண்டான்.

காத்திருப்பதைத்தவிர செய்வதற்கு ஒன்றுமில்லை இப்பொழுது.

அவனது இடது கையில் தசைப்பிடிப்பு ஏற்பட்டிருந்தது. கையைத் தாங்கும் தூக்கி ஒன்றில் அவனது கையிருந்தது. அம்புகளின் தலைப்பாகம் நீக்கப்பட்டிருந்தது. காயம் தையலிடப்பட்டு மூலிகை களிம்பு பூசப்பட்டிருந்தது. வலது கண்ணில் பதிந்திருந்த சிறு துண்டு நீக்கப்பட்டு, காயம் சுத்தம் செய்யப்பட்டு கட்டப்பட்டிருந்தது. அவன் உடலில் இருந்த பல்வேறு காயங்களும் சுத்தம் செய்யப்பட்டு மருந்து பூசப்பட்டு கட்டப்பட்டிருந்தது. உடல் வலிமையை மீண்டும் பெற மூலிகைச்சாறு கொடுக்கப்பட்டான். மீண்டும் அடுத்த நாள் போர் தொடருமே.

மருத்துவர்கள் ஓய்வு எடுக்குமாறு அறிவுறுத்தியிருந்தனர். ராவணனால் அதைச்செய்யமுடியவில்லை. அவன் தன் சகோதரனுக்காக அங்கு இருந்தாக வேண்டும். அவன் உயிருடன் இருந்தபோது அவனை மிகவும் மோசமாக நடத்தியிருந்தான். அதனை சரிசெய்யும் நேரம் இது.

'நேரமாகி விட்டது பிரபு,' என்றார் மருத்துவர்.

ஜாமத்தின் விளக்கு கடிகாரத்தை ராவணன் பார்த்தான். இருபது நிமிடங்கள் கடந்திருந்ததை உணர்ந்தான். 'சரி, மேற்கொண்டு ஆக வேண்டியதைப்பாருங்கள்.'

அச்சு நன்கு இருகியிருந்தது. லேசாக அழுத்தியவுடன் கும்பகர்ணனின் முகத்திலிருந்து சுலபமாக எடுக்கமுடிந்தது. மருத்துவர் அதன் உள் பகுதியை மெல்லிய துணி ஒன்றினால் நன்றாக சுத்தம் செய்ய, அவரது உதவியாளர் கும்பகர்ணனின் முகத்தை சுத்தம் செய்தார். பிசுப்பான எண்ணெய் மற்றும் சுண்ணச்சாந்தின் சுவடே இல்லாமல் கும்பகர்ணனின் முகம் சுத்தம் செய்யப்பட்டது. இதற்கிடையில் மருத்துவர் திரவமாக மாற்றப்பட்ட மெழுகை அந்த அச்சினுள் ஊற்றத்துவங்கினார்.

ராவணன் குழப்பமாக அவரைப்பார்த்தான்.

'இது ஒரு காப்பாக செய்யப்படுகிறது பிரபு,' விளக்கினார் மருத்துவர். 'மெழுகினால் ஆன நகல். ஒரு வேளை பின்னால் பயன்படுத்தவேண்டிய தேவை ஏற்பட்டதென்றால். இதே அச்சை பயன்படுத்தி இளவரசர் கும்பகர்ணனின் வெண்கல மரண முகமூடி ஒன்றைச்செய்யலாம். இன்று பின்னிரவிற்குள் அது தயாராகிவிடும்.'

'தயவு செய்து இரண்டு வெண்கல மரண முகமூடிகளை செய்யுங்கள்,' என்றான் ராவணன்.

இது வழக்கமான சடங்குகளுக்கு எதிரானது. ஒரே ஒரு மரண முகமூடி தான் செய்யப்படவேண்டும். ஆனால் மருத்துவர் தனது அரசருடன் விவாதம் செய்வதாக இல்லை. 'கண்டிப்பாக, பிரபு.'

ராவணன் தொடர்ந்து தன் சகோதரனின் கையை பிடித்துக்கொண்டிருந்தான்.

'நான்...' கவனமாகக் கேட்டார் மருத்துவர், 'நான் உடலைப்பற்றிச் சொல்கிறேன்.'

'இங்கில்லை,' என்றான் ராவணன். 'கும்பகர்ணனை நாம் இங்கு புதைக்கமாட்டோம். எனது தாய்மண்ணில் புதைப்போம். நாங்கள் இருவரும் பிறந்த இடத்திற்கு அருகில்.'

'சரி, பிரபு. அப்படியென்றால் இதனை இப்போது என்ன செய்வது?'

'உறைய வைக்கும் குளிர்சாதனக் கருவியாக விளங்கும் ஒரு அறையை உருவாக்குங்கள். நீங்கள் என் சகோதரனின் உடலை கெடாது பேண வேண்டும்.'

'சரி, பிரபு'

'மேலும்...'

மருத்துவர் காத்திருந்தார். ராவணன் தயங்குவதைப்பார்த்து ஆச்சரியமடைந்தார்.

'மேலும்,' தொடர்ந்தான் ராவணன், 'நானோ இந்திரஜித்தோ இறந்து விட்டால் எங்கள் உடல்களையும் இங்கு விறைப்பான நிலையில் நீங்கள் வைத்திருக்கவேண்டும். தக்க நேரத்தில் அவை தகனம் செய்ய எடுத்துச்செல்லப்படும். எங்களுக்கும் தலா இரண்டு வெண்கல முகமூடிகளை நீங்கள் செய்யவேண்டும். என் ஆசைகளை புரிந்துகொள்ளும் ஒருவரிடமிருந்து இந்த ஆணைகளை நீங்கள் பெறுவீர்கள்.'

மருத்துவர் திடீரென்று நேராக நிமிர்ந்து கொண்டார். 'நாளை நீங்கள் வெற்றிபெறுவீர்கள் பிரபு! வருந்தத்தக்கவகையில் எதிரிகளின் சடலங்களை நாம் வெட்டிப்போடுவோம், அதன் பிறகு-'

'வாயை மூடி நான் சொல்வதைச் செய்யுங்கள்,' உறுமினான் ராவணன் எரிச்சலுடன்.

'சரி, பிரபு!'

—— J+ ௮,5D ——

இலைகள் சரசரக்க சீதா நிமிர்ந்து பார்த்தாள்.

மாலைப் பொழுதாகி வெகு நேரமாகியிருந்தது. அசோக வனத்திற்குள் தன் குடிலுக்கு வெளியே தாழ்வாரத்தில் அவள் அமர்ந்திருந்தாள். கையில் ஜெபமாலையை வைத்துக்கொண்டு நூற்றியெட்டு முறை அம்பிகையை துதித்துக்கொண்டிருந்தாள். தன் கணவன் மற்றும் அவரது சேனையின் பாதுகாப்பிற்காக துதித்துக்கொண்டிருந்தாள்.

சமன் செய்யப்பட்ட இடத்தின் முனையில் அவள் ராவணனைக் கண்டாள். சக்கிர நாற்காலியில் ஒரு வீரனால் தள்ளப்பட்டு வருவதைக்கண்டாள். அவரது இடது கை அதனை தாங்கும் தூக்கிக்குள் இருந்தது. அவரது வலது கண்ணுக்கு குறுக்கே துணிக்கட்டு போடப்பட்டிருந்தது. மேலும் உடலின் பல இடங்களில் துணிக்கட்டு போடப்பட்டிருந்தது. இருபது வீரர்கள் கொண்ட படைப்பிரிவு அவரை தொடர்ந்து வந்தது. சீதா ராவணனின் பின்னால் பார்த்தாள். கும்பகர்ணன் இல்லை.

ஓ ருத்ர பகவானே...கருணை காட்டுங்கள்...

தன் கணவரின் எதிரியின் பக்கம் இருந்து சண்டையிட்டான் என்று தெரிந்திருந்தும், இந்த நாள் வருமென்று தெரிந்திருந்தும், அவள் இதயத்தில் துக்கத்தின் சுமையை உணர்ந்தாள். மென்மையான அரக்கனின் மரணத்திற்கு வருந்தினாள்.

கும்பகர்ணன்.

அவன் ஒரு கதாநாயகன். தவறான பக்கத்தில் இருந்த கதாநாயகன். அதர்மத்திற்காக சண்டையிட்ட கதாநாயகன். ஆயினும்கூட அவன் கதாநாயகன்தான்.

போரில் எந்த ஒரு பக்கத்திலும் கதாநாயகர்களின் ஏகபோக உரிமையில்லை.

சீதாவின் இருப்பிடத்திற்கு ராவணன் சக்கிர நாற்காலியில் தள்ளிச்செல்லப்பட்டான். கையை அசைத்து தன் காவலர்களை போகும்படி சொன்னான். பேசப்படுவது காதுகளுக்கு எட்டாத தொலைவில்மரவரிசைக்குப்பின் நிற்க அவர்கள் அங்கிருந்து நகர்ந்து சென்றார்கள்.

'நான் மிகவும் வருந்துகிறேன்...' என்றாள் சீதா, பனித்த கண்களுடன் பிரிந்த ஆன்மாவிற்கு மரியாதை செலுத்தும் வகையில் கைகளைக் குவித்தாள்.

'அவனுக்கு முன் நான் இறந்திருக்கவேண்டும்...' என்றான் ராவணன். 'என்னை விட சிறந்த மனிதனாக இருந்தான் அவன்...'

'இதுவும் நீங்கள் தாங்க வேண்டிய சுமையே.'

ராவணன் தன் தலையை அசைத்தான்.

'இல்லை...உண்மையாக...நான் தான் அவனுக்கு சுமையாக இருந்தேன்...' எப்போதுமே....இப்போது என் தொல்லையிலிருந்து அவன் விடுபட்டுவிட்டான்....'

சீதா பதில் சொல்லவில்லை. ஆனால் ராவணன் சொன்னது சரியென்று அவள் மனதில் அறிந்திருந்தாள்.

ராவணன் தன்னைச்சுற்றிப் பார்த்தான். 'இன்னமும் அவன் இருப்பை நான் உணர்கிறேன்...அவன் ஆன்மா என்னை காவல் காப்பது போல்.'

'அவன் மரணம் எப்படியிருந்தது?' சீதா கேட்டாள்.

'துணிவான வீரனாக அவன் இருந்தது போல்...'

இடதுபுறத்தின் போர் பற்றி ராவணன் விவரிக்க அவன் சொல்வதை சீதா கவனமாகக்கேட்டாள். கும்பகர்ணனின் அதிசயிக்கத்தக்க வீரத்தைக் கேட்டு பிரமித்துப்போயிருந்தாள். அதே நேரத்தில் தன் கணவனின் அற்புதமான போர் தந்திரம் மற்றும் ஹனுமானின் சூழ்ச்சித் திறம் ஆகியவற்றினாலும் வியந்து போனாள்.

'ஒரு போர் வீரனின் மரணத்தை கும்பகர்ணன்ஜி அடைந்தார்,' என்றாள் சீதா, ராவணன் கதையை சொல்லி முடித்தவுடன். 'வைதரணி ஆற்றைக்கடக்கும்போது பித்ருலோகத்தில் உள்ள மூதாதையரால் கௌரவிக்கப்படுவார்.'

மரணத்திற்குப்பிறகு இறந்தவரின் ஆன்மா, தான் இருந்த உடல் தகனம் செய்யப்பட்டு எல்லா சடங்குகளும் முடியும் பதிமூன்றாம் நாள்வரை பூமியில் இருப்பதாக வேதகாலத்து மக்கள் நம்பினார்கள். அதன் பிறகு ஆன்மா புராண வைதிரிணி ஆற்றை கடந்து *பித்ருலோகத்திற்குச்* செல்லும். நேரம் மற்றும் இடத்தின் கட்டுப்பாடுகளுக்கு அப்பாற்பட்டது பித்ருலோகம். மூன்று தலைமுறை பித்ருக்கள் பித்ருலோகத்தில் இருந்தனர். அதற்கு முந்தைய தலைமுறையினர் மறுபிறவி எடுக்க பூமிக்கு திரும்புவார்கள் அல்லது *மோட்சத்தை அடைந்து மறுபிறப்பு சுழற்சியிலிருந்து விடுபடுவார்கள்.*

'நான் சீக்கிரமே அவனுடன் இருப்பேன்...'

சீதா முகத்தில் கேள்விக்குறி போன்ற பாவத்துடன் ராவணனது சக்கிர நாற்காலியைப்பார்த்தாள்.

'நான் நாளை சண்டையிடுவேன்,' என்றான் ராவணன் தெளிவு படுத்தும்விதமாக. 'என் வலது கால் காயமடைந்துள்ளது ஆனால் என்னால் நடக்க முடியும். என் மருத்துவர்கள் வலியுறுத்திய ஒரு முன்னெச்சரிக்கை நடவடிக்கை இது. என் கால்களுக்கு நலமடைய ஒரு வாய்ப்பு கிடைப்பதற்காக.'

சீதா தலையசைத்தாள். இன்னும் அமைதியாகவே இருந்தாள்.

'நீ சொன்னது சரி,' என்றான் ராவணன். 'உன் கணவன் அற்புதமான தளபதி.'

'ஆமாம்.'

'ஒரு நல்ல தலைவனும் கூட. நான்கு முற்றிலும் வேறுபட்ட போர் சேனைகளை இணைத்து ஒரு அணியாக உருவாக்கியுள்ளான்.'

'ம்ம்ம்.'

'என் மகன் இந்திரஜித் தன்னால் முடிந்த அளவில் சிறப்பாக முயற்சி செய்கிறான். அவன் எளிதில் சரணடையமாட்டான். அவனுக்கு ஒரு அற்புதமான எண்ணம் தோன்றியுள்ளது. பார்க்கலாம்...'

சீதா தலையசைத்தாள். 'பார்க்கலாம்...'

ராவணன் ஆழ்ந்த சுவாசம் ஒன்றை எடுத்தான். தன் சக்கிரநாற்காலியின் பக்கவாட்டில் இருந்த பைக்குள் கையை நுழைத்து கும்பகர்ணனின் மரண முகமூடி ஒன்றை வெளியே இழுத்தான். சீதா எழுந்துகொண்டு ராவணனிடமிருந்து அந்த முகமூடியை பெற்றுக்கொண்டாள். தன் இரு கைகளால். மரியாதையுடன்.

அவள் அந்த முகமூடியை உன்னிப்பாக பார்த்தாள். கும்பகர்ணனின் வாழ்வின் கடைசி தருணத்தை அது பதிவு

செய்திருந்தது. பின்பு ஒரு காலத்தில் பார்க்க உதவியாக. வலி பரவியிருக்கவில்லை. மகிழ்ச்சி தான் படர்ந்திருந்தது.

ஆன்மாவை புன்னகைக்கச் செய்யும் ஒரு மரணம் கிடைக்கும்முன் பல அவதாரங்கள் கடந்து போகும்.

'ஹனுமான்...' என்றான் ராவணன். 'அவன் அங்கிருந்தான்... இறுதி தருணத்தில்...கும்பாவுடன்...அவர்கள் இருவரும் பரஸ்பரம் என்ன சொல்லிக்கொண்டார்களோ-எனக்குத்தெரியாது ஆனால் என் சகோதரன் அமைதியாகவும் மகிழ்ச்சியாகவும் சென்றான்.'

மரண முகமூடிக்கு மரியாதையாக சீதா தன் தலையைக் குனிந்துகொண்டாள்.

'எங்கள் பிராமண குலத்தின் துணைப் பிரிவுகளில் தனித்துவம் வாய்ந்த சடங்குகள் இருக்கிறது,' என்றான் ராவணன்.

'ஆமாம், எனக்கு அதைப்பற்றித் தெரியும். கும்பகர்ணன்ஜி என்னிடம் சொல்லியிருந்தார்.'

'அந்த...' ராவணன் வார்த்தைகளுடன் போராடினான்.

சீதா காத்திருந்தாள். மௌனமாக.

'வைக்கோலினால் செய்யப்பட்ட கும்பகர்ணனின் உடல் தகனத்திற்கு தயாராக உள்ளது. அவனது சடலம் சிகிரியாவின் அரச மருத்துவமனையில் உள்ளது...உறைந்த நிலையில்.'

தான் என்ன செய்யவேண்டுமென்று சீதா அறிந்திருந்தாள். ஆனால் ராவணன் அதை சொல்வதற்காக காத்திருந்தாள்.

'என் உடலும் அதே போன்றுதான் கையாளப்படவேண்டுமென்று நான் அறிவுறுத்தியுள்ளேன்...இந்திரஜித் உயிர் வாழ்வான் என்ற நம்பிக்கை உள்ளது. ஆனால் அப்படி நடக்கவில்லையென்றால் அவன் உடலும்... நான் இறந்த பிறகு உடனே இந்திரஜித்தும் இறந்து விட்டால் நாங்கள் எல்லோரும் பிறந்த நிலத்திலேயே புதைக்கப்படுவதை உன்னால் உறுதி செய்யமுடியுமா? யமுனை ஆற்றின் அருகில் ஒரு கிராமம் அது. தொலைவில், வடக்கே. அதன் பெயர்...'

'சிநௌலி,' என்றாள் சீதா, ராவணனின் வாக்கியத்தை முடித்தபடி. 'எனக்குத்தெரியும். கும்பகர்ணன்ஜி என்னிடம் சொன்னார்.'

'என் மாமா மாரீசனும் கூட...அவர் நல்ல மனிதராக இருந்தார்... அவரது சடலமும் அரச மருத்துவமனையில் குளிர்சாதனத்தில் வைக்கப்பட்டுள்ளது. அவரது உடலும்...'

'நான் அதை உறுதி செய்வேன்.'

'நன்றி. மீதமுள்ள அரச குடும்பத்துடன் என்ன செய்யப்பட்டாலும் அதைப்பற்றி நான் கவலைப்படவில்லை.'

'நாங்கள் ராமின் பதாகைக்குக் கீழ் சண்டையிடுகிறோம். போரிடாதவர்களும் நன்றாக நடத்தப்படுவார்கள்.'

ராவணன் மென்மையாக சிரித்தான். 'மீதமுள்ள அரச குடும்பத்தை உங்கள் விருப்பப்படி நன்றாக நடத்தும் சுதந்திரம் உங்களுக்கு இருக்கிறது. ஆனால் அவர்களை நம்ப வேண்டாம். என் மனைவி மண்டோதரியைத்தவிர. அவள் கடுமையாகத் தோன்றுபவள் ஆனால் நல்ல பெண்மணி.'

சீதா தலையசைத்தாள்.

சரியாக அந்நேரம் மழை தூரத்துவங்கியது. வீரர்கள் விரைந்து வந்து ராவணனின் சக்கிர நாற்காலியின் பின்னால் இருந்த குழிக்குள் குடை ஒன்றை பொருத்தினார்கள். சீதாவிடமும் ஒரு குடையைக் கொடுத்தார்கள். அதன் பிறகு முன்பிருந்தது போலவே அமைதியாக மரவரிசைகளுக்கு பின்னால் நகர்ந்தார்கள்.

ராவணன் குடையை தன் இடது கையால் சாய்த்து முகத்தை மேலே திருப்பினான். மழைத்துளி அவன் முகத்தை நனைக்க அனுமதித்தான். தன் வலது கண்ணில் போடப்பட்டிருந்த துணிக்கட்டு நனையும் முன் குடையை மீண்டும் சரிசெய்து கீழே பார்த்தான்.

'நான் சீக்கிரமே அவளுடன் இருப்பேன்,' முகத்தை தடவிக்கொண்டே சொன்னான் ராவணன் லேசாக புன்னகைத்தபடி.

சீதாவும் புன்னகைத்தாள்.

போகவேண்டிய நேரம் அது. ஒரு கடைசி விஷயம் மீதமிருந்தது. ராவணன் ஆழமாக சுவாசித்து தன் தங்கச்சங்கிலியைத் தொட்டான். கொக்கியைத் தளர்த்தி தன் பதக்கத்தை கழற்றினான். வேதவதியின் விரல் எலும்புகளை கொண்டு செய்யப்பட்ட பதக்கம்.

'நீங்கள் என்ன செய்கிறீர்கள்?' மறுப்பது போல் சைகை செய்து தன் கைகளை உயர்த்தி சீதா கேட்டாள்.

ராவணன் சீதாவை உன்னிப்பாகப் பார்த்தான். தன் கைகளில் பதக்கத்தை பிடித்துக்கொண்டிருந்தான். 'உனக்கும் எனக்கும் இவை பெண் தெய்வத்தின் நினைவு சின்னங்கள். வேறு எவருக்கும் வெறும் எலும்புகள் மட்டுமே. நீ இதனை வைத்துக்கொள்ளவேண்டும்.'

'என்னிடம் ஏற்கனவே ஒன்று உள்ளது,' என்றாள் சீதா தன் தாயின் எலும்பினால் செய்யப்பட்ட பதக்கத்தை பிடித்துக்கொண்டே. அது அவள் கழுத்தில் கருப்புக் கயிறு ஒன்றில் தொங்கியது. 'உங்களுக்கு அதன் தேவை அதிகம்.'

'எப்படியும் நான் அவளிடம் செல்லவிருக்கிறேன்,' ராவணன் சிரித்தான்.

'அவளிடம் செல்ல வேண்டாம். அவளுடன் செல்லுங்கள்.'

ராவணன் புன்னகைத்தான்.

'நீங்கள் அந்தப் பகுதிக்கு கடந்து செல்லும் போது-'

ராவணன் சீதாவை குறுக்கிட்டான். 'நாளையாக இருக்கக்கூடும்.'

சீதா அந்த குறுக்கீட்டை புறக்கணித்தாள். 'நீங்கள் எப்போது மறுபக்கம் சென்றாலும் நீங்கள் அடக்கம் செய்யப்படும் சவப்பெட்டிக்குள் உங்களுடன் இந்த விரல் பதக்கம் இருப்பதை உறுதி செய்வது எனது தனிப்பட்ட பொறுப்பு.'

ஆழ்ந்த சுவாசம் எடுத்த ராவணனின் கண்கள் பனித்தன. கொஞ்சமாக.

'கண்ணீர் உடலுக்குள் குலைந்து போகலாம்,' என்றாள் சீதா. 'அதை வழிய விடுவதில் எந்த கண்ணியக்குறைவும் இல்லை.'

'எப்படியும் கண்ணீர் மழையில் மறைந்துவிடும்...' நன்றாக இருந்த தனது இடது விழியை ராவணன் புன்னகைத்தபடி துடைத்துக்கொண்டான். 'என் மரணத்துடன் என் சோகமும் கோபமும் இறந்துவிடும். நான் சுதந்திரமாக இருப்பேன். நான் குணமாகிவிடுவேன்.'

ராவணனின் தொப்புளில் இருந்த வலி குறைந்திருந்தது. மரணம் அளிக்கும் விடுதலை உதவியது.

'நினைவில் வைத்துக்கொள்ளும்போது நீங்கள் குணமடைகிறீர்கள், அந்த தருணங்களை மீண்டும் வாழும்போது அல்ல. ஏனென்றால் அதன் பிறகு நீங்கள் உள்ளத்திலிருந்து புன்னகைக்கலாம்...'

'ம்ம்ம். பிறகு நான் இதயத்திலிருந்து புன்னகைக்கலாம்...' ராவணன் மீண்டும் வேதவதியின் பதக்கத்தை தன் தங்கச்சங்கிலியில் கோர்த்துக்கொண்டான். 'எனக்கு செய்த சத்தியத்தை மறந்து விடாதே. நான் அடக்கம் செய்யப்படும் அறையில் எனக்கு அவள் உதவி வேண்டும்.'

'நான் மறக்கமாட்டேன்.'

'சரி, பிறகு, சொல்லப்பட வேறு எதுவுமில்லை,' என்றான் ராவணன்.

'விடைபெறுவதைத்தவிர...'

'விடைபெறுகிறேன் உன்னதமான இளவரசி. நீ எப்போதுமே எனக்கு ஒரு விஷ்ணுவாக இருப்பாய்.'

'விடைபெறுவோம், துணிவான அரசரே.'

'இன்னும் முடியவில்லை,' என்றான் அகம்பனா உறுதியாக. 'இளவரசர் இந்திரஜித்தால் நிலைமையை மாற்றமுடியும்.'

'பிறகு ஏன் எங்களை இங்கு சந்திக்க ஒப்புக்கொண்டாய்?' என்றார் நாரதர். 'பேசுவதற்கு எதுவும் இல்லை.'

விபீஷணன் மற்றும் நாரதர் அயோத்திய போர் முகாமிற்கு வெகு தொலைவில் சிகிரியாவின் நகர எல்லைக்கு வெளியே தென் பகுதிக்கு கள்ளத்தனமாக வெளியேறி இருந்தார்கள். மதில்களுக்கு இடையே இருந்த சிறிய ரகசிய சுரங்கப்பாதை வழியாக அகம்பனா அவர்களை அங்கு சேர்ந்து கொண்டிருந்தான்; அமைதியான நேரத்தில் நகர வாயிலில் சுங்கவரியைத்தவிர்க்க கடத்தல்காரர்கள் அந்த சுரங்கப்பாதையை வழக்கமாக பயன்படுத்தினார்கள். மூவரும் வெளிப்புறச் சுவர்களை சுற்றியிருந்த திறந்தவெளி நிலத்தில், காட்டு மரவரிசைக்குள் துருவித்துருவி பார்க்கும் கண்களிடமிருந்து தொலைவில் சந்தித்திருந்தனர். துருவிப்பார்க்கும் கண்கள் இருந்தாலும் அவர்களால் குறைவாகவே பார்க்கமுடியுமென்பதை நிலவில்லாத இரவு உறுதி செய்தது.

'அப்படியென்றால் நான் செல்லவேண்டும்,' என்றான் எப்போதுமே பதட்டமாக இருந்த அகம்பனா.

'அமைதியாக இரு நண்பா,' என்றான் விபீஷணன், கைகளை நீட்டி அகம்பனாவின் தோள்களைப்பற்றி.

நாரதர் பக்கம் பார்த்து கடுமையாக நிந்திப்பது போன்ற பார்வையை வீசினான். தெளிவாக அவரை கண்டிப்பதாக. அப்படியொரு தோற்றமளிக்கத்தான். இருவரில் ஒருவர் கெட்டவராகவும் மற்றவர் நல்லவராகவும் தங்களை காட்டிக்கொள்வது போன்ற பாரம்பரிய விளையாட்டை விளையாடிக்கொண்டிருந்தனர். பதட்டமான அகம்பனாவை லாவகமாக பேசி இதற்குள் வசப்படுத்தவேண்டியதாக இருந்தது.

'உங்களுக்கு என்ன வேண்டும் விபீஷணன்?' என்று கேட்டான் அகம்பனா.

'எங்களுக்கு என்ன வேண்டுமென்பதை புரிந்துகொள்ளும் அளவிற்கு நீ புத்திசாலி,' என்றான் விபீஷணன். 'நான் அதனை சொல்லவேண்டியதில்லை.'

'விமானத்தை செலுத்த மறுத்தால் நான் கொல்லப்படுவேன்.'

'விமானத்தை செலுத்த வேண்டாம் என்று நாங்கள் சொல்லவில்லை.'

அகம்பனா முகம் சுளித்தான். பிறகு அவர்கள் என்ன திட்டமிடுகிறார்கள் என்று புரிந்தவுடன் அவன் கண்கள் அகலமாக விரிந்தன. 'உங்களுக்கென்ன பைத்தியமா? அது சாத்தியமற்றது.'

இலங்கைப் போர் 429

'எது சாத்தியம் எது சாத்தியமில்லை என்பதைப்பற்றி நீ கவலைப்படாதே,' என்றார் நாரதர். 'அதனை எங்களிடம் விட்டுவிடு. நீ எங்களுடன் ஒத்துழைக்கப்போகிறாயா இல்லையா?'

'நீங்கள் வெல்ல வழியே இல்லை. புஷ்பக விமானம் எவ்வளவு வேகமாக பறக்கும் என்று உங்களுக்குத்தெரியுமா? அதனை வீழ்த்துவது சாத்தியமே இல்லை-'

'அப்போது உனக்கு அது நல்லது,' குறுக்கிட்டார் நாரதர். 'அயோத்தியர்களை வெல்ல இந்திரஜித்திற்கு உதவிய வீரனாக நீ ஆவாய். அதற்கான வெகுமதிகள் சிறப்பாக இருக்கும்.'

அகம்பனா ஒன்றும் சொல்லவில்லை ஆனால் அவன் முடிவு செய்யவில்லை என்பது அவன் முகத்தில் தெளிவாகத்தெரிந்தது.

விபீஷணன் கூறினான், 'என் தோழனே, நீ எந்த ஆபத்தையும் எதிர்கொள்ளவில்லை. போரிடும் இரண்டு தரப்புகளுக்கிடையே மாட்டிக்கொண்டிருக்கும் ஒருவருக்கு கொடுக்கப்பட்ட சிறந்த சலுகை உன்னிடம் உள்ளது. நீ இரண்டு பக்கங்களிலும் விளையாடலாம். எந்தப்பக்கம் வெற்றி பெற்றாலும் நீதான் கதாநாயகன்.'

'ஆனால் இது சாத்தியமில்லை, நான் உங்களிடம் சொல்லிவிடுகிறேன்,' என்றான் அகம்பனா. 'விமானம் மிகவும் வேகமாக பறக்கும். கதவும் சிறியது. இளவரசர் இந்திரஜித்தின் உறுதியான கவசத்தால் அம்புகள் பயனற்றதாக இருக்கும். அது...'

'அதனை எங்களிடம் விட்டுவிடு நண்பா,' குறுக்கிட்டான் விபீஷணன், தான் பிடித்திருந்த வரைபடத்தில் ஒரு இடத்தைச் சுட்டிக்காட்டி. 'இந்த இடத்தில் மரவரிசைக்கு அருகில் விமானத்தை செலுத்து. கதவு காட்டை நோக்கியபடி. ஒரு முறை செய். ஒரே முறை.'

அகம்பனா அமைதியாக இருந்தான். வரைபடத்தை முறைத்துப்பார்த்துக்கொண்டிருந்தான். தலையை அசைத்தபடி.

'அகம்பனா?' விபீஷணன் கேட்டான்.

அகம்பனா விபீஷணன் மற்றும் நாரதரைப்பார்த்தான். 'இது சாத்தியமற்றது. எவராலும் அவ்வளவு தொலைவில் ஈட்டியை மிகச்சரியாக ஏறிய முடியாது. உங்களால் தொலைவை அடைய முடியும் அல்லது துல்லியமாக செயல்பட முடியம். ஏதேனும் ஒன்று தான் முடியும். உங்களால் இரண்டையும் செய்ய முடியாது.'

'ஈட்டி எறியும் பாடத்திற்கு நன்றி,' என்றார் நாரதர். 'இப்போது இதை நாம் செய்யப்போகிறோமா இல்லையா?'

'அகம்பனா,' என்றான் விபீஷணன். அவன் குரல் மென்மையாகவும் அமைதியாகவும் இருந்தது. 'புஷ்பக விமானம்

இருந்தும் கூட, தவிர்க்கமுடியாததை இளவரசர் இந்திரஜித்தால் தாமதிக்க மட்டும்தான் முடியுமென்று நீ அறிவாய். எங்களிடம் யானைகள் உள்ளன, இலங்கையிடமில்லை. எங்களிடம் பெரிய குதிரைப்படை உள்ளது. இலங்கையிடம் இனி அதில்லை. மேலும் இலங்கையை விட எங்களிடம் அதிக காலாட்படை உள்ளது. நாங்கள் வெற்றிபெறுவோம். அது நடக்கும் நேரம் மட்டுமே உறுதியானதில்லை. போர் முடிந்தவுடன் நான் இலங்கையின் அரசனாவேன். ஆகுமா என்பது கேள்வியில்லை, எப்பொழுது அது நடக்கும் என்பது மட்டுமே. இலங்கையின் நஷ்டத்தை குறைப்பது மட்டுமே கருத்தில் கொள்ளப்படவேண்டிய விஷயம். அது உனக்குத் தெரியும். இப்போது எங்களுக்கு ஆதரவு கொடு, எங்களுக்காக நீ என்ன செய்தாய் என்பதை நான் நினைவில் வைத்துக்கொள்வேன்.'

'அப்போது உன் முடிவு என்னவாக இருக்கும் அகம்பனா?' நாரதர் கேட்டார்.

அகம்பனா சுருக்கமாக தலையை அசைத்தான். பிறகு திரும்பி ஓடினான். வேகமாக. சிகிரியாவின் வெளிப்புறச் சுவற்றை நோக்கி.

அத்தியாயம் 36

இந்திரஜித் பொறுமையாக காத்திருந்தான். தரையில் அமர்ந்திருந்தான். அவன் தன் தாயை அறிந்திருந்தான். தியானத்தின் போது அவள் தொந்திரவு செய்யப்படக்கூடாது. எப்போதுமே.

மண்டோதரி மரம் மற்றும் கற்களால் செய்யப்பட்ட தன் சாதாரண குடிசையின் வெளியே பத்மாசனத்தில் அமர்ந்திருந்தாள். துறவிக்கான வீடு. ராவணனின் செழிப்பான அரண்மனை வளாகம் இருந்த ஒற்றைக்கல் சிற்பமான சிங்கப்பாறையிலிருந்து குறைந்த தொலைவில் அது இருந்தது. கடுமையான இலங்கை வீரர்களால் காக்கப்பட்ட சிங்கப்பாறையை சூழ்ந்திருந்த தோட்டவளாகத்தினுள் இருந்தது அது. பாதுகாப்பு தேவைகளுக்காக தான் செய்து கொண்ட சிறிய சமரசத்தைத் தவிர மண்டோதரி தன் வாழ்க்கைமுறையில் வேறு எந்த சமரசம் செய்வதையும் மறுத்துவிட்டிருந்தாள். குற்றம் மற்றும் களவினால் ஈட்டிய பணத்தைக் கொண்டு ஆடம்பர வாழ்க்கை வாழ்வதை அவள் உறுதியாக மறுத்திருந்தாள். அதர்மத்தின் மூலமாக.

அவள் தெளிவாக இருந்தாள்: என் கணவனின் குற்றம் நிறைந்த வாழ்வினால் எனக்கு ஒரு ஆடம்பர வாழ்க்கை கொடுக்கப்பட்டதென்றால் நானும் அவனது குற்றத்தில் பங்குதாரர் ஆகிவிடுகிறேன். மரம் நச்சுத்தன்மை கொண்டதென்றால் அதன் பழங்களும் நஞ்சாகத்தான் இருக்கும். சாதரணமான பழமொழி.

ஆனால் தெளிவான உள்மனது கொண்ட மண்டோதரி போன்ற பெண்ணால்தான் அதனை வழக்கத்தில் கடைபிடிக்க முடிந்தது.

அவள் எளிமையான காவி நிற பருத்தி வேட்டியும், மேலாடையும் அங்கவஸ்திரமும் அணிந்திருந்தாள். காவி சன்யாசிகளின் நிறம். உலக வாழ்க்கையிலிருந்து தங்களை பிரித்துக்கொண்ட துறவறம் பூண்ட பெண் சன்யாசிகள் அணிவது. சராசரி உயரத்துடன், மாநிறத்தவளாகவும் சற்றே அதிக எடையுடன் இருந்த பெண் அவள். நேரான அவளது பழுப்பு நிறத் தலைமுடி நன்கு சீவப்பட்டு கெட்டியான பின்னலாக கட்டப்பட்டிருந்தது. தானே தன் இருப்பிடத்தை பராமரிக்க விரும்பி, பணியாட்கள் வேண்டாம் என்று மறுத்துவிட்டதால் கடுமையாக உழைத்து சுரசுரப்பாக இருந்த அவளது கை விரல் நகங்கள் சிறியதாக வெட்டப்பட்டிருந்தன. மென்மையான புன்னகை ஒன்று எப்போதுமே அவள் முகத்தில் விளையாடியது, தர்மத்தின் வழி அவள் வாழ்க்கையை நடத்துவதை சுட்டிக்காட்டியது. திடமான உறுதியுடன் விளங்கிய அவள் குணத்தை அவளது உடல் தோற்றம் வெளிப்படுத்தவில்லை. அவள் கண்களைத்தவிர. அவளது கருமையான, திடமான உறுதி கொண்ட வசப்படுத்தும் கண்கள் வளைந்துகொடுக்காத நேர்மையான ஆன்மா அவள் என்பதை வெளிப்படுத்தின.

அவள் கண்கள் இப்போது மூடியிருந்தன.

தன் தாயுடனான உரையாடல் ஒன்றை இந்திரஜித் நினைவுகூர்ந்தான். அந்நேரத்தில் அவன் வயது பதினாறு.

'அடிப்படையில் வாழ்க்கை மிகவும் எளிமையானது என் மகனே,' மண்டோதரி கூறியிருந்தாள். 'எளிமையான உண்மையை தவிர்ப்பதற்காக நாம் அதனைச் சுற்றி சிக்கலான மற்றும் அபத்தமான விஷயங்களை புனைகிறோம். உண்மை நமக்கு தொல்லை கொடுப்பதால் இருக்கலாம். உண்மை நம்மை சோகமடையச் செய்வதால் இருக்கலாம். அதனால் பொய்யாக வாழ்ந்து நாம் நம் வாழ்க்கையை விரயம் செய்கிறோம்.'

இந்திரஜித் ஒன்றும் சொல்லாமல் இருந்திருந்தான். மௌனமாக கேட்டுக்கொண்டிருந்தான். கன்னித்தெய்வம் வேதவதி பற்றி சமீபத்தில் தான் கேள்விப்பட்டிருந்தான்; அவன் அப்பாவின் வாழ்வின் காதல் விருப்பம், தெளிவாக. எப்படியோ, அவனது பார்வையில் அவன் தந்தையை அது மீட்டிருந்தது. ஒழுக்கக்கேடான மற்றும் ஆடம்பர வாழ்க்கை வாழ்ந்த அவன் தந்தையை அவன் அதுவரை வெறுத்திருந்தான்.

அவன் தாய்க்கு ஏற்கனவே வேதவதி பற்றித்தெரியும் என்று அறிந்து அதிர்ச்சியடைந்தான்.

'உன் தந்தைக்குள் ஏதோ நல்லது இருக்கிறது என்ற ஆசையான நம்பிக்கையில் நீ வாழ்ந்துகொண்டிருக்கிறாய்.உன் சித்தப்பா கும்பகர்ணன் செய்வது போல. பொய்யாக வாழ்ந்து தன் வாழ்க்கையை வீணடிக்கும் உன் சித்தப்பா நல்ல மனிதன். உன் தந்தை எப்போதாவது நல்ல மனிதனாக இருந்திருக்கக்கூடுமென்ற பொய். பித்ருலோகத்தில் இல்லாமல் நம்முடன் இங்கு இலங்கையில் அந்த கன்யாகுமாரி வாழ்ந்திருந்தால் உன் தந்தை வேறு விதமாக இருந்திருப்பார் என்று நீ நினைக்கிறாயா?'

இந்திரஜித் தலை அசைத்தான். 'அவர் இன்னமும் சிறந்த மனிதராக இருந்திருக்கக்கூடும் என்று நினைக்கிறேன் தாயே.'

'இல்லை,' மண்டோதரி பதிலளித்திருந்தாள். 'அது மிருகத்தின் இயற்கை. உன் தந்தை சிறிது காலம் ஒழுங்கான நடத்தையுடன் இருந்திருக்கலாம். சிறிது காலம்... கன்யாகுமாரியை மகிழ்விக்க. ஆனால் அவரது உள்ளார்ந்த இயற்கை குணம் கடைசியில் நிலைத்திருக்கும். ராவணனால் ஏமாற்றம் அடையும்முன் இறந்தது கன்யாகுமாரி வேதவதிஜியின் அதிர்ஷ்டம். இல்லையென்றால் ஏமாற்றம் தவிர்க்கமுடியாததாகியிருக்கும். ஒரு மிருகத்தின் உண்மையான இயற்கை குணம் இறுதியில் எப்போதுமே நிலவும்.'

இந்திரஜித் அசௌகரியமாக உணர்ந்தான். நல்ல ஒரு மகன் போல் தன் தந்தையை நேசிக்க விரும்பியிருந்தான், அதற்கு எந்த காரணமும் அவன் தந்தை கொடுக்காவிட்டாலும்.கொடூரமான சுயநலம் கொண்ட ஒழுக்கமற்ற கள்ளன் என்பதைத்தாண்டி தன் தந்தையிடம் ஒரு குணம் உள்ளது என்று அவனுக்கு உணர்த்திய ஒன்றை, ஆசையான ஒரு நம்பிக்கையை பற்றிக்கொண்டிருந்தான். அச்சுறுத்தும் புத்திக்கூர்மையும் அசாதாரண திறனும் கொண்ட திறமை வாய்ந்த கடல் கொள்ளைக்காரன். எப்படியிருந்தாலும் கடல்கொள்ளையன்தான்.'

'என் மகனே,' மண்டோதரி தொடர்ந்திருந்தாள், 'வலிமை ஒருவரை கெடுக்கும் மற்றும் கட்டுக்கடங்காத வலிமை அறுதியாகவே கெடுக்கும் என்று சொல்லப்படுகிறது. அது அவ்வளவு எளிமையானதல்ல. சக்தி கெடுக்காது, அது திரையை நீக்க மட்டுமே செய்யும். மனிதனின் குணம் மறைந்தபடியே இருக்கிறது. சக்தியுள்ளவராக இருந்தாலும் இல்லாவிட்டாலும். வலு அவற்றை எல்லாம் அப்படியே வெளியே கொண்டுவந்துவிடும். ஏன்? ஏனென்றால் சக்திவாய்ந்த ஒருவன் தவறு செய்தாலும் தப்பித்துவிடுவோமென்று நினைக்கிறான். நீயும் ஒரு நாள் அரசனாவாய். பொருட்கள் எப்படி உள்ளதோ, அதன் அகோரமான உண்மை வடிவில்தான் ஒரு மன்னன் அவற்றை பார்க்கவேண்டும், தான் எப்படி அவை இருக்கவேண்டும் என்று விரும்புகிறானோ

அப்படிப்பார்க்கக்கூடாது. பல்கலைக்கழகங்களில் இருக்கும் மூடர்களுக்கு அது போன்ற மாயை விடப்படவேண்டும்; காற்றில் அவர்கள் கோட்பாடுகளை உருவாக்கிக்கொள்ளட்டும். அரசர்களும், நிர்வாகிகளும் நிஜமான உலகத்தில் வாழ்வது அவசியம். தங்கள் பணிகளை அவர்கள் உண்மையாக நிறைவேற்ற அதுதான் ஒரே வழி. பல முட்டாள்தனமான பழமொழிகளும் தவறுகளும் இந்த உலகத்தில் வலம் வருகின்றன. 'அடிப்படையில் எல்லோரும் நல்லவர்களே' அல்லது 'மதங்கள் அனைத்தும் ஒன்றுதான் அவை வெறுப்பை போதிப்பதில்லை' அல்லது 'எல்லா கலாச்சாரமும் மதிக்கத்தக்கவையே' என்பது போன்றவை. உண்மை அருவருப்பானது. எல்லா மக்களும் அடிப்படையில் நல்லவர்கள் இல்லை. சிலர் நல்லவர்கள், சிலர் நிஜமாகவே மோசமானவர்கள். எல்லா மதங்களும் ஒன்றல்ல, சில வெறுப்பை போதிக்கின்றன. அவர்களது புனித நூல்களைப் படி. ஒப்பீட்டளவில் சில கலாச்சாரங்கள் மற்றவற்றை விட சிறந்தவை. அதுதான் நிதர்சனம். அபத்தத்தை நீக்கி எளிமையான உண்மையைக் காணும் துணிவை வளர்த்துக்கொள். வாழ்க்கை சிக்கலானதல்ல என்பதை நினைவில் வைத்துக்கொள். அது எளிமையானது. நமக்கு தொல்லை கொடுக்கும் எளிமையான உண்மைகளை பார்க்கத்தவறி நாம் அதனை சிக்கலானதாக ஆக்கிவிடுகிறோம். இல்லையா?'

'ஆமாம், தாயே.'

'மேலும் உன்னைப்பற்றிய மற்றும் உன் தந்தையைப்பற்றிய உண்மையை நீ புரிந்துகொள்ள வேண்டும். நீ வளர்ந்த பின் ஒரு போர் வீரனாக இருப்பாய். பல விஷயங்களில் நீ ஏற்கனவே போர் வீரனாக ஆகிவிட்டாய்.'

'ஆமாம் தாயே.'

'போர் வீரர்கள் மிக அதிகமாக ஆண் வர்க்கத்தின் குணங்கள் கொண்டவர்கள். அவர்களுள் ஆண்மையின் பெருமையும் அதன் பயங்கரமும் இருக்கும். சிலர் பலவீனமானவர்களை பாதுகாக்க உயிர் தியாகம் செய்ய விருப்பத்துடன் முன்வருபவர்கள். மற்றவர்கள் தாங்கள் விரும்பியவற்றை அடைய கொலை மற்றும் கொள்ளையடிக்க விரும்புபவர்கள். நாம்-சாதாரண மக்கள்-நம்மால் வீரர்களுடன் நல்ல உறவுமுறை வைத்துக்கொள்ள முடியாது. ஒன்று, அவர்களை அளவிற்கு அதிகமாக போற்றி ரசிப்போம் அல்லது அவர்கள் உயிருடன் இருப்பதைப் பார்த்து சகித்துக்கொள்ள முடியாத அளவில் அவர்களை வெறுப்போம். அந்த வீரர்கள் கடவுளர் என்று வழிபடுவோம் அல்லது பிசாசுகள் என்று வெறுப்போம். இடைப்பட்ட எண்ண ஓட்டமே இல்லை.'

இந்திரஜித் மௌனமாக இருந்தான்.

'நீ ஒரு கடவுளாக இருப்பாய், என் மகனே. நீ உன் தந்தையைப் போன்று இருக்கமாட்டாய். மற்றவர்கள் போற்றும்படி நீ நடந்துகொள்வாய்.'

'ஆமாம் தாயே.' என்றான் இந்திரஜித். உரத்த குரலில்.

மண்டோதரி தன் கண்களைத்திறந்தாள். தன் மகனைக்கண்டு புன்னகைத்தாள். 'நீ எப்போது வந்தாய், என் குழந்தை? வெகு நேரமாக காத்துக்கொண்டிருக்கிறாயா?'

இந்திரஜித் தன் தலையை இல்லையென்பது போல் ஆட்டினான். 'வெகு நேரமில்லை தாயே.'

மண்டோதரி இந்திரஜித்தின் கையை மென்மையாக தட்டிக்கொடுத்தாள்.

'தாயே, கும்பகர்ணன் சித்தப்பா...'

'எனக்குத்தெரியும். நான் அவனுக்காக பிரார்த்தனை செய்துகொண்டிருந்தேன்...' என்றாள் மண்டோதரி. 'அவன் ஒரு நல்ல மனிதனாக இருந்தான். தர்மத்தின் வழி நடப்பவனாக. அடுத்த முறை எளிமையான வாழ்க்கையைக் கொடுத்து அவனை ஆசீர்வதிக்க வேண்டுமென்று நான் தர்மசக்கிரத்திடம் பிரார்த்தனை செய்தேன். அவன் அதற்கு தகுதியானவன்.'

இந்திரஜித் ஆமோதித்தான். 'அதோடு...'

'ஆமாம், நான் உன் மாமா தாத்தா மாரீசனுக்காகவும் பிரார்த்தனை செய்தேன். அவர் இந்த குடும்பத்திற்கு விசுவாசமாக இருந்தார். எப்போதுமே. உனது தந்தை மற்றும் சித்தப்பா கும்பகர்ணனின் உயிரை பலமுறை காத்துள்ளார். *ஓம் சாந்தி!*'

வேத காலத்தில் வாழ்ந்த இந்தியர்கள் உடலை விட்டுப்பிரியும் ஆன்மாவை இரண்டு வார்த்தைகளால் ஒப்புக்கொண்டனர்: *ஓம் சாந்தி*. அதன்படி பிரிந்த ஆன்மாவிற்கு அமைதியும் ஏன் மோட்சமும் கூட கிடைக்கவேண்டும் என்று நம்பிக்கையுடன் பிரார்த்தனை செய்தார்கள்.

'*ஓம் சாந்தி*,' இந்திரஜித்தும் கூறினான்.

மண்டோதரி அமைதியாக தன் மகன் எதைப்பற்றி பேச விரும்பினானோ அதனை சொல்வதற்காக அமைதியாக காத்திருந்தாள்.

'தாயே,'

மண்டோதரி காத்திருந்தாள்.

'நாளை கடினமான நாள். பெரும்பாலான தளபதிகளை நாம் இன்று இழந்துவிட்டோம். நடைமுறையில், நம் முழு குதிரைப்படை. பாதிக்கும்மேல் காலாட்படை. ஏறத்தாழ நம் சேனை நிரந்திரமாக உடைந்துவிட்டது என்று நினைக்கிறேன்.'

இந்திரஜித் தன் கேள்விக்கு வரும் வரை மண்டோதரி காத்திருப்பதை தொடர்ந்தாள்.

'நாளை நான் வழக்கத்திற்கு மாறான ஒன்றை முயற்சி செய்ய இருக்கிறேன்,' என்றான் இந்திரஜித். 'நான் வெற்றி பெறுவேனா என்று எனக்குத்தெரியாது.'

'புஷ்பக விமானமா?'

'ஆமாம்.'

'உன்னால் ஜெயிக்க முடியுமென்று நினைக்கிறேன்.'

'நிஜமாகவா?!' இந்திரஜித் ஆச்சரியப்பட்டான்.

'இந்தப்போரில் வெல்வது என்றால் என்னவென்று நீ நினைக்கிறாய்?'

'அயோத்தியர்களைத் தோற்கடிப்பது.'

மண்டோதரி அமைதியாக இருந்தாள். ஆனால் அது சாத்தியமில்லையென்று அவள் கண்களில் தெளிவாகத் தெரிந்தது.

'வெற்றி என்று நீ எதனை அழைப்பாய்?' என்றான் இந்திரஜித்.

'அமைதி.'

'அயோத்தியர்கள் ஏன் அமைதிக்கான வாய்ப்பை நமக்கு கொடுப்பார்கள்? நம்மை விட அதிக பலம் பொருந்தியவர்கள் அவர்கள்.'

'ராஜா ராம் தருவார்... உன் தந்தை இறந்தவுடன்.'

'தாயே...' தன் தாய் தன் தந்தையை வெறுப்பதை இந்திரஜித் அறிந்திருந்தான். ஆனால், போருக்கு நடுவில் அவரது மரணம் பற்றி இப்படி சர்வ சாதாரணமாகப் பேசுவது...

'நான் உன்னிடம் உண்மையை மட்டும்தான் பேசுகிறேன், என் குழந்தை.'

இந்திரஜித் பதிலளிக்கவில்லை.

'உன் தந்தை இறந்தவுடன் நீ மட்டும்தான் மீதமிருப்பாய். அப்போது அமைதியாகச் செல்லலாம் என்று ராஜா ராமிடம் கூறு. அவர் ஒப்புக்கொள்வார்.'

'ஏன் அப்படிச்செய்வார்?'

'நாம் இரண்டு வகையான வீரர்களைக் குறித்து பேசினோம் நினைவிருக்கிறதா? பல வருடங்கள் முன்பு?'

'ஆமாம், தாயே. கடவுள் தன்மைகொண்ட போர் வீரர் மற்றும் பேய்களின் தன்மை கொண்ட போர் வீரர்.'

'ஆமாம். கடவுள் தன்மைகொண்ட போர் வீரர்கள் விலைமதிப்பற்ற பொருளை பாதுகாக்க சண்டையிடுவார்கள்.

பேய்களின் தன்மை கொண்ட போர் வீரர்கள் விலைமதிப்பற்ற பொருளை கொள்ளையடிக்க சண்டையிடுவார்கள். நீ கடவுள் தன்மைகொண்ட போர் வீரன். நான் கேள்விப்பட்டதிலிருந்து ராஜா ராமும் அப்படித்தான். இலங்கைக்கு அவரிடமிருந்து கற்பதற்கு நிறைய உள்ளது. உதாரணமாக, அவர்களது வணிகர்களை எப்படி அழிக்கக்கூடாதென்பதற்கு; சப்த சிந்து ராஜாக்கள் செய்தது போல் வணிக சமூகத்தை அழிப்பது அனைவருக்கும் வறுமையை மட்டுமே உறுதி செய்யும். உன் தந்தையின் மறைவிற்குப்பிறகு ராஜா ராம் அமைதியை ஏற்றுக்கொள்வார். என்னை நம்பு.'

'ஆனால் தாயே, என்னிடம் இருப்பது...'

'ஆனால் வலுவான நிலையிலிருந்து அமைதியைப் பெற வேண்டும் இந்திரஜித்,' குறுக்கிட்டாள் மண்டோதரி. 'பலவீனத்திலிருந்து இல்லை. இலங்கையர்கள் இன்று நிறைய இழந்துள்ளார்கள். உன் புஷ்பக விமானம் கொண்டு அயோத்திய தரப்பிற்கு நீ நஷ்டங்கள் உண்டாக்கலாம். நாளை உன் தந்தை இறந்து போவார் என்றும் நம்பலாம். அவர் உயிருடன் இருக்கும் வரை அமைதி சாத்தியமில்லை.'

'தாயே...' இந்திரஜித்தின் கண்கள் அவள் பேசியதை ஒப்புக்கொள்ளவில்லையென்று தெரிவித்தன.

'நமது நிலத்திற்கு எது நல்லதோ அது பற்றி மட்டுமே சிந்திக்கிறேன், உன் தந்தைக்கு எது நல்லது என்பது பற்றியில்லை. தேசம் மட்டுமே முக்கியமானது இந்திரஜித். தேசம் மட்டும்தான் *விலைமதிப்பற்றது. தேஷ் சர்வோபரி.*

இந்திரஜித் ஒன்றும் சொல்லவில்லை.

'அதோடு, நாளை அவர்களது காலாட்படை வீரர்களை கொல்லும் முயற்சியில் நேரத்தை வீணடிக்கவேண்டாம்,' மண்டோதரி தொடர்ந்தாள். 'புஷ்பக விமானத்தின் குறுகிய கதவின் வழியாக அம்புகள் எய்தி, ஈட்டிகளை எறிந்து அவ்வளவு பேரைக் கொல்ல முடியாது.'

'பிறகு நான் என்ன செய்யவேண்டும்?'

'அவர்களது முக்கியமான பலத்தின் பின்னால் போ.'

'அவர்களது யானைகள்?' இந்திரஜித் ஆச்சரியத்துடன் கேட்டான்.

'ஆமாம்.'

'கவசம் அணிந்த யானைகளை ஈட்டிகள் மற்றும் அம்புகள் கொண்டு நான் என்ன செய்வேன்? அதைக்கொண்டு போதுமான சேதம் விளைவிக்கமுடியாது.'

'கண்டிப்பாக யானைகளுக்கு பாதகமாக அதிகம் ஒன்றும் செய்யமுடியாது,' என்றாள் மண்டோதரி. 'ஆனால் அந்த

யானைகளை கட்டுப்படுத்துபவர்களுக்கு உன்னால் நிறைய பாதகம் செய்யமுடியும்.'

அந்த எண்ணத்தின் எளிமையான அற்புதத்தைப் பார்த்து இந்திரஜித் புன்னகைத்தான்.

'நான் எப்போதுமே வியந்திருக்கிறேன், தாயே,' என்றான் இந்திரஜித். 'எல்லாவற்றைப்பற்றியும் உங்களுக்கு எப்படி இவ்வளவு தெரியுமென்று? போர்க்கலை உள்பட?'

மண்டோதரி புன்னகைத்தாள். 'வாழ்வது எப்படியென்பதை கற்பது பற்றியது தான் வாழ்க்கை என் மகனே. நமக்கு மேற்கே தொலைவில் வாழ்ந்து வந்த சிறந்த புத்திகூர்மை உடைய செனெகா ஒரு முறை கூறியுள்ளார், *'வாழும் வரை எப்படி வாழ்வது என்பதை கற்றுக்கொண்டே இரு'* என்றாள்.

இந்திரஜித் புன்னகைத்தான். 'நமது தாய்மண்ணின் நலனிற்கும் மற்றவர்களின் நலனிற்கும் நீங்கள் இன்னமும் என்ன செய்யப்போகிறீர்கள் என்பது கடவுளுக்கு மட்டும்தான் தெரியும், தாயே.'

மண்டோதரி முன்னால் சாய்ந்து தன் மகனின் நெற்றியில் முத்தமிட்டாள். 'நான் நடிக்கவிரும்பும் பாத்திரம் ஒன்று தான் என் குழந்தை. அது பெருமைமிக்கத் தாய் என்பது தான். அற்புதமான மனிதனின் பெருமைமிக்கத் தாய்.'

'வலிக்கின்றதா?' சத்ருக்னன் கேட்டான்.

லக்ஷ்மன் மற்றும் சத்ருக்னன் அவனது கூடாரத்தின் வெளியே உட்கார்ந்து கொண்டிருந்தார்கள். அவர்கள் ஒன்றாக சாப்பிட்டுக்கொண்டிருந்தார்கள். லக்ஷ்மனின் சுளுக்கிய தோள்பட்டையை மஹாநாராயணன் மற்றும் அஸ்வகந்தா எண்ணெயினால் முகாமின் மருத்துவர் உருவி விட்டிருந்தார். பிறகு அதனை கெட்டியான துணியால் இறுக சுற்றிவிட்டார்.

'இல்லை,' பதிலளித்தான் லக்ஷ்மன். 'வலிக்கவில்லை.நேற்று மதியம் செய்த பயிற்சியில் லேசாக சுளுக்கிக்கொண்டிருக்கிறது. நாளை அது வலுவாக இருக்கவேண்டுமென்று நான் விரும்புகிறேன்.'

'ம்ம்ம்...நாளை போர் முடியுமென்று நீ நினைக்கிறாயா?'

'பார்க்கலாம்...முடிந்தால் நான் ஆச்சரியப்படுவேன். இலங்கையர்கள் அவ்வளவு சுலபமாக சரணடையமாட்டார்கள். அண்ணாக்கள் எங்கே?'

'இருவரும் நகரச் சுவர் வரை சென்றிருக்கிறார்கள். ஏதோ போர் தந்திரம் குறித்து என்று நான் ஊகிக்கிறேன்.'

'புஷ்பக விமானத்தை கட்டுப்படுத்த முடிந்தால் நாளை போர் முடியுமென்று நினைக்கிறேன்,' என்றான் ராம்.

'நான் ஒப்புக்கொள்கிறேன்,' என்றான் பரதன். 'அவர்களிடம் வேறு எந்த வழியுமில்லை.'

'லக்ஷ்மனோ அல்லது நீயோ அவனை பிடிக்கவேண்டும்.'

'நாங்கள் செய்வோம் அண்ணா.'

'நாளை நம் யானைகளை எதிர்கொள்ள அதிக தயாராக இருப்பார்கள்,' என்றான் ராம். 'நம் யானைகளுக்கு விரைவாக சில கூடுதல் கவசங்களை தயாரித்திருக்கிறான் சத்ருக்னன்.'

'நான் அதனைப்பார்துள்ளேன். இந்த கூடுதல் கவசங்களால் நம் யானைகள் அனைத்தும் மூடப்படுவதை உறுதிசெய்யுமாறு ஹனுமான் மற்றும் அங்கத்திடம் கோரியுள்ளேன்."

ம்ம்ம்...'

'இரவு உணவை சாப்பிட கால தாமதம் ஆவதற்கு இது காரணம் ஆகாது அண்ணா,' என்றான் பரதன். 'என்னை ஏன் இங்கு அழைத்தீர்கள்?'

'நாளை போர் முடியுமென்றால்,எப்படி அமைதி காப்போம் என்பதில் நாம் தெளிவாக இருக்கவேண்டியது அவசியம். குறிப்பாக நம் சேனை எப்படி நகரத்திற்குள் நுழையும் என்பது பற்றி. ஒரு கொள்ளை அல்லது நோக்கமற்ற கொலை சம்பவம் ஒன்று கூட நடைபெறுவதை நாம் அனுமதிக்கக்கூடாது.'

'நான் ஒப்புக்கொள்கிறேன். ஏனென்றால் வருங்காலப் போர்களில் இலங்கை நமக்கு ஒரு கூட்டணியாக தேவைப்படலாம்.'

'மிகவும் சரி.'

'அப்போது உங்கள் திட்டம்தான் என்ன?' என்று கேட்டான் பரதன்.

அத்தியாயம் 37

சிகிரியா போரின் இரண்டாவது நாள் விடிந்தது.

இலங்கைப் படையினர் சுவர்களுக்கு வெளிப்புறம் மீண்டும் தங்கள் அணியை அமைத்திருந்தனர். தங்கள் சொந்த பாதுகாப்பு கேள்விக்குறியாக இருக்கும் நேரத்தில் தங்கள் படை பின்வாங்கலாம் என்று ஒப்பந்தத்தில் குறிப்பிடப்பட்டிருந்த பழைய குறிப்பை மேற்கோள் காட்டி கோகர்ணாவின் வணிகர் சங்கம் தங்கள் சேனையுடன் முந்தைய நாள் மாலையே நழுவியிருந்தது. அதன் விளைவாக இலங்கை காலாட்படையின் எண்ணிக்கை தொள்ளாயிரத்திலிருந்து அறுபத்தியைந்தாயிரமாக குறைந்திருந்தது.

கொள்ளை மற்றும் செல்வத்தின் வாக்குறுதியில் அமைக்கப்பட்ட சேனை, தீவிரமான பிரச்சனை வரும் போது இப்படி கை துறக்கப்படுதலினால் தவிக்கும். மறுபக்கத்தில், மிக அதிக அளவில் நாட்டுப்பற்றின் விலைமதிப்பற்ற உணர்வினால் உந்துதல் பெரும் சேனை கடைசி மனிதன் உயிருடன் இருக்கும் வரையில் போராடும்.

செல்வம் மற்றும் ஆயுதங்களை விட சிறந்த யோசனைகள் அதிக வலிமை வாய்ந்தவை. வெகு சிலராலே மட்டும் அப்படி சிந்திக்க முடியும். யாரால் அப்படிச் செய்யமுடியுமோ அவர்கள் உலகத்தை ஆள்வார்கள்.

பெரும்பாலான ராவணனின் சிறந்த தளபதிகள் குதிரைப்படை மற்றும் தேர் அணியுடன் முந்தைய நாள் போரில் கொல்லப்பட்டிருந்தனர். ஆனால் அவனது சிறந்த தளபதி இந்திரஜித் இன்னமும் உயிருடன் நகரத்தில் இருந்தான். புஷ்பக விமானத்திற்குள். ராவணனிடம் மற்றுமொரு இரக்கமற்ற ஆனால் திறமையான நல்ல தளபதி, ப்ரஹஸ்த் இருந்தான். அவனது படைப்பிரிவு நிலை அதிகாரிகளும் இன்னமும் உயிருடன் இருந்தனர். அவர்களின் ஆதரவுடன் அவன் காலாட்படை அமைப்புகளை இப்போது மேற்பார்வையிட்டுக்கொண்டிருந்தான். அயோத்திய யானைப்படைக்கு அவனிடம் ஒரு திட்டம் இருந்தது. அது யானைகளை கொல்வது பற்றியில்லை ஏனென்றால் அது இப்போது சாத்தியமில்லை. இது உயிருடன் இருப்பதற்கான திட்டம்; அயோத்திய வரிசைகளின் மையத்தை சேதம் செய்து, விண் வழி தாக்குதலை இந்திரஜித் நடத்திக்கொண்டிருக்கும் போது.

ராவணனின் இடது கையின் தசைப்பிடிப்பு களிம்புகளால் கழுவப்பட்டு அடர்ந்த துணி ஒன்றால் இறுக கட்டப்பட்டது. சேதம் அடைந்த தசைகள் நகர்வதற்கு இது அனுமதித்தது. இடது கை கவசத்துடன் கட்டப்பட்டிருந்தது. அதை அவன் தற்காப்பாக பயன்படுத்துவான். அறுவை சிகிச்சை மூலம் நீக்கப்பட்ட வலது கண் மீது பட்டி ஒன்று போடப்பட்டிருந்தது; அந்தக்கண் நீக்கப்படவேண்டியிருந்தது இல்லையென்றால் அது அழுகியிருக்கும். காயமடைந்த வலது காலின் மேல் பாரம் போடுவதைத் தவிர்க்க அவன் குதிரையில் சவாரி செய்தான்.

திறமைசாலியான இலங்கை மருத்துவர்கள் சக்தியை மேம்படுத்தும் மருந்துகளை ஊசிகள் மூலம் அவனது ரத்தநாளங்களுக்குள் செலுத்தியிருந்தனர். கடுமையாகச் சண்டையிட தேவையான வீரியத்தை அவனுக்கு கடன் கொடுத்திருந்தனர், மிகமுக்கியமாக போரை மேற்பார்வையிட. ராவணன் வலி நிவாரணிகளை மறுத்திருந்தான். அது அவனது மனத்திறனை மந்தமாக்கியிருக்கும்.

உடல் வலி பலவீனமான மனதை உடைக்கமுடியும். ஆனால் வலுவான மனதிற்கு மதிப்புள்ளது. ஏனென்றால் அதனால் கவனத்தைக் கொண்டுவர முடியும்.

ராவணன் தன் படைப்பிரிவின் அமைப்பை தயார் செய்துகொண்டிருக்கும் போது களத்தின் மறுமுனையில் ராம் தன் தளபதிகளின் உதவியுடன் தன் சேனைப் பிரிவுகளை மேற் பார்வையிட்டுக்கொண்டிருந்தான்.

'இந்திரஜித் எப்போது பறந்து வருவான் என்று நீங்கள் நினைக்கிறீர்கள்?' அரிஷ்டநேமி கேட்டான். ராமின் அற்புத போர் தந்திரங்களின் மீது பெரும் மரியாதை வைத்திருந்தான் அவன்.

'விமானத்தைக் குறித்த அவனது திட்டத்தைப்பற்றி நமக்குத்தெரியாது என்று அவன் நினைப்பதாக நான் அனுமானிக்கிறேன்,' என்றான் ராம். 'அதனால் அவன் தாமதமாக வருவான் என்று நான் நினைக்கிறேன். நாம் நமது காலாட்படையை உட்படுத்தியப்பிறகு தாக்க முன்னேறும்போது வரத் திட்டமிட்டிருப்பான் என்று நான் நினைக்கிறேன். அதனால் தான் நம் காலாட்படை நகரக்கூடாது. இந்திரஜித்தை நாம் இருக்குமிடத்திற்கு இழுக்கவேண்டும். அப்போதுதான் நமது பொறி வேலை செய்யும்.'

'அப்போது யானைகள், குதிரைப்படை மற்றும் ரதங்கள் மட்டுமே இல்லையா?' ராமின் மறுபக்கம் இருந்த அங்கத் கேட்டான்.

'ஆமாம்,' உறுதி செய்தான் ராம். 'மேலும் ஹனுமான்ஜி...'

'சொல்லுங்கள் ராஜா ராம்,' என்று பதிலளித்தான் ஹனுமான்.

'நீங்கள் என்ன செய்யவேண்டுமென்று உங்களுக்குத்தெரியும்.'

ஹனுமான் காட்டை நோக்கிப்பார்த்தான். வலதுபுறத்தின் பின்னால். பரதனும் லக்ஷ்மனும் காத்திருந்த இடத்தில். மறைவாக. இரண்டு யானைகளுக்கு மேல். ஹனுமான் இந்திரஜித்தை பொறிக்குள் வழிநடத்த வேண்டும். போர்த்திட்டத்திலேயே அவனது பங்கு தான் மிகவும் அபாயகரமானது. அதனால்தான் அதிக போற்றத்தகுந்ததும் கூட.

'நான் அதனைப்பார்த்துக் கொள்கிறேன்,' என்றான் ஹனுமான். 'இளவரசன் இந்திரஜித்தை நான் காட்டுக்குள் வரச்செய்வேன்.'

'என் சகோதரர்கள் குறிதப்ப மாட்டார்கள்.'

'மாட்டார்கள் என்று எனக்குத்தெரியும்.'

ராம் தலையசைத்து இரண்டு கைகளையும் நீட்டினான். ஹனுமான் ராமின் முன்னங்கைகளை பிடித்துக்கொண்டான்.

'ருத்ர பகவான் உன்னுடன் இருக்கட்டும்,' என்றான் ராம்.

'பகவான் பரசுராம் உங்களுடன் இருக்கட்டும்,' பதிலளித்தான் ஹனுமான்.

பிறகு ராம் தன் கைகளை அங்கத்தை நோக்கி நீட்டினான். ஆனால் அங்கத் முன்னால் நகர்ந்து ராமை அணைத்துக்கொண்டான். அயோத்திய ராஜன் புன்னகைத்து அவனை அன்போடு அரவணைத்துக்கொண்டான். 'நேற்று நீ பல இலங்கையரை அழித்தாய். இன்று தான் நாம் அனைத்தையும் முழுவதுமாக முடிக்கப்போகிறோம்.'

'அப்படியே செய்வோம், ராம்ஜி,' என்றான் அங்கத் புன்னகைத்தபடி.

ஹனுமான் மற்றும் அங்கத் அங்கிருந்து கிளம்பி தத்தம் யானைப்படையின் துவக்கத்தில் தங்கள் நிலையை ஏற்றுக்கொண்டனர்.

அரிஷ்டநேமி மற்றும் ராம் தங்கள் குதிரையில் ஏறிக்கொண்டனர். முன்வரிசைக்கு சவாரி செய்தார்கள்.

'ச்ச...' கிசுகிசுத்தான் அரிஷ்டநேமி, குதிரையை இழுத்துப் பிடித்து நிறுத்தினான்.

ராம் அரிஷ்டநேமியைப் பார்த்தான். பிறகு மேலே வானத்தை நோக்கி.

'ஓ...'

நகர சுவற்றுக்கு அருகில் மழைபெய்யத்துவங்கியிருந்தது. இலங்கையரின் அமைப்பின் மேல். ஆனால் மேகங்கள் நகர்ந்து கொண்டிருந்தன. சிறிது நேரமே இருந்தது...

'நடைமுறையில் இந்தத் தீவு வருடம் முழுவதும் மழை பெறுகிறது,' என்றான் அரிஷ்டநேமி. 'சரியான போர்களை இவர்கள் எப்படி திட்டமிடுகிறார்கள்?'

அயோத்திய படைகள் இருந்த இடத்திற்கு மேலும் அதே நேரத்தில் மழை பெய்யத்துவங்கியது.

மழை-குறிப்பாக இந்திய துணைக்கண்டத்தில் பெய்யும் கடுமையான மழை - போரை அசாதாரணமான கடினமானதாக ஆக்கியது. நிலத்தை ஈரமாக்கி தேர் சக்கிரங்கள் நகர்வதை கடினமாக்கியது. தேர் என்றாலே எளிதில் இயக்கக்கூடியது மற்றும் வேகமாக ஒட்டப்படக்கூடியது. ஈர மண்ணில் புதைந்தால் அதனால் செய்ய முடிந்தது ஒன்றும் இருக்காது.

ராவணனிடம் தேர் படை எதுவும் மீதமில்லை. ராமிடம் இருந்தது.

மழை அம்பின் கயிற்றையும் நனைத்துவிடும். ஈரமான கயிற்றை பயன்படுத்தி அம்புகள் எய்வதும் கடினமாக இருக்கும். திறன் வாய்ந்த வில்லாளனால் அதனைச்செய்ய முடிந்தாலும் அது சென்றடையும் எல்லை குறிபார்த்த ஒன்றாக இருக்காது. சமரசம் செய்யப்பட்டதாக இருக்கும்.

ராவணனிடம் மிகச்சிறிய வில் படையே மீதமிருந்தது. ராமிடம் வில்வீரர்களின் முழுப்படையின் நன்மை இருந்தது.

ராவணனின் முக்கிய பலவீனங்களை மழை நீக்கிவிடுவதுடன் ராமின் பலங்களை பலவீனமடையச்செய்யும்.

தெளிவாக.

'இது மோசமான செய்தி,' என்றான் அரிஷ்டநேமி.

'இல்லை...மழைதான் நல்ல செய்தி என்று நான் நினைக்கிறேன்,' பதிலளித்தான் ராம்.

அரிஷ்டநேமி ராமின் பக்கம் திரும்பினான். குழப்பத்துடன். 'நமது யானைப்படைகளைக் குறித்து சிந்திக்கிறீர்களா?'

மழையோ வெயிலோ யானைகளுக்கு எந்த வித்தியாசமும் இருக்காது. சகதியான நிலத்திலும் யானைகளால் நகர முடியும். தேவைப்படும்போது யானைகளால் நீந்தக்கூட முடியும் என்பது அறியப்பட்டது. ஈரமான நிலம் அவற்றின் வேகத்தை குறைக்காது. ராமின் யானைப்படையின் தாக்கத்தை மழை குறைத்துவிடாது.

'இல்லை... நம் யானைகள் இல்லை. அவற்றால் தீவிரமான சேதத்தை உண்டாக்க முடியுமென்றாலும். மழையின் நிஜமான லாபம் வேறொன்றில் இருக்கிறது.'

'என்னிடம் சொல்லுங்கள்.' அரிஷ்டநேமி இப்போது நிஜமாகவே குழப்பத்தில் இருந்தான்.

'புஷ்பக விமானத்தின் பிரயோகத்தை நாம் மழையை வைத்து உறுதி செய்யவேண்டும்.' என்றான் ராம்.

அரிஷ்டநேமி ராம் விளக்குவதற்காக காத்திருந்தான்.

'ராஜா ராவணனும் இளவரசன் இந்திரஜித்தும் திறமை வாய்ந்த தளபதிகள். நாம் அவர்களை குறைத்து மதிப்பிடக்கூடாது. நம்மிடம் ஒரு லட்சத்து அறுபதாயிரம் வீரர்கள் கொண்ட படை உள்ளதென்றும் அவர்களிடம் அறுபத்தி ஐந்தாயிரம் மட்டுமே உள்ளதென்றும் அவர்கள் அறிவார்கள். நம்மிடம் தேரோட்டிகளின் படையும் குதிரைப்படையும் முழுமையாக உள்ளது. நடைமுறையில் அவர்களிடம் ஒன்றுமேயில்லை. நம்மிடம் யானைப்படையும் உள்ளது. இவை அனைத்தும் இருந்தும் கூட நாம் அவர்களை முழுமையாக தாக்கவில்லையென்றால் அது அவர்களை சந்தேகிக்கத்தூண்டும். அவர்களது புஷ்பக விமானம் பற்றிய திட்டத்தை நாம் அறிந்துகொண்டுவிட்டோம் என்று நினைப்பார்கள். பிறகு அவர்கள் தங்கள் திட்டத்தை மாற்றிவிடலாம்.'

அரிஷ்டநேமி புன்னகைத்தான். ஒரு சிறந்த தளபதியின் முத்திரை எதிரியின் மனதை படிக்கும் திறன். 'அதனால் முழு பலத்துடன் தாக்காமல் இருக்க நம்மிடம் சரியான காரணம் உள்ளது? அவர்கள் சந்தேகப்படாமல் இருக்க. மழை பெய்து கொண்டிருக்கிறதே!'

'மிகச்சரியாக,' என்றான் ராம். 'நாம் நம் மொத்த படையை வைத்து தாக்கவில்லையென்றால் விமானத்தினால் பாதிப்பு அடையக்கூடிய நிலையில் இருக்கமாட்டோம்.

நினைவில்கொள்ளுங்கள், புஷ்பக விமானத்தின் நன்மையை அவர்களிடமிருந்து பறித்த பின்னர் மட்டுமே இந்தப் போர் முடியும்.'

'அவர்கள் தங்கள் கோட்டை சுவற்றிற்கு பின்னால் மறைந்து நாளை திரும்பலாம் என காத்திருப்பார்களா?'

'இல்லை. இன்னும் அதிக வீரர்கள் களத்தை விட்டு ஓடும் அபாயத்தை ராஜா ராவணன் எதிர்கொள்வான். இது இன்று முடிவடையும். எப்படிப்பார்த்தாலும்.'

அரிஷ்டநேமி இலங்கைப் படை அமைப்பைப்பார்த்தான். அவை தயாராக இருந்தன. காத்திருந்தன. மழை கொஞ்சம் நின்றிருந்தது. அதிக கனமான மழை இல்லை. தூரல் போன்றுதான்.

'அப்போது உங்கள் கட்டளை என்ன?' அரிஷ்டநேமி கேட்டான்.

ராம் சிந்தித்துக்கொண்டே தன் தாடையைத் தடவினான். 'நமது யானைகள் மட்டுமே. மற்றவற்றை பின் நிறுத்தி வைக்கலாம்.'

அரிஷ்டநேமி திரும்பி கட்டளையை தன் படையினருக்கு ஒலிபரப்பினான்.

'ஒரு வித படை அணிவகுப்பு மட்டுமே, அரிஷ்டநேமிஜி,' ராம் சேர்த்துக்கொண்டான்.

ஐம்பது யானைகள் கொண்ட படை மட்டுமே என்ற அர்த்தத்தில். ஒரு யானைப்படையின் மூன்றில் ஒரு பங்கு.

லேசான தாக்குதல். அதிக தீவிர நாசம் விளைவிக்கும் எண்ணமில்லை. பதிலடியை தூண்டுவதற்காக மட்டுமே.

'சரி, பிரபு,' பதிலளித்தான் அரிஷ்டநேமி.

உடனே ஐம்பது யானைகள் அயோத்திய முகாமிலிருந்து இடியாக முழங்கிக்கொண்டே வெளியே வந்தன. அவை உரத்த குரலில் எக்காளமிட்டன. அவற்றின் தும்பிக்கைகள் முன்னால் தள்ளப்பட்டிருந்தன. இலங்கையர்களின் காலாட்படையை நெருங்கிய போது யானையின் மேலே அம்பாரியிலிருந்து சில வில் வீரர்கள் அம்புகளை எறியத் துவங்கினார்கள். அவர்களது ஈரமான வில் கயிறும் எதிரிகளிடமிருந்து அவர்களது தூரமும் அதிக சேதத்தை விளைவிக்கவில்லை.

அம்புகளின் பாதிப்பின் பற்றாக்குறையை யானைக் காலடியில் நசுங்கியவர்களின் எண்ணிக்கை ஈடு செய்தது. ஏனென்றால் வீரர்கள் அதன் பாரத்தின் கீழ் நசுங்கி இறக்கக்கூடும்.

திட்டமே அதுதான்.

ஆனால் ராவணனிடமும் சில தந்திரங்கள் இன்னமும் கைவசம் இருந்தன.

'அமைப்புகளை உடையுங்கள்!' கட்டளையிட்டான் ராவணன்.

நம்பமுடியாத வேகத்தில் இலங்கையர்கள் தங்களின் அமைப்பை சீர்திருத்தினர்.

எல்லா அமைப்புகளிலும் வீரர்கள் வேகமாக பக்கவாட்டில் நகர்ந்து ஐந்து வரிசைகளை ஒன்றாக இணைத்தனர். இது சில நிமிடங்களில் செய்து முடிக்கப்பட்டது. விரைவான வேகத்தில். முந்தைய தினம் மாலை, நகர சுவற்றிற்குள் இது மீண்டும் மீண்டும் பயிற்சி செய்யப்பட்டிருந்தது.

விளைவு அற்புதமாக இருந்தது. நானூறு வரிசைகள் கொண்ட இலங்கை காலாட்படையின் பாரம்பரிய அடர்த்தியான சதுரங்க அமைப்பு நடுவில் திறந்த வெளி வரிசைகள் விட்டு வெறும் நாற்பது வரிசைகளாக தடையின்றி மாற்றி அமைக்கப்பட்டது.

அடர்ந்த வீரர்களின் அமைப்பு யானைகளுக்கு சரியாக இருந்திருக்கும். அதிக அளவில் இலக்குடைய சூழல். முந்தைய தினத்தைப்போன்று. இடித்துச்சென்று அதிக எண்ணிக்கையில் இலங்கை வீரர்களை மிதிக்க. அதன் விளைவாக ஏற்படும் நெரிசல் குழப்பத்தைக் கூட்டும்.

இப்போது முப்பத்தி ஒன்பது அகன்ற பாதைகள் இருந்த இடம் காலி மைதானமாக மாறி, அதன் இருபக்கமும் ஒரு அணியாக நின்ற வீரர்களின் வரிசை இருந்தது. திடீரென.

ஒரு நேர்வரிசையில் நிற்கும் இலங்கை வீரர்களை பாகர்கள் குறுக்கும் நெடுக்குமாக இடித்து நசுக்கிக்கொண்டு சென்றிருக்கலாம். ஆனால் அது ஆபத்தானது. யானைகள் தாக்கும்போது ஒரு முக்கிய விதி: யானைகளை அவற்றின் பாதையிலேயே வைக்கவேண்டும். ஏனென்றால் யானையை வேகமாக வீழ்த்த ஒரே வழிதான். மற்றொரு யானை.

குறுக்கும் நெடுக்குமாக ஓடும் யானைகளின் ஆபத்து அவை ஒன்றோடு ஒன்று மோதிக்கொள்வதுதான். மொத்த அயோத்திய யானை தாக்குதலும் சரியக்கூடும்.

யானைப்பாகர்களிடம் வேறு எந்த வழியுமில்லை. திறந்த பாதையில் அவர்கள் விரையவேண்டியிருந்தது. அம்பாரியின் மேலிருந்த அயோத்திய வீரர்கள் முடிந்த அளவில் நிலத்தில் இருந்த இலங்கையர்களை கொல்வார்கள் என்று நம்பிக்கையுடன்; தங்கள் வில்கள் மற்றும் ஈட்டிகள் கொண்டு.

ஆனால் வில் நாண்கள் ஈரமாக இருந்தன. அம்புகள் பயனுள்ளதாக இல்லை.

இன்று அனைத்தும் ராவணனுக்கு சாதகமாக இருந்தது.

அயோத்திய வீரர்கள் தங்கள் ஈட்டிகளை இலங்கையர் மீது எறிந்தனர். சிலரைக் கொன்றனர். பெரிய நம்பிக்கை என்னவென்றால் பீதியில் அவர்கள் தங்கள் அமைப்பை

இலங்கைப் போர்

தகர்த்துவது. ஆனால், யானைகள் அவர்களுக்கு மிக நெருக்கத்தில் இருந்தாலும் நெரிசலுக்கு பயப்படாமல் அற்புதமான ஒழுக்கத்தை வெளிப்படுத்தினார்கள் இலங்கை வீரர்கள். அமைப்பிற்குள்ளாகவே இருந்தார்கள். உறுதியாக நின்றிருந்தார்கள்.

பிறகு ராவணன் தன் ரகசிய ஆயுதத்தை வெளியே எடுத்தான்.

நீளமான கோடாரிகள்.

அடிப்படையில் அவை ஈட்டிகள். ஈட்டிகளின் தலைப்பகுதியில் உள்ள கூர்மையான கத்தி நீக்கப்பட்டு அந்த இடத்தில் கோடாரிகள் பொருத்தப்பட்டிருந்தன. கோடாரியின் தலைப்பகுதியில் நயவஞ்சகமான கூர்மையான உலோகத்துண்டு.

முந்தைய தின இடதுபக்க போரில் ராவணன் கற்றுக்கொண்டிருந்தான். கும்பகர்ணன் இரண்டு யானைகளை வீழ்த்தியிருந்தான். அவற்றின் கால்களை வெட்டி அவற்றை செயலிழக்கச்செய்திருந்தான்.

யாரும் கவனிக்காமல் மைதானத்தில் விழுந்து கிடந்த நீண்ட கோடாரிகளை இலங்கை வீரர்கள் எடுத்திருந்தனர். அவற்றை வெறுமனே உயர்த்திப்பிடித்தனர். எவ்வளவு யானைகளின் கால்களை வெட்டமுடிகிறதோ வெட்டி அவற்றை வீழ்த்திவிடலாமென்ற எண்ணத்தில்.

ராவணனிடம் ரகசிய ஆயுதம் இருந்ததென்றால் ராமிடம் ரகசிய கேடயம் இருந்தது!

ராவணனுக்கு துரதிர்ஷ்டமாக அமையும் வகையில் ராமும் கும்பகர்ணனின் தந்திரத்தை படித்திருந்தான். விரைவில் யானைகளின் கால்களின் வெளிப்பக்கம் கட்டுவதற்கு தோலினால் ஆன கவசம் ஒன்றை வடிவமைத்து தயாரிக்க சத்ருக்னனை பணியில் அமர்த்தியிருந்தான்.

பெரும்பாலான கோடாரி தாக்குதல் பலனற்றதாக ஆனது.

இரண்டு தாக்கப்பட்டு ரத்தம் கசிந்துகொண்டிருந்தது. ஆனால் நான்கு கால்கள் கொண்ட மிருகங்களை வீழ்த்தும் அளவிற்கு அந்த தாக்குதல் போதுமானதாக இல்லை. யானைகள் கோபத்தில் தங்கள் துதிக்கைகளை வீசி கோடாரிகளை அகற்றின.

'எந்த பாதிப்பும் ஏற்படவில்லை, பிரபு,' என்றான் அரிஷ்டநேமி.

'அவர்கள் தரப்பிலும் நம் தரப்பிலும். ஸ்தம்பித்த நிலை.'

'நாம் காத்திருப்போம்,' பதிலளித்தான் ராம்.

'நாம் ஏன் சில காலாட்படை பிரிவுகளை வெளியே அனுப்பக்கூடாது?'

'இல்லை. நாம் காத்திருப்போம்.'

'ஆனால்...'

சத்தம் கேட்டவுடன் அரிஷ்டநேமி பேசுவதை நிறுத்தினான். தவறாத ஒலி.

தடால்! தடால்!

தடால்! தடால்!

அவன் ராமைப் பார்த்தான்.

ராம் தலை அசைத்தான். 'இறுதியாக...' அவன் தன் கொடியை ஏந்துபவனிடம் திரும்பினான். 'ஹனுமான்ஜிக்கு செய்தி...புஷ்பக விமானம் வந்து கொண்டிருக்கிறது...'

செய்தி விரைவில் வலது பக்கத்திற்கு ஒலிபரப்பப்பட்டது.

இதற்கிடையில் அயோத்திய காலாட்படையின் அனைத்து முகங்களும் வானத்தை நோக்கி திரும்பியிருந்தது.

தடால்! தடால்!

இலங்கையர்களிடமிருந்து ஒரு கர்ஜனை மேலெழுந்தது. அவர்களது தலைமை வீரர் வருகிறார்!

பெரும்பாலான போர் மிருகங்களைப் போல் போர் யானைகள் உரத்த குரலில் போர்க்குரல் எழுப்ப பயிற்சி அளிக்கப்பட்டிருப்பவை. இருப்பினும் பறக்கும் இயந்திரத்தின் இடி போன்ற ஒலி திடுக்கிடச்செய்தது. இலங்கை வரிசைகளுக்கு இடையில் நடந்து கொண்டிருந்த சில யானைகள் தங்கள் தடத்தில் நின்றன. வல்லுனர்களான பாகர்கள் யானைகளை திருப்பத்துவங்கினார்கள். அவற்றை திரும்பச்செய்ய மற்றும் அமைதியாக இருக்க உதவும் செய்திகளை காதுகளில் கிசுகிசுத்து தங்கள் பாதங்களை வைத்து அந்த யானைகளின் நெற்றியில் கோடிட்டு காட்டினார்கள்.

அதன் பிறகு...

கோட்டை சுவற்றின் மேலிருந்து அந்த விமானம் வேகமாக உயரத்தில் தோன்றியது. திடீரென்று தோன்றும் அரக்கனைப்போல். பிரம்மாண்டமாக. தலைகீழாக கவிழ்க்கப்பட்ட கூம்பு மேல்நோக்கி மென்மையாக குறுகலான வடிவத்தில் இருந்தது. கூம்பின் மேலிருந்த மாபெரும் முக்கிய சுழலும் இயந்திரம் தாள மயத்துடன் சுழன்றது மிகப் பெரிய வாளின் துண்டுகள் போல். திசைதிருப்புதலை கட்டுப்படுத்தும் சிறிய சுழலும் இயந்திரங்கள் பல, அடிப்பகுதிக்கு மிக அருகில் இருந்தன. அவை மென்மையாக சுற்றின. அடித்தளத்தில் இருந்த துளைகள் தடிமனான கண்ணாடியால் மூடப்பட்டு அதன் பின்னால் இருந்த வீரர்கள் தெளிவாகத் தெரிந்தனர். பிரதான கதவு திறந்திருந்தது. திறந்த கதவின் வழியாக பார்த்தபோது இரண்டு வீரர்கள் தெரிந்தனர். ஒருவன் இளவரசன் இந்திரஜித். ராணுவ பாணியில் இறுக கட்டப்பட்ட கருப்பு வேட்டி அணிந்திருந்தான். கைகளை

மூடாமல் அவன் உடலை மட்டும் ஒரு கவசம் மறைத்தது. அவன் இடது கையில் ஒரு வில். இடுப்பைச் சுற்றி ஒரு கயிறு கட்டப்பட்டிருந்தது. அது விமானத்தின் உள் பகுதியுடன் கொக்கியால் இணைக்கப்பட்டிருந்தது; திடீர் அசைவு ஏற்பட்டு அவன் கீழே விழுந்து விடாமல் இருக்க.

அவன் திரும்பி விமானத்தை செலுத்தியவனை நோக்கி கத்தினான். அகம்பனா.

விமானம் இன்னமும் கீழே இறங்கியது. எதிரியின் மீது வேகமாக உராய்ந்தது.

தடால்!

தடால்!

தடால்!

தடால்!

ராவணன் விமானத்தைப்பார்த்தான். 'அவர்களைப் போய் பிடி மகனே!'

போர் களத்தின் குறுக்கே ராம் தன் கட்டளையை முழுங்கினான். 'மூடுங்கள்!'

கொடி சமிக்ஞை மூலமாக கட்டளைகள் வேகமாக ஒலிபரப்பப்பட்டது.

முந்தைய தினமே காலாட்படை நன்றாக பயிற்சி பெற்றிருந்தது. தங்கள் மாபெரும் கேடயங்களை வேகமாக தூக்கிப்பிடித்தனர். தங்கள் தலைகளுக்கு மேல் தட்டையாக வைத்துக்கொண்டனர். ஒவ்வொரு வீரனின் கேடயமும் தனக்கு முன்னால் மற்றும் பின்னாலிருந்த வீரனை மூடியது. சில நொடிகளுக்குள் மேலே வானத்திலிருந்து பார்த்தால் அயோத்திய காலாட்படை பிரிவே மாபெரும் ஆமைகள் போன்று தோன்றின: அவற்றின் கடினமான ஓடு கேடயங்களால் ஆனவை. வானிலிருந்து வரும் தாக்குதலிலிருந்து வீரர்களை பாதுகாத்தபடி. மேலே தோலினால் ஆன உடுப்புக்கொண்டு மூடப்பட்ட உலோக கேடயங்கள். வலுவானவை. நீரினால் சேதம் அடையாதவை. அம்புகள், ஈட்டிகள் மற்றும் எரியும் எண்ணெயிடமிருந்தும் பாதுகாப்பு அளித்தன.

தனக்கருகில் நின்ற இலங்கையனை பார்த்து சிரித்தான் இந்திரஜித். 'அவர்களது காலாட்படையை நாம் தாக்குவோம் என்று அயோத்தியர்கள் எதிர்பார்க்கிறார்கள்!'

இலங்கையனும் தன் இளவரசனுடன் சேர்ந்து சிரித்தான்.

வராத ஒரு தாக்குதலுக்கு ராம் தயாராகியிருந்தான்.

எரியும் எண்ணெய்யை அவனது வீரர்கள் மேல் இந்திரஜித் கொட்டப்போவதில்லை. அது பல நூறு வீரர்களை கொல்ல பயனுள்ளதாக இருந்திருக்கும். ஆனால் அதில் இலங்கை வீரர்களுக்கும் விமானத்திற்கும் அதிக ஆபத்து இருந்தது. திடீர் அசைவுகள் செய்யும் ஓடும் வண்டியொன்றில் எரியும் மரத்துண்டுகள் மற்றும் கொதிக்கும் எண்ணெய் வாளிகள்... அது நல்ல கலவை இல்லை. விமானத்திற்குள் இருக்கும் இலங்கையர்கள் மீதும் அந்த எண்ணெய் வெகு சுலபமாக கொட்டிவிடக்கூடும். பறக்கும் விமானத்திற்குள் கூடத் தீ பற்றிக்கொள்ளக்கூடும்.

இல்லை. கொதிக்கும் எண்ணெய் இல்லை. அதற்கு பதிலாக இந்திரஜித் தனது புத்திகூர்மை கொண்ட ஆலோசகர் கூறியதை கேட்டிருந்தான். அவன் அன்னை.

அவன் எதிரியின் பலவீனத்தை துரத்தப்போவதில்லை. அவர்களது பலத்தை தாக்கவிருந்தான்.

ஜப்பானிய மற்போர் முறை.

திடீரென்று விமானம் திரும்பியது. காலாட்படையிடமிருந்து தள்ளி, மையத்தில். இடதுபுறத்தை நோக்கி.

எதிரி என்ன திட்டமிட்டிருக்கிறான் என்று புரிந்துகொள்ள ராமிற்கு ஒரு நொடியே எடுத்தது.

'ருத்ர பகவானே, கருணை காட்டுங்கள்...'

'என்ன செய்யலாம் பிரபு,' அரிஷ்டநேமி கேட்டான்.

முந்தைய நாள் போரின் கதாநாயகன் அங்கத்தின் கட்டளைக்குள் இருந்த இடதுபுற யானைப்படைப் பிரிவை நோக்கி விமானம் நெருங்கியது.

'கட்டளை உன்னிடம் உள்ளது அரிஷ்டநேமிஜி!' கர்ஜித்தான் ராம்.

'என்ன?!' அரிஷ்டநேமி கேட்டான். பிறகு அவன் புரிந்துகொண்டான். 'இல்லை, ராம்ஜி! அதைச் செய்யாதீர்கள்!'

ஆனால் ராம் ஏற்கனவே இடதுபுறத்தை நோக்கி வேகமாக தன் குதிரையை ஓட்டிச்சென்றான். கடினமான வேகத்தில் ஓட்டிக்கொண்டிருந்தான். ஆபத்தின் வாயினுள்.

அரிஷ்டநேமி உடனே தன் உணர்ச்சிகளை கட்டுப்படுத்திக்கொண்டான். ராம் தான் செய்யவேண்டியதை செய்தாக வேண்டும். அதையே அவனும் செய்யவேண்டும். அவன் சுறுசுறுப்பாக காலாட்படைக்கான ஆணைகளுடன் தன் கொடி ஏந்துபவர் பக்கம் திரும்பினான். 'அமைப்பிலேயே இருங்கள்! நாம் அமைப்பை உடைக்கக்கூடாது!'

பதட்டத்தைத் தவிர்த்து காலாட்படையை அமைப்பிற்குள்ளேயே இருக்கச்செய்வதுதான் அரிஷ்டநேமியின் வேலை. தேவை ஏற்பட்டால் இலங்கை காலாட்படையின் கடைசி வீரன் உயிருடன் இருக்கும் வரையில் சண்டையிடுவார்கள். ஆனால் அதற்கு முன்னால் ராம் விமானத்தை தடுக்கவேண்டும். அல்லது அது ஏற்படுத்தும் சேதத்தை குறைக்கவேண்டும்.

ராம் வேகமாக சென்றுகொண்டிருந்தான். தன் குதிரையை முன்னோக்கித் தூண்டினான். நெருங்கி பின்தொடர்ந்தபடி அவனது தனிப்பட்ட மெய்க்காப்பாளன் வந்து கொண்டிருந்தான்.

ஆனால் அச்சுறுத்தும் திறன் கொண்டது அந்த அசுர இயந்திரமான விமானம். அதன் வேகத்திற்கு எந்த குதிரையாலும் ஈடுகொடுக்கமுடியாது. அது ஏற்கனவே இடதுபுற யானை படைப்பிரிவின் மேல் சுற்றிக்கொண்டிருந்தது. இந்திரஜித்தும் அவனை அடுத்து இருந்த இலங்கையனும் தங்கள் தாக்குதலை துவக்கியிருந்தார்கள். ஈட்டிகள். மற்றும் விமானத்திற்குள்ளிருந்த வில் நாணங்களிலிருந்து எறியப்பட்ட நஞ்சு தோய்ந்த அம்புகள். மற்ற வீரர்கள் இந்திரஜித்தின் பின்னாலிருந்து கற்கள் எறிந்து கொண்டிருந்தார்கள். தீய வீரர்களின் வலுவுடன், கற்கள் அந்த உயரத்திலிருந்து விழும்போது புவியின் ஈர்ப்புசக்தியுடன் சேர்ந்துகொண்டு கொல்லும் ஏவுகணைகளின் தாக்கத்தை கொடுத்தது.

ஈட்டிகள். அம்புகள். கற்கள்.

குறிவைக்கப்பட்ட தாக்குதல்.சூழ்ந்துள்ள வேறு எதையும் சேதம் செய்யாமல், இலக்கை மட்டுமே தாக்கி. பயங்கர பயனுள்ளதாக இருந்தது.

அவன் தன் அற்புதமான தாயின் பேச்சைக்கேட்டிருந்தான்.

எதிரியின் பலத்தைத் தாக்கு. யானைகளைத் தாக்கு. நேரடியாக இல்லாமல். அவர்களது பாகர்கள் மூலமாக.

தரையிலிருந்து பாகர்களை குறிபார்த்து தாக்குவது மிகவும் கடினம், உயரம் மற்றும் கனமான கவசங்களினால். ஆனால் புஷ்பக விமானம் பறந்து கொண்டிருந்த உயரத்தில் அவர்கள் உட்கார்ந்திருக்கும் வாத்துகள் போலிருந்தனர். பாகர்கள் இல்லாமல் யானைகள் பயனற்றவை என்றே கூறலாம்; வழிநடத்தும் சுழலும் இயந்திரங்கள் இல்லாத புஷ்பக விமானம் போல். நம்பகமான மூலத்திடமிருந்து ஆணைகள் இல்லாமல் யானைகள் ஸ்தம்பித்துப் போகலாம் அல்லது தங்கள் பாகர்களின் மரணத்தின் துக்கத்தால் அங்குமிங்கும் ஓடலாம்.

'இளவரசன் அங்கத்!' தொலைவிலிருந்து ராம் இடியாக முழங்கினான். 'நில்!'

ஆனால் அங்கத் ஏற்கனவே தாக்கப்பட்டுவிட்டான். அவன் மீது ஒரு கல் கடுமையாக விழுந்திருந்தது. அவன் தலையில். அவனை கொன்றிருக்கக்கூடிய தலைகாயம் எதுவும் ஏற்படாமல் அவன் அணிந்திருந்த உலோக தலைக் கவசம் தடுத்தது. ஆனால் அது அவனை நினைவிழக்கச் செய்திருந்தது. இருபது யானை பாகர்கள் ஏற்கனவே கொல்லப்பட்டோ அல்லது நினைவிழக்கவோ செய்யப்பட்டிருந்தனர். பெரும்பாலான யானைகள் நிலையாக நின்று கொண்டிருந்தன. என்ன செய்வதென்று தெரியாமல். ஏனென்றால் பாகர்கள் அதன் நெற்றியில் தங்கள் பாதங்கள் மூலம் தெரிவிக்கும் ஆணைகள் திடீரென்று நின்றுவிட்டிருந்தன. சில யானைகள் தங்கள் சுய கட்டுப்பாட்டை இழந்து தங்கள் பாகர்களின் இறப்பிற்கு கோபமாக எதிர்வினை ஆற்றுவது எந்நேரமும் நடக்கலாம். ஏனென்றால் பெரும்பாலான யானைகள் பாகர்களை தங்கள் மூத்த சகோதரர்களாகத்தான் பார்த்தன.

ஒரு யானை கூட கோபத்தில் வெறித்தனமாக எதிர்வினை ஆற்றினால் மற்ற யானைகளும் அதைத் தொடரும். இதில் கொல்லப்படப்போவது அவற்றை சுற்றியிருக்கும் வீரர்கள் மட்டுமே. அயோத்தியர்கள்.

இது சகோதரக் கொலை.

முந்தைய தினம் இலங்கையர்களை அழித்த யானைகள், இன்று அயோத்தியர்களை காயப்படுத்தலாம்.

ஜப்பானிய மற்போர் முறை.

எதிரியின் பலத்தை அவர்களுக்கு எதிராகவே பயன்படுத்துவது.

தனியொரு ஆளாக இந்திரஜித் போரின் போக்கை திருப்பிக்கொண்டிருந்தான். அல்லது அப்படித்தான் தோன்றியது.

ஜப்பானிய மற்போர் முறையின் உள்ளார்ந்த தந்திரம் ஒரு வழியின் மூலமாகத்தான் எதிர்க்க முடியும். எதிரி பின்னால் நகர்ந்து தாக்காமல் இருந்தால்.உங்கள் பலம் உங்களுக்கு எதிராக பிரயோகம் செய்யப்பட்டால் நீங்கள் பின்வாங்கி உங்கள் பலத்தை பயன்படுத்தாமல் இருப்பது.

ராம் அதிவேகமாக சவாரி செய்துகொண்டிருந்தான். யானைப்படைப்பிரிவை அடைந்து கொண்டிருந்தபோது, இறுதியில் ஒரு யானை வெறித்தனமாக நடந்துகொள்ளத்துவங்கியது.

அது அங்கத்தின் யானை. வழிநடத்தும் முதன்மையான யானை. தொண்டையில் இரண்டு அம்புகள் ஆழமாக பதிந்தபடி தரையில் தன் பாகன் விழுந்ததைப்பார்த்த அந்த மிருகம் கோபத்தில் முழங்கியது. புத்திசாலியான அந்த மிருகத்தின் சிந்திக்கும் திறனை அதன் உணர்ச்சி மேகம் போல் மூடிவிட்டிருந்தது. தன் துதிக்கையை கோபமாக உயர்த்தி புஷ்பக விமானத்தை நோக்கி எக்காளமிட்டது. அதன் நிழலை நோக்கி

தாக்க விரைந்தது. மற்ற யானைகளும் தொடர்ந்தன. பதட்டமாக. தூபம் போடப்பட்டதுபோல்.

யானைகளின் பாதையில் இருந்த சில அயோத்திய வீரர்கள் மிதித்துக்கொல்லப்பட்டனர்.

இது வெகு சீக்கிரமே நெரிசலாக மாறக்கூடும்.

'வேண்டாம் பிரபு!' வேகத்தை குறைக்காமல் தலைமை யானையை நோக்கி விரைந்த ராமைக்கண்டு கவலை கொண்ட மெய்காப்பாளன் கத்தினான்.

இதற்கிடையில், விமானத்தின் இயந்திரங்களின் கர்ஜனைக்குமேல் உரத்த குரலில் இந்திரஜித் விமான கட்டுப்பாட்டில் இருந்த அகம்பனாவை நோக்கித் திரும்பி கத்தினான். 'மறுபுறத்தை நோக்கி! வேகமாக!'

விமானத்தை திருப்ப அகம்பனா வேலையில் இறங்க இந்திரஜித் அருகிலிருந்த இலங்கையனைப் பார்த்தான். 'இங்கு நம் வேலை முடிந்துவிட்டது. யானைகள் நம் வேலையை நமக்காகச் செய்யும். அவர்கள் பின்வாங்கும் முன்பு வலதுபுறம் உள்ள யானைகளை நாம் அடையவேண்டும்.'

இடதுபுற யானைப்படையை அடுத்திருந்த அயோத்திய காலாட்படை அமைப்பு வீரர்கள், மிதிபடாமல் இருக்க முயற்சி செய்துகொண்டிருந்தார்கள். ராம் தலைமை யானையை நோக்கி விரைந்தான். அதனை கட்டுப்படுத்த முடிந்தால் பின்னால் இருந்த மற்ற மிருகங்களும் அமைதியாகி விடும்.

ராம் குதிரையின் சேண வளையத்திலிருந்து காலை எடுத்து மேலே குதித்து சேணத்தின் மீது பதுங்கினான். கடிவாளங்களை பற்களுக்கு இடையில் வைத்து மாற்றினான். வெறித்தனமாக நகர்ந்த யானையை நோக்கி திறன்பட குதிரையை வழிநடத்தினான். நெருங்கியவுடன் குதிரையின் சேணத்தின் மேல் லாவகமாக தன்னை நிறுத்திக்கொண்டான். யானை வானத்தில் இருந்த பொருளின் மீது தன் பார்வையை நிலையாக வைத்து விமானத்தை துரத்தியது. அதை நோக்கி விரைந்து கொண்டிருந்த குதிரையை அது கவனிக்கவில்லை. யானையின் வலது புறம் செல்ல ராம் குதிரையை வழி நடத்தினான். பின்னர் பிரம்மிப்பூட்டும் தடகளத்திறனின் வெளிப்பாடு போல் தோன்றிய நகர்வுடன் மனித சக்திக்கு அப்பாற்பட்ட நேரக்கணக்கீட்டுடன் சேணத்திலிருந்து துள்ளிக்குதித்தான். யானையின் மாபெரும் துதிக்கையில் போய் விழுந்த அவன் அதனை லாவகமாக பயன்படுத்தி மேல்நோக்கி குதித்தான். யானையின் தலைக்கு மேல். எல்லாம் ஒரு நொடியில். யானை அதன் மீது ஏதோ இருப்பதை உணர்ந்தது. கோபத்தில் தன் துதிக்கையை

உயர்த்தியது ஆனால் தெரிந்த மனித வாசத்தை உணர்ந்து நிறுத்தியது.

அங்கு நம்பிக்கை இருந்தது.

திடீரென அதன் நெற்றியில் மென்மையான ஆனால் கட்டுப்படுத்தப்பட்ட அழுத்தத்தை உணர்ந்தது. ராமின் பாதங்களிலிருந்து.

அமைதியாக இரு.

நான் இங்கே இருக்கிறேன்.

வேகத்தை குறை.

அந்த மிருகம் கேட்டது. வேகத்தை குறைக்கத்துவங்கியது.

அமைதியாக இரு...

யானை தனக்கு பரிச்சயமானதைக் கேட்டது.

அதன் மூத்த சகோதரன் கூறியதைக்கேட்டது.

கடந்த சில மாதங்களாக ராம் வீரர்களுடன் பரிச்சயம் செய்து கொண்டது மட்டும் இல்லாமல் ஒவ்வொரு யானையுடனும் பரிச்சயம் செய்து கொண்டிருந்தான். அவை அவனை நம்பின. அவை அவன் சொல்வதைக் கேட்டன.

அமைதியாக இரு...

வேகத்தை குறை...

சில நொடிகளில் தலைமை யானை நின்றது. அதன் பின்னாலிருந்த யானைகளும் கூட.

அயோத்திய காலாட்படை வீரர்கள் வெற்றியில் கர்ஜித்தனர். அவர்களது ராஜா அவர்களை காப்பாற்றிவிட்டார். ஆனால் அவர்கள் ராஜா கர்ஜித்துக்கொண்டிருக்கவில்லை. தொலைவில் உற்று நோக்கிக்கொண்டிருந்தான். வலதுபுறத்தை நோக்கி.

'ஹனுமான்ஜி...' ராம் கிசுகிசுத்தான். 'இவற்றை காட்டை நோக்கி எடுத்துச்செல்லுங்கள்.'

வலதுபுறம் ஹனுமான் மற்றும் அவனது யானைப்படைப்பிரிவு முழுவதுமாக பின்வாங்கிக்கொண்டிருந்தது. சடசடவென்ற ஒலியுடன் காட்டை நோக்கி சென்றன.

'கீழே!' கர்ஜித்தான் இந்திரஜித். அகம்பானவை நோக்கி கத்தினான். செலுத்தப்படும் ஏவுகணைகள் பயனுள்ளதாக இலக்கை அடையமுடியாத அளவில் விமானம் மேலே உயரத்தில் இருப்பதை அவன் அறிந்திருந்தான்.

வலதுபுறமிருந்த யானைகள் வேகமாக ஓடிக்கொண்டிருந்தன. மரங்களை நோக்கி. பெரும்பாலானவை காட்டுக்குள் சீக்கிரமே

நுழைந்துவிடும். மரங்களின் மேல் பகுதியினால் அவை அம்புகள் மற்றும் ஈட்டிகளிலிருந்து பாதுகாக்கப்படும்.

'இன்னும் கீழே அகம்பனாஜி!'

அகம்பனா இந்திரஜித்தை பார்ப்பதற்காகத் திரும்பினான். கதவில்.பெருமூச்சு ஒன்றை எடுத்தான்.

நான் கட்டளைகளை மட்டுமே பின்பற்றுகிறேன். மற்ற வீரர்கள் எனக்கு ஆதரவு அளிப்பார்கள்.

வல்லுமையுடன் அவன் விமானத்தை கீழே கொண்டு வந்தான். கொண்டு வரவேண்டிய அளவை விட அதிகமாக. பின்னால் இருந்த திசை இயந்திரங்களை உயர்த்தினான். கதவு வழியை காட்டை நோக்கி திருப்பியபடி. மெதுவாக.

சில நொடிகள்தான் பாக்கி, இலக்கு தென்படும். கச்சிதமாக.

அயோத்தியர்கள் இப்போது நீங்கள் உங்கள் வேலையை பாருங்கள்...

மேற்கொண்டு, தன் வேலையை செய்ய வேண்டிய பிரதான அயோத்தியன் தயாராக இருந்தான்.

லக்ஷ்மன் தன் கவசத்தை அணியவில்லை. ஈட்டியை தொலைவான எல்லைவரை தூக்கியெறிய அது தடையாக இருக்கக்கூடும். விமானம் நெருங்குவதைப்பார்த்த அவன் தன் பாகனிடம் யானையை முன்னால் நகர்த்தச்சொன்னான். மரங்களின் போர்வையிலிருந்து வெளியே.

'லக்ஷ்மன்! காத்திரு!' லக்ஷ்மனுக்கு அடுத்து மற்றுமொரு யானையின் மீதிருந்த பரதன் கத்தினான்.

விமானம் இன்னமும் சரியான இடத்திற்கு வரவில்லை. விமான இயந்திரங்களின் செவிடாக்கும் சத்தத்தினால் லக்ஷ்மனால் தன் சகோதரன் கூறியதை கேட்கமுடியவில்லை. தன் ஈட்டியை உயர்த்திப்பிடித்து தன் இடத்தை எடுத்துக்கொண்டான். பாதங்கள் விரித்தபடி. பின்கால் செங்குத்தாக. இடது கரம் உயர்த்தப்பட்டு. ஈட்டியின் தண்டு அவனது வலது உள்ளங்கையில், ஆள் காட்டி மற்றும் நடுவிரலுக்கு இடையில், பெருவிரல் பின்னோக்கியிருக்க மற்ற விரல்கள் மற்ற திசையை பார்த்த படியிருந்தன. சுவாசம் சீராகவும் தாளமயமாகவும் இருந்தது. கண்கள் விமானத்தின் கதவில் நிலையாக இருந்தன.

இதற்கிடையில், விமானத்திற்குள் இந்திரஜித்தை அடுத்து இருந்த இலங்கையன் உரத்த குரலில் தன் இடது கையால் சுட்டிக்காட்டி, 'பிரபு! அதுதான் அயோத்திய இளவரசன் லக்ஷ்மன்! அவனை கொல்லுங்கள்!' என்று கத்தினான்.

இந்திரஜித் தன் உடலை வலதுபக்கம் சுழற்றி தான் திட்டமிட்டிருந்த திசையை மாற்றி தன் அம்பினை விடுவித்தான்.

அதே நொடியில் லக்ஷ்மன் தன் ஈட்டியை உயரே எறிந்தான். தன் முழு பலத்துடன். தவறில்லாமல் இந்திரஜித்தை நோக்கி.

திடீரென்று காற்றின் கொந்தளிப்பு விமானத்தை சற்று நகரச்செய்தது.

'லக்ஷ்மன்!' அம்பு அவனை நோக்கி பாய்வதைக்கண்ட பரதன் கர்ஜித்தான். லக்ஷ்மனின் ஈட்டி இலக்கை தப்பியது. விமானம் லேசாக அசைந்ததனால். ஆனால் இந்திரஜித்தின் அம்பு குறிதப்பவில்லை. அது லக்ஷ்மனின் மார்பில் மோதியது. கொடூரமாக. காளையின் தசைகளைப்போலிருந்த பல அடுக்குகளை வெட்டிக்கொண்டு அவனது விலா எலும்புகளை துழாவி வலது நுரையீரலுக்குள் ஊடுருவியது. பலவானான லக்ஷ்மனின் உடலுக்குள் ஆழமாக அடித்தது. அவன் அம்பாரிக்குள் பின்னால் விழுந்தான். அவன் மார்பிலிருந்து ரத்தம் பீறிட்டது.

'லக்ஷ்மன்!' கூச்சலிட்டான் பரதன். 'இல்லை...!'

விமானம் தொடர்ந்து லேசாக திரும்பியது. மேலெழத் துவங்கியது.

பரதன் ஏற்கனவே ஒரு ஈட்டியை கையில் ஏந்தியிருந்தான். மேலே பார்த்து கடினமாக எறிந்தான். அவன் உள்ளுணர்வு அவன் இலக்கு நோக்கி அவனை வழி நடத்தியது.

விமானம் மேலே உயரமாக நகர்ந்தது. ஏற்கனவே அது பரதன் எறியக்கூடிய எல்லைக்கு வெளியே இருந்தது. ஆனால் ஈட்டியை அவன் எறிந்தது அவனது தசை, எலும்பு மற்றும் பயிற்சியின் வலுவினால் மட்டுமில்லை. பாதுகாக்கும் மூத்த சகோதரனின் கோபத்தினாலும் வலுவூட்டப்பட்டிருந்தது.

ஈட்டி உயர்ந்து மேலெழும்பி மின்னல் போல் காற்றை கிழித்துக்கொண்டு சென்றது.

வானத்தை நோக்கி அம்பாரியின் மேல் படுத்துக்கிடந்த லக்ஷ்மனைப்பார்த்து இந்திரஜித் மகிழ்ச்சியடைந்துகொண்டிருந்தான். நான்கு அரச சகோதரர்களும் ஒருவருக்கொருவர் எவ்வளவு நெருக்கமானவர்கள் என்று அவன் அறிந்திருந்தான். இது அவர்கள் அனைவரையும் நிலைகுலையச்செய்யும். விமானம் திரும்பிக்கொண்டிருக்கும் போது மற்றொரு யானை அவன் பார்வைக்குள் வந்தது. இலங்கை இளவரசன் ஒரு அம்பை எடுக்க தன் பைக்குள் கையை விட்டான். ஆனால் அம்பாரியின் மேலிருந்த வீரன் முன்னால் குனிந்தபடி, கீழே தொங்கிய கைகளுடன் இருந்தான். அப்போதுதான் ஒரு ஈட்டியை அவன் எறிந்திருந்தான் போல் தோன்றியது. தகவலை ஒன்றாகத் திரட்டி இந்திரஜித் புரிந்துகொள்ளும் முன் பரதன் எறிந்த ஏவுகணை அவன் மார்பில் மோதியது. அந்த ஈட்டியின் முனை பயங்கர கூர்மையான

கத்திகள் கொண்ட ரம்பமாக இருந்தது. அதோடு மூர்க்கத்தனமான வேகத்தில் அது எறியப்பட்டிருந்தது. அது அவனது கவசம் மற்றும் விலா எலும்புகளை துளைத்துக்கொண்டு அவனது முதுகிலிருந்து வெளியே வெடித்தது. வலது நுரையீரலை துண்டித்தபடி. இந்திரஜித் ஒரு நொடி ஊசலாடினான். வலி அவனை நகரவிடாமல் செய்தது. பிறகு அவன் முன்னால் விழுந்தான். திறந்திருந்த விமானத்தின் கதவு வழியாக. கீழிறக்கம் புவியீர்ப்பினால் அதிக வலுப்பெற்றதாக ஆக, அவன் ஒரு கல்லைப்போல் விழுந்தான். விமானத்துடன் இணைத்து இடையில் கட்டப்பட்டிருந்த கயிறு அவன் விழுவதை, நடு வானத்தில் நிறுத்தும் வரை. ஆனால் அந்த திடீர் அசைவு அவனது முதுகு மற்றும் கழுத்தை உடைத்தது. அந்த நொடியில் அவனைக் கொன்றபடி.

ஹனுமான் தொலைவில் வலது பக்கத்தில் காட்டு எல்லையிலிருந்து விமானதைப்பார்த்தான். இந்திரஜித்தின் உடல் அதிலிருந்து கீழே தொங்கிக்கொண்டிருந்தது. கயிறு அவன் இடையில் கட்டப்பட்டிருந்தது. கழுத்தின் கீழே அவனது உடல் கால்களிலிருந்து விசித்திரமான கோணத்தில் முறுக்கப்பட்டிருந்தது. உடைந்த கழுத்திலிருந்து அவனது தலை ஒரு பக்கமாக வளைந்திருந்தது. அவனது உடல் ஈட்டியால் துளைக்கப்பட்டிருந்தது.

'லக்ஷ்மன்!' கத்தினான் பரதன். அவனது யானை லக்ஷ்மனின் ஏற்றத்தை நோக்கி விரைந்துகொண்டிருந்தது.

இதற்கிடையில், விமானம் திறந்த மைதானத்தை நோக்கியிறங்கத்துவங்கியிருந்தது. அகம்பனா அதனை கீழே இறக்கிக்கொண்டிருந்தான். மெதுவாக. ஆடிக்கொண்டிருந்த இந்திரஜித்தின் சடலத்தின் மீது விமானம் தரையிறங்காமல் இருப்பதை உறுதிசெய்தான்,கவனமாக.

இலங்கையின் இளவரசன் உண்மையான போர் வீரன். ஒரு இயந்திரத்தினால் அவனது சடலம் நொறுங்குவதற்கு தகுதியானவனில்லை.

'இறங்குங்கள்!' யானைபடைப்பிரிவின் வீரர்களுக்கு ஹனுமான் கட்டளையிட்டான். 'விமானத்தை நோக்கி விரையுங்கள். எல்லோரையும் கைது செய்யுங்கள்! கொல்லக்கூடாது!'

அத்தியாயம் 38

'அண்ணா...' மெதுவாகப் பேசினான் பரதன். கண்களில் கண்ணீர் வெள்ளப்பெருக்கெடுத்தன.

புஷ்பக விமானம் தரையிறங்கியவுடன் அமைதித்தெய்வம் சாந்திதேவியின் வெள்ளைக்கொடி பறக்கவிடப்பட்டிருந்தது. தற்காலிக அமைதி அறிவிக்கப்பட்டிருந்தது.

ராவணனின் மகன் இறந்தது குறித்த செய்தி அவனுக்கு அனுப்பப்பட்டிருந்தது.

ராம் வலது பக்கம் விரைந்திருந்தான். காட்டு எல்லைக்கு அருகில் விமானம் தரையிறங்க வற்புறுத்தப்பட்ட இடத்திற்கு. ஹனுமான் மற்றும் அவனது படையினர் ஏற்கனவே புஷ்பக விமானத்திற்குள் இருந்த இலங்கை வீரர்களின் ஆயுதங்களை கைப்பற்றி அவர்களை கைது செய்திருந்தார்கள். அகம்பனா முன்னால் நின்றிருந்தான். அவனது கைகள் பின்னால் கட்டப்பட்டிருந்தன. இந்திரஜித்தின் உடல் அவனது இடையில் கட்டப்பட்டிருந்த கயிற்றிலிருந்து விடுவிக்கப்பட்டிருந்தது. அவனது உடல் பக்கவாட்டில், தரையில் விரிக்கப்பட்ட ஒரு துணியின் மேல் கிடத்தப்பட்டிருந்தது. மரியாதையுடன். இது ராமின் சேனை. எதிரிகளுடன் கூட அவர்களது நடத்தை தார்மீகமாக இருக்கும்.

ராம் மற்றும் பரதன் முழங்கால் இட்டு அமர்ந்து கொண்டிருந்தனர். பரதன் லக்ஷ்மனின் தலையை தன் மடிமீது

கிடத்தியிருந்தான். மாபெரும் தம்பி அங்கு நினைவிழந்து படுத்திருந்தான். உறைந்த ரத்தம் அவன் உடலெங்கும் அப்பியிருந்தது. சில விரைவான போர்க்கள முதலுதவி அளிக்கப்பட்டிருந்தது. அம்பின் தண்டு உடைக்கப்பட்டிருந்தது. ஆனால் அம்பின் தலைப்பகுதி லக்ஷ்மனின் வலது நுரையீரலுக்குள் ஆழமாக புதைந்து கிடந்தது. ரத்தக்கசிவை நிறுத்த மருத்துவர் காயத்தைச் சுற்றி களிம்பினை தடவியிருந்தார். சுவாசிக்க உதவும் ஒரு கருவி லக்ஷ்மனின் மூக்கில் போடப்பட்டிருந்தது.

ராம் தன் கையை பரதனின் தோளின் மீது வைத்து மருத்துவரின் பக்கம் திரும்பினான். அவன் முகத்தில் வலியோடினாலும் அவன் தன்னை வலிமையுடன் தாங்கிப்பி டித்துக்கொண்டிருந்தான். இளைய சகோதரனின் நெருக்கடியில் மூத்த சகோதரன் உணர்ச்சிகளால் நிலைகுலைந்து போயிருப்பது எதற்கும் உதவாது. அமைதியாகவும் கவனமாகவும் இருப்பவனால் மட்டுமே தன் சகோதரனை அவசர நிலையிலிருந்து மீட்டெடுக்க முடியும்.

'உங்களால் என்ன செய்ய முடியும், மருத்துவரே?' ராம் கேட்டான்.

'அவர் சுவாசிக்கிறார், சிறந்த அரசே,' என்றார் மருத்துவர். 'அவர் உயிருடன் இருக்கிறார். நான் அறுவை சிகிச்சை செய்து அம்பை நீக்கியிருக்க முடியும். ஆனால் அந்த அறுவை சிகிச்சையே...'

'அறுவை சிகிச்சை பற்றி என்ன?' பரதன் கேட்டான்.

'பிரபுக்களே, இது நஞ்சில் நனைக்கப்பட்ட அம்பு. குறிப்பிட்ட வகையான நஞ்சு. தற்காலிகமாக காயத்தைச் சுற்றியுள்ள தசையை பக்கவாதத்தினால் அவதிப்படச்செய்யும். அதனையும் விட, அறுவை சிகிச்சை மூலம் அம்பின் தலைப்பகுதியை நீக்கினால் விஷத்தின் விளைவுகள் அதிக மோசமானதாக ஆகக்கூடும். சில நிமிடங்களுக்குள் அது இளவரசர் லக்ஷ்மனின் உயிரை எடுத்துவிடலாம். ஆனால் நாம் ஒன்றும் செய்யாமல் இருந்தாலும்...'

அந்த வாக்கியத்தை முடிக்காமல் விடும் அளவிற்கு அந்த மருத்துவர் உணர்ச்சியுடையவராக இருந்தார். ஏனென்றால் அவர்கள் உண்மையில் குழப்பத்தில் இருந்தனர். ஒரு வேளை மருத்துவர் அம்பின் தலைப்பகுதியை உள்ளே இருக்க விட்டால் அந்த காயம் சீழ் பிடித்து அழுகி லக்ஷ்மன் மெதுவாக சில நாட்களில் வலிமிகுந்த மரணத்தை அடையலாம். ஆனால் ஒரு வேளை மருத்துவர் அம்பை அறுவை சிகிச்சை மூலம் நீக்கிவிட்டால் விஷம் தூண்டப்படும். அயோத்திய இளவரசன்

சில நிமிடங்களுக்குள் இறந்துவிடுவான். எளிமையான வார்த்தைகளில், அறுவை சிகிச்சை கருணை உடையதாக அவனது வலியை தவிர்க்கும்.

ஆனால் ராம் மற்றும் பரதன் விட்டுக்கொடுக்கும் வகை இல்லை.

'உங்களால் செய்ய முடிந்தது எதாவது இருக்கும், மருத்துவரே,' என்றான் பரதன். ஏனென்றால் பாரம்பரிய இந்திய மருத்துவ முறையில் அதிசயங்கள் நிகழும் சாத்தியங்கள் உள்ளது என்று அவன் அறிந்திருந்தான். '*ஆயுர்வேதத்தில்* அனைத்திற்கும் பதில் உள்ளது.'

'உதவக்கூடியது ஏதோ ஒன்று உள்ளது, பிரபு. ஆனால் அந்த மருந்து கிடைப்பது சாத்தியமற்றது.'

'எதுவுமே சாத்தியமற்றதில்லை,' என்றான் ராம். 'உங்களுக்கு என்ன தேவை?'

'எனக்கு மூன்று குறிப்பிட்ட மூலிகைகள் வேண்டும். விஷல்யகாரணி, சாவரண்யகாரணி மற்றும் சம்தானி. மேலும் சஞ்சீவி மரத்தின் கிளைகள்.'

'ஓ...' என்றான் பரதன் மெதுவாக. அந்த மூலிகைகள் இமயமலையில் தான் காணப்படும் என்று அவன் அறிந்திருந்தான். வடக்கே வெகு தொலைவில். மிக அதிக தொலைவில்.

'நீங்கள் நினைக்கும் அளவிற்கு தொலைவில் இல்லை, பிரபு பரதன். தெற்கு மலைகளில் குறைந்த அளவில் அவை இடம் பெயர்த்து நடப்பட்டுள்ளன. இந்த மூலிகைகள் கிடைக்கும் அருகில் உள்ள மலைப்பகுதியென்று பார்த்தால், அவை கேரள நாட்டின் மஹோதயாபுறம் பல்கலைக்கழகத்தில், துரோணகிரி மலையில் உள்ளது. ஆனால் அதுவும் வெகு தூரத்தில்தான் உள்ளது. விஷம் தூண்டப்படாமல் இளவரசர் லக்ஷ்மனை அங்கு அழைத்துச்செல்வதும் சாத்தியமற்றதே. அவரை அதிகம் நகர்த்த முடியாது, மேலும் நிச்சயமாக வெகு தொலைவிற்கும் இடம்பெயர்க்க முடியாது.'

'ஆனால் அவரை ஏன் நீங்கள் நகர்த்த வேண்டும்? எனக்குப்புரியவில்லை. உங்களிடம் அந்த மருந்துகள் இல்லையா?'

'எங்களிடம் சஞ்சீவினி மரத்தின் கிளைகள் உள்ளது. ஆனால் விஷல்யகாரணி, சாவரண்யகாரணி மற்றும் சம்தானி ஆகிய மூன்று மூலிகைகளுமே மண்ணிலிருந்து பறித்த அரை மணிநேரத்திற்குள் பயன்படுத்தப்படவேண்டும். அதனால் அறுவை சிகிச்சை மஹோதயாபுறத்திலேதான் செய்யப்படவேண்டும். அதுதான் பிரச்சனை. அந்த மருந்தை இங்கு கொண்டு வருவது சாத்தியமற்றது. மேலும் நம்மால் அவரை நகர்த்தவும் முடியாது.

நாம் இக்கட்டான நிலையில் மாட்டிக்கொண்டுள்ளோம். வேறு வழிகளே இல்லை.'

ராம் மற்றும் பரதன் ஒருவரை ஒருவர் பார்த்துக்கொண்டனர். அவர்கள் இருவருக்கும் அதே எண்ணம்தான் இருந்தது.

லக்ஷ்மனால் மலைக்குச்செல்ல முடியாதென்றால் மலையில் உள்ள பொக்கிஷம் லக்ஷ்மனிடம் வரவேண்டும்.

'புஷ்பக விமானம்...' என்றான் பரதன்.

தொலைவில் நின்றுகொண்டிருந்த அகம்பனாவை ராம் பார்த்தான்.

—— j+ டி5D ——

விமானம் ராமின் கட்டளைக்குள் இருந்தது. அதனை பறக்க அகம்பனா ஒப்புக்கொண்டிருந்தான். கிட்டத்தட்ட போர் முடிந்துவிட்டதனால் அயோத்திய அரச குடும்பத்தை மகிழ்வித்து தனக்கு சாதகமான உருவகத்தை ஏற்படுத்திக்கொள்ள இலங்கையின் அமைச்சர் தயாராக இருந்தான். நூறு அயோத்திய வீரர்கள் மற்றும் சத்ருகனனுடன் ஹனுமான் இந்தப் பணியை வழிநடத்துவதாக இருந்தது. மூன்று மருத்துவரும் அந்த குழுவில் பங்கு வகித்தனர். சரியான முறையில் சரியான மூலிகைகள் சேகரிக்கப்படுவதை உறுதி செய்வதுதான் அவர்களது பங்கு. துரோணகிரி மலை அரை மணிநேர தூரம்தான், விமானத்தில். அதனால் சீக்கிரமே திரும்பிவிட எதிர்பார்த்தார்கள்.

தாற்காலிக படுக்கை ஒன்று ஏற்பாடுசெய்யப்பட்டு லக்ஷ்மன் போர்க்களத்திலேயே படுக்கவைக்கப்பட்டான். இளவரசன் அங்கத்தின் நிலைமை சுதாரித்திருந்தாலும் இன்னமும் பலவீனமாக இருந்த அவனும் அருகில் ஒரு படுக்கையில்தான் இளைப்பாறிக்கொண்டிருந்தான். மருத்துவர்கள் வலிப்பு ஏதேனும் வருகிறதா என்று கவனமாக பார்த்துக்கொண்டிருந்தனர். வேறு எதுவும் அவர்கள் இருவரையும் பாதிக்காமல் இருப்பதை உறுதி செய்ய மருத்துவர்கள் இருவரையும் சுற்றிவந்தபடி இருந்தனர்.

இதற்கிடையில் மருத்துவர்கள் அயோத்திய அணிகளுக்குப் பின்னால் போர்க்கள மருத்துவமனை ஒன்றை அமைத்து காயம் அடைந்த வீரர்களுக்கு மருத்துவம் பார்த்தனர்.

புழுதி புயலுக்கு இடையில் இடிபோன்ற சத்தத்துடன் குதிரைகள் அந்த இடத்தை நோக்கி வந்தது திடீர் குழப்பத்தை உண்டு செய்தது. வந்தது யாரென்று ராம் மற்றும் பரதன் திரும்பிப்பார்க்க, பாதுகாக்கும் தோரணையில் அரிஷ்ட நேமியும் அவர்களை நெருங்கி வந்தான்.

அது ராவணன்.

குதிரை சேணத்தின் மீது அவன் ஆட்டம் கண்டதுபோல் தெரிந்தவுடன் மெய்காப்பாளன் ஒருவன் அவன் கீழே இறங்க உதவிசெய்தான். சில மணி நேரங்களிலேயே தளர்வுற்றுக் காணப்பட்ட அவனது முகம் பத்து வருடங்கள் கழிந்துவிட்டது போன்ற தோற்றத்தை அளித்தது. அவன் உண்மையாக விரும்பியிருந்தது இரண்டு மனிதர்களைத்தான். எப்போதுமே. ஒருவன் முந்தைய தினம் உயிரிழந்திருந்தான். மற்றவனின் சடலத்தை அவன் இப்போது காணவிருந்தான்.

உதவ முயலும் கரத்தை அகம்பாவத்துடன் தள்ளிவிடும் காலம் ஒன்று இருந்திருக்கக்கூடும். ஆனால் இப்போது அயோத்திய ராஜாவின் முன்னால் நடக்கும் போது தடுக்கி விழ இருந்தவன் மெய்காப்பாளன் தன் கைமுட்டியை பிடித்துக்கொள்வதை அனுமதித்தான்.

'ராஜா ராவணன்,' என்றான் நின்று கைகளை குவித்து வணக்கம் தெரிவித்த ராம். 'என்னுடைய உண்மையான இரங்கல்கள். உங்கள் மகன் வீரமாக சண்டையிட்டான். போர் வீரன் என்ற புகழுக்கு ஏற்ப. அவன் இன்று தன் மூதாதையர்களை பெருமைபடச்செய்தான்.'

ராவணன் கைகளை குவித்து வணங்கினான். 'ராஜா ராம்... எங்கே அவன்...'

ராம் ராவணனின் கரத்தை மென்மையாக ஏந்தி முன்னால் வழிநடத்தினான். அவர்கள் எதிரிகள், இருப்பினும் நன்னடத்தைப்பற்றி வேதங்களில் குறிப்பிடப்பட்டது போல் நடந்து கொள்பவன் ராம். தர்மத்தின் பாதை. மரியாதை செலுத்தப்படவேண்டிய முறையிருந்தது, கண்ணியம் காக்கப்படவேண்டியிருந்தது, பகைமையிலும்.

அயோத்திய வீரர்களின் பாதுகாவலில் இந்திரஜித்தின் சடலம் இருந்த இடத்திற்கு ராம் ராவணனை வழிநடத்திச்சென்றான். அவர்கள் ராவணனின் மெய்காப்பாளர்களால் பின்தொடரப்பட்டனர்.

அயோத்தியாவின் அரசன் தன் வீரர்களைப்பார்த்து தலையசைத்தான். அவர்கள் மிடுக்குடன் வணக்கம் சொல்லி ஒதுங்கி நின்றனர்.

தன் மகனின் உடைந்த உடலைப்பார்த்த ராவணன் தன் வாயைப்பொத்திக்கொள்ள, குரல்வளை நெறிக்கப்பட்டது போன்ற ஒரு சத்தம் வெளிப்பட்டது. அவன் மண்டியிட்டான். கண்ணீர் அவன் முகத்தில் வழிந்தோடியது. அவனது ஆன்மா நொறுங்கிப்போயிருந்தது. அவனால் அதற்கு மேல் தாங்கிக்கொள்ளமுடியவில்லை. விட்டுக்கொடுக்காத ராவணனின் மனநிலையை உடைத்த இறுதியான சோகம் இதுதான் என்று கடவுளரே சாட்சி சொல்லக்கூடும். பாரமாக இருந்து அந்த

மிருகத்தின் முதுகை உடைத்த கடைசி துண்டு வைக்கோல் அதுதான்.

இந்திரஜித் ஒருக்களித்து படுத்திருந்தான். சூர்ய வம்சத்தினரின் முத்திரை கொண்ட துணி ஒன்றால் அவனுக்கு மரியாதை அளிக்கப்பட்டிருந்தது. இந்திரஜித்தின் இதயத்தில் ஆழமாக பதிந்திருந்த ஈட்டியின் தண்டு கவனமாக வெட்டி நீக்கப்பட்டிருந்தது. தண்டின் முக்கிய முன் பகுதி அவனது நுரையீரல் மற்றும் இதயத்தினுள் இன்னமும் புதைந்தே இருந்தது. அவனுள் செலுத்தப்பட்டு முதுகு பக்கம் வெளியேறியிருந்த கூரிமையான ரம்பம் அதே இடத்தில் இருந்தது. கத்தி மற்றும் அதற்கு ஆதரவாக இருந்த கடினமான மரத்தால் ஆன கைப்பிடியையும் சுற்றி அடர்ந்த ரத்தம் உறைந்திருந்தது. தலை கவனமாக அதன் சரியான இடத்தில் வைக்கப்பட்டிருந்தது. கபாலம் முதுகுத்தண்டிலிருந்து தெளிவாக பிரிந்திருந்தது. அயோத்தியர்கள் இந்திரஜித்தின் கால்களையும் சரியான இடத்தில் வைத்திருந்தனர். அவனது இடையை சுற்றிக்கட்டப்பட்டிருந்த கயிறும் வெட்டி எடுக்கப்பட்டிருந்தது. ஆனால் முண்டப்பகுதியின் அடித்தளமும் அவனது கால்களும் இயற்கைக்கு மாறான கோணத்திலிருந்தது இன்னமும் தெளிவாகத் தெரிந்தது. கயிறு உடைந்து கீழே விழுந்த இந்திரஜித்தின் உடலின் முண்டப்பகுதியின் எலும்புகளில் சாதாரணமான முறிவுகள் இல்லை. அவனது உடலை சரியான இடத்தில் பிடித்து நிறுத்தும் இடை எலும்புகள் பிளவுபட்டு நான்கு துண்டங்களாக உடைந்திருந்தன.

எந்த தகப்பனும் தன் மகனை இந்த நிலையில் பார்த்திருக்கக்கூடாது. எந்த தகப்பனும் தன் மகனை இந்த நிலையில் பார்க்கக்கூடாது.

போரில் எந்த புகழுமில்லை. வலியும் சேதமும் தான். பாஸா - பழமை வாய்ந்த சிறந்த சமஸ்கிருத நாடக எழுத்தாளர் -எழுதியிருந்தார், இந்தப்போர்க்களம் நிஜத்தில் தியாகபூமி. இறந்த வீரர்கள் தியாகத்தினால் பாதிக்கப்பட்டவர்கள். அவர்களது அழுகைதான் மந்திரங்கள். இறந்த யானைகள் பலிபீடங்கள். அம்புகள் தியாகப் புற்கள். வெறுப்பும் பகைமையும், எரியும் தீ.

அவர்களுள் ஒருவன் வெறுப்பு மற்றும் பகைமையை விட்டுவிட இசைத்திருந்தான்.

மண்டியிட்டு அமர்ந்திருந்த ராவணனிடம் நடந்து சென்று அவன் தோள்களை மென்மையாகத்தொட்டான் ராம். 'நான் மிகவும் வருந்துகிறேன் ராஜா ராவணன். அவன் துணிச்சலான மனிதன்...உங்கள் மகன்.'

ராவணன் தன் மகனின் அழகிய முகத்தை உற்றுப்பார்த்துக்கொண்டிருந்தான். அவனது தோற்றத்தை இந்திரஜித் மரபுரிமையாகப் பெற்றிருந்தான். தன் தோற்றத்தை நாசம் செய்த பெரிய அம்மையின் வடுக்கள் இல்லாமல் இருந்திருந்தால் ராவணன் அழகாக இருந்திருப்பான். தனது சிறந்த பிரதிபலிப்பாக தன் மகன் இருந்ததை ராவணன் அறிந்திருந்தான். அவனது தாயின் அப்பழுக்கற்ற நற்குணம், தந்தையின் அச்சுறுத்தும் திறன் மற்றும் உடற்தோற்றத்தின் சேர்க்கை அவன். தனது சிறந்த ஒரு பிரதியாக இருந்திருக்கக்கூடிய ஒருவனின் மரணத்தை ராவணன் பார்க்க வற்புறுத்தப்பட்டிருந்தான்.

'இளவரசன் இந்திரஜித்தின் உடலை சிகிரியாவிற்குள் எடுத்துச்செல்ல என் ஆட்களை உதவச் சொல்கிறேன்,' என்றான் ராம். 'நீங்கள் செய்ய வேண்டிய ஈமச்சடங்குகளை நடத்த. நாம் அவனை கௌரவிக்க வேண்டும். நாம் அவனை கௌரவிப்பதை தொடர்வோம்.'

ராமைப் பார்க்க ராவணன் திரும்பவில்லை. அவன் உறைந்திருந்தான். அவன் கண்கள் இமைக்காமல் அவனது மகனின் மீது நிலைகுத்தியிருந்தன. கண்ணீர் அவன் முகத்தில் பெருக்கெடுத்து ஓடியது; அவனது ஆன்மாவின் எச்சத்தை பிழிந்தெடுத்து சூரிய வெப்பத்தில் எரிக்கப்பட.

கௌரவம்...அறிவு...செல்வம்...கண்ணியம்...தர்மம்...எல்லாம் அர்த்தமற்றது...

ராவணன் அழுவதை நிறுத்தினான். தன் கண்ணீரை துடைத்துக்கொண்டான். மேலேபார்த்தான். மழை மேகங்கள் பின்வாங்கிவிட்டிருந்தன. மந்தமான சூரிய ஒளியை வெளிப்படுத்தியபடி. பிரகாசமாக எரிந்துகொண்டிருந்தது. கீழே இருந்த அனைத்தையும் எரித்தபடி. அதன் அதீத சக்தியால் இறுமாப்புடன் இருந்தது. கண்ணீர் துளிகளால் பெருத்திருந்தமேகங்கள் சில சமயங்களில் அதனை மறைக்கலாம். ஆனால் இறுதியில் சூரியன் வெளியே வரும். அது அப்படிச்செய்யும். அது மேகங்களை வெல்லும். அதற்கு சவால் விடுபவரை எரித்துவிடும். ஏன்? ஏனென்றால் சூரியன் செய்வது அது தான்.

சக்தி...அது ஒன்று தான் முக்கியமானது...சக்தி...உனது சக்தியை நிரூபிப்பது...உன் சக்தியால் மற்றவர்களை நொறுக்குவது...உனது சக்தியால் அவர்களை அடிபணியச்செய்வது...

ராவணன் சூரியனை உற்றுப்பார்த்தான். நாளின் உச்ச நிலையை அடைய இன்னமும் சில மணிநேரங்கள் இருந்தன. சூரியனில் இன்னமும் சிறிது உயிர் இருந்தது. இன்றைய

நாளுக்கு அதிக உயிர்சத்து. இன்னும் தன் கீழிறக்கத்தை அது துவங்கவில்லை. இன்னும் இல்லை. இன்னமும் இல்லை.

இன்னும் தன்னை எரித்துக்கொள்வது மீதம் இருந்தது. மற்றவர்களையும் எரிக்கவேண்டியது மீதமிருந்தது.

ராமின் மென்மையான கைகளை தன் தோளிலிருந்து உதறிவிட்டு திடீரென்று எழுந்து நின்றான் ராவணன். அவனது வலது காலில் இருந்த வலி மறக்கப்பட்டிருந்தது. அவன் திரும்பி தன் எதிரியைப்பார்த்தான். வளைந்து கொடுக்காத கர்வமான முகம். ஒப்புக்கொள்ள மறுக்கும் பொறுப்பற்ற கண்.

'இந்திர யுத்தம். ஒண்டிக்கு ஒண்டி' மெதுவான குரலில் பேசினான் ராவணன்.

'என்ன?' ராம் குழப்பத்துடன் கேட்டான். தான் சரியாக கேட்கவில்லை என்று நினைத்தான்.

'ஒண்டிக்கு ஒண்டி சண்டையிட நான் உனக்கு சவால் விடுகிறேன்!' ராவணன் சீறினான். உரத்த குரலில், அனைவருக்கும் கேட்கும் வகையில்.

ராம் ராவணனை உன்னிப்பாகப் பார்த்தான். கண்கள் நிலையாக. முகம் அமைதியாக. ஆனால் சற்றே இறுகியிருந்த தன் சகோதரனின் கை தசையைப்பார்த்து அவனது கோபத்தை பரதனால் உணர முடிந்தது.

ராம் நாகரீகமாக நடந்து கொண்டிருந்தான். ராம் கருணையுடன் விளங்கியிருந்தான். ராம் தார்மீக வழியில் நடந்து கொண்டிருந்தான்.

ஆனால் பெரும்பாலான கருணையுள்ளம் கொண்ட மக்கள் செய்யும் மாபெரும் தவறினை செய்திருந்தான். பதிலுக்கு அவர்கள் கருணையை எதிர்பார்த்திருந்தான்.

'அண்ணா...' கிசுகிசுத்தான் பரதன்.

தன் மூத்த சகோதரன் என்ன செய்வான் என்று அவனக்குத்தெரியும். கண்ணியத்தால் கட்டுப்பட்ட தன் சகோதரன் என்ன செய்வானென்று. அவன் ராமின் மனதை மாற்றவேண்டும். இந்த சண்டை தேவையற்றது. அவர்கள் ஏற்கனவே ஜெயித்து விட்டார்கள். இலங்கையர்கள் தோற்கடிக்கப்பட்டுவிட்டனர். நடைமுறையை உணர்ந்த பரதன் இதை புரிந்துகொண்டிருந்தான். ஆனால் அவன் எதுவும் சொல்லும் முன்னர் ராம் அமைதி என்று தன் கையை உயர்த்தினான்.

பிறகு ராவணனை முறைத்துவிட்டு அசாதாரணமான அமைதியான குரலில், ராம் 'நாம் இருவரும் இந்திர யுத்தத்தில் ஈடுபடநான் ஒப்புக்கொள்கிறேன். போர்க்களத்தின் நடுவில்.

மூன்றாவது பிரகாரத்தின் நான்காவது மணியில், இன்று,' என்றான்.

இருவருக்கிடையில் நடக்கும் சண்டை. மரணம் சம்பவிக்கும் வரையான சண்டை.

ராவணன் அமைதியாக நின்றான். இந்திரஜித்தின் கைகளை பிடித்திருந்தான். முந்தைய தினம் கும்பகர்ணனின் கையை பிடித்திருந்தது போலவே. மருத்துவர்கள் தங்கள் வேலையை பார்க்க அனுமதித்து. மரண முகமூடி தயாரிக்க. இந்திரஜித்தின் கடைசி முகவெளிப்பாடு. வருங்காலத்தில் அவனைப்பார்க்க விரும்பினால் அதற்காக வெண்கலத்தினால் ஆன முகமூடி செய்யப்படும்.

வீர பாவத்தின் வெளிப்பாடு. துணிவு மற்றும் வெற்றியின் உணர்ச்சி. ஒரே ஆளாக இருந்து கிட்டத்தட்ட போரின் போக்கையே மாற்றியிருந்தான். ராம் மற்றும் பரதனின் துணிவால் மட்டுமே அது நிறுத்தப்பட்டது. தன் தந்தை மற்றும் தனது நிலத்தை சிங்கத்தின் துணிச்சலுடன் காத்திருந்தான் என்று ஒளிரும் வார்த்தைகளில் வரலாற்றில் குறிக்கப்படும். மரணத்தை எதிர்கொண்டபோது எடுத்த கடைசி நிலைப்பாடு.

'பிரபு,' அருகில் வந்து மெதுவாக பேசினார் மருத்துவர். சில மணி நேரங்களில் ராவணன் ஒரு சண்டையில் ஈடுபடுவான் என்று அவருக்குத்தெரியும். அவர் தனது எஜமானர் ஓய்வெடுக்கவேண்டுமென்று விரும்பினார். 'உங்களுக்கு நாற்காலி தேவையா? உங்களுக்காக சில மூலிகை சாறு கொண்டுவரச்சொல்லட்டுமா?'

'உன் வேலையை மட்டும் பார்,' உறுமினான் ராவணன். 'என் மகனது மரண முகமூடி கச்சிதமாக இருப்பதை உறுதி செய்.'

'சரி, பிரபு.'

இலங்கை சேனை சிகிரியா திரும்ப ராம் அனுமதிக்கவில்லை. ஆயுதங்களை போட்டுவிட்டு திறந்த மைதானத்தில் அவனது படைவீரர்கள் இருக்கவேண்டுமென்று ராவணனிடம் வற்புறுத்தியிருந்தான் ராம். அவர்கள் தடுத்து நிறுத்தப்பட்டு அயோத்திய சேனையால் சூழப்பட்டிருந்தனர். தன் மகனது சடலம் மற்றும் நூறு மெய்காப்பாளர்களுடன் ராவணன் நகருக்குள் செல்ல அனுமதிக்கப்பட்டிருந்தான். ஒரு வீரன் கூட அதிகமில்லை.

இந்த சண்டையில் வெற்றிபெற்று சிகிரியா நகரத்திற்குள் வெற்றி அணிவகுப்பு செய்து அதனை கட்டுக்குள்

எடுத்துக்கொண்டால் ஒவ்வொரு சாலையிலும் எதிர்ப்பு இல்லாமல் இருப்பதை ராம் உறுதி செய்திருந்தான். உடனேசிகிரியாவில் சட்டம் ஒழுங்கு நிலைமையை சுத்தமாக மீட்பான்.

ராம் இந்திர சண்டைக்கு ஒப்புக்கொண்டிருந்தான். ஆனால் தன்னை மட்டுமே ஆபத்தில் வைத்துக்கொண்டிருந்தான். பின்னால் அவனது சேனையை பாதிக்கும் எதையும் அவன் செய்வதாக இல்லை.

உன்னதம் மற்றும் மூடம் இரண்டிலும் வேற்றுமை இருக்கிறது. ராம் கண்டிப்பாக மூடன் இல்லை.

'பிரபு?' இந்திரஜித்தின் முகத்தில் சுண்ணச்சாந்தை ஊற்ற மருத்துவர் அனுமதி கேட்டார். ராவணனால் அதன் பிறகு தன் மகனின் முகத்தோற்றத்தை பார்க்கமுடியாது.

ராவணன் அமைதியாக இருந்தான். மகனின் முகத்தில் இருந்த வீர பாவத்தை தன் கண்களிலிருந்து கிழித்தெடுக்க முடியவில்லை. *நான் சீக்கிரமே உன்னுடன் இருப்பேன் என் மகனே.*

அவன் தன் விரல்களை மகனின் தலைமுடிக்குள் ஓட்டினான். *நீ செய்தது போலவே நானும் இந்த உலகத்தை விட்டுச்செல்வேன்... புகழின் ஜ்வாலையாக...நான் சூரியனைப்போல் மறைவேன்...*

சூரியன் அமைதியாக இரவில் செல்வதில்லை. மறையும்போது கோபத்தில் இருப்பான். வானத்தை தெளிவான ஆரஞ்சு மற்றும் ஊதா நிறத்தில் மாற்றி தன்னை சுற்றியுள்ள அனைத்தையும் கோபத்தில் எரிப்பான்.

நான் அமைதியாக போகமாட்டேன். நான் புகழின் ஜ்வாலையாக ஒளிர்ந்து மறைவேன்...

'பிரபு?' மீண்டும் கேட்டார் மருத்துவர்.

ராவணன் பதில் சொல்ல இருந்தான். பின்பு நிறுத்தினான். கதவில் ஏதோ சத்தம். யாரோ அரச மருத்துவமனையின் அறைக்குள் நுழைந்திருந்தார்கள். ராவணன் திரும்பிப்பார்த்தான்.

மண்டோதரி.

'தயவு செய்து இருங்கள்,' என்றாள் மண்டோதரி பணிவுடன் மென்மையாக.

இருபது ஆண்டுகளில் அரண்மனை வளாகத்திற்குள் அவள் நுழைந்தது இது தான் முதல் முறை. எப்போதும் அவள் முகத்தில் இருக்கும் துறவி போன்ற மென்மையான புன்னகை இப்போது காணாமல் போயிருந்தது. வழக்கமாக கருத்த வசீகரமான அவள் கண்கள் வளைந்து கொடுக்காத நேர்மையான மனநிலையை

வெளிப்படுத்தும்; உடைந்தும் சிதைந்தும் போயிருந்த ஒருவரை காணும் ஜன்னலாக இப்போது இருந்தது.

அவள் அங்கு நின்றாள்.

தன் மகனைப்பார்த்தபடி.

அவளது பெருமை மற்றும் மகிழ்ச்சி.

அவளது சிறந்த சாதனை.

அவளது சூரியன் மற்றும் சந்திரன்.

அவளது சபிக்கப்பட்ட கணவனால் உண்டாகிய சோகத்திலிருந்து தப்பிக்கக் கிடைத்த அடைக்கலம்.

போய்விட்டான்.

ராவணன் வேகமாக பின்வாங்க மண்டோதரி தன் மகனின் சடலத்தை நோக்கித் தள்ளாடியபடி நடந்தாள்.

ராவணன் ஒப்புக்கொண்ட ஒழுக்கமான சக்தி-ஒரே பெண்--வேதவதியைத் தவிர- அவனது மனைவி மண்டோதரி. ஆனால் அவன் மண்டோதரியை காதலித்ததேயில்லை. அவன் இதயத்தில் வேதவதிக்கு மட்டுமே இடமிருந்தது. அவன் தன்னுள் உண்மையாக இருந்தான் என்றால் தன் இதயத்தின் இருண்ட மூலைகளில் மண்டோதரியைக் கண்டு அஞ்சியதை ஒப்புக்கொள்வான்.

இலங்கை அரசி இந்திரஜித்தை அடைந்து மென்மையாக தன் மகனின் முகத்தைத் தொட்டாள். அவள் ஒரு சத்தம் கூட எழுப்பவில்லை. அழக்கூடாது. கண்ணீர் வழிந்தோட அவள் அனுமதிக்கவில்லை. சோகத்தை கண்ணில் சிறையிட்டிருந்தாள். அது அவளது ஆன்மாவிலிருந்து வெடித்து வெளியேற விரும்பும் அளவிற்கு வலித்தது.

அவள் அழமாட்டாள். ராவணனுக்கு முன்னால் இல்லை. அவள் கணவனுக்கு முன்னால் இல்லை.

'நான் மிகவும் வருந்துகிறேன் மண்டோதரி...' மெல்லிய குரலில் பேசினான் ராவணன். பலவருடங்களுக்குப்பிறகு முதல் முறையாக அவளிடம் பேசுகிறான். 'அவன் ஒரு வீரன் போல் இறந்தான்... சிறந்தவர்களுள் ஒருவன் அவன்...என்னை விட சிறந்த மனிதன்...'

மண்டோதரி ராவணனைப்பார்க்கவில்லை. அவள் மகனைக் காண மட்டுமே அவள் கண்கள் இருந்தன.

'நான்...'

மண்டோதரி தன் கணவனை அலட்சியப்படுத்தினாள்.

இருக்கிறது. பிரபஞ்சத்தின் எல்லா உச்சிகளும் நேர்மறை அல்லது எதிர்மறையின் பிரதிபலிப்புகள். எல்லா நேர்மறைகளும் எதிர்மறைகளும் இணைந்து *பூஜியத்தின் கோட்பாட்டை* உருவாக்குகிறது. அது சரியான பூஜியம் இல்லை ஏனென்றால் பிரபஞ்சம் நிஜத்தில் முழுமையான சமநிலையில் இல்லை. ஆனால் இங்கு அது முக்கியமில்லை. தர்க்க ரீதியாக பூஜியத்தின் அனுமானம் *பிரதித்யசமுத்பதா* அல்லது *சார்ந்திருக்கும் துவக்கம்*. வானவில்லின் ஏழு வர்ணங்கள் போல, *இந்திரதனுஷ்*. வெள்ளை ஒளியிலிருந்து உருவானது.

வீரனின் எளிமையான வார்த்தைகளில், விளைவை நீக்க காரணத்தை நீக்க வேண்டும் என்று கூட சொல்லலாம். ஏழு வர்ணங்களை நீக்க நாம் வெண்மையான ஒளியை நீக்க வேண்டும். பகைமையைத் தீர்க்க எதிரிகளில் ஒருவர் இறக்கவேண்டும்.

அதனால், இந்திரனின் வலைக்குள் நுழைவது பகைமையை தீர்க்கும் என்று வீரர்கள் சொல்வது சரிதான். எதிரி இல்லாமல் பகைமை இல்லை.

ராம் மற்றும் ராவணன் வட்டத்தின் எதிர் முனைகளில் காத்திருந்தனர்,ஒருவருக்கு ஒருவர் எதிர்கொள்ளும் வகையில். அவர்களது இரண்டாம் நிலையினர் அவர்களுக்கு பின்னால் நின்றார்கள். பரதன் ராமுடன். ப்ரஹஸ்த் ராவணனுடன்.

ஹனுமான் மற்றும் சத்ருக்னன் கவனமாக பெரிய தொட்டிகளில் துரோணகிரி மலையின் மண்ணுடன் சேர்த்து விஷால்யகாரணி, சாவர்ண்யகாரணி மற்றும் சம்தானி மூலிகைகளுடன் திரும்பியிருந்தனர். சிகிரியாவிற்கு வெளியே போர்க்களத்தில், மருத்துவர்களால் செடிகளிலிருந்து பறிக்கப்பட்டபோது மூலிகைகள் உயிருடன் இருந்தன. லக்ஷ்மனின் அறுவை சிகிச்சை முடிந்து அவன் உடல் நலம் தேறிவரும் பாதையிலிருந்தான். அங்கத் வலிப்பிலிருந்து மீளவும் மூலிகைகள் உதவின. உடைந்திருந்த அங்கத்தின் கால் குணமாகவும் அவை உதவியிருந்தன.

ராமின் மனது ஓய்வாக இருந்தது. அவனது சகோதரர்கள் பாதுகாப்பாக இருந்தார்கள். தன் சொந்த உயிரை ஆபத்தில் இடுவதற்கான சுதந்திரம் அவனிடம் இருந்தது. அவன் சண்டைக்கு தயாராக இருந்தான்.

இந்திர பகவானுக்காக சமர்ப்பிக்கப்பட்ட ஆலயத்தின் பெண் பூஜாரி சிகிரியா நகரத்தின் கதவுகளிலிருந்து வெளிப்பட்டாள். பெரிய தட்டுடன் உதவியாளன் ஒருவன் அவளை பின்தொடர்ந்து வந்தான். அவர்கள் சம்பிரதாய ரீதியாக மைதானத்தின் நடுவிற்கு நகர்ந்தார்கள். இந்திர வலையின் மையம். உதவியாளனின்

தட்டில் ஏழு நிறங்களால் ஆன சிறிய வில், சங்கு, சிறிய வலை, ஒரு கொக்கி மற்றும் வஜ்ரம் இருந்தது - மின்னல் வடிவத்தில் கத்தி ஒன்று. சிறந்த வெற்றிகள் பெறும் இந்திர பகவானின் அடையாளங்கள்.

இந்திர பகவானின் பெண் பூஜாரியின் பெயரோ அவளது பூர்வீகம் குறித்தோ எவரும் அறியவில்லை. புனித மலைபள்ளத்தாக்கான காஷ்மீரிலிருந்து அவள் வந்ததாக பாரம்பரியம் ஆணையிட்டது; அதற்கு முன்பு தோன்றிய எல்லா பெண் பூஜாரிகளையும் போல. இலங்கையர்கள் அவளது தலைப்பை வைத்துத்தான் அவளைப்பற்றி தெரிந்துகொண்டிருந்தார்கள்: இந்திராணி.

இந்திராணி தட்டிலிருந்து *சங்கை* எடுத்து தன் உதடுகளுக்கு கொண்டு வந்தாள். ஆழ்ந்த பெருமூச்செடுத்து வலுவுடன் சங்கிற்குள் ஊதினாள். சங்கிலிருந்து எழும்பிய ஒலி அந்தச் சண்டையைக் காண அங்கு கூடியிருந்த கூட்டத்தினரின் மேல் தொடர்ச்சியான ஒலி அலைகளின் பிரக்ஞையாகத் தாக்கியது. ஓராயிரம் ஆண்டுகாலத்தில் இல்லாவிட்டாலும் அந்த நூற்றாண்டின் சிறப்பான சண்டையாக அது இருக்குமென்று மக்கள் அறிந்திருந்தனர். கண்ணுக்குத்தெரியாத மேலங்கி போல் அமைதி அனைவரையும் மூடியது.

செப்பினால் ஆன நீளமான ஜாடி ஒன்றை இந்திராணி தன் இடது கையால் மென்மையாக எடுத்தாள். அதிலிருந்த தண்ணீரை தன் வலது உள்ளங்கையில் இருந்த சங்கின் மீது ஊற்றி அதனைக் கழுவினாள். சங்கை மீண்டும் தட்டின் மீது வைத்தபின், மீதமிருந்த நீரை தன் உள்ளங்கை வழியாக மண்ணின் மீது ஊற்றினாள். இந்த சடங்கை மூன்று முறை செய்தாள்.

பிறகு தெளிவான உரத்த குரலில் பேசினாள். 'சண்டையிடும் இந்த இரண்டு ஆன்மாக்களையும் அழியாத மலைகளை உடைத்து கொடூரமான புராண விலங்கு வகையை கொன்ற வஜ்ராயுதம் ஏந்தும் வலிமை வாய்ந்த இந்திரன் ஆசீர்வாதம் செய்யட்டும்.'

'ஓம் இந்திராய நம!' ராம் மற்றும் ராவணன் ஒரு சேர கூறினார்கள்.

இந்திர பகவானுக்கு தலை வணங்குகிறேன்.

'ஓம் இந்திராய நம!' அங்கு நின்ற மற்றவர்களும் கூறினார்கள்.

இந்திராணி பரதன் பக்கம் திரும்பினாள். 'இந்த சவாலை ஏற்றுக்கொண்ட வீரனை நீ ஆதரிக்கிறாய். இந்திரனின் மாற்ற முடியாத விதிகளின்படி போர் ஆயுதத்தை தேர்ந்தெடுக்கும் உரிமை அவனிடம் உள்ளது. நீ என்ன சொல்கிறாய்?'

பரதன் ராமின் அருகில் வந்தான். 'அண்ணா?'

ராம் ஒரு நொடி கூட தயங்கவில்லை. மெதுவாக, 'வாள். கவசம் இல்லாமல்.'

பரதன் தயங்கினான். தன் சகோதரனிடமிருந்து உன்னதமான நடத்தையை விட குறைவாக வேறு எதையும் அவன் எதிர்பார்க்கவில்லையென்றாலும் அவன் நடைமுறையாக சிந்திக்கத் தவறமாட்டான் என்று நம்பியிருந்தான். இல்லை. அவன் சகோதரன் நடைமுறையை விட கௌரவம் பெரிதென்று அதனை தேர்வு செய்திருந்தான். ராமுக்கு பிடித்தமான ஆயுதம் வில். உயிர்வாழ்ந்து கொண்டிருக்கும் மனிதர்களில் மிகத்திறமையான வில்லாளன் அவன்தான். ஆனால் ராவணனின் இடது கரம் காயமடைந்திருந்ததால், வில்லை நன்றாக ஏந்த முடியதாதென்று எல்லோரும் அறிந்திருந்தார்கள். அது நியாயமான சண்டையாக இருக்காது.

தர்மத்தின்படி ஒரு வீரன் தன் எதிரியை நியாயமான முறையில் வீழ்த்தவேண்டும். ராம் *தர்மத்தின்* பாதையைத் தேர்வு செய்திருந்தான்.

ஆனால் ராமும் கோபமாக இருந்தான். தர்மத்தின் வழி வந்த கோபம். ஏனென்றால் அவன் கருணையும் தர்மமும் ராவணனால் நிராகரிக்கப்பட்டிருந்தது. அதனால் கவசம் இல்லை.

சண்டை கொடூரமாக இருக்கும்.

நியாயமான கோபத்தின் வலிமை இல்லாமல், தர்மத்தின் நன்மை பலவீனமாக இருக்கலாம். ராம் நன்மையை தேர்ந்தெடுத்திருந்தான். ஆனால் பலவீனத்தை நிராகரித்திருந்தான்.

பரதன் இந்திராணியைப் பார்த்து அறிவித்தான். தெளிவான உரத்த குரலில், 'வீரனான என் சகோதரன் ராம் தன் தேர்வை செய்துவிட்டார். இந்திர பகவானின் அனுமதியுடன் அவர் வாளை ஆயுதமாக தேர்ந்தெடுத்திருக்கிறார். ஒரு நிபந்தனையுடன். கவசம் எதுவுமில்லாமல்.'

பார்வையாளர்கள் அதிர்ச்சியில் பெருமூச்சு விட்டனர். வில் மற்றும் அம்பை தேர்வு செய்யாமல் ராம் தனக்கிருந்த நன்மையை விட்டுக்கொடுத்துவிட்டார். போர் வீரர்கள், ஆண்களுள் ஆண்கள், அனைவரும் ராமின் தேர்விலிருந்த கண்ணியத்தை ஒப்புக்கொண்டார்கள். இலங்கை வீரர்களும் தங்கள் இதயத்தினுள் ஒப்புக்கொள்ளவேண்டிய கட்டாயம் இருந்தது: உன்னதமான கோட்பாடுகளை கடைபிடிக்கும் வீரன் ராம்.

இந்திராணி லேசாக புன்னகைத்தாள். அந்தத் தீர்மானம் அவளுக்கு பிடித்திருந்தது. விருப்பமான ஆயுதம் என்றால் என்ன என்று அவள் நன்கு புரிந்துகொண்டிருந்தாள். அவள்

ப்ரஹஸ்த்திடம் திரும்பினாள், ராவணனின் கட்சியில் இருந்த இரண்டாவது மனிதன். 'நீங்கள் என்ன சொல்கிறீர்கள்?'

கண்ணிய கோட்பாடுகளை மதிக்காதவன் ப்ரஹஸ்த். அவனது எஜமானரின் அதிர்ஷ்டத்தை அவனால் நம்ப முடியவில்லை. ராவணனிடம் ஒரு முறை கூட கேட்காமல் அவன் பதிலளித்தான். 'போர் வீரனான என் சகோதரர் ராவணன் தன் தேர்வை தீர்மானித்துவிட்டார். இந்திர பகவானின் அனுமதியுடன் வாளை ஆயுதமாக ஏற்றுக்கொள்கிறார். அதனுடன் கவசம் அணியக்கூடாது என்னும் நிபந்தனையையும் ஒப்புக்கொள்கிறார்.'

இந்திராணி பார்வையாளர்களின் பக்கம் திரும்பினாள். 'அப்போது அதுவே பதிவு செய்யப்படட்டும்.'

இதற்கிடையில் ப்ரஹஸ்த் ராவணன் பக்கம் திரும்பி கிசுகிசுத்தான், 'என்ன அதிர்ஷ்டம் என் அரசே! உங்கள் எதிரி ஒழுக்க கோட்பாட்டில் மூழ்கியிருக்கும் முட்டாள்! நீங்கள் அவனை எளிதில் வீழ்த்திவிடுவீர்கள்!'

ராவணன் எதுவும் சொல்லவில்லை. ராமை உன்னிப்பாகப்பார்ப்பதை தொடர்ந்தான். ஆனால் அவன் மனம் மண்டோதரியின் நினைவில் மூழ்கியிருந்தது. அவளது கடைசி வார்த்தைகள்.

இந்திராணி ராம் மற்றும் ராவணனைப் பார்த்தாள். 'இந்திரனின் வலைக்குள் நுழையுங்கள்.'

வீரர்கள் குனிந்து வலது கையால் எல்லைக்கோட்டைத் தொட்டு மரியாதை நிமித்தம் அதனை தங்கள் நெற்றிக்கு கொண்டு சென்றனர். சண்டையிடப்போகும் மண்ணுக்கு மரியாதையும் வணக்கமும் தெரிவித்தனர். ஒன்றாக களத்தினுள் நுழைந்து ஒற்றுமையாக, *'ஓம் இந்திராய நம'* என்று மெல்லிய குரலில் கூறினர்.

மண்டோதரியைப்பற்றி நினைத்துக்கொண்டே மையத்திற்குள் நடந்து சென்றபடி ராவணன் சூரியனைப்பார்த்தான். இந்திராணியை நோக்கிநடந்தான். தன் நடையினால் பூமியையே வளைத்து வீழ்த்தும் வலுவுள்ளவன் என்பது போல் அமைதியாக சுய உறுதியுடன் நேராக ராவணனைப் பார்த்தபடி நடந்தான் ராம். இருவரும் இந்திராணியின் இருபுறமும் நின்றுகொண்டு காத்திருந்தனர். 'மரணத்திற்கு முன் கடைசி விருப்பங்கள்!' என்று இடிபோன்ற குரலில் அறிவித்தாள் இந்திராணி.

ஒண்டிக்குஒண்டி என்று நேரடியாக மோதும்போது இப்படிச்செய்வது பாரம்பரியம். இரண்டு வீரர்களும் எதிரியிடம் தாங்கள் கைப்பட எழுதிய தங்கள் விருப்பங்களின் பட்டியலைக் கொடுத்தார்கள். வெற்றியடைந்து உயிர் வாழும் வீரன்

தான் கொன்ற மற்றவனது இச்சைகளை பூர்த்தி செய்ய கடமைப்பட்டிருக்கிறான்.

அதுதான் சட்டம்.

தன் இடுப்பில் முடிந்து வைத்திருந்த தன் பட்டியலை எடுத்து இந்திராணியிடம் கொடுத்தான் ராவணன். மரியாதையுடன். ராமும் அதையே செய்தான். இந்திராணி அந்த விருப்பங்களின் பட்டியலைப் படித்தாள். என்ன கேட்கப்படவேண்டுமென்ற விதியை எவரும் மீறவில்லை. ராவணனது கடைசி விருப்பங்களின் பட்டியலை ராமிடம் கொடுத்தாள். ராமின் பட்டியலை ராவணனிடம்.

வீரர்கள் அந்த கோரிக்கைகளைப் படித்தனர்.

ராம் ராவணனிடம் தன் மனைவி, சகோதரர்கள் அல்லது சேனையின் எந்த ஒரு வீரனையும் அந்நிலத்தின் மக்களையும் காயப்படுத்தக்கூடாது என்று கேட்டுக்கொண்டிருந்தான். ராம் இறந்து போனால் ராவணன் அவனது விருப்பங்களை கௌரவிக்கவேண்டும். அவ்வளவுதான். எளிமையான ஒரு பட்டியல். எளிமையான நியாயமான மனிதன், எளிமையான நியாயமான கோரிக்கைகளை முன்வைப்பான்.

மறுபுறம் சிக்கலான மனிதன், சிக்கலான கோரிக்கைகளை முன்வைப்பான். ராவணன் கொடுத்த நீண்ட பட்டியலில் முதன்மையாக இருந்தது: விபீஷணன் இலங்கையின் மன்னனாக ஆக்கப்படக்கூடாது. பட்டியலில் இரண்டாவது: ராவணன், கும்பகர்ணன் மற்றும் இந்திரஜித்தின் சடலங்கள் அவர்களது தொப்புள் கொடி புதைக்கப்பட்ட இடத்தின் அருகில் புதைக்கப்படவேண்டும். அவனுக்கு உதவும்படியாக ராவணன் இடத்தை குறிப்பிட்டிருந்தான். சிநௌலி. பட்டியலில் மூன்றாவது: மூவரின் வைக்கோலினால் ஆன சடலங்கள் அவர்களது மரண முகமூடியுடன் சேர்த்து இலங்கையில் தகனம் செய்யப்படவேண்டும், மீண்டும் ராமினால். பட்டியலில் நான்காவது: ராம் தன் சொந்த பணத்தில் வைத்தியநாத்தில் ஒரு மருத்துவமனை அமைத்து பராமரிக்கவேண்டும். பட்டியலில் ஐந்தாவதாக: தன் கழுத்தில் இருந்த பதக்கம் விஷ்ணுவிடம் கொடுக்கப்படவேண்டும், அதாவது சீதாவிடம்.

ராம் நிமிர்ந்து ராவணனின் கழுத்தில் தொங்கிய ஒற்றை விரல் எலும்பு பதக்கதைப்பார்த்தான்.

விசித்திரமான வேண்டுகோள்.

ஆனால் வேண்டுகோளை குறித்த ஆழமான சிந்தனைகளை ஒதுக்கிவைத்தான் ராம். போருக்கு முன் ஒரு வீரன் தன் கவனத்தை சிதறவிடக்கூடாது. அவன் மீண்டும் பட்டியலைப்பார்த்தான். மேலும் படித்தான்.

ஆறாவது விருப்பம்: அவனது இசைக் கருவிகளை அன்னபூர்ணா தேவியிடம் ஒப்படைக்கவேண்டும். ராம் அன்னபூர்ணா தேவியை அறிந்திருந்தான். மலயபுத்ரர்களின் தலைநகரமான அகஸ்தியக்கூடத்தில் வாழ்ந்த அற்புதமான இசைக்கலைஞர். பட்டியலில் ஏழாவது விருப்பம்: ராவணனின் புத்தகங்கள் ராமின் இளைய சகோதரன் சத்ருகனிடம் கொடுக்கப்படவேண்டும். ராமின் தொண்டை அடைத்துக்கொள்வது போல் உணர்ந்தான். இந்த கோரிக்கையினால் உண்மையாகவே ஆச்சரியமடைந்திருந்தான். ஆனால் தன் முகபாவம் மாற அவன் அனுமதிக்கவில்லை. மேலும் படித்தான்.

கோரிக்கை பட்டியலில் எட்டாவது: ராம் மற்றும் சீதாவின் கதை எப்போதாவது எழுதப்பட்டால் அந்த கதையிலிருந்து ராவணனின் பெயர் அழிக்கப்படக்கூடாது.

இறுதியாக பட்டியலில் ஒன்பதாவது வேண்டுகோள், தெளிவாக பின்னால் சேர்க்கப்பட்டது வேகமான கிறுக்கலாக: ராவணனின் மனைவி மண்டோதரி சிகிரியாவில் வாழ அனுமதிக்கப்படக்கூடாது.

ராமிடம் வேறு வழியில்லை. எல்லா கோரிக்கைகளையும் நிறைவேற்றுவதாக ஒப்புக்கொள்ளவேண்டியிருந்தது. இந்த சண்டை முறையின் கோட்பாடு அது.

இந்திராணியைப்பார்த்து தலையசைத்து தன் ஒப்புதலை தெரிவித்தான்.

'இப்போது ரத்தத்தினால் சபதமிடுதல்,' என்றாள் இந்திராணி.

இந்திராணி மின்னல் போல் வடிவமைக்கப்பட்ட கத்தியை -வஜ்ஜிரத்தை -- எடுத்து ராமிடம் கொடுத்தாள். அவன் தன் கட்டை விரலைக் கீறி இந்திரனின் வில்லின் மீது விழ அனுமதித்தான். பிறகு ஒரு வலுவான நகர்வில் ரத்தத்தை வில்லில் பூசினான். ராமிடமிருந்து கத்தியை வாங்கி இந்திராணி ராவணனிடம் கொடுத்தாள். அவனும் ரத்த சபதம் எடுத்தான்.

இந்திரனின் வில் போன்று சிறிய அளவில் வடிவமைக்கப்பட்டிருந்த நகலை உயர்த்தினாள் இந்திராணி. அதில் இப்போது ராம் மற்றும் ராவணனின் ரத்தம் பூசப்பட்டிருந்தது. சிறிய உருவமாக இருந்தாலும், பெரும் குரலில் அவள் பேசினாள். 'இந்திர வலையின் ரத்த சபதத்தை சண்டையிடும் இருவரும் எடுத்திருக்கிறார்கள். வீழ்த்தப்படும் தன் எதிரியின் இறுதி இச்சைகளை அவர்கள் கௌரவிப்பார்கள்.'

இந்த சபதம் லேசாக எடுத்துக்கொள்ளப்படக்கூடாது. இந்த ரத்த சபதத்தை உடைப்பவனை இந்திர பகவானின் வஜ்ஜிராயுதம் கொல்லும். இந்த உறுதியை உடைக்காமல் இருக்க மற்றுமொரு நடைமுறை காரணமும் இருந்தது: இந்திர வலையின் ரத்த

சபதத்தை உடைக்கும் வெற்றி வீரனை உலகத்தின் எந்த மூலையிலும் இருக்கும் இந்திர பகவானின் உண்மையான தொண்டன்கொல்ல கடமைப்பட்டுள்ளான்.

இரு வீரர்களின் இரண்டாவது பிரதிநிதிகளும் மிடுக்காக நடந்து போரிடும் வீரர்களின் கைகளிலிருந்து காகிதங்களை எடுத்துக்கொண்டார்கள்.

தொடக்க சடங்குகள் முடிவடைந்தவுடன் இந்திராணி களத்திலிருந்து தன் துணையுடன் சம்பிரதாய முறையில் வெளியேறினாள். ராம் மற்றும் ராவணன் அவளது திசையில் தங்கள் தலைகளை கவிழ்த்தபடி நின்றார்கள்.

பிறகு இருவரும் ஒருவரை ஒருவர் பார்த்தபடி நின்றார்கள். ராம் தன் வாளை உருவி நேராக நின்றான். ராவணன் அதனை தன் வாளால் தட்டுவதற்காக காத்திருந்தான்.

ஒரு பாரம்பரியம். சண்டை துவங்கும் முன்.

கொலை யுத்தம் துவங்கும் முன் இரு வாள்களும் இடித்துக்கொள்ளவேண்டும்.

ராம் பாரம்பரியத்தில் நம்பிக்கை கொண்டிருந்தான். அது கண்ணியமான ஒன்று.

ராவணன் தன் வாளை வெளியே எடுத்து ராமைப்பார்த்து கிண்டலாக சிரித்தான். தன் உறுதியை வெளிப்படுத்தும் வகையில் பின்னால் நகர்ந்தான். எதிரியின் கத்தியைத் தட்டாமல்.

ராமும் சிறிய சுவாசத்தை இழுத்து கோபமாக பின்னால் அடியெடுத்து வைத்தான். சிறிது தொலைவு விலகிச்சென்றான். திரும்பி பாரம்பரிய வாள் வீரனைப்போல் நின்றான். தோள்கள் விரிந்த அளவில் பாதங்களை விரித்தபடி. இடது கால் சற்றே முன்னால் வலது கால் லேசாக பின்னால் தள்ளப்பட்டு. உடல் பக்கவாட்டில் வளைந்தபடி எதிரிக்கு குறுகலான இலக்கையே அளித்தது.

ராம் வெள்ளை வேட்டியும் இடுப்பில் இறுக கட்டப்பட் ஆரஞ்சு நிற அங்கவஸ்திரத்தையும் ராணுவ முறையில் அணிந்திருந்தான். அது அவன் கால்கள் நகர்வதை எளிதாக்கியது. அவனது இடது கை கேடயத்தை உடலுக்கு மிக அருகில் எதிரியை நோக்கி வளைக்கப்பட்டிருந்தது. அவனது வலது கை வாளை உயரத்தில் இறுகப் பற்றியிருந்தது. வாளை கேடயத்தின் மேல் சாய்த்திருந்தான். கொல்ல பயன்படப்போகும் வலது கை தளர்ச்சி அடைவது அவன் நோக்கமில்லை. இதுவரை இல்லை.

ராவணன் தொலைவில் நின்றான். பணபலம் மிக்க அரச குடும்பத்தினர் மட்டுமே உடுத்தும் ஊதா நிற சாயம் பூசப்பட்ட பட்டு வெட்டி அணிந்திருந்தான். ரோஜா நிற அங்கவஸ்திரம்

அவன் இடுப்பில் இறுக கட்டப்பட்டிருந்தது. ராணுவ முறையில் இறுக்கமாக. அவனது வலது கண் ஒரு திரையால் மூடப்பட்டிருந்தது. அவனது வலது கால் மென்மையாக நகரக்கூடியது போல் தோன்றியது; திறன் வாய்ந்த இலங்கை மருத்துவர்களின் தந்திரம்.

அவன் நேராக நின்றான், முழு உடலும் எதிராளிக்கு தெரியும்படி. கேடயமும் வாளும் தாழ்வாக பிடிக்கப்பட்டிருந்தன. ராவணன் ஆணவத்துடன் முழு உடலையும் இலக்காக அளித்திருந்தான். எதிராளிக்கு சவால் விடுவதாக: தைரியம் இருந்தால் வந்து என்னைப்பிடி.

இடுப்பை ஒடுக்கும் துணியினால் கட்டப்பட்ட ராவணனின் தொப்புள், முன்பு அவனுக்கிருந்த வலியினால் இப்போதும் துடித்தது. மருத்துவர்களால் செய்ய முடிந்தது எதுவுமில்லை. எப்போதும் இருந்த அந்த வலி சில சமயங்களில் மறக்கப்பட்டு புறம்தள்ளப்பட்டிருக்கும். சில சமயம் வலி திடீரென்று அதிகரித்தது. இன்னமும் இருக்கிறது என்கிற நினைப்பை ராவணனுக்கு கொடுத்தது. அவன் *நாகர்களைச் சேர்ந்தவன்* என்பதற்கான குறியீடு. சோகமான அவன் வாழ்வின் ஒரு பதிவாகவும் நினைவூட்டலாகவும். இன்னமும் ஒரு அடி அவனுக்கு கிடைத்துள்ளது என்கிற சமிக்ஞை.

மண்டோதரி.

அவள் எப்போதுமே என்னை வெறுத்தாள்.

'சண்டை துவங்கட்டும்!' வட்டத்தின் வெளியே இருந்து இந்திராணி உரத்த குரலில் கூறினாள்.

ராம் காத்திருந்தான். மென்மையாக சுவாசித்துக்கொண்டிருந்தான். கூர்ந்த கவனத்துடன்.

ராவணன் கவனம் சிதறியவன் போல் தோன்றினான். சூரியனைப்பார்த்து தன் தோள்களை நீட்டி தளர்த்தினான்.

பள்ளிக்கு செல்லும் சிறுவன் செய்யும் இது போன்ற தந்திரங்களினால் ஏமாறுபவன் இல்லை ராம். அனுபவம் வாய்ந்தவன். அவனது கவனம் ராவணனது கண்களுக்கு திசை திருப்பப்பட்டிருந்தது. உடல் நகரும் முன்னர் கண்கள் நகரும்.

திடீரென்று ராவணன் முன்னால் பாய்ந்து தன் இடது காலால் வழி நடத்தினான். தன் வலது கெண்டைத்தசையை முன்னால் துருத்தி வலிமையான உந்துதல் செயலாக்கத்தை பயன்படுத்தினான். இயற்கைக்கு முறற்பட்ட விரைவு மற்றும் வேகத்துடன், குறிப்பாக அறுபது வயதை தாண்டிய ஒருவரால்!

ராவணன் திடீரென்று அவன் மீது பாய்ந்ததும் ராம் ஒரு நொடி திடுக்கிட்டான். தன் பெரும் உயரத்தையும் கனத்த

'ஆனால் இப்போதைக்கு நாம் ஓய்வெடுப்போம்,' என்றாள் சீதா. 'இது உணர்ச்சிபூர்வமான முடிவாக இல்லாமல் இருக்கலாம். ஆனால் உறுதியாக நல்ல இறுதியான முடிவு!'

அன்னபூர்ணா ராவண்ஹாதாவை ஒரு புறம் வைத்தாள்.

விஸ்வாமித்ரர் கண்களைப் படபடத்து தன் கண்ணீரை புறம் தள்ளினார். அந்த ராகம் அவர் இதயத்தைத் தொட்டு, ஆன்மாவிற்குள் ஆழமாக பதிந்திருந்தது. ஒரு முந்தைய வாழ்நாளின் உணர்ச்சிகளை உயிர்பித்தது. ராவண்ஹாதா போன்ற சாதாரண கருவியில் இந்தோளம் போன்ற சிக்கலான ராகத்தை அன்னபூர்ணா வாசித்திருந்தாள். 'இப்படிப்பட்ட எளிமையான கருவியில் தெய்வீகத் திறன் வாய்ந்த ஒருவரால்தான் இந்தோளம் ராகத்தை வாசிக்கமுடியும், அன்னபூர்ணாஜி. சரஸ்வதி தேவியின் அருள் உங்களிடம் நிஜமாகவே உள்ளது.'

விஸ்வாமித்ரர் மற்றும் அன்னபூர்ணா அகஸ்தியக்கூடத்தில் பரசுராமேஸ்வரர் கோவிலின் நூறு கால் மண்டபத்தில் இருந்தனர். அவள் தன் வீட்டிலிருந்து வெளியே வந்திருந்தாள். ராவணனின் மரணத்துடன் அவள் எடுத்திருந்த சபதமும் முடிந்துவிட்டது. இப்போது அவளால் தன் வீட்டை விட்டு வெளியே வரமுடிந்தது. அரிஷ்டநேமி கொண்டு வந்த பரிசுகளால் விஸ்வாமித்ரர் அவளை மகிழ்வித்திருந்தார்: ராவணனின் இசைக்கருவிகள்.

'இது இசைக்கருவியின் மாயவித்தை, குருஜி,' என்றாள் அன்னபூர்ணா. 'இது எளிமையாகத் தோன்றலாம். ஆனால் ராவண்ஹாதாவில் ராவணனின் தெய்வீகத் திறனின் இசையொலி இருக்கிறது. *சரஸ்வதி தேவியால் நிஜமாக ஆசீர்வதிக்கப்பட்டவர்* அவர்தான். நான் இல்லை.'

விஸ்வாமித்ரர் புன்னகைத்து தன் கைகளை குவித்து வணக்கம் கூறினார். 'சிறந்த சரஸ்வதி தேவியின் அருளை யார் பெற்றிருந்தாலும் இந்த ராகத்தை ராவண்ஹாதாவில் கேட்டதில் உண்மையான மகிழ்ச்சி அடைந்தது நான்தான்.'

அன்னபூர்ணா புன்னகைத்து கைகளை குவித்து வணக்கம் சொன்னாள். அவள் தன் வலது பக்கம் பார்த்தாள், கோவிலுக்கு வெளியே காத்திருந்த அகஸ்தியகூடத்தின் குடிமக்களை நோக்கி. அரிஷ்டநேமி அவர்களுள் ஒருவராக நின்று கொண்டிருந்தான். அவளது இசைக்கருவியிலிருந்து எழுந்த ஒலியை அவர்களும் தெளிவாக கேட்டிருந்தார்கள். அவள் வாசித்திருந்த ராகத்தை அவர்களும் ரசித்திருந்தார்கள். ஆனால் அவளுக்கும்

விஸ்வாமித்ரருக்கும் இடையே பேசப்பட்ட வார்த்தைகளை அவர்கள் கேட்கவில்லை. அவை மென்மையாக பேசப்பட்டன. அவள் மலயபுத்ர தலைவரை பார்த்தாள். 'நீங்கள் என்ன திட்டமிடுகிறீர்கள் குருஜி?'

'எனக்கு உங்கள் கேள்வி புரியவில்லை அன்னபூர்ணாஜி.'

'சீதாவைப்பற்றிய செய்தி ராவணனின் காதுகளுக்கு எப்படி எட்டியதென்று எனக்கு நன்றாகத் தெரியும் குருஜி,' என்றாள் அன்னபூர்ணா, புன்னகைத்தபடி. 'நானும் அவர்கள் போக்கில் சென்றேன். செல்வதற்கு எந்த இடமும் இல்லாதபோது நீங்கள் எனக்கு அடைக்கலம் கொடுத்தீர்கள். அதனால் நான் உங்களுக்கு கடமைப்பட்டிருக்கிறேன். நமக்கு உதவியவர்களின் கடனை நினைவில் வைத்துக்கொள்வதுதான் தர்மத்தின் விதிகளில் மிகவும் முக்கியமானது.'

விஸ்வாமித்ரர் ஒரு நொடி நிறுத்தினார். அன்னபூர்ணாவை எவ்வளவு தூரம் நம்புவது என்பது பற்றி மதிப்பிட்டு கொண்டிருப்பதைப் போல். தீர்மானம் எடுத்தபின் பேசினார். 'ராவணனைப் பற்றி நீங்கள் என்ன நினைக்கிறீர்கள்?'

'திறமை வாய்ந்த முட்டாள். கையாள முடியாத ஒருவருக்கு கடவுள் அற்புதமான திறமைகளை கொடுத்திருக்கிறார். அவனது திறமைகள் அவனுக்கு வரன் இல்லை; அவை அவனுக்கு சாபம். எது எப்படியோ அவனுக்குள் சில நல்ல குணங்கள் இருந்ததாக நான் நம்புகிறேன்.'

'ம்ம்ம்... ராமைப் பற்றி என்ன நினைக்கிறீர்கள்?'

'ஒரு நல்ல மனிதன். அவன் உன்னதமானவன். நிஜமென்று நம்ப முடியாத அளவிற்கு உன்னதமானவன்.'

விஸ்வாமித்ரரின் முகபாவம் மாறாமல் நிலையாக இருந்தது. 'ம்ம்ம்.'

'ராவணன் இறந்துவிட்டான்.'

'ஆமாம், ராவணன் இறந்துவிட்டான்.'

'அப்போது, என்ன திட்டமிடுகிறீர்கள், குருஜி?'

'இப்போது எல்லாம் தன் கட்டுப்பாட்டிற்குள் என்று திவோதாஸ் நினைக்கிறான்.'

விஸ்வாமித்ரரின் இளம் வயது நண்பனாக இருந்து இப்போது எதிரியாக மாறிய வசிஷ்டரின் குருகுல பெயர் திவோதாஸ் என்று தெரியும் அளவிற்கு அவரது வாழ்க்கையைப்பற்றி அறிந்திருந்தாள். 'அவர் கட்டுப்பாட்டிற்குள் இல்லையா?'

'இல்லை.'

'ஏன் அப்படிச் சொல்கிறீர்கள்?' ஆர்வத்துடன் கேட்டாள் அன்னபூர்ணா.

'முதலாவதாக, அயோத்தியாவின் மையத்தில் ஒருவரை வைத்திருக்கிறேன். பேடா குடும்பத்தின் ம்ரிகஸ்யா.'

அன்னபூர்ணா அதிர்ச்சி அடைந்தாள். அவளுக்கு அது தெரியாது. 'ம்ரிகஸ்யா பேடா குடும்பத்தைச் சேர்ந்தவனா?'

'ஆமாம், மிக முக்கியமாக, திவோதாஸிடம் விலைமதிப்புள்ள ராம் மற்றும் அயோத்திய ராஜ்ஜியம்தான் உள்ளது. என்னிடம் பத்து அரசர்கள் உள்ளார்கள்.'

அன்னபூர்ணா முன்னால் சாய்ந்து விஸ்வாமித்ரரின் திட்டத்தை கவனமாகக் கேட்டாள்.

'அமைதியான காலம் வரும் என்று நினைக்கிறேன்,' என்றாள் மண்டோதரி. 'ஆனால் அது வெகு நாட்கள் நீடிக்காது.'

'இல்லை, நீண்ட காலம் அமைதியாக இருக்காது,' ஒப்புக்கொண்டார் வசிஷ்டர். 'எல்லா போர்களையும் முடிக்க ஒரு போர் நடக்கும் போதுதான் நீண்ட அமைதி ஏற்படும்...நல்ல முறையில் எல்லா விவகாரங்களும் சரிசெய்யப்பட நடக்கும் ஒரு போருக்குப்பின்னர். உயர்தட்டு மக்கள் தோல்வியடைந்து தங்கள் விதியை ஏற்றபின்.'

முதல் தீபாவளிக்குப்பிறகு அதிகாலையில் வசிஷ்டரும் மண்டோதரியும் காலை பூஜைக்கு மாபெரும் கால்வாய் வரை நடந்து சென்றிருந்தனர். பூஜை சடங்குகளை முடித்தபின் தங்கள் மெய்காப்பாளர்களை தொலைவில் காத்திருக்கச் சொல்லிவிட்டு கால்வாயின் உள்கரையோடு ஓடிய பிரமாண்டமான மேல் தளத்தில் இருவரும் மெதுவாக நடந்துகொண்டிருந்தனர்.

'எல்லா போர்களையும் முடிக்க ஒரு போர்,' என்றாள் மண்டோதரி. 'ஆமாம் அதில்தான் போருக்கும் செல்வத்திற்கும் இடையே வேற்றுமை உள்ளது.'

வசிஷ்டர் ஆச்சரியமாக அவளைப்பார்த்தார்.

'நான் பல காலம் முன்பு இந்த வாக்கியத்தை ஒரு புத்தகத்தில் படித்துள்ளேன்,' என்றாள் மண்டோதரி. 'தொலைவில் மேற்கில் ஸ்கோபன்ஹவுர் என்ற சித்தாந்தவாதி ஒருவர் எழுதியது. 'செல்வம் நதிநீரைப்போன்றது; குடிக்கக்குடிக்க தாகம் அதிகமாகும்' என்று அவர் எழுதியிருந்தார்.

வசிஷ்டர் மென்மையாக சிரித்தார். 'அது உண்மை.'

'அங்குதான் போர்கள் வித்தியாசமாக இருக்கும். அதிக போர்கள் நடக்க நடக்க மக்கள் அதனால் சோர்வடைவார்கள். நீண்ட போறகாலம் நீண்ட கால அமைதிக்கான நிலைமையை உண்டாக்கும். சில தலைமுறைகள் வரை நீடிக்கும் அமைதி.'

'உண்மை...'

'பழைய சமூக ஒழுங்கைச்சேர்ந்த உயர்தட்டு மனிதர்கள் முழுமையாக சரணடைந்த பின்னர்தான் புதிய சமூக ஒழுங்கு வெளிப்படும்.'

'அது நடக்கவில்லை... இன்னமும் இந்தியாவில் பழைய உயர்தட்டு மக்கள் வலுவாக உள்ளனர். அவர்கள் விரிவாக தோற்கடிக்கப்படவேண்டும். புதிய உயர்த்தட்டை கண்டு அவர்கள் அஞ்ச வேண்டும். அப்போது தான் புது ஒழுங்கை அவர்கள் ஏற்பார்கள். அச்சத்திலிருந்துதான் அன்பு பிறக்கும். நாம் இன்னமும் அந்த நிலையை அடையவில்லை.'

'ஆமாம்... நாம் இன்னமும் அந்த நிலையை அடையவில்லை. ஆனால் அவர்கள் முழுமையாக தோற்கடிக்கப்பட்டபின், புது வழிகளை ஏற்றபின். அப்படிப்பட்ட புதிய சமூக ஒழுங்கை உருவாக்கும் இரு நல்ல தலைவர்கள் நம்மிடம் உள்ளனர்.'

'மூன்று, அதைப்பற்றி சிந்தித்தால்...'

'மூன்றா?'

'ஆமாம், ராம், சீதா மற்றும் பரதன்... சுதாஸ், பூமி மற்றும் வசு.'

'அதுதான் அவர்களது குருகுல பெயர்களா?' மண்டோதரி கேட்டாள்.

'ஆமாம்,' பதிலளித்தார் வசிஷ்டர். 'நம்மிடம் மும்மூர்த்திகள் உள்ளனர். நமது புதிய மும்மூர்த்திகள்.'

'ம்ம்ம். அவர்கள் புதிய ஒழுங்கை உருவாக்குவார்கள். அவர்கள் இந்தியத்தாயின் பெருமையை மீட்டெடுப்பார்கள்.' மண்டோதரி வசிஷ்டரைப்பார்த்து புன்னகைத்தாள் கண்கள் மினுமினுக்க. 'எல்லா போர்களையும் தீர்க்க நடத்தப்படும் போரை நாம் வெல்ல வேண்டியது அவசியம்.'

'ஓ, கண்டிப்பாக. கடவுள் நம் பக்கம் இருக்கிறார். நமது மூன்று கதாநாயகர்களும் *தூய வாழ்வின் நிலத்தை* கண்டிப்பாக உருவாக்குவார்கள்.'

'*மெலூஹா* என்ற பெயரைத்தான் முடிவு செய்திருக்கிறார்கள், இல்லையா?'

'ஆமாம், அதுதான் பெயர். அவர்கள் சிறந்த ஒரு பேரரசை உருவாக்க உதவுவதுதான் என் வாழ்க்கையின் கடைசி இலக்கு

மற்றும் என் வாழ்வின் பயன். அதுதான் என் இறுதிப் பயணமாக இருக்கும். எழுதப்படவிருக்கும் கடைசி கதை. அது பதிவு செய்யப்பட்டபின், என் வாழ்க்கையின் பயன் முழுமையடையும். என்னால் அமைதியாக கடந்து செல்ல முடியும்... நான் அமைதியாகச் செல்வேன்... இந்த நீண்ட சங்கிலியின் கடைசிக் கதை... மெலுஹாவின் எழுச்சியின் கதை.'

...தொடரும்.

அமீஷின் பிற நூல்கள்

சிவா முத்தொகுதி

இந்திய வெளியீட்டின் வரலாற்றில் மிக வேகமாக விற்பனையான புத்தகத் தொடர்

மெலூஹாவின் அமரர்கள்

(சிவா முத்தொகுதி 1)

கிமு 1900. புவியில் வாழ்ந்த மிகச்சிறந்த அரசர்களில் ஒருவனாகிய ராமன் பல நூற்றாண்டுகளுக்கு முன்பு உருவாக்கிய முழுமைபெற்ற பேரரசு மெலூஹா எனும் நாட்டை அந்தக்காலகட்டத்தில் வாழ்ந்தவர்கள் அறிவர். இப்போது அவர்களின் முதன்மை நதி சரஸ்வதி மறைந்துகொண்டு வருகிறது. கிழக்கு திசையிலிருந்து எதிரிகளின் தீவிரவாதத் தாக்குதல்களை சந்திக்கிறார்கள். புராண நாயகன் நீலகண்டன் இந்தத் தீமைகளை அழிக்கத் தோன்றுவானா?

நாகர்களின் இரகசியம்

(சிவா முத்தொகுதி 2)

தீயவனாகிய போர்வீரன் நாகா என்பவன் பிரகஸ்பதியைக் கொன்றுவிட்டு இப்போது சதியை தொடர்கிறான். தீமையை அழிப்பவனாக அறிவிக்கப்பட்ட சிவா, அரக்கனின் அழிவு காணாமல் ஓயமாட்டான். கடுமையாக போரிடுவான், சிவா முத்தொகுதியின் இரண்டாவது நூலாகிய இதில் நம்பமுடியாத ரகசியங்கள் வெளிப்படும்.

வாயுபுத்ரர் வாக்கு

(சிவா முத்தொகுதி 3)

சிவா தன் படைகளைத் திரட்டுகிறார். நாகர்களின் தலைநகர் பஞ்சவடியை அடைகிறார். தீமை இறுதியாக தன்னை வெளிக்காட்டுகிறது. தனது உண்மையான எதிரியுடன் நீலகண்டன் ஒரு புனிதப் போருக்குத் தயாராகிறார். அவர் வெற்றி பெறுவாரா? பரபரப்பாக விற்பனையாகும் சிவா முத்தொகுதியின் இந்த கடைசி நூலில் இந்த மர்மங்களுக்கான விடையைக் கண்டடைவீர்.

சந்திக்கமுடியவில்லை...என்னைப்பெற்ற என் தாய்...அன்பை கொடுத்த ஒருவரை நான் இழந்துவிட்டேன்...என் வளர்ப்புத்தாய்... ஆனால் என்னிடம் வேறு ஒருவர் இருக்கிறார். என்னை முழுமையாக்கும் ஒருவர்.' சீதா, கதவின் அருகில் அமைதியாக நின்ற ராமைப்பார்த்தாள். 'நான் காத்திருந்தேன், என் மனதை திறந்திருந்தேன், என் சோகம் மறைந்துதான் போனது...'

மண்டோதரி ஆழமாக சுவாசித்தாள். அவள் ஆன்மாவிலிருந்து உடனே பொங்கி வழிய மன்றாடிய கண்ணீரை இழுத்துப்பிடிக்கப் போராடினாள். ஏனென்றால் அவளிடம் கொடுக்க இன்னும் அதிகமான அன்பு இருந்தது. தன் மகனுக்கு கொடுக்க இன்னும் அதிக அளவில் அவளிடம் அன்பு இருந்தது. இந்திரஜித்.

'உங்கள் அன்பை எனக்கு கொடுங்கள், என் தாயே,' என்றான் ராம்.

மண்டோதரி ராமைப்பார்த்தாள். கண்ணீர் வெடித்துச்சிதறியது. உரத்த குரலில் விசும்பினாள்.

இலங்கை ராணியின் பக்கம் நடந்த ராம் அவளருகில் சென்று மண்டியிட்டான், 'உங்கள் அன்பை எனக்குக்கொடுங்கள் தாயே. நான் நல்ல மகனாக இருப்பேன் என்று உறுதியளிக்கிறேன். நானும் என் சகோதரர்களும், என் தொண்டர்கள் அனைவரும் ஒவ்வொரு வருடமும் இந்திரஜித் மற்றும் கும்பகர்ணன்ஜி அவர்களுக்கு மரியாதை செய்வோமென்று சபதம் செய்கிறேன். காலம் முடியும் வரை. அது என் தசரத சபதம்.'

தசரத சபதம். எப்போதுமே முறிக்கப்படக்கூடாத, முடியும் நேரம் என்ற எல்லை இல்லாத வாக்குறுதி. எந்த சூழ்நிலையாக இருந்தாலும். எந்நேரமாக இருந்தாலும்.எந்த இடமாக இருந்தாலும்.

மண்டோதரி கையை நீட்டி மென்மையாக ராமின் கன்னத்தை வருடினாள். தன் குழந்தையை அமைதியாக்கும் தாய் போல். அவள் கண்ணீர் வலுவாக விழுந்தது. அது அவளை சுத்தமாக்கியது.

'எல்லோரும் துன்பத்தில் உள்ளார்கள், மண்டோதரிஜி,' என்றார் வசிஷ்டர். 'பாதிப்பை எவரும் தப்பிப்பதில்லை. அதுதான் வாழ்க்கையின் உண்மை. உன்னதமான ஒருவரின் தவிப்பு சுயநலமான ஒருவரின் பாதிப்பைவிட வேறுபட்டது. சுயநலவாதிகள் தங்கள் துன்பத்தில் துழல்வார்கள், புலம்புவார்கள், கவனம் வேண்டுமென்று விரும்புவார்கள். மற்றவர்கள் அவர்களை புரிந்து கொண்டு ஆறுதல் அளிக்கவேண்டுமென்று விரும்புவார்கள். தாங்கள் பாதிக்கப்பட்டவர்கள் என்ற உணர்வை உறுதியாக நம்புபவர்கள். அதற்கு மாறாக உன்னதமானவர்கள் தங்களை பாதிக்கப்பட்டவர்களாகப் பார்ப்பதில்லை. மற்றவர்களின்

துன்பத்தை குறைப்பதை தங்கள் வாழ்வின் லட்சியமாக ஆக்கிக்கொண்டவர்கள். தாங்கள் துன்புற்றது போல் வேறுயாரும் துன்புறக் கூடாது என்று நினைப்பவர்கள் உன்னதமானவர்கள். தாங்கள் யார் மீது அன்பு வைத்திருந்தார்களோ அவர்கள் துன்புற்றது போல் கூட வேறு யாரும் துன்புறக் கூடாது என்று நினைப்பவர்கள். சுயநல வாதிகளின் துன்பம் உலகத்திற்கு தீதானது. உன்னதமானவர்களின் துன்பம் உலகத்தை சிறந்த இடமாக ஆக்குகிறது.'

மண்டோதரி அமைதியாக இருந்தாள். ஆனால் அவள் கண்கள் புதிய புரிதலை பிரதிபலித்தன. வசிஷ்டரின் வார்த்தைகள் ஊடுருவிக்கொண்டிருந்தன.

'இந்த உலகில் இருங்கள் மண்டோதரிஜி. இதனை சிறந்த ஒரு இடமாக ஆக்குங்கள்.'

கண்ணாடி ஜன்னல்கள் கொண்ட தங்கள் வீட்டை சீதாவும் நான்கு சகோதரர்களில் மூவரும், உற்றுப்பார்த்துக்கொண்டிருந்தார்கள். அவர்களது அழகான வீடு. நான்காவது சகோதரன் சத்ருக்னன் ஒரு புத்தகம் படித்துக்கொண்டிருந்தான்.

அயோத்தியாவின் வலிமைமிக்க கோட்டைச்சுவர்களைச் சுற்றி இருந்த பெரிய சிறந்த கால்வாயின் மேலே உலவிக் கொண்டிருந்தது புஷ்பக விமானம். பேரரசர் அயுதாயுஸ் காலத்தில், சில நூற்றாண்டுகளுக்கு முன் அது கட்டப்பட்டிருந்தது. சரயு நதியின் நீரை திறமையுடன் இழுத்துக்கொண்டு சென்ற அந்த பெரிய கால்வாயின் பரிமாணங்கள் கிட்டத்தட்ட வேற்று உலகத்திலிருந்து வந்தது போல் தோன்றியது. அயோத்திய தலைநகரின் மூன்றாவது மற்றும் கடைசி சுவரைச் சுற்றி ஐம்பது கிலோமீட்டர் தூரம் நீண்டது. குறுக்கே கரைகளில் இரண்டரை கிலோமீட்டர் தூரம் விரிந்திருந்தது. ராம், சீதா மற்றும் லக்ஷ்மனுக்கு இந்தக் காட்சி நம்பமுடியாததாக இருந்தது. விளக்கமுடியாததாக. இதனை அவர்கள் பார்த்து பதினான்கு வருடங்கள் கழிந்திருந்தன.

சூர்யா, சூரிய பகவான் அந்நாளை மெதுவாக முடித்துக்கொண்டிருந்தார். அது பின்மாலைப்பொழுது. இருப்பினும் அயோத்திய மக்கள் குதூகலமாக கொண்டாடிக்கொண்டிருந்தார்கள். ஒவ்வொரு வீட்டிலும் தீபங்களின் வரிசை- உள்ளே, வாசல் படிகளில், தாழ்வாரங்களில், கூரையில், மொட்டை மாடிகளின் விளிம்புகளில். கோட்டைச் சுவர்களின் மேலிருந்த சமமான தளத்தில் தீபங்கள் அழகாக ஏற்றப்பட்டு எரிந்துகொண்டிருந்தன. நகரத்தின் அனைத்து

தோட்டங்களில் இடைவிடாமல் வெடிக்கப்பட்ட பட்டாசுகளின் ஓசையும் ஒளியும் காற்றில் நிறைந்திருந்தது.

அவர்களது அரசனும் அரசியும் திரும்பிவந்து கொண்டிருந்தார்கள். ராம் மற்றும் சீதா வீடு திரும்பிக் கொண்டிருந்தார்கள்.

அது ஒரு விசேஷமான மங்களகரமான நாள். தார்மீக பாதைகளை கொண்டாடும் ஐந்து நாள் விழா. நிகழ்வுகளின் மூன்றாம் நாள்: தேவி மா, மஹாதேவ், விஷ்ணு, ஜெயின் தீர்த்தங்காரா, சிக்கி புத்தா; அனைவரும் பண்டைய காலத்திலிருந்து வழிபட்டு வந்தவர்கள். இப்போதிலிருந்து இன்னும் ஒன்றும் இருக்கும். எப்போதும். ராம் மற்றும் சீதாவின் புராணமும் இந்த கட்டுக்குள் சேர்க்கப்பட்டுவிட்டது. அயோத்தியர்கள் அப்போது அறிந்திருக்கவில்லை ஆனால் அவர்கள் தங்கள் மக்களுக்காக, தங்கள் நிலத்திற்காக, தங்கள் கலாசாரத்திற்காக, பிரகாசமான ஒரு பாரம்பரியத்தை நிலைநிறுத்தியிருந்தார்கள். வரும் காலம் முழுவதற்கும். ஏனென்றால் இதுதான் தீபாவளி, முதல் முறையாக கொண்டாடப்பட்ட திருநாள். இந்தியா வாழும் வரை இந்த நாள் ஆடம்பரம் மற்றும் ஆரவாரத்துடன் கொண்டாடப்படும்.

இருவரும் நகரத்தைப் பார்த்துக்கொண்டிருக்கும் போது ராம் சீதாவின் கைகளை பிடித்துக்கொண்டிருந்தான். ஆச்சரியமும் அதிசயமுமாக. இதயத்தில் காதல் பொங்க.

'ஊர்மிளா உனக்காக அரண்மனையில் காத்துக்கொண்டிருக்கிறாள், லக்ஷ்மன்,' என்றான் பரதன்.

லக்ஷ்மன் தன் சகோதரனைப்பார்த்து மென்மையாக புன்னகைத்தான். அவன் தன் மனைவியை பதினான்கு வருடங்களாக பார்க்கவில்லை. அவளை மீண்டும் காண ஆவலுடன் காத்திருந்தான்.

இந்திர யுத்தத்தின் போது ராவணனுக்கு செய்திருந்த எல்லா வாக்குறுதிகளும் நிறைவேற்றப்படுவதை ராம் உறுதி செய்திருந்தான்.

ராவணன், கும்பகர்ணன் மற்றும் இந்திரஜித்தின் வைக்கோல் சடலங்களை மரண முகமூடியால் அலங்கரித்து, பிறகு புனித தீக்கொழுந்துகளில் தகனம் செய்திருந்தான் ராம். அவர்களது சடலங்கள் முழு ராஜ மரியாதையுடன் அவர்கள் பிறந்தபோது அவர்களது தொப்புள்கொடி புதைக்கப்பட்டிருந்த அதே இடத்தில் அடக்கம் செய்யப்பட்டிருந்தன: சிநௌலி. ராவணன் இறக்கும்முன் தன்னிடம் கொடுத்திருந்த வேதவதியின் நினைவுச்சின்னமான விரலை சீதாவிடம் கொடுத்திருந்தான். ராவணனின் உடல் அடக்கம் செய்யப்பட்டபோது சீதா அதனையும் அடக்கம் செய்திருந்தாள். வேதவதியின் கைகளை பிடித்துக்கொண்டு

இலங்கை மன்னன் பித்ருலோகத்திற்குள் நுழைந்துவிட்டான். ராவணனின் மாமா மாரீசனும் சிநௌலியில் அடக்கம் செய்யப்பட்டிருந்தான்.

ராம் ஒரு வாக்குறுதி கொடுத்திருந்தான்: ஒவ்வொரு வருடமும் இந்திரஜித் இறந்த தினத்தன்று மூவரது சடலங்களையும் மீண்டும் அடக்கும் செய்யும் சடங்கை செய்வதாக; அஸ்வினி மாதத்தில் சுக்ல பக்ஷத்தின் பத்தாவது நாள். வருடந்தோறும். மண்டோதரியிடம் கும்பகர்ணன் மற்றும் இந்திரஜித்திற்கு மட்டும் இந்த கௌரவம் செய்யப்படும் என்று வாக்கு கொடுத்திருந்தார்கள். ஏன் ராவணனை இதில் சேர்க்கவேண்டும்? எப்போதும் உள்ள கண்ணியத்துடன் ராம் மீண்டும் ஒரு முறை கூறினான்: *மரணாந்தானி வைரானி.*

வேதவதியின் பெயருக்குப்பின்னால் அமைக்கப்பட்ட வைத்தியநாத் மருத்துவமனையில் தன் தனிப்பட்ட நிதியை நன்கொடையாக பயன்படுத்தியிருந்தான் ராம். அது மருத்துவமனையில் எல்லா செலவுகளுக்கும் சரியாக இருந்தது.

ராவணனின் இசைக் கருவிகள் அரிஷ்டநேமியால் அகஸ்தியக்கூடம் எடுத்துச்செல்லப்பட்டு அன்னபூர்ணா தேவியிடம் கொடுக்கப்பட்டது. திறமை வாய்ந்த ராவணனால் கண்டுபிடிக்கப்பட்ட ராவண்ஹாதா என்னும் கருவியும் இதில் சேர்க்கப்பட்டுள்ளது. அவனது அனைத்து புத்தகங்களும் அதனைப் போற்றும் ஒருவரிடம் கொடுக்கப்பட்டிருந்தது: சத்ருக்னன். உண்மையில், அவன் இப்போது ஒன்றை படித்துக்கொண்டிருந்தான். சுற்றியிருந்த கலவரம் அவனை பாதிக்கவில்லை.

ராவணனின் இறுதி விருப்பம் ஒன்று குறிப்பாக செயல்படுத்த கடினமாக இருந்தது. ஏனென்றால் விபீஷணன் இலங்கையின் அரசனாக ஆக்கப்படக்கூடாதென்று அவன் கேட்டிருந்தான். எனினும் ராம் ஏற்கனவே விபீஷணன் சிங்காசனத்தில் அமருவான் என்று வாக்கு கொடுத்திருந்தான். ராம் தன் வாக்கை ஒருபோதும் மீறமாட்டான். இரண்டு வாக்குறுதிகள் ஒன்றோடு ஒன்று எதிராக இருக்கும்போது என்ன செய்வது?

நடைமுறைக்கேற்றபடி சிந்தனை செய்யும் பரதன் ஒரு தீர்வு கண்டுபிடித்திருந்தான். நல்ல பேசும் திறன் கொண்ட ஒரு வக்கீலாக, விபீஷணன் முழு இலங்கையின் அரசனாக ஆக்கப்படக்கூடாதென்று ராவணன் கேட்டுக்கொண்டிருந்தான். அதனால் அவர்கள் இலங்கையை பிரித்தனர். கரையோர நகரமான கோகர்ணா மற்றும் அதனைச் சுற்றியிருக்கும் தேசங்கள் சுதந்திர குடியரசாக ஆக்கப்பட்டது. அவை தொழில் முனைவோர் சங்கங்கள் மற்றும் ஜனநாயக மரபுகளில் நிறுவப்பட்ட சப்த சிந்துவில் உள்ள ஷக்கியர்கள், வஜ்ஜிகள் மற்றும் குடிமக்கள்

மூலம் நிர்வகிக்கப்படும். சிகிரியா மற்றும் மேற்குக்கரையின் தீவுகள் மட்டுமே கொண்ட நிலமாக இலங்கை குறைக்கப்பட்டது. விபீஷணன் வெட்டப்பட்ட பகுதியின் மன்னனாக ஆக்கப்பட்டான். எனவே பரதனின் புதுமையான சிந்தனையினால் விபீஷணனுக்கு கொடுக்கப்பட்ட வாக்குறுதியும் இந்திர யுத்தத்தின் போது ராவணனுக்கு செய்து கொடுத்த சத்தியம் இரண்டுமே ராமால் கௌரவிக்கப்பட்டது.

ராவணனால் அவசரமாக எழுதப்பட்ட கடைசி ஆசையும் கௌரவிக்கப்பட்டது. மண்டோதரி இனி இலங்கையில் இருக்கவிரும்பவில்லை. இப்போது அவள் வசிஷ்டருடன் புஷ்பக விமானத்தில் பின்னால் அமர்ந்தபடி ஆழமாக உரையாடலில் ஈடுபட்டிருந்தாள்.

'ராவணனின் கடைசி ஆசைகளில் ஒன்று மட்டுமே இன்னும் நிறைவேற்றப்படவில்லை அண்ணா,' என்றான் பரதன். 'அண்ணிமற்றும் உங்களது கதையில் அவனது கதையும் சொல்லப்படும் என்று வாக்கு கொடுத்துள்ளீர்கள்!'

சீதா சிரித்தாள். 'இது போன்ற கோரிக்கை வைத்ததிலிருந்து ராவணன்ஜியின் அகம்பாவத்தை நம்மால் நம்பமுடிகிறது.'

ராம் சீதாவைப் பார்த்தான், வேதவதியின் மகள். அவளது கழுத்தில் தொங்கிக்கொண்டிருந்த எலும்பு விரல் பதக்கத்தின் மீது அவன் பார்வை விழுந்தது. வேதவதியின் சின்னம், சீதாவை பெற்றத் தாய். அவன் புன்னகைத்தான். 'எதை வேண்டுமானாலும் கேட்கும் உரிமை அவனிடம் இருந்தது. ஆனால் இது என் கையில் இல்லை. கதையை சொல்பவர்களிடம் அது உள்ளது.'

'பிறகு அவனும் கண்டிப்பாக இதனுள் நெய்யப்படுவான்!' என்றான் பரதன் பற்களைக் காட்டி சிரித்தபடி. 'அழிந்துவிட்ட குற்றமுள்ள குணசித்திரங்களுடன் வாழ்வதுதான் மோசமானது. ஆனால் படிப்பதற்கு அற்புதமானவர்கள். கடலில் தொலைந்த கப்பல், நிலத்தைத் தேட காட்டும் தீவிரத்தைப்போல் கதை சொல்பவர்களும் அது போன்ற பாத்திரங்களை தீவிரமாகத் தேடுவார்கள்!'

ராம், சீதா, பரதன் மற்றும் லக்ஷ்மன் சிரித்தார்கள்.

விமானம் சீக்கிரமே தரை இறங்கும் என்று ஒரு அறிவிப்பு கேட்டது. சகோதரர்களும் சீதாவும் தங்கள் இருக்கைக்குச் சென்று இருக்கைப் பட்டியை அணிந்து கொண்டார்கள்.

'யார் நம்மை முதலில் தாக்குவார்கள் என்று நீங்கள் நினைக்கிறீர்கள்?' ராம் மற்றும் சீதாவிடம் பரதன் கேட்டான்.

'ஏன் எவரும் நம்மை இப்போது தாக்கவேண்டும்?' என்றான் லக்ஷ்மன்.

'ராவணன் நமது நிஜமான எதிரி இல்லை லக்ஷ்மன்,' என்றான் பரதன்.

'அவன் வெற்றியின் படிக்கட்டுதான். அவன் தோற்றது விஷ்ணுவிற்காக...' பரதன் நிறுத்தி ராம் மற்றும் சீதா இருவரையும் சுட்டிக்காட்டி தொடரும் முன், 'விஷ்ணுக்களுக்காக, செய்து முடிக்கப்படவேண்டிய மிகவும் முக்கிய வேலைக்கு தேவையான, அவர்களிடம் இருப்பதாகத் தோன்றும் தனிப்பட்ட பண்பு அல்லது குணத்தை வெளிப்படுத்துவதற்காக.....'

'அதிக முக்கியமான வேலை என்ன?'

'அவர்களது உண்மையான வேலை: அன்னை இந்தியாவை மீட்டெடுப்பது. அவர்கள் அயோத்தியாவின் விஷ்ணு மட்டுமில்லை, இந்தியாவின் விஷ்ணு. மொத்த இந்தியாவின். அது நீண்ட போராட்டமாக இருக்கும். ஆளும் வர்க்கத்தினரின் விருப்பங்களை அது காயப்படுத்தும்.'

'உயர் பண்பு உள்ளவர்களுடன் நமது நட்பை வளர்க்கலாம் என்று நான் உறுதியாக இருக்கிறேன்,' என்றான் ராம்.

'நம்மால் முடியுமென்று நானும் உறுதியாக நினைக்கிறேன்,' என்றாள் சீதா. 'நாம் மக்களுக்காக வேலை செய்யும்போது நம் நண்பர்களும் நமக்கு எதிராக திரும்பிவிடுவார்கள். பழைய பகைவர்களின் விருப்பங்கள் சாதாரண மக்களின் விருப்பங்களுடன் அரிதாகவே இணைந்திருக்கும்.'

'அது ஒரு போராட்டமாக இருக்கும்,' என்றான் ராம். 'நீண்ட போராட்டமாக இருக்கலாம். ஆனால் நாமே வெற்றிபெறுவோம். இந்தியத்தாயின் நலனுக்காக.'

'ம்ம்ம்,' என்றாள் சீதா. 'நாம் செய்யவேண்டியது இன்னமும் நிறைய உள்ளது.'

'கதை சொல்பவர்களுக்கு பதிவு செய்ய அதிக அளவில் விஷயங்கள் இருக்கும்!' பரதன் சிரித்தான்.

சத்ருக்னன் புன்னகைத்து தான் படித்துக்கொண்டிருந்த புத்தகத்திலிருந்து உரக்க படித்தான். *'கதா அத்யாபி அவசிஷ்டாரே வயஸ்ய.'*

அது பழமையான சமஸ்கிருதம். *கதை இன்னமும் முடியவில்லை, என் நண்பனே!*

சுற்றிலும் எங்கும் சிரிப்பொலி.

'நன்றாகக் கூறினாய் சத்ருக்னன்!' என்றான் ராம். 'கதை இன்னமும் முடியவில்லை.'

உருவத்தின் நன்மையையும் பயன்படுத்தி இலங்கை மன்னன் வலிமையுடன் பலவந்தமாக கைகளை மேலிருந்து கீழ் நோக்கி சுழற்றி அடித்தான். ராம் விரைந்து தன் கேடயத்தை உயர்த்தி அந்த அடியைத்தடுத்தான். அவனது கடினமான உலோக கத்தி கேடயத்தின் மீது மோத அதனால் எழுந்த ஒலி காற்றில் எதிரொலித்தது. ராமின் தற்காப்பு கேடயத்தில் நேர்குத்தாக தாக்கிய அந்த அடி மிகுந்த வலியை ஏற்படுத்தியது. அவன் கீழே குனிந்தான். மேலிருந்து தொடர்ந்து இடது கையால் தாக்கப்போவதை தவிர்த்து முன்னால் நகர்ந்தான். இரண்டடிக்குப்பிறகு அவன் திரும்பினான். மீண்டும் தன் நிலைக்கு வந்தான்.

ராமின் முகத்தைப்பார்க்க ராவணன் சுழன்றான்.

பற்களை காட்டிச்சிரித்தான். கண்கள் மிளிர்ந்தபடி.

அவ்வளவு வயதாகவில்லை இன்னும்...

இன்னமும் இளைஞனாகத்தான் இருக்கிறேன்...

நல்ல தசைப்பிடிப்புடன் பருமனாக ராமை விட மூன்று அங்குலத்திற்கு மேல் உயரமாக இருந்தான் ராவணன். அவன் இருந்த நிலையிலேயே இருந்தான். இடுப்பு லேசாக வளைந்து அவனது உடலின் எடை இடது காலில் விழும்படி. கேடயம் கீழே. வாள் பக்கவாட்டில். இறுமாப்புடனும் பெருமிதத்துடனும். தன்னை விட வயதில் இளைய, உயரத்தில் குறைவான மெலிதாக இருந்த மனிதனை துணிவிருந்தால் தாக்கும் படி சவால் விடுத்தபடி.

ராமும் தன் நிலையில் அப்படியே இருந்தான். அவன் இவற்றால் தூண்டப்பட மாட்டான். கேடயம் உயர்த்தி பிடிக்கப்பட்டிருந்தது. உடலுடன் நெருக்கமாக. நடைமுறையான நிலைப்பாட்டில். கேடயத்தின் மீது நிலையாக வாள். கை முட்டி உயர்த்தப்பட்டு. சண்டையிடும் வலது கரத்தின் மீது எந்த சிரமும் இல்லாமல். அமைதியாக சுவாசித்தபடி.

ராவணன் தாக்கினான். முதலில் வலது புறத்திலிருந்து பின்னர் இடது புறத்திலிருந்து. ராம் தன் கேடயத்தை உயர்த்திப்பிடித்திருந்தான், ஆனால் ஒரு கோணத்தில். ராவணனின் அடிகளை நேரடியாகத் தடுக்காமல் அதனை திசை திருப்புவதாக. மீண்டும் ஒரு அடி ராவணனிடமிருந்து. ராம் எளிதில் அதனை திசைத்திருப்பினான். ராவணனின் அடியின் வலிமை அவனது வாளை நகர்த்தியது. அவனது உடலிலிருந்து விலக்கியது. ராமிற்கு ஒரு சிறு இடைவெளி, ஒரு தொடக்கம் கிடைத்தது. அவன் முன்னோக்கி குத்தினான்.

ஆனால் ராவணனும் அனுபவம் வாய்ந்த போர் வீரன்.

பக்கவாட்டில் நகர்ந்து அந்த அடியை திறமையுடன் தவிர்த்தான். பிறகு ஒரு குத்துச்சண்டை வீரனைப்போல் கேடயம்

தாங்கிய இடது கையை முன்னால் கொண்டுசென்றான். அது ராமின் முகத்தில் மோதியது. கடுமையாக.

ராம் பின்னால் அடியெடுத்துவைத்தான். தன் கேடயத்தை தற்காப்பிற்காக உயர்த்திப்பிடித்தபடி.

ராவணன் அகலமாக வாயைத்திறந்து பற்களைக் காட்டி சிரித்தான். அவன் இதில் மகிழ்ந்துகொண்டிருந்தான். சூரியன் இன்னமும் மேலே உயர வேண்டியிருந்தது. சூரியன் இன்னமும் அதிகமாக எரியவேண்டியிருந்தது.

ராமின் வலது கன்னத்தில் கோரமான கருநீல தழும்பு வேகமாக ஏற்பட்டது. அவன் படபடக்கவில்லை. தன் கையை காயம் பட்ட இடத்திற்கு உயர்த்தவில்லை.

உன் வலியை எப்போதும் வெளிக்காட்டாதே.எதிரிக்கு காட்டாதே. அது தான் வீரர்கள் செய்வது.

ராவணன் முன்னும் பின்னும் நகர்ந்தான். ராமை முறைத்தபடி. தன் வாளை சிறிய வட்டங்களில் சுழற்றியபடி. அயோத்தியின் மன்னனை தாக்கச்சொல்லி இகழ்ந்தபடி.

ராம் நிலையாக இருந்தான். வழக்கமான சண்டையிடும் நிலைப்பாட்டில்.

ராவணன் பதட்டமான முரட்டுத்தனத்துடன் வாளைச் சுழற்றி மீண்டும் தாக்கினான். இடது புறத்திலிருந்து. பின்பு வலது புறத்திலிருந்து. ராம் அடி மேல் அடியெடுத்து வைத்தான் பின்புறமாக. கேடயம் மற்றும் வாள் கொண்டு ராவணனின் தாக்குதலிலிருந்து தற்காத்துக்கொண்டவாறு. அடுத்து என்ன வரப்போகிறதென்று ராம் அறிந்திருந்தான். ஆனால் எப்போது என்று அவனால் முன்கூட்டியே சொல்ல முடியவில்லை.

பிறகு அது வந்தது. ராம் எதிர்பார்த்ததைவிட முன்னதாக.

இந்திர வலையின் எல்லைக்கு ராம் வரும்வரை ராவணன் காத்திருக்க வேண்டும். எல்லைக்கு வெளியே காலை எடுத்து வைப்பது சண்டையை ரத்து செய்திருக்கும். தோற்றவன் கொல்லப்பட வேண்டுமென்று வலியுறுத்தியிருக்கும். ராம் சுதந்திரமாக நகர்வது எல்லைக்கோட்டில் கட்டுப்படுத்தப்பட்டிருக்கும்.

ஆனால் ராவணன் சீக்கிரமே நகர்ந்துவிட்டான்.

இலங்கை மன்னன் தன் மூர்க்கமான மற்றும் கொடூரமான தாக்குதலினால் அயோத்திய மன்னனை தள்ளிக்கொண்டிருந்தான். மீண்டும் மீண்டும். ராமின் வாளும் கேடயமும் உயர்த்தி பிடிக்கப்பட்டன, தற்காப்பிற்காக. ராமின் பார்வைபுலத்தை தடுத்து வேகமாக அவனை தன் வாளால் குத்தும் நோக்கத்துடன் திடீரென்று ராவணன் தன் கேடயத்தை முன்னால் தள்ளினான்.

உடலின் கீழ் பகுதியை இலக்காகக் கொண்டான். வயிற்றை குறிவைத்தான். சீர் குலைக்கும் அடியாக அமைந்திருக்கக்கூடிய அசுர சக்தியுடன்.

ஆனால் ராம் ஒன்றும் கத்துக்குட்டியில்லை. அவன் இதனை எதிர்பார்த்திருந்தான். அவனை விட மெலிந்த மற்றும் எளிதில் வளையும் உடலுடன் ராவணனிடம் இல்லாத சில வழிகள் அவனிடமிருந்தது. உடல் பருமன் அதிகமாக இருந்தால் வளைந்து கொடுக்கும் தன்மை குறைவாக இருக்கும். இது ஒரு உயிரியல் உண்மை.

ராவணனின் வாள் லேசான சிறு கீறலை உண்டாக்க விட்டு ராம் தனது உடலை பக்கவாட்டில் முறுக்கினான். ஆனால் ராமோ வாள் வித்தையில் மேதாவி. அதே நகர்வில் தன் வாளை பின்னாலிருந்து சுழற்ற, ஒருவரால் கற்பனை கூட செய்து பார்க்கமுடியாத அளவில் நீண்டு, வளைந்து கொடுத்தது அவனது தோள்பட்டை. கால் பெரு விரலை ஊன்றி சுற்றியது அவனுக்கு கூடுதல் வேகத்தைக் கொடுக்க, பின்னாலிருந்து நீண்ட அவனது வாள் கொடூரமாக வெட்டியது. முன்னால் நகர்ந்து குத்த தயாராவதில் கவனத்தைச் செலுத்த ராவணன் தன் கேடயத்தை உயர்த்திப்பிடித்திருந்தான். தன் வயிற்றை நோக்கி வந்துகொண்டிருந்த கொடூரமான வெட்டை அவன் கவனிக்கவில்லை.

வாள் ஆழமாக வெட்டியிருந்தது. ராவணனின் வயிற்றை கிழித்திருந்தது. அதே சமமான நகர்வில் ராம் சில அடிகள் முன்னால் நகர்ந்து பிறகு சுழன்றான். நிலையாக. அவனது கேடயம் உயர்த்திப்பிடிக்கப்பட்டிருந்தது. ராவணனின் ரத்தத்தினால் கறைபட்டிருந்த அவனது வாள் இப்போது கேடயத்தின் மீதிருந்தது. இடது பாதம் முன்பு. வலது பாதம் பின்னால். சுவாசம் அமைதியாகவும் சீராகவும் இருந்தது. வழக்கமான சண்டையிடும் நிலைப்பாடு.

பார்வையாளர்கள்- போர் புரியும் மனிதர்கள்- மூச்சை பிடித்துக்கொண்டிருந்தனர். அவர்களது பார்வைக்கு இது அற்புதமான வாள் செலுத்தும் திறன்.

ராவணன் தன் எடையை ஒரு காலிலிருந்து மறு காலுக்கு மாற்றி ராமை எதிர்கொண்டான். ராமின் உடலில் அவன் ஏற்படுத்தியிருந்த அற்பமான காயம் அவன் பார்வையில் விழுந்தது. பிறகு அவன் கீழே பார்த்தான். தன் வயிற்றின் குறுக்கே ஏற்பட்டிருந்த கொடூரமான வெட்டுக்காயம். காயத்திலிருந்து ரத்தம் தடையில்லாமல் சொட்டிக்கொண்டிருந்தது.

ராவணன் புருவத்தை உயர்த்தி ராமை இறுமாப்புடன் பார்த்து சிரித்தான். தலையசைத்து எதிரியின் தாக்குதலிலிருந்த அசாதாரண திறனை ஒப்புக்கொள்வது போல் ஆமோதித்தான்.

ராமின் கண்கள் நிலையாக இருந்தன. கவனச்சிதறல் எதுவுமில்லை. ராவணனின் போற்றுதலை அவன் ஒப்புக்கொள்ளவில்லை. அவன் ஏற்படுத்திய காயத்தை பார்க்கவில்லை. ராவணனின் இடுப்பை சுற்றி கட்டப்பட்டிருந்த துணி இப்போது விலக, அவனது தொப்புளிலிருந்த கோரமான ஊதா நிற வளர்ச்சியைக் கூட அவன் கவனிக்கவில்லை. பெரும்பாலானவர்களுக்கு இது போன்ற நாகா உருக்குலைவுகள் மீது ஆரோக்கியமற்ற விருப்பம் இருந்தது. அதனால் அவர்களால் அதனை பார்க்காமல் இருக்கமுடியவில்லை. மீண்டும் மீண்டும். ஆனால் ராம், அப்படிச்செய்யவில்லை. அவனது கண்கள் ராவணனின் கண்ணின் மீது நிலைகுத்தியிருந்தன.

ராவணன் வலது பக்கம் நகரத்துவங்கினான், மெதுவாக மையத்தை நோக்கி. அச்சுறுத்தும் வகையில் ராமை முறைத்தபடி.

ராம் தொடர்ந்தான். மெதுவாக நகர்ந்தான். வேண்டுமென்றே. எப்போதும் சம நிலை இழக்காமல். அவன் தன் எதிரியின் வேகத்திற்கு ஈடுகொடுத்தான்.

ராவணன் திடீரென்று மீண்டும் தாக்கினான். ராவணனுடன் சம நிலையில் இருக்க பாதி வழியில் இடதுபுறம் நகர்ந்துகொண்டிருந்தான் ராம். அவன் தன் வலது பாதத்தை மண்ணில் புதைத்து தன் தசைகளை நெகிழ்த்தி ராவணனின் தாக்குதலை சமாளிக்க தன் கேடயத்தையும் வாளையும் கையில் உயர்த்திப்பிடித்தான். வாள்கள் இரண்டும் மிருகத்தனமாக கேடயங்களில் இடித்தன. வீரர்களும் ஒருவரை ஒருவர் சமாளித்தனர். அவர்களது வாள்களும் கேடயங்களும் ஒன்றோடு ஒன்று மோதின. ராவணன் பருமனாக இருந்தான். மெலிதான ராமை அவன் தள்ளியிருக்கவேண்டும். ஆனால் அவன் வயதில் மூத்தவனாகவும் இருந்தான். மிக முக்கியமாக காயமுற்றிருந்தான். அவனது வயிற்றில் ஏற்பட்ட வெட்டுக் காயம் ஆழமாக இருந்தது.

இப்படி ஸ்தம்பித்த நிலையில் சில நொடிகள் இருந்த பிறகு ராவணன் தன்னை விடுவித்துக்கொண்டு பின்னால் அடியெடுத்துவைத்தான். பாதுகாப்பான தூரத்திற்கு. அவன் தனது கேடயத்தை உயர்த்திப்பிடித்தான். தற்காப்பிற்காக. தனது வாளை அதன் மீது வைத்தான். இந்தச் சண்டையில் முதல்முறையாக வழக்கமாக வாள் சண்டையில் ஒருவர் மேற்கொள்ளும் நிலையில். ராமை முறைத்தபடி. ஆழமாகவும் வேகமாகவும் சுவாசித்தபடி. ராமுக்கு உடனடியாகத் தெரிந்தது. இப்போதுதான் நேரம். தாக்குவதற்கான நேரம் இப்போதுதான்.

'அயோத்தியாத: விஜேதாரா!' உறுமியபடி முன்னேறினான் ராம். *வெல்லமுடியாத நகரத்திலிருந்து வந்த வெல்பவர்கள்.*

ராம் தன் வாளை பரிதாபம் இல்லாமல் வீசினான். இடைவிடாமல். இடமிருந்தும் வலமிருந்தும். தன் கொடூரமான தாக்குதல்களை ராவணனது உடலின் நடுப்பகுதியில் குறி வைத்திருந்தான். அவன் தன் கேடயத்தை அடிக்கும் ஆயுதமாக பயன்படுத்தினான். ராவணனை பின்வாங்கச்செய்தான். தள்ளாடும் போது இயற்கைக்கு மாறான ஒரு கோணத்தில் இலங்கையனின் கேடயம் உயர்த்தி பிடிக்கப்பட்டது. பிறகு தன்னை நிலைப்படுத்திக்கொண்டான் ராவணன். ராம் முன்னேறிக்கொண்டிருந்தான். லேசாக இடது பக்கம் நகர்ந்தபடி. ராவணன் தன் உடல் எடையை வலது கால் மீது போட வற்புறுத்தினான். அதோடு பட்டி போட்டு மூடப்பட்ட ஊனமுற்ற வலது கண் இருந்த திசை பக்கம் நகர வற்புறுத்தினான்.

இந்திரவலையின் முனைக்கு தான் தள்ளப்படுவதை ராவணன் அறிந்திருந்தான். அவனால் தொடர்ந்து பின்னால் அடியெடுத்து வைக்கமுடியவில்லை. திடீரென்று அவன் வலதுபுறத்தில் இருந்து வேகமாக சுழன்று வந்தான். மூலைக்கு தள்ளப்பட்டுவிட்டோம் என்கிற கோபம் அது. ராமும் முன்னால் நகர்ந்து தாக்க முயற்சித்துக்கொண்டிருந்த போது ராவணன் தன் கேடயத்தால் பின்னால் தள்ளினான். மிருகத்தனமாக ராம் திரும்பி இடித்ததில் அவன் சிறிது சறுக்குவது போல் தோற்றம் அளித்தது. ராவணன் ஒரு தங்கமான வாய்ப்பைக் கண்டான். வெற்றிகரமாக உறுமலுடன் கேடயத்தை கீழே போட்டுவிட்டு இரண்டு கைகளாலும் வாளைப்பிடித்து அதனை அபாயகரமாகச் சுழற்றினான். பின் கையால் தாக்குதல். எதிர்பாராத கோணத்திலிருந்து.

பொறி மூடப்பட்டது. இறை சிக்கியது.

ராம் நழுவிவிட்டது போல் நடித்திருந்தான். அது ஒரு பாசாங்கு. இடது கால் ஆழமாக மண்ணுக்குள் புதைந்திருக்க இப்போது அவன் வல்லமையுடன் கேடயத்தை ஒரு கோணத்தில் வைத்துக்கொண்டு ராவணனின் கத்தியை ஆக்ரோஷமாக தடுக்காமல் இழைந்து நழுவிச் செல்ல அனுமதித்தான். பயங்கரமான அந்த தாக்குதலினால் ராவணனின் அச்சுறுத்தும் வேகம் அவன் உடலை திரும்பச்செய்தது. ராம் மின்னல் போல நகர்ந்தான். மிகச்சரியான நேரத்தில் கிடைத்த இடைவெளியை ஏற்கனவே எதிர்பார்த்திருந்ததனால், அயோத்திய அரசன் ராம் அந்த நொடியை விட்டுவிடவில்லை. அவன் மூர்க்கமான வேகத்துடன் முன்னால் குத்தினான்.

எந்த பச்சாதாபமும் இல்லாமல் ராவணனின் வயிற்றை அந்த வாள் கிழித்தது. எந்த ஒரு எதிர்ப்பும் கூட இல்லாமல். ஊதா நிற நாகா வளர்ச்சியை இரண்டாக துண்டித்துக்கொண்டு வாள் ஆழமாக உள்ளே சென்று அவனது குடல், கல்லீரல் மற்றும் சிறுநீரகத்தை பிளந்தது. ராம் சிறிதும் கருணையுடன் நடந்துகொள்ளவில்லை. தன் முழு தோள் மற்றும் முதுகின் எடையையும் பயன்படுத்தி முன்னால் முட்டிக்கொண்டு சென்றான். தனது பாதையிலிருந்த அனைத்தையும் கிழித்துக்கொண்டு ராவணனின் முதுகிலிருந்து வெளியே வெடித்துக்கொண்டு வெளியேறியது கத்தி.

தேவை ஏற்பட்டபோது ராம் என்னும் வீரன் கருணையற்றவனாக இருந்தான். ஆனால் அவன் கொடூரமானவன் இல்லை. அவன் தன் வாளை உடனே வெளியே இழுத்தான். ஆனால் அதனை வலதுபுறம் நகர்த்தினான். வாளின் கூர்மையான முனை ராவணனின் முதுகு தண்டிற்கு அருகில் இருந்த அடர்ந்த பகுதியை குறுக்கே கிழித்தது. இன்னமும் அதிக வலி இல்லாமல் இருப்பதை உறுதி செய்தது.

ராவணன் தன் முழங்காலில் விழுந்தபோது அவன் கையிலிருந்த வாள் கீழே விழுந்தது. அவன் கீழே பார்த்தான். அவன் வயிற்றில் ஏற்பட்டிருந்த பெரும் வெட்டுக்காயத்திலிருந்து வெளியே வழிந்த ரத்தம் கிட்டத்தட்ட சிறிய நீரூற்று போலிருந்தது. ஆனால் அவன் எந்த வலியும் உணரவில்லை. தனக்கு இப்படி நடந்து விட்டதே என்ற பற்றுதல் இல்லாமல் அதிசயம் மற்றும் வியப்புடன் அதனைப்பார்த்தான். இது அவனது உடல்தானா? அவன் ஏதேனும் வலியை உணரவேண்டாமா?

அவன் நிலத்தில் விழுந்தான். அவன் முதுகில்.

வேதவதி...நான் வருகிறேன்...

ராம் முன்னால் அடியெடுத்து வைத்து குனிந்து ராவணனின் கால்களை நீட்டினான். உடைந்த முதுகு தண்டுடன் ராவணனது உடலின் கீழ் பகுதியின் மீது அவனுக்கு இனி எந்த கட்டுப்பாடும் இல்லாமல் போனது.

ஒரு சிறிய சைகை. ஆனால் அங்கு குழுமியிருந்த அனைவரும் அதனை கவனித்தார்கள். ஒரே எண்ணம்தான் அனைவரது மனதிலும் எழுந்தது. ராம் *ஒரு உன்னதமான வீரன்.*

ராம் ஒரு முட்டியில் அமர்ந்து தன் வாளை மென்மையாக மண்ணுக்குள் புதைத்து ராவணனின் தலைப்பகுதிக்கு அருகில் காத்திருந்தான். 'எப்போதென்று சொல்லுங்கள்...'

ராவணன் மெதுவாக சுவாசித்துக்கொண்டிருந்தான். கண்கள் சொருகிக்கொண்டிருந்தன.

'இன்னமும் இல்லை...' என்றான் ராவணன் மெல்லிய குரலில்.

ராம் காத்திருந்தான்.

ராவணன் தன் கழுத்துக்கு எட்டி வேதவதியின் விரல் இருந்த தங்கச்சங்கிலியைக் கழற்றினான். ரத்தக்களரியாக இருந்த வலது கையில் இறுகப் பிடித்திருந்தான். அவன் சில நீண்ட மென்மையான சுவாசங்களை எடுத்தான். தன் உடலுக்கு சக்தியூட்டியபடி. அவன் ராமைப்பார்த்தான். 'நான்...நான் உங்கள் மனைவியைத் தொடவில்லை...'

ராமின் கண்களில் எந்த வித பாவமும் இல்லை. பரிதாபம் இல்லை. கோபமும் இல்லை. 'அவள் உங்களைத் தொடவிடமாட்டாள். அவள் சீதா...அவள் விஷ்ணு. உங்களால் கையாள முடியாத அளவில் அதிக சக்திவாய்ந்தவள்.'

ராவணன் லேசாக புன்னகைத்தான். 'இல்லை...உங்களுக்குப் புரியவில்லை...நான் அவளது தாயைக் காதலித்தேன்...'

ராம் முகம் சுளித்தான். நிஜமாகவே இப்போது குழப்பத்தில் இருந்தான்.

ராவணன் தன் உள்ளங்கையை விரித்து தங்கச்சங்கிலியில் கட்டப்பட்டிருந்த விரல் எலும்பை ராம் காண அனுமதித்தான். 'நான் இப்போது இந்தப் பெண்தெய்வத்திடம் திரும்பப்போகிறேன்...'

ஒரு முறை சுவாசிக்க சற்று நிறுத்தி, மீண்டும் தொடர்ந்தான் ராவணன். 'நான் இறந்த பிறகு...இதனை வேதவதியின் மகளிடம் கொடுத்துவிடுங்கள்... சீதா... அதனுடன் என்ன செய்யவேண்டுமென்று அவளுக்குத்தெரியும்...'

ராம் தலையசைத்தான்.

'என் மரணம் ராமின் புராணம் எழ வழிவகுக்கும்...ஒரு வேளை அதுதான் என் வாழ்க்கைப் பயனாக இருக்கலாம்...ஏனென்றால் இருளின் குழந்தை ஒளி...'

ராம் மீண்டும் அமைதியாக இருக்க முடிவு செய்தான். அவன் ராவணனுடன் ஒத்துப்போகவில்லை. ஆனால் சாகும் ஒருவனுடன் தர்க்கத்தில் ஈடுபடக் கூடாதென்னும் கண்ணியம் கொண்டிருந்தான்.

ராவணன் ஆழமாக சுவாசித்தான். 'நான் தயார்...'

ராம் ராவணனின் வாளைப்பார்த்தான். அது தொலைவில் இருந்தது. இந்திர பகவானை வழிபட்ட வீரர்கள் இறக்கும்போது தங்கள் கையில் ஆயுதத்தை ஏந்தியபடி இறக்கவேண்டும் என்று நம்பினார்கள். 'நீங்கள் உங்கள் ஆயுதத்தை கையில் ஏந்த விரும்புகிறீர்களா?'

ராவணன் புன்னகைத்தான். 'உங்கள் மனைவி சொல்வது சரி... நீங்கள் ஒரு நல்ல மனிதன்...'

ராம் நிறுத்தினான். ராவணனிடமிருந்து வந்த அருளுக்கான முதல் அறிகுறியை அவன் பாராட்டினான். அவன் தன் கேள்வியை மறுபடியும் கேட்டான், இம்முறை மென்மையாக. 'ராஜா ராவணன், நீங்கள் உங்கள் வாளை ஏந்த விரும்புகிறீர்களா?'

'இல்லை...எனக்கு என்ன வேண்டுமோ அதனை பிடித்துக்கொண்டிருக்கிறேன். எனக்கு உண்மையாக தேவைப்படும் ஒன்று...வேதவதியின் கை...'

ராம் ஒரு நொடி தன் சுவாசத்தை இழுத்துப் பிடித்துக்கொண்டான். ஒரு பெண்ணை இவ்வளவு ஆழமாக காதலித்த ஒருவன் முழுவதும் கெட்டவனாக இருக்கமுடியாது. ஒருவேளை அவனுக்குள் ஏதேனும் நல்ல குணங்கள் இருக்கலாம்...இருக்கலாம்...

'அமைதியாகச் செல்லுங்கள் ராஜா ராவணன்,' என்றான் ராம் மெல்லிய குரலில்.

ராம் தன் வாளை எடுத்து நீள வாட்டில் பிடித்துக்கொண்டான். வாளின் கூர்மையான முனையை ராவணனின் மார்பு வரை கொண்டுவந்தான். அவனது இதயத்தின் மேல். ராவணனின் கண்ணைப் பார்த்தான் உறுதி செய்துகொள்ள. ராவணன் புன்னகைத்தான். ஏனென்றால் அவளை மீண்டும் பார்க்கப்போகிறான்.

வேதவதி...

ராம் துரிதமாக வாளை உள்ளே தள்ளினான். அது தசைகளையும், சதையையும் வெட்டியபடி,எலும்பு மற்றும் மார்பு கூட்டின் ஊடே சறுக்கியபடி இதயத்தை கண்டுபிடித்து அதனை கிழித்துக்கொண்டு சென்றது. ஒரே துரிதமான கருணையான தாக்குதலில். ராம் ஒரு திறமையான வீரன்.

ராவணனின் இதயம் கிழிந்து ரத்தம் வெளியே வெடித்து அவனது ஆன்மா வெளியே தப்பிக்க பாதையை அளித்தது. வீரியம் மிக்கதாக ஆகும் வரை உள்ளே அடைந்து கிடந்த காதல் விடுவிக்கப்பட்டது. ஆன்மாவின் ஒளிரும் பிரகாசத்தில் வீரியத்தால் உயிர்வாழமுடியாத இடம்.

அவனது ஆன்மா வேகமாக வெளியேறியது. முக்கியமான நினைவுகளை தன்னுடன் எடுத்துச்சென்றபடி. முக்கியமான ஒரே ஒரு நினைவுடன்.

வேதவதி.

அத்தியாயம் 40

பின்மாலைப் பொழுதில் ராம் அசோக வனத்தில் நின்றான். சமமான நிலப்பரப்பின் ஒருஓரத்தில். மையத்தில் இருந்த குடிலை உற்று நோக்கியபடி.

அவள் உள்ளே இருந்தாள். அவனது சீதா உள்ளே இருந்தாள். ராவணனின் மரணத்திற்குப்பின்னர் நிகழ்வுகள் மிகவும் வேகமாக நகர்ந்துவிட்டிருந்தன. ராவணனின் சடலம் உச்சகட்ட மரியாதையுடன் நடத்தப்படவேண்டுமென்று ராம் கட்டளையிட்டிருந்தான். தன் சகோதரர்கள் மற்றும் தளபதிகளுடன் ராவணனின் சடலத்தை அவனது அரண்மனைக்கு தூக்கிச்சென்றிருந்தான். மரண முகமூடி செய்யப்பட்டுக்கொண்டிருந்தது. ராமின் சேனையில் சிலர் எதிரிக்கு இவ்வளவு மரியாதை கொடுப்பது அதீதம் என்றும் தேவையற்றது என்றும் உணர்ந்தார்கள். ஆனால் முன்பு ஒரு சமயம் இந்திர பகவான் கூறியதைச் சொல்லி அவர்களை அமைதியாக்கியிருந்தான்: *மரணாந்தானி வைரானி. பகை மரணத்துடன் முடிவடைகிறது.*

ஆயுதங்களற்ற இலங்கைச் சேனை நகரத்திற்கு வெளியே அயோத்திய வீரர்களின் காவலில் வைக்கப்பட்டிருந்தது. சட்டம் ஒழுங்கை உறுதிசெய்ய ராமின் சேனையின் ஒரு பிரிவு சிகிரியா நகரத்திற்குள் நுழைந்து தங்கள் கொடியுடன் பிரதான சாலைகளில்

அணிவகுத்திருந்தது. இலங்கை குடிமக்கள் தங்களது விதியைக் குறித்து பயந்தாலும் ஒழுக்கத்துடன் இருந்தனர்.

நகரத்திற்குள் எந்த குழப்பமும் இல்லையென்பதை விரைவாக உறுதி செய்தபின் ராம் அசோக வனத்திற்கு விரைந்திருந்தான். வெற்றி பெற்ற தளபதியாக அவனது கடமைகளை செய்யவேண்டுமென்று அவன் தலை அவனுக்கு கட்டளையிட்டிருந்ததை அவன் செய்துமுடித்திருந்தான். இறுதியாக இப்போது தனது துக்கமான இதயம் வலியுறுத்தியதை கேட்டுக்கொண்டிருந்தான். தனது அன்பான மனைவியை சந்திக்க ஒரு கணவன் வந்துள்ளான். மிகவும் நீண்ட கால பிரிவிற்குப்பின்னால்.

'தயவுசெய்து, இங்கே காத்திருங்கள்,' தன்னுடன் வந்தவர்களிடம் ராம் மெல்லிய குரலில் கூறினான். பிறகு குடிலை நோக்கி நடந்தான்.

ராமின் மெய்காப்பாளர்கள் சமமான நிலப்பரப்பின் ஓரத்தில் அமைதியாக நின்றார்கள். அவனது சகோதரர்கள் பரதன் மற்றும் சத்ருக்னன், விவேகத்துடன் தொலைவில் தொடர்ந்து வந்துகொண்டிருந்தார்கள். லக்ஷ்மன் அறுவை சிகிச்சை முடிந்து நலம் பெற்றுக்கொண்டிருந்தான். சிகிரியாவின் அரச மருத்துவமனைக்கு மாற்றப்பட்டிருந்தான்.

ராம் குடிலுக்கு சற்று வெளியே நின்றான். தாழ்வாரத்தில் இருந்த மூங்கில் நாற்காலிகள் மற்றும் மேஜையைப்பார்த்தான். அவனது மனைவியை பல மாதங்கள் சிறைப்படுத்தியிருந்த எளிமையான குடியிருப்புக்கு வழிகாட்டியது அவற்றின் பின்னால் திறந்திருந்த கதவு.

அவன் ஆழமாக சுவாசித்தான். முரட்டுத்தனமாக அடித்துக்கொண்டிருந்த தன் இதயத்தின் வேகத்தை குறைத்தபடி.

சீதா.

மூன்று படிகள் ஏறி கதவை நோக்கி நடந்தான்.

'சீதா...'

பிறகு நின்றான்.

ஏனென்றால் அவன் உயிர், அவன் சீதா, குடிலின் கதவின் அருகே அப்போது தோன்றியிருந்தாள். வெள்ளை வேட்டி, வெள்ளை மேல் சட்டை மற்றும் ஆரஞ்சு நிற அங்கவஸ்திரம் ஒன்று அவளது வலது தோளில் தொங்கிக்கொண்டிருந்தது. தங்கத்தட்டு ஒன்றை தன் கைகளில் ஏந்தியிருந்தாள். அதன் மேல் சிறு மண்ணால் ஆன அகல் விளக்கு, சில தானியங்கள், அரிசி, கொஞ்சம் குங்குமப்பூ பொடி மற்றும் சிறு கிண்ணத்தில் தண்ணீர் இருந்தது. வெற்றிகரமான தன் கணவரை பெருமிதம் கொண்ட

கண்களுடனும் அன்பினால் மெருகூட்டப்பட்ட புன்னகையுடனும் பார்த்தாள் சீதா.

ராம் இருந்த இடத்திலேயே நின்றான். அதுதான் வழக்கம்.

சீதா அவனிருந்த இடத்திற்குச்சென்று பூஜைத்தட்டை இடமிருந்து வலமாக ராமின் முகத்திற்கு நேராகச் சுற்றினாள். மூன்று முறை. அவள் கணவன் அவளிடம் வெற்றிகரமாக திரும்பிவிட்டான் என்பதற்கு அக்னி தேவன் சாட்சி.

வெல்லமுடியாத நகரத்தை வென்ற கதாநாயகன்.

தன் விரல்களை முதலில் அந்த சிறிய தண்ணீர் கிண்ணத்தில் தோய்த்து பிறகு அரிசி தானியங்களுக்குள் அமிழ்த்தினாள். அது அவள் விரலுடன் ஒட்டிக்கொண்டது. பிறகு அவள் அந்த தானியங்களை ராமின் நெற்றியில் அழுத்தினாள். அரிசி தானியங்கள் அவனது கண்களுக்கு நடுவில் ஒட்டிக்கொண்டன. பிறகு தன் ஈரமான விரல் கொண்டு குங்குமப்பூ பொடியை ராமின் நெற்றியில் தடவினாள். சுத்தமான நேர்கோட்டில்.

பிறகு பண்டைய கலாசாரத்தைப் பின்பற்றி அயோத்திய ராணிகள் வெற்றிபெற்று வீடு திரும்பிய தங்கள் கணவன்மார்களை வரவேற்ற விதத்தில் பெருமையான வார்த்தைகளை அவளும் கூறினாள். 'நீங்கள் பெற்ற வெற்றி பற்றிய தகவல் வலிமைமிக்க சூரிய பகவானின் ஒவ்வொரு கதிரின் மேல் பயணித்து இந்த பிரபஞ்சத்தின் ஒவ்வொரு மூலையையும் அடையட்டும்.'

'ஜெய் சூர்ய தேவ்,' என்றான் ராம், தங்கள் குலமான சூர்யவம்சத்தின் தெய்வமான சூரிய பகவானைப் போற்றினான்.

சூரிய பகவானுக்குப்போற்றி.

'ஜெய் சூர்ய தேவ்,' சீதாவும் கூறினாள்.

ராம் தன் மனைவியின் கையிலிருந்து பூஜைத்தட்டை வாங்கி மேஜை மேல் வைத்தான். அவளைத்தொட தன் கைகளை நீட்டினான். அவனது கரங்களுக்குள் உருகினாள் சீதா. அவன் அவளது கரங்களுக்குள் உருகியது போல்.

பல மாதங்கள் ஆகிவிட்டிருந்தது. ஒரு ஆயுட்காலம் போல் இருந்தது.

வானத்தின் கடவுள் தாயூஸ் இன்னமும் நீலமாக இருக்கவேண்டியதில்லை. புனிதமான குங்குமப்பூ நிறத்தை அது எடுத்துக்கொண்டிருந்தது. சூர்யா, சூரிய பகவான் இன்னமும் வலுவான ஒளியை வெளிப்படுத்தினாலும் தன் வெப்பத்தை அந்தப் பின்மாலைப் பொழுதில் குறைத்திருந்தார். இரவு பொழுது இன்னமும் சில மணிநேரங்கள் தள்ளியிருந்தாலும் சந்திரன் என்னும் சந்திர பகவான் சீக்கிரமாகவே வந்திருந்தார்... ஏனென்றால் சந்திரன் என்னும் காதல் தெய்வம் எப்போதுமே

வேட்கையைக்கண்டு மயங்குபவர். வாயு, காற்றின் கடவுள் பசுமையான தோட்டத்தில் மென்மையாக வீச அன்பின் சுகந்தம் பரவிக்கொண்டிருந்தது. அவர்கள் ஒருவரை ஒருவர் அணைத்துக்கொண்டிருந்தபோது, பிரித்வி, பூமித்தாய், தன் வீராங்கனை மகள் சீதாவையும் சூரிய வம்சத்தின் வெற்றிகரமான வழித்தோன்றல் ராமையும் அமைதியாக தாலாட்டினாள்.

பல மாதங்கள் ஆகிவிட்டிருந்தது. ஒரு ஆயுட்காலம் போல் இருந்தது.

இளமையான காதல், 'கரி போன்றது' என்று கூறுவார்கள் பண்டைய காலத்தில். அது பிரகாசமாக வேட்கையுடன் எரியும். ஆனால் பெரும்பாலும் வெகு நேரம் நீடிப்பதில்லை. ஆனால் அழுத்தத்திற்கு ஆளாகும் போது - மிக அதிகமான அழுத்தம்- அது ஒரு வைரமாக உருமாறுகிறது. வலுவாக இருக்கும் காதல் -உலகத்திலேயே மிகவும் வலிமையாக. ராம் மற்றும் சீதா... சோகத்தின் வெப்பம் மற்றும் அழுத்தத்தினால் வலுப்பெற்ற அவர்களது அன்பு. பிரிவின் பாரத்தினால். எதுவும் அதனை உடைக்கமுடியாது இப்போது. எதனாலும்.

பிரபஞ்சம் எல்லா திசைகளிலும் முடிவில்லாமல் விரிந்தால் மையம் எங்குள்ளது? முடிவிலிக்குள் அப்படி ஒரு மையம் இருப்பது சாத்தியமா? விவேகமான மனிதர்கள் நீ நிற்கும் இடத்தில்தான் மையம் உள்ளது என்று சொல்வார்கள். ஆன்மீகத்தில் விவேகமான மக்கள் உண்மையான மையம் உண்மையான காதல் நிற்கும் இடத்தில்தான் உள்ளது என்று சொல்வார்கள்.

ராம் மற்றும் சீதா தங்களது உண்மையான மையத்தைக் கண்டார்கள். மீண்டும் ஒருமுறை.

'நான் உன்னை காதலிக்கிறேன், என் இளவரசி,' என்றான் ராம் மெல்லிய குரலில்.

'நான் உன்னை காதலிக்கிறேன், என் இதயமே,' என்றாள் சீதா.

அசோக வனம், துன்பமில்லாத *வனம்,* அசோகமாக மாறியிருந்தது.

அடுத்த நாள் விடிந்து வெகு நேரமாகியிருந்தது. இரண்டாவது பிரகாரத்தின் மூன்றாம் மணிநேரம். சூரியன் தன் தினசரி உச்சத்தை நெருங்கிக்கொண்டிருந்தான்.

ராம் மற்றும் சீதா நகர நிர்வாகத்தின் முக்கியமான வேலைகளை கவனித்துவிட்டிருந்தனர். பிறகு இலங்கை ராணி மண்டோதரியைச் சென்று சந்தித்திருந்தனர். வசிஷ்டரின்

அறிவுரைப்படி. ஏனென்றால் மண்டோதரி சாதாரண ராணி மட்டுமில்லை. இந்தியத் துணைக் கண்டத்தின் ரிஷிகள் மற்றும் ரிஷிபத்தினிகளால் மதிக்கப்பட்டவள். வேதவழியில் செல்லும் முன்னோடியான பண்டிதர்.

இலங்கை ராணியின் எளிமையான குடிலின் திறந்த கதவின் வெளியே ராம் மற்றும் சீதா காத்திருந்தனர். வசிஷ்டர் தனியாக உள்ளே நடந்தார்.

பரதன் விவேகமாக தன் அண்ணன் மற்றும் அண்ணியுடன் செல்லாமல் இருந்திருந்தான். அவன் மண்டோதரியின் மகனை கொன்றிருந்தான். அவனை அவள் பார்ப்பது சரியாக இருக்காது. இவ்வளவு சீக்கிரம் இல்லை.

'மண்டோதரிஜி,' என்று வசிஷ்டர் வணக்கம் சொல்லி தன் கைகளைக் குவித்தார். அவளருகில் மண்டியிட்டு மென்மையாக, 'நீங்கள் வாழ்வில் இன்னும் அதிகம் செய்வதற்கு உள்ளது. இந்தியத்தாய்க்கு கொடுக்க இன்னும் அதிகம் உள்ளது. உங்களால் செல்ல முடியாது...உங்களால் செல்ல முடியாது...'

மண்டோதரி தரையில் எளிமையான கோரைப்பாயின் மேல் படுத்திருந்தாள். புராதன தார்மீக பாரம்பரியப்படி *மரணம் சம்பவிக்கும் வரை படுத்துக்கிடப்பது* என்று தேர்வு செய்திருந்தாள். ப்ராயோபவேஷன்; வெகு ஜனங்களின் பேச்சு வழக்கில், பராக்ரித்திக் பாஷையில், ப்ராயோபவேஷன், சந்தாரா என்று அறியப்படுகிறது. இந்த சபதத்தை ஏற்றுக்கொண்ட பிறகு ஒருவர் தானாக முன்வந்து உணவு மற்றும் திரவங்கள் உட்கொள்வதை படிப்படியாக குறைத்துக்கொள்வார்கள். ஒரு ஆன்மா இந்த வாழ்வில் தன் கர்மா முடிந்துவிட்டது, மேலே நகர்ந்து அடுத்தபடிக்கு செல்லவேண்டுமென்று தீர்மானம் செய்து ஆன்மீகமாக மனித உடல் மற்றும் அதன் வேட்கைகள் மெலிவதை இது உணர்த்துகிறது.

இந்த வாழ்வில் அவள் செய்வதற்கு வேறொன்றும் இல்லையென்று மண்டோதரி முடிவு செய்துவிட்டிருந்தாள். வசிஷ்டர் அவளுடன் ஒத்துப்போகவில்லை.

'வசிஷ்டர்ஜி,' சந்தாரா என்னும் உன்னத பாதையில் நகரும் ஒருவரது பிரகாசமான மனநிலை மற்றும் எப்போதும் இருக்கும் மென்மையான புன்னகையுடன் கூறினாள் மண்டோதரி. 'என்னிடம் இருந்த அனைத்தையும் கொடுத்துவிட்டேன். இந்தியத்தாயை பயனுள்ள பாதையில் வழிநடத்துவது இனி உங்கள் பொறுப்பாகிறது. என் நேரம் முடிந்துவிட்டது. என் கர்மா கழிந்துவிட்டது.'

சீதா மெதுவாக குடிலுக்குள் நடந்தாள். மண்டியிட்டு மண்டோதரியின் கால்களைத் தொட்டு பேசினாள். 'குரு வசிஷ்டர்

மற்றும் உங்களைப்போன்ற தலைவர்களின் இருப்பில் வாயைத் திறக்க மிகவும் சிறியவள் நான். இருப்பினும் குரு மண்டோதரி, நான் ஒன்று சொல்லலாம் என்றால்...'

'கண்டிப்பாகக் குழந்தை,' என்றாள் மண்டோதரி.

'ஒருவரது சோகத்தினால் முடக்கு ஏற்பட்டால் ஒருவரது கர்மா முடிந்து விட்டதென்று அர்த்தமில்லை,' என்றாள் சீதா. 'சோகத்தினால் செயலிழந்தவராக உணர்கிறார் என்று மட்டுமே அர்த்தம். அது கண்டிப்பாக புரிந்துகொள்ளக் கூடியதுதான். ஆனால் இந்த முடக்கு தீரும். ஏனென்றால் மாற்றமும் முன்னேற்றமும்தான் வாழ்வின் சாராம்சம். நாம் சோகத்திற்கு அடிபணியக்கூடாது.'

மண்டோதரி புன்னகைத்தாள். 'இல்லை, என் குழந்தை. சோகத்தை குறைத்து மதிப்பிடாதே. அது மனதிற்கு தெளிவை கொடுக்கும். என் மனம் தெளிவாக இருக்கிறது. சிக்கி புத்தரின் வார்த்தைகளை நினைவில் கொள்: இந்த பிரபஞ்சத்தின் இறுதியான உண்மை சோகம் தான்.'

'அது உண்மை தான் மண்டோதரிஜி,' என்றாள் சீதா. 'ஆனால் பிரபஞ்சத்தின் ஒளி, ஊடுருவும் தன்மையுள்ள கண்ணாடி. அது வேறொரு கண்ணாடி. மனிதர்களின் கண்ணாடியிலிருந்து பார்க்கும் போது வெளிப்படுத்த ஏங்கும் அன்பே, துக்கம். அடைத்துவைக்கப்பட்ட துக்கம் தான் அன்பு. அன்பு தடுக்கப்படும் போது அது எழுகிறது அணையின் தண்ணீர் போல். எங்கும் வெளிப்படுத்தமுடியாத உணர்ச்சிகளால் ஆனது தான் சோகம் ஏனென்றால் நீங்கள் உங்கள் காதலை வெளிப்படுத்தத் துடிக்கும் ஒருவர் மறைந்துவிட்டார்...'

மண்டோதரி அமைதியாக இருந்தாள். அவள் கண்கள் பனித்திருந்தன. அணைகட்டப்பட்ட காதலால்.

சீதா தொடர்ந்தாள். தன் கழுத்தில் தொங்கிக்கொண்டிருந்த பதக்கத்தை இறுக பிடித்தப்படி. அவளது தாயின் விரல். 'நீங்கள் உணர்வது என்னவென்று எனக்குத்தெரியும், குரு மண்டோதரி. காதல் பொங்கிவழியவேண்டும் ஏனென்றால் அது ஆன்மாவின் இளமை மற்றும் உயிரின் சக்தி. காதல் ஓரிடத்தில் நிலையாக இருக்கக்கூடாது. ஏனென்றால் அது தேற்ற முடியாததாகிறது. நீங்கள் காதலிக்கும் ஒருவரை இழக்கும் போது, உங்கள் அன்பைக் கொடுக்க யாரும் இல்லாதபோது, காதல் சோகமாக கனிகிறது. ஏமாற்றமடைந்த அன்பே சோகம், குரு மண்டோதரி. மன அழுத்தத்தினால் கட்டப்பட்ட காதலே சோகம். நீங்கள் உங்கள் அன்பை கொடுக்கவிரும்பும் ஒருவர் இல்லாததுதான் சோகம். உங்கள் அன்பைப் பெறும் ஒருவர் உங்களிடம் இல்லாததுதான்... நான் என் அன்பை கொடுக்க விரும்பிய ஒருவரை என்னால்

இராமச்சந்திரா தொகுதி

இந்திய வெளியீட்டின் வரலாற்றில் மிக வேகமாக விற்பனையான இரண்டாவது புத்தகத் தொடர்

ராம் - இக்ஷ்வாகு குலத்தோன்றல்

(இராமச்சந்திரா தொகுதி 1)

ஒரு பயங்கரமான போர் உயிர்களைக் கொன்றது. அயோத்தியை பலவீனமாக்கியது. அழிவு மேலும் ஆழமாகிறது. இலங்கை மன்னனாகிய அசுரன் ராவணன், தோற்றவர்கள் மீது ஆட்சியை திணிக்கவில்லை. மாறாக அவன் வணிகத்தைத் திணிக்கிறான். பேரரசிலிருந்து செல்வம் உறிஞ்சப்படுகிறது. மக்கள் சகித்துக்கொண்டிருக்கும் துயரத்தின் ஊடாக, தங்களுக்குள் ஒரு தலைவன் இருப்பதை அவர்கள் உணர்ந்திருக்கவில்லை. விலக்கி வைக்கப்பட்ட ஒரு இளவரசன். ராமன் என்று அழைக்கப்பட்ட இளவரசன் அமீஷின் இராமச்சந்திர தொடர்களில் காப்பியப் பயணத்தைத் தொடங்குவீர்.

சீதா - மிதிலைப் போர் மங்கை

(இராமச்சந்திரா தொகுதி 2)

ஒரு கைவிடப்பட்ட குழந்தை வயலில் கிடந்து கண்டுபிடிக்கப்படுகிறது. எல்லோராலும் ஒதுக்கப்பட்ட ஒரு சக்தியற்ற அரசுப்பகுதியான, மிதிலையின் மன்னரால் அவள் தத்தெடுக்கப்படுகிறாள். இந்த குழந்தை பெரிய உயர்நிலைக்கு வருமென்று யாருமே நம்பவில்லை. ஆனால் அவர்கள் தவறாக நினைத்தார்கள். ஏனென்றால் அவள் சாதாரணப் பெண் அல்ல. அவள் சீதா. இராமச்சந்திர வரிசையில் இரண்டாவது நூலோடு புராணம் உடனான பயணத்தைத் தொடருங்கள்: பிரதம மந்திரியான ஒரு தத்தெடுக்கப்பட்ட குழந்தையின் காலக்கிரம வளர்ச்சியைச் சொல்லுவது ஒரு மெய்சிலிர்க்கும் சாதனையாகும்.

ராவணன் - ஆர்யாவர்த்தாவின் எதிரி

(இராமச்சந்திரா தொகுதி 3)

ராவணன் மனிதர்களுள் சிறந்தவனாக ஓங்கி வளர வேண்டும், அடக்கி ஆண்டு, கொள்ளை அடித்து, தான் நினைக்கும் சிறப்பை எப்படியாவது அடைந்தே தீருவது என்ற திண்மை. முரண்களின் வடிவானவன், படு கொடுமைகளை அஞ்சாமல் செய்பவன்,மெத்த படித்த மேதாவி. எதிர்பார்ப்பின்றி அன்பையும் வைப்பான், குற்ற உணர்ச்சி இன்றி கொலையும் செய்வான். இந்த பிரமிக்கவைக்கும் இராமசசந்திரா தொடரின் மூன்றாவது புத்தகம், ராவணனை, இலங்கையின் மன்னனை நமக்கு அறிமுகப்படுத்துகிறது. இருளிலும் அந்தகார இருளின் மீது வெளிச்சம் அடிக்கப்படுகிறது. அவன் வரலாறு காணாத கொடூரனா, அல்லது, எப்பொழுதுமே இருளில் மாட்டி தவிக்கும் சாதாரண மனிதனா?

புனைவல்லாதது
நிலைத்த புகழ் இந்தியா

இந்தியாவின் சொந்தமான கதைகளை சொல்பவரான அமீஷ் இதனை அழகாக வெளிப்படுத்துகிறார். தொடர்ந்து எழுதிய பல அறிவுக்கூர்மை மிக்க கட்டுரைகள், பொருள் பொதிந்த உரைகள், அறிவு பூர்வமான விவாதங்கள் ஆகியவற்றின் மூலம் முன்பு எப்போதும் இல்லாத வகையில் இந்தியாவைப் புரிந்து கொள்வதற்கு அமீஷ் உதவியுள்ளார். இளமையான நாடாகவும், கால எல்லையற்ற நாகரீகத்தையும் கொண்டுள்ள நிலைத்தபுகழ் இந்தியாவின் மதம், புராணம், பாரம்பரியம், வரலாறு, மரபு, சமகாலத்தின் சமுதாய கொள்கைகள், ஆட்சிநிர்வாகம், ஒழுக்கநிலை ஆகியவற்றில் உள்ள ஆழ்ந்த புரிந்துணர்தலின் அடிப்படையில் கவர்ந்திழுக்கும் நவீன காலப்பார்வையுடன் பழமையான கலாச்சாரத்தின் அமைப்பு ஓவியத்தை அமீஷ் அழகுபடக் காட்டுகிறார்.